AF761438

ഗ്രീൻ ബുക്സ്

സൂര്യകാന്തം

വി.എസ്. കുമാരൻ

കഥാകൃത്ത്, നോവലിസ്റ്റ്, എഴുത്തുകാരൻ.
കോട്ടയം ജില്ലയിലെ ഏഴാച്ചേരി ഗ്രാമത്തിൽ
വാണിയിടത്ത് ജനനം.
കേന്ദ്രഗവൺമെന്റ് ഉദ്യോഗസ്ഥനായിരുന്നു.

അവാർഡ്: *പത്മരാജൻ അവാർഡ് (മനോരാജ്യം പബ്ലിക്കേഷൻസ്), അബുദാബി ശക്തി അവാർഡ്.*

ഇപ്പോൾ ഗുരുവായൂരിൽ
ഇരിങ്ങപ്പുറം ഗ്രാമത്തിൽ താമസിക്കുന്നു.

നോവൽ

സൂര്യകാന്തം

വി.എസ്.കുമാരൻ

ഗ്രീൻ ബുക്സ്

green books private limited
gb building, civil lane road, ayyanthole,
thrissur- 680 003, kerala
ph: +91 487-2381066, 2381039
website: www.greenbooksindia.com
e-mail: info@greenbooksindia.com

(malayalam)
sooryakantham
(novel)
by
v.s. kumaran

first published march 2017

branches:
thrissur 0487-2422515
palakkad 0491-2546162
kannur 0497-2763038
thiruvananthapuram 9846670899

isbn : 978-93-86440-09-9

GBPL/881/2017

സൂര്യകാന്തക്കല്ല് ഉരച്ചാൽ
രക്തവർണ്ണമാകും,
ഉരുക്കിയാൽ ഉരുകാതെ
അഗ്നിയായി ജ്വലിക്കും.

ഭാഗം ഒന്ന്

ഒന്ന്

രണ്ട് ജനനങ്ങൾ ഇന്ത്യയും ഇന്ദിരയും

ഇലകൾകൊണ്ട് ഇടതൂർന്ന ഇത്തിമരത്തിന്റെ ശാഖയിൽ ഇണക്കിളികൾ ഇരിക്കുകയായിരുന്നു. ആൺകിളി ഒരു ഇത്തിപ്പഴം കൊത്തിയെടുത്ത് പെൺകിളിക്കു നീട്ടി. അവൾ പ്രണയ കലഹത്തിലായിരുന്നു.

"പൊൻകിളിയേ..... ഒരു ഇത്തിപ്പഴം കഴിക്കൂ... തങ്കമേ..."

അവൾ കേൾക്കാത്ത ഭാവത്തിൽ ഇരുന്നു. അവൻ പഴത്തിൽ ഒന്നു കൊത്തി.

"ഹാ എന്തൊരു സ്വാദ്...."

പിന്നെയും കൊത്തി.

"നല്ല പഴം."

അവൾ ശ്രദ്ധിക്കാതെ മുഖം കനപ്പിച്ചിരുന്നു.

അപ്പോൾ അവൻ ഒരു കഥ പറയാൻ തുടങ്ങി. അതൊരു പതിവാണ്. കഥ പറഞ്ഞാൽ പെൺകിളി സന്തോഷിക്കും.

"കിളിയേ നീ കേട്ടാലും. ആനന്ദഭവനത്തിന്റെ ഈറ്റുമുറിയിൽ ഒരു പെണ്ണ് പേറ്റു നോവെടുത്ത് പിടയുകയാണ്."

അതിനെന്താ പെണ്ണായാൽ പെറും എന്ന ഭാവത്തിൽ അവൾ ഇരുന്നു.

"കേൾക്കെടീ പെണ്ണേ, കിണ്ണം മുട്ടി ആൺകുട്ടിയുടെ വരവറിയിക്കാൻ തയ്യാറെടുപ്പു നടക്കുന്നു."

പെൺകിളി ഉണർന്നു. ചിറകുകൾ വിടർത്തി ഒന്നു കുടഞ്ഞ് ചുറ്റും നോക്കി.

ആനന്ദഭവത്തിലെ തൊടിയിലെ കൂറ്റൻ അരയാലുകളിലും തേന്മാവുകളിലും ഞാവൽമരങ്ങളിലും കഥയൊന്നുമറിയാതെ നിരവധി പക്ഷികൾ ഇണചേർന്നും കലഹിച്ചും ജീവിതം ആഘോഷിക്കുകയാണ്. വിശാലമായ നടുമുറ്റത്തേക്ക് പെൺകിളി പറന്നിറങ്ങി. ആൺകിളിയും. മുറ്റത്തുനിന്നും കിളികൾ വലിയ മുറിയുടെ വെന്റിലെറ്ററിലേക്ക് പറന്നു ചെന്നു. അവർ തളത്തിലേക്കു നോക്കി.

നടുമുറ്റത്തിനു ചുറ്റും രണ്ടു നിലകളിലായി നാല്പത്തിരണ്ടു മുറികളുള്ള ആനന്ദഭവനം യൂറോപ്പിലെ ഒരു പ്രഭുഗൃഹം പോലെ വിശാലമാണ്. കൊത്തുപണികളുള്ള വലിയ ഒരു കസേരയിൽ പിടിച്ച് ഒരു ഗംഭീര പുരുഷൻ നിൽക്കുന്നുണ്ട്. അൻപത്തിയേഴു വയസ്സുണ്ടെങ്കിലും അൻപതു പോലും തോന്നുകയില്ല. യൂറോപ്യൻ വേഷമാണ് ധരിച്ചിരിക്കുന്നത്. ആനന്ദഭവനം ഒരു കുട്ടിയുടെ പിറവിക്ക് കാതോർത്ത് നിശ്ശബ്ദമാണ്.

ഒരു റോമൻ പ്രഭുവിന്റെ തലയെടുപ്പുള്ള മനുഷ്യനെ നോക്കിയിട്ട് പെൺകിളി ചോദിച്ചു. “കൂട്ടുകാരാ.... എവിടെയാണ് പേറ്റുമുറി?”

ആ മനുഷ്യന്റെ ദൃഷ്ടികൾ പതിഞ്ഞിരിക്കുന്ന അടഞ്ഞ വാതിൽ കണ്ടോ? ഒരു പെണ്ണിന്റെ മനമഴിഞ്ഞ നിലവിളി കേൾക്കുന്നില്ലേ? ഗംഭീര പുരുഷൻ തളത്തിൽ അങ്ങോട്ടുമിങ്ങോട്ടും നടക്കുന്നത് കണ്ടോ?

തളത്തിൽ അല്പം പരുങ്ങലോടെ നിൽക്കുന്ന ഒരു സുന്ദരനായ ചെറുപ്പക്കാരൻ. പാകത്തിന് ഉയരം, സ്വർണ്ണവർണ്ണം. ഭംഗിയുള്ള മൂക്ക്. ദൃഢമായ ചുണ്ടുകൾ, വിശാലമായ നെറ്റി. കുറച്ചു കഷണ്ടിയുണ്ടെന്നു തോന്നും. അയാളുടെ അടുത്ത് ഗംഭീര പുരുഷൻ മോത്തിലാൽ നെഹ്റു. കോമളനായ യുവാവ് അദ്ദേഹത്തിന്റെ പുത്രൻ ജവഹർലാൽ നെഹ്റു.

തളത്തിന്റെ ഒരരികിൽ തുറന്നുകിടക്കുന്ന വാതിലിന്റെ അപ്പുറവും ഇപ്പുറവുമായി ഒരു സംഘം സ്ത്രീ പുരുഷന്മാർ നിശ്ശബ്ദരായി നിൽക്കുന്നു. വലിയ പ്രതീക്ഷയോടെ കൂട്ടംകൂടി നിൽക്കുന്ന ഗൃഹനാഥൻ അവരെ ശ്രദ്ധിക്കുന്നില്ല. അവരാകട്ടെ അദ്ദേഹത്തിന്റെ ഓരോ ചലനവും ശ്രദ്ധിക്കുന്നുണ്ട്. അടഞ്ഞ വാതിലിനപ്പുറം ആ മഹാഭവനത്തിലെ പുത്രവധു കമലാ നെഹ്റു പേറ്റു വേദനകൊണ്ട് പുളയുകയാണ്. തളത്തിൽ അച്ഛൻ, മകൻ, കുടുംബാംഗങ്ങൾ ജോലിക്കാർ.

കട്ടിലിൽ പൂർണ ഗർഭിണിയായ ഒരു യുവതി വേദനകൊണ്ട് ഞെളിഞ്ഞു പുളയുകയാണ്. മൂന്നു ഡോക്ടർമാരും ആറു നേഴ്സുമാരും കട്ടിലിനു ചുറ്റുമുണ്ട്. മുറിയിൽ ഒരു മഹാറാണിയുടെ ഗാംഭീര്യത്തോടെ നിൽക്കുന്ന സ്ത്രീ മോത്തിലാൽ നെഹ്റുവിന്റെ ഭാര്യയും ജവഹർലാൽ നെഹ്റുവിന്റെ അമ്മയുമായ സ്വരൂപ് റാണി നെഹ്റു ആണ്. അവരുടെ മുഖത്ത് പ്രതീക്ഷ മൊട്ടിട്ടു നിൽക്കുന്നു.

അവർ വിചാരിച്ചിരിക്കുകയാണ്. തന്റെ പ്രിയ പുത്രന് ഒരു ആൺകുട്ടി ജനിക്കണം. തങ്ങളുടെ മഹാപാരമ്പര്യത്തിന് ഒരു പിൻതുടർച്ചാവകാശി... ഒരാൺകുട്ടി.

ആൺകിളി പതുക്കെ മന്ത്രിച്ചു.

“കൂട്ടുകാരീ... സമയമെടുക്കും...നമുക്ക് തളത്തിലെ ശീലാന്തിയിൽ പോയി ഇരിക്കാം.”

തളത്തിലെ കാഴ്ച കണ്ട് പെൺകിളി പതുക്കെപ്പറഞ്ഞു.

"കൂട്ടുകാരാ, ആ വേലക്കാരിത്തള്ള കൈയിൽ ഒരു കിണ്ണം പിടിച്ചിരിക്കുന്നത് എന്തിനാണ്?"

"പൊന്നേ, ഒരു ആൺകുട്ടിയുടെ വരവ് കിണ്ണം കൊട്ടി വിളംബരം ചെയ്യാനാണ് ആ കിഴവി കിണ്ണവും ദണ്ഡും പിടിച്ച് നിൽക്കുന്നത്."

ആ ഗംഭീര പുരുഷന്റെ ചരിത്രം പറയട്ടെ?

പെൺകിളി ചിറകുരുമ്മി ചേർന്നിരുന്നു.

ഹിമാലയത്തിന്റെ താഴ്‌വരകളും തടാകങ്ങളും കൊണ്ട് മനോഹരമായ ഒരു പ്രദേശം! ഭൂമിയിലെ സ്വർഗ്ഗം എന്നു പേരുകേട്ട കാശ്മീർ.....

"കാശ്മീരിൽ നിന്ന് പണ്ടുപണ്ട്..."

"പണ്ടു പണ്ട് എന്നു പറയരുത്. കൃത്യമായിപ്പറയണം."

പെൺകിളി ഉത്സാഹവതിയായപ്പോൾ ആൺകിളി സന്തോഷിച്ചു. അവളെ സന്തോഷിപ്പിക്കാനാണ് അവൻ കഥാകാരനായത്.

കാശ്മീർ താഴ്‌വരയിൽ ബീജ്‌വീഹാർ എന്നൊരു ഗ്രാമമുണ്ട്. കാശ്മീരിന്റെ ഞാറ്റുകണ്ടം എന്നു വിശേഷിപ്പിക്കാവുന്ന ഒരു പുണ്യഗ്രാമം. ബീജ ഗ്രാമത്തിന്റെ കേന്ദ്ര സ്ഥാനം ആകാശത്തിന്റെ അപാരതയിലേക്കുയർത്തിയ ഒറ്റക്കരം പോലെ ഉയർന്ന ഒരു ശിലയാണ്. കാശ്മീരിലെ ജനങ്ങൾ 'ക' 'കാ... ള്' 'കാളി' എന്ന് ഭക്തിയോടെ വിളിക്കുന്ന ബീജ ശില. പൗരാണികതയുടെ ഗഹനതയോടെ വളർന്നുമുറ്റിയ ഒരു ചിനാർ മരവും ബീജഗ്രാമത്തിന്റെ പുണ്യമാണ്. ബീജഗ്രാമത്തിൽ പുരാതനമായ ഒരു കുടുംബം ഉണ്ടായിരുന്നു. അവർ പരമ്പരയാ കാളീ ഭക്തരായിരുന്നതുകൊണ്ട് 'കൗളാ..... 'കൗൾ' എന്ന വംശനാമം ഉള്ളവരായിരുന്നു. വംശശുദ്ധിയിലും പാരമ്പര്യത്തിലും വലിയ നിഷ്ഠ ഉണ്ടായിരുന്ന അവർ മഹാ പണ്ഡിതരുമായിരുന്നു.അവരുടെ മതനിഷ്ഠ ഒരിക്കൽ വലിയൊരു പ്രശ്നമുണ്ടാക്കി. അതൊരു പ്രണയ കഥ.

പ്രണയകഥ എന്നു കേട്ടപ്പോൾ അവൾ ഉഷാറായി.

എ. ഡി. പതിന്നാലാം നൂറ്റാണ്ടിലാണ്. അന്ന് കാശ്മീർ ഭരിച്ചിരുന്നത് ഒരു മഹാറാണി ആയിരുന്നു. രാജാവ് അകാലത്തിൽ ചരമമടഞ്ഞിരുന്നു. മഹാറാണിക്ക് യുവാവായ ഒരു മന്ത്രി ഉണ്ടായിരുന്നു. മഹാവിദ്വാനായിരുന്ന അയാൾ കാശ്മീരി ആയിരുന്നില്ല. ബ്രാഹ്മണനുമായിരുന്നില്ല. കൊട്ടാര പുരോഹിതനായ പണ്ഡിറ്റിന്റെ മകളായ ആ സുന്ദരിയെ വിവാഹം ചെയ്യാൻ ആഗ്രഹിക്കുന്നതായി മന്ത്രി പുരോഹിതനോട് നേരിട്ടു പറഞ്ഞു. വംശാഭിമാനിയും മതനിഷ്ഠയുള്ളവനുമായ പുരോഹിതൻ അത് നിരസിച്ചു. മഹാറാണിയോട് പരാതിപ്പെടുകയും ചെയ്തു. മഹാറാണി പുരോഹിതന്റെ ഇഷ്ടത്തിനു വിരുദ്ധമായി ഒന്നും ചെയ്യില്ലെന്നു കണ്ടപ്പോൾ മന്ത്രി പറഞ്ഞു.

"എന്നെ ഒരു കാശ്മീരി പണ്ഡിറ്റായി പരിവർത്തനം ചെയ്തോളൂ... എന്നിട്ട് പുരോഹിത പുത്രിയെ വിവാഹം ചെയ്തു തന്നാൽ മതി."

പുരോഹിതൻ ഒരു വിധത്തിലും അത് അംഗീകരിച്ചില്ല. മഹാറാണിയെ സ്വാധീനിച്ച് മന്ത്രിയെ ജോലിയിൽ നിന്നും പിരിച്ചു വിട്ടു. നിരാശനായ കാമുകൻ കാശ്മീർ വിട്ടുപോയില്ല. സിന്ധുഗംഗാ തടങ്ങൾ തുർക്കികളും അഫ്ഗാൻകാരുമായ സുൽത്താന്മാർ പിടിച്ചെടുത്ത് ഭരണം നടത്തുന്ന കാലമായിരുന്നു അത്. ഗംഗാതടങ്ങളിൽനിന്നു വന്ന സൂഫി സന്ന്യാസിമാർ കാശ്മീരിലെ ഇടയ ഗ്രാമങ്ങളിലൂടെ അലഞ്ഞു നടക്കുന്ന കാലവും. മലഞ്ചെരിവുകളിൽ ആടുമേച്ച് നടന്നിരുന്ന ഇടയർക്ക് മത മൊന്നും ഉണ്ടായിരുന്നില്ല. കാശ്മീരി പണ്ഡിറ്റുകളുടെ മതം അവരെ നീചജാതിക്കാരായി ആട്ടിയകറ്റുകയും ചെയ്തിരുന്നു. സൂഫി സന്ന്യാസികൾ അവരെ തങ്ങളുടെ വിശ്വാസത്തിലേക്ക് ചേർത്തുപിടിച്ചു. അവർക്ക് അള്ളാഹു എന്ന ദൈവത്തെ നൽകി. ഇസ്ലാം മതത്തിന്റെ അസ്തിത്വവും നൽകി.

കാമുകനായ മുൻമന്ത്രി ഒരു സൂഫി സന്ന്യാസിയുടെ ശിഷ്യനായി ഇസ്ലാം മതം സ്വീകരിച്ചു. പ്രതികാരബുദ്ധിയോടെ അയാൾ ഇടയരേയും മറ്റ് ഇസ്ലാം മത വിശ്വാസികളേയും സംഘടിപ്പിച്ച് ഒരു സൈന്യം രൂപീകരിച്ചു. അള്ളാഹുവിന്റെ നാമത്തിൽ കാശ്മീരിന്റെ ഭരണം മുൻമന്ത്രി പിടിച്ചെടുത്തു. കാശ്മീരിന്റെ ഭരണം മുൻമന്ത്രി പിടിച്ചെടുത്തു. കാശ്മീരി പണ്ഡിറ്റുകളെ ഇസ്ലാം മതത്തിൽ ചേർക്കുകയായിരുന്നു ആദ്യത്തെ നടപടി. മതത്തിന്റെ പേരിൽതന്നെ പുറംതള്ളിയവരെ താൻ തിരിച്ചു പിടിക്കുന്നു. മതപരിവർത്തനം ചെയ്യാതെ കാശ്മീരി പണ്ഡിറ്റുകൾക്ക് നിലനിൽക്കാനാവാത്ത അവസ്ഥ. പതിനൊന്ന് പണ്ഡിറ്റ് കുടുംബങ്ങൾ മാത്രമാണ് മന്ത്രിയുടെ കാമപ്പകയിൽ നിന്ന് ഒരു വിധം രക്ഷപ്പെട്ടത്. അവർ രക്ഷപ്പെട്ടതിങ്ങനെ...

പുരുഷന്മാർ ഭരണാധികാരികളുടെ മതചിഹ്നങ്ങൾ അണിഞ്ഞു. നീളൻ കുപ്പായം, തുർക്കിത്തൊപ്പി, താടിമീശ, പേർഷ്യനും അറബിയും പഠിച്ച് മുസ്ലിം പണ്ഡിതരേക്കാൾ കേമന്മാരുമായി. അവർക്ക് സർക്കാർ ജോലി തരമാവുകയും ചെയ്തു. അവരുടെ ഗൃഹങ്ങളിൽ സ്ത്രീകൾ പൂർവ്വാചാരങ്ങളിലും വ്യവസ്ഥകളിലും അതിനിഷ്ഠയുള്ളവരായി തുടർന്നു. അങ്ങനെയാണ് പതിനൊന്ന് പണ്ഡിറ്റ് കുടുംബങ്ങൾ കാശ്മീരിൽ ജീവിച്ചു പോന്നത്. പുരുഷന്മാരിൽ പണ്ഡിറ്റ് രാജ് കൗള പേർഷ്യൻ ഭാഷയിലും അറബിയിലും സംസ്കൃതത്തിലും ഒരുപോലെ പണ്ഡിതനും കവിയുമായിരുന്നു. എ.ഡി. 1760-ൽ മുഗൾ ചക്രവർത്തി ഫറൂഖ് ഷിയാർ കാശ്മീർ സന്ദർശിച്ചു. അപ്പോൾ കാശ്മീർ മുഗൾ സാമ്രാജ്യത്തിന്റെ ഭാഗമായിക്കഴിഞ്ഞിരുന്നു. പണ്ഡിറ്റ് രാജ്കൗള മുഗൾ ചക്രവർത്തിയെ മുഖം കാണിച്ചു. ചക്രവർത്തിക്ക് പണ്ഡിറ്റിനെ ഇഷ്ടമായി. ചക്രവർത്തി പണ്ഡിറ്റിനെ ദില്ലിക്കു ക്ഷണിച്ചു. കൊട്ടാരത്തിൽ ഉദ്യോഗവും വാഗ്ദാനം ചെയ്തു. രാജ്കൗള കുടുംബവുമായി ദില്ലിയിൽ വന്ന് ചക്രവർത്തിയെ കണ്ടു. രാജ്കൗളയ്ക്ക് മുഗൾ ഭരണത്തിൽ കീഴിൽ ഉയർന്ന ഉദ്യോഗം ലഭിച്ചു. അന്ന് ഉയർന്ന ഉദ്യോഗസ്ഥർക്ക് ശമ്പളം

പണമായി നൽകിയിരുന്നില്ല. പകരം ഭൂമി നൽകും. ദില്ലി അന്ന് മുഗൾ നഗരമായ ഷാഹ്ജഹാനാബാദാണ്. നഗരത്തിൽ ജലവിതരണത്തിന് യമുനയുടെ മുകൾ ഭാഗത്തുനിന്ന് ഒരു കനാൽ വെട്ടിയിരുന്നു. കനാലിന് നെഹ്ർ എന്നാണ് ഹിന്ദുസ്ഥാനിയിൽ പറയുക. നെഹ്റിന്റെ കരയിലെ ഒരു ഗ്രാമമാണ് രാജ് കൗളയ്ക്ക് ചക്രവർത്തി നൽകിയത്. നെഹ്റിന്റെ കരയിൽ രാജ്കൗള വീടുവെച്ച് താമസം തുടങ്ങി. നെഹ്റിന്റെ കരയിലെ വീടായതുകൊണ്ട് നെഹാറു എന്നായി വീട്ടുപേര്. കൗൾ എന്ന വംശനാമം നെഹാറു എന്നായി. കാലാന്തരത്തിൽ നെഹാറു ലോപിച്ച് നെഹ്റു എന്നായിത്തീർന്നു. എ.ഡി. 1857 ലെ ഒന്നാം സ്വാതന്ത്ര്യസമര കാലത്ത് നെഹ്റു കുടുംബത്തിന്റെ പിൻഗാമി ഗംഗാധർ നെഹ്റു ഒരു പൊലീസ് ഉദ്യോഗസ്ഥൻ മാത്രമായിരുന്നു. കലാപകാലത്ത് ഗംഗാധർ നെഹ്റു പൊലീസുദ്യോഗത്തിൽ നിന്നും പിരിഞ്ഞിരുന്നു. അയാൾ ഭാര്യയും രണ്ട് ആൺമക്കളുമൊത്ത് ആഗ്രയിലേക്കു താമസം മാറ്റി. അവിടെ വലിയ ക്ലേശത്തോടെ ജീവിതം ഉറപ്പിക്കുന്നതിനിടയിൽ ഗംഗാധർ നെഹ്റു മരിച്ചു. അപ്പോൾ അയാൾക്ക് മുപ്പത്തിരണ്ടു വയസ്സുമാത്രമേ പ്രായമുണ്ടായിരുന്നുള്ളൂ.

ഗംഗാധറിന്റെ ഭാര്യ ഇന്ദിരാറാണിയും ആൺമക്കൾ ബൻസീധറും നന്ദലാലും അനാഥരായി. ഗംഗാധറിന്റെ മരണ സമയത്ത് ഭാര്യ ഇന്ദിരാറാണി പൂർണ ഗർഭിണിയായിരുന്നു. ഒരു മാസം കഴിഞ്ഞപ്പോൾ ഇന്ദിരാറാണി വീണ്ടും പ്രസവിച്ചു. അതും ഒരാൺ കുട്ടി.

“കിളിപ്പെണ്ണേ, ആ കുഞ്ഞാണ് ആനന്ദ ഭവനത്തിൽ വിശാലമായ തളത്തിൽ ഉലാത്തുന്ന മോത്തിലാൽ നെഹ്റു.”

ബൻസീധറും നന്ദലാലും നല്ല വിദ്യാഭ്യാസം നേടി. രണ്ടുപേരും ഇംഗ്ലീഷ് ഭാഷ നന്നായി വശമാക്കിയിരുന്നു. ബൻസീധർ ആഗ്രയിലെ കീഴ്ക്കോടതിയിൽ ഉദ്യോഗസ്ഥനായി. നന്ദലാൽ നാട്ടുരാജാവിന്റെ പ്രൈവറ്റ് സെക്രട്ടറിയാവുകയും ചെയ്തു. പിന്നീട് നന്ദലാൽ കാൻപൂർ കോടതിയിൽ വക്കീലായി., മോത്തിലാൽ നെഹ്റുവിന് പഠിക്കാനുള്ള അവസരമായി. പേർഷ്യൻ, അറബി, ഇംഗ്ലീഷ് എന്നീ ഭാഷകൾ നന്നായി കൈകാര്യം ചെയ്യാമെന്നായി. മോത്തിലാൽ കോളേജിൽ ചേർന്നു പഠിച്ചു. കോളേജിൽ നാട്ടുരാജാക്കന്മാരുടെ മക്കളുമൊത്തുള്ള കൂട്ടും കളിയും കാരണം ഡിഗ്രി അവസാനവർഷപ്പരീക്ഷ മുഴുവനും എഴുതാതെ പുറത്തു ചാടി. പഠിത്തം വിട്ടപ്പോൾ ആകെ വിഷമമായി. അക്കാലം നിയമപ്പരീക്ഷ പാസ്സാവാൻ ഡിഗ്രി നിർബന്ധമല്ലായിരുന്നു. മോത്തിലാൽ നിയമപ്പരീക്ഷയ്ക്കു പഠിച്ചു. ആത്മാർത്ഥമായി പഠിച്ചതുകൊണ്ട് വക്കീൽ പരീക്ഷ ഒന്നാമനായി ജയിച്ചു. കുളത്തിലേക്കിറങ്ങിയ ജലപക്ഷിയെപ്പോലെ നിയമലോകത്ത് മോത്തിലാൽ നെഹ്റു ശോഭിച്ചു.

മോത്തിലാൽവക്കീൽ ഇംഗ്ലീഷുകാരന്റെ വേഷം അണിഞ്ഞു. അതേ, ഭാവഹാവങ്ങൾ, അതേ തന്റേടം, തലയെടുപ്പ്. ഇംഗ്ലീഷിൽ സായിപ്പിനേക്കാൾ നന്നായി സംസാരിക്കും. കോടതിൽ ഒന്നാന്തരം വക്കീലായി

അറിയപ്പെട്ടു. നിരവധി കേസ്സുകൾ, അധികവും മുൻ നാട്ടുരാജാക്കന്മാരുടെ സ്വത്തിനുവേണ്ടിയുള്ള കേസ്സുകളായിരുന്നു. വക്കീൽ ഫീസ്സായി ധാരാളം പണവും കിട്ടി. കാശ്മീരിലെ നിർബന്ധിത മതപരിവർത്തനത്തിൽ നിന്നും രക്ഷപ്പെട്ട പതിനൊന്ന് ബ്രാഹ്മണ കുടുംബങ്ങളിൽ ഒന്നിലെ അതിസുന്ദരിയായ സ്വരൂപ് റാണി തുസ്റുവിനെ മോത്തിലാൽ നെഹ്റു കല്യാണം കഴിച്ചു. നല്ല നിറം, നക്ഷത്രക്കണ്ണുകൾ, ആനക്കൊമ്പിൽ കടഞ്ഞെടുത്തതുപോലെയുള്ള കൈകാലുകൾ. നന്ദലാലും കുടുംബവും അലഹാബാദിലേക്കു മാറിയപ്പോൾ മോത്തിലാൽ നെഹ്റുവും ഭാര്യയും ഒപ്പം പോയി. 1886ൽ ആയിരുന്നു അത്.

അലഹബാദിൽ എത്തുമ്പോൾ നെഹ്റു കുടുംബാംഗങ്ങൾ ധനികരല്ല. നഗരത്തിന്റെ പഴമയിൽ ഒരു ചെറിയ വീട് വാടകയ്ക്കെടുത്ത് നെഹ്റു കുടുംബം താമസം തുടങ്ങി. ഈ ചെറിയ വാടകവീടിന്റെ പഴമയിൽ സ്വരൂപ് റാണി നെഹ്റു ഒരു ആൺകുഞ്ഞിനെ പ്രസവിച്ചു.

1889 നവംബർ 14-ാം തിയ്യതി

ജവഹർലാൽ നെഹ്റു എന്ന് കുട്ടിക്കു പേരിട്ടു. അലഹബാദ് ഹൈക്കോടതിയിൽ നന്ദലാലും മോത്തിലാലും വക്കീലന്മാരായി പേരെടുത്തു. നന്ദലാൽ മരിച്ചു. മരിക്കുമ്പോൾ നാൽപത്തിരണ്ടു വയസ്സേ പ്രായമുണ്ടായിരുന്നുള്ളൂ. നന്ദലാലിന് ഭാര്യയും ഏഴു മക്കളുമുണ്ടായിരുന്നു. മോത്തിലാലിന് ഒരു മകൻ മാത്രവും. വലിയ കൂട്ടുകുടുംബത്തിന്റെ ചുമതല മോത്തിലാൽ നെഹ്റു ഏറ്റെടുത്തു. ജീവിതത്തെ ഒരു മഹായുദ്ധം പോലെ നേരിടുകയാണ്. പത്തുവർഷത്തെ നിയമജീവിതം മോത്തിലാൽ വക്കീലിനെ ഉത്തരേന്ത്യയിലെ ഒന്നാംകിട നിയമജ്ഞനായി ഉയർത്തി. അദ്ദേഹം ഒരു കേസ്സേറ്റെടുത്താൽ വിജയം ഉറപ്പാണ്. ഒരു നവാബിന്റെ പിൻതുടർച്ചാവകാശക്കേസ്സിന് ഫീസിന്റെ അഡ്വാൻസു തുക തൊണ്ണൂറായിരം രൂപാ എണ്ണിവാങ്ങുമ്പോൾ മോത്തിലാലിന്റെ സഹായ വക്കീൽ കൈകാലുകൾ തളർന്ന് ഇരുന്നുപോയി.

അതേ കിളിപ്പെണ്ണേ, അപ്പോൾ ജവഹർലാൽ നെഹ്റുവിന് പതിനൊന്നു വയസ്സ്. അലഹബാദിലെ നാട്ടുരാജാവിന്റെ നാൽപത്തിരണ്ടു മുറികളുള്ള കൊട്ടാരം മോത്തിലാൽ നെഹ്റു വിലയ്ക്കു വാങ്ങി. കൊട്ടാരം ഒന്നുകൂടെ മോടികൂട്ടി മോത്തിലാൽ നെഹ്റു അതിന് ആനന്ദ ഭവനം 'എന്നു നാമകരണവും ചെയ്തു. യൂറോപ്പിൽ നിന്നാണ് ശയ്യോപകരണങ്ങൾ ഇറക്കുമതി ചെയ്തത്. പേർഷ്യൻ കാർപറ്റുകൾ, കാശ്മീരിപ്പട്ടുകൊണ്ട് വിതാനങ്ങൾ, ഡൈനിങ്ങ് ടേബിളിൽ വെള്ളി പാത്രങ്ങൾ, വീടിന് രണ്ടു സംസ്കാരങ്ങളുടെ ഇരട്ടമുഖവും നൽകി. മോത്തിലാലിന്റെ ഓഫീസും സ്വീകരണമുറിയും തീൻമുറിയും ബാറും ചേർന്ന യൂറോപ്യൻ മുഖം. അവിടെ മത്സ്യമാംസങ്ങൾ പാകം ചെയ്യുന്ന യൂറോപ്യൻ അടുക്കള. ഒരു നൃത്തശാലയും ക്ലബ്ബും, വിദേശമദ്യത്തിന്റെ വൻശേഖരവും. യുറോപ്യൻ ഉദ്യോഗസ്ഥരും ജഡ്ജിമാരും അതിഥികളായി വരും.

ആനന്ദ ഭവനത്തിന്റെ ഇന്ത്യൻ വിഭാഗത്തിൽ സസ്യഭക്ഷണം മാത്രം പാകം ചെയ്തു. അവിടെ ദേവീദേവന്മാർ കുടിയിരിക്കുന്ന പൂജാമുറിയും സസ്യഭക്ഷണം വിളമ്പുന്ന തീൻമുറിയും. അത് സ്വരൂപ് റാണിയുടെ ഭരണപ്രദേശം. യൂറോപ്യൻ വിഭാഗത്തിൽ ഭാഷ ഇംഗ്ലീഷും ഇന്ത്യൻ ഭാഗത്ത് ഹിന്ദുസ്ഥാനിയും.

“കിളിപ്പെണ്ണേ നീ ശ്രദ്ധിച്ചു നോക്കുന്ന ആ സുന്ദരൻ യുവാവ് ജവഹർലാൽ നെഹ്റു ആകുന്നു. ഒതുങ്ങി ഉൽക്കണ്ഠയോടെ നിൽക്കുന്ന അയാൾ തനിക്ക് ഒരു കുഞ്ഞു പിറക്കാൻ പോകുന്നതിന്റെ പ്രതീക്ഷയിലാണ്.”

നിനക്കറിയാമോ ഈ ജവഹർലാലിന് ചെറുപ്പത്തിൽ ഒരു ഇംഗ്ലീഷുകാരൻ ട്യൂട്ടറുണ്ടായിരുന്നു. നെഹ്റു കുടുംബത്തിന്റെ പിൻതുടർച്ചാവകാശിക്ക് ഇംഗ്ലീഷ് ഭാഷയും യുറോപ്യൻ രീതികളും വശമാകുന്നതിന് പിതാവ് മോത്തിലാൽ നെഹ്റു നിയമിച്ചതാണ്. ഇംഗ്ലീഷുകാരനായ ഫെർഡിനാന്റ് ബ്രൂക്സിനെ. അയാൾ ഭാഷാപണ്ഡിതനും ദാർശനികനുമായിരുന്നു. മോത്തിലാലിന്റെ സ്നേഹിത ഡോക്ടർ ആനിബസന്റ് ശിപാർശ ചെയ്തിട്ടാണ് അയാളെ നിയമിച്ചത്. നമ്മുടെ നാട്ടിൽ ദേശീയ പ്രസ്ഥാനവുമായി വന്ന ഐറിഷുകാരിയായ മഹതിയാണ് ആനിബസന്റ്. അവർ ഇവിടെ ഹോം റൂൾ ലീഗ് ഉണ്ടാക്കി, തിയോസഫിക്കൽ സൊസൈറ്റി സ്ഥാപിച്ചു. ഇന്ത്യൻ നാഷണൽ കോൺഗ്രസ്സിന്റെ ആദ്യത്തെ വനിതാ പ്രസിഡന്റായിരുന്നു അവർ. കാശിയിൽ ബനാറസ് ഹിന്ദു കോളേജ് സ്ഥാപിച്ചത് ഐറിഷുകാരിയായ ആനി ബസന്റ് എന്ന ആ വനിതയാണ്.

ജവഹർലാലിന് ഒരു സഹോദരി വിജയ ലക്ഷ്മി ജനിച്ചു. (എ.ഡി. 1900–ൽ). മറ്റൊരു സഹോദരി കൃഷ്ണ 1907 – ൽ ഉണ്ടായി. പെൺകുട്ടികളെ ഇംഗ്ലീഷ് പഠിപ്പിക്കാൻ ബ്രിട്ടീഷ് ഗവർണസ് മിസ്സ് ഹൂപ്പറെയാണ് നിയമിച്ചത്. മോത്തിലാൽ നെഹ്റുവിന്റെ മോഹം സഫലമായി. 1903 –ൽ പതിന്നാലു വയസ്സായിരുന്ന ജവഹർലാലിന് ഇംഗ്ലണ്ടിലെ ഹാരോ സ്കൂളിലും, നാലു ബ്രിഡ്ജിലെ ട്രിനിറ്റി കോളേജിലും പ്രവേശനം കിട്ടി. ചരിത്രബോധത്തിലാണ് ജവഹർലാൽ വളർന്നത്. ഇംഗ്ലണ്ടിനെയാണ് ആദ്യം അറിഞ്ഞത്. പിന്നെ തന്റെ മാതൃരാജ്യത്തെ പഠിച്ചു. ഇംഗ്ലണ്ടിലൂടെ ഇന്ത്യയെ കണ്ടെത്തിയ യുവാവ്.

യുണൈറ്റഡ് പ്രൊവിഡൻസിന്റെ തലസ്ഥാനം ബ്രിട്ടിഷുകാർ സ്വന്തമാക്കിയ അലഹബാദ് എന്ന ഈ നഗരമായിരുന്നു മുൻപ് ബംഗാൾ നവാബിന്റെ വകയായിരുന്നു. മുഗൾ ചക്രവർത്തി അക്ബറാണ് ഈ നഗരം പണികഴിപ്പിച്ചത്. അള്ളാഹുവിന്റെ ഇരിപ്പിടം എന്ന് അർത്ഥം വരുന്ന ഇലഹാബാദ് എന്ന് ചക്രവർത്തി പേരിട്ടു. അക്ബർ ഇവിടെ ഒരു കോട്ട നിർമിച്ചിരുന്നു. ഇംഗ്ലീഷുകാരുടെ കൈവശമായപ്പോൾ ഇലാഹാബാദ് അലഹബാദ് ആയി അക്ബറിന്റെ കോട്ട ഇംഗ്ലീഷുകാരുടെ ആയുധശാലയായി. നഗരപ്രാന്തങ്ങൾ കന്റോൺമെന്റും യൂറോപ്യൻ വാസകേന്ദ്രങ്ങൾ സിവിൽ

ലൈനുമായി. എന്നാണ് വിശ്വാസം. അതുകൊണ്ട് പാവനമായ ത്രിവേണി എന്ന് അറിയപ്പെടുന്നു. മൗര്യസാമ്രാജ്യകാലത്ത് ബി.സി. മൂന്നാം ശതകത്തിൽ അശോക ചക്രവർത്തി ഇവിടെ ഒരു ശിലാസ്തംഭം സ്ഥാപിച്ചിരുന്നു. ധർമ്മശാസനങ്ങൾ ആലേഖനം ചെയ്തിട്ടുള്ള ആ സ്തംഭം ഇപ്പോഴും അവിടെയുണ്ട്. അക്കാലത്താണ് കുംഭമേള ആരംഭിച്ചത്. വിവിധ രാജ്യങ്ങളിൽ നിന്ന് നിരവധി ആളുകൾ പങ്കെടുത്തിരുന്ന സാംസ്കാരിക മേള. ചീന സഞ്ചാരിയായിരുന്ന ഹ്യുയൻ സാങ് എ.ഡി. 643-ൽ കുംഭമേളയിൽ പങ്കെടുത്തിരുന്നതായി തന്റെ സഞ്ചാരക്കുറിപ്പുകളിൽ രേഖപ്പെടുത്തിയിട്ടുണ്ട്.

“കിളിപ്പെണ്ണേ, നമ്മുടെ ആദികാവ്യത്തിൽ വാല്മികി മഹർഷി കുറിച്ചിരിക്കുന്നത് പറയട്ടെ.’

ഓളങ്ങൾ തിരതല്ലി ലയിക്കുന്ന പുണ്യ പ്രയാഗ! ഹംസങ്ങളും കുളക്കോഴികളും നൃത്തം ചെയ്യുന്ന മണൽത്തിട്ട. ഗോലാംഗുലമെന്ന വാനരന്മാരും കരടികളും വസിക്കുന്ന ചിത്രകൂടഗിരി. കിഴങ്ങുകളും പഴങ്ങളും പൂക്കളും തേനും നിറഞ്ഞവനഭംഗി. കിന്നരങ്ങളും ഉരഗങ്ങളും മയിലുകളുമുള്ള സമതലം. കാട്ടാനക്കൂട്ടങ്ങളിൽ പൊരുതുന്ന കൊമ്പാനാനകൾ.... ഓടി മറയുന്ന മാൻകൂട്ടങ്ങൾ.... ഗർജ്ജനം ചെയ്യുന്ന സിംഹങ്ങൾ... ശ്യാമം എന്ന വടവൃക്ഷം.. പേരാലുകൾ, പലാശമരങ്ങൾ, എലന്തങ്ങൾ, മുളങ്കൂട്ടം. പഴഭാരം കൊണ്ട് തല ചാഞ്ഞ ചെറുമരങ്ങൾ.... പൂവാടികൾക്കപ്പുറത്ത് ഹോമകുണ്ഡത്തിനു മുന്നിലിരുന്ന് ഭരദ്വാജ മഹാമുനി കാവ്യങ്ങൾ ചൊല്ലുകയാണ്. ചുറ്റുമിരിക്കുന്ന ശിഷ്യകുമാരന്മാരും കുമാരികളും അത് ഏറ്റു ചൊല്ലുന്നു.

ആൺകിളി ആവേശത്തോടെ കഥ തുടരുമ്പോൾ ആനന്ദ ഭവനത്തിന്റെ തളത്തിൽ നിന്ന് ഒരു പൊട്ടിച്ചിരി ഉയർന്നു.

ശീലാന്തിയിൽ കഥ പറഞ്ഞിരുന്നിരുന്ന ഇണക്കിളികൾ ഞെട്ടിവിറച്ചു.

അവർ കണ്ടു. പ്രസവ മുറിയുടെ അടഞ്ഞ വാതിൽ തുറന്നിരിക്കുന്നു. വാതിലിലൂടെ തല കുമ്പിട്ട് ഒരക്ഷരം ഉരിയാടാതെ, ആരെയും നോക്കാതെ സ്വരൂപ് റാണി നെഹ്റു കടന്നു വരുന്നു. അവർ മിണ്ടാതെ കടന്നു പോകുമ്പോൾ മോത്തിലാൽ നെഹ്റു ചോദിച്ചു.

ക്യാ ഹുവാ?

(എന്തുണ്ടായി?)

അവർ അരിശത്തോടെ തിരിഞ്ഞുനോക്കിയിട്ട് ഒരക്ഷരം പറയാതെ കടന്നു പോയി.

ലഡ്കീ ഹുയീ ക്യാ?

(പെൺകുട്ടിയാണോ?)

സ്വരൂപ് റാണി അപ്രത്യക്ഷയായി.

കിണ്ണം മുട്ടി ഒരാൺകുട്ടിയുടെ വരവറിയിക്കാൻ കാത്തു നിന്നിരുന്നവരും തലകുമുമ്പിട്ട് നടന്നു മറഞ്ഞു. ആ മുഹൂർത്തത്തിലാണ് മോത്തിലാൽ നെഹ്റു പൊട്ടിച്ചിരിച്ചത്. മേഘങ്ങൾ കൂട്ടിമുട്ടിയ മുഴക്കംപോലെ പൊട്ടിച്ചിരി ആനന്ദ ഭവനത്തിന്റെ മുറികളിൽ പ്രതിധ്വനിച്ചു. പേറ്റുമുറിയിൽ ജന്മത്തിന്റെ അശാന്തിയിലേക്കു പിറന്നുവീണ ശിശു മറൂളയുടെ നനവിൽ ശബ്ദമറ്റു കിടക്കുകയായിരുന്നു. ഇടിമുഴക്കം കേട്ട ശിശു ആദ്യം ഞെട്ടി, പിന്നെ കൈകാലുകൾ കുടഞ്ഞ് അലറിക്കരഞ്ഞു.

തളത്തിൽ നിന്നിരുന്ന മുത്തച്ഛൻ ഉറക്കെ പ്രഖ്യാപിച്ചു.

എന്റെ പേരക്കുട്ടി ഇന്ദിരാ റാണി ഒരു സാമ്രാജ്യം നയിക്കും.

എ.ഡി. 1917 - നവംബർ 19

രണ്ട്
മഹാത്മാ

കിളി തന്റെ ഇണയോട് കഥ തുടർന്നു.

ആനന്ദഭവനം ഒരു നവവധുവിനെപ്പോലെ അണിഞ്ഞൊരുങ്ങുകയാണ്. തോട്ടക്കാരും കാവൽക്കാരും പരിചാരകരും അതിവേഗം ഓരോ പണി ചെയ്യുന്നു. വീടിന്റെ ഓരോ മുക്കും മൂലയും വരെ തൂത്തുതുടച്ച് വൃത്തിയാക്കുന്നു. സ്വീകരണമുറിയിലെ ഇരിപ്പിടങ്ങളൊക്കെയും വില കൂടിയ തുണികൊണ്ട് കവർ ഇട്ടവയാണെങ്കിലും അവയ്ക്കു മീതെ തൂവെള്ളത്തുണിയുടെ കവർ കൂടെ വന്നു. അതിഥി സൽക്കാരം ഇവിടെ പതിവാണ്. എന്നാൽ ഈ വിധമൊരു തയ്യാറെടുപ്പ് ആദ്യമായാണ്. വലിയൊരു വിശുദ്ധൻ ഇവിടെ ഇന്ന് വിരുന്നു വരുമെന്ന് പരിചാരകരും തോട്ടക്കാരും വിചാരിച്ചു. ആത്മീയ ഗുരുക്കന്മാർ ഇവിടെ ഇതുവരെയും വന്നിട്ടില്ല. ഗൃഹനാഥൻ മതവിശ്വാസിയല്ലെന്ന് എല്ലാവർക്കുമറിയാം.

ഇണക്കിളികൾ എല്ലാം ശ്രദ്ധിക്കുന്നുണ്ട്.

“പെണ്ണേ, ഇവിടെ ഇന്ന് സന്ദർശകനായി വരുന്നത് ആരെന്നറിയാമോ?”

“ഇല്ല.... ആരായിരിക്കും?”

“ഇവിടെ ഇന്ന് ഒരു മഹാപുരുഷൻ വരും. അടിമ രാജ്യത്തെ സ്വാതന്ത്ര്യത്തിലേക്കു നയിക്കേണ്ട മഹാ സൈനികൻ...’

“അപ്പോൾ ആന, തേര്, കുതിര, കാലാൾ അങ്ങനെ ചതുരംഗ സേനയുമുണ്ടാവുമോ?”

“കാലാൾ സേന ഉണ്ടാവും. ആയുധമേന്താത്ത സൈനികർ...”

“പറയൂ എന്റെ ആൺകിളിയേ...”

ദക്ഷിണാഫ്രിക്കയിൽ നിന്ന് ഗാന്ധിജി ഇന്ത്യയിൽ മടങ്ങിയെത്തിയത് 1915-ൽ ആയിരുന്നു.

പണ്ട് സുദാമാ പുരി എന്നാണ് ഈ പ്രദേശം അറിയപ്പെട്ടിരുന്നത്. മഹാഭാരത പ്രസിദ്ധമായ കുചേലഗ്രാമം ഇതാകുന്നു. ഗുജറാത്തിൽ പോരക് ബന്ദറിലാണ് മോഹൻദാസ് കരം ചന്ദ് ഗാന്ധി ജനിച്ചത്. ഒക്ടോബർ രണ്ട് എ.ഡി. 1869 നായിരുന്നു ജനനം. കച്ചവടം കുലത്തൊഴിലായ ബനിയാ കുടുംബമായിരുന്നുവെങ്കിലും കരംചന്ദ് ഗാന്ധിയുടെ അച്ഛനും മുത്തച്ഛനും കത്ത്യാവാഡ് സ്റ്റേറ്റിലെ പ്രധാനമന്ത്രിമാരുമായിരുന്നു. രാഷ്ട്രീയാധികാരം കൊണ്ട് ധനമൊന്നും സമ്പാദിച്ചില്ല. അമ്മ പുത്‌ലീഭായ് വലിയ ഈശ്വര ഭക്തയായിരുന്നു. വ്രതങ്ങളും നൊയ്മ്പുകളും നിറഞ്ഞ പ്രാർത്ഥനയുടെ ജീവിതമാണ് അവർ നയിച്ചിരുന്നത്. ഗാന്ധിജിയുടെ വിവാഹം പതിമ്മൂന്നാം വയസ്സിൽ തന്നെ നടന്നു. കസ്തൂർബാ ആയിരുന്നു ഭാര്യ. ജിവിതത്തിന്റെ ആത്യന്തികലക്ഷ്യം ആത്മസാക്ഷാത്കാരമാണെന്ന് മതപ്രഭാഷകർ പറഞ്ഞ് അറിയാമെങ്കിലും അതെന്താണെന്നൊന്നും ഒരു ധാരണയുമില്ലായിരുന്നു. മനഃശാന്തി കിട്ടാൻ നാമജപം ഉപകരിക്കുമെന്നു പറഞ്ഞു കൊടുത്തത് വീട്ടിലെ വേലക്കാരിയായിരുന്നു. അമ്മ എപ്പോഴും പറയും, സദാചാരവും സത്യസന്ധതയുമാണ് ജീവിതത്തിന്റെ അടിസ്ഥാന തത്ത്വം. വൈഷ്ണവ ജനത വിശ്വാസങ്ങളുടെ സത്തയായ അഹിംസ ജീവിതത്തിൽ പാലിക്കേണ്ടതാണ് എന്ന ബോധം ബാല്യം മുതലേ മനസ്സിൽ പതിഞ്ഞിരുന്നു. അമ്മ തന്നെയാണ് അങ്ങനെയൊരു ബോധം ഉണ്ടാക്കാൻ കാരണം. ഹിന്ദുമതത്തിന്റെ ഏറ്റവും ഹീനമായ വശം തൊട്ടുകൂടായ്മയാണെന്ന് ചെറുപ്പത്തിലേ മനസ്സിലാക്കി. അതൊരു പഠിച്ചറിവല്ല. അനുഭവത്തിൽ നിന്നും മനസ്സിലാക്കിയതാണ്. വീട്ടിൽ കക്കൂസു കഴുകാൻ വരുന്ന ആളെ തൊടുകയോ അടുത്തു പോവുകയോ ചെയ്യരുതെന്ന് അമ്മ പറഞ്ഞിരുന്നു. അത് തെറ്റാണെന്ന് കുട്ടിക്കു തോന്നി. തങ്ങളുടെ കക്കൂസ് വൃത്തിയാക്കുന്നവൻ നമുക്കെങ്ങനെ തൊട്ടുകൂടാത്തവനാകും? അമ്മ പറഞ്ഞതാണെങ്കിലും തെറ്റ് തെറ്റു തന്നെയാണെന്ന് കുട്ടിക്ക് തോന്നി.

ജീവിതമായിരുന്നു കരംചന്ദ് ഗാന്ധിക്ക് പാഠവും ഗുരുവും. ഹൈസ്കൂൾ വിദ്യാഭ്യാസം കുഴപ്പമില്ലാതെ പൂർത്തിയായി. അച്ഛൻ മരിച്ചു. പിന്നെ അമ്മയും മൂത്ത സഹോദരനുമായി രക്ഷിതാക്കൾ. കോളേജിൽ ചേർന്നെങ്കിലും പഠിത്തം ശരിയായില്ല. ആദ്യത്തെ ടേം കഴിഞ്ഞപ്പോൾ വീട്ടിലേക്കു മടങ്ങിപ്പോയി. വീട്ടിൽ വലിയ ബുദ്ധിമുട്ടാണ് വേണ്ടത്ര വരുമാനമൊന്നുമില്ല. അമ്മയും ജ്യേഷ്ഠനും കൂടിയാലോചിച്ചു മോഹൻദാസ് കരം ചന്ദിനെ എങ്ങനെയെങ്കിലും ഇംഗ്ലണ്ടിൽ അയച്ച് നിയമം പഠിപ്പിച്ചാൽ സ്റ്റേറ്റ് സർവ്വീസിൽ നല്ലൊരു ജോലികിട്ടും. കുടുംബം രക്ഷപ്പെടും.

അന്ന് ഹിന്ദുസവർണർ കടൽകടന്ന് പോയ്ക്കൂടാ എന്നാണ് വിശ്വാസം. പോയാൽ കള്ളുകുടിച്ചും പെണ്ണുപിടിച്ചും മാംസം ഭക്ഷിച്ചും നശിക്കും. മോഹൻദാസ് നാണംകുണുങ്ങിയായിരുന്നെങ്കിലും ജീവിത

പുരോഗതി നേടണമെന്ന് അതിയായി ആഗ്രഹിച്ചിരുന്നു. ഇംഗ്ലണ്ടിൽ പോയി പഠിക്കുക എന്നത് അക്കാലത്ത് എല്ലാ ചെറുപ്പക്കാരുടേയും മോഹമായിരുന്നു. കടംവാങ്ങിയിട്ടാണെങ്കിലും അനുജനെ ഇംഗ്ലണ്ടിൽ പഠിക്കാനയയ്ക്കണമെന്ന് ജ്യേഷ്ഠനും വിചാരിച്ചു. അനുജൻ പഠിച്ചിട്ട് മടങ്ങി വന്ന് നല്ലൊരു ഉദ്യോഗസ്ഥനായാൽ കുടുംബം രക്ഷപ്പെടുമല്ലോ. അമ്മയ്ക്ക് ഒരു നിർബന്ധമുണ്ടായിരുന്നു. മകൻ തന്റെ മുന്നിൽ സത്യം ചെയ്യണം. ഇംഗ്ലണ്ടിൽ ചെന്ന് മദ്യം കഴിക്കില്ല. മാംസം ഭക്ഷിക്കില്ല. പെണ്ണുങ്ങളിൽ നിന്ന് അകന്നു നിൽക്കും.

മോഹൻദാസ് അമ്മയുടെ മുന്നിൽ സത്യം ചെയ്തു. പതിനെട്ടാമത്തെ വയസ്സിൽ 1878-ൽ മോഹൻദാസ് കരം ചന്ദ് ഗാന്ധി (എം. കെ. ഗാന്ധി) ഇംഗ്ലണ്ടിലേക്കു പോയി. തന്റെ ഇംഗ്ലീഷ് വേഷത്തിൽ ഗാന്ധി വളരെ ശ്രദ്ധാലുവായിരുന്നു.

അതുകേട്ട് പെൺകിളി ഊറിച്ചിരിച്ചു.

"എന്താ നീ ചിരിക്കുന്നത്?"

"പില്ക്കാലത്ത് മുട്ടോളമെത്തുന്ന ഒറ്റ മുണ്ടു മാത്രമുടുത്ത് എവിടെയും സഞ്ചരിച്ചിരുന്ന ഗാന്ധിയെക്കുറിച്ചോർത്ത് ചിരിച്ചതാണ്."

ഒറ്റമുണ്ടുടുത്തതിലും അതേ ശ്രദ്ധതന്നെയുണ്ടായിരുന്നു. ഇന്ത്യയിലെ ബഹുഭൂരിപക്ഷം ജനങ്ങളുടേയും വേഷം അതായിരുന്നു. അവരിൽ ഒരാളാകുക എന്ന ലക്ഷ്യമായിരുന്നു അദ്ദേഹത്തിന്. പണം ചെലവാക്കുന്നതിലും അദ്ദേഹം വളരെയേറെ ശ്രദ്ധിച്ചു. തന്റെ രാഷ്ട്രീയ ജീവിതത്തിൽ കോടിക്കണക്കിനു രൂപയാണ് ജനങ്ങളിൽ നിന്ന് കിട്ടിയത്. ഒരു രൂപപോലും സ്വന്തമായി എടുക്കാതെ ജനസേവനത്തിനുവേണ്ടി ചെലവഴിച്ചു. നാണംകുണുങ്ങിയായിരുന്നതുകൊണ്ട് പ്രസംഗിക്കാൻ വലിയ മടിയായിരുന്നു. രാഷ്ട്രീയത്തിലായപ്പോൾ പ്രസംഗിക്കാതെ പറ്റില്ലല്ലോ. അദ്ദേഹം അപ്പോഴും കാര്യംമാത്രമേ പറഞ്ഞുള്ളു. അതും ചുരുങ്ങിയ വാക്കുകളിൽ പറഞ്ഞു. അദ്ദേഹത്തിന്റെ പ്രസംഗം കേട്ടിട്ട് ആരും മുഷിഞ്ഞിട്ടില്ല. ഇംഗ്ലണ്ടിൽ നിന്ന് മെട്രിക്ക് പാസ്സായി. ലാറ്റിൻ ഭാഷ പഠിച്ചു. റോമൻ നിയമം അതിന്റെ ഒറിജിനലിൽ തന്നെ പഠിച്ചു. എ.ഡി. 1891 ൽ 'ബാർ ഓഫ് ലാ' പാസ്സായി. ഭഗവത് ഗീത, ആർനോൾസിന്റെ ഇംഗ്ലീഷ് പരിഭാഷ പഠിച്ചു. ആർനോൾഡിന്റെ 'ദി ലൈറ്റ് ഓഫ് ഏഷ്യ' വായിച്ചു. ബൈബിൾ വായിച്ചു. ന്യൂ ടെസ്റ്റമെന്റ് വളരെ ഇഷ്ടമായി. വൈഷ്ണവവും ജൈന വിശ്വാസവുമായ അഹിംസ ഇഷ്ട വിഷയമായി ഉൾക്കൊണ്ടു. ഇംഗ്ലണ്ടിൽ മൂന്നു കൊല്ലം താമസിച്ച് ഇന്ത്യയിൽ തിരിച്ചെത്തി.

നാട്ടിലെ വക്കീലാഫീസ്സിൽ ഒട്ടും തൃപ്തിതോന്നിയില്ല. കോടതിക്കാര്യങ്ങളിൽ വേണ്ടത്ര പരിജ്ഞാനവുമില്ല. ആദ്യം ഏറ്റെടുത്ത കേസ്സ് തോറ്റു. പുതിയ കേസ്സുകൾ കിട്ടാൻ കൈക്കൂലി കൊടുക്കണം. പെറ്റീഷൻ ഡ്രാഫ്റ്റു ചെയ്യുന്ന പണി കിട്ടിയാലും കമ്മീഷൻ കൊടുക്കണം. മടുത്തു.

"നോക്കു കിളിയേ. അതുകൊണ്ട് ഒരവസരം കിട്ടിയപ്പോൾ സൗത്താഫ്രിക്കയിലേക്കു പോയി."

ഒരു കൊല്ലത്തേക്കായിരുന്നു ജോലി. 1893 ഏപ്രിൽ മാസത്തിൽ കപ്പലിൽ പുറപ്പെട്ടു. മേയിൽ സൗത്താഫ്രിക്കയിലെ ഡർബാനിൽ എത്തി. ദാദാ അബ്ദുള്ള ആൻഡ് കമ്പനിക്ക് 40,000/- പൗണ്ടിന്റെ ഒരു കേസ്സുണ്ടായിരുന്നു. കമ്പനിക്ക് വക്കീലുണ്ട്. അക്കൗണ്ടിങ്ങിനും ഗുജറാത്തിയിൽ എഴുത്തുകുത്തുകൾ നടത്തുന്നതിനുമാണ് ഗാന്ധിയെ കൊണ്ടുപോയത്. ഒരു കൊല്ലത്തേക്ക് നൂറ്റിയഞ്ചു പൗണ്ടും മടക്കടിക്കറ്റും കൊടുക്കും. സൗത്താഫ്രിക്കയിൽ വർണ്ണ വിവേചനം എന്താണെന്ന് അനുഭവിച്ചറിഞ്ഞു. അതിന്റെ മനുഷ്യത്വരഹിതമായ ഇടപാടുകളും മനസ്സിലായി. സൗത്താഫ്രിക്കയിലെ ജോലികഴിഞ്ഞ് ഗാന്ധിക്ക് യാത്രയയപ്പു നൽകാൻ ചേർന്ന യോഗം സൗത്താഫ്രിക്കയിൽ അദ്ദേഹം കുറച്ചുകാലം കൂടെ തുടരണമെന്ന് അഭ്യർത്ഥിച്ചു. ആ യോഗം ഇന്ത്യൻ കോൺഗ്രസ്സ് ആയി വളർന്നു.

അവകാശങ്ങൾക്കുവേണ്ടി പൊരുതുമ്പോൾ സാമൂഹിക പരിഷ്കരണത്തിനും മുൻതൂക്കം നൽകണമെന്ന് അദ്ദേഹം പഠിച്ചു. പരിസരശുചീകരണത്തിനും പ്രാധാന്യം വേണം.

"കിളിയേ എം. കെ. ഗാന്ധി ജന്മനാ മഹാത്മാവൊന്നുമായിരുന്നില്ല. ഒരു സാധാരണ മനുഷ്യൻ മാത്രമായിരുന്നു. തന്റെ ജീവിതവും തന്നെ തന്നെയും അദ്ദേഹം സൃഷ്ടിച്ചെടുക്കുകയായിരുന്നു."

'ഇന്ത്യൻ ഒപ്പീനിയൻ' എന്നൊരു ആഴ്ചപ്പതിപ്പിന്റെ ചുമതല അദ്ദേഹം ഏറ്റെടുത്തു പത്രപ്രവർത്തനം പൊതുജന സേവനത്തിനാകണമെന്ന് അദ്ദേഹം തീർച്ചപ്പെടുത്തി. അതൊരു ശക്തിയാണ്. വെള്ളപ്പൊക്കം പോലെ സകലതും മുക്കിക്കളയുന്ന ശക്തിയല്ല. ജലം ജീവനാണ്, ശക്തിയാണ്. അതു പോലെയാവണം പത്രപ്രവർത്തനവും. അതായിരുന്നു ഗാന്ധിയുടെ സമീപനം. സത്യാഗ്രഹം എന്നൊരു സമരപരിപാടി 1906-ഓടുകൂടി ഗാന്ധി കണ്ടെത്തി. ഒരു കാര്യം തീരുമാനിച്ചു കഴിഞ്ഞാൽ പിന്നെ ലോകം മുഴുവൻ എതിർത്താലും പിൻവാങ്ങുകയില്ല. ഒറ്റയ്ക്കായാൽ പോലും പോരാടും. തന്റെ ജീവിത തത്ത്വശാസ്ത്രം അടങ്ങുന്ന 'ഹിന്ദ് സ്വരാജ് സൗത്താഫ്രിക്കയിൽ വെച്ചുതന്നെ എഴുതി. അക്രമരാഹിത്യത്തിലൂന്നിയ സത്യാഗ്രഹസമരരീതി ബ്രിട്ടീഷ് സാമ്രാജ്യത്തെ കുഴക്കി. ആയുധംകൊണ്ടു പോരാടാൻ അവർക്ക് അറിയാം. അക്രമരഹിതമായ ആക്രമണം എങ്ങനെ നേരിടണമെന്ന് അറിഞ്ഞുകൂടാ. കേട്ടുകേൾവി പോലുമില്ലാത്ത ഒരു യുദ്ധ തന്ത്രം! തന്റെ അനുയായികളോട് ഗാന്ധി പറഞ്ഞു. അക്രമം കൊണ്ടു നേടിയെടുത്ത വിജയം അക്രമംകൊണ്ടേ നിലനിർത്താനാവൂ. അപ്പോൾ അക്രമങ്ങൾ ഒരുതുടർക്കഥയാവും. ഇന്ത്യയിലേക്കു മടങ്ങുന്നതിനു മുൻപ് അദ്ദേഹം ഇംഗ്ലണ്ട് സന്ദർശിക്കാൻ പുറപ്പെട്ടു. ഇംഗ്ലണ്ടിലേക്കുള്ള യാത്രയ്ക്കിടയിൽ ഒന്നാം ലോകമഹായുദ്ധം പൊട്ടിപ്പുറപ്പെട്ടു.

ഇംഗ്ലണ്ട് ജർമ്മനിയുമായി യുദ്ധം ചെയ്യുകയാണ്.

ബ്രിട്ടൺ ഇന്ത്യയിൽ നിന്ന് പതിന്നാലു ലക്ഷത്തോളം ഇന്ത്യൻ യുവാക്കളെ സൈനികരായി റിക്രൂട്ടു ചെയ്ത് യൂറോപ്പിലേക്കു കൊണ്ടു പോയി. ഒരു സത്യാഗ്രഹി ശത്രുവിന്റെ ആപത്തു കാലത്ത് അവരെ ആക്രമിക്കില്ല. ശത്രുവിന്റെ ബലഹീനത മുതലെടുക്കുകയുമില്ല. ഗാന്ധിജി ഒരു ആമ്പുലൻസ് സംഘം രൂപീകരിച്ച് യുദ്ധത്തിൽ മുറിവേറ്റവരെ ചികിത്സിക്കാനും പരിചരിക്കാനും ഏർപ്പാടു ചെയ്തു. ഏതു വിഷമാ വസ്ഥയിലും ഗാന്ധിജി ചിരിച്ച് ഉന്മേഷവാനായിരിക്കും. ദരിദ്രരോടും അവശരോടും എന്നും കൂറു പുലർത്തി. അത് പക്ഷേ ഒരു രാഷ്ട്ര തന്ത്ര മായിരുന്നില്ല. ഹൃദയത്തോട് ചേർത്തു പിടിച്ച സ്വഭാവമായിരുന്നു. തന്റെ രാഷ്ട്രീയ ഗുരു ഗോപാല കൃഷ്ണ ഗോഖലെയാണെന്ന് ഗാന്ധിജി പറയും. ഇന്ത്യയിൽ മടങ്ങിയെത്തിയ അദ്ദേഹത്തിന് അഹമ്മദാബാദ് സിറ്റി ക്കടുത്ത് സബർമതിയിൽ കുറച്ചു ഭൂമി ദാനമായി ലഭിച്ചു. അവിടെ ഒരു സത്യാഗ്രഹാശ്രമം നിർമ്മിച്ചു.

1916 –ൽ ലക്നൗവിൽ വെച്ചുകൂടിയ കോൺഗ്രസ്സ് പാർട്ടി മീറ്റിംഗിൽ ഗാന്ധി ഹിന്ദുസ്ഥാനിയിൽ പ്രസംഗിച്ചു. ഇംഗ്ലീഷിൽ സംസാരിക്കണമെന്ന് ചിലർ ആവശ്യപ്പെട്ടു. പ്ലാറ്റ്ഫോമിൽ നിന്ന് ഞാൻ ഇംഗ്ലീഷിൽ സംസാ രിക്കില്ല. ഇംഗ്ലണ്ടിൽ പഠിച്ച എനിക്ക് ഇംഗ്ലീഷ് അറിഞ്ഞൂടെന്ന് ആരും പറയില്ലല്ലൊ. ഇവിടെ ഞാൻ ഹിന്ദുസ്ഥാനിയിൽ മാത്രമേ സംസാരിക്കൂ. ഹിന്ദുസ്ഥാനി അറിഞ്ഞുകൂടാത്തവർ ആ ഭാഷ പഠിക്കുക. അദ്ദേഹം ഹിന്ദുസ്ഥാനിയിൽ തന്നെ പ്രസംഗിച്ചു. അതുപോലെ മറ്റൊരു സംഭവവും താമസിയാതെ ഉണ്ടായി. ബാനാറസ് ഹിന്ദു യൂണിവേഴ്സിറ്റിയുടെ ശിലാ സ്ഥാപനത്തിന് ഗാന്ധിജിയും ഒരതിഥിയായിരുന്നു. മാളവ്യ, മിസ്സസ് ആനി ബസന്റ്, വൈസ്രോയ് ഹാർഡിംഗ്, എന്നിവർ സംബന്ധിച്ച യോഗം. വൈസ്രോയ് ഹാർഡിംഗ് ഗാന്ധിജിയെ പ്രസംഗിക്കാൻ ക്ഷണിച്ചു.

ഗാന്ധിജി പറഞ്ഞു.

"ഇവിടെ എല്ലാ നടപടിക്രമങ്ങളും ഇംഗ്ലീഷിലാണ്. ഒരു വിദേശ ഭാഷ പഠിക്കാൻ നമ്മുടെ കുട്ടികൾക്ക് വളരെ വർഷങ്ങൾ വേണം. എന്നാൽ മാതൃഭാഷ പഠിക്കാൻ വേഗം സാധിക്കും. കാശി വിശ്വനാഥ ക്ഷേത്രത്തി ലേക്കുള്ള നടപ്പാത ഇടുങ്ങിയതും അഴുക്കു നിറഞ്ഞതുമാണ്. ജന ങ്ങൾക്ക് ആ നാറ്റവും വൃത്തികേടും ഉപയോഗംകൊണ്ട് ശീലമായി. അതു പോലെയാണ് ഈ വിദേശഭാഷയുടെ ഉപയോഗവും. നാട്ടുകാർ ആ വിദേശ ഭാഷ ഉപയോഗിക്കുന്നതു കേട്ടാൽ ഓക്കാനം വരും. എന്നാലും അത് കേമമാണെന്നാണ് വിചാരം."

സദസ്സിൽ നിറഞ്ഞിരുന്ന നാട്ടുരാജാക്കന്മാരുടെയും കുടുംബാംഗ ങ്ങളുടെയും മുഖം ഗാന്ധിജിയുടെ പ്രസംഗം കേട്ടപ്പോൾ അസ്വസ്ഥ മായി.

"ഇന്ത്യയിൽ ഗാന്ധിജിയുടെ പ്രവർത്തനങ്ങളുടെ തുടക്കമാണ് കിളിയേ ഞാൻ വിവരിച്ചത്."

പെൺകിളി ഉത്സാഹവതിയായി.

ഗാന്ധിജിയുടെ സമരപരിപാടി ചമ്പാരനിൽ തുടങ്ങുന്നു. ഇന്ത്യയിൽ എത്തിയ ഉടനെ അദ്ദേഹം രവീന്ദ്രനാഥ ടാഗോറിന്റെ ശാന്തിനികേതൻ സന്ദർശിക്കാൻ തീരുമാനിച്ചു. സൗത്താഫ്രിക്കയിൽ ഗാന്ധിജിയുടെ ഫീനിക്സ് ആശ്രമത്തിലും ടോൾസ്റ്റോയ് ഫാമിലും ഉണ്ടായിരുന്നവരാണ് ടാഗോറിന്റെ ശാന്തിനികേതൻ സന്ദർശിക്കണമെന്ന് നിർദ്ദേശിച്ചത്. അക്കാലം ഇന്ത്യൻ ജനതയുടെ രാഷ്ട്രീയ ജീവിതം ഏതാണ്ട് ശൂന്യാവസ്ഥയിലായിരുന്നു. കോൺഗ്രസ്സ് പാർട്ടിയോട് ഇന്ത്യൻ യുവത്വം വിട പറഞ്ഞു തുടങ്ങി. കോൺഗ്രസ്സ് പാർട്ടി ജീവൻ വെടിഞ്ഞ ശരീരംപോലെ ആയിക്കഴിഞ്ഞിരുന്നു. മോഹൻദാസ് കരംചന്ദ് ഗാന്ധി മഹാത്മാ എന്നു പോയിട്ട് ഗാന്ധിജി എന്നുപോലും അറിയപ്പെട്ടു തുടങ്ങിയിട്ടില്ല. സൗത്താഫ്രിക്കയിൽ ഇന്ത്യാക്കാർക്കുവേണ്ടി പ്രവർത്തിച്ചിരുന്ന ഒരു ഗാന്ധിജി എന്നുപോലും അറിയപ്പെട്ടു തുടങ്ങിയിട്ടില്ല.

സൗത്താഫ്രിക്കയിൽ ഇന്ത്യക്കാർക്കുവേണ്ടി പ്രവർത്തിച്ചിരുന്ന ഒരു ഗാന്ധിയെ ഇവിടെ ചിലർ കേട്ടിരുന്നു. ടാഗോറിന്റെ ശാന്തിനികേതനിൽ എത്തിയ എം. കെ. ഗാന്ധി ഗുരുവിനെ അമ്പരപ്പിക്കുകയാണു ചെയ്തത്. തന്റെ കവിതകൾ കേൾക്കാനും ഉപദേശം ഗ്രഹിക്കാനും വരുന്ന ആരാധകരാണ് എല്ലാ സന്ദർശകരും. എം. കെ. ഗാന്ധി ശാന്തി നികേതനത്തിന്റെ ശുചീകരണം സ്വയം ഏറ്റെടുക്കുകയാണ് ആദ്യം ചെയ്തത്. കക്കൂസ്സുകൾ വൃത്തികേടായിരുന്നു. അതൊക്കെ കഴുകി വൃത്തിയാക്കി. പരിസരം അടിച്ചുവാരി. കാടും പടലയും വെട്ടി നീക്കി. അന്തേവാസികളെക്കൊണ്ട് അതൊക്കെ ചെയ്യിക്കാൻ പ്രേരിപ്പിക്കുകയും ചെയ്തു. നികേതനത്തിലെ അദ്ധ്യാപകരേയും വിദ്യാർത്ഥികളേയും വിളിച്ച് ഇത്തരം പ്രവർത്തികളിൽ സഹകരിക്കാൻ ആവശ്യപ്പെട്ടു. അവർ ആദ്യമൊന്നു ശങ്കിച്ചെങ്കിലും സന്ദർശകന്റെ ഉത്സാഹപൂർണ്ണവും സ്നേഹ നിർഭരവുമായ പ്രേരണ അവരെ ഉണർത്തി. ഭാവിയിൽ എല്ലാ ദിവസവും ഒരു മണിക്കൂർ എല്ലാവരും ചേർന്ന് വിദ്യാലയവും പരിസരവും ശുചീകരിക്കുമെന്ന് അവരോട് ആവശ്യപ്പെടുകയും ചെയ്തു.

ഗുരുദേവൻ കഴിച്ചിരുന്ന മൊരിച്ച റൊട്ടി കണ്ടപ്പോൾ ഗാന്ധി പറഞ്ഞു.

"മൈദകൊണ്ടുണ്ടാക്കുന്നതാണ് ഇത്. മൈദ വിഷമാണ്. ഈ വിഷമാണോ അങ്ങു കഴിക്കുന്നത്?"

ഗുരുദേവൻ ചിരിച്ചു.

"വിഷം തന്നെ ഗാന്ധി. പതുക്കെപ്പതുക്കെ കൊല്ലുന്ന വിഷം."

സന്ദർശകന്റെ ആത്മാർത്ഥതയും തീവ്രമായ ഇടപെടലും അവിടെയുള്ളവരെ അഗ്നിപോലെ ചൂടാക്കി. ഒരു വെറും സന്ദർശകൻ എന്നു കരുതി അവഗണിക്കാൻ ആർക്കും കഴിഞ്ഞില്ല. ഗാന്ധിയും ടാഗോറും സുഹൃത്തുക്കളായി. ഗാന്ധി മടങ്ങുമ്പോൾ ടാഗോർ പറഞ്ഞു.

"യറൂസലേമിലെ ആശാരീപുത്രനായ യേശു കാണാൻ വന്നിട്ട് മടങ്ങിപ്പോകുന്നതുപോലെ തോന്നുന്നു."

"എന്റെ കിളിയേ, നീ ചമ്പാരനിലെ ഗാന്ധിജിയെക്കുറിച്ച് പറയുമെന്ന് സൂചിപ്പിച്ചിരുന്നു."

"പറയാം..."

അക്കാലം മറ്റ് രാഷ്ട്രീയമിതവാദികളെപ്പോലെ ഗാന്ധിജിയും കരുതിയിരുന്നത് ബ്രിട്ടീഷ് ഭരണം ഇന്ത്യാ മഹാരാജ്യത്തിന് ഒരനുഗ്രഹമാണെന്നാണ്. ഇന്ത്യൻ ജനത ബ്രിട്ടീഷ് സാമ്രാജ്യത്തിന്റെ നല്ല പൗരന്മാരായിരിക്കേണ്ടതാണെന്നും വിചാരിച്ചു. ശാന്തിനികേതനിൽ നിന്ന് മടങ്ങിയെത്തിയ ഗാന്ധി സബർമതിയിൽ തുടങ്ങിവെച്ച ആശ്രമത്തിൽ പ്രവർത്തനങ്ങൾ തുടങ്ങി. പൊതുജനസേവനം തങ്ങളുടെ ജീവിതധർമ്മമായിക്കരുതിയ കുറച്ചുപേർ അവിടെ വന്നു ചേർന്നു. അവരെ ഗാന്ധിജി തന്റെ അന്തേവാസികളായി സ്വീകരിച്ചു. ഇന്ത്യയിൽ മടങ്ങിവന്നപ്പോൾ ഒരിക്കൽ ഗോപാലകൃഷ്ണ ഗോഖലെ എന്ന നേതാവിനെ ഗാന്ധിജി പോയി കണ്ടിരുന്നു. അന്ന് ഗോഖലെ പറഞ്ഞിരുന്നു. ഇന്ത്യയിൽ രാഷ്ട്രീയ ജീവിതം തുടങ്ങണമെങ്കിൽ ചുരുങ്ങിയത് ഒരു വർഷമെങ്കിലും ഇന്ത്യൻ രാഷ്ട്രീയ പരിതഃസ്ഥിതികളും ഗതിവിഗതികളും ആദ്യം പഠിക്കണം. അത് മനസ്സിൽ വെച്ചുകൊണ്ട് ഗാന്ധിജി തന്റെ പ്രവർത്തനങ്ങൾ സാവകാശമാക്കി. എന്നാൽ അതീവ ശ്രദ്ധാലു ആവുകയും ചെയ്തു. ലക്നൗവിൽ വെച്ചു നടന്ന കോൺഗ്രസ്സ് പാർട്ടി സമ്മേളനത്തിൽ വെച്ചാണ് ബീഹാറിലെ ചമ്പാരൻ എന്ന പ്രദേശത്തെ നീലം കൃഷിക്കാരുടെ പ്രശ്നങ്ങളെക്കുറിച്ച് അറിയുന്നത്. സമ്മേളനത്തിന് ബീഹാറിൽ നിന്നു വന്നിരുന്ന രാജ്കുമാർ ശുക്ല എന്ന കൃഷിക്കാരനാണ് നീലം കൃഷിക്കാരുടെ പ്രശ്നങ്ങളെക്കുറിച്ചു പറഞ്ഞത്.

ഗാന്ധിജി ശുക്ലയ്ക്കു വാക്കു കൊടുത്തു. കൽക്കത്തിൽവെച്ചു നടക്കാനിരിക്കുന്ന പാർട്ടി സമ്മേളനം കഴിഞ്ഞാലുടനെ ചമ്പാരനിൽ വരാം. ശുക്ല കൽക്കത്ത സമ്മേളനത്തിനും എത്തിയിരുന്നു. അവിടെ വെച്ച് ഗാന്ധിജിയെകണ്ട് ചാമ്പാരൻ പ്രശ്നങ്ങളെക്കുറിച്ച് പറഞ്ഞു. ഗാന്ധി ശുക്ലയുടെകൂടെ പാറ്റ്നയ്ക്കു പുറപ്പെട്ടു. ട്രെയിൻ യാത്രയ്ക്കിടയിൽ ശുക്ലയിൽനിന്ന് ചമ്പാരനിലെ നീലം കൃഷിക്കാരെക്കുറിച്ച് പലതും അറിഞ്ഞു. യൂറോപ്യൻ പ്ലാന്റർമാരാണ് ഉടമസ്ഥർ. നാട്ടുകാരാണ് കൃഷി ചെയ്യുന്നത്. അതിന്റെ നിയമ വശങ്ങളോ മറ്റ് വിശദവിവരങ്ങളോ നൽകാനുള്ള അറിവ് ശുക്ലയ്ക്കുണ്ടായിരുന്നില്ല. പാറ്റ്നയിൽ രാജേന്ദ്രബാബു എന്നൊരു പ്രസിദ്ധ വക്കീലുണ്ടെന്നും നിയമ കാര്യങ്ങളൊക്കെ അദ്ദേഹത്തിൽ നിന്നും അറിയാമെന്നും ശുക്ല പറഞ്ഞു. പാറ്റ്ന റെയിൽവേസ്റ്റേഷനിൽ നിന്ന് അവർ രാജേന്ദ്രബാബുവിന്റെ വസതിയിലേക്കു പോയി. അവർ എത്തുമ്പോൾ രാജേന്ദ്രബാബു അവിടെ ഉണ്ടായിരുന്നില്ല. അദ്ദേഹം എന്തോ കാര്യത്തിന് പുരിയിൽ പോയിരിക്കുകയാണ്. രാജേന്ദ്രബാബുവിന്റെ ഗുമസ്തൻ അപരിചിതരായ ഗാന്ധിയേയും ശുക്ലയേയും വീട്ടിൽ പ്രവേശിപ്പിച്ചില്ല. വീട്ടിലെ ജോലിക്കാർ മുറ്റത്തെ കിണറിൽ നിന്നും വെള്ളമെടുത്ത് കൈകാൽ കഴുകാൻ പോലും സമ്മതിച്ചില്ല.

പുറത്ത് കുറച്ചുദൂരെ ഒരു കക്കൂസും കുളിമുറിയും അടുത്തൊരു കിണറും ഉണ്ടെന്ന് ജോലിക്കാർ പറഞ്ഞു. അത് ഉപയോഗിക്കാം. ബീഹാറിലെ ജാതിസമ്പ്രദായവും തൊട്ടുകൂടായ്മയും എന്താണെന്ന് ഗാന്ധി അറിഞ്ഞു. അവിടെ വിഷണ്ണനായിരുന്ന ഗാന്ധി ഓർമ്മിച്ചു. ലണ്ടനിൽ തന്റെ സഹ പാഠിയായി ഒരു പാറ്റ്നക്കാരൻ ഉണ്ടായിരുന്നു. മുഷാവുർ ഹക്ക് എന്നാണ് പേര്. അയാളിപ്പോൾ പാറ്റ്നയിൽ വക്കീലായി പ്രാക്ടീസ് ചെയ്യുകയാ ണെന്നും അറിയാം. ഒരിക്കൽ പാറ്റ്നയിൽ വരണമെന്ന് ഹക്ക് ലണ്ട നിൽ വെച്ച് ക്ഷണിച്ചിരുന്നതുമാണ്. ഹക്കിനെ ശുക്ലയും അറിയാമെന്ന് പറഞ്ഞു ഗാന്ധി ഹക്കിന് ഒരു കത്തെഴുതി ശുക്ലയുടെ വശം കൊടുത്ത യച്ചു. ഗാന്ധി റെയിൽവെ സ്റ്റേഷനിൽ കാത്തിരുന്നു. എം. കെ. ഗാന്ധി യുടെ കത്തു കിട്ടിയപ്പോൾ ഹക്ക് ശുക്ലയുടെ കൂടെ റെയിൽവെ സ്റ്റേഷ നിൽ വന്ന് ഗാന്ധിയേയും ശുക്ലയേയും തന്റെ വീട്ടിലേക്കു കൊണ്ടു പോയി. കൊട്ടാരസമമായ ഭവനമായിരുന്നു ഹക്കിന്റേത്. ഹക്കിന് ചമ്പാര നിലെ നീലം കൃഷിയെക്കുറിച്ച് അറിയാം എന്നാൽ കൃഷിക്കാരുടെ പ്രശ്നമെന്തെന്ന് അറിഞ്ഞുകൂടാ. സായിപ്പന്മാർ താമസിക്കുന്നത് മുസാഫർപൂർ എന്ന ചെറു പട്ടണത്തിലാണെന്ന് ഹക്കിനറിയാം. മുസാഫർപൂർ കോളേജിൽ അദ്ധ്യാപകനായി ജോലിചെയ്യുന്ന പ്രൊഫസ്സർ കൃപലാനിയെ ഗാന്ധിക്കറിയാമായിരുന്നു.

അപ്പോൾ തന്നെ ഗാന്ധി കൃപലാനിക്ക് ഒരു ടെലഗ്രാം അയച്ചു. ബ്രിട്ടീ ഷുകാർ നടപ്പാക്കിയ ടെലിഗ്രാം സർവ്വീസ് വളരെ വേഗത്തിൽ സന്ദേശ മെത്തിക്കുന്ന മാധ്യമമായി വളർന്നു കഴിഞ്ഞിരുന്നു. അന്ന് രാത്രിയിൽ ട്രെയിനിൽ ഗാന്ധിയും ശുക്ലയും മുസാഫർപൂർ റെയിൽവേ സ്റ്റേഷനിൽ എത്തുമെന്ന സന്ദേശം അന്നു തന്നെ പ്രൊഫസ്സർ കൃപലാനിക്കു കിട്ടി. പ്രൊഫസ്സർ കൃപലാനി കോളേജ് ഹോസ്റ്റൽ വാർഡൻകൂടെയായിരുന്നു. ഹോസ്റ്റലിലെ വിദ്യാർത്ഥികളും വിവരമറിഞ്ഞു. ഹോസ്റ്റലിൽ ചെറിയ മുറികളിലായി അവർ വാർഡനും വിദ്യാർത്ഥികളും കഷ്ടി കഴിയുക യാണ്. അവിടെ വിശിഷ്ടാതിഥി ആയി ഗാന്ധിയെ എങ്ങനെ പാർപ്പിക്കും? കുട്ടികൾ വലിയ ഉത്സാഹത്തോടെ എല്ലാ ചുമതലയും ഏറ്റെടുത്തു. അവർ പറഞ്ഞു, നമുക്ക് ഗാന്ധിജിയെ പൂക്കളും ദീപവുമൊക്കെയായി ആരതിയുഴിഞ്ഞ് സ്വീകരിക്കണം. തേങ്ങയുടച്ച് കുരവയിടണം. അപ്പോൾ രാത്രി ഒൻപതുമണി ആയിരുന്നു. കുട്ടികൾ പൂക്കൾ പറിച്ചുകൊണ്ടു വന്നു. ദീപങ്ങൾ സംഘടിപ്പിച്ചു. തേങ്ങാ എങ്ങും കിട്ടിയില്ല. കോളേജു വളപ്പിൽ ഒരു തെങ്ങുണ്ടായിരുന്നു. കുട്ടികളുടെ ഉത്സാഹം കണ്ട് പ്രൊഫസ്സർ കൃപലാനി തെങ്ങിൽ കയറി തേങ്ങയിട്ടു.

ആരതിക്കുള്ള വസ്തുക്കളും പാത്രങ്ങളും കുട്ടികൾ ഒതുക്കി. ചെറി യൊരു സംഘമായി അവർ റെയിൽവേ സ്റ്റേഷനിൽ എത്തി. ട്രെയിൻ വന്നു. അവർ ഗാന്ധിയെ തെരഞ്ഞു നടന്നു. പ്രൊഫസ്സർ കൃപലാനി മാത്രമാണ് ഒരിക്കൽ ഗാന്ധിയെ കണ്ടിട്ടുള്ളത്. ട്രെയിനിൽ വലിയ തിരക്കാ യിരുന്നു, പ്ലാറ്റ്ഫോമിലും. ട്രെയിൻ വിട്ടുപോയി. ഗാന്ധി അവിടെ

ഇറങ്ങിയിരുന്നു. പ്രൊഫസർക്കും കുട്ടികൾക്കും ഗാന്ധിയെ കണ്ടുപിടിക്കാനായില്ല, റെയിൽവേ ജീവനക്കാരോടു ചോദിച്ചു. അവരാരും ഗാന്ധി എന്നു പേരുപോലും കേട്ടിട്ടില്ല. അപ്പോൾ ഗാന്ധിയും ശുക്ലയും പ്ലാറ്റ്ഫോമിൽ കൃപലാനിയെ അന്വേഷിക്കുകയായിരുന്നു. ഗാന്ധി ശുക്ലയോടു പറഞ്ഞു.

"കുറച്ച് ആളുകൾ അവിടെ നിൽക്കുന്നുണ്ടല്ലോ? അവരോട് തിരക്കിയാലോ?"

ശുക്ല ചെന്നന്വേഷിച്ചപ്പോൾ അവർ പറഞ്ഞു.

"ഞങ്ങൾ ഒരു എം. കെ. ഗാന്ധിയെ സ്വീകരിക്കാൻ വന്നവരാണ്. അദ്ദേഹത്തെ എങ്ങും കാണാനില്ല." ശുക്ല ഗാന്ധിയുടെ നേരെ കൈചൂണ്ടിയിട്ടു പറഞ്ഞു.

"എം. കെ. ഗാന്ധി ഒരു കൃപലാനിയെ തെരഞ്ഞ് അതാ നിൽക്കുന്നു."

പ്രൊഫസ്സർ കൃപലാനിയും കുട്ടികളും ഗാന്ധിയുടെ മുന്നിലെത്തി. എം.കെ. ഗാന്ധി കുറെ കടലാസുകൾ ഒരു കെട്ടായി പിടിച്ചിട്ടുണ്ട്. ഒരു ബെഡ്ഡിംഗ് താഴെ വെച്ചിരിക്കുന്നു. വിദ്യാർത്ഥികൾ മുന്നോട്ടുവന്ന് ഗാന്ധിയുടെ മേൽ പൂക്കൾ വർഷിച്ചു. ആരതി ഉഴിഞ്ഞ് ഒരുതേങ്ങാ ഉടച്ചു. ഗാന്ധി അമ്പരക്കുക മാത്രമല്ല ലജ്ജകൊണ്ട് തലകുമ്പിട്ടു നിൽക്കുകയും ചെയ്തു. പെട്ടെന്ന് കോപത്തോടെ ചേദിച്ചു.

"എന്താണിത്? ക്ഷേത്രത്തിൽ വിഗ്രഹത്തെ ആരാധിക്കുന്നതു പോലെ?"

ആ ട്രെയിനിൽ യാത്ര പോകുന്നതിന് ഒരു നാട്ടുപ്രമാണി വന്നിരുന്നു. അയാളെ കൊണ്ടുവന്നിരുന്ന കുതിരവണ്ടി മടങ്ങിപ്പോകാൻ തയ്യാറെടുക്കുകയായിരുന്നു. പ്രൊഫസർ കൃപലാനിക്ക് ആ നാട്ടുപ്രമാണിയുമായി നല്ല പരിചയമുണ്ടായിരുന്നു.

തങ്ങളുടെ വിശിഷ്ടാതിഥിയെ കൊണ്ടുപോകുന്നതിന് ആ കുതിരവണ്ടി നൽകണമെന്ന് കൃപലാനി ആവശ്യപ്പെട്ടപ്പോൾ നാട്ടുപ്രമാണി അനുവദിച്ചു. വിദ്യാർത്ഥികൾ കുതിരകളെ അഴിച്ചു മാറ്റിയിട്ട് സ്വയം വണ്ടി വലിക്കുവാൻ തീരുമാനിച്ചു. കുട്ടികൾ വണ്ടി വലിക്കുമെന്നു കണ്ടപ്പോൾ ഗാന്ധിജി അത്യധികം കുപിതനായി. നിങ്ങൾ വണ്ടി വലിച്ചാൽ ഞാനിതിൽ വരില്ല. നിങ്ങൾ വിവരക്കേട് കാണിക്കരുത്. കുട്ടികൾ അനുസരിക്കുന്നില്ലെന്നു കണ്ടപ്പോൾ ഗാന്ധിജി പറഞ്ഞു.

"എങ്കിൽ ഞാനീ വണ്ടിയുടെ മുന്നിൽ കുത്തിയിരിക്കും."

കൃപലാനി ഇടപെട്ട് കുട്ടികളെ പിൻതിരിപ്പിച്ചു. ഗാന്ധിയും കൃപലാനിയും ശുക്ലയും വണ്ടിയിൽ കയറി. കുതിരവണ്ടിക്കാരൻ വാതിലടച്ചു. കുട്ടികൾ കുതിരകളെ വണ്ടിക്കു കെട്ടാൻ കുതിരക്കാരനെ അനുവദിച്ചില്ല. അവർ തന്നെ വണ്ടി വലിച്ചു. കുതിരകളുമായി വണ്ടിക്കാരൻ പിന്നാലെ ചെന്നു. ഹോസ്റ്റലിലെത്തവേ ഗാന്ധിജിയും കൂട്ടരും ഇറങ്ങി. കുട്ടികൾ തന്നെയാണ് വണ്ടി വലിച്ചതെന്ന് മനസ്സിലായി. പിന്നെ കുറെനേരത്തേക്ക്

വഴക്കു തന്നെയായിരുന്നു. ഹോസ്റ്റലിൽ ഒരു മുറി ഗാന്ധിജിക്കായി കുട്ടികൾ നൽകി. ഹോസ്റ്റലിൽ അതിഥിയായി എം. കെ. ഗാന്ധിയെ താമസിപ്പിച്ചുവെന്ന് വിവരം പിറ്റേന്ന് കോളേജ് പ്രിൻസിപ്പൽ അറിഞ്ഞു. ഇംഗ്ലീഷുകാരനായ അയാൾ വളരെയധികം കോപിച്ചു. അയാൾ പ്രൊഫസ്സർ കൃപലാനിയെ ശകാരിക്കുകയും ചെയ്തു.

"ഈ ഗാന്ധി സൗത്താഫ്രിക്കയിൽ കുപ്രസിദ്ധനായ വിവരം താങ്കൾക്കറിഞ്ഞുകൂടെ?"

"എന്തേ സാർ കുപ്രസിദ്ധൻ എന്നു പറയാൻ?"

"അയാൾ ബ്രിട്ടീഷുകാർക്ക് എതിരാണ്."

"ഉടൻതന്നെ അയാളെ ഹോസ്റ്റലിൽ നിന്ന് പറഞ്ഞയയ്ക്കുക."

ഗാന്ധിജിയെ ഹോസ്റ്റലിൽ നിന്ന് മാറ്റിപ്പാർപ്പിച്ചു. നീലം കൃഷിക്കാരെയും പ്ലാന്റർമാരെയും കുറിച്ച് ഗാന്ധിജി കോളേജദ്ധ്യാപകരോടും കണ്ടുമുട്ടിയ പലരോടും ചോദിച്ചു. അവർക്കാർക്കും അതൊന്നും അറിഞ്ഞുകൂടാ. നീലം കൃഷിയുണ്ടെന്നറിയാം. ഇംഗ്ലീഷുകാരാണ് ഉടമസ്ഥർ എന്നും അറിയാം. കൃപലാനി പരിചയക്കാരായ കുറച്ചു വക്കീലന്മാരെ കൂട്ടിക്കൊണ്ടു വന്നു. വക്കീലന്മാരിൽ നിന്ന് പലതും ഗാന്ധിജി മനസ്സിലാക്കി. പിന്നെ ഗാന്ധിജി പ്ലാന്റേഴ്സ് അസോസിയേഷൻ സെക്രട്ടറിയെ കണ്ടു. അയാൾ ഗാന്ധിജിയോടു പറഞ്ഞു. "ഇവിടെ നിങ്ങൾ വിദേശിയാണ്. പുറത്തുനിന്നുവന്നവർക്ക് നീലം കൃഷിയുടെ കാര്യങ്ങളിൽ ഇടപെടാൻ അവകാശമില്ല. ഞാനൊരു ഇന്ത്യക്കാരനാണ് ഗാന്ധി പറഞ്ഞു; ഇന്ത്യയിലെ ഞങ്ങളുടെ പ്രശ്നം എന്റെയും പ്രശ്നമാണ്."

മുസാഫർ പൂരിലെ ഒരു വക്കീലിന്റെ വസതിയിൽ ഗാന്ധിജി താമസിച്ചു. അവിടെ വന്ന ഒരു ബ്രാഹ്മണ പണ്ഡിറ്റ് സംഭാഷണത്തിനിടയിൽ ഗാന്ധിജിയോടു പറഞ്ഞു.

"ബ്രിട്ടീഷുകാരെ തുരത്തണം. അവർ ഗോഹത്യ നടത്തുന്നവരാണ്. ഗോഹത്യ മഹാപാപമാണ്."

"അപ്പോൾ നമ്മൾ പശുവിന്റെ പാലും കുടിക്കരുത്. മാംസം പോലെ തന്നെയാണല്ലോ പാലും."

കൃപാലാനിയാണ് പിന്നീട് സംസാരിച്ചത്.

"വേദകാലത്തെ ജനങ്ങൾ പശുമാംസം ഭക്ഷിച്ചിരുന്നതായി വേദങ്ങളിൽ പ്രതിപാദിച്ചിട്ടുണ്ട്."

പണ്ഡിറ്റ് കൂടുതൽ സംസാരിക്കാതെ സ്ഥലം വിട്ടു. അക്കാലം പലേടത്തും ഗോഹത്യക്കെതിരെ സമരം നടന്നിരുന്നു. ചമ്പാരനിലേക്ക് ഒരു വക്കീൽ കൂടെ വരണമെന്ന് ഗാന്ധിജി അഭ്യർത്ഥിച്ചു. ആരും അതിനു തയ്യാറായില്ല. ഗാന്ധിയുടെ കൂടെ കൂടിയിട്ട് ബ്രിട്ടീഷ് സർക്കാരിന്റെ അപ്രീതി നേടേണ്ടെന്ന് അവർ കരുതി. ചമ്പാരനിലേക്കുള്ള യാത്രയിൽ ഡിസ്ട്രിക്ട് ഹെഡ്ക്വാർട്ടേഴ്സ് മോത്തിഹരിയിൽ എത്തിയപ്പോൾ ഡിസ്ട്രിക്ട് മജിസ്ട്രേറ്റിന്റെ ഓർഡർ കിട്ടി.

"എം. കെ. ഗാന്ധി ചമ്പാരൻ സന്ദർശിക്കാൻ പാടില്ല. ഉടനെ മടങ്ങിപ്പോകണം."

ഓർഡർ കൈപ്പറ്റിയിട്ട് ഗാന്ധിജി മറുപടി കൊടുത്തു.

"വന്ന കാര്യം നടത്താതെ തനിക്ക് മടങ്ങിപ്പോകാനാവില്ല."

മജിസ്ട്രേറ്റിന്റെ മുന്നിൽ ഗാന്ധിയെ ഹാജരാക്കി. ഗാന്ധിജി വക്കീലിന്റെ സഹായമില്ലാതെ സ്വയം വാദിച്ചു. ഞാൻ ചമ്പാരനിൽ വന്നത് ദേശസേവനത്തോടു ബന്ധപ്പെട്ടാണ്. നാടിന്റെ നിയമങ്ങൾ തെറ്റിക്കുക എന്റെ ഉദ്ദേശ്യമല്ല. ഉത്തരവ് പാലിക്കാൻ എനിക്കു കഴിയില്ല. ഇക്കാര്യത്തിൽ എന്റെ നിയമം എന്റെ മനസ്സാക്ഷിയാണ്. ഗാന്ധിജിയുടെ അസാധാരണമായ പ്രസ്താവനയും നിയമനിഷേധവും ചമ്പാരനിൽ മാത്രമല്ല ഇന്ത്യയിൽ ആകെ വാർത്തയായി. ചമ്പാരനിലെ നീലം കൃഷിക്കാർ കൂട്ടമായി ഗാന്ധിജിയെ കാണാൻ വന്നു. പൊലീസിന്റെ തടസ്സങ്ങളൊന്നും വകവെയ്ക്കാതെ അവർ ടൗണിലേക്ക് ഒഴുകിയെത്തുകയായിരുന്നു. അധികാരികൾ സിംലയിലെ മേലാധികാരികളെ അറിയിച്ചു. ഗാന്ധിജിയും വിശദമായി വൈസ്രോയ്ക്കും, മാളവ്യാജിക്കും, പാറ്റ്നയിലെ സുഹൃത്തുക്കൾക്കും കമ്പി സന്ദേശം അയച്ചുകൊണ്ടിരുന്നു. ജനങ്ങൾ ഇളകിയതുകൊണ്ട് സർക്കാർ കേസ്സ് പിൻവലിച്ചു. ചമ്പാരനിൽ പോകാൻ അനുവദിക്കുകയും ചെയ്തു.

ഇന്ത്യയിലെ ബ്രിട്ടീഷ് സാമ്രാജ്യാധികാരികളെ ആദ്യമായാണ് ഒരു ഇന്ത്യാക്കാരൻ ധിക്കരിച്ചതും ജയിലിൽ പോകാനും ശിക്ഷ അനുഭവിക്കാനും സ്വയം തയ്യാറായതും. മുൻപൊക്കെ ഒരു രാഷ്ട്രീയക്കാരൻ തടവിലായാൽ വക്കീലിനെ വെച്ച് കേസ്സു വാദിക്കുകയാണ് പതിവ്. കൂട്ടമായി വന്ന ജനങ്ങളോടു സംസാരിക്കുമ്പോൾ ഗാന്ധിജിക്കു തോന്നി താൻ സത്യത്തോടും ദൈവത്തോടും നേരിട്ട് ഇടപെടുകയാണെന്ന്. അവിടെ മനുഷ്യസ്നേഹം ഗാന്ധിജിയിൽ നിന്ന് ജനങ്ങളിലേക്ക് ഒലിച്ചിറങ്ങുകയായിരുന്നു. അഹിംസയിലുള്ള തന്റെ വിശ്വാസം ഉരുകിയുറയ്ക്കുകയായിരുന്നു. ജനങ്ങളുടെ ഉണർവും സർക്കാരിന്റെ ശക്തിക്കുറവും തോട്ടം ഉടമകളെ ഭയപ്പെടുത്തി. അവർ തങ്ങളുടെ പത്രങ്ങളിൽ ഗാന്ധിക്കെതിരായി വാർത്തകൾ പ്രസിദ്ധീകരിച്ചു. ലേഖനങ്ങൾ എഴുതി. ചമ്പാരനിൽ ഗാന്ധിജിയുടെ വേഷം തികച്ചും ദേശീയമായ മുണ്ടും ഷർട്ടും തലയിൽ കെട്ടുമായിരുന്നു. യൂറോപ്യൻ വേഷം പണ്ടേ ഉപേക്ഷിച്ചിരുന്നു. കാലാവസ്ഥയ്ക്കു ചേർന്നതും ലളിതവും കലാപരവും വിലക്കുറവുമുള്ളതുമാണെന്ന് മനസ്സിലാക്കിയപ്പോഴാണ് ദേശീയ വേഷം ധരിച്ചു തുടങ്ങിയത്.

ചമ്പാരനിൽ സെമീന്ദാരി സിസ്റ്റമാണ്. ഭൂമിയുടെ ഉടമ ജന്മി. ജന്മി സർക്കാരിന് ഒരു നിശ്ചിതതുക നികുതിയായി നൽകും. ഇവിടെ ഭൂമി ബേട്ടിയയിലെ നാട്ടുരാജാവിന്റെ വകയായിരുന്നു. രാജാവിൽ നിന്നും നിസ്സാരമായ പാട്ടത്തുകയ്ക്ക് ഇംഗ്ലീഷുകാർ ഭൂമി കൈവശമാക്കി. അക്കാലം യൂറോപ്പിൽ നീലത്തിന് നല്ല വിലയുണ്ടായിരുന്നു. തുണി

മില്ലുകൾക്ക് നീലം വേണം. അത് മറ്റെങ്ങുനിന്നും കിട്ടാനുമില്ല. ഇംഗ്ലീഷുകാർ ഭൂമി നീലംകൃഷി ചെയ്യുവാൻ കർഷകർക്കു കൊടുത്തു. ഭൂമിയുടെ പത്തിൽ രണ്ടു ഭാഗത്ത് നീലം കൃഷി ചെയ്യണം. ബാക്കി ഭാഗത്ത് മറ്റു കൃഷികളും. നീലം മുഴുവനും ഇംഗ്ലീഷുകാർക്കു കൊടുക്കണം. ഇംഗ്ലീഷുകാരുടെ മുഴുവൻ ചെലവുകളും കൃഷിക്കാർ വഹിക്കണം. ജന്മിയായ സായിപ്പ് ആനയെയോ, കുതിരയേയോ വാങ്ങിയാൽ പണം കൃഷിക്കാർ നൽകണം. വേനൽക്കാലത്ത് പർവ്വത സങ്കേതങ്ങളിൽ സുഖവാസത്തിനു പോകാനുള്ള പണവും കൃഷിക്കാർ കൊടുക്കണം.

പ്ലാന്റർമാർ അവരുടെ ആംഗ്ളോ ഇന്ത്യൻ പത്രങ്ങളിൽ ഗാന്ധിക്കെതിരെ എഴുതി. ഒരു വിമർശനത്തിനു മറുപടി യായി ഗാന്ധിജി എഴുതി. നാട്ടുകാർക്കിടയിൽ ആളാകാനാണ് ഗാന്ധി പുതിയ വേഷം ധരിച്ചിരിക്കുന്നതെന്ന് ആക്ഷേപം വന്നപ്പോഴാണ് ഗാന്ധി എഴുതിയത്. (മുൻപ് സായിപ്പിന്റെ വേഷമാണ് ഗാന്ധിജി ധരിച്ചിരിക്കുന്നത്.) ഇർവിൻ പ്രഭുവിന് മറുപടിയായാണ് ഗാന്ധിജി എഴുതിയത്.

ഞാൻ നഗ്നപാദനല്ല. ഇന്ത്യൻ കാലാവസ്ഥയ്ക്കു ചേരാത്തതാണെന്നു കണ്ടാണ് ഷൂസ് ഉപേക്ഷിച്ചത്. ഇന്ത്യൻ കാലാവസ്ഥയ്ക്ക് ഏറ്റവും അനുയോജ്യം എന്നതുകൊണ്ടാണ് പരുത്തിതുണികൊണ്ടുള്ള ഇന്ത്യൻ വേഷം ധരിക്കുന്നത്. ഇന്ത്യയിലെത്തുന്ന യൂറോപ്യരും ഇതേ വേഷം ധരിക്കുന്നതാണ് അവർക്കും നല്ലത്. തെറ്റായ അഹങ്കാരം വെടിഞ്ഞ് യൂറോപ്യൻ ഇതേ വേഷം ധരിക്കണമെന്ന് താത്പര്യപ്പെടുന്നു. ചമ്പാരനിൽ ഗാന്ധിക്കൊപ്പം പ്രൊഫസ്സർ കൃപലാനിയും ഏതാനും വക്കീലന്മാരും ഒരു ക്യാമ്പായി താമസം തുടങ്ങി. അവർ നീലം കൃഷിക്കാരുടെ പ്രശ്നങ്ങൾ പഠിച്ച് രേഖപ്പെടുത്തും. കൃഷിക്കാർ കൂട്ടമായി ക്യാമ്പിൽ വരും. പ്രശ്നങ്ങൾ വിവരിക്കും. കൃഷിക്കാർ തന്നെ ക്യാമ്പിന്റെ സാമ്പത്തിക ചുമതല ഏറ്റെടുത്തു. ക്യാമ്പുവാസികൾക്ക് ആഹാരത്തിനുള്ളത് അവർ കൊണ്ടുവന്നു. ചിലർ ചേർന്ന് ഒരു പൊതു അടുക്കള തുടങ്ങി. വൈകുന്നേരങ്ങളിൽ ഗാന്ധിജി കൃഷിക്കാരുമായി സംസാരിക്കും. അഹമ്മദാബാദിലെ ആശ്രമത്തിൽ നിന്ന് കസ്തൂർബായും മഹാദേവഭായിയും വന്നു. ക്യാമ്പിന്റെ അടുക്കളയുടെ ചുമതല കസ്തൂർബാ ഏറ്റെടുത്തു. അരിയും പച്ചക്കറിയും നാട്ടുകാർ കൊണ്ടുവരും.മറ്റു ചെലവുകൾക്കുള്ള പണം വക്കീലന്മാരും രാജേന്ദ്ര ബാബു എന്ന വക്കീൽ പ്രമാണിയും വഹിച്ചു. പണത്തിന്റെ വരവും ചെലവും കൃത്യമായി രേഖപ്പെടുത്തണമെന്ന് ഗാന്ധിജി നിർദ്ദേശിച്ചു. എല്ലാ വൈകുന്നേരവും ഗാന്ധിജി തന്നെ അത് പരിശോധിച്ച് ഒപ്പു വെയ്ക്കും. പ്ലാന്റർമാരുടെ വിശദീകരണം ഗാന്ധിജി രേഖപ്പെടുത്തി. അവർ ശരിയാ ഉത്തരം നൽകിയില്ല. പലതും വിഴുങ്ങി. അവരുടെ ചൂഷണം അവർക്കുതന്നെ അറിയാമെന്ന് മനസ്സിലായി. സർക്കാർ ഗാന്ധി സംഘത്തെ അന്വേഷണക്കമ്മീഷന്റെ മറ്റൊരു അന്വേഷകനാക്കുകയും ചെയ്തു. ചീഫ്കമ്മീഷണറുടെ റിപ്പോർട്ടിൽ ഗാന്ധിജി ഒപ്പു വെച്ചില്ല. സ്വന്തം റിപ്പോർട്ട് സർക്കാരിന്

സമർപ്പിച്ചു. മനുഷ്യത്വരഹിതമായ എല്ലാ പെരുമാറ്റങ്ങളും പ്ലാന്റർമാർ ഉപേക്ഷിക്കണമെന്ന കാര്യത്തിനാണ് ഗാന്ധിജി ഊന്നൽ നൽകിയത്. ന്യായമായ കൂലിയും ചോദിച്ചു. യൂറോപ്യൻ പ്ലാന്റർമാർ ആകെ പരിഭ്രമിച്ചു. ചമ്പാരനിലെ നീലം കൃഷി ഉപേക്ഷിച്ച് അവർ. യൂറോപ്പിലേക്ക് മടങ്ങിപ്പോയി. ചമ്പാരനിലെ ഗാന്ധിജിയുടെ വിജയം വലുതൊന്നും ആയിരുന്നില്ല. എന്നാലും അത് അദ്ദേഹത്തെപ്പോലും അദ്ഭുതപ്പെടുത്തിയ ഒരു നല്ല രാഷ്ട്രീയത്തുടക്കമായി. മനുഷ്യനും മനുഷ്യനും സഹകരിച്ച് ആയുധമേന്താതെ നയിക്കുന്ന ഒരു സമരതന്ത്രം ഗാന്ധിജി പോലും പ്ലാൻ ചെയ്യാതെ രൂപം കൊള്ളുകയായിരുന്നു.

ആയുധമേന്താത്ത ഒരു മഹായുദ്ധം വരാനിരിക്കുകയാണ്! ചമ്പാരനിൽ സമര സമിതി ഒരു ആശ്രമമായാണ് ഗാന്ധിജി തുടങ്ങിയത്. ഗ്രാമീണ ജനതയുടെ വിദ്യാഭ്യാസവും ശുചിത്വവും വരെ ശ്രദ്ധിക്കുന്ന ഒരു ആശ്രമം. പ്രൈമറി സ്കൂൾ പോലും ചമ്പാരനിൽ ഉണ്ടായിരുന്നില്ല. സമരാശ്രമത്തിൽ കുട്ടികളേയും മുതിർന്നവരേയും എഴുത്തും വായനയും പഠിപ്പിക്കുവാൻ തുടങ്ങി. ഗ്രാമീണരുടെ ആരോഗ്യ പരിപാലനത്തിന് സ്വയം സേവകരായി ഡോക്ടർമാരും നേഴ്സുമാരും വന്നു. ഇന്ത്യയുടെ പല ഭാഗങ്ങളിൽ നിന്നും വോളണ്ടിയർമാരായി സാമൂഹിക പ്രവർത്തകർ വന്നു. വന്നവർക്ക് ഏറെക്കാലം അവിടെ തങ്ങാനാവില്ലല്ലോ. അവരൊക്കെ മടങ്ങിപ്പോയപ്പോൾ ചമ്പാരനിലെ ജനങ്ങൾക്ക് രാഷ്ട്രീയമായ ഉണർവും ബോധവും ഉണ്ടായിത്തുടങ്ങി എന്നതാണ് അതിന്റെ നേട്ടം. ചമ്പാരനിൽ കസ്തൂർബാ വന്നപ്പോൾ ഒരു സംഭവമുണ്ടായി. ഗ്രാമീണ സ്ത്രീകളുടെ വൃത്തിഹീനമായ വസ്ത്രം കണ്ടപ്പോൾ കസ്തൂർബാ തെല്ലരിശത്തോടെ പറഞ്ഞു.

ഉടുത്തിരിക്കുന്ന ഈ തുണിയല്ലാതെ മറ്റൊന്ന് ഞങ്ങൾക്കില്ല. ഞങ്ങൾക്ക് ഒരു തുണി കൂടെ തരൂ. ഒന്ന് അലക്കുമ്പോൾ മാറിയുടുക്കാനാണ്. കസ്തൂർബാ ഞെട്ടിപ്പോയി. ഗ്രാമീണർ അതീവ ദരിദ്രരാണ്. അവർ പണിയെടുക്കുന്നുണ്ട്. കൂടുതൽ പണിയെടുക്കാൻ തയ്യാറുമാണ്. പക്ഷേ ജീവിക്കാൻ മാത്രമുള്ള കൂലി കിട്ടുന്നില്ല. നാട് അത്ര ദരിദ്രമാണ്. ഇവിടെ വെച്ചാണ് ഗാന്ധിജി തന്റെ വസ്ത്രധാരണത്തിൽ വീണ്ടും മാറ്റം വരുത്തിയത്. ഭാരതത്തിലെ ദരിദ്രരായ ജനങ്ങൾ ധരിക്കുന്ന ഒറ്റവസ്ത്രം അദ്ദേഹം ധരിക്കുവാൻ തുടങ്ങി. അതിശൈത്യം വരുമ്പോൾ ഒരു പൂരാടപ്പുതപ്പും ചുറ്റും. പിൽക്കാലമത്രയും ഈ വേഷമാണ് അദ്ദേഹം ധരിച്ചിരുന്നത്. തന്റെ വേഷം ഒരു അടയാളമായി അദ്ദേഹം സ്വീകരിക്കുകയായിരുന്നു. ലോക ചക്രവർത്തിയുടെ മുന്നിൽപോലും ആ അടയാള വേഷത്തിലാണ് അദ്ദേഹം ചെന്നതും ഇരുന്നതും സംസാരിച്ചതും. ആദ്യം പരിഹസിച്ചവർ പിന്നീട് ആദരിച്ചു. ചമ്പാരനിൽ എം. കെ. ഗാന്ധിയായി ചെന്ന അദ്ദേഹം മഹാത്മാഗാന്ധിയായാണ് മടങ്ങിയത്.

പിൽക്കാല ഭാരതമാകെ ആത്മഹർഷത്തോടെ ഉൽഘോഷിച്ചു.

മഹാത്മാ ഗാന്ധീ കീ ജയ്.....

സാധാരണക്കാരിൽ സാധാരണക്കാരന്റെ വേഷത്തിൽ വന്നപ്പോൾ യറൂസലേമിലെ ജനങ്ങൾ മിശിഹാ പുത്രനെ വരവേറ്റതുപോലെ ഗാന്ധിജിയെ സ്വീകരിച്ചു.

മഹാത്മാ ഗാന്ധീ കീ ജയ്..... എന്നവർ ആർത്തു വിളിച്ചു.

ആ വിശുദ്ധമഹാത്മാവാണ് ഇന്ന് ഇന്ദിരയെ കാണാൻ വരുന്നത്. ഗാന്ധിയുടെ ചരിതം പറയാതെങ്ങനെ ഇന്ദിരയുടെ കഥ പൂർത്തിയാകുമെൻ കിളിയേ...

മൂന്ന്

കിളി തുടരുന്നു

കൽക്കത്തയിലെ പ്രസിദ്ധ നിയമജ്ഞനായിരുന്ന ദേശബന്ധു ചിത്തരഞ്ജൻദാസ് തന്റെ മകനായ സിദ്ധാർത്ഥ ശങ്കർ റേയുമൊത്ത് അലഹാബാദിൽ മോത്തിലാൽ നെഹ്റുവിനെ കാണാൻ വന്നു. 1922-ൽ ചിത്തരഞ്ജൻ ദാസായിരുന്നു കോൺഗ്രസ്സ് പ്രസിഡന്റ്. മോത്തിലാൽ നെഹ്റുവിന്റെ പേരക്കുട്ടി ഇന്ദിരയ്ക്ക് അപ്പോൾ അഞ്ചു വയസ്സായിരുന്നു. സിദ്ധാർത്ഥ ശങ്കർ റേയ്ക്കും ഏതാണ്ട് അതേ പ്രായം.

സ്വീകരണ മുറിയിൽ മുത്തച്ഛന്റെ ഒപ്പം പേരക്കുട്ടി ഇന്ദിരയുമുണ്ടായിരുന്നു. അതിഥികളെ സ്വീകരിച്ചിരുത്തിയിട്ട് സിദ്ധാർത്ഥനെ നോക്കി മോത്തിലാൽ കുസൃതിച്ചോദ്യങ്ങൾ ചോദിച്ചു. അവനെ അടുത്തു വിളിച്ച് ലാളിക്കുകയും ചെയ്തു. സ്വീകരണ മുറിയിൽ കിടന്നിരുന്ന ഒരു കളിപ്പാവയെടുത്ത് മോത്തിലാൽ നെഹ്റു സിദ്ധാർത്ഥനു കൊടുത്തു. ആ കളിപ്പാവ ഇന്ദിരയ്ക്ക് മോത്തിലാൽ നെഹ്റു വാങ്ങിക്കൊടുത്തതായിരുന്നു. അഞ്ചു വയസ്സുകാരി ഇന്ദിര അരിശത്തോടെ സിദ്ധാർത്ഥനെ നോക്കി. പിന്നെ അവന്റെ കൈയിലിരിക്കുന്ന തന്റെ കളിപ്പാവയെയും.

തന്റെ കളിപ്പാവ മുത്തച്ഛൻ ഏതോ കുട്ടിക്കു കൊടുത്തിരിക്കുന്നു! ഇന്ദിരക്കുട്ടിക്കു കലിയിളകി. മുഖം കത്തിക്കാളി. മുത്തച്ഛനും ചിത്തരഞ്ജൻ ദാസും അതു ശ്രദ്ധിച്ചില്ല. സിദ്ധാർത്ഥൻ ഇന്ദിരയുടെ മുഖഭാവം ശ്രദ്ധിച്ചിരുന്നു. അവൻ കളിപ്പാവ നെഞ്ചോടു ചേർത്തു മുറുകെപ്പിടിച്ചു. ഇന്ദിര ശരവേഗത്തിൽ പാഞ്ഞുചെന്ന് കളിപ്പാവയിൽ പിടിച്ചുവലിച്ചു. അതു പ്രതീക്ഷിച്ചിരുന്ന സിദ്ധാർത്ഥൻ പിടിവിട്ടില്ല. കുട്ടികൾ തമ്മിൽ പിടിവലി നടത്തുന്നത് മോത്തിലാലും ചിത്തരഞ്ജനും കണ്ടു. കളിപ്പാവ വിട്ടുകൊടുക്കാൻ മോത്തിലാൽ നെഹ്റു ഇന്ദിരക്കുട്ടിയോടു പറഞ്ഞു. ഇന്ദിര അനുസരിച്ചില്ല. ഒടുവിൽ കളിപ്പാവയുടെ തല ഇന്ദിരയുടെ കൈയിലും ഉടൽ സിദ്ധാർത്ഥന്റെ കൈയിലുമായി മുറിഞ്ഞുപോയി. നോക്കു പൊൻകിളിയെ, ഇതൊരു ചെറിയ സംഭവമാണ്. എന്നാൽ ഞാനിതു പറഞ്ഞത് ഇന്ദിരയുടെ സ്വഭാവത്തിന്റെ ഒരു സൂചകം എന്ന നിലയിലാണ്.

ജിവിതത്തിലൊരിക്കലും ഒന്നും വിട്ടുകളയുന്നവളായിരുന്നില്ല ഇന്ദിര.

കുറച്ചു ദിവസങ്ങൾ കഴിഞ്ഞപ്പോൾ മോത്തിലാൽ നെഹ്റു ഭംഗിയുള്ള ഒരു ചെറിയ ചർക്ക വാങ്ങി ഇന്ദിരക്കുട്ടിക്കു കൊടുത്തു അതിൽ നൂൽനൂൽക്കാനും പഠിപ്പിച്ചു. അപ്പോൾ ജവഹർലാൽ നെഹ്റു ജയിലിലായിരുന്നു. അദ്ദേഹം ജയിലിൽ നിന്ന് എഴുതി.

"ഇന്ദുക്കുട്ടി ചർക്കയിൽ നൂൽനൂൽക്കാൻ പഠിച്ചോ? പഠിച്ചെങ്കിൽ എനിക്ക് കുറച്ചു നൂൽ അയച്ചു തരണം. ഇവിടെ ജയിലിൽ ഞാനത് പ്രതീക്ഷിക്കുന്നു."

കുറച്ചു കുട്ടികളെ സംഘടിപ്പിച്ച് ബാല ചർക്കാ സംഘം എന്നൊരു ചെറുസമിതി ഇന്ദിരക്കുട്ടി ഉണ്ടാക്കി. കുട്ടികൾ നൂൽനൂൽക്കാനും വസ്ത്രം നെയ്യാനും പഠിച്ചു. ഒരു തരം അനാഥത്വബോധം ഇന്ദിരയെ വിട്ടുമാറാതെ പിടികൂടി. മുത്തച്ഛൻ മോത്തിലാൽ നെഹ്റുവും മുത്തശ്ശി സ്വരൂപ് റാണിയും പേരക്കുട്ടിയെ സ്നേഹിക്കുകയും കരുതുകയും ചെയ്യുന്നുണ്ട്. എന്നാൽ വീട്ടിലെ മറ്റു ചിലർ അങ്ങനെ ആയിരുന്നില്ല. പ്രത്യേകിച്ചും അമ്മായി വിജയലക്ഷ്മി. അവർ ഇന്ദിരയുടെ അമ്മ കമലയേയും ഇഷ്ടപ്പെട്ടിരുന്നില്ല. സാധാരണ അർത്ഥത്തിലുള്ള നാത്തൂൻ പോരിലും കവിഞ്ഞ പകയായിരുന്നു വിജയലക്ഷ്മിക്ക് കമലാ നെഹ്റുവിനോട്. യുവാവായ ജവഹർലാലും ഇളയ സഹോദരി വിജയലക്ഷ്മിയും ഒരുമിച്ച് കുതിരസവാരി ചെയ്തും ടെന്നീസു കളിച്ചും സുഹൃത്തുക്കളെപ്പോലെയായിരുന്നു. അതിനിടയിൽ സുന്ദരിയായ കമല വന്ന് തന്റെ സഹോദരനെ തട്ടിയെടുത്തുവെന്ന് വിജയലക്ഷ്മിക്കു തോന്നി. ആ പക സഹോദരപുത്രിയിലേക്കും എത്തി. ഇന്ദിരയെ വീട്ടിൽ വിജയലക്ഷ്മി എപ്പോഴും ശകാരിക്കും. എന്തെങ്കിലും കുറ്റം കണ്ടുപിടിച്ച് വഴക്കു പറഞ്ഞു കൊണ്ടേയിരിക്കും. ഇന്ദിര ആരും കാണാതെ കരയും.

കിളിപ്പെണ്ണേ നമ്മുടെ ചരിത്രത്തിനൊപ്പം വളരുകയായിരുന്നു ഇന്ദിര.

ഇരുന്നൂറു കൊല്ലം അടിമത്തം പേറിയ ഒരു മഹാരാജ്യത്തിന്റെ സമരകഥകൾ പറയൂ കിളിയേ എനിക്ക് അതാണു കേൾക്കേണ്ടത്. മോത്തിലാൽ നെഹ്റുവിന്റെ വക്കീൽ പണി വളരെ നല്ല നിലയിലായിരുന്ന കാലമായിരുന്നു അത്. പ്രത്യേകിച്ചും 1922 നും 1927നും ഇടയ്ക്കുള്ള കാലം. സ്വത്തിനും പിൻതുടർച്ചാവകാശത്തിനും വേണ്ടി നാട്ടുരാജാക്കന്മാരും നവാബുമാരും കൊടുത്ത കേസ്സുകളാണ് മോത്തിലാൽ നെഹ്റു എന്ന പ്രസിദ്ധ വക്കീൽ കൈകാര്യം ചെയ്തിരുന്നത്. നവാബുമാരുടെ ബീഗങ്ങൾ ഇടയ്ക്കിടയ്ക്ക് വക്കീലിനെ കാണാൻ വരും. കറുത്ത പർദ്ദയണിഞ്ഞ നവാബ് ബീബീമാർ അടച്ചുപൂട്ടിയ കുതിരവണ്ടികളാലോ കർട്ടനുകൾ കൊണ്ട് ആകെ മറച്ച കാറുകളിലോ ആവും വരിക. സ്വീകരണ മുറിയിൽ അവർക്കുവേണ്ടി കെട്ടിയിട്ടുള്ള കർട്ടനു പിന്നിൽ ഇരിക്കും. കർട്ടന്റെ മറുപുറത്ത് നിയമപുസ്തകങ്ങൾക്കിടയിൽ വക്കീൽ സാഹിബ് മോത്തിലാൽ നെഹ്റു ഇരിക്കും. നവാബു ബീബിമാർ ബുദ്ധിമതികളും നിയമവശങ്ങൾ കുറെയൊക്കെ അറിയുന്നവരുമായിരിക്കും. അവർ

വക്കീലുമായി തർക്കിക്കും. നല്ല ബോദ്ധ്യം വന്നാൽ മാത്രമേ സ്വീകരിക്കുകയുള്ളൂ. അതുകഴിഞ്ഞ് അവർ വക്കീൽ സാഹിബിന്റെ പത്നി സ്വരൂപ് റാണിയെ കാണാൻ അന്തഃപുരത്തിലേക്കുപോകും. ആനന്ദഭവനത്തിന്റെ അകത്തളമാകെ അത്തറിന്റെ പരിമളം പരക്കും. ബീഗം ഉപവിഷ്ടയായാൽ സ്വരൂപ് റാണിയുടെ കല്പനപ്രകാരം വെള്ളിത്താലത്തിൽ പനിനീർ തളിച്ച് സുഗന്ധപ്പെടുത്തിയ മധുര പലഹാരങ്ങൾ വരും. നേർമയുള്ള വെള്ളിത്തകിടുകളിൽ പൊതിഞ്ഞവയായിരിക്കും പലഹാരങ്ങൾ ക്രിസ്റ്റൽ ഗ്ലാസ്സിൽ സർബത്തും ഉണ്ടാവും. സ്വർണ്ണനൂൽകൊണ്ട് എംബ്രോയിഡറി ചെയ്ത മയിൽ പീലി വിശറി കൊണ്ട് വേലക്കാരികൾ ബീഗത്തിന്റെ ഇരുവശവും നിന്ന് പതുക്കെ വീശും. കാറ്റിൽമുടിയിഴകൾ മുഖത്തേക്കു വീഴാതിരിക്കാൻ പതുക്കെയാണു വീശുക.

ലഘുഭോജനവും കുശലവും കഴിയുമ്പോൾ ചുണ്ണാമ്പു വെറ്റിലയും സുഗന്ധപ്പാക്കും സ്വരൂപ് റാണി തന്നെ എടുത്തു കൊടുക്കും. ബീഗത്തിന് തുപ്പാനായി വെള്ളിക്കോളാമ്പിയും പിടിച്ച് വേലക്കാരി നിൽക്കുന്നുണ്ടാവും. ബീഗവും സ്വരൂപ് റാണിയും പതിഞ്ഞ ശബ്ദത്തിൽ കുശലം പറയുമ്പോൾ കുസൃതിക്കാരിയായ ഇന്ദിരക്കുട്ടി ബോധപൂർവ്വം ചിരിച്ചട്ടഹസിച്ച് ചാടിവീഴും.

“അയ്യോ കുട്ടീ.... ഇതെന്താണ് ഞാനിപ്പോൾ തല കറങ്ങി വീഴും.”

ബീഗം ആകെ പരിഭ്രമിക്കുമ്പോൾ സ്വരൂപ് റാണി ഇന്ദിരയെ വഴക്കു പറയുമെങ്കിലും കുട്ടി അനുസരിക്കില്ല. നവാബ് ബീഗം കെട്ടിടം ഇടിഞ്ഞു വീണേക്കും എന്ന മട്ടിൽ പേടിക്കും.കുട്ടിക്ക് അത് നല്ല തമാശയാവും. അതായിരുന്നു ഇന്ദിര.

ജയിലിൽനിന്ന് നെഹ്രു ആനന്ദഭവനിൽ തിരിച്ചെത്തി. മകൾക്ക് സ്വാതന്ത്ര്യബോധവും വ്യക്തിത്വവും സ്ഥൈര്യവുമുണ്ടാകണമെന്നും പെണ്ണായല്ല മനുഷ്യനായാണ് വളരേണ്ടതെന്നും അദ്ദേഹം ആഗ്രഹിച്ചു. അതിനുള്ള മാനസികപിന്തുണയും നെഹ്രു നല്കിയിരുന്നു. ആനന്ദഭവനിൽ സ്വകാര്യജീവിതം അസാധ്യമായിരുന്നു. ഡൽഹിയിലുള്ളവർ ആ ഭവനം സ്വന്തം തറവാടുപോലെയാണ് കണ്ടിരുന്നത്. എപ്പോഴും തിരക്കു തന്നെ.

ആനന്ദഭവനത്തിന്റെ മുകളിലത്തെ മുറിയായിരുന്നു ഇന്ദിരയുടേത്. ഏകാകിയായിരുന്നു ഇന്ദിര. വായനയായിരുന്നു പ്രധാന ഹോബി. അത് മിക്കവാറും മരത്തിന്റെ മുകളിലിരുന്നും. ഝാൻസിയിലെ റാണിയും ജൊവാൻ ഓഫ് ആർക്കും ഇന്ദിരയുടെ വായനയിൽ പ്രഥമസ്ഥാനം പിടിച്ചു. ഇന്ദിരയുടെ മഹാവിദ്യാലയമായിരുന്നു ആ മുറി. വായനയിലൂടെ ചരിത്രത്തിലേക്ക് കൂപ്പു കുത്തുകയായിരുന്നു. ഇന്ദിരയുടെ അമ്മ കമലാ നെഹ്റുവാകട്ടെ അനാരോഗ്യവതിയും ആ വലിയ വീട്ടിൽ ഒറ്റപ്പെട്ടവളുമായിരുന്നു. അമ്മയുടെ ഏകാന്തത ഇന്ദിര മനസ്സിലാക്കിയിരുന്നു. എന്നാൽ പ്രതികരിക്കാനാവുമായിരുന്നില്ല. പക്ഷേ, ഒരുതരം പ്രതിഷേധഭാവം ഉള്ളിൽ നിറയുന്നുണ്ടയിരുന്നു.

കമലയുടെ അസുഖം ക്ഷയരോഗമാണെന്ന് തിരിച്ചറിഞ്ഞു. ഇടയ്ക്കിടെ ആശുപത്രിവാസം പതിവായി. അക്കാലത്ത് ക്ഷയരോഗത്തിന് മരുന്നൊന്നും കണ്ടുപിടിച്ചിരുന്നില്ല. അമ്മ ആശുപത്രിയിലായിരുന്നപ്പോൾ ഇന്ദിര മിക്കവാറും അമ്മമ്മയുടെ വീട്ടിലാണ് താമസിച്ചിരുന്നത്. ഇന്ദിരയ്ക്ക് അവിടെ ഏറെ ഇഷ്ടവുമായിരുന്നു.

കമലയുടെ അസുഖത്തിനു ചികിത്സിക്കാനുള്ള പണം മോത്തിലാൽ നെഹ്റു മകനെ ഏല്പിച്ചു. കമലയും നെഹ്രുവും ഇന്ദിരയും ചികിത്സാർത്ഥം ജനീവയിലെത്തി. പതിന്നാലു വർഷങ്ങൾക്കുശേഷം നെഹ്റു യൂറോപ്പിലെത്തുകയാണ്. ഒരു ഇന്റർനാഷണൽ സ്കൂളിൽ ഇന്ദിരയെ ചേർത്തു. കമലയുടെ ചികിത്സാകാലത്ത് ആൽബർട്ട് ഐൻസ്റ്റീൻ നെഹ്റുവിനെ കാണാൻ വരികയും അവരുടെ സംഭാഷണം മുഴുവൻ ഇന്ദിര കാതോർക്കുകയും ചെയ്തു. പ്രശസ്തതത്ത്വജ്ഞാനിയും ഗ്രന്ഥകാരനുമായ റൊമേൻറോളണ്ടിനെ കാണാൻ ഇന്ദിരയുമൊത്താണ് നെഹ്റു പോയത്. ഇത്തം സന്ദർശനങ്ങളെല്ലാം ഇന്ദിരയുടെ രാഷ്ട്രീയബോധവും ചരിത്രബോധവും വർദ്ധിപ്പിക്കാൻ ഇടയാക്കി. കമലയുടെ അസുഖം കുറവായപ്പോൾ അവർ ഇംഗ്ലണ്ടിലേക്കും ലണ്ടനിലേക്കും പാരീസിലേക്കും പോയി. മഹാഗ്രന്ഥങ്ങൾ നല്കുന്ന അറിവിനേക്കാൾ ചരിത്രമുറങ്ങിക്കിടക്കുന്ന ഇത്തരം നഗരങ്ങൾ, സ്ഥലങ്ങൾ, ആർട്ട് ഗ്യാലറികൾ എന്നിവ ഇന്ദിരയ്ക്ക് കൂടുതൽ പ്രചോദനമേകി. ഇന്ദിര വളരുകയായിരുന്നു, വായിച്ചും സഞ്ചരിച്ചും നാടുകളറിഞ്ഞും.

1928 വേനൽക്കാലത്ത് ഇന്ദിര കമലയുമൊത്ത് മുസ്സോറിയിലാണ് താമസിച്ചത്. രാഷ്ട്രീയത്തിരക്കിലായിരുന്ന നെഹ്റു അതിനകം സ്വാതന്ത്ര്യസമരത്തോടനുബന്ധിച്ച് ജയിലിലായി. അച്ഛൻ ഇടതടവില്ലാതെ മകൾക്ക് കത്തുകളയച്ചിരുന്നു. അതാണ് പ്രഖ്യാതമായ അച്ഛൻ മകൾക്കയച്ച കത്തുകൾ.

1928-ൽ മോത്തിലാലായിരുന്നു ഇന്ത്യൻ നാഷണൽ കോൺഗ്രസ്സിന്റെ പ്രസിഡണ്ട്. കോൺഗ്രസ്സ് വാർഷികസമ്മേളനത്തിൽ അവതരിപ്പിക്കേണ്ട പ്രധാന തീരുമാനത്തെക്കുറിച്ചായിരുന്നു അച്ഛനും മകനും തമ്മിലുള്ള തർക്കം.

ഇന്ത്യക്ക് പൂർണസ്വാതന്ത്ര്യം വേണമെന്ന് മകൻ നെഹ്റുവും സ്വയംഭരണാധികാരമുള്ള കോളനിസ്ഥാനം മതിയെന്ന് പിതാവും ശഠിച്ചു. ഗാന്ധിയുടെ നിർബന്ധത്താൽ തീരുമാനമായി- ഒരു വർഷത്തിനുള്ളിൽ ഇന്ത്യക്ക് സ്വയം ഭരണാധികാരമുള്ള കോളനിസ്ഥാനം വേണമെന്ന് ആവശ്യപ്പെടാൻ തീരുമാനമായി, ഒരു വർഷത്തിനുള്ളിൽ അതനുവദിച്ചില്ലെങ്കിൽ പൂർണസ്വതന്ത്ര്യം നൽകണമെന്നും. 1929ൽ കോൺഗ്രസ്സ് പ്രസിഡണ്ടായി നെഹ്റുവിനെ തെരഞ്ഞെടുത്തു. ദേശീയപതാക ഉയർത്തി അദ്ദേഹം പറഞ്ഞു-

“ധൈര്യമായി പ്രവർത്തിക്കുകയും നേരിടുകയും ചെയ്യാതെ

സ്വാതന്ത്ര്യം നേടാനാവുകയില്ല. വരും വരായ്കകളെക്കുറിച്ച് നാമിനി ചിന്തിക്കുകയില്ല. എന്തും നേടാനുള്ള ചങ്കൂറ്റം നമുക്കുണ്ട്."

പിന്നെ ദേശീയപതാകയ്ക്ക് ചുറ്റും വലംവച്ച് നെഹ്റു അലറി. 'പൂർണ സ്വാതന്ത്ര്യം.' മഹാജനം ഒന്നായി ഒപ്പം അലറി. പൂർണസ്വാതന്ത്ര്യത്തിന്റെ ശബ്ദക്കാഴ്ച ഇന്ദിരയുടെ ഉള്ളിൽ കടലായി ഇരമ്പി.

കമലാനെഹ്റുവിന്റെ ആരോഗ്യം ക്ഷയിച്ചുതുടങ്ങി. അമ്മയിൽനിന്ന് മാറ്റിപാർപ്പിക്കണം ഇന്ദിരയെ എന്ന് തീർച്ചയാക്കിയ നെഹ്റു ഗാന്ധിയുടെ അഭിപ്രായപ്രകാരം ഇന്ദിരയെ പൂനയിലെ പീപ്പിൾസ് ഓൺ സ്കൂളിൽ ചേർത്തു. കുട്ടികൾ ക്ലാസ്സുമുറികൾ വൃത്തിയാക്കുക, സ്വന്തം വസ്ത്രങ്ങൾ അലക്കുക, ഭക്ഷണം പാകം ചെയ്യാൻ സഹായിക്കുക , സ്കൂളിന്റെ ഈ അന്തരീക്ഷം ഇന്ദിരയ്ക്ക് ഏറെ ഇഷ്ടമായി. ഇടയ്ക്ക് കുട്ടികളെ കാനനഭംഗി കാണിക്കുവാനും കൊണ്ടുപോകും. കൂട്ടുകാരുടെ ദുഃഖങ്ങൾ ഇന്ദിരയോട് പറഞ്ഞിരുന്നെങ്കിലും തന്റെ വിഷമങ്ങൾ ആരോടും പറഞ്ഞിരുന്നില്ല. രോഗിണിയായ അമ്മയും, തിരക്കുള്ള കത്തുകളിലൂടെ മാത്രം സമ്പർക്കമുള്ള അച്ഛനും. നെഹ്റുവിനെ വിമർശിക്കുന്ന ഒരേയൊരു വ്യക്തി മകൾ മാത്രമായിരുന്നു. അകമേ സങ്കീർണമായ വ്യക്തിത്വമായിരുന്നു ഇന്ദിരയുടേത്. അതാരും പക്ഷേ, തിരിച്ചറിഞ്ഞിരുന്നില്ല.സ്വന്തം പിതാവിനോടുപോലും മനസ്സ് തുറക്കാത്ത പ്രകൃതം.

അക്കാലം ഗാന്ധിയെ യെരാവാദ ജയിലിൽ പാർപ്പിച്ചിരിക്കുകയായിരുന്നു. അദ്ദേഹത്തെ കാണാൻ ഇന്ദിരയ്ക്ക് അനുവാദമുണ്ടായിരുന്നു. ഗാന്ധി ഇന്ദിരയ്ക്ക് അപ്പൂപ്പൻ തന്നെയായിരുന്നു. കുട്ടിയുടെ ചെവിയിൽ പിടിച്ച് തിരുമ്മുവാനും ശിക്ഷിക്കുവാനും തമാശ പറയുവാനും ഇന്ദിരയ്ക്കുണ്ടായിരുന്ന അപ്പൂപ്പൻ. ഗാന്ധിയുടെ നിരാഹാരവും അതവസാനിപ്പിക്കലും ഇന്ദിരയുടെ ആദ്യാനുഭവമായിരുന്നു.

കമലയുടെ രോഗം കടുത്തു. ഭർത്തൃമാതാവുമായി കമല അത്ര രസത്തിലായിരുന്നില്ല. എപ്പോഴും വഴക്കും ബഹളവുമായിരുന്നു. ഒരിക്കൽ ഇന്ദിര അവർക്കുനേരെ കോപിക്കുകപോലുമുണ്ടായി. നെഹ്റു ഇന്ദിരയെ നല്ല വാക്കുകളാൽ സമാശ്വസിപ്പിച്ചു.

അക്കാലം നെഹ്റു കുടുംബത്തിൽ സുമുഖനായ ഒരു യുവാവ് നിത്യസന്ദർശകനായുണ്ടായിരുന്നു. കമലാ നെഹ്റുവിന്റെ സഹായിയായാണ് അയാൾ വന്നുകൊണ്ടിരുന്നത്. ഇന്ദിര ആദ്യമൊന്നും അയാളെ ശ്രദ്ധിച്ചിരുന്നില്ല. എന്നാൽ കമല അയാളിൽ തന്റെ ജാമാതാവിനെ കണ്ടു

ഒരിക്കൽ പാർട്ടിയുടെ പ്രതിഷേധയോഗത്തിൽ കമല പ്രസംഗിക്കുകയായിരുന്നു. യാതൊരു പ്രകോപനവുമില്ലാതെ പൊലീസ് ലാത്തിച്ചാർജ് തുടങ്ങി. എവിടെനിന്നോ ആ യുവാവ് ഓടിവരികയും കമലയുടെ മേൽ വീണ അടി മുഴുവൻ ഏൽക്കുകയും ചെയ്തു. കമലയെ സുരക്ഷിതമായി ആനന്ദഭവനിൽ എത്തിച്ചതിനുശേഷമേ അയാൾ അവിടെനിന്ന് പോയുള്ളൂ.

ഫിറോഷ്- അതായിരുന്നു അയാളുടെ പേര്.

ഇന്ദിരയെക്കുറിച്ച് കമലയ്ക്ക് അതിയായ ഉത്കണ്ഠയുണ്ടായിരുന്നു. വിദ്യാഭ്യാസം, വിവാഹം എന്നിവയെക്കുറിച്ചും തന്റെ ആരോഗ്യസ്ഥിതിയിലുള്ള അനിശ്ചിതത്വവും അവരെ വല്ലാതെ അലട്ടിയിരുന്നു. ഇതിനിടെ മുത്തശ്ശി സ്വരൂപ് റാണി ഇന്ദിരയ്ക്ക് ഒരു വരനെ കണ്ടെത്താനായി കാശ്മീരി പണ്ഡിറ്റുകളെ ഏല്പിച്ചത് കമലയ്ക്ക് ഇഷ്ടമായില്ല. കലഹത്തിന് അതൊരു കാരണമായി.

എന്നാൽ ഇന്ദിര കമലയോട് പറഞ്ഞത് താനൊരു വിവാഹമേ ആഗ്രഹിക്കുന്നില്ല എന്നാണ്. കമലയ്ക്ക് അത് സമ്മതമായിരുന്നെങ്കിലും കുലമഹിമയുള്ള നെഹ്റു കുടുംബം അത് സമ്മതിക്കില്ലെന്ന് കമലയ്ക്ക് തീർച്ചയായിരുന്നു.

ഫിറോഷ് കമലയോട് ആവശ്യപ്പെട്ടു-

"ഇന്ദിരയെ എനിക്കിഷ്ടമാണ്, താങ്കൾ മുൻകൈയെടുത്ത് ഈ വിവാഹം നടത്തിത്തരണം."

അവൾ പഠിക്കുകയാണല്ലോ എന്ന് കമലയും മറുപടി നല്കി.

ശാന്തിനികേതനിൽ ഇന്ദിര സ്വസ്ഥയായിരുന്നു. നെഹ്റുവിന് ഇന്ദിരയെഴുതി.

ഞാനിതാ ഒരു പുതിയ ലോകത്തെത്തിയിരിക്കുന്നു. ആഹാരം കുട്ടികൾ പാകം ചെയ്യുന്നു. മുറിയും ബാത്റൂമും സ്വയം വൃത്തിയാക്കുന്നു. തണുപ്പുകാലത്തും പച്ചവെള്ളത്തിൽ കുളിക്കുന്നു. മനസ്സ് പഞ്ഞിക്കെട്ടുപോലെ അയഞ്ഞതായിരിക്കുന്നു. അധ്യാപകരും വിദ്യാർത്ഥികളും ഒരുമിച്ച് പ്രഭാതഗീതമാലപിക്കുന്നു. കൃഷിപ്പണിയുമുണ്ട്. വൃക്ഷച്ഛായകളിലും നദിക്കരയിലുമാണ് ക്ലാസ്സുകൾ.

എത്രയോ കവികൾ അലസം നടന്ന് പാട്ടുകൾ പാടുന്നു. ചിത്രകാരന്മാർ, നർത്തകികൾ, നടീനടന്മാർ... അങ്ങയുടെ മകൾ ഒരു ചിത്രകാരിയായി മാറിയാൽ അദ്ഭുതപ്പെടരുത്.

നെഹ്റുവിന്റെ ഉള്ളം നിറഞ്ഞു.

കമലയ്ക്ക് അസുഖം കൂടിയതിനാൽ ആയിടയ്ക്ക് ഇന്ദിര അലഹബാദിലേക്കെത്തി. വീട്ടിലെ അന്തരീക്ഷം അത്ര സുഖകരമായിരുന്നില്ല. ആരും അമ്മയെ ശ്രദ്ധിച്ചിരുന്നില്ല, അവർ നടിക്കുക മാത്രമാണെന്ന് ഇന്ദിരയ്ക്ക് ബോധ്യമായി. ശാന്തിനികേതനിൽ തിരിച്ചെത്തിയ ഇന്ദിര നെഹ്റുവിനെഴുതി- വീട്ടിലെ കാര്യങ്ങൾ ഒന്നും പപ്പായ്ക്ക് അറിയില്ല. അമ്മയെ ആരും തിരിഞ്ഞുനോക്കുന്നില്ല. വീടു നിറയെ വേലക്കാരുണ്ടെങ്കിലും അമ്മയ്ക്ക് ഒരു ഗ്ലാസ്സ് വെള്ളം പോലും കൊടുക്കാനാളില്ല. ഇന്ദിരയുടെ ആവശ്യപ്രകാരം ജവഹർലാൽ തന്റെ കസിൻ മദൻഭായിയെ കമലയുടെ സഹായിയായി അയച്ചു. അവർക്ക് മരുന്നും ആഹാരവും കൃത്യമായി ലഭിക്കുകയും ചെയ്തു.

ശാന്തിനികേതനിൽ ഫ്രഞ്ച് ഭാഷ പഠിപ്പിച്ചിരുന്നത് ഫ്രാങ്ക് ഒ ബ്റോഫ് എന്ന അധ്യാപകനായിരുന്നു. നെഹ്റുവിന്റെ മകളെന്ന നിലയിൽ

അദ്ദേഹം ഇന്ദിരയെ പ്രത്യേകം ശ്രദ്ധിച്ചിരുന്നു. ശ്രദ്ധ ആരാധനയായി മാറാൻ അധികം സമയം വേണ്ടിവന്നില്ല. അയാൾ ഒരു കാമുകനെപ്പോലെ ഇന്ദിരയുടെകൂടെ കൂടി. ഇന്ദിരയ്ക്കത് തീരെ ഇഷ്ടവുമായിരുന്നില്ല.

ഇന്ദിര പറഞ്ഞു

"സ്ത്രീപുരുഷപ്രണയം ഈ നാട്ടിൽ ഗൗരവമായി കണക്കാക്കപ്പെടുന്നതാണ്. കൗതുകത്തിനുവേണ്ടി പരസ്പരം അടുക്കുന്ന സ്ത്രീപുരുഷസൗഹൃദം യൂറോപ്പിൽ സാധാരണമായിരിക്കാം. ഇവിടെ അത് സാധ്യമല്ല."

"എനിക്ക് കൗതുകമല്ല. ആത്മാവിന്റെ വിളിയാണ്. ഈ മുഖദർശനം എനിക്ക് ആത്മസാക്ഷാത്കാരം നൽകുന്നു."

ഇന്ദിര ചിരിച്ചൊഴിഞ്ഞു. ശല്യം സഹിക്കാതായപ്പോൾ ഇന്ദിര തന്റെ നയം വ്യക്തമാക്കി.

"സുഹൃത്തുക്കളായിരിക്കാൻ മാത്രമാണ് എനിക്കിഷ്ടം. താങ്കൾ എനിക്ക് അപരിചിതന്റെ സുരക്ഷിതത്വം നൽകുന്നുണ്ട്."

ആ വാക്കുകൾ ഒബ്രോഫിന് അമൃതായി തോന്നി. പിന്നീട് അവർ ധാരാളം സമയം സംസാരിക്കാൻ തുടങ്ങി. തന്റെ സ്വകാര്യദുഃഖങ്ങളെല്ലാം ഇന്ദിര പറഞ്ഞു.

അയാൾ ഇന്ദുവിന് കത്തുകൾ നൽകി. പ്രണയത്തിന്റെ സ്പർശമുള്ള കത്തുകൾ. ഏതാണ്ട് അതേകാലത്ത് തന്നെ ഫിറോഷിന്റെ കത്തും ഇന്ദിരയ്ക്ക് കിട്ടി. രണ്ടുപേരുടേയും കത്തുകൾ കണ്ട് ഇന്ദിര അദ്ഭുതപ്പെടുകയും സങ്കടപ്പെടുകയും ചെയ്തു.

ഫിറോഷ് നൽകിയത് ഇന്ദുവിനെ വിവാഹം ചെയ്യാൻ ആഗ്രഹിക്കുന്നുവെന്നും ഇന്ദുവിന് താൽപര്യമുണ്ടെങ്കിൽ വിവരം അറിയിക്കണമെന്നും അറിയിക്കുന്ന ഒരു ഔദ്യോഗികക്കുറിപ്പായിരുന്നു. വിവാഹം എന്ന സങ്കല്പം പോലും മനസ്സിൽ കടന്നുകൂടിയിട്ടില്ല.

ഫ്രാങ്ക് ഒബ്റോഫുമായ സൗഹൃദമാണ് ആദ്യമുണ്ടായത്. ഒബ്റോഫ് പ്രണയ ലേഖനങ്ങളാണ് നൽകിയത്. ഇന്ദിര കൊടുത്ത മറുപടിക്കത്തുകൾ വെറും സൗഹൃദക്കുറിപ്പുകൾ മാത്രമായിരുന്നു. വൈകാരികമായ ഒരു തലം മറുപടിക്കത്തുകൾക്ക് ഉണ്ടായിരുന്നില്ല. അത് ബോധപൂർവ്വം ചെയ്തതുമാണ്.

ഫിറോഷിന്റെ കത്തിന് മറുപടി കൊടുത്തില്ല. തമ്മിൽ കണ്ടപ്പോൾ യാതൊരു വികാരപ്രകടനവുമില്ലാതെ പറഞ്ഞു.

"ഫിറോഷിനെയോ മറ്റാരെയെങ്കിലുമോ വിവാഹം ചെയ്യുന്നതിനെക്കുറിച്ച് ഞാൻ ആലോചിച്ചിട്ടില്ല. പിന്നെ നമ്മൾ രണ്ടുപേരും മാതൃരാജ്യത്തിന്റെ സ്വാതന്ത്ര്യത്തിനുവേണ്ടി ശ്രമിക്കേണ്ടവരാണ്. അതായിരിക്കണമല്ലോ ഇപ്പോൾ നമ്മുടെ ലക്ഷ്യം."

ഇതൊക്കെയാണെങ്കിലും ഇന്ദുവിൽ ഒരു പുതിയ ബോധം ഉണ്ടായിക്കഴിഞ്ഞിരുന്നു. താൻ ഒരു യുവതിയായെന്നും യുവാക്കൾക്ക് താൻ ആകർഷകയാകുന്നുവെന്നും. മനസ്സ് തുടുത്തു. സ്വപ്നാവസ്ഥയിൽ മനസ്സ് മധുരമുള്ള വ്യാകുലതകളിൽപെട്ടു. ശാന്തി നികേതനിലെ ചിത്രകാരുടെ കലാഭവൻ എന്ന സംഘടനയിൽ ഇന്ദിര അംഗത്വമെടുത്തു. ചിത്രകാരുടേയും ആസ്വാദകരുടേയും ഒരു കൂട്ടായ്മ.

ചായക്കൂട്ടുകളുടെ വർണ്ണഭംഗിയും അവ ഉളവാക്കുന്ന ആശയ ഗരിമയും മനസ്സിലാക്കാൻ ശ്രമിച്ചു. നൃത്തം പഠിപ്പിക്കുന്ന ക്ലാസ്സിൽ ചെന്നിരുന്നു. ശബ്ദതാളങ്ങളും ചലനതാളങ്ങളും മനസ്സിലായിത്തുടങ്ങി. നൃത്തം പരിശീലിക്കുവാൻ ചേർന്നില്ല.ഏറെ ഇഷ്ടം തോന്നിയത് നാടകാഭിനയം പഠിപ്പിക്കുന്ന തീയേറ്റർ വിഭാഗത്തിലാണ്. ഒഴിവുകിട്ടുമ്പോഴൊക്കെ നാടകറിഹേഴ്സൽ കാണുക പതിവാക്കി.രവീന്ദ്രനാഥ ടാഗോറിന്റെ ചിത്രാംഗദ എന്ന നാടകത്തിന്റെ റിഹേഴ്സൽ കണ്ടപ്പോൾ ഇഷ്ടം തോന്നി. നാടകത്തിന്റെ ഇംഗ്ലീഷ് പരിഭാഷ ഇന്ദിര വാങ്ങിച്ചു.

ശാന്തിനികേതനത്തിന്റെ വാർഷികാഘോഷത്തിന്റെ അവസാന നാൾ അരങ്ങേറിയ ചിത്രാംഗദ എന്ന നൃത്ത നാടകം കണ്ടിരുന്ന അന്തേവാസികളും ഗ്രാമീണരായ പ്രേക്ഷകരും പിരിഞ്ഞു.

അപ്പോൾ അർദ്ധരാത്രി കഴിഞ്ഞിരുന്നു.

ഫ്രാങ്ക് ഒബ്റോഫുനൊപ്പം ഇന്ദിരയും ഗ്രാമീണർക്കൊപ്പം നടന്നു. ഗ്രാമീണർ വാസഗൃഹങ്ങളിലേക്കു വഴി പിരിഞ്ഞപ്പോൾ ഇന്ദിരയും ഒബ്റോഫും തനിച്ചായി.

നാല്

കിളി കഥ തുടരുന്നു

ഇതിനിടയിൽ അലഹാബാദിൽ കമലയുടെ രോഗം കടുത്തു. ഇന്ദിര ശാന്തിനികേതനിൽ നിന്ന് അലഹബാദിലേക്കു മടങ്ങി. അപ്പോൾ ജവഹർലാൽ നെഹ്റു അലഹബാദ് ജയിലിലായിരുന്നു. പാർശ്വക്കുന്നുകളുള്ള ബോവാലിയിൽ ഒരു ടി.ബി. സാനിട്ടോറിയം ഉണ്ടായിരുന്നു. അവിടെ രണ്ടു വീടുകൾ വാടകക്കെടുത്ത് കമലയെ അങ്ങോട്ടുമാറ്റി. കമലയ്ക്കൊപ്പം മകൾ ഇന്ദിരയും പോയി. അവരുടെ കൂടെ ഒരു ഡോക്ടറും രണ്ട് നേഴ്സുമാരും മദൻലാൽ എന്ന കമലയുടെ കസിൻ ബ്രദറുമുണ്ടായിരുന്നു. ആ ഹിമാലയൻ സുഖവാസ കേന്ദ്രത്തിൽ നല്ല പരിചരണം ലഭിക്കുകയും തന്റെ അമ്മ വേഗം സുഖം പ്രാപിക്കുകയും ചെയ്യുമെന്ന് ഇന്ദു കരുതി. ഭാര്യയുടെ അസുഖം കലശലായതിനാൽ ജവഹർലാൽ നെഹ്റുവിനെ താൽക്കാലികമായി ജയിൽ മോചിതനാക്കാമെന്ന് അറിയിപ്പുണ്ടായി. ഒരു കണ്ടീഷൻ ഉണ്ട്. രാഷ്ട്രീയ

പ്രവർത്തനം പാടില്ല. കമല ഭർത്താവിന്റെ സാന്നിദ്ധ്യം ഒരുപാട് ആശിച്ചിരുന്നെങ്കിലും നെഹ്റു സർക്കാരിന്റെ കണ്ടീഷൻ അംഗീകരിച്ചില്ല. അപ്പോൾ സർക്കാർ ചെറിയൊരിളവ് കാണിച്ചു. ബോവാലിക്കടുത്തുള്ള അൽമോറ ജയിലിലേക്ക് ജവഹർലാലിനെ മാറ്റി. മൂന്നാഴ്ചയിൽ ഒരിക്കൽ ഭാര്യയെ പോയിക്കാണാം. ജവഹർലാൽ കമലയുടെ രോഗ വിമുക്തി സ്വപ്നം കണ്ടു. ഇന്ദിരയ്ക്കും ശുഭാപ്തി വിശ്വാസമായിരുന്നു.

സന്ദർശനവേളയിൽ ജവഹർലാൽ കമലയുടെ അടുത്തിരുന്ന് കണ്ണുകളിൽ നോക്കി വിതുമ്പി. അവരുടെ വിവാഹം കഴിഞ്ഞിട്ട് അപ്പോൾ പതിനെട്ടു വർഷം കഴിഞ്ഞിരുന്നു. കമലയുടെ നിഷ്കളങ്കമായ മുഖവും ഭാവവും ഭർത്താവിന്റെ ഹൃദയത്തെ തപിപ്പിച്ചു. അവർ പരസ്പരം സംസാരിച്ചു തുടങ്ങി.

ജവഹർലാൽ നെഹ്റു രവീന്ദ്രനാഥ ടാഗോറിന് കത്തയച്ചു

മഹാകവേ

കമലയ്ക്ക് അസുഖം വളരെ കൂടിയിരിക്കുന്നു. അവരെ യൂറോപ്പിൽ കൊണ്ടുപോയി ചികിത്സിപ്പിക്കണമെന്ന് തീരുമാനിച്ചിരിക്കുകയാണ്. കമലയോടൊപ്പം ഇന്ദുവിനേയും യൂറോപ്പിലേക്കു കൊണ്ടുപോകേണ്ടതുണ്ട്. അങ്ങ് എന്റെ മകൾക്കു നൽകിയ എല്ലാ സ്നേഹങ്ങൾക്കും നന്ദിയുണ്ട്. ഇന്ദുവിനെ ബോവാലിയിലേക്ക് ഒരാളെക്കൂട്ടി അയയ്ക്കണമെന്ന് അപേക്ഷിക്കുന്നു.

ഇതിനിടെ ഗാന്ധിജി സുഖമില്ലാത്ത കമലയെ കാണാൻ വന്നു. കമല ഗാന്ധിജിയുമായി സംസരിച്ചു. "ബാപ്പുജീ, അങ്ങ് എന്നെക്കുറിച്ച് ഉൽകണ്ഠപ്പെടണ്ട. ഞങ്ങളുടെ മകൾ ഇന്ദുവിന്റെ ഭാവിയെകുറിച്ചാണ് എനിക്ക് വേവലാതി."

"ഞങ്ങളൊക്കെ ഇല്ലേ മകളേ, അതോർത്ത് ഒട്ടും വേവലാതിപ്പെടണ്ട."

"എനിക്ക് അങ്ങയോട് ഒരപേക്ഷയുണ്ട്. ഫിറോഷ് ഗാന്ധി നല്ലൊരു ചെറുപ്പക്കാരനാണ്. അയാൾക്ക് ഇന്ദിരയുടെ സഹായിയും സംരക്ഷകനുമാകാൻ കഴിയും ബാപ്പുജി അതിന് മനസ്സു വെയ്ക്കണം. നെഹ്റു കുടുംബക്കാർ യാഥാസ്ഥിതികരാണ്. അവർ കുടുംബമഹത്വം പറഞ്ഞ് സമ്മതിക്കില്ല."

"ഫിറോഷിന് താൽപര്യമുണ്ടെങ്കിൽ ഞാൻ ജവഹർലാലും ഇന്ദുവുമായി ആലോചിച്ച് വേണ്ടതു ചെയ്യാം." കമലയ്ക്ക് വലിയ ആശ്വാസമായി. ഈ വിവരമൊന്നും ഇന്ദിര അറിഞ്ഞില്ല.

ബോംബെയിൽ നിന്ന് ബെർലിനിലേക്ക് ഇന്ദിരയുടെ നേതൃത്വത്തിൽ അവർ കപ്പൽ കയറി. 1936 ജൂൺ നാലാം തിയ്യതി കപ്പൽ വിയന്നയിൽ അടുത്തു. ഹാർബറിൽ സ്വാതന്ത്ര്യസമരനേതാവ് സുഭാഷ് ചന്ദ്രബോസും ഒരു ചെറു സംഘവും അവരെ സ്വീകരിക്കുവാൻ കാത്തു നിന്നിരുന്നു.

ജൂൺ പതിനാറാം തിയ്യതി അവർ ബെർലിനിൽ എത്തി. അവിടെ ഒരാശുപത്രിയിൽ കമലയ്ക്ക് പ്രവേശനം കിട്ടി. അവിടെ നേരത്തെ

അറിയിച്ച് എല്ലാം പ്ളാൻ ചെയ്തിരുന്നു. കമലയെ ഒരു ഓപ്പറേഷനു വിധേയയാക്കി. ഓപ്പറേഷൻ വിജയകരമായിരുന്നുവെങ്കിലും പനിവന്ന് കമല അവശയായി. ഡോക്ടർമാരുടെ ഉപദേശപ്രകാരം കമലയെ ജർമ്മനിയിലെ ഒരു സാനിറ്റോറിയത്തിൽ പ്രവേശിപ്പിച്ചു. സ്വിസ് ബോർഡറിനടുത്ത ടൗണായ ബേദൻവേയ്‌ലർ ആയിരുന്നു അത്. ഡോക്ടർ അദലും കമലയോടൊപ്പം സാനിറ്റോറിയത്തിൽ ഉണ്ടായിരുന്നു. സ്വിറ്റ്സർലണ്ടിലെ ഒരു സ്കൂളിന്റെ അധികാരികൾക്ക് ഇന്ദിര അഡ്മിഷനു വേണ്ടി എഴുതി. സ്കൂൾ വിദ്യാഭ്യാസം കഴിഞ്ഞ് സൂറത്തിലെ യൂണിവേഴ്സിറ്റിയിൽ ചേർന്ന് സാമൂഹികശാസ്ത്രവും ധനതത്ത്വശാസ്ത്രവും പഠിക്കണമെന്നും ആഗ്രഹിച്ചു.

ഇന്ദിര തന്റെ മുടി ഒന്നുകൂടെ പരിഷ്കരിച്ച് യൂറോപ്യൻ ഷേപ്പിലാക്കി. സാരിയിൽ നിന്ന് ഫ്രോക്കും ടോപ്പിലേക്കും മാറി. അത് വളരെ പ്രയോജനം ചെയ്തു. അവിടത്തുകാരിയായ ഒരു കുട്ടിയെന്നേ കാഴ്ചക്കാർക്ക് തോന്നിയുള്ളൂ. ഇടയ്ക്ക് സുഭാഷ് ചന്ദ്രബോസ് അവരെ കാണാൻ വന്നു. പുതിയ വേഷത്തിൽ ഇന്ദിരയെക്കണ്ടപ്പോൾ ഒരുപാടു കോപിച്ചു. ഭാരതീയ യുവതി യൂറോപ്യൻസിനെ ഒരിക്കലും അനുകരിച്ചു കൂടാ എന്ന് അദ്ദേഹം ശഠിച്ചു. അങ്കിൾ പറയുന്നതു ശരിയാണ് എന്നാൽ ഇവിടെ സമാധാനത്തോടെ നടക്കാൻ ഈ വേഷമാണ് നല്ലത്. സുഭാഷ് അമ്പരന്ന് ഇന്ദിരയെ നോക്കി. പിന്നെ ചിരിച്ചു 'ബലേ ഭേഷ്' എന്ന് അഭിനന്ദിക്കുകയും ചെയ്തു. ബെർലിനിലെ തെരുവുകളിലൂടെ ഇന്ദിര ഒറ്റയ്ക്ക് അലഞ്ഞു നടന്നു. തെരുവിൽ ഒരാൾപോലും ഇന്ദിരയെ അപരിചിതയായി തുറിച്ചു നോക്കിയില്ല.

സാനിറ്റോറിയത്തിൽ വെച്ചു പരിചയപ്പെട്ട ആശുപത്രി ജീവനക്കാരി മിസ്സിസ് ഗെയ്നറുടെ വീട്ടിൽ ഇന്ദിര താമസമാക്കി. അത് നല്ല അനുഭവമായി. അതിരാവിലെ ഉണരും. അടുത്തുള്ള നീരുറവാതടത്തിൽ മുങ്ങികുളിക്കും. തെളിഞ്ഞ തണുത്ത വെള്ളത്തിലെ മുങ്ങിക്കുളി ഉന്മേഷം പകർന്നു. പക്ഷികൾക്ക് ധാന്യം കൊടുക്കുന്ന ചുമതല ഇന്ദിര സ്വയം ഏറ്റെടുത്തു. തോട്ടത്തിലെ ചിത്രശലഭങ്ങൾക്കിടയിൽ ഇരിക്കുമ്പോൾ മനസ്സിന്റെ വിഹ്വലത കുറച്ചൊന്നു ശമിക്കും.

കമല വേഗം സുഖം പ്രാപിക്കുമെന്ന് ഡോക്ടർമാർ പറഞ്ഞു. അതോടെ സ്കൂൾ പ്രവേശനത്തിന് ഇന്ദിര ശ്രമം തുടങ്ങി. ശാന്തിനികേതനിൽ തന്റെ അദ്ധ്യാപികയായിരുന്ന ലേ ഹെമേർലിനെ കാണാൻ കഴിഞ്ഞു.

റൊമെയ്ൻ റോളണ്ടിന്റെ സഹോദരിയുമായും പരിചയപ്പെട്ടു. വളരെ അദ്ഭുതകരമായ ഒരു സംഭവവുമുണ്ടായി. ഇന്ദിരയെ അമ്പരപ്പിച്ചുകൊണ്ട് ഒരു മുന്നറിയിപ്പുമില്ലാതെ ഫ്രാങ്ക് ഒബ്റോഫ് പാരീസിൽ നിന്നും വന്നണഞ്ഞു. ബേദൻ വെയ്‌ലറിൽ നിന്ന് ഇന്ദിര അയാൾക്ക് ഒരു കത്തയച്ചിരുന്നു. അതിനു മറുപടി കിട്ടിയിരുന്നില്ല. അയാളിതാ വെളിപാടുപോലെ പൊട്ടിവീണിരിക്കുന്നു!

ഒബ്റോഫ് ഇന്ദിരയ്ക്ക് വലിയ രക്ഷയും ആശ്വാസവുമായി. കമല ഒബ്റോഫിന്റെ വരവ് അറിഞ്ഞില്ല. ഇന്ദിര പറഞ്ഞതുമില്ല. ഡോക്ടർ മദൻ അതാരാണെന്നു തിരക്കി. ഇന്ദിരയ്ക്ക് ആ ചോദ്യം ഇഷ്ടമായില്ല. അയാൾ അത് മനസ്സിലാക്കിയിട്ട് കൂടുതൽ ചോദിച്ചില്ല. ഒബ്റോഫ് പഴയതുപോലെ ഇന്ദിരയെ 'എന്റെ ഹൃദയേശ്വരീ' എന്ന വിളി തുടർന്നിരുന്നു. അതൊരു തമാശയായി മാത്രമേ എടുത്തിരുന്നുള്ളുവെങ്കിലും പറഞ്ഞു. സുന്ദരീ എന്ന വിളി എനിക്ക് തീരെ ദഹിക്കുന്നില്ല. ഇന്ദുവെന്നു വിളിച്ചോളൂ.

ഇന്ദൂ.... ഇന്ദൂ..... എന്റെ മനസ്സിന്റെ പൂർണ്ണ ചന്ദ്രൻ! ശിവപ്പെരുമാളിന്റെ ശിരോ അലങ്കാരമായ ചന്ദ്രക്കല! ഈ ഇന്ദുവിനെ ആരുടേയും ശിരോ അലങ്കാരമാവാൻ കിട്ടില്ല.

'ഹാ......ഹാ.....' അയാൾ പൊട്ടിച്ചിരിച്ചു.

കമല തീരെ അവശയാണ്. ഏതു നിമിഷവും മരണം സംഭവിക്കാമെന്ന് ഡോക്ടർ അറിയിച്ചു. കൊടുങ്കാറ്റിൽ പെട്ട കരിയിലപോലെയായി ഇന്ദിര. ഡോക്ടർ മദൻ അതൻ ഓസ്ട്രിയ സന്ദർശിക്കാൻ പോയിരിക്കുകയായിരുന്നു. ജവഹർലാലിന്റെ യൂറോപ്പിലുള്ള എല്ലാ സുഹൃത്തുക്കൾക്കും ഇന്ദിര എഴുതി. കമലയെ ചികിത്സിച്ചിരുന്ന ഡോക്ടർ സ്റ്റീഫാൻ ഇന്ത്യൻ വൈസ്രോയ്ക്കും ജവഹർലാൽ നെഹ്റുവിനും കമ്പിസന്ദേശങ്ങൾ അയച്ചു. സെപ്റ്റംബർ നാലാം തിയ്യതി അൽമോറ ജയിലിൽ നിന്നും ജവഹർലാൽ മോചിതനായി. ജർമ്മനിയിലേക്കുള്ള ആദ്യത്തെ വിമാനത്തിൽ തന്നെ അദ്ദേഹം പുറപ്പെട്ടു. ജവഹർലാൽ എത്തുമ്പോൾ സുഭാഷ് ചന്ദ്രബോസ് കമലയുടെ അടുത്തെത്തിയിരുന്നു. ഡോക്ടർ മദൻ അതലും മടങ്ങി വന്നിരുന്നു. ജവഹർലാലിന്റെ തോളിൽ തല ചായ്ച്ച് ഇന്ദിര വിഷാദത്തോടെ നിന്നു. സുഭാഷ് ഇന്ദുവിന്റെ തോളിൽ കൈവെച്ച് ഒരക്ഷരം മിണ്ടാതെ അല്പസമയം നിന്നു. ഇന്ദിരയുടെ നീണ്ടു മെലിഞ്ഞ ശരീരം വിറച്ചു. കണ്ണുകളിൽ നിന്ന് തീരുറവ പൊട്ടിയൊലിച്ചു. ജവഹർലാലും ഇന്ദിരയും അടുത്തുള്ളതുകൊണ്ടാവാം കമലയുടെ ആരോഗ്യസ്ഥിതി മെച്ചപ്പെട്ടു. അപ്പോൾ ജവഹർലാലിന്റെ ചിന്ത മകളെക്കുറിച്ചായി.

ഇന്ദുവിന്റെ തുടർ വിദ്യാഭ്യാസത്തിന് തീരുമാനമൊന്നുമായിട്ടില്ല. പൂനയിൽ നിന്ന് സ്കൂൾ ഫൈനൽ പാസ്സായ ശേഷം ശാന്തിനികേതനിൽ കുറച്ചുനാൾ പഠിച്ചത് മാത്രമാണ് അടിസ്ഥാന യോഗ്യത. ഇപ്പോൾ പതിനെട്ടു വയസ്സുമാണ്. യൂറോപ്പിൽ നല്ലൊരു വിദ്യാഭ്യാസ സ്ഥാപനത്തിൽ ചേർക്കണമെന്ന് പിതാവ് ആഗ്രഹിച്ചു.

വലിയ നാണം കുണുങ്ങിയും മിണ്ടാപ്രാണിയുമാണ്. നിശ്ശബ്ദതയുടെ കീടകോശം നിർമ്മിച്ച് അതിനുള്ളിൽ മകൾ സമാധിയാണെന്ന് പിതാവിനു തോന്നി. ഒടുവിൽ ജവഹർലാൽ ഒരു തീരുമാനത്തിലെത്തി. കോളേജിൽ ചേരുന്നതിനു മുൻപ് ബെക്സിലെ ഹെർമെർലിൻ സ്കൂളിൽ ചേർന്ന് ജർമ്മൻ ഭാഷയും ഫ്രഞ്ചും പഠിക്കട്ടെ. യൂറോപ്യൻ ഭാഷകൾ

പഠിക്കുന്നത് ഗുണം ചെയ്യും. അതിനു മുൻപ് ഇംഗ്ലണ്ടിൽ ഒന്നു പോയി വരാമെന്ന് പിതാവ് നിർദ്ദേശിച്ചു. കമലയ്ക്ക് ഇപ്പോൾ ഭേദമുണ്ട്. അവരെ നോക്കാൻ ചുമതലപ്പെടുത്തി.

ഒക്ടോബർ ഇരുപത്തിയൊൻപതാം തിയ്യതി ജവഹർലാലും മകൾ ഇന്ദിരയും ബ്രിട്ടണിലേക്കു പുറപ്പെട്ടു. അൽമോറ ജയിലിൽ വെച്ച് എഴുതിയ തന്റെ ആത്മകഥ പ്രസിദ്ധീകരിക്കുന്നതിന് ഒരു പ്രസാധകനെ കണ്ടുപിടിക്കുകയും വേണം. ലണ്ടനിൽ വെച്ച് ജവഹർലാൽ ശ്രീ. വി.കെ. കൃഷ്ണമേനോനെ പരിചയപ്പെട്ടു. വളർപ്പെട്ടെന്ന് അവർ സുഹൃത്തുക്കളായി. ചിന്തയുടെ സമാനതയാണ് അവരെ അടുപ്പിച്ചത്. ജവഹർലാലിന്റെ ആത്മകഥ പ്രസിദ്ധീകരിക്കാനുള്ള ഏർപ്പാടുകൾ കൃഷ്ണമേനോൻ ചെയ്തുകൊള്ളാമെന്ന് ഏറ്റു. ഓക്സ്ഫർഡ് യൂണിവേഴ്സിറ്റിയുടെ കീഴിലുള്ള സോമർവില്ല കോളേജിൽ പ്രവേശനത്തിന് ഇന്ദിര ഒരു ഇന്റർവ്യൂവിനു പോയി. കമലയുടെ ആരോഗ്യസ്ഥിതി വീണ്ടും വഷളായിരിക്കുന്നുവെന്ന് സന്ദേശം ലഭിച്ചു. അവർ പെട്ടെന്നു മടങ്ങി. ജവഹർലാൽ പ്രതീക്ഷ കൈവെടിഞ്ഞിരുന്നില്ല. ഇന്ദിരയാവട്ടെ മമ്മായുമൊത്തുള്ള ഒരു ഭാവി ജീവിതം സ്വപ്നം കാണുകയായിരുന്നു.

1935 ഡിസംബർ മാസമായിരുന്നു അത്. ബേദൻ വെയ്ലറിൽ നിന്നും ഇന്ദിര ബെക്സിലെ ഹെമേർലിൽ സ്കൂളിലേക്കു പോയി. അവിടെ ജർമ്മനും ഫ്രഞ്ചും ഭാഷകൾ പഠിക്കുകയാണ്. മമ്മയുടെ രോഗവും തകർച്ചയും എപ്പോഴും അലട്ടിക്കൊണ്ടിരുന്നു. ഭാഷ അതിന്റെ വ്യാകരണ ശുദ്ധിയോടെ വ്യവസ്ഥാപിതമായി പഠിക്കാൻ ശാന്തമായ ഒരു മനസ്സ് അത്യാവശ്യമാണ്. മനസ്സ് വേവലാതിയിലായിരുന്നതിനാൽ കുട്ടികളുടെ പാട്ടും ഡാൻസും ശ്രദ്ധിച്ചും ഓട്ടം നടത്തം എന്നീ വ്യായാമങ്ങൾ ശീലിച്ചും ഒരുവിധം കഴിച്ചുകൂട്ടുകയായിരുന്നു. ഡിസംബറിലെ ആദ്യത്തെ മഞ്ഞുവർഷം വലിയ സന്തോഷത്തോടെയാണ് കണ്ടത്. അവിടെ ജിമ്നാസ്റ്റിക് ക്ലാസ്സുകൾ രസകരമായി തോന്നി. ഡിസംബർ മുപ്പത്തിയൊന്നാം തിയ്യതി ഫിറോഷ് ഗാന്ധി ഇന്ദിരയെ കാണാനെത്തി. അപ്പോൾ ഇന്ദിരയ്ക്ക് അവധിയായിരുന്നു. സ്കീയിങ്ങ് സ്യൂട്ടണിഞ്ഞ ഇന്ദിരയെയാണ് ഫിറോഷ് കണ്ടത്.

കമലയുടെ അസുഖത്തെക്കുറിച്ച് ഫിറോഷ് സൂചിപ്പിച്ചു. ഇന്ദിരയുടെ ഭാവിപരിപാടികളെക്കുറിച്ച് ചോദിച്ചു. ഇപ്പോൾ പിതാവ് മമ്മാജിയുടെ അടുത്തുണ്ട് മമ്മാ എത്രയും വേഗം രോഗവിമുക്തയാവുമെന്ന് ഇന്ദിര വിശ്വസിച്ചു. ഫ്രാങ്ക് ഒബ്റോഫ് ആയിരുന്നു അവിടെ കുട്ടികളെ സ്കീയിംഗ് പരിശീലിപ്പിച്ചിരുന്നത്. ഫ്രാങ്ക് വന്ന് ഇന്ദിരയേയും കൂട്ടുകാരികളേയും സ്കീയിങ്ങിനു വിളിക്കുമ്പോൾ ഫിറോഷിനെ കണ്ടു. അവർ പരസ്പരം ഷേയ്ക്ക് ഹാൻഡ് കൊടുത്ത് ഹലോ പറഞ്ഞുവെങ്കിലും ഫിറോഷിന്റെ തണുപ്പൻ ഭാവം ഫ്രാങ്കിന് അലോസരമായി തോന്നി. വേഗം പുറപ്പെടുവാൻ ഫ്രാങ്ക് നിർബന്ധിച്ചപ്പോൾ ഫിറോഷ് ഇന്ദിരയോട് യാത്ര പറഞ്ഞ് മടങ്ങി. ഫിറോഷും ഇന്ദിരയുമായുള്ള ബന്ധം അപ്പോൾ വൈകാരികമായ

ഊഷ്മളതയിലേക്ക് വളർന്നിരുന്നില്ല. കടന്നുകയറി പിടിച്ചെടുക്കുന്ന ശീലം ഫിറോഷിന് ഉണ്ടായിരുന്നുമില്ല. ഫിറോഷ് കമലയുടെ അടുത്ത് എത്തുമ്പോൾ ജവഹർലാൽ ലണ്ടനും ഫ്രാൻസും സന്ദർശിക്കുന്നതിനായി പോയിക്കഴിഞ്ഞിരുന്നു.

കമലയുടെ മുന്നിൽ വളരെയധികം സങ്കടത്തോടെ ഫിറോഷ് ഇരുന്നു. ഇന്ദിരയും യുറോപ്യൻ യുവാവുമൊത്തുള്ള ചങ്ങാത്തവും സ്കീയിംഗ് പരിപാടിയും ഫിറോഷ് മനസ്സിലാക്കിയിരുന്നു. കമലയോട് ആ വിവരങ്ങളൊന്നും പറഞ്ഞില്ല. അതുകൂടെയറിഞ്ഞ് അവർ കൂടുതൽ വിഷമിക്കരുതെന്ന് അയാൾ ആത്മാർത്ഥമായും ആഗ്രഹിച്ചു. കമലയും വലിയ വിചാരങ്ങളിലായിരുന്നു. താനിനി ഏറെനാൾ ജീവിക്കില്ലെന്ന ബോധം അവർക്കുണ്ടായിരുന്നു. ഇന്ദിരയുടെ രക്ഷയ്ക്ക് ഫിറോഷ് ഉണ്ടാവണമെന്ന് ഇനിയും നിർബന്ധിക്കാൻ മനസ്സ് തയ്യാറാവുന്നില്ല.

പിതാവുമായി മകൾക്കുള്ള അടുപ്പം അമ്മയ്ക്കറിയാം. എന്നാൽ പിതാവ് തന്റെ പുത്രിയെ ഫിറോഷിന് വിവാഹം ചെയ്തു കൊടുക്കുവാൻ തയ്യാറാകുമെന്നു തോന്നുന്നില്ല. നെഹ്റു കുടുംബവും അത് ഇഷ്ടപ്പെടില്ല. കമലയ്ക്ക് ഒരു സമാധാനവും ലഭിച്ചിട്ടില്ല. തന്റെ മരണം എന്നതിനേക്കാൾ ഇന്ദുവിന്റെ ഭാവിയോർത്താണ് അവർ ഏറെ വേവലാതിപ്പെട്ടത്. ഇന്ദു പഠനത്തിന് മടങ്ങിപ്പോകുന്നതിനു മുൻപ് മമ്മാജിയുടെ അടുത്ത് ഏറെനേരം ഇരുന്നിരുന്നു. അപ്പോൾ കമല മകളോട് വ്യക്തമായി പറയുകയും ചെയ്തു. ഫിറോഷിന് ഇന്ദുവിനെ ഇഷ്ടമാണ്. ഫിറോഷിനെ വിവാഹം ചെയ്താൽ എന്റെ മകളുടെ ഭാവി സുരക്ഷിതമായിരിക്കും. അയാൾ കരുത്തനാണ്. സുന്ദരനുമാണ്. മറ്റു ചെറുപ്പക്കാർക്കുള്ള എടുത്തുചാട്ടം അയാൾക്കില്ല. എന്റെ മകൾക്ക് ശാന്തിയും സമാധാനവും നൽകാൻ അയാൾക്ക് കഴിയും. ജവഹർലാലിന്റെ യൂറോപ്പ് സന്ദർശനം വലിയ വിജയമായി. ഫ്രഞ്ച് ബുദ്ധിജീവികളേയും ഇടതുപക്ഷ ചിന്താഗതിക്കാരേയും ഇന്ത്യയുടെ സ്വാതന്ത്ര്യസമരത്തിന് അനുകൂലമായി ചിന്തിപ്പിക്കാൻ ജവഹർലാലിനു കഴിഞ്ഞു.

ലണ്ടനിലായിരിക്കുമ്പോൾ ജവഹർലാലിന് ഒരു കമ്പിസന്ദേശം കിട്ടി. തന്റെ അസാന്നിധ്യത്തിൽ താൻ ഇന്ത്യൻ നാഷ്ണൽ കോൺഗ്രസ്സിന്റെ പ്രസിഡന്റായി തെരഞ്ഞെടുക്കപ്പെട്ടിരിക്കുന്നു. അതുകൊണ്ട് സാന്നിധ്യം വളരെ അത്യാവശ്യമാണ്. ബേയ്ദൻ വെയറിൽ നെഹ്റു മടങ്ങിയെത്തിയപ്പോൾ കമല കൂടുതൽ അവശയായിക്കഴിഞ്ഞിരുന്നു. സാനിറ്റോറിയത്തിൽ കമലയുടെ സുഹൃത്തായിത്തീർന്ന ഒരു ഐറിഷ് യുവാവ് പെട്ടെന്ന് രോഗം മൂർച്ഛിച്ച് മരിച്ചു. അതറിഞ്ഞതോടെ ഇനി തന്റെ മരണമാണെന്ന് കമല ഉറപ്പായി വിശ്വസിച്ചു.

കമല ജവഹർലാലിനോടു പറഞ്ഞു. മതി എന്നെ ഇനിയും ഇവിടെ താമസിപ്പിക്കരുത്. നിർബന്ധമാണെങ്കിൽ മറ്റൊരാശുപത്രിയിലേക്കു മാറ്റിക്കൊള്ളൂ. ജവഹർലാൽ സമ്മതിച്ചു. നാട്ടിൽനിന്നും മടങ്ങിവരൂ എന്നു കാണിച്ച് കമ്പിസന്ദേശങ്ങൾ വന്നുകൊണ്ടിരുന്നു. ആഗ്രഹിച്ചില്ലെങ്കിലും

ഒടുവിൽ ഫെബ്രുവരി 28-ാം തിയ്യതിക്ക് മടങ്ങാനായി വിമാനടിക്കറ്റ് ബുക്കു ചെയ്തു. അത് എല്ലാവരേയും അമ്പരപ്പിച്ചു. ജനുവരി മുപ്പതാം തിയ്യതി ജവഹർലാൽ ലണ്ടനിൽ ബ്രിട്ടീഷ് ലോകസഭാംഗങ്ങളുടെ ക്ഷണം സ്വീകരിച്ച് ഒരു പ്രഭാഷണം ചെയ്യാൻ പുറപ്പെട്ടു.

ഇന്ദിര പഠന സ്ഥലത്താണ്. കമലയുടെ അസുഖം വളരെ കൂടുതലായി. ഡോക്ടർമാരുടെ നിർദ്ദേശപ്രകാരം അവരെ ലൂസാനയിലെ ഒരു ആശുപത്രിയിലേക്കു മാറ്റി. ഡോക്ടർ മാത്രമാണ് അതിൽ കമലയോടൊപ്പം പോകാനുണ്ടായിരുന്നത്. മമ്മായുടെ വിവരമൊന്നുമറിയാതെ ഇന്ദിര ജനുവരി മുപ്പതാം തിയ്യതി ഡോക്ടർ അതലിന് ഫോൺ ചെയ്തു. മമ്മായെ ലോസാനയിലെ ആശുപത്രിയിലേക്കു മാറ്റിയതായി അറിഞ്ഞപ്പോൾ അടുത്ത ദിവസം തന്നെ ആശുപത്രിയിലെത്തി.

ഫെബ്രുവരി ഏഴിനാണ് ജവഹർലാൽ ലണ്ടനിൽ നിന്ന് മടങ്ങിയെത്തിയത്. ഫെബ്രുവരി 28 ന് അദ്ദേഹം നാട്ടിലേക്ക് മടക്കടിക്കറ്റ് എടുത്തിട്ടുള്ളതാണ്. ഇന്ദിര വളരെ ക്ഷീണിതയായി പിതാവിനോടു പറഞ്ഞു. “ഒറ്റ മകളുടെ എല്ലാ ചീത്ത സ്വഭാവങ്ങളും എനിക്കുണ്ട്. ഞാൻ എല്ലാം അങ്ങയിൽ അർപ്പിച്ചിരിക്കുകയാണ്. ഒറ്റയ്ക്കായാൽ എന്തു ചെയ്യണമെന്ന് എനിക്കറിഞ്ഞുകൂടാ.” പിതാവ് മകളെ അടക്കിപ്പിടിച്ച് വിതുമ്പി. മകൾ പക്ഷേ കരഞ്ഞില്ല. ദീർഘമായി നിശ്വസിച്ച് പിതാവിനോട് പറ്റിച്ചേർന്ന് നിന്നു. ജവഹർലാലിന്റെ മടക്കയാത്രയ്ക്കുള്ള ദിവസം അടുക്കുകയാണ് കമലയുടെ അസുഖം കൂടുതൽ വഷളായിക്കൊണ്ടിരുന്നു.

ഫെബ്രുവരി 28-ാം തിയ്യതി അസുഖം വളരെ കൂടി. ഇന്ദിര മമ്മായുടെ അടുത്ത് വളരെ സമയം ഇരുന്നു. ഒന്നു പുറത്തിറങ്ങി അല്പം ശുദ്ധവായു ശ്വസിക്കാൻ ഇന്ദിര പോയതായിരുന്നു. അധികം സമയമെടുക്കാതെ മടങ്ങിവന്നു.

മമ്മായുടെ മുറിയിലേക്കു ചെന്നപ്പോൾ കമല ചോദിച്ചു.

കുട്ടി, നീ എവിടെപ്പോയിരുന്നു?

മമ്മാ... ഞാൻ...

മുഖം കഴുകാനായി ഇന്ദിര ബാത്ത്റൂമിൽ കയറി. കമലയുടെ അടുത്ത് ജവഹർലാലും ഡോക്ടർ അതലും ഇരിപ്പുണ്ട്.

ഇന്ദൂ... പിതാവിന്റെ ഉറക്കെയുള്ള വിളികേട്ട് ഓടിച്ചെല്ലുമ്പോൾ കമല മരിച്ചു കഴിഞ്ഞിരുന്നു.

അപ്പോൾ കമലയ്ക്ക് മുപ്പത്തിയേഴു വയസ്സ് മാത്രമായിരുന്നു. ജവഹർലാൽ ഇന്ത്യയിലേക്കു മടങ്ങാൻ ആദ്യ ടിക്കറ്റെടുത്തിരുന്ന ഫെബ്രുവരി 28-ാം തിയ്യതി (1936) കമലാ നെഹ്റു മരിച്ചു.

ലൂസാനയിൽ വളരെക്കുറച്ചാളുകളുടെ സാന്നിദ്ധ്യത്തിൽ കമലയുടെ ഭൗതിക ശരീരം ദഹിപ്പിച്ചു. രോഗാതുരമായിത്തീർന്നിരുന്ന ഒരു സുന്ദര ശരീരം ഒരു പിടി ചാരമായി അവശേഷിച്ചു. ജവഹർലാൽ ഇന്ത്യയിലേക്കു മടങ്ങി. ഇന്ദിര ബക്സിലേക്കും പോയി. ഓക്സ്ഫർഡിൽ പ്രവേശനം കിട്ടാൻ ഇന്ദിര പഠനം ഊർജ്ജസ്വലമാക്കി.

മഹാത്മാ ഗാന്ധിയുടെ ഒരു കത്ത് ഇന്ദിരയ്ക്ക് കിട്ടി.

ചിരഞ്ജീവി ഇന്ദൂ.

"കമലയുടെ അകാലത്തിലുള്ള മരണം ഇന്ദുവിന് കൂടുതൽ ഉത്തര വാദിത്വങ്ങൾ നൽകിയിരിക്കുന്നു. കുട്ടിക്ക് ഒക്കെ മനസ്സിലാക്കാനുള്ള കഴിവുണ്ടെന്ന് എനിക്കറിയാം. സ്വധർമ്മം എന്തെന്ന് തിരിച്ചറിയുക. ദൈവം ദീർഘായുസ്സും നന്മയും നൽകി കുട്ടിയെ അനുഗ്രഹിക്കട്ടെ.' മമ്മാ യുടെ മരണത്തോടെ താൻ അനാഥയായെന്ന തോന്നൽ ഉണ്ടായി. അതിൽ നിന്നും മോചനം നേടാൻ വർഷങ്ങൾ തന്നെ വേണ്ടിവന്നു. ആനന്ദഭവ നിൽ ഇപ്പോൾ മുത്തശ്ശിയില്ല. മമ്മായില്ല ഗൃഹനാഥനായ ജവഹർ ലാലുമില്ല. അദ്ദേഹം ഒന്നുകിൽ ജയിലിൽ അല്ലെങ്കിൽ ദേശാടനത്തിൽ. തന്റെ പതിനെട്ടു വയസ്സായ മകളെ പഠിക്കാനാണെങ്കിലും യൂറോപ്പിൽ ഏകയാക്കിയിരുന്നതിൽ വിഷമം തോന്നി. പിന്നെ പ്രായോഗികമായി ചിന്തിച്ചപ്പോൾ നല്ലതാണെന്നും വിചാരിച്ചു. യൂറോപ്യൻ വിദ്യാഭ്യാസം സ്വാതന്ത്ര്യബോധം ഉണ്ടാക്കുവാൻ നല്ലതാണ്. വ്യക്തിത്വം രൂപം കൊള്ളു കയും ചെയ്യും.

ഡിസംബറിൽ (1938) ജവഹർലാൽ ഇന്ദിരയ്ക്ക് ശ്രദ്ധേയമായ ഒരു കത്തയച്ചു.

ഞാൻ ഒരു സ്വപ്നം കണ്ടിരിക്കുന്നു ഭാരതത്തിന്റെ പൊതുജീവിത ത്തിൽ ഇന്ദു വളരെ പ്രാധാന്യമുള്ള ഒരു സ്ഥാനം വഹിക്കുന്നു. അത് സത്യമാവുകയോ ആവാതിരിക്കുകയോ ചെയ്യട്ടെ. നമുക്കൊക്കെ സ്വന്ത മായി ഒരുപാടു ജീവിത പ്രശ്നങ്ങളുണ്ട്. എന്നാലും തൻകാര്യങ്ങളുടെ കുറ്റിയിൽ ജീവിതം കെട്ടിയിടാൻ പാടില്ല. ഭാരതീയ ജനത എന്ന വിശാല ചിന്തയിലേക്ക് മനസ്സിനെ ജനങ്ങളുടെ സങ്കടം എന്നു ചിന്തിക്കണം.

ആ കത്തിനു ശേഷമാണ് മകൾക്ക് എഴുതുന്നതുപോലെ 'വിശ്വ ചരിത്രാവലോകനം' എഴുതിയത്.

അച്ഛന്റെ കുറിപ്പുകളിലൂടെ മകൾ മനസ്സുകൊണ്ട് ലോകത്തേക്കിറ ങ്ങുകയാണ്. ഓക്സ്ഫർഡിൽ ചേരാനുള്ള തയ്യാറെടുപ്പും നടക്കുന്നുണ്ട്. ലണ്ടനിൽ 24, ഫെയർഫാക്സ് അവന്യൂവിൽ തന്റെ കൂട്ടുകാരി ശാന്താ ഗാന്ധിയുമൊത്ത് ഒരു മുറി വാടകയ്ക്കെടുത്തു. അവിടെ അവർ രണ്ടു യുവതികൾ പഠനത്തിൽ ഏറെ ശ്രദ്ധിച്ചു. ഔട്ടിങ്ങുമായി കഴിയുമ്പോൾ ലണ്ടനിൽ പഠിക്കുകയായിരുന്ന ഒരു യുവാവ് അവരുടെ നിത്യ സന്ദർശ കനായി. അയാൾ അവരെ നഗരത്തിന്റെ കെട്ടുകാഴ്ചകളിലേക്കും തിര യാട്ടങ്ങളിലേക്കും നയിച്ചു.

സ്വകാര്യതയുടെ മാളത്തിൽ ഒളിച്ചിരുന്ന ഇന്ദിര എന്ന യുവതിയെ ചിരിയിലൂടെ പൊട്ടിച്ചിതറുവാൻ സ്നേഹത്തിന്റെ ഊഷ്മളതയിൽ പൊട്ടി വിരിയുവാൻ..... നാണത്തിന്റെ പർദ്ദ വലിച്ചെറിഞ്ഞ് തലയുയർത്തി നടക്കുവാൻ... ചുണ്ടെലിയെ മാളത്തിൽ നിന്നും പുറത്തേക്കു ചാടിച്ച് ഓടിക്കുന്നതുപോലെ അയാൾ ഇന്ദിരയെ ലണ്ടൻ നഗരത്തിന്റെ തെരു വിലേക്ക് ഇറക്കി വിട്ടു.

ഇന്ദിര അദ്ഭുതത്തോടെ തിരിച്ചറിയുകയാണ്. തന്റെ എല്ലാ സ്വഭാവങ്ങൾക്കും നേരെ വിപരീത സ്വഭാവമുള്ള ഒരു യുവാവ്... സുന്ദരൻ, ആരോഗ്യവാൻ, തിളയ്ക്കുന്ന വെള്ളം പോലെ വെട്ടിമറിയുന്നവൻ...

ഫിറോഷ് ഗാന്ധി.

അയാളെ മുൻപെ പരിചയമുണ്ട്. തന്റെ പ്രിയപ്പെട്ട മാതാവിന്റെ സഹായിയായി. അയാൾ ആനന്ദഭവനിൽ വരുമായിരുന്നു സ്വിറ്റ്സർലണ്ടിലും അയാൾ വന്ന് അമ്മയെ കണ്ടിരുന്നു. ലണ്ടനിലെ വാടകമുറിയിൽ വന്ന് അയാൾ ഇന്ദിരയേയും കൂട്ടുകാരി ശാന്താ ഗാന്ധിയേയും ഒരു നാടകത്തിനു പോകാൻ ക്ഷണിക്കുന്നു. ഇന്ദിര മടിച്ചെങ്കിലും ശാന്ത താൽപര്യമെടുത്തു. നാടകശാലയിൽ എത്തുന്നതിനു മുൻപ് യുവതികളുമായി ഫിറോഷ് ഒരു റസ്റ്റോറണ്ടിൽ കയറി.

ഇന്ദൂ എന്താണു കഴിക്കുക?

ഇന്ദുവിന് ഇതുവരെയും അങ്ങനെയൊരു ശീലം ഉണ്ടായിട്ടില്ല ശാന്തയാണ് മെനു തീരുമാനിച്ചത്.

നാടകത്തിന് മൂന്നു ടിക്കറ്റ് ഫിറോഷ് എടുത്തിരുന്നു. നാടകം കഴിഞ്ഞു മടങ്ങുമ്പോൾ ഫിറോഷ് പറഞ്ഞു. അടുത്ത ഞായറാഴ്ച ഇവിടെ ഒരു സംഗീതക്കച്ചേരിയുണ്ട്. ഇന്ത്യയിൽ നിന്നും വരുന്ന ട്രൂപ്പാണ് മൂന്നു ടിക്കറ്റ് ഞാൻ റിസർവ്വ് ചെയ്യും. മുദ്രാവാക്യങ്ങളുടെ മുഴക്കം മാത്രം കേട്ടു ശീലിച്ച കാതുകൾ സ്വരമാധുരിയുടെ ആരോഹണാവരോഹണങ്ങളിൽ സ്വയം ലയിക്കാൻ ശീലിച്ചു.

ഒരു സംഗീതജ്ഞനെപ്പോലെ ഫിറോഷ് സ്വരസ്ഥാനങ്ങളും ശബ്ദസൗന്ദര്യവും വിശദീകരിച്ചുകൊടുക്കുകയാണ്. നെഹ്റു കുടുംബത്തിൽ നൃത്തവും സംഗീതവും ഒരിക്കലും ഉണ്ടായിരുന്നില്ല. നെഹ്റു സാഹിത്യ തൽപരനായിരുന്നെങ്കിലും വീട്ടിൽ അതിനൊന്നും സമയമുണ്ടായിരുന്നില്ല. പിന്നെപ്പിന്നെ ഇടയ്ക്ക് ഫിറോഷ് വന്ന് ഇന്ദിരയെ ഒറ്റയ്ക്ക് പുറത്തുനിന്നും ചില സാധനങ്ങൾ വാങ്ങാനും ആഹാരം കഴിക്കാനും കൂട്ടിക്കൊണ്ടു പോകും. ഇതിനിടെ ഒരു ദിവസം മുന്നറിയിപ്പില്ലാതെ ഫ്രാങ്ക് പാരീസിൽ നിന്ന് ലണ്ടനിൽ വന്നു. അയാൾ തന്റെ പതിവ് പല്ലവി പാടി.

ഞാൻ എന്റെ ഹൃദയേശ്വരിയെ കണ്ട് നമ്മുടെ ഭാവി പരിപാടികൾ തീർച്ചയാക്കാനാണ് വന്നത്.

ഇന്ദിര അമ്പരന്നു. തമാശയായി കരുതുകയും ചെയ്തു. എന്നാൽ ഇത്തവണ അയാളുടെ മട്ടും ഭാവവും ആകെ മാറിയിരിക്കുന്നു. ഫിറോഷ് ഒബ്റോഫിനെ കണ്ടു. അവർ പരസ്പരം സംസാരിച്ചു. എന്നാൽ ഇയാൾ എന്തിനാണ് ഇന്ദിരയെ കാണാൻ വന്നത് എന്നൊന്നും ഫിറോഷ് ചോദിച്ചില്ല. അത് ഫിറോഷിന്റെ നല്ല സ്വഭാവമായി ഇന്ദിരയ്ക്കു തോന്നി.

ഒരു വിശദീകരണം ആവശ്യമുണ്ടെന്ന് ഇന്ദിരയ്ക്കും തോന്നിയില്ല.

തന്റെ പഴയ ഒരദ്ധ്യാപകൻ എന്തോ കാര്യത്തിനു വന്നവഴി തന്നെയും കണ്ടു.

ഒബ്റോഫ് ഫിറോഷിനേക്കുറിച്ച് ഇന്ദിരയോടു ചോദിച്ചു. ഫിറോഷ് ഒരു സഹായിയാണെന്ന് ഇന്ദിര പറഞ്ഞപ്പോൾ ഒബ്റോഫിന്റെ മുഖം വല്ലാതായി. ഒരുപാടു വളച്ചുകെട്ടൊന്നുമില്ലാതെ അയാൾ പറഞ്ഞു. "ഞാൻ ഇന്ദുവിനെ സ്നേഹിക്കുന്നു. നമുക്ക് വിവാഹിതരാവാം. ലോകത്തിന്റെ വിശാലതയിലേക്ക് നമുക്ക് കൈപിടിച്ചു നീങ്ങാം. ഒരുപാടു സഞ്ചാരങ്ങൾ എന്റെ മനസ്സിലുണ്ട്. നമുക്ക് ഉടനെ വിവാഹിതരാവണം."

ഇന്ദിര ഞെട്ടിത്തെറിച്ചൊന്നുമില്ല. ഇങ്ങനെ ഒരഭ്യർത്ഥന പക്ഷേ പ്രതീക്ഷിച്ചിരുന്നില്ല. അയാളെ ജീവിതപങ്കാളിയാക്കാനുള്ള വിദൂര ചിന്ത പോലും ഒരിക്കലുമുണ്ടായിട്ടില്ല. സുഹൃത്താണ്, അയാളുടെ പല സ്വഭാവങ്ങളും ഇഷ്ടവുമാണ്. പ്രത്യേകിച്ചും തുറന്ന അയാളുടെ മനസ്സും പെരുമാറ്റവും. ഇന്ദിര കുറച്ചു സമയം ചിന്തിച്ചിരുന്നു. പിന്നെ ഫ്രാങ്ക് ഒബ്റോഫിന്റെ കണ്ണുകളിലേക്ക് തറപ്പിച്ചു നോക്കി. കണ്ണുകളിൽ വജ്രസൂചി തറച്ചതുപോലെ ഓബ്റോഫ് പിടഞ്ഞു. അയാൾ വിക്കി വിക്കി എന്തോ പറയാൻ തുടങ്ങിയപ്പോൾ ഇന്ദിര–

"മിസ്റ്റർ ഒബ്റോഫ് നാം തമ്മിൽ വിവാഹം അസാദ്ധ്യമാണ്. ഒരു വിശദീകരണം തരാൻ എനിക്കു കഴിയില്ല. നല്ലൊരു സുഹൃത്തായിരിക്കാമെങ്കിൽ സൗഹൃദം തുടരാം. മറിച്ചാണെങ്കിൽ നമ്മുടെ ബന്ധം ഇതാ ഇവിടെ അവസാനിച്ചിരിക്കുന്നു." ഇന്ദിര തിരിഞ്ഞു നടന്നു. പിൻതിരിഞ്ഞു നോക്കാതെ വേഗം നടന്നു.

അയാൾ പിൻ തുടർന്ന് ചെല്ലുകയുണ്ടായില്ല. അയാൾ യൂറോപ്പിലേക്കു മടങ്ങി. യാത്ര പറയാനും വന്നില്ല.അയാൾ പോയിക്കഴിഞ്ഞ് കണ്ടപ്പോൾ ഫിറോഷ് ചോദിച്ചു.

ഒബ്റോഫ് എന്തെ വന്നത്?

അയാൾ ഇതുവഴി പോയപ്പോൾ കാണാൻ വന്നതാണ്. കൂടുതലൊന്നും ഫിറോഷ് ചോദിച്ചില്ല. അന്ന് ഫിറോഷ് ഇന്ദിരയെ ലഞ്ചിന് കൂട്ടിക്കൊണ്ടുപോയി. അത് നല്ലൊരു റസ്റ്റോറണ്ട് ആയിരുന്നു. അവർ രണ്ടു പേരും നന്നായി ഭക്ഷണം കഴിച്ചു. ബില്ലു പേ ചെയ്യുവാൻ ഇന്ദിര പണമെടുത്തപ്പോൾ ഫിറോഷ് സമ്മതിച്ചില്ല. എന്നാൽ ഇന്ദിര നിർബന്ധിച്ച് സ്വയം പേ ചെയ്തു. ഫിറോഷ് എനിക്കറിയാം അമ്മായി നിങ്ങൾക്ക് ഏറെപ്പണമൊന്നും അയച്ചു തരുന്നില്ല. ചില മാസങ്ങളിൽ പണമേ വരുന്നില്ല? ശരിയാണു ഇന്ദു. ഞാൻ ഒരു പാർട്ട് ടൈം ജോലി ചെയ്യുന്നുണ്ട്. അമ്മായി പണം അയച്ചു തന്നില്ലെങ്കിലും ഞാൻ മാനേജ് ചെയ്യും. അദ്ധ്വാനിക്കാൻ എനിക്ക് മടിയൊന്നുമില്ല.

ഇന്ദിരയ്ക്ക് ഫിറോഷിനോട് മതിപ്പു തോന്നി. നോക്കൂ ഫിറോഷ് എനിക്ക് പഠിക്കാനും ചെലവിനുമുള്ള പണം മമ്മാജി ഒരു ട്രസ്റ്റായി നിക്ഷേപിച്ചിട്ടുണ്ട്. മമ്മാജിയുടെ സ്മരണയിൽ ഇന്ദിര പെട്ടെന്നു നിശ്ശബ്ദയായി, ഫിറോഷും. കുറെ സമയം കഴിഞ്ഞ് ഫിറോഷ് പറഞ്ഞു.

ഇന്ദുവിന്റെ മമ്മാജി എനിക്കു പരിചയപ്പെടാൻ കഴിഞ്ഞിട്ടുള്ള ഏറ്റവും മഹതിയായ വനിത ആയിരുന്നു. നിർഭാഗ്യം അവരെ രോഗിണിയാക്കി. ഞാൻ ഇന്ദുവിൽ കമലാ നെഹ്റുവിനെ കാണുന്നുണ്ട്. നെഹ്റു പാരമ്പര്യത്തിന്റെ ഗാംഭീര്യവും കമലയുടെ സാരള്യവും ഇന്ദിരയിൽ ഒന്നു ചേർന്നിരിക്കുന്നു. അപ്പോൾ ഫിറോഷിന് മുഖസ്തുതി പറയാനും അറിയാം!

മുഖസ്തുതിയല്ല, സത്യം. ആദ്യമായി ഇന്ദിര ഫിറോഷിന്റെ മുന്നിൽ അറിയാതെ മനസ്സു തുറന്നു. ഒരുപാടു സംസാരിച്ചു. അവർ കൂടെ കൂടെ തമ്മിൽ കണ്ടു. ഒരുമിച്ചു ഭക്ഷണം കഴിക്കുകയും ചുറ്റി നടക്കുകയും ചെയ്തു. എന്നാൽ ഒരിക്കലെങ്കിലും ഫിറോഷ് ഒന്നു തൊടാനോ ചേർന്നു നിൽക്കാനോ ശ്രമിച്ചില്ല. മാന്യമായ അകലം പാലിച്ച് അയാൾ സൗഹൃദം കൊണ്ടു നടന്നു.

ഇന്ദിരയ്ക്ക് അത് ഇഷ്ടമായി. അക്കാലം പിതാവിനയച്ച കത്തുകളിൽ ഇന്ദിര വളരെയധികം സന്തോഷം പ്രകടിപ്പിച്ചിരുന്നു. അതു തിരിച്ചറിഞ്ഞ ജവഹർലാൽ നെഹ്റു വളരെ ഉത്സാഹത്തോടെ മറുപടികൾ എഴുതി. ലണ്ടൻ നഗരം ഇന്ദിരയ്ക്ക് ഇഷ്ടമായി. ഏറെ ഇഷ്ടമായത് നഗരം നൽകുന്ന സ്വാതന്ത്ര്യമാണ്.

അന്തിയാകുമ്പോൾ ചേക്കേറാൻ നഗരത്തിൽ ഒരു മുറിയുണ്ടെങ്കിൽ ഏറെ സുഖം. ലണ്ടൻ ജീവിതം നല്ലൊരനുഭവമായി. സ്കൂളിലേക്കു മടങ്ങിപ്പോകുവാൻ മടി തോന്നി. ഓക്സ്ഫർഡിൽ പ്രവേശനപ്പരീക്ഷ പാസ്സാവാൻ നല്ല തയ്യാറെടുപ്പ് വേണ്ടിയിരുന്നു. ഇന്ദിര ലണ്ടനിൽ നിന്നു പോയിക്കഴിഞ്ഞ് ശാന്താ ഗാന്ധിയുടെ ഒരു കത്തു വന്നു. അതിൽ ഫിറോഷ് പറഞ്ഞ ചില കാര്യങ്ങൾ കുറിച്ചിരുന്നു. ഫിറോഷിന് ഇന്ദിരയെ വിവാഹം ചെയ്യാൻ ആഗ്രഹമുണ്ട്. അതിൽ വലിയ ആശങ്കകളുണ്ടു താനും. ഒന്നാമത് ജവഹർലാൽ നെഹ്റു ആ ബന്ധത്തെ അനുകൂലിക്കുകയില്ല. പിന്നെ ഇന്ദിര തന്നെ ഇഷ്ടപ്പെടുമോ എന്നും അയാൾക്ക് ആശങ്കയുണ്ട്. അക്കാലം ഒബ്റോഫ് നിരന്തരം ഇന്ദിരയ്ക്ക് പ്രണയ ലേഖനങ്ങൾ അയയ്ക്കുന്നുണ്ടായിരുന്നു. ഒബ്റോഫിന്റെ പ്രണയാഭ്യർത്ഥന ഉപദ്രവമായെന്നു തോന്നിയപ്പോൾ എഴുതി.

1936 ഒക്ടോബർ 13-ാം തിയ്യതിയാണ് ആ കത്തെഴുതിയത്.

താങ്കളെ വിവാഹം ചെയ്യാനോ യൂറോപ്പിൽ താമസിക്കാനോ ഞാൻ ഉദ്ദേശിക്കുന്നില്ല. കുടുംബത്തെ ഭയന്നിട്ടോ ബഹുജനങ്ങളെ പേടിച്ചിട്ടോ അല്ല. എനിക്ക് താങ്കളോട് അത്തരമൊരു പ്രണയം ഒരിക്കലും തോന്നിയിട്ടില്ല. അതുകൊണ്ട് ഇത്തരമൊരാവശ്യമായി മേലിൽ എനിക്ക് എഴുതരുത്. ഫ്രാങ്ക് പക്ഷേ പിൻവാങ്ങിയില്ല. മറുപടി കിട്ടിയില്ലെങ്കിലും അയാൾ പ്രണയലേഖനങ്ങൾ അയച്ചുകൊണ്ടിരുന്നു. എല്ലാ വർഷവും നവംബർ പത്തൊൻപതാം തിയ്യതി ഇന്ദിരയുടെ ജന്മദിന നാൾ വലിയ ഒരു പൂച്ചെണ്ടും ദീർഘായുസ്സു നേരുന്ന കുറിപ്പും ഒബ്റോഫിൽ നിന്ന് ഇന്ദിരയ്ക്കു കിട്ടുമായിരുന്നു.

അഞ്ച്

കിളി കഥ തുടരുന്നു

1936 മാർച്ചുമാസത്തിൽ ഇന്ത്യൻ നാഷ്ണൽ കോൺഗ്രസ്സിന്റെ പ്രസിഡന്റു സ്ഥാനം ജവഹർലാൽ നെഹ്റു ഏറ്റെടുത്തു. പാർട്ടി വലിയൊരു കുഴപ്പത്തിൽ പെട്ടിരിക്കുന്ന സമയമായിരുന്നു അത്. പ്രാദേശിക പ്രതിനിധി സഭകളിൽ തെരഞ്ഞെടുപ്പിലൂടെ പ്രാതിനിധ്യം നൽകാമെന്ന് ബ്രിട്ടീഷ് സർക്കാർ വാഗ്ദാനം നൽകി. പാർട്ടി നേതൃത്വത്തിൽ അഭിപ്രായ ഭിന്നതയ്ക്ക് അത് കാരണമായി. പാർട്ടിയിൽ ഒരു സോഷ്യലിസ്റ്റു ചേരി ഉടലെടുത്തിരിക്കുന്നു. നാടിന്റെ ഭാവി സാമ്പത്തിക നയം പാർട്ടി നിശ്ചയിക്കണമെന്ന് അവർ വാദിച്ചു. സ്വാതന്ത്ര്യം മാത്രം ആഗ്രഹിച്ചാൽ പോരാ.സ്വതന്ത്രമായാൽ രാജ്യം ഏതു പാതയിലൂടെ മുന്നോട്ടു പോകുമെന്നും തീരുമാനിക്കണം. വിദേശസർക്കാർ വെച്ചു നീട്ടുന്ന അപ്പക്കഷ്ണം കണ്ണുമടച്ച് സ്വീകരിച്ചുകൂടാ.

സോഷ്യലിസ്റ്റു ചിന്താഗതിക്കാരെ പാർട്ടിയിൽ നിന്ന് പുറത്താക്കണമെന്ന് യാഥാസ്ഥിതിക വിഭാഗം വാദിച്ചു. തെരഞ്ഞെടുപ്പിൽ പങ്കെടുത്ത് കിട്ടുന്ന അധികാരം കൈപ്പറ്റണമെന്നും അവർ അഭിപ്രായപ്പെട്ടു. പ്രതിസന്ധിയിലായപ്പോൾ രണ്ടു ചേരിയും ഗാന്ധിജിയെ സമീപിച്ചു. പാർട്ടി നേതാക്കളുടെ അധികാരമോഹം ഗാന്ധിജി തിരിച്ചറിഞ്ഞുകഴിഞ്ഞിരുന്നു. തന്റെ പ്രിയശിഷ്യൻ ജവഹർലാൽ നെഹ്റുവിനോട് അദ്ദേഹം സ്വകാര്യമായി പറഞ്ഞു. എന്തു വന്നാലും പാർട്ടിയിൽ ഭിന്നത ഉണ്ടായിക്കൂടാ. ഒരുമിച്ച് നിന്നില്ലെങ്കിൽ വിദേശ സർക്കാർ തകർത്തു കളയും. അവർ ഒരവസരം കാത്തിരിക്കുകയാണ്. ലക്നൗവിലെ പാർട്ടിയോഗത്തിൽ പാർട്ടി പ്രസിഡന്റ് ജവഹർലാൽ നെഹ്റു അധികാരമോഹത്തിന് എതിരായി സംസാരിച്ചു.

അന്തിമ റിപ്പോർട്ടിൽ നയപരിപാടികൾ നിശ്ചയിക്കാൻ ഒരു കമ്മിറ്റി രൂപീകരിച്ചു. കമ്മിറ്റിയിൽ സോഷ്യലിസ്റ്റു ചേരിക്ക് പ്രാതിനിധ്യം കുറവായിരുന്നു. തർക്കം ഒഴിവാക്കി കമ്മിറ്റി പ്രാദേശിക തെരഞ്ഞെടുപ്പിനെ അനുകൂലിച്ചു. ജവഹർലാലിന് പൂർണസമ്മതമായിരുന്നില്ലെങ്കിലും ഒരു തർക്കം ഒഴിവാകട്ടെ എന്നു വിചാരിച്ചു പാർട്ടി പ്രതിനിധികളുടെ തെരഞ്ഞെടുപ്പിനുവേണ്ടി അദ്ദേഹം പ്രചാരണം തുടങ്ങി. തെരഞ്ഞെടുപ്പു പ്രചാരണത്തിന്റെ നെടുനായകനായി ജവഹർലാൽ നെഹ്റു ഉയർന്നു. നാടിന്റെ വിവിധ കോണുകളിലേക്ക് പ്രചാരണ പ്രഭാഷണങ്ങൾക്കായി നെഹ്റു പുറപ്പെട്ടു. വിമാനത്തിലും ട്രെയിനിലും കാറിലും ബസ്സിലുമൊക്കെ സഞ്ചരിച്ചു.

ജവഹർലാലിന് അപ്പോൾ നാല്പത് വയസ്സ് പൂർത്തിയായിരുന്നു. ബൗദ്ധികമായും ശാരീരികമായും ഊർജ്ജസ്വലനായ യുവാവുതന്നെ. പ്രായത്തെക്കുറിച്ച് ചിന്തിച്ചതേയില്ല. ഉത്തരേന്ത്യയിലാകെ സഞ്ചരിച്ച്

മദ്ധ്യഭാരതവും കടന്ന് വിശാലമായ ആന്ധ്രഭൂമിയിലേക്കു ചെന്നു. നെഹ്റുവിന്റെ വികാരഭരിതമായ പ്രസംഗം കേൾക്കുവാൻ എല്ലായിടത്തും ജനങ്ങൾ ഓടിയെത്തി.

ഉത്തരേന്ത്യയിൽ ഒരു വേദിയിൽ ഗാന്ധിജിയും ജവഹർലാലും ഒരുമിച്ചുണ്ടായിരുന്നു. സ്വാഗത പ്രസംഗകൻ പറഞ്ഞു. കൃഷ്ണാർജ്ജുനന്മാർ. മഹാഭാരതയുദ്ധം നടത്താൻ തേരിൽ ഇതാ എത്തിയിരിക്കുന്നു. കൃഷ്ണൻ തെളിക്കുന്ന തേരിൽ അർജ്ജുനൻ കൗരവരെ തോൽപിക്കും . ഗാന്ധിജിയുടെ ചർക്ക ഒരു നൂലുനൂൽപുയന്ത്രമല്ല. മഹാ വിഷ്ണുവിന്റെ ചക്രായുധമാണ്. അർജ്ജുനൻ ഗാണ്ഡീവ ധാരിയാണ്.

കുരുക്ഷേത്രത്തിൽ കാഹളം മുഴങ്ങുന്നു

'മഹാത്മാ ഗാന്ധീ കീ ജയ്.....

പണ്ഡിറ്റ് ജവഹർലാൽ നെഹ്റു കീ ജയ്....'

മുദ്രാവാക്യങ്ങൾ ഏറ്റുവിളിച്ച് ജനങ്ങൾ ആർത്തു തുള്ളി. ഹസ്ത സംജ്ഞയാൽ ഗാന്ധിജി ജനങ്ങളോട് അടങ്ങുവാൻ ആജ്ഞാപിച്ചു. അദ്ഭുതം! മഹാ ജനം അടങ്ങി. മഹാത്മാഗാന്ധിയുടെ വാക്കുകൾക്കായി അവർ കാതോർത്തു. ആ മഹായാത്ര തെക്കോട്ടു തുടർന്നത് ജവഹർലാൽ ഒറ്റയ്ക്കായിരുന്നു. ഗാന്ധിജി തന്റെ നിർമ്മാണ പ്രവർത്തനങ്ങളിൽ ശ്രദ്ധിച്ചു. പ്രചാരണം കോൺഗ്രസ്സ് പാർട്ടി ഏറ്റെടുത്തു. ജവഹർലാൽ ആന്ധ്രയുടെ വിശാല ഭൂമിയിലെത്തി. അവിടെ സരോജിനി നായിഡുവും പുത്രി പത്മജാ നായിഡുവും അദ്ദേഹത്തോടൊപ്പം ചേർന്നു.

മഹാത്മാ ഗാന്ധിയുടെ പ്രിയ ശിഷ്യയായ സരോജിനി നായിഡു ഇന്ത്യൻ ഇംഗ്ലീഷ് കവയിത്രിയും സ്വാതന്ത്ര്യസമര നായികമാരിൽ ഒന്നാം സ്ഥാനക്കാരിയുമായിരുന്നു. അവരുടെ പ്രഭാഷണം കാവ്യാത്മകമാണ്. പൊലീസിനേയും പട്ടാളത്തേയും വകവെയ്ക്കാതെ അവർ സമരങ്ങൾ നയിച്ചു. അവരുടെ കവിതകൾ ഇന്ത്യയിൽ മാത്രമല്ല ഇംഗ്ലണ്ടിലും പ്രസിദ്ധീകരിച്ചിരുന്നു. അവർ ഇംഗ്ലീഷിലാണ് ഉപരിപഠനം നടത്തിയിട്ടുള്ളത്.

ഡോക്ടർ ഗോവിന്ദ രാജ്ജുലുവാണ് അവരുടെ ഭർത്താവ്. നൈറ്റിംഗേൽ ഓഫ് ഇന്ത്യ (ഇന്ത്യയുടെ വാനമ്പാടി)എന്ന ഓമനപ്പേരാണ് ജനങ്ങൾ അവർക്കു നൽകിയിരുന്നത്. ഗാന്ധിജിയെ മിക്കിമൗസ് എന്നും സുഭാഷ് ചന്ദ്രബോസിനെ ഗ്ലാക്സോ ബേബിയെന്നും വിളിച്ച് കളിയാക്കാനുള്ള സ്വാതന്ത്ര്യം അവർക്കുണ്ടായിരുന്നു. സരോജിനി നായിഡുവിന്റെ പുത്രി പത്മജാ നായിഡു ജവഹർലാലിന്റെ സുഹൃത്തായിമാറിയത് ഈ പര്യടനത്തിലാണ്. പതിനൊന്നു മാസം അവർ ഒരുമിച്ചു യാത്ര ചെയ്തു. 1936-37 കാലം. ഒരുമിച്ചില്ലാത്ത അവസരങ്ങളിൽ പത്മജ ജവഹർലാലിന് കത്തുകൾ എഴുതി. ജവഹർലാൽ എല്ലാ കത്തുകൾക്കും മറുപടി എഴുതി. 28 കത്തുകളും മറുപടിക്കത്തുകളും ചരിത്രരേഖയാണ്. പ്രണയക്കുറിപ്പുകൾ!

അന്ന് പത്മജയ്ക്ക് മുപ്പത്തിയാറു വയസ്സിന്റെ പൂർണ്ണ യൗവനമാണ്. ജവഹർലാൽ എന്റെ മധുരപ്പതിനേഴുകാരീ എന്നാണ് കത്തുകളിൽ സംബോധന ചെയ്തിരുന്നത്. ഒരു പൂർണിമ നാളിൽ ആഗ്രയിലെ താജ്മഹലിന്റെ മാർബിൾ മുറ്റത്തിരുന്ന് അദ്ദേഹം പറഞ്ഞു. ആകാശത്തെ പൂർണ്ണചന്ദ്രൻ എന്റെ മടിയിൽ വീണതുപോലെ പത്മജാ... പത്മജ അദ്ദേഹത്തിന്റെ മടിയിൽ തലവെച്ചു കിടക്കുകയായിരുന്നു.

ഭുവനേശ്വരിലെ പ്രചാരണ മീറ്റിംഗുകൾക്കുശേഷം നെഹ്റുവും പത്മജയും മഹാക്ഷേത്രങ്ങളിൽ ദർശനം നടത്താതെ തെരുവുകളിലൂടെ അലഞ്ഞു നടക്കുകയും ഹോട്ടൽ മുറികളിൽ അന്തിയുറങ്ങുകയും ചെയ്തിട്ടുണ്ട്. അക്കാലം ഒരു പ്രണയ ലേഖനത്തിൽ ജവഹർലാൽ പത്മജയ്ക്ക് എഴുതി.

"മഴക്കാലത്തിനുശേഷം വസന്തം വന്നണയുന്നതുപോലെ നമ്മുടെ പ്രണയം പുഷ്പിച്ചിരിക്കുന്നു. പൂക്കാലം കായ്ഫലമണിയുമോ എന്റെ വസന്തമേ...."

കമലയുടെ മരണം കഴിഞ്ഞ് ഒരു വർഷം ആയിരിക്കുന്നു. ഇന്ദിര ഇന്ത്യയിലേക്കു മടങ്ങി. വൈകാരികമായ ഒരാശ്രയം പിതാവിൽ നിന്ന് ലഭിക്കുമെന്ന പ്രതീക്ഷയോടെയാണ് മകൾ മടങ്ങി വന്നത്. പിതാവിൽ ഉണ്ടായിരിക്കുന്ന മാറ്റം ഇന്ദിരയെ ഞെട്ടിച്ചു. അദ്ദേഹം ഇപ്പോൾ ഏതോ സ്വപ്നലോകത്താണ്. പിതൃമനസ്സ് സുതാര്യമായ സ്ഫടികശകലം പോലെ കണ്ടിരുന്ന മകൾ ഇപ്പോൾ പുകമറയ്ക്കുള്ളിൽ അകപ്പെട്ട ഒരു പിതാവിനെയാണ് കാണുന്നത്. ഒന്നും തുറന്നു പറയുന്നില്ല.

മഴക്കാലത്ത് നദീജല പ്രവാഹത്തിലേക്ക് എടുത്തു ചാടുന്ന നീന്തൽക്കാരനെപ്പോലെ ജവഹർലാൽ രാഷ്ട്രീയത്തിലേക്കു കൂപ്പു കുത്തിയിരിക്കുകയാണ്. പ്രചാരണയാത്രയിൽ ഏകീകൃത വടക്കൻ സംസ്ഥാനത്തിന്റെ ഒരു ഗ്രാമത്തിൽ ജവഹർലാൽ എത്തിച്ചേർന്നു. പകൽ മുഴുവനും സഞ്ചാരവും പ്രസംഗങ്ങളും ആയിരുന്നതിനാൽ വൈകുന്നേരത്തോടെ ആകെ തളർന്നു. നല്ല വിശപ്പും.

അതു മനസ്സിലാക്കിയ ഒരു നാട്ടു നേതാവ് സ്വകാര്യത്തിൽ പറഞ്ഞു.

ഇനി യാത്ര തുടരണ്ട. എന്റെ വീട്ടിൽ അത്താഴം തയ്യാറാക്കിയിട്ടുണ്ട്. ഉറങ്ങാനുള്ള സൗകര്യവും ചെയ്തിട്ടുണ്ട്. ഗ്രാമ ഭവനത്തിലെ മറപ്പുരയിൽ നിന്ന് മൺകുടങ്ങളിലെ തണുത്ത വെള്ളം തലയിലൊഴിച്ച് കുളിച്ചു. വസ്ത്രം മാറി. അത്താഴത്തിന് കനലിൽ ചുട്ടെടുത്ത കനത്ത ഗോതമ്പുറൊട്ടിയും പരിപ്പുകറിയും പച്ച ഉള്ളി അരിഞ്ഞതും സാലഡും എരിവിന് പച്ചമുളകും കടിച്ച് സ്വാദോടെ കഴിച്ചു. ആഹാരം കഴിഞ്ഞ് കൈകഴുകി വന്നപ്പോൾ ഇത്ര തൃപ്തിയോടെ ജീവിതത്തിലൊരിക്കലും ആഹാരം കഴിച്ചിട്ടില്ലെന്നു തോന്നി.

അത് ഗ്രാമത്തിലെ ഒരു സാധാരണ വീടായിരുന്നു.

ഒരു മുറിയിൽ മുളങ്കട്ടിലിൽ ചൗക്കാളത്തിനു മുകളിൽ വെള്ളത്തുണി വിരിച്ച് അതിഥിക്കുവേണ്ടി പ്രത്യേകം തയ്യാർ ചെയ്തിരുന്നു.

ജവഹർലാലിനെ കാണാൻ വന്നിരുന്ന ഗ്രാമീണ ജനത മടങ്ങിപ്പോയിരുന്നു. ജവഹർലാൽ കട്ടിലിൽ ഇരുന്നു. ക്ഷീണം കൊണ്ട് വേഗം കിടന്നു. ചെറിയൊരു റാന്തൽ വിളക്ക് തിരിതാഴ്ത്തി മുറിയിൽ വെച്ചിരുന്നു. ഉറക്കം വന്നില്ല. എന്തെങ്കിലും വായിക്കാൻ ശ്രമിക്കാം എന്നു കരുതി വിളക്കിന്റെ തിരി നീട്ടി. ഒരു പുസ്തകം സഞ്ചിയിൽ പരതി.

എതിർവശത്തെ ഭിത്തിയിൽ ഭംഗിയിൽ ഒട്ടിച്ചിരിക്കുന്ന ഒരു ഫോട്ടോ കണ്ടു. ഒരു പുരുഷനും സ്ത്രീയും ഒരുമിച്ചിരിക്കുന്ന ഫോട്ടോ. ഫ്രെയിം ചെയ്തിട്ടൊന്നുമില്ല. ഫോട്ടോയ്ക്കു താഴെ എന്തോ എഴുതിയിട്ടുണ്ട്. കൗതുകം തോന്നുകയാൽ വിളക്കെടുത്ത് എണീറ്റു ചെന്നു. അത് ജവഹർലാൽ നെഹ്റുവിന്റേയും കമലാ നെഹ്റുവിന്റേയും ഒരുമിച്ചുള്ള ഒരു കലണ്ടർ ഫോട്ടോ ആയിരുന്നു. വശങ്ങൾ വെട്ടി ഭംഗിയാക്കി ഒട്ടിച്ചിരിക്കുകയാണ്. ചുവട്ടിൽ എഴുതിയിരിക്കുന്നു.

'ആധുനിക ഭാരതത്തിന്റെ ശ്രീരാമനും സീതയും. ആദർശ ദമ്പതികൾ'

ചിത്ര ദർശനം ആദ്യം ഒരു ചെറുകാറ്റായി മനസ്സിൽ വീശിത്തുടങ്ങി. പിന്നെ അത് കൊടുങ്കാറ്റായി മാറി. പൂർവ്വകാല വിചാരങ്ങളിൽ ജവഹർലാൽ ഒരു കുറ്റവാളിയെപ്പോലെ പരുങ്ങി. സുന്ദരിയും യുവതിയുമായിരുന്ന തന്റെ പ്രിയ പത്നിയോട് ഒരിക്കലും സ്നേഹത്തോടെ പെരുമാറിയിട്ടില്ല. ഭാര്യയോടുള്ള കടമയും കടപ്പാടും ഒരിക്കലും നിർവ്വഹിച്ചിട്ടില്ലാത്ത അപരാധിയായ താനിതാ കാമത്തിടമ്പായഒരു യുവതിയുടെ കൈപ്പിടിയിലായിരിക്കുന്നു. ആദ്യം വിതുമ്പിക്കരഞ്ഞു. കണ്ണുനീർ നദിപോലെ ഒഴുകി. ആ ഒഴുക്കിൽ പത്മജ ഒലിച്ചുപോയി.

ശ്രീരാമൻ പതിന്നാലു വർഷം വനവാസത്തിലായിരുന്നു. സീതാദേവിയെ കാട്ടിൽ ഉപേക്ഷിച്ചുവെങ്കിലും മറ്റൊരു വിവാഹം കഴിച്ചിട്ടില്ല. കഴിക്കാൻ അയോദ്ധ്യയിലെ ജനങ്ങൾ അനുവദിക്കുകയുമില്ല താനോ പതിന്നാലിലേറെ വർഷങ്ങൾ ജയിലുകളിൽ നിന്നും ജയിലുകളിലേക്ക് അലഞ്ഞിരിക്കുന്നു. തന്റെ സീതാദേവി കാലയവനികയ്ക്കപ്പുറം മറഞ്ഞിരിക്കുന്നു. ഇനിയൊരു വിവാഹം ജനങ്ങൾ സ്വീകരിക്കില്ല. പാടില്ല.... ഒരിക്കലും പാടില്ല. പത്മജയ്ക്ക് പിന്നീട് ഒരു കത്തുപോലും ജവഹർലാൽ അയച്ചില്ല. പരിഭവക്കത്തുകൾ നിരന്തരം വന്നുകൊണ്ടിരുന്നു. മറുപടി കിട്ടാതായപ്പോൾ പത്മജ തന്റെ ഭാണ്ഡകെട്ടുമായി വന്നു. കണ്ടു. ഒരുമിച്ച് ഉറങ്ങാൻ കിടക്കുമ്പോൾ പത്മജ ചോദിച്ചു പത്മജ ആദ്യമായാണ് അങ്ങനെ ചോദിക്കുന്നത്. ജവഹർലാൽ ഞെട്ടിത്തെറിച്ചു പോയി. തന്റെ പത്നീപദം പത്മജ ആഗ്രഹിക്കുന്നു.

നീണ്ട മൗനത്തിനുശേഷം ജവഹർലാൽ പറഞ്ഞു.

-പ്രണയത്തിൽ പ്രണയം മാത്രം. കാമത്തിൽ കാമവും...

പ്രണയാതുരമായ ഒരു കാമബന്ധം നാം തമ്മിലുണ്ട്. ആ ബന്ധത്തിന്റെ ഊഷ്മളത ഭാര്യാഭർത്താക്കന്മാരായി കൈവെടിയാൻ ഞാൻ

ആഗ്രഹിക്കുന്നില്ല. സ്ത്രീയുടെ പ്രായോഗികബുദ്ധി കാമുകന്റെ കൗശലം തിരിച്ചറിഞ്ഞു. കുറച്ചു നാൾ പത്മജ പിണങ്ങി നടന്നുവെങ്കിലും പിന്നെ കണ്ടുമുട്ടിയപ്പോൾ പ്രണയ കാമങ്ങളുടെ മഹാനദിയിൽ മുങ്ങിക്കുളിക്കുക തന്നെ ചെയ്തു. ജവഹർലാലിന്റെ സഹോദരിമാർക്ക് ആ ബന്ധത്തെക്കുറിച്ച് അറിയാമായിരുന്നു. അവരാരും അത് ഒരു പ്രശ്നമായി എടുത്തില്ല. ഇന്ദിരയ്ക്കും വിവരം കിട്ടി. പത്മജയെ കണ്ടുമുട്ടാതിരിക്കാൻ ഇന്ദിര ആവുന്നത്ര ശ്രമിച്ചു. എന്നാൽ ഇടയ്ക്ക് കാണാറുമുണ്ടായിരുന്നു. തന്റെ പിതാവിന്റെ മേൽ സ്വാധീനമുള്ള ഒരു സ്ത്രീയെ ഇന്ദിരയ്ക്ക് ഇഷ്ടപ്പെടാൻ കഴിഞ്ഞില്ല. പത്മജ സ്നേഹവാത്സല്യങ്ങളോടെ ഇന്ദിരയെ സമീപിക്കുമ്പോഴെല്ലാം ഒരക്ഷരം മിണ്ടാതെ ഒഴിഞ്ഞു മാറുമായിരുന്നു.

രാഷ്ട്രീയത്തിൽ നിന്നും കുറച്ചു ദിവസം വിട്ടുനിൽക്കുന്നതിന് ജവഹർലാൽ ഇന്ദിരയ്ക്കൊപ്പം ഒരു യാത്ര പുറപ്പെട്ടു. കിഴക്ക് ബർമ്മയിലേക്ക്; അവർ ട്രെയിനിൽ പോയി. അവിടെ നിന്ന് മലയയിലെത്തി. എവിടെ എത്തിയാലും അവിടത്തെ ഇന്ത്യൻ വംശജരെ കാണും. ബർമ്മയിലും മലയയിലും ഇന്ത്യക്കാർ അധികവും കച്ചവടം ചെയ്യുകയായിരുന്നു. തൊഴിലാളികളും ഉണ്ടായിരുന്നു. ഇന്ദിര ബർമ്മയിലായിരുന്നപ്പോൾ ഫ്രാങ്ക് ഒബ്റോഫ് ഇന്ത്യയിലെത്തിയിരുന്നു. ഇന്ദിര ബർമ്മയിലാണെന്നറിഞ്ഞ് വിഷമത്തോടെ മടങ്ങിപ്പോയി. അയാൾ കൊടുത്തിട്ടുപോയ കത്തിന് ഇന്ദിര മറുപടി അയച്ചു. സെപ്തംബർ ഒന്നാം തിയ്യതി (1937) ഇന്ദിര ഇംഗ്ലണ്ടിൽ ഒക്സ്ഫർഡിലേക്കു പുറപ്പെട്ടു. എസ്.എസ്. വിക്ടോറിയ എന്ന കപ്പലിലായിരുന്നു യാത്ര.

കപ്പിത്താൻ ജവഹർലാലിന്റെ സുഹൃത്തായിരുന്നു. ഇന്ദിരയ്ക്ക് കപ്പിത്താൻ പ്രത്യേക ഭക്ഷണം കൊടുത്തയച്ചിരുന്നു. ഇന്ദിര തന്റെ മുറിയിൽ അധിക സമയവും അടച്ചിരുന്നു. ആകെ അസ്വസ്ഥയായിരുന്നു. ആ കപ്പലിൽ യാത്രക്കാരനായി സർ. സി. വി. രാമൻ എന്ന ഊർജ്ജതന്ത്ര ശാസ്ത്രജ്ഞൻ ഉണ്ടായിരുന്നു. അദ്ദേഹം ജവഹർലാലിന്റെ സുഹൃത്തും ഇന്ദിരയെ നന്നായി അറിയുന്ന ആളുമായിരുന്നു. സർ സി.വി. രാമൻ നോബൽ സമ്മാനം നേടിയിരുന്നു.

അദ്ദേഹം ഇന്ദിരയുമായി സംസാരിച്ചു. കാഴ്ചയുടെ മായാ ദർശന രീതികളൊക്കെ വിശദീകരിച്ചുവെങ്കിലും ഇന്ദിരയ്ക്ക് ഒന്നും മനസ്സിലായില്ല. എന്നാലും ആ മഹാ ശാസ്ത്രജ്ഞന്റെ സാന്നിദ്ധ്യവും സ്നേഹവും വലിയ അനുഗ്രഹമായി തോന്നി. വെനീസിൽ കപ്പലടുത്തപ്പോൾ ഇന്ദിര അവിടെ ഇറങ്ങി. അവിടെ നിന്നും പാരീസിലേക്കു പോയി. പാരീസിൽ ഫിറോഷ് ഗാന്ധി ഇന്ദിരയെ സ്വീകരിച്ചു. ഫിറോഷുമൊത്ത് പാരീസിൽ ഉല്ലാസത്തോടെ അലഞ്ഞു നടന്നപ്പോൾ ആദ്യമായി വിവാഹ ജീവിതത്തെക്കുറിച്ചു ചിന്തിച്ചു. തനിക്ക് തന്റെ പിതാവിൽ നിന്നും ഒരു ഭർത്താവിലേക്ക് ചേക്കേറണമെന്ന് അഭിലഷിച്ചു.

തനിക്ക് പതിനാറു വയസ്സ് കഴിഞ്ഞപ്പോൾ തന്നെ ഫിറോഷ് വിവാഹാഭ്യർത്ഥന നടത്തിയിട്ടുണ്ട്. പാരീസിലെ വിശുദ്ധമറിയയുടെ ദേവാലയ

പ്പടിയിൽ അവർ ഇരിക്കുകയായിരുന്നു. ഇന്ദിര ഏറെ നേരം നിശ്ശബ്ദയായി ഇരുന്നു. ഫിറോഷ് ധാരാളം സംസാരിക്കുന്നുണ്ടായിരുന്നു. ഒടുവിൽ ജലാന്തർഭാഗത്തുനിന്നും പൊന്തിവരുന്ന നീർപക്ഷിയെപ്പോലെ തല ചലിപ്പിച്ച് ഇന്ദിര വിളിച്ചു.

–ഫിറോഷ്.... ഓ ഫിറോഷ്....

–എന്തേ...... എന്തേ ഇന്ദൂ?

–നമുക്ക് വിവാഹിതരാവാം. ഫിറോഷ് അവിശ്വാസത്തോടെ ഇന്ദിരയുടെ മുഖത്തു നോക്കി. പിന്നെ വിസ്മയത്തോടെ ചിരിച്ചു. പൊട്ടിച്ചിരിക്കുകയായിരുന്നില്ല. ചെറുകിളി ചിലമ്പുന്നതുപോലെ. അയാൾ പെട്ടെന്ന് എണീറ്റു. ഇന്ദിരയുടെ കൈ പിടിച്ചു. പാരീസിലെ ആൾത്തിരക്കിലേക്ക് അവർ ഇറങ്ങി.

പാരീസിലെ പ്രസിദ്ധമായ മ്യൂസിയത്തിലൂടെ അവർ കൈപിടിച്ചു നടന്നു. പൗരാണിക കലാശില്പങ്ങളുടെ മുന്നിലൂടെ നീങ്ങിയ അവർ അതൊന്നും കണ്ടില്ല. പരസ്പരം കാണാനാണ് അവർ ആഗ്രഹിച്ചത്. പാരീസിലെ നാടകശാലയിൽ അവർ ഇരുന്നെങ്കിലും ഇത്തവണ നാടകം ആസ്വദിക്കാനായില്ല. ഇന്ദിരയ്ക്ക് ഒരുതരം അസ്വസ്ഥത തോന്നി. തങ്ങളുടെ വിവാഹം നെഹ്റു കുടുംബം നടത്തിത്തരുമെന്ന് ഉറപ്പില്ല. പാരീസിലെ ചൂടുകുറഞ്ഞ സൂര്യപ്രഭയിൽ നടക്കുമ്പോൾ മനസ്സിൽ നിലാവുദിച്ചിരുന്നു! ഓക്സ്ഫോർഡിൽ ഇന്ദിര ആകെ വിഷമിച്ചു. ഒരു തയ്യാറെടുപ്പുമില്ലാതെയാണ് പ്രവേശനത്തിനു ശ്രമിക്കുന്നത്. ചരിത്രം, രാഷ്ട്രീയ ശാസ്ത്രം, സാമ്പത്തിക ശാസ്ത്രം, തത്ത്വ ശാസ്ത്രം ഇവയിൽ ഏതു വിഷയം തെരഞ്ഞെടുക്കണമെന്ന് തീരുമാനിച്ചിട്ടില്ല. ലാറ്റിൻ ഭാഷയിൽ ഒരു പരീക്ഷ ആദ്യം പാസ്സാവുകയും വേണം.

ഇപ്പോഴും ഇന്ദിരയുടെ മനസ്സ് ആമത്തോടിനുള്ളിലാണ്. ഫിറോഷ് വന്ന് ഇടയ്ക്കിടയ്ക്ക് വലിച്ച് പുറത്തിടും. ഇന്ദിര സുന്ദരിയാണെന്ന് ഫിറോഷ് ഒരിക്കലും പറഞ്ഞില്ല. എന്നാൽ തന്റെ ആത്മാവിനെ തൊടാൻ അയാൾക്ക് കഴിയുന്നുണ്ടെന്നു തോന്നി. സാന്നിദ്ധ്യം മാത്രം മതി ഉന്മേഷഭരിതയാവാൻ. രണ്ടാം ലോകമഹായുദ്ധം ആടിക്കൂടുകയാണ്. ഓക്സ്ഫോർഡിലെ രാഷ്ട്രീയാന്തരീക്ഷം ചൂടു പിടിച്ചു. വിദ്യാർത്ഥികൾ ചക്രവർത്തിക്കുവേണ്ടി യുദ്ധം ചെയ്യില്ലെന്ന് പ്രമേയം പാസ്സാക്കി. വിദ്യാർത്ഥിയൂണിയനിൽ യൂറോപ്യൻ കമ്മ്യൂണിസ്റ്റു പാർട്ടിയുടെ യുവവിഭാഗം മേധാവിത്വം നേടി. ഇന്ദിര രാഷ്ട്രീയത്തിൽ പങ്കെടുത്തില്ല. ഇന്ത്യൻ വിദ്യാർത്ഥികളുടെ യൂണിയനിൽ ചേർന്നു. ഇടയ്ക്ക് ലണ്ടനിൽ പോകും. ഇന്ത്യാലീഗിന്റെ ഓഫീസിൽ ചെന്ന് കത്തുകളയയ്ക്കാൻ സഹായിക്കും.

ഓക്സ്ഫോർഡിൽ പ്രൊഫസ്സർ ഡോക്ടർ രാധാകൃഷ്ണൻ ഇന്ദിരയെ ക്ഷണിച്ച് വീട്ടിലേക്കു കൊണ്ടുപോയി. ജൂലിയൻ ഹക്സിലിയും അദ്ദേഹത്തിന്റെ പത്നിയും ഇന്ദിരയെ വീട്ടിലേക്കു കൂട്ടിക്കൊണ്ടുപോയി. ജവഹർലാലിന്റെ രാഷ്ട്രീയവീക്ഷണമോ സാഹിത്യവാസനയോ

മകളിൽ അവർക്കു കാണാൻ കഴിഞ്ഞില്ല. ഇന്ദിര നാണിച്ചും ഉൾവലിഞ്ഞും ഇരുന്നതേയുള്ളൂ. ഫിറോഷ് ഇടയ്ക്ക് വന്ന് ഇന്ദിരയെ ഉത്സാഹിപ്പിക്കും. അവർ ഒരുമിച്ചു ഭക്ഷണം കഴിക്കുകയും ഒരുമിച്ച് നടക്കാൻ പോവുകയും ചെയ്യും. രണ്ടുപേരുംകൂടെ ഇന്ത്യൻ വിദ്യാർത്ഥികളുടെ ചർച്ചാ വേദികളിൽ എത്തും. ആയിടെ ഫിറോഷ് ഇന്ദിരയുമൊത്ത് ഇന്ത്യൻ വിദ്യാർത്ഥികളുടെ നേതാവായി പ്രവർത്തിക്കുന്ന വി. കെ. കൃഷ്ണമേനോനെ സന്ദർശിച്ചു. അദ്ദേഹത്തിന്റെ ഗ്രൂപ്പിന്റെ പണസമാഹരണത്തിന് സംഘടിപ്പിച്ച ഉദയശങ്കറിന്റെ നൃത്ത പരിപാടിക്ക് ടിക്കറ്റുകൾ വിൽക്കുന്നതിനും ഫിറോഷും ഇന്ദിരയും ശ്രമിച്ചു.

തന്റെ സുഹൃത്തായ ജവഹർലാലിന്റെ പുത്രിക്ക് ലണ്ടനിലെ ബുദ്ധിജീവികളുടേയും രാഷ്ട്രീയക്കാരുടേയും ഇടയിൽ ഒരു സ്ഥാനം നേടിയെടുക്കണമെന്ന് മേനോൻ ആഗ്രഹിച്ചു. ഇന്ത്യൻ വിദ്യാർത്ഥികളുടെ യോഗത്തിൽ പ്രസംഗിക്കാൻ കൃഷ്ണമേനോൻ ഇന്ദിരയുടെ പേരു വിളിച്ചു. വേദിയിൽ പ്രസംഗിക്കാൻ നിന്ന ഇന്ദിരയുടെ ശരീരം വിറച്ചു. അടുമുടി വിയർത്തു. ജീവിതത്തിൽ ആദ്യമായാണ് ഒരു പ്രസംഗ വേദിയിൽ നിൽക്കുന്നത്. ഇന്ദിര ചിലതു പറയുവാൻ ശ്രമിച്ചുവെങ്കിലും കാര്യമായി ഒന്നും പുറത്തു വന്നില്ല. വിദ്യാർത്ഥികളിൽ ഒരാൾ എണീറ്റുനിന്ന് പറഞ്ഞു. ഇന്ദിര പ്രസംഗിക്കുകയല്ല. എലി കരയുന്നതുപോലെ കരയുകയാണ്. വിറച്ചുകൊണ്ട് ഇന്ദിര വേദിയിൽ നിന്ന് ഇറങ്ങി. ഫിറോഷ് ഇന്ദിരയെ താങ്ങിപ്പിടിച്ചാണ് പുറത്തേക്കു കൊണ്ടുപോയത്. ഫിറോഷ് ഇന്ദിരയുടെ നങ്കൂരമായി മാറി. കാറ്റിലും കോളിലും പെട്ട് ഉലയാതെ നങ്കൂരം രക്ഷിച്ചു.

ആദ്യകാലങ്ങളിൽ പുറത്ത് ഒറ്റയ്ക്കു സഞ്ചരിക്കുമ്പോൾ നദിയിലെ വെള്ളപ്പൊക്കത്തിൽ വീണ അനുഭവമായിരുന്നു. മുങ്ങിച്ചാകുമോ എന്നു പേടിച്ചു. ഫിറോഷിന്റെ കൈത്തണ്ടയിലും തോളിലും ചാരി ഇപ്പോൾ മുങ്ങിപ്പോവാതെ സ്വയം രക്ഷിക്കുന്നു. ലണ്ടൻ സ്കൂൾ ഓഫ് എക്ണോമിക്സിൽ രാഷ്ട്രീയ ശാസ്ത്രത്തെക്കുറിച്ച് ഹാരോൾഡ് ലാസ്കി ചെയ്യുമായിരുന്ന പ്രഭാഷണങ്ങൾ കേൾക്കുവാൻ ഫിറോഷ് ഇന്ദിരയെ കൊണ്ടുപോകുമായിരുന്നു. യൂറോപ്യൻ രാഷ്ട്രീയശാസ്ത്രത്തിൽ ഹാരോൾഡ് ലാസ്കി വലിയ പണ്ഡിതനാണ്. യൂറോപ്പിന്റെ ഏകാധിപത്യ മനോഭാവത്തിന് അദ്ദേഹം വലിയ വെല്ലുവിളിയായിരുന്നു. അദ്ദേഹത്തിന്റെ വിശദീകരണങ്ങൾ നിറഞ്ഞ പ്രഭാഷണങ്ങൾ യൂറോപ്പിലെ യുവജനതയ്ക്ക് ബൈബിൾപോലെ വിശുദ്ധ ശ്രവണമാണ് നൽകിയത്.

അക്കാലത്ത് ഇന്ദിര പിതാവിനെഴുതിയ കത്തുകളിൽ ഹരോൾഡ് ലാസ്കിയുടെ പ്രസംഗങ്ങളെക്കുറിച്ചല്ലാതെ ഫിറോഷുമായുള്ള ചങ്ങാത്തത്തെക്കുറിച്ച് സൂചിപ്പിക്കുകപോലും ചെയ്തില്ല. 1937–38 കാലത്ത് ഇന്ത്യൻ ദേശീയപ്രസ്ഥാനം ചിന്താക്കുഴപ്പത്തിലായിരുന്നു. പാർട്ടിയിലെ യാഥാസ്ഥിതിക വിഭാഗം എന്നറിയപ്പെട്ടിരുന്ന സി. രാജഗോപാലാചാരിയുടേയും സർദാർ വല്ലഭായ് പട്ടേലിന്റേയും നേതൃത്വവും ഇടതുചായ്വുള്ള

വിഭാഗവും തമ്മിലായിരുന്നു ഭിന്നിപ്പ്. ജവഹർലാൽ നെഹ്റു ഇടതുപക്ഷ ചേരിയിലാണെന്ന് പരക്കെ അറിയപ്പെട്ടിരുന്നു. എം. എ. ജിന്നയുടെ നേതൃത്വത്തിൽ മുസ്ലിം ലീഗ് മതമൗലികവാദം ഉയർത്തുന്നുവെന്ന ആരോപണവുമുണ്ട്. ഇന്ത്യയുടെ സ്വാതന്ത്ര്യലബ്ധി കോൺഗ്രസ്സിന്റെ സ്വാതന്ത്ര്യസമരത്തോടുമാത്രം ബന്ധപ്പെട്ടതല്ലെന്ന തിരിച്ചറിവ് ജവ ഹർലാലിന് ഉണ്ടായിരുന്നു.

ലോക രാഷ്ട്രീയം മാറ്റത്തിന് വിധേയമാവുകമാണ്. നമ്മുടെ ഭാവി നമ്മുടെ അതിർത്തിക്കപ്പുറമുള്ള രാജ്യങ്ങളോടും ബന്ധപ്പെട്ടുകിടക്കുന്നു. പത്മജയുടെ പ്രണയലേഖനങ്ങൾ തുടർച്ചയായി ജവഹർലാലിന് കിട്ടി ക്കൊണ്ടിരുന്നു. ഇപ്പോൾ മറുപടി അയയ്ക്കാറില്ല. ഒടുവിൽ എല്ലാം തുറന്നു പറഞ്ഞ് ഒരു കത്തയച്ചു. പത്മജ എന്റെ ആത്മസത്ത തിരിച്ചറി ഞ്ഞിട്ടില്ലെന്നു തോന്നുന്നു. മനുഷ്യസഹജമായ വികാരങ്ങളുടെ കാര്യ ത്തിൽ ഞാൻ പത്മജയുമായി കുറച്ചധികം അടുത്തു എന്നത് നേരാണ്. അത് ജീവിതബന്ധമായി തുടരേണ്ടതുണ്ട് എന്ന് എനിക്കു തോന്നിയി ട്ടില്ല. ഇപ്പോൾ എനിക്ക് എന്റെ സ്വന്തം കാര്യങ്ങൾ പ്രധാനപ്പെട്ടവയല്ല. അത് നമ്മുടെ രാജ്യത്തോടു ബന്ധപ്പെട്ടതാണ്. രാജ്യത്തോടുള്ള കടമ മറന്ന് എനിക്ക് ഒരു സ്വകാര്യബന്ധം ആവശ്യമില്ല. നൽകിയ എല്ലാ സന്തോഷങ്ങൾക്കും നന്ദി. അതിനപ്പുറം കടക്കാൻ ശ്രമിക്കരുത്. അത് സാധ്യമല്ല. ദയവായി ഇനി എനിക്ക് കത്തുകൾ അയയ്ക്കാതിരിക്കുക.

യൂറോപ്പിൽ യുദ്ധം ഉടനുണ്ടാവുമെന്ന് മനസ്സിലായി. പലേൻസിയാ യിൽ ബോംബ് വീണു. ഓക്സ്ഫർഡിലെ വിദ്യാർത്ഥികൾ റോഡിലിറ ങ്ങിയിരിക്കുന്നു. ജാപ്പനീസ് ഉൽപന്നങ്ങൾ ബഹിഷ്കരിക്കാൻ ആഹ്വാനം ചെയ്യുന്നു.

ജവഹർലാൽ പുത്രിക്ക് എഴുതി.

-യുദ്ധം നമുക്ക് ആപത്തു കൊണ്ടുവരും... എനിക്ക് ഇന്ദുവിന്റെ ആരോഗ്യകാര്യത്തിലും വലിയ ഉത്കണ്ഠയുണ്ട്. എന്റെ കുട്ടി ഒരുപാടു മെലിഞ്ഞിരിക്കുന്നു. മരിച്ചുപോയ മമ്മായുടെ ആരോഗ്യസ്ഥിതി അറിയാ മല്ലൊ. ആമാശയം നമ്മുടെ ആരോഗ്യത്തിന്റെ അടിത്തറയാണ് വിശന്നി രിക്കരുത്. ഒരുപാട് ആഹാരം കഴിക്കണ്ട. ഇടയ്ക്കിടയ്ക്ക് എന്തെങ്കിലും കഴിക്കണം. ഇന്ദുവിന്റെ മുത്തശ്ശൻ അതായത് എന്റെ പിതാവ് മരിച്ചതും എന്റെ ഒരു സഹോദരി മരിച്ചതും ക്ഷയരോഗം മൂലമാണോ എന്ന് എനിക്ക് സംശയ മുണ്ട്. പൊതുവിൽ നമ്മുടെ കുടുംബത്തിന് രോഗ പ്രതിരോധശേഷി കുറവാണ്. ഇന്ദു യോഗ അഭ്യസിക്കണം. പ്രാണാ യാമം ശീലിക്കണം കൂടെക്കൂടെ ദീർഘമായി ശ്വസിക്കണം.

പിതാവിന്റെ ഉത്കണ്ഠ ഇന്ദുവിൽ വലിയ മാറ്റമൊന്നും ഉണ്ടാക്കി യില്ല.

ഓക്സ്ഫോർഡിൽ അഡ്മിഷനുവേണ്ടി എഴുതിയ ലാറ്റിൻ ഭാഷ യിലെ ആദ്യ പരീക്ഷ ഇന്ദു തോറ്റു. വീണ്ടും എഴുതാനായി ഓക്സ് ഫർഡിൽ തങ്ങി. ഇതിനിടെ വി.കെ. കൃഷ്ണമേനോൻ ജവഹർലാലിനും

പുത്രിക്കും യൂറോപ്യൻ രാജ്യങ്ങൾ സന്ദർശിക്കാനുള്ള ഒരു പ്ലാൻ തയ്യാറാക്കി. അതനുസരിച്ച് ഇംഗ്ലണ്ടിലെ ഗ്രാമീണ ഭവനങ്ങൾ സന്ദർശിക്കാൻ അച്ഛനും മകളും പുറപ്പെട്ടു.

അവിടെ ഒരു ഗ്രാമത്തിൽ വസിച്ചിരുന്ന എൺപതു വയസ്സുള്ള ബ്രിയാട്രീസ് വെഹ് എന്ന സ്ത്രീ അവർക്ക് ഒരദ്ഭുതമായി. ബിയാട്രീസ് ഒരു യുവതിയെപ്പോലെ ചുറുചുറുക്കുള്ളവളും ഉത്സാഹവതിയുമായിരുന്നു. അവർ പ്രസിദ്ധയായ ഒരു എഴുത്തുകാരിയുമായിരുന്നു.

ഇന്ദിരയെ കണ്ടപ്പോൾ അവർ പറഞ്ഞു. നീ വളരെ വളരെ സുന്ദരിയാണ്.

പിന്നെ അവർ ഇന്ദിരയെ ആശ്ലേഷിച്ചു. തന്റെ ഏറ്റവും പുതിയ പുസ്തകം ജവഹർലാലിന്റെ ഓമനപ്പുത്രിക്ക് എന്നു കുറിച്ച് കൈയൊപ്പു ചാർത്തി ഇന്ദിരയ്ക്കു നൽകി. അവർ അച്ഛനും മകളും ഫ്രാൻസിലും പോയി. അവിടെ ഒരു പ്രതിഷേധ മീറ്റിംഗിൽ പങ്കെടുത്തു സ്പെയിനിന്റെ ഗ്രാമീണ ജനതയ്ക്ക് മേൽ ബോംബിട്ടതിനായിരുന്നു പ്രതിഷേധം. ആ യോഗത്തിൽ പങ്കെടുക്കാൻ ഫിറോഷ് ഗാന്ധിയും എത്തിയിരുന്നു. സ്പെയിനിലെ കമ്മ്യൂണിസ്റ്റ് അനുഭാവി ലാപാഷ് നാരയെ പ്രസംഗിക്കാൻ സംഘാടകർ അനുവദിച്ചില്ല. ആ ഘട്ടത്തിൽ ഫിറോഷ് ഗാന്ധിയും ഇന്ദിരയും ചേർന്ന് മറ്റൊരു യോഗം സംഘടിപ്പിച്ചു. കുറെയധികം പേർ ആ യോഗത്തിൽ പങ്കെടുത്തു. ഇന്ദിരയും ഫിറോഷും ചേർന്ന് യോഗം സംഘടിപ്പിച്ചപ്പോൾ ജവഹർലാലിന് തന്റെ പുത്രിയുടെ മേൽ അഭിമാനം തോന്നി. ഫിറോഷും ഇന്ദിരയും തമ്മിലുള്ള വ്യക്തി ബന്ധത്തെക്കുറിച്ച് അദ്ദേഹം അറിഞ്ഞിരുന്നില്ല. ഇന്ദിര സൂചിപ്പിച്ചതുമില്ല. ഫിറോഷ് ലണ്ടനിലേക്കു മടങ്ങി. യാത്രപറയാൻ ഫിറോഷ് വന്നപ്പോഴും പിതാവിന് ഒന്നും തോന്നിയില്ല. ഒരു ഇന്ത്യൻ യുവാവിന്റെ സൗഹൃദം എന്നേ തോന്നിയുള്ളൂ.

യാത്രയ്ക്കിടയിൽ ഇന്ദിരയ്ക്ക് അസുഖമായി. ശ്വാസകോശത്തിൽ വെള്ളം കെട്ടി ശ്വസനം ബുദ്ധിമുട്ടിലായി. ബുഡാപെസ്റ്റ് ആശുപത്രിയിൽ മൂന്നാഴ്ച കിടന്നു. ശരീരം കൂടുതൽ മെലിഞ്ഞു. വളരെ ക്ഷീണം അനുഭവപ്പെടുകയും ചെയ്തു. നവംബർ (1938) ആയപ്പോഴേക്കും ആരോഗ്യം വീണ്ടുകിട്ടി. ഇംഗ്ലണ്ടിൽ പഠിക്കാനുള്ള മോഹം അസുഖത്തോടെ അവസാനിപ്പിക്കേണ്ടി വന്നു. ജവഹർലാൽ മകളേയും കൂട്ടി ഇന്ത്യയിലേക്കു മടങ്ങി വന്നു. ഇന്ദുവിന്റെ ആരോഗ്യം പതുക്കെപ്പതുക്കെ മെച്ചപ്പെട്ടു. ഉത്തരേന്ത്യയിൽ തണുപ്പുകാലമായിരുന്നു. മുറി ചൂടാക്കാൻ ഉപയോഗിച്ചിരുന്ന വിറക് ആവശ്യത്തിന് ഉണ്ടായിരുന്നില്ല. ജവഹർലാൽ വീണ്ടും സഞ്ചാരങ്ങളിലായി. ഇന്ത്യയിൽ സാമൂഹിക പരിവർത്തനം എങ്ങനെയായിരിക്കണമെന്നു തീരുമാനിക്കാൻ പാർട്ടി ഒരു കമ്മിറ്റി രൂപീകരിച്ചിരുന്നു. പാർട്ടിക്കുള്ളിൽ ഇപ്പോൾ പല വിഭാഗങ്ങൾ ഉണ്ടായിരിക്കുകയാണ്. വലതുപക്ഷം, ഇടതുപക്ഷം, രണ്ടിലും പെടാത്ത വിഭാഗവും.

മുഹമ്മദാലി ജിന്ന മുസ്ലീം ലീഗ് നേതാവായിരിക്കുന്നു. രാഷ്ട്രീയത്തിൽ മതവാദം കൊണ്ടുവരാനാണ് അദ്ദേഹത്തിന്റെ ശ്രമം. ജവഹർലാലിന്റെ സ്വപ്നമായ സ്വതന്ത്ര സോഷ്യലിസ്റ്റ് രാഷ്ട്രവും മഹാത്മാഗാന്ധിയുടെ സ്വപ്നമായ അഖണ്ഡ ഭാരതം എന്ന സങ്കല്പവും മണലാരണ്യത്തിലെ മരീചിക പോലെ അകന്നകന്നു പോവുകയാണ്. തന്റെ മകൾ ഇന്ദിര തന്റെ സ്വപ്നത്തിനൊപ്പം ഉണ്ടാവണമെന്ന് ജവഹർലാൽ ആഗ്രഹിച്ചു. ഭാരതത്തിന്റെ രാഷ്ട്രീയ നേതൃത്വം ഒരിക്കൽ ഇന്ദിരയിൽ വന്നുചേരണമെന്നും അദ്ദേഹം അഭിലഷിച്ചു. എന്നാൽ ഇന്ദിര തന്റെ സങ്കല്പങ്ങൾക്കൊത്ത് ഉയരുന്നില്ലെന്ന തോന്നലുമുണ്ടായി.

ഏപ്രിൽ (1939-ൽ) ഇന്ദിര വീണ്ടും യൂറോപ്പിലേക്കു പോയി.

അഞ്ചാറുമാസം ഫ്രാൻസിലോ, സ്വിറ്റ്സർലണ്ടിലോ ചികിത്സയ്ക്കു വിധേയയാവണം. പിന്നെ ഓക്സ്ഫോർഡിൽ ചേരണം. അമ്മയുടെ സമ്പത്ത് ഒരു ട്രസ്റ്റാക്കിയിട്ടുള്ളതുകൊണ്ട് ഇന്ദിരയ്ക്ക് സാമ്പത്തിക സ്വാതന്ത്ര്യമുണ്ട്. തന്റെ മകൾ ഇന്ദിര വളരെ സ്വതന്ത്രയായി പെരുമാറുകയും തീരുമാനമെടുക്കുകയും ചെയ്യുന്നതിൽ ജവഹർലാലിന് അഭിപ്രായവ്യത്യാസം ഉണ്ടായിരുന്നില്ല. താൻ തന്നെയാണല്ലോ മകളെ ആ വിധമാക്കുവാൻ ഉത്സാഹിപ്പിച്ചിരുന്നത്. എന്നാൽ മകൾ പിതാവിനെക്കുറിച്ച് വിചാരിച്ചിരുന്നത് - തത്ത്വങ്ങൾ അറിയാം. മനുഷ്യബന്ധങ്ങളുടെ പ്രാഥമിക തത്ത്വം അറിഞ്ഞുകൂടാ എന്നാണ്. ഇംഗ്ലണ്ടിലേക്കുള്ള യാത്രാ മദ്ധ്യേ ഇന്ദിര പാരീസിൽ കപ്പലിറങ്ങി യൂറോപ്യൻ നഗരങ്ങളിൽ പാരീസാണ് ഇന്ദിരയെ ഏറെ ആകർഷിച്ചത്. നഗരത്തിന്റെ കുലീനത്വം നിറഞ്ഞ സൃഷ്ടിപരത അപാരമെന്നു തോന്നിയിട്ടുണ്ട്. മുൻവിധിയില്ലാത്ത സ്വതന്ത്രരായ മനുഷ്യർ വസിക്കുന്ന നഗരം! പാരീസിൽ അപ്പോൾ വസന്തകാലമായിരുന്നു. കാറ്റിനും സുഗന്ധമുണ്ടെന്നു തോന്നി. ഇരുണ്ട മുറിയിൽ നിന്ന് പുലർകാലമഞ്ഞിലേക്കിറങ്ങിയതുപോലെ മനസ്സ് കുളിർത്തു. ആഹ്ളാദത്തോടെ ഇന്ദിര പിതാവിന് ഒരു കത്തെഴുതി.

ഒടുവിൽ ഇംഗ്ലണ്ടിലെത്തി. അവിടെ ആശുപത്രിയിൽ വിദഗ്ധപരിശോധനയ്ക്കു വിധേയയായി. ഇന്ദിരയുടെ ശ്വാസകോശത്തിൽ ഇടതുവശത്ത് കറുത്ത പാടുകൾ ഉള്ളതായി ഡോക്ടർമാർ കണ്ടെത്തി. എന്നിട്ടും ഓക്സ്ഫോർഡിൽ പ്രവേശനത്തിനുള്ള അപേക്ഷ സമർപ്പിച്ചു. എന്നിട്ട് ഏകയായി സ്വിറ്റ്സർലണ്ടിലേക്കു പോയി. കൊടുങ്കാറ്റിൽപെട്ട നൗക പോലെ മനസ്സ് ആടിയുലഞ്ഞുവെങ്കിലും ധൈര്യം കൈവെടിയാതെ പ്രവർത്തിച്ചു. ക്ഷയരോഗമാണെന്ന ഡോക്ടർമാരുടെ സംശയം വീണ്ടും പരിശോധിപ്പിച്ച് ചികിത്സയ്ക്കു വിധേയയാവണമെന്ന് തീരുമാനിച്ചിരുന്നു. യൗവനത്തിലെത്തുക മാത്രം ചെയ്ത ഒരു യുവതിയുടെ ധീരമായ ജീവിത സമീപനമായിരുന്നു അത്. ഈ സമരത്തിൽ താൻ ഏകയായിരിക്കും. പിതാവില്ല, വിവാഹവാഗ്ദാനം നൽകിയിട്ടുള്ള പുരുഷനില്ല.

ഇന്ദിര.... ഇന്ദിര നെഹ്റു എന്ന ഏകയും അനാഥയുമായ യുവതി മാത്രം! തന്റെ ജീവിതം താൻ തന്നെ പൊരുതി നേടണം. അതൊരു

വാശിയായിരുന്നു. ഇതേ പാതയിൽ ഏകയായി സഞ്ചരിച്ചാണ് തന്റെ പ്രിയ മാതാവ് അകാലത്തിൽ പൊലിഞ്ഞുപോയത്! ക്ഷയരോഗമാണെന്ന് സ്ഥിരീകരിക്കപ്പെട്ടു. തീവ്ര ചികിത്സാ പദ്ധതിക്ക് ആശുപത്രിയിൽ അഡ്മിറ്റായി.

പിതാവിനെ അറിയിച്ചില്ല. ഫിറോഷിനും വിവരത്തിന് എഴുതിയില്ല.

രണ്ടുപേർക്കും എഴുതിയ കത്തുകളിൽ പൊതുവായ ചില യൂറോപ്യൻ വിശേഷങ്ങൾ മാത്രമാണ് കുറിച്ചത്. ഇതിനിടെ യാതൊരു വിവരവുമറിയിക്കാതെ ഫിറോഷ് ആശുപത്രിമുറിയിൽ വന്നു. അയാൾ മെഡിക്കൽ സൂപ്രണ്ടിനെക്കണ്ട് രോഗത്തിന്റെ എല്ലാ വിവരങ്ങളും മനസ്സിലാക്കി. ചികിത്സകൊണ്ട് ഇന്ദിര പൂർണ്ണമായും രോഗവിമുക്തയാവുമെന്ന് ചികിത്സിക്കുന്ന ഡോക്ടറിൽ നിന്ന് ഫിറോഷ് മനസ്സിലാക്കി. പിന്നീട് ഇന്ദിരയെ അദ്ഭുതപ്പെടുത്തിക്കൊണ്ട് ആശുപത്രി മുറിയിൽ ഫിറോഷ് എത്തി.

അമ്പരന്ന് വിവശയായി ഇന്ദിര ഇരുന്നു. അടുത്തിരുന്ന് ഫിറോഷ് ഇന്ദിരയുടെ തോളത്ത് കൈവച്ചു. ഇന്ദിരയുടെ ശരീരത്തിന്റെ വിറയൽ കൈകളിലൂടെ തന്റെ മേൽ വൈദ്യുതിപോലെ വ്യാപിക്കുന്നത് തിരിച്ചറിഞ്ഞു. ഫിറോഷ് പതുക്കെ ചോദിച്ചു.

-എന്നെ എന്തുകൊണ്ട് അറിയിച്ചില്ല? ഞാനറിഞ്ഞാൽ ഇന്ദുവിനെ വെറുക്കുമെന്ന് കരുതിയോ?

ഇന്ദിര പതുക്കെ വിതുമ്പിക്കരഞ്ഞു.

-ഇല്ല കുട്ടീ. എന്നെ അറിയിച്ചിരുന്നുവെങ്കിൽ ഒറ്റയ്ക്ക് ഇത്ര കഷ്ടപ്പെടേണ്ടി വരില്ലായിരുന്നു. രോഗവിമുക്തയാവാൻ കുറച്ചു ദിവസങ്ങൾ വേണ്ടിവരും. അത്രമാത്രം.

ഇന്ദിര തന്റെ ഉത്സാഹം വീണ്ടെടുത്തു. പിന്നെയങ്ങോട്ട് എല്ലാം ഫിറോഷ് ഏറ്റെടുത്തു. അയാൾ അവിടെ ഒരു മുറി വാടകയ്ക്കെടുത്തു. ഇന്ദിരയ്ക്ക് ഔഷധത്തെക്കാളേറെ ഗുണം ചെയ്തത് തന്റേതാകാൻ പോകുന്ന ഒരു പുരുഷന്റെ കരുതലും സ്നേഹവുമായിരുന്നു. നല്ല ആഹാരം കഴിപ്പിക്കുകയും കൃത്യമായി ഔഷധം നൽകുകയും ചെയ്യുക എന്ന കൃത്യമാണ് ഫിറോഷ് നിർവ്വഹിച്ചത്. ഇന്ദിരയ്ക്ക് അതൊരു പുതിയ അനുഭവമായിരുന്നു. തന്നെ ശ്രദ്ധിക്കുവാനും തന്റെ കാര്യങ്ങൾ ചിട്ടയായി നടത്തിക്കുവാനും തന്റേതായി ഒരു യുവാവുണ്ടായിരിക്കുന്നു. ഈ ഭൂമിയിൽ പിതാവല്ലാതെ സ്വന്തത്തിൽ സ്വന്തം എന്നു വിചാരിക്കാൻ ഒരു പുരുഷൻ! ഇന്ദിര പ്രതീക്ഷിച്ചതിലും വേഗം രോഗവിമുക്തയായി.

ഇന്ദിര ആരോഗ്യവതിയായി ഇംഗ്ലണ്ടിലെത്തി. ഇത്തവണ എങ്ങനെയും ഓക്സ്ഫോർഡിൽ ചേരണം. കോളേജിൽ അഡ്മിഷൻ കിട്ടി. ക്ലാസ്സ് തുടങ്ങുന്നതിന് തൊട്ടു മുമ്പ് പനി ബാധിച്ചു. ശ്വാസകോശത്തിൽ നീർ കെട്ടുകയും വെള്ളം അടിയുകയും ചെയ്തിരിക്കുന്നു. ബ്രെന്റ്

ഫോർഡ് ആശുപത്രിയിൽ പ്രവേശനം കിട്ടി. അസുഖം അശ്രദ്ധ കൊണ്ടുണ്ടായതാണ്. ജവഹർലാലിന്റെ സുഹൃത്ത് എഡ്വേർഡ് തോംപ്സൺ ഇന്ദിരയെ വന്നു കണ്ടു. യുദ്ധം പടർന്നു പിടിക്കാനുള്ള സാധ്യതയെക്കുറിച്ചും അങ്ങനെ സംഭവിച്ചാൽ ഇന്ദിരയുടെ സംരക്ഷണം താൻ ഏറ്റെടുക്കും എന്നും എഡ്വേർഡ് ജവഹർലാലിന് എഴുതി. ഇന്ദിര യുടെ അമ്മായി ഷീലാ കൗൾ അപ്പോൾ ലണ്ടനിൽ വന്നിരുന്നു. അവർ കൂടെക്കൂടെ ഇന്ദിരയെ വന്നു കാണും.

ഫിറോഷിന്റെ വരവും ശ്രദ്ധയും ഷീല കൗൾ മനസ്സിലാക്കി. ഒരു ദിവസം അമ്മായി ഇന്ദിരയോടു ചോദിച്ചു.

-നിന്നെക്കാണാൻ വരുന്ന ഈ ചെറുപ്പക്കാരൻ ആരാണ്? നിങ്ങൾ പ്രണയത്തിലാണോ?

-അല്ല അയാൾ എന്റെ നല്ല സുഹൃത്താണ്.

1942 ഏപ്രിലിൽ ഇന്ദിര ഫിറോഷുമൊത്ത് ഇന്ത്യയിലേക്കു മടങ്ങി. അവർ സഞ്ചരിച്ചിരുന്ന കപ്പൽ, ഗുഡ്ഹോപ് മുനമ്പു ചുറ്റി വരുന്ന കപ്പൽ വ്യാപാരത്തിന്റെ ഭാഗമായിരുന്നു. രാത്രിയിൽ കപ്പലിൽ പുർണ്ണ അന്ധ കാരമായിരിക്കും. കൂടെക്കൂടെ അപായ സൈറൺ മുഴങ്ങും. ഏതു നിമി ഷവും കപ്പലിൽ ബോംബ് വീഴാം. കേയ്പ് ടൗണിന്റെ തുറമുഖത്ത് കപ്പൽ രണ്ടു ദിവസം തങ്ങി. ഇന്ദിരയും ഫിറോഷും ടൗണിൽ ഒരു മുറിയെടുത്ത് അവിടെ കൂടുകയായിരുന്നു. കപ്പൽ യാത്രക്കാരിൽ പലരും അങ്ങനെ ചെയ്തിരുന്നു. അവിടെ വെച്ച് വർണ്ണവിവേചനം എന്തെന്ന് അവർ ശരിക്കും മനസ്സിലാക്കി. വെള്ളക്കാർ കറുത്തവരേയും ഇരുണ്ട നിറമുള്ള വരേയും നീചന്മാർ എന്നു വിളിച്ച് ആട്ടിയോടിക്കുന്ന കാഴ്ച! ഫിറോഷും ഇന്ദിരയും നല്ല നിറമുള്ളവരാകയാൽ ഇന്ത്യക്കാരാണെന്ന് വെള്ളക്കാർ തിരിച്ചറിഞ്ഞില്ല. ഒടുവിൽ അവർ ബോംബെയിൽ എത്തി. ബോംബെ യിലുള്ള അമ്മായി കൃഷ്ണയുടെ വീട്ടിൽ കുറച്ചു ദിവസം താമസിച്ചു. പിന്നെ സേവാഗ്രാമത്തിൽ ചെന്ന് മഹാത്മാഗാന്ധിയെ കണ്ടു.

ഇതിനിടെ ഇന്ദിര പിതാവിനെഴുതിയ കത്തിൽ ഫിറോഷിനെക്കുറിച്ചു സൂചിപ്പിച്ചു. തനിക്ക് ഫിറോഷിനെ വിവാഹം ചെയ്യാൻ താത്പര്യ മുണ്ടെന്നും പിതാവ് അതിന് വേണ്ടതു ചെയ്യണമെന്നും കുറിച്ചു. വിവര മറിഞ്ഞ് ജവഹർലാൽ ആകെ ചിന്താക്കുഴപ്പിത്തിലായി. ഇന്ദിര നേരിടുന്ന ദുരിതങ്ങളെക്കുറിച്ച് പിതാവ് ബോധവാനാണ്. എന്നിട്ടും ഉൾക്കരുത്തു നേടി മകൾക്ക് എഴുതി.

ഇന്ദു ഓർമ്മിക്കുക. ഇപ്പോൾ എന്റെ മകൾ ഒരു സ്വതന്ത്ര വ്യക്തി യാണ്. മാനസികമായി കരുത്തു നേടേണ്ട സമയം. പിതാവിനോടുള്ള അടുപ്പവും ആശ്രയഭാവവും ഉപേക്ഷിക്കാനുള്ള സമയവുമാണ്. ഇന്ദു വിനെ ഞാൻ മനസ്സിലാക്കിയിട്ടുണ്ട് എന്ന് അവകാശപ്പെടുന്നില്ല. ആൾക്കൂട്ടത്തെ എനിക്കറിയാം. എന്നാൽ വ്യക്തിയെ ഒറ്റയ്ക്കൊറ്റയ്ക്ക് അറിയാമെന്നു കരുതുന്നില്ല. എന്റെ മകളെപ്പോലും... വിവാഹം ഒരു

വ്യക്തിയുടെ ജീവിതത്തിൽ പ്രധാനമാണ്. എന്നാൽ ജീവിതലക്ഷ്യം അതല്ല. ഭാര്യ, ഭർത്താവ്, കുട്ടികൾ- സമൂഹത്തിന്റെ അടിസ്ഥാന ഘടകം തന്നെ. നമുക്ക് സമൂഹത്തോട് ചില കടപ്പാടുകളുണ്ട്. രാജ്യത്തോട്, അതിലൂടെ ലോകത്തോട് നമുക്ക് കടപ്പാടുണ്ട്. ഇന്ദുവിന്റെ ഭാവിയെക്കുറിച്ച് എനിക്കൊരു സ്വപ്നമുണ്ട്. അത് നമ്മുടെ രാജ്യത്തിന്റെ ഭാവിയോട് ബന്ധപ്പെട്ടതാണ്. രാഷ്ട്രീയമായും സാമൂഹികമായും എനിക്ക് ഒരു സെക്രട്ടറിയെ (സഹായിയെ) ആവശ്യമുണ്ട്. അതിനു തയ്യാറായി നിരവധി യുവതീയുവാക്കൾ വരുന്നുണ്ട്. എന്റെ സെക്രട്ടറി ഇന്ദുവായിരിക്കണമെന്ന് ഞാൻ ആഗ്രഹിക്കുന്നു. അതിലൂടെ ഇന്ദുവിന്റെ രാഷ്ട്രീയ ഭാവിയും ഞാൻ മുൻകൂട്ടിക്കാണുന്നു. ഇപ്പോൾ ഒരു വിവാഹം ഒഴിവാക്കുക. പിന്നെ ആവശ്യം വരുമ്പോൾ കുടുംബമഹിമയും രാഷ്ട്രീയ പാരമ്പര്യവുമുള്ള അനുയോജ്യനായ വരനെ ഞാൻ കണ്ടെത്തുന്നതാണ്.

സ്വന്തം പപ്പാ

N.B:- ഞാൻ ഫിറോഷിനെ വേണ്ടെന്നു പറയുന്നില്ല. അയാളുടെ കുടുംബപാരമ്പര്യം, വ്യക്തിമഹിമ, ഇതൊന്നും എനിക്കറിയില്ല. ഇന്ദു മറ്റു ചെറുപ്പക്കാരേയും പരിചയപ്പെടുക. അതിലൂടെ കൂടുതൽ മെച്ചപ്പെട്ട ബന്ധത്തിൽ എത്താനാവും.

പിതാവിന്റെ കത്ത് വായിച്ച് ഇന്ദിര ഉമിത്തീപോലെ പുകഞ്ഞു. കമലാ നെഹ്റുവിന്റെ അമ്മയായ രാജേശ്വരി കൗൾ ഇന്ദിരയെ വന്നു കണ്ടു. നല്ലൊരു യുവാവിനെക്കുറിച്ചു പറഞ്ഞു. കുടുംബ മഹിമയും ധനവും വിദ്യാഭ്യാസവുമുള്ള യുവാവ്. ഇന്ദിര ശ്രദ്ധിച്ചില്ല. മറുപടിയൊന്നും പറഞ്ഞതുമില്ല. സേവാ ഗ്രാമത്തിൽ ചെന്ന് ഇന്ദിര ഗാന്ധിജിയെ കണ്ടു.

തലയുയർത്തി കൂസലില്ലാതെയാണ് ഇന്ദിര ഗാന്ധിജിയുടെ മുന്നിലെത്തിയത്. “യൂറോപ്പുവാസംകൊണ്ട് നമ്മുടെ സംസ്കാരം ഇല്ലാതായോ?”

ചെറിയ അരിശത്തോടെ ഗാന്ധിജി ചോദിച്ചു.

ഇന്ദിരയുടെ മുഖത്ത് കോപം തുളുമ്പി. അവർ രണ്ടുപേരും കുറെ നേരം കലഹിച്ചു. സേവാഗ്രാമത്തിലെ അന്തേവാസികൾ ആദ്യമായി ഒരാൾ മഹാത്മാഗാന്ധിയോട് കലഹിക്കുന്നത് കാണുകയാണ്! ഒടുവിൽ അവർ ഇണങ്ങി. മുത്തശ്ശനും പേരക്കുട്ടിയും തമ്മിൽ കണ്ടതുപോലെ സ്നേഹവചനങ്ങളായി. സേവാഗ്രാമത്തിൽ നിന്നും നേരെ ഡെറാഡൂണിലേക്കാണ് ഇന്ദിര പോയത്. ഡെറാഡൂണിലെ ജയിലധികാരികൾ ജവഹർലാലിന്റെ ആവശ്യപ്രകാരം ഒരു കാറ് റെയിൽവേ സ്റ്റേഷനിലേക്ക് അയച്ചിരുന്നു. അച്ഛനും മകളും ഉച്ചവരെ ജയിൽ ലാവുണിൽ സംസാരിച്ചിരുന്നു.

ജയിൽ നിയമങ്ങൾ അതിനനുവദിക്കുന്നില്ലെങ്കിലും ജയിൽ സൂപ്രണ്ട് ജവഹർലാലിന്റെ ആരാധകനായിരുന്നു. അദ്ദേഹം പ്രത്യേക പരിഗണന നൽകുകയായിരുന്നു.

ദീർഘമായ സംഭാഷണത്തിനിടയിൽ അച്ഛനും മകളും ഫിറോഷി നെക്കുറിച്ച് ഒന്നും പറയുകയോ ചോദിക്കുകയോ ചെയ്തില്ല. വീർപ്പു മുട്ടലോടെയാണ് അവർ പിരിഞ്ഞത്. പിന്നെയൊരു ദിവസം ഫിറോഷ് ജവഹർലാലിനെ കാണാൻ ഡെറാഡൂണിലെത്തി. ജയിലധികാരികൾ ഫിറോഷിന് സന്ദർശാനുമതി നൽകിയില്ല. ജവഹർലാലിന്റെ നിർദ്ദേശ പ്രകാരമാവാമെന്ന് ഫിറോഷ് സംശയിച്ചു. ജൂണിലും ജൂലൈയിലും ഇന്ദിരയും ജവഹർലാലും ജയിലിൽ വെച്ച് കണ്ടുവെങ്കിലും ഫിറോഷു മായുള്ള വിവാഹത്തിന് അനുകൂലമായി ഒന്നും പറഞ്ഞില്ല. നെഹ്റു കുടുംബം ഒന്നടങ്കം ഫിറോഷുമായുള്ള ഇന്ദിരയുടെ വിവാഹത്തിന് എതിരു നിന്നു.

ആറ്

കിളി തുടരുന്നു

ഫിറോഷ് ഗാന്ധി സേവാഗ്രാമത്തിലെത്തി ഗാന്ധിജിയെ കണ്ടു. ജവ ഹർലാലിനെ ഫിറോഷ് കാണണമെന്നും ജവഹർലാലിന്റെ അനുവാദ ത്തോടെ വേണം വിവാഹം ചെയ്യാനെന്നും ഗാന്ധിജി ഉപദേശിച്ചു. മറ്റൊന്നും ഗാന്ധിജി ഫിറോഷിനോടു പറഞ്ഞില്ല. എന്നാൽ ഇന്ദിര ഗാന്ധി ജിയെ വീണ്ടും കാണാൻ ചെന്നപ്പോൾ ഗാന്ധിജി പറഞ്ഞു. ഇന്ത്യയിലെ ജനങ്ങൾ ഫിറോഷുമായുള്ള ഇന്ദിരയുടെ വിവാഹം അംഗീകരിക്കില്ല. രണ്ട് സംസ്കാരമുള്ളവരാണ്. രണ്ടു സാമൂഹിക പശ്ചാത്തലത്തിൽ വളർന്നവർ, സർവ്വോപരി രണ്ടു മതത്തിൽ പെട്ടവർ... ഗാന്ധിജി പറയു ന്നതൊക്കെ ഇന്ദിര കേട്ടിരുന്നു. മറുത്തൊന്നും പറഞ്ഞില്ല. മനസ്സിൽ പറഞ്ഞു. മതങ്ങളല്ല, സമൂഹവുമല്ല വിവാഹിതരാവുന്നത്. ഇന്ദിര എന്ന യുവതിയും ഫിറോഷ് എന്ന യുവാവുമാണ്. അത് രണ്ടു വ്യക്തികളുടെ സ്വന്തം കാര്യമാണ്. രാജ്യകാര്യമല്ല. എതിർപ്പുകളെ വകവെയ്ക്കാതിരി ക്കാനുള്ള ഇന്ദിരയുടെ സഹജമായ വാസന ഉണർന്നു. ലോകം എതിരാ വട്ടെ, ഇന്ദിര തീരുമാനിച്ചുകഴിഞ്ഞാൽ മരണത്തിനുമാത്രമേ തടുക്കാ നാവൂ!

തന്റെ വിവാഹം ലളിതമായ ചടങ്ങുകളോടെ മതിയെന്നായിരുന്നു ഇന്ദിരയുടെ വിചാരം. ആ ആഗ്രഹം ഗാന്ധിജിയെ അറിയിക്കുകയും ഉപദേശം തേടുകയും ചെയ്തു. ഗാന്ധിജി അഭിപ്രായപ്പെട്ടു, വിവാഹം ലളിതമായിരിക്കണം എന്നുതന്നെയാണ് എന്റേയും അഭിപ്രായം. എന്നാൽ ഇവിടെ അങ്ങനെയായാൽ ജനങ്ങൾ പറയും, ജവഹർലാലും കുടുംബവും വിവാഹത്തിന് എതിരായിരുന്നുവെന്ന്. മതപരമായ ചടങ്ങുകളോടെ ബന്ധുമിത്രാദികളുടെ നിറഞ്ഞ സാന്നിദ്ധ്യത്തിലായാൽ ആരും ശങ്കിക്കു കയില്ല. ഇന്ദിരയുടെ ഫിറോഷുമായുള്ള വിവാഹത്തിന് എതിരായി

ജവഹർലാലിനും ഗാന്ധിജിക്കും ഇന്ത്യയുടെ നാനാഭാഗങ്ങളിൽ നിന്ന് കത്തുകൾ വന്നു. കോൺഗ്രസ്സ് പാർട്ടിനേതാക്കളും എതിർത്തു. ഫിറോഷിന്റെ രാഷ്ട്രീയ പാരമ്പര്യമില്ലായ്മയാണ് അവർ എതിരായി ചൂണ്ടിക്കാണിച്ചത്. ഇന്ദിരയോട് ചിലർ നേരിട്ടു പറഞ്ഞു. അവർക്ക് ഇന്ദിര ഉടനടി മറുപടി കൊടുത്തു. മതത്തേയോ, രാഷ്ട്രീയത്തേയോ അല്ല ഞാൻ വിവാഹം ചെയ്യുന്നത്. ഞാനിഷ്ടപ്പെടുന്ന ഒരു യുവാവിനെയാണ്.

ഫിറോഷ് പാർസികുടുംബത്തിൽപെട്ടവനായതുകൊണ്ടല്ല ജവഹർലാൽ എതിർത്തത്. താഴെക്കിടയിലുള്ള കുടുംബം എന്നാണ് വാദിച്ചത്. പാർസികളിൽ എത്രയോ ഉയർന്ന കുടുംബക്കാരുണ്ട്. ആരുടേയും എതിർപ്പ് ഇന്ദിര മാനിച്ചില്ല. വിവാഹം എങ്ങനെ വേണമെന്ന് ഇന്ദിര ഫിറോഷുമായി ചർച്ച ചെയ്തു. ഇന്ദിരയുടെ ഇഷ്ടം എന്തോ അതുപോലെ എന്നാണ് അയാൾ പറഞ്ഞത്. ഇന്ത്യൻ സിവിൽ കോഡ് അനുസരിച്ച് വിവാഹം രജിസ്റ്റർ ചെയ്യണം. അത്രമാത്രമേ ഫിറോഷ് ആവശ്യപ്പെട്ടുള്ളു. ഇന്ദിര തീരുമാനിച്ചു. മതപരമായ ചടങ്ങുകൾ വേണം. ക്ഷണിക്കപ്പെട്ട സദസ്സ് വേണം. അതൊരു ഷോയാവുമെങ്കിലും ഈ വിവാഹം അങ്ങനെ നടത്തുന്നതാണ് നല്ലത്.

മാർച്ച് പതിനാറാം തിയതി(1942)യായിരുന്നു വിവാഹം. അന്ന് 'രാമനവമി' ആയിരുന്നു.

ആനന്ദഭവനിന്റെ മുറ്റത്ത് വലിയൊരു പന്തൽ ഉയർന്നു. ഗ്രാമഗ്രാമാന്തരങ്ങളിൽ നിന്ന് ജനങ്ങൾ കൂട്ടത്തോടെ വന്നുകൊണ്ടിരുന്നു. അവർ വല്ലക്കുട്ടകളും ചാക്കുകളും തലയിൽ ചുമന്നാണ് വന്നത്. ധാന്യവും പച്ചക്കറികളും പഴവർഗ്ഗങ്ങളും അവർ തലച്ചുമടായി കൊണ്ടുവന്നു. ചിലർ കാളവണ്ടികൾ നിറച്ചാണ് കൊണ്ടുവന്നത്. ആരും അവരെ ക്ഷണിച്ചിരുന്നില്ല, ആവശ്യപ്പെട്ടിരുന്നുമില്ല. തങ്ങളുടെ പ്രിയ നേതാവ് ജവഹർലാലിന്റെ ഒരേയൊരു മകളുടെ വിവാഹമാണ്. അദ്ദേഹം ജയിലിലായിരുന്നു. വിവാഹത്തിന് പരോളിൽ വന്നിരിക്കുകയാണ്. മഹാജനം വിവാഹം ഏറ്റെടുത്തിരിക്കുകയാണ്. നിരവധി ടെന്റുകൾ ഉയർന്നിരിക്കുന്നു. ആളുകളുടെ വരവനുസരിച്ച് പുതിയ ടെന്റുകൾ ഉയർന്നുകൊണ്ടുമിരുന്നു. എല്ലാം ജനങ്ങൾ സ്വയം ചെയ്യുന്നതാണ്. പണവും അവർ മുടക്കുന്നു. നെഹ്റു കുടുംബത്തിലേയും കമലാനെഹ്റു കുടുംബത്തിലേയും ബന്ധുമിത്രാദികൾ എല്ലാവരും എത്തിച്ചേർന്നു.

മഹാത്മാഗാന്ധി ഉൾപ്പെടെയുള്ള രാഷ്ട്രീയ നേതൃത്വവും എത്തിയിരിക്കുന്നു. വിവാഹത്തിന്റെ എല്ലാ ചടങ്ങുകളും ഇന്ദിര ഒറ്റയ്ക്ക് ഏർപ്പാടാക്കുകയാണു ചെയ്തത്. വെയിലിൽ വാടിയ പൂന്തണ്ടുപോലെ ഇന്ദിര തളർന്നു. വിളറിയ കോട്ടൺ പിങ്കു സാരിയാണ് ഇന്ദിര ധരിച്ചത്. സാരിയുടെ നൂൽ മുഴുവനും ജവഹർലാൽ ജയിലിൽ വെച്ച് പിരിച്ചെടുത്തതായിരുന്നു. ആ നൂല് കൈത്തറി നെയ്ത്തുകാർക്കു കൊടുത്ത് നെയ്തെടുപ്പിക്കുകയായിരുന്നു. സ്വർണാഭരണങ്ങൾ ഇന്ദിര ധരിച്ചില്ല. എന്നാൽ തന്റെ അമ്മ കൈയിൽ ഇട്ടു തന്നിരുന്ന ഒരു സ്വർണവള ഇടതു കൈയിൽ

ധരിച്ചിരുന്നു. വലതു കൈത്തണ്ടയിൽ കുപ്പിവളകൾ ഭംഗിയായി ധരിച്ചു. കഴുത്തിൽ മുല്ലപ്പൂമാല ഇട്ടു. തലയിലും മുല്ലപ്പൂവ് ചൂടി. വനകന്യകയായ ശകുന്തളയെപ്പോലെ ഇന്ദിര വിവാഹവേദിയിൽ ഇരുന്നു. പിതാവിനും പുത്രിക്കും എതിരെ നീണ്ടു വെളുത്ത സുമുഖനും ആരോഗ്യവാനുമായ വരൻ ഫിറോഷ് ഇരുന്നു. അയാൾ ചുരിദാർ, പൈജാമയും അംഗ വസ്ത്രവുമാണ് ധരിച്ചിരുന്നത്. ഉയർത്തിയ ശിരസ്സും നിശ്ചയദാർഢ്യം നിറഞ്ഞ മുഖവുമായിരുന്നു വരന്റേത്. ഹോമകുണ്ഡത്തിൽ അഗ്നി ജ്വലിച്ചുകൊണ്ടിരുന്നു. വേദമന്ത്രങ്ങൾ ഉറക്കെ ചൊല്ലുന്ന പുരോഹിതർ ഹവിസ്സ് അഗ്നി ദേവതയ്ക്ക് അർപ്പിച്ചുകൊണ്ടിരുന്നു. പൗരാണികരായ ആര്യൻ വംശജർക്കും സൊറാഷ്ട്രിയൻ വംശജർക്കും അഗ്നി ദേവത യായിരുന്നു. ഇവിടെ ആര്യൻ വംശജയും സൊറാഷ്ട്രിയൻ വംശജനും ഹോമാഗ്നിക്കു ചുറ്റും കൈക്കു പിടിച്ച് ഏഴു വലം വെച്ചു. ഓരോ വലം വെയ്ക്കലിനും ഓരോ വാഗ്ദാനവും മന്ത്രമായി ഉരുവിട്ടു. അവസാന വലംവെയ്പിൽ പരസ്പര വിശ്വസ്തയും സ്നേഹവും പരസ്പരാർ പ്പണവും വാഗ്ദത്തം ചെയ്ത് കണ്ണുകളടച്ച് പ്രാർത്ഥിക്കെ ചുറ്റും കൂടി നിന്നവർ റോസാപുഷ്പദളങ്ങൾ വധൂവരന്മാരുടെ മേൽ അർപ്പിച്ച് അനു ഗ്രഹിച്ചു.

ജവഹർലാലിന്റെ സുഹൃത്തായ പ്രശസ്ത ഭൗതിക ശാസ്ത്രജ്ഞ മേരിക്യൂറി തന്റെ പ്രതിനിധിയായി വിവാഹച്ചടങ്ങിൽ പങ്കെടുക്കാൻ പുത്രിയെ അയച്ചിരുന്നു. ഭാരതീയവിവാഹത്തിന്റെ ഉജ്ജ്വലമായ ചട ങ്ങുകൾ കണ്ട് ഇവ് ക്യൂറി അദ്ഭുതപ്പെട്ടു. പാചക ശാലകളിൽ നിരന്തരം പാചകം നടക്കുകയാണ്. വിളമ്പുന്ന ഹാളുകളിൽ ഇടതടവില്ലാതെ അതിഥികൾ ഭക്ഷിക്കുന്നു. എന്നിട്ടും ഒരുപാടു വിഭവങ്ങൾ മിച്ചം വന്നു. ഒന്നും ജവഹർലാൽ പണം നൽകി വാങ്ങിയതല്ല. ജനങ്ങൾ സ്വമേധയാ കൊണ്ടുവന്നതാണ്. പന്തലുകൾക്കു പുറത്ത് ഉത്സവപ്പറമ്പിലേതു പോലെ വളക്കച്ചവടക്കാരുടെ ഒരു നിര തന്നെയുണ്ടായിരുന്നു. പാമ്പാട്ടികളും കുരങ്ങുകളിക്കാരും കരടികളിക്കാരും ദൈവക്കാളക്കാരും ഉത്സവപ്പറമ്പി ലെന്നതുപോലെ തങ്ങളുടെ പ്രകടനങ്ങൾ നടത്തി പണം സമ്പാദിച്ചു.

ഇവ് ക്യൂറി വളക്കച്ചവടക്കാരുടെ മുന്നിലെത്തി അവിടെ വധു ഇന്ദിര പ്രിയദർശിനി കുപ്പിവളകൾ വാങ്ങാനായി എത്തി. ഇവ് ക്യൂറിയുടെ രണ്ടു കൈകളിലും നിറയെ കുപ്പിവളകൾ അണിയിച്ച് വധു ഇന്ദിര പ്രിയദർശിനി ചിരിച്ചു. ആ വളകൾ അണിഞ്ഞാണ് ഇവ് ക്യൂറി യൂറോപ്പിലേക്ക് മടങ്ങി പ്പോയത്. ഇന്ദിര പ്രിയദർശിനി നെഹ്റു വിവാഹത്തോടെ ഇന്ദിരാ പ്രിയ ദർശിനി ഗാന്ധിയായി മാറി. പിൽക്കാലം ഇന്ദിരാ ഗാന്ധി എന്ന ചുരുക്ക പ്പേരിൽ അവർ അറിയപ്പെട്ടു.

ഇവ് ക്യൂറിയെ ഇന്ദിര കുപ്പിവളകളണിയിക്കുമ്പോൾ അവർ അദ്ഭുത ത്തോടെ നോക്കിയിട്ട് പറഞ്ഞു.

ഗ്രീക്ക് ക്ലാസ്സിക്കിലെ നായികയെപ്പോലെ ഗംഭീരമായിരിക്കുന്നു ഈ മുഖം! ഫിറോഷ് ഗാന്ധി ഭാഗ്യവാനാണ്.

ഇന്ദിരാഗാന്ധി താനൊരു വികൃത രൂപിയാണെന്നാണ് സ്വയം കരുതിയിരുന്നത്. 'ആ വൃത്തികെട്ട കുട്ടിത്താറാവ്' എന്ന വിളി തീരാ ശാപവും പകയുമായി മനസ്സിന്റെ ആഴത്തിൽ എന്നുമുണ്ടായിരുന്നു. വിവാഹത്തിന്റെ അവസാനച്ചടങ്ങു കഴിഞ്ഞ് വധു വരനോടൊപ്പം ഇറങ്ങിയപ്പോൾ ജവഹർലാലിന്റെ കണ്ണുകൾ നിറഞ്ഞിരിക്കുന്നത് ഇന്ദിര കണ്ടു. അമ്മായിമാരും ദുഃഖം വാരിയണിഞ്ഞിരുന്നു. മറ്റു കുടുംബാംഗങ്ങളും അങ്ങനെ തന്നെ. ഇന്ദിരയുടെ കണ്ണുകൾ നനഞ്ഞില്ല. പുതിയ ജീവിത യാത്ര അങ്കലാപ്പുണ്ടാക്കിയിരുന്നെങ്കിലും കരച്ചിൽ വന്നില്ല. കൃത്രിമമായി ദുഃഖം അഭിനയിക്കണമെന്നും തോന്നിയില്ല. എല്ലാവരേയും നോക്കി നിശ്ശബ്ദം വിട പറഞ്ഞ് ഫിറോഷ് ഗാന്ധിയുടെ ഒപ്പം ഇന്ദിരാ പ്രിയദർശിനി ഗാന്ധി യാത്രയായി. ഫിറോഷ് ഒരു വീട് വാടകയ്ക്കെടുത്തിരുന്നു. വധൂവരന്മാർ അവിടെയാണു വന്നത്. അവിടെ അവരെ സ്വീകരിച്ച് ചടങ്ങുകളോടെ ഗൃഹത്തിലേക്കു പ്രവേശിപ്പിക്കുവാൻ ആരും ഉണ്ടായിരുന്നില്ല. വധൂവരന്മാരെ അനുയാത്ര ചെയ്ത് ആരും വന്നിരുന്നില്ല. വീട് ചെറുതായിരുന്നു. ഇന്ദിരാഗാന്ധി തന്റെ പരിമിതമായ കലാബോധത്തിനനുസരിച്ച് വീട് അലങ്കരിച്ചു. ഫിറോഷിന്റെ കലാബോധം അവിടെ ശേഖരിച്ചിരുന്ന ഫർണീച്ചറിലും മറ്റു ഗൃഹോപകരണങ്ങളിലും ദൃശ്യമായിരുന്നു. സ്വരാജ് ഭവനിൽ പ്രവർത്തിച്ചിരുന്ന കോൺഗ്രസ്സ് പാർട്ടി ഓഫീസിൽ ഫിറോഷ് ഗാന്ധി ഒരു സഹായിയായി സ്വയം ചേർന്നു. പാർട്ടിയുടെ മീറ്റിംഗുകൾ അവിടെയാണ് കൂടിയിരുന്നത്. പിതാവുമായി താൽക്കാലികമായി ഉണ്ടായ അകൽച്ച പെട്ടെന്ന് ഇല്ലാതായി. അവർ അച്ഛനും മകളും വീണ്ടും കണ്ടുമുട്ടിയപ്പോൾ സൂര്യോദയത്തിൽ മഞ്ഞുപോലെ പിണക്കങ്ങളൊക്കെ അലിഞ്ഞുപോയി. അവർ പഴയതുപോലെ ചിരിച്ചും തമാശകൾ പറഞ്ഞും പെരുമാറി.

ഫിറോഷ് ഗാന്ധിക്ക് പാർട്ടി കാര്യങ്ങളുമായി ലാഹോറിലേക്കു പോകേണ്ടിവന്നു. അയാൾ അലഹാബാദിൽ തിരിച്ചെത്തിയത് ഹണിമൂൺ പദ്ധതികളുമായാണ്. ആദ്യം ലാഹോറിലും അവിടെനിന്നും കാശ്മീർ താഴ്വരയിലേക്കും പോകാനാണ് പ്ലാൻ. കാശ്മീരിൽ തന്റെ സ്നേഹിതനായ ഷേയ്ക്ക് അബ്ദുള്ളയ്ക്ക് ജവഹർലാൽ തന്നെ സന്ദേശമയച്ചു. ഷേയ്ക്ക് അബ്ദുള്ള വധൂവരന്മാരെ സ്വീകരിക്കാനെത്തിയത് വലിയൊരു സംഘവുമായാണ്. അബ്ദുള്ളയുടെ വീട്ടിലെ അത്താഴവിരുന്നിനുശേഷം ഉറങ്ങാൻ കിടന്ന നവദമ്പതികൾ നേരം വെളുത്തു തുടങ്ങുമ്പോൾ തന്നെ വാതിലിൽ മുട്ടു കേട്ടു.

ഫിറോഷ് ഉണർന്നിട്ടില്ല. ഇന്ദിര വസ്ത്രങ്ങൾ വേഗം അണിഞ്ഞ് വാതിൽ പതുക്കെ തുറന്നു. ഷേയ്ക്ക് ചിരിച്ചുകൊണ്ട് പറഞ്ഞു. ബ്രേക്ക് ഫാസ്റ്റ് റെഡി. ഉച്ചയ്ക്കത്തെ ഭക്ഷണം പായ്ക്കുചെയ്യുവാൻ പറഞ്ഞു. നമ്മളിന്ന് സോണിമാർഗ്ഗിലൂടെ പർവ്വത ശിഖരങ്ങൾ ലക്ഷ്യമാക്കി പോകും. വെള്ളച്ചാട്ടങ്ങൾ, ചെങ്കുത്തായ കൂറ്റൻ പാറകൾ, മഞ്ഞുപുതച്ച മലമുടികൾ...

ഇന്ദിര കതകടച്ചിട്ട് ഫിറോഷിനെ വിളിച്ച് കാര്യം പറഞ്ഞു. ഫിറോഷും ഇന്ദിരയും വേഗം തയ്യാറായി വന്നു. വലിയ ഡയിനിംഗ് ടേബിൾ നിറയെ വിഭവങ്ങളാണ്. സ്വീകരണമുറിയിൽ ഒരു സംഘം ആളുകൾ കാത്തിരിക്കുന്നു. ലഞ്ചുവേവുന്ന സുഗന്ധം മുറിയാകെ വ്യാപിച്ചിരിക്കുന്നു. ഒരു വിധം ബ്രേക്ക്ഫാസ്റ്റ് കഴിച്ച് വധൂവരന്മാർ വീർപ്പുമുട്ടലോടെ റെഡിയായപ്പോൾ കണ്ടു. ഷേയ്ക്കും സംഘവും കുതിരകളും കുതിരവണ്ടികളുമൊക്കെയായി വധൂവരന്മാർക്കൊപ്പം പോകുവാൻ വരുന്നു. അലങ്കരിച്ച ഒരു കുതിരവണ്ടി വധൂവരന്മാർക്കുവേണ്ടി പ്രത്യേകം കൊണ്ടുവന്നിരിക്കുന്നു. ഘോഷത്തോടെ സംഘം പുറപ്പെട്ടപ്പോൾ ഫിറോഷ് ഇന്ദിരയുടെ ചെവിയിൽ പറഞ്ഞു.

-നമുക്ക് ഇന്നുതന്നെ മടങ്ങാം. വൈകുന്നേരം അവർ പഴയ ഒരു വീട്ടിൽ തമ്പടിച്ചു. അത്താഴ സൽക്കാരത്തിനുശേഷം ഷേയ്ക്ക് അടുത്ത ദിവസത്തെ പരിപാടികൾ വിശദീകരിക്കാൻ തുടങ്ങി. അപ്പോൾ ശ്രീമതി ഇന്ദിരാഗാന്ധി ഷേയ്ക്കിനെ വിളിച്ച് മാറ്റി നിർത്തിയിട്ട് സ്വകാര്യത്തിൽ പറഞ്ഞു.

-പാപ്പൂ ഞാനൊരു കാര്യം പറഞ്ഞാൽ പിണങ്ങരുത്. ഞങ്ങൾ രണ്ടു പേരും തനിച്ച് സഞ്ചരിക്കാനാണ് ആഗ്രഹിക്കുന്നത്. സഞ്ചാരമാർഗ്ഗങ്ങൾ അങ്ങ് പറഞ്ഞു തന്നിട്ട് സംഘവുമായി മടങ്ങിപ്പോകണം. ഞങ്ങൾ തിരികെ വരുമ്പോൾ അങ്ങയെ വന്നു കണ്ടുകൊള്ളാം. ബുദ്ധിയിൽ നിലാവുദിച്ചതുപോലെ ഷേയ്ക്ക് സാഹിബ് കുറച്ചുസമയം മിഴിച്ചു നിന്നു. പിന്നെ കുറച്ചുറക്കെ ചിരിച്ചിട്ട് പറഞ്ഞു. മകളെ ഈ പാപ്പുവിനോട് പൊറുക്കണം എന്റെ സ്നേഹിതന്റെ മകളെ സൽക്കരിക്കണമെന്നുമാത്രമായിരുന്നു ചിന്ത. ഇനി ഞങ്ങൾ കട്ടുറുമ്പുകളായി നിങ്ങളെ പിൻതുടരില്ല.

രണ്ടുമാസം... ഹിമാലയൻ താഴ്വരകളിലും പർവ്വതനിരകളിലും സഞ്ചരിച്ചും എത്തിയേടത്ത് അന്തിയുറങ്ങിയും അവർ തിമിർത്തു ജീവിച്ചു. ആദിമരായ ആദത്തേയും ഹവ്വയേയും പോലുള്ള എല്ലാം മറന്ന ഉല്ലാസ ജീവിതം! ഒടുവിൽ അലഹാബാദിൽ മടങ്ങിയെത്തിയപ്പോൾ നടക്കാനിരിക്കുന്ന കോൺഗ്രസ്സ് വർക്കിംഗ് കമ്മിറ്റി മീറ്റിങ്ങിന്റെ കൂടിയാലോചനകളുടെ ബഹളം നടക്കുകയാണ്.

ഏഴ്

ക്വിറ്റ് ഇന്ത്യ

മഹാത്മാ ഗാന്ധി ഭാരതീയ ജനതയോട് പ്രഖ്യാപിച്ചു.

-ഞാൻ നിങ്ങൾക്ക് ഒരു മന്ത്രം നൽകുന്നു! നിങ്ങൾ ഹൃദയം കൊണ്ട് ഏറ്റു വാങ്ങുക. പ്രവർത്തിക്കുക അല്ലെങ്കിൽ മരിക്കുക! (Do or Die) അടിമത്തത്തിൽ നിന്ന് മോചനം വേണം. ഇനി ഒരു നിമിഷം ഞങ്ങൾ

അടിമകളായിരിക്കുകയില്ല. അന്ന് 1942 ആഗസ്റ്റ് എട്ടാം തിയതിയായിരുന്നു. ബ്രിട്ടീഷ് സൈന്യം ബർമ്മയിൽ നിന്ന് പിൻവാങ്ങിയിരിക്കുകയാണ്. ജപ്പാൻ സൈന്യം ഇന്ത്യയുടെ അതിർത്തിവരെ എത്തിക്കഴിഞ്ഞു. അഖിലേന്ത്യാ കോൺഗ്രസ്സ് കമ്മിറ്റി മീറ്റിംഗിൽ കത്തിജ്ജ്വലിച്ചുകൊണ്ട് ഗാന്ധിജി ചോദിച്ചു. "ഈ മഹാരാജ്യത്തെ നാല്പതു കോടി ജനങ്ങളെ ഞാൻ എവിടേക്കു കൊണ്ടുപോകും?" ഒരു മഹാസൈന്യാധിപൻ യുദ്ധമുഖത്തുനിന്ന് ഗർജ്ജിക്കുന്നതുപോലെയാണ് ഗാന്ധിജി ചോദിച്ചത്! -എന്റെ കൈയിൽ മരാകായുധങ്ങളില്ല. കൊല്ലാനും കൊല്ലിക്കാനും ഞാൻ തയ്യാറല്ല. എനിക്ക്, എന്റെ രാജ്യത്തിന്, എന്റെ നാല്പതുകോടി ജനങ്ങൾക്ക് സ്വാതന്ത്ര്യം വേണം.

ഈ രാത്രി ഇരുണ്ടു വെളുക്കുമ്പോൾ വിദേശ സർക്കാർ ഇന്ത്യ വിട്ടു പോകണം.

'QUIT INDIA'

വൈസ്റോയ് ഗാന്ധിജിയെക്കണ്ട് പറഞ്ഞു.

-ഞാൻ ഗാന്ധിയെ എന്റെ സുഹൃത്തായാണ് കാണുന്നത്.

-സുഹൃത്തുതന്നെ.

ഗാന്ധിജി പ്രതികരിച്ചു - ജപ്പാൻ ബ്രിട്ടണിൽ ബോംബിട്ടതിൽ എനിക്ക് അതിയായ ദുഃഖമുണ്ട്. എന്നാൽ ഇന്ത്യയിലെ ബ്രിട്ടീഷ് ആധിപത്യം അവസാനിച്ചേ തീരു. ജപ്പാൻ ഇന്ത്യ ആക്രമിച്ചാൽ ഞങ്ങൾ ഇന്ത്യക്കാർ ജപ്പാനെതിരെ പൊരുതും. അവസാനത്തെ ഇന്ത്യാക്കാരൻ ശേഷിക്കുന്നതുവരെ പൊരുതും. അത് അക്രമരഹിതമായ യുദ്ധമായിരിക്കും.

ഞങ്ങൾക്ക് രഹസ്യങ്ങളില്ല. പരസ്യമായി ആവശ്യപ്പെടുകയാണ്.

'QUIT INDIA'

ജവഹർലാൽ നെഹ്റുവും മറ്റു നേതാക്കളും തെല്ലൊന്നു ശങ്കിച്ചു. ജർമ്മനിക്കും ജപ്പാനും നമ്മുടെ നടപടി പ്രചോദനമാവില്ലേ?

ഗാന്ധിജി അതിനെ എതിർത്തു

Quit India എന്നു പറയുമ്പോൾ ബ്രിട്ടീഷ് സൈന്യം ഇന്ത്യൻ മഹാസമുദ്രത്തിൽ നിന്ന് മടങ്ങിപ്പോകണം എന്നു പറയുന്നില്ല. ഫാസിസ്റ്റു ശക്തികൾക്കെതിരെ യുദ്ധം ചെയ്യണോ വേണ്ടയോ എന്ന് ഇന്ത്യ സ്വയം നിശ്ചയിക്കും. അഖിലേന്ത്യാ കോൺഗ്രസ്സ് കമ്മിറ്റി മീറ്റിംഗിൽ പാർട്ടിയുടെ ഔദ്യോഗിക തീരുമാനമായി 'Quit India' പ്രമേയം അവതരിപ്പിച്ചു. ബോംബെ ഗോവാലിയ ടാങ്ക് മൈതാനത്തുയർത്തിയ വിസ്തൃതമായ പന്തലിൽ തിങ്ങിക്കൂടിയ ആയിരക്കണക്കിന് ജനങ്ങളുടെ മുൻപാകെയാണ് 'Quit India' പ്രഖ്യാപനമുണ്ടായത്.

കോൺഗ്രസ്സുകാരും സോഷ്യലിസ്റ്റുകളും വിദ്യാർത്ഥി നേതാക്കളും വ്യവസായികളും വിവിധ സംഘടനാപ്രതിനിധികളും ലോകരാജ്യങ്ങളിൽ നിന്നുള്ള പത്രപ്രതിനിധികളും അവിടെ ഉണ്ടായിരുന്നു. ബ്രിട്ടീഷ്

ജാപ്പനീസ് ചാരന്മാർ കാതുകൂർപ്പിച്ച് നടന്നിരുന്നു. മഴക്കാലമായിരുന്നു ആകാശച്ചെരിവുകളിൽ പടഹധ്വനികളുമായി മഴമേഘങ്ങൾ കോലാഹലം കൂട്ടുകയാണ്. ഇന്ദിരാഗാന്ധിയും ഫിറോഷ് ഗാന്ധിയും ഹണിമൂൺ കഴിഞ്ഞ് യോഗത്തിനെത്തിയിരുന്നു. രാഷ്ട്രീയമില്ലാത്ത സ്വസ്ഥമായ ഒരു കുടുംബജീവിതം എന്ന ഇന്ദിരാഗാന്ധിയുടെ സ്വപ്നം ആ വിശാലമായ മൈതാനത്ത് പൊലിഞ്ഞു.

മീറ്റിംഗ് കഴിഞ്ഞ് ജവഹർലാൽ നെഹ്റു പുത്രി ഇന്ദിരയുമൊത്ത് സഹോദരി കൃഷ്ണാ ഹത്തീസിംങ്ങിന്റെ ബോംബെയിലെ വസതിയിലെത്തി. ഫിറോഷ് ഗാന്ധി നെഹ്റുവിന്റെ അനുമതിയോടെ തന്റെ ബന്ധുവിന്റെ ബോംബെയിലെ വീട്ടിലേക്കുപോയി. അത്താഴം കഴിഞ്ഞ് ജവഹർലാലും സഹോദരീകുടുംബവും രാത്രിമുഴുവനും രാഷ്ട്രീയ ചർച്ചകളിലായിരുന്നു. നേരം വെളുത്തു തുടങ്ങിയപ്പോൾ ഡോർബെൽ മുഴങ്ങി. ഇന്ദിരാ ഗാന്ധിയാണ് വാതിൽ തുറന്നത്. മുറ്റം നിറയെ പൊലീസുകാർ തോക്കു ചൂണ്ടി നിൽക്കുന്നതാണ് കണ്ടത്. വാതിൽക്കലെത്തിയ ഒരു പൊലീസ്സ് ഓഫീസർ തിടുക്കത്തിൽ പറഞ്ഞു. ജവഹർലാൽ നെഹ്റുവിന് അറസ്റ്റു വാറണ്ടുണ്ട്.

ജയിൽ മോചിതനായിട്ട് അപ്പോൾ എട്ടുമാസം ആയിരുന്നു. ജവഹർലാൽ എണീറ്റ് ഷേവു ചെയ്ത് കുളിച്ച് തയ്യാറായി വന്നു. ഇന്ദിരാഗാന്ധി സൂട്ട്കെയ്സിൽ വസ്ത്രങ്ങൾ എടുത്തുവെയ്ക്കുകയും ബെഡ്ഡിംഗ് പായ്ക്കു ചെയ്യുകയും ചെയ്തു. ജവഹർലാൽ മുന്നിലും സൂട്ട്കെയ്സും ബെഡ്ഡിംഗും തൂക്കി ഇന്ദിരാഗാന്ധി പിന്നിലുമായി പൊലീസ് വാഹനത്തിന്റെ അടുത്തെത്തി. ജവഹർലാൽ വണ്ടിയിൽ കയറി. ഇന്ദിരാഗാന്ധി സാധനങ്ങൾ വണ്ടിയിൽ വെച്ചു.

വീട്ടിലുണ്ടായിരുന്നവർ വീട്ടു വരാന്തയിലും വാതിൽക്കലും ജനാലയ്ക്കലിലും വിഷണ്ണരായി നിന്നു. ഗാന്ധിജിയും മറ്റു നേതാക്കളും അറസ്റ്റു ചെയ്യപ്പെട്ടിരുന്നു. അന്നു രാവിലെ ഗോവാളിയടാങ്കുമൈതാനത്ത് ജവഹർലാൽ നെഹ്റു ദേശീയ പതാക ഉയർത്തി പാർട്ടി മീറ്റിംഗിൽ അദ്ധ്യക്ഷത വഹിക്കാനിരുന്നതാണ്. നേതാക്കളെ അറസ്റ്റു ചെയ്തതറിഞ്ഞ നഗരവാസികൾ കൂട്ടമായി ഗോവാളിയ മൈതാനത്തെത്തി. മഹാജനം മഴവെള്ളം പോലെ കുത്തിയിളകി വരികയായിരുന്നു. പൊലീസുകാരുടെ ബാരിക്കേഡുകൾ ചുള്ളിക്കമ്പുകൾ പോലെ തകർന്നു. ആൾക്കൂട്ടത്തിൽ ഫിറോഷ് ഗാന്ധിയും ഇന്ദിരാഗാന്ധിയും ഉണ്ടായിരുന്നു. ആൾക്കൂട്ടത്തിൽ നിന്ന് മിന്നായംപോലെ ശ്രീമതി അരുണാ ആസഫലി പാഞ്ഞുചെന്ന് പതാക ഉയർത്തി. മുദ്രാവാക്യങ്ങൾ അലറിവിളിച്ച് ജനക്കൂട്ടം ഇളകിവശായി. കൊടുങ്കാറ്റിൽ കടൽത്തിരകൾ പോലെയായിക്കഴിഞ്ഞിരുന്നു ജനങ്ങൾ.

ടിയർ ഗ്യാസ്സ് ഷെല്ലുകൾ പൊട്ടിച്ച് പൊലീസ് നാലുവശവും വളഞ്ഞു. ലാത്തിച്ചാർജ്ജും തുടങ്ങി. ആരുടേയും ശ്രദ്ധയിൽ പെടാതെ ഫിറോഷ് ഗാന്ധി ഇന്ദിരാഗാന്ധിയെ തൂക്കിയെടുത്ത് ആൾക്കൂട്ടത്തിലൂടെ

ഓടി പുറത്തെത്തി. രാജ്യമാകെ നേതാക്കളെ അറസ്റ്റു ചെയ്തു. സമര പരിപാടി ഇന്ത്യയിലാകെ വ്യാപിച്ചു. ബഹുജന റാലികളും സത്യാഗ്രഹ സമരങ്ങളും നടക്കുന്നതിനിടയിൽ ചിലർ റെയിൽവേ ലൈനുകൾ തകർത്തു. പാലങ്ങൾ പൊളിച്ചു. വാഹനങ്ങൾ കത്തിച്ചു. ഗ്രാമങ്ങളിൽ പോലും ജനങ്ങൾ ഇളകി ബഹളം തുടങ്ങി. വെടിവെപ്പുകൾപ്പെടെയുള്ള കർശന നടപടികളുമായി സർക്കാർ പ്രതികാരം തുടങ്ങി. താഴ്ന്നു പറക്കുന്ന വിമാനങ്ങളിൽ നിന്ന് ബ്രിട്ടീഷ് പട്ടാളം ആൾക്കൂട്ടത്തിനുനേരെ വെടി വെച്ചു. നഗരത്തെരുവുകൾ പട്ടാളത്തെക്കൊണ്ടു നിറഞ്ഞു. ആംഗ്ലോ ഇന്ത്യൻ വേഷത്തിൽ ഫിറോഷ് ഗാന്ധി നഗരത്തിന്റെ ഒരു കോണിൽ സുഹൃത്തിന്റെ വീട്ടിൽ കൂടി. ആനന്ദഭവനിൽ ഒറ്റയ്ക്കു കടന്നുചെന്ന് ഇന്ദിര തന്റെ മുറിയിൽ പ്രവേശിച്ചു.

അവിടെ അവർ പാർട്ടിപ്രവർത്തകരെ രഹസ്യമായി കണ്ടു. പണവും നോട്ടീസും അവരിലൂടെ മറ്റു പ്രവർത്തകർക്ക് എത്തിച്ചുകൊടുത്തു. ആനന്ദ ഭവനിന്റെ തൊട്ടടുത്തുള്ള ചെറിയൊരു വീട്ടിൽ പൊലീസിന്റെ ശ്രദ്ധയിൽ പെടാതെ മുതിർന്ന നേതാവായ ലാൽ ബഹദൂർ ശാസ്ത്രി ഒളിവിൽ പ്രവർത്തിച്ചിരുന്നു.

ഒരു പാർട്ടി പ്രവർത്തകൻ വന്ന് ഇന്ദിരയ്ക്ക് ഒരു രഹസ്യ സന്ദേശം നൽകി. പൊലീസ് ഇന്ദിരയെ അറസ്റ്റു ചെയ്യാൻ ഉടനെ എത്തും. ഇന്ദിര അപ്പോൾ തന്നെ നഗരത്തിന്റെ ഉൾഗലിയിലുള്ള സ്നേഹിതയുടെ വീട്ടിലേക്കു പോയി. സെപ്തംബർ പത്താം തിയതി പഴയ നഗരത്തിൽ സംഘടിപ്പിച്ച ഒരു യോഗത്തിൽ ഇന്ദിരാഗാന്ധി പ്രസംഗിച്ചു. കുറച്ചു മാറി ഫിറോഷ് ഗാന്ധി ശ്രദ്ധയോടെ നിന്നിരുന്നു. പൊലീസ് വണ്ടികൾ ചിറിവന്ന് ലാത്തിച്ചാർജ്ജു തുടങ്ങി. ഒരു പൊലീസുകാരൻ തോക്കിന്റെ ബട്ടുകൊണ്ട് ഇന്ദിരയെ അടിക്കാൻ ഓങ്ങുമ്പോൾ ഫിറോഷ് ഗാന്ധി അയാളെപ്പിടിച്ച് ദൂരെയെറിഞ്ഞു. ഇന്ദിരയെ നെഞ്ചോടു ചേർത്തു പിടിച്ച് ആൾക്കൂട്ടത്തിലേക്ക് ഓടി. ജനങ്ങൾ അലറിവിളിക്കുകയായിരുന്നു. പൊലീസ് ഇന്ദിരയെ അറസ്റ്റു ചെയ്ത് പോലീസ്സ് വാഹനത്തിൽ കയറ്റി.

വണ്ടിക്കുള്ളിൽ പൊലീസുകാർ തങ്ങളുടെ തൊപ്പി ഊരി ഇന്ദിരയുടെ പാദങ്ങൾക്കരികിൽ വെച്ചിട്ട് കൈകൾ കൂപ്പി പറഞ്ഞു.

-മാഡം ഞങ്ങളോടു പൊറുക്കണം. ഇത് ഞങ്ങളുടെ ഡ്യൂട്ടിയാണ്. ഞങ്ങളും താങ്കളെപ്പോലെ സ്വാതന്ത്ര്യം ആഗ്രഹിക്കുന്നവരാണ്. നിയിനി ജയിലിലെ സ്ത്രീവാർഡിലേക്കാണ് ഇന്ദിരയെ കൊണ്ടുപോയത്. അവിടെ വിജയലക്ഷ്മി പണ്ഡിറ്റും പുത്രി ചന്ദുമുണ്ടായിരുന്നു.

സ്ത്രീത്തടവുകാരെക്കൊണ്ട് ജയിൽ നിറഞ്ഞിരുന്നു. വേണ്ടത്ര കക്കൂസോ വെള്ളമോ ഉണ്ടായിരുന്നില്ല. മുറികൾക്ക് വാതിലുകളില്ല. കിടക്കുവാൻ കോൺക്രീറ്റ് തട്ടുകൾ മാത്രം. തറയിൽ ചിതലും ഉറുമ്പും മത്സരിക്കുകയാണ്. നെഹ്റു കുടുംബത്തിലെ സ്ത്രീകൾ പുറത്ത് സാരികൾ കൊണ്ട് ഒരു മറയുണ്ടാക്കി കക്കൂസ്സും മറ്റു ഉണ്ടാക്കിയെടുത്തു.

നല്ല നാടൻ പാട്ടുകൾ പാടുന്ന സ്ത്രീ ഉണ്ടായിരുന്നത് വലിയ ആശ്വാസമായി. അവരുടെ പാട്ടുകേട്ട് ഒരുപാടു സ്ത്രീകൾ ഒത്തുചേർന്നു. അത് സെപ്തംബർ മാസമായിരുന്നു. ജയിൽ വളപ്പിൽ ഉണ്ടായിരുന്ന ഒരെയൊരു ആൽമരം പച്ചപ്പിന്റെ ആഘോഷമായി അവർക്കു തോന്നി.

കാലത്തിന്റെ അടയാളം ആ വൃക്ഷം ഇലകളിലൂടെ നൽകി. തളിർത്തും നരച്ചും കൊഴിഞ്ഞുവീണും..... തണുപ്പുകാലം വന്നു. വൈകുന്നേരങ്ങൾ ഇരുട്ടുമായി വേഗമെത്തി. തണുപ്പിൽ ഉറങ്ങുക വിഷമമായി. പിന്നെ മാർച്ചുമാസമായി. ചൂടുകാലമായി ഏപ്രിലിൽ പൊടിക്കാറ്റുമായി ഉഷ്ണം തുള്ളിക്കയറി. ആ ചൂടുകാലത്ത് ജയിൽ മുറ്റത്ത് ഒരു മൂർഖൻ പാമ്പ് അതിഥിയായി വന്നു. അവൻ പത്തി വിരിച്ച് ചീറി നിന്നു. ജയിൽ വാസികൾ ഭയന്നുവെങ്കിലും വിരസത അകന്ന് കൂട്ടമായി അലറിക്കരഞ്ഞു. ജയിലധികൃതർ തോക്കും ലാത്തികളുമായി പാഞ്ഞു വന്നു. മൂർഖൻ ഒരു കൂസലുമില്ലാതെ അവരെ നോക്കി ചീറ്റിക്കൊണ്ട് കുറച്ചു സമയം നിന്നു. പിന്നെ പത്തി താഴ്ത്തി ജയിൽ ഭിത്തിയുടെ വിടവിലൂടെ പുറത്തേക്കു പോയി.

ആറുമാസം കഴിഞ്ഞപ്പോൾ വിജയലക്ഷ്മിക്കും മകൾക്കും മറ്റു ചില സ്ത്രീകൾക്കും ജാമ്യം കിട്ടി. നെഹ്റു കുടുംബത്തിൽ നിന്നും ജയിലിൽ ഇന്ദിര തനിച്ചായി. മാസത്തിലൊരിക്കൽ ഒരു കത്തയയ്ക്കാനും കത്തുകൾ സ്വീകരിക്കുവാനുമുള്ള അനുമതി കിട്ടി. അപ്പോൾ ജവഹർലാൽ നെഹ്റു മഹാരാഷ്ട്രയിലെ അഹമ്മദ് നഗർ കോട്ടയിലെ ജയിലിലായിരുന്നു. ഇന്ദിരയെ അറസ്റ്റു ചെയ്ത വിവരം അദ്ദേഹം പത്രവാർത്തയിലൂടെയാണ് അറിഞ്ഞത്. അഹമ്മദ് നഗർ കോട്ടയിലെ ജയിലിൽ മഹാപണ്ഡിതനായ മൗലാന അബ്ദുൾകലാം ആസാദ് തടവിലുണ്ടായിരുന്നു. അദ്ദേഹം ഉർദുവിലും അറബിയിലും പേർഷ്യനിലുമുള്ള കവിതകൾ ചൊല്ലി അർത്ഥ വിവരണം നടത്തിയത് എല്ലാവർക്കും ഉത്സവം പോലെയായി. മിർസാ ഗാലിബിന്റെ രചനകളും, പതിന്നാലാം നൂറ്റാണ്ടിലെ സൂഫി അമീർ ഖുർസോയുടെ ഗാനങ്ങളും നൽകിയ മാനസികാനന്ദം വിവരണാതീതമായിരുന്നു.

മൗലാനാ നെഹ്റുവിനെ പേർഷ്യൻ ഭാഷ പഠിപ്പിച്ചു. ആചാര്യ നരേന്ദ്രദേവ് സംസ്കൃതം പഠിപ്പിച്ചു. കാളിദാസന്റേയും ബാണന്റേയും കൃതികൾ ആചാര്യ നരേന്ദ്രദേവ് വായിച്ച് അർത്ഥകല്പനകൾ നടത്തി. ഭാരതീയ സാഹിത്യം ജവഹർലാൽ ജയിലിൽ വെച്ചാണ് ഹൃദിസ്ഥമാക്കിയത്. ജയിൽ മഹാവിദ്യാലയമായി മാറുകയായിരുന്നു. ഏഴുമാസങ്ങൾക്കു ശേഷമാണ് ഇന്ദിരയുടെ കത്ത് പിതാവിന് കിട്ടുന്നത്. എട്ടു മാസം ഇന്ദിര ജയിലിലായിരുന്നു. മാനസികമായി അത് കരുത്തു നൽകുന്ന അനുഭവമായിരുന്നു.

ഇന്ദിരയ്ക്ക് എഴുതിയ മറുപടിക്കത്തിൽ പിതാവ് കുറിച്ചിരുന്നു.

–എനിക്ക് വലിയ വിഷമമുണ്ട്. എന്റെ മകളുടെ ബാല്യവും കൗമാരവും യൗവനാരംഭവും കാണാനുള്ള ഭാഗ്യം ഈ പിതാവിന് ഇല്ലാതെ

പോയി. എന്റെ മകൾ അനാഥയെപ്പോലെ വളർന്നു. ആരോഗ്യം മോശമായതിനാൽ മെയ് പതിനഞ്ചാം തിയതി ഇന്ദിരയെ ജയിലിൽ നിന്നും വിട്ടയച്ചു. ജയിലിൽ എട്ടുമാസം പൂർത്തിയാക്കിയിരുന്നു.

ജൂൺ ഒടുവിൽ ഫിറോഷും ജയിൽ മോചിതനായി എത്തി. പത്തു മാസങ്ങൾക്കു ശേഷമാണ് ഭാര്യയും ഭർത്താവും തമ്മിൽ കാണുന്നത്. അക്കാലം ബംഗാളിൽ ക്ഷാമകാലത്തിന്റെ പട്ടിണി മരണങ്ങൾ ധാരാളമായി ഉണ്ടാകുന്നതായി വാർത്ത പരന്നു. സർക്കാർ ഗസറ്റിയറിൽ അത് വെറും കിംവദന്തി മാത്രമാണെന്നാണ് അച്ചടിച്ചു വന്നത്. ബ്രിട്ടീഷ് സർക്കാരിനെ താറടിക്കാനുള്ള കള്ളക്കഥ! ഇന്ദിര കൽക്കത്തയിലെ ശ്രീരാമകൃഷ്ണാശ്രമത്തിലെ അഭയാനന്ദ സ്വാമിക്ക് എഴുതി.

ഞാൻ കൽക്കത്തയ്ക്കു വരുന്നു. എന്റെ പ്രവർത്തനങ്ങൾ ആശ്രമത്തിനു തീരമാനിക്കാം.

സ്വാമി ഉടനെ അറിയിച്ചു.

-ഇവിടെ പ്രവർത്തിക്കാൻ ആളല്ല വേണ്ടത്. പണവും വസ്ത്രവും ആഹാരവുമാണ്.

ഇന്ദിര കഴിയുന്നത്ര പണവും ആഹാരത്തിനുള്ള ധാന്യവും വസ്ത്രവും അയച്ചു കൊടുത്തു. പിന്നെ മഴക്കാലം വന്നു. ഇന്ദിരയും ഫിറോഷ് ഗാന്ധിയും അലഹാബാദിലേക്കു പോയി.

സ്വന്തമായി ഒരു ചെറിയ വീട് എന്ന മോഹം നടന്നില്ല. വാടകയ്ക്കെടുത്തിരുന്ന വീട് മടക്കി കൊടുക്കേണ്ടി വന്നിരുന്നു. ആനന്ദഭവൻ അപ്പോൾ ശൂന്യമായിരുന്നു. അന്തേവാസികൾ ആരുമില്ല. ഭൂതകാലത്തിന്റെ പ്രേതങ്ങൾ അവിടെ വസിക്കുന്നുവെന്നാണ് തോന്നിയത്. അലഹാബാദിൽ ഫിറോഷിന് ധാരാളം സുഹൃത്തുക്കളുണ്ട് .

പിതാവിന് കത്തുകൾ എഴുതി. അത് മനസ്സിന് ശാന്തത നൽകി.

മകളേ, എന്റേത് നിന്റേത് എന്ന ചിന്ത പാടില്ല. വൃക്ഷത്തോപ്പിന്റെ ഉടമ പറയും ഈ തോപ്പ് എന്റേതാണെന്ന്. വൃക്ഷങ്ങൾ പറയും, അല്ല ഞങ്ങളുടേതാണ്. വൃക്ഷങ്ങളിലെ പക്ഷിജാലം പറയും ഞങ്ങളുടേതാണ്. അപ്പോൾ തോട്ടം ആരുടേതാണ്? എല്ലാവരുടേതുമാണ് ഇന്ദു ആരും ആരുടേതുമല്ല. എല്ലാവരും എല്ലാവരുടേയുമാണു താനും.

അതിന് ഇന്ദിര മറുപടി എഴുതി.പിതാവേ! അങ്ങ് തത്ത്വജ്ഞാനി; ഞാൻ ഒരു സാധാരണ സ്ത്രീ. വിജയലക്ഷ്മി പണ്ഡിറ്റിന്റെ ഭർത്താവ് റൺജീത് പണ്ഡിറ്റ് ജനുവരി പതിന്നാലാം തിയതി ലക്നൗവിൽ വെച്ചു മരിച്ചു. ഇന്ദിരയും ഫിറോഷും ലക്നൗവിൽ പോയി മൃതദേഹം അലഹാബാദിലേക്കു കൊണ്ടു വന്നു. ആനന്ദഭവനിന്റെ കോമ്പൗണ്ടിൽ മരണാനന്തരച്ചടങ്ങുകളോടെ സംസ്കരിച്ചു. മരണവുമായി മൂന്നാമത്തെ തവണയാണ് ഇന്ദിര മുഖാമുഖം കാണുന്നത്.

പിതാവിന് ഇന്ദിര എഴുതി.

പകലും രാത്രിയും, വീണ്ടും പകൽ, വീണ്ടും രാത്രി. ജീവിതത്തിന് ഒരർത്ഥവുമില്ല.ശാരീരികമായി ഇന്ദിര വളരെ ക്ഷീണിച്ചു. കുടുംബ ഡോക്ടർ പരിശോധനയ്ക്കു ശേഷം പറഞ്ഞു.ഗർഭിണിയാണ്.ആദ്യം സന്തോഷിച്ചു. പിന്നെ ഭയപ്പെട്ടു തന്റെ മെലിഞ്ഞ ഈ ശരീരം ഒരു കുഞ്ഞിനു ജന്മം നൽകാൻ ശേഷിയുള്ളതാകുമോ?ഫിറോഷ് ഇന്ദിരയെ കുട്ടിയെപ്പോലെ ശുശ്രൂഷിച്ചു. പിന്നെ ബോംബെയ്ക്കു കൊണ്ടുപോയി. ചെറിയമ്മായി കൃഷ്ണ ഹത്തീസിംഗിന്റെ വീട്ടിലാക്കി.വിദഗ്ദ്ധനായ ഗൈനക്കോളജിസ്റ്റ് ഡോക്ടർ ഡി.വി.ശിരോദ്കറിന്റെ മേൽനോട്ടത്തി ലാക്കി. ഫിറോഷ് അത്യധികം സന്തോഷിച്ചു. ഭർത്താവ്, കുട്ടികൾ, കുടുംബം എന്ന ചിന്ത ഇന്ദിരയെയും ആഹ്ളാദഭരിതയാക്കി. 1944 ആഗ്സ്റ്റ് 20-ാം തിയ്യതി ഇന്ദിര ഒരു ആൺകുഞ്ഞിനെ പ്രസവിച്ചു. രാവിലെ എട്ടു പതിനഞ്ചിനാണ് പ്രസവം നടന്നത്. പ്രസവത്തിന് ഒരു ബുദ്ധിമുട്ടുമുണ്ടാ യില്ല. ജവഹർലാൽ ആവശ്യപ്പെട്ടതനുസരിച്ച് കൃഷ്ണ, പ്രസവ സമയവും മുഹൂർത്തവും ജ്യോതിഷച്ചാർട്ടു വരപ്പിച്ച് ജയിലിലേക്കു കൊടുത്തയച്ചു കുഞ്ഞിനു രാജീവ് രത്ന എന്നു പേരിട്ടു. ഒക്ടോബറിൽ ഇന്ദിരയും കുഞ്ഞും ഫിറോഷിന്റെ ഒപ്പം അലഹാബാദിലേക്കു പോയി. രണ്ടാം ലോക മഹായുദ്ധം അവസാനക്കലാശം കൊട്ടുകയായിരുന്നു.

ഇന്ദിര ആഗ്രഹം പ്രകടിപ്പിച്ചുവെങ്കിലും പുത്രനുമായി ജയിലിൽ വരരുതെന്ന് നെഹ്റു ശഠിച്ചു. അവർ തമ്മിൽ കണ്ടിട്ട് രണ്ടരക്കൊല്ലം കഴിഞ്ഞിരുന്നു. ബ്രിട്ടീഷ് ക്യാബിനറ്റ് മിഷൻ ഇന്ത്യയിലെത്തി. ജവ ഹർലാൽ ജയിൽ മോചിതനായി. അപ്പോൾ ഇന്ദിര പുത്രനുമായി കാശ്മീരിലായിരുന്നു. കാശ്മീർ മഹാരാജാവിന്റെ സാമ്പത്തികോപദേ ഷ്ടാവായ ബ്രിജ്ലാൽ നെഹ്റുവിന്റെ വസതിയിലായിരുന്നു അവർ. ഇന്ദിരയുടെ കസിൻ ആണ് ബ്രിജ്ലാൽ നെഹ്റു. റേഡിയോ വാർത്ത യിലൂടെയാണ് പിതാവിന്റെ ജയിൽ മോചനം ഇന്ദിര അറിഞ്ഞത്. തന്റെ പുത്രൻ രാജീവ് രത്നയെ ഇന്ദിര മറന്നേപോയി. അപ്പോൾ തന്നെ അവർ ഒറ്റയ്ക്ക് അലഹാബാദിലേക്കു ട്രെയിൻ കയറി. ജവഹർലാൽ എത്തു മ്പോൾ ആനന്ദഭവനം ശൂന്യമായിരിക്കരുതെന്ന വിചാരം മാത്രമേ അവർക്കുണ്ടായിരുന്നുള്ളു. രണ്ടു വർഷങ്ങൾക്കു ശേഷം പിതാവും പുത്രിയും തമ്മിൽ കണ്ടു. ജവഹർലാലിന് ബോംബെയിൽ കോൺഗ്രസ്സ് വർക്കിംഗ് കമ്മിറ്റി മീറ്റിംഗിൽ പങ്കെടുക്കണം. പിതാവ് ഇന്ദിരയെ ഒപ്പം കൊണ്ടുപോയി. ജൂലൈ 22 ന് (1945) കാശ്മീരിൽ എത്തുന്നുവെന്നു കാണിച്ച് തന്റെ സുഹൃത്ത് ഷേയ്ക്ക് അബ്ദുള്ളയ്ക്ക് നെഹ്റു കമ്പിയടിച്ചു. പേരക്കുട്ടിയെ ആദ്യമായി കാണുകയാണ്. രാജീവിന് ഒരു വയസ്സ് പ്രായമായിരിക്കുന്നു. നീണ്ട ജയിൽ വാസത്തിനുശേഷമുള്ള വര വായതുകൊണ്ട് മനസ്സിന് ഒരു നവീകരണം ആവശ്യമാണ്. ഹിമാലയ ത്തിൽ മലകൾ കയറി പത്തു ദിവസം കഴിയണം. അധികമാരും കൂടെ വേണ്ട അവർ അച്ഛനും മകളും ഒരു സഹായിയും മാത്രം.

തന്റെ മകൻ രാജീവ് രത്നയെ അമ്മായി രാമേശ്വരി നെഹ്റുവിന്റെ അടുത്താക്കിയിട്ട് ഇന്ദിര പിതാവിനൊപ്പം പുറപ്പെട്ടു. മലനിരകൾ

ഓരോന്നായി അവർ കയറിയിറങ്ങി. വെള്ളച്ചാട്ടത്തിനു സമീപം ടെന്റു കെട്ടി അവർ വിശ്രമിച്ചു. അവർക്കായി ഭക്ഷണമൊരുക്കിയും മറ്റാവശ്യങ്ങൾക്ക് സഹായം ചെയ്തും ഒരു ജോലിക്കാരൻ കൂടെയുണ്ടായിരുന്നു. നവോന്മേഷത്തോടെ അവർ മടങ്ങി. സിംലയിൽ വെച്ചു ചേരുന്ന ക്യാബിനറ്റ് മിഷന്റെ ചർച്ചയിൽ പങ്കെടുക്കാൻ ജവഹർലാൽ നെഹ്റു പോയി.

ഏഴ്
കിളി തുടർന്നു

ഏപ്രിൽ നാലാം തിയ്യതി (1946) ഇന്ദിരയ്ക്ക് ജവഹർലാലിന്റെ ഒരു കത്തു കിട്ടി. ഇന്ദു എത്രയും വേഗം എന്റടുത്തു വന്നുചേർന്നാൽ എനിക്കൊരു സഹായമായിരുന്നേനെ. ക്യാബിനറ്റ് മിഷന്റെ ചർച്ചയിൽ ഞാൻ തളർന്നുപോകുന്നു. മനസ്സിന്റെ ഉന്മേഷത്തിന് ഇന്ദു ഇവിടെ ഉണ്ടായിരുന്നെങ്കിൽ എന്ന് ഞാൻ വിചാരിക്കും.

ഫിറോഷ് ഗാന്ധിക്കും ജവഹർലാലിന്റെ കത്തു കിട്ടി. ഇന്ദിരയ്ക്കൊപ്പം താങ്കളും വന്നിരുന്നെങ്കിൽ ചില ഉത്തരവാദിത്വങ്ങൾ ഏറ്റെടുക്കാമായിരുന്നു. വിദേശപത്രപ്രതിനിധികൾ യാതൊരു സഹായവും ലഭിക്കാതെ ഇവിടെ അലഞ്ഞു തിരിയുകയാണ്. അവർക്കുവേണ്ടി ഒരു ഇൻഫർമേഷൻ പ്ലസ് ഹെൽപിംഗ് സെന്റർ തുടങ്ങിയാൽ നന്നായിരുന്നു. ഫിറോഷിന് അതിന്റെ സംഘാടകനും ചുമതലക്കാരനുമാകാൻ കഴിയും. ഇന്ദുവിന്റെ സഹായം എനിക്കും ലഭിക്കുമായിരുന്നു. അലഹബാദിൽ ആനന്ദഭവനിൽ ഫിറോഷുമൊത്തുള്ള ജീവിതത്തിന്റെ അഗ്നി കെട്ടിരുന്നു. രണ്ടുപേരും ആകെ ബോറടിച്ചു തുടങ്ങുകയും ചെയ്തിരുന്നു. വിഷയം അവർ പരസ്പരം സംസാരിച്ചു. ഇന്ദിര ദില്ലിക്കു പോകണമെന്നു പറഞ്ഞ് ഫിറോഷ് ഉത്സാഹിപ്പിച്ചു.

അവർ ഭാര്യയും ഭർത്താവും തമ്മിൽ ചെറിയൊരു പിണക്കമുണ്ടായ സമയവുമായിരുന്നു അത്. ഒമ്പതുകൊല്ലത്തെ നിശ്ശബ്ദതയ്ക്കു ശേഷം ഇന്ദിര ഫ്രാങ്ക് ഒബ്റോഫിന് ഒരു മറുപടിക്കത്തയച്ചു. അയാളുടെ കത്തുകൾ ഇടയ്ക്കു വരുമായിരുന്നു.

ഡീയർ ഫ്രാങ്ക്-

1942 മാർച്ചിൽ ഞാൻ വിവാഹിതയായി. ഇപ്പോൾ എനിക്ക് ഒരു മകൻ ഉണ്ട്. അവന് രണ്ടു വയസ്സ് പൂർത്തിയാകാൻ പോകുന്നു.

ഞാനിപ്പോഴും തിരക്കുള്ള രാഷ്ട്രീയ ജീവിതം തന്നെയാണ് നയിക്കുന്നത്. ഭർത്താവ്, കുട്ടികൾ എന്ന് കുടുംബവൃത്തത്തിൽ ഒതുങ്ങാൻ

എനിക്കു കഴിയുന്നില്ല. രാജ്യം മുഴുവൻ ചുറ്റി സഞ്ചരിക്കുന്ന ഒരു ദേശാടന ക്കിളിയാണെന്ന് വേണമെങ്കിൽ പറയാം. എന്റെ വിലാസം ശ്രദ്ധിക്കുക. പിതാവിന്റെ വസതിയിലാണ്. ദില്ലിയിൽ ജവഹർലാലിന്റെ ഔദ്യോഗിക വസതിയിലെ അതിഥിസൽക്കാരത്തിന്റെ ചുമതല ഏറ്റിരിക്കുകയാണ്. ജവഹർലാൽ ഇപ്പോൾ ഇടക്കാല പ്രധാനമന്ത്രിയാണ്. നമ്പർ : 17–യോർക്ക് റോഡ്, ന്യൂഡൽഹി ആണ് ഔദ്യോഗിക വസതി.

സ്നേഹത്തോടെ

ഇന്ദിരാ ഗാന്ധി

ജവഹർലാൽ നെഹ്റു ഇന്ദുവിനുവേണ്ടി ഒഴിച്ചിട്ടിരിക്കുന്ന പേഴ്സണൽ സെക്രട്ടറി പദം അനൗദ്യോഗികമായിട്ടാണെങ്കിലും ഇപ്പോൾ ഇന്ദിരാ ഗാന്ധി ഏറ്റെടുത്തിരിക്കുകയാണ്. ചെറുപ്പം മുതലേ ആൾക്കൂട്ടത്തോട് ഇടപെട്ടു ജീവിച്ചിട്ടുള്ളതുകൊണ്ട് വീട്ടിലെ തിരക്കും ഔദ്യോഗിക ത്തിരക്കും ബുദ്ധിമുട്ടായി തോന്നിയില്ല. ഫിറോഷ് ഗാന്ധിയും ദില്ലിയിൽ എത്തിയിട്ടുണ്ട്. ഇന്ത്യൻ എക്സ്പ്രസ്സ് ദിനപ്പത്രത്തിന്റെ കറസ്പോ ണ്ടന്റായി ചേർന്നു. ഫിറോഷിന് പത്രപ്രവർത്തനം മത്സ്യത്തിന് ജലം പോലെയാണ്. ദില്ലിയിൽ മാധ്യമരംഗത്ത് വളരെ ഉയർന്ന നിലയിൽ എത്താമായിരുന്നിട്ടും ഫിറോഷ് താമസിയാതെ ലക്നൗവിലേക്ക് മടങ്ങി പ്പോയി. ലക്നൗവിൽ പഴയ സുഹൃത്തുക്കളുമൊത്ത് സായാഹ്നപ്പാർട്ടി കളിലും ധനികരുടെ സൽക്കാരകൂത്തുകളിലും ഉല്ലസിച്ച് ഫിറോഷ് തിമിർത്തു. ലക്നൗവിലെ ധനികയും വിധവയുമായ ഒരു സുന്ദരിയുടെ വസതിയിൽ നിത്യസന്ദർശകനായപ്പോൾ ഇന്ദിരയ്ക്ക് പലരും എഴുതി. ഇന്ദിര അപ്പോൾ രണ്ടാമത്തെ ഗർഭത്തിന്റെ ആലസ്യത്തിലായിരുന്നു. ഔദ്യോഗികമായ ഉത്തരവാദിത്വങ്ങൾ കൂടെയായപ്പോൾ ശാരിരികമായി തളർന്നു.

ഫിറോഷിന്റെ ലക്നൗവിലെ ചെയ്തികളുടെ വിവരങ്ങളറിഞ്ഞ പ്പോൾ ആകെ ആശങ്കയിലായി. ലണ്ടനിലായിരുന്നപ്പോൾ പ്രണയാ ധിക്യം മൂത്ത് ഫിറോഷുമായി ചുറ്റിക്കറങ്ങുന്നതിനിടയിൽ ഫിറോഷിന്റെ സുഹൃത്തായ ഭൂപേഷ് ഗുപ്തയെ കണ്ടതും ഗുപ്ത പെട്ടെന്നു പറഞ്ഞു പോയതുമായ ചില വാക്കുകൾ ഇന്ദിര ഓർമ്മിച്ചു.

“ഗുപ്താ ഞങ്ങൾ വിവാഹിതരാവാൻ പോവുകയാണ്.” ഫിറോഷ് ഗുപ്തയോട് ആവേശത്തോടെ പറഞ്ഞു. ഗുപ്ത രണ്ടുപേരേയും അടി മുടി നോക്കിയിട്ടു ചോദിച്ചു.

“സത്യം?”

“സത്യം! സത്യം! സത്യം!”

ഫിറോഷ് മൂന്നാവർത്തി പറഞ്ഞു. “ഫിറോഷ്, അങ്ങനെയാണെങ്കിൽ നീ നിന്റെ സ്വഭാവം ഉപേക്ഷിക്കണം. ഭാര്യയോടുള്ള വിശ്വസ്തത പുലർത്തണം. നിനക്കതിനു കഴിയുമോ?” ഇന്ദിര ഫിറോഷിന്റെ മുഖം

ശ്രദ്ധിച്ചു. അയാളുടെ മുഖം വിളറിയിരിക്കുന്നു. ആകെ പരിഭ്രമത്തിലു മാണ്. ഇന്ദിരയ്ക്ക് ഭയം തോന്നി. ഗുപ്ത തുടർന്നു പറഞ്ഞു. "നിങ്ങൾ രണ്ടു പേരും നന്നായി ആലോചിച്ചിട്ടു വേണം ഒരുതീരുമാനത്തിലെ ത്താൻ. രണ്ടുപേരും മഹാത്മാഗാന്ധിയെ കാണണം. അദ്ദേഹത്തിന്റെ അനുമതിയും അനുഗ്രഹവും നേടണം."

ഇന്ദിര രണ്ടാമതും ഗർഭിണിയായിരുന്നിട്ടും ഫിറോഷ് പെട്ടെന്ന് ദില്ലി യിലേക്കു മടങ്ങി വന്നില്ല. ഗർഭം ഏതാണ്ട് പൂർണമായി ഡിസംബറിൽ പ്രസവം നടക്കുമെന്ന് ഡോക്ടർ അറിയിച്ചു. ഡിസംബറിൽ ഫിറോഷ് ദില്ലിയിലെത്തി. ഇടക്കാല പ്രധാനമന്ത്രിയുടെ വസതി ചെറുതായി രുന്നു. ഇന്ദിരയുടെ പ്രസവം അടുത്തതറിഞ്ഞ് അമ്മായി കൃഷ്ണ ഹത്തീ സിങ്ങ് രണ്ട് ആൺമക്കളുമൊത്ത് വന്നു. മുറികൾ തികയാതെയായി. ലാവുണിൽ ഒരു ടെന്റു കെട്ടി കട്ടിലും ടീപ്പോയിയും രണ്ടു കസേരകളു മായി ഫിറോഷ് അവിടെ താമസിച്ചു. എല്ലാവരും പ്രസവം പ്രതീക്ഷിക്കു കയാണ്. ഇന്ദിരയ്ക്ക് ചെറിയൊരു അസ്വസ്ഥത തോന്നിയപ്പോൾ ഒരു ബ്രിട്ടീഷ് ഡോക്ടറുടെ സ്വകാര്യ ആശുപത്രിയിലേക്കു മാറ്റി. പ്രസവ വേദനയോടെ രക്തസ്രാവം തുടങ്ങി. ഇന്ദിരയുടെ ജീവൻ അപകടത്തി ലാവുന്ന നിലയിലായി. ഡോക്ടർമാർ ജവഹർലാലിനെ വിവരമറി യിച്ചു. ജവഹർലാൽ ആശുപത്രിയിൽ എത്തിയപ്പോഴേക്കും ഇന്ദിര ഒരു ആൺകുഞ്ഞിനെ പ്രസവിച്ചു.

ഡോക്ടർ കുഞ്ഞിനെ ഉയർത്തിക്കാട്ടിയിട്ടു പറഞ്ഞു.(1946 ഡിസംബർ 14 രാത്രി) അമ്മയെ പേടിപ്പിച്ചാണ് ഇവൻ വന്നത്! ജവഹർലാൽ തന്റെ രണ്ടാമത്തെ പേരക്കുട്ടിക്ക് 'സഞ്ജയ' എന്നു പേരിട്ടു. ഹസ്തിന പുരത്തെ അന്ധരാജാവായ ധൃതരാഷ്ട്രർക്ക് കുരുക്ഷേത്രയുദ്ധം വിവ രിച്ചുകൊടുത്ത പണ്ഡിതന്റെ പേര്....

സഞ്ജയ് : സഞ്ജയ് ഗാന്ധി.

ഭാഗം രണ്ട്

ഒന്ന്

സ്വാതന്ത്ര്യ കാഹളം

കിളി കഥ തുടരുന്നു

1947 ആഗസ്റ്റ് 14-ാം തീയതി അർദ്ധരാത്രിക്ക് ഇന്ത്യ സ്വതന്ത്രയായി. വന്യമായ ഒരാഹ്ലാദത്തിമിർപ്പിൽ ഒരു മഹാരാജ്യം ഉണർന്നെണീറ്റു. ദില്ലിയിലെ ഭവനങ്ങൾ രാത്രിയിൽ വർണ്ണ വിളക്കുകളുടെ മാസ്മരിക പ്രഭയിൽ മിന്നി. ദേവാലയ മണികൾ നിരന്തരം മുഴങ്ങിക്കൊണ്ടിരുന്നു. ദില്ലിയിലെ ആബാല വൃദ്ധം ജനങ്ങൾ തെരുവുകളിലിറങ്ങി നൃത്തം ചെയ്തു. ബോംബെ, മദ്രാസ്, കൽക്കത്ത എന്നിവ കൂടാതെ മീററ്റുപോലുള്ള ചെറു നഗരങ്ങളിലും ജനങ്ങൾ പടക്കങ്ങൾ പൊട്ടിച്ചും നൃത്തം ചെയ്തും തെരുവിലൂടെ ചുറ്റി.

ചിലർ കവിതകൾ സ്വയമുണ്ടാക്കി ഉറക്കെച്ചൊല്ലി. ചിലർ പ്രാർത്ഥനാനിരതരായി. ചിലർ സന്തോഷംകൊണ്ട് കരയുകയും ചിരിക്കുകയും ചെയ്തു. സ്വാതന്ത്ര്യത്തിന്റെ കാറ്റ് ഗ്രാമങ്ങളിലും വീശിയെത്തി. കാതുകൾക്ക് കേൾവിയുടെ സുഖം! നാവുകൾക്ക് പറച്ചിലിന്റെ സുഖം! പക്ഷേ പലരും ചോദിച്ചു. നമ്മുടെ ദുഃഖങ്ങൾ ഇല്ലാതാവുമോ? വയറിന്റെ വിശപ്പ് ശമിക്കുമോ?

എല്ലാവരും ഒരു കാര്യമറിഞ്ഞു.

നൂറ്റാണ്ടുകൾ നമ്മെ അടക്കിവാണിരുന്ന വിദേശ സർക്കാർ വിട്ടുപോയിരിക്കുന്നു. ഒരു പുതിയ ജീവിതത്തിലേക്കുള്ള വാതായനം മലർക്കെ തുറന്നിരിക്കുന്നു.1947 ആഗസ്റ്റ് 14 ക്ലോക്കിന്റെ സൂചികൾ അർദ്ധരാത്രിയുടെ മാജിക്ക് കൂടിച്ചേരലിൽ കൈകൾ കൂപ്പവേ പാർലമെന്റു ഹൗസിന്റെ അസംബ്ലി ഹാളിൽ നവഭാരത്തിന്റെ ആദ്യത്തെ പ്രധാനമന്ത്രി പണ്ഡിറ്റ് ജവഹർലാൽ നെഹ്റു രാഷ്ട്രത്തോട് സംസാരിക്കാനായി എണീറ്റു. (സ്വാതന്ത്ര്യപ്പുലരി ആഗസ്റ്റ് 15 – 1947)

ചരിത്ര മുഹൂർത്തം

സകലരുടേയും ശ്രദ്ധ കോൺസ്റ്റിറ്റുവെന്റ് അസംബ്ളി മന്ദിരത്തിൽ കേന്ദ്രീകരിച്ചു. ദീപ പ്രഭയിൽ അസംബ്ലി മന്ദിരം കുളിച്ചു നിൽക്കുകയാണ്. അസംബ്ളി അംഗങ്ങൾ നേരത്തേതന്നെ അവരവരുടെ സ്ഥാനങ്ങളിൽ

ഇരിപ്പുറപ്പിച്ചിരുന്നു. ഇന്ത്യയുടെ ഒടുവിലത്തെ വൈസ്റോയ് മൗണ്ട് ബാറ്റൻ പ്രഭു ആഗതനായി. ആദ്ദേഹവും ഇരുന്നു. പിന്നെ വൈസ്രോയ് പതുക്കെ എണീറ്റു. ഇപ്പോൾ മുതൽ ഇൻഡ്യയുടെ ചക്രവർത്തി അല്ലാതായിത്തീർന്നിരിക്കുന്ന ബ്രിട്ടീഷ് രാജാവിന്റെ സന്ദേശം അദ്ദേഹം വായിച്ചു. ജവഹർലാൽ മുന്നോട്ടു വന്നു. ഇന്ത്യയുടെ ആദ്യത്തെ പ്രധാനമന്ത്രി ഗംഭീര സ്വരത്തിൽ പ്രഖ്യാപിച്ചു.

Long years ago we made a tryst with destiny and now the time comes when we shall redeem our pledge, not wholly or in full measure but very substantially. At the stroke of the midnight hour when the world sleeps, India will awake to life and freedom.....

"വർഷങ്ങൾക്കു മുൻപ് വിധിയുമായി നാമൊരു കരാറിൽ ഏർപ്പെട്ടിരുന്നു. ആ കരാർ, പ്രതിജ്ഞ നിറവേറ്റാനുള്ള സമയം ഇതാ സമാഗതമായിരിക്കുന്നു. നാം അത് നിറവേറ്റും. പൂർണമായല്ലെങ്കിലും, വലിയൊരളവുവരെ.

ഈ അർദ്ധരാത്രിയിൽ ലോകം മുഴുവൻ ഉറങ്ങുന്ന സമയത്ത് ഇന്ത്യ പുതു ജീവിതത്തിലേക്കും സ്വാതന്ത്ര്യത്തിലേക്കും ഉണരുകയാണ്. ചരിത്രത്തിൽ അപൂർവ്വമായി മാത്രം വന്നുചേരുന്ന ചില നിമിഷങ്ങളുണ്ട്. അങ്ങനെയൊന്നാണിത്. ഒരു കാലഘട്ടം അവസാനിച്ച് മറ്റൊന്നിന് ആരംഭം കുറിക്കുന്ന നിമിഷം....."

നെഹ്റുവിന്റെ ചരിത്രപ്രസിദ്ധമായ പ്രഖ്യാപനം ലോകത്തെ മുഴുവൻ, പ്രത്യേകിച്ചും അടിമ രാജ്യങ്ങളെ പുളകം കൊള്ളിച്ചു. രാത്രിയിലെ ചടങ്ങുകൾ അവസാനിച്ചു. നേരം വെളുത്തു. 1947 ആഗസ്റ്റ് 15. ഇന്ത്യാമഹാരാജ്യത്തെ ജനങ്ങൾ ജയാരവങ്ങളും മംഗളവാദ്യങ്ങളും മുഴക്കി സ്വാതന്ത്ര്യപ്പുലരിയെ സ്വാഗതം ചെയ്തു. അസംബ്ലി പ്രസിഡന്റായി രാജേന്ദ്ര പ്രസാദിന്റെ സ്ഥാനാരോഹണം ആദ്യം നടന്നു. നേതാക്കളൊക്കെ ഡർബാർ ഹാളിൽ എത്തിയിരുന്നു. മൗണ്ട് ബാറ്റൻ പ്രഭു ആസനസ്ഥനായി. ബ്രിട്ടീഷ് ചക്രവർത്തിയുടെ പ്രതിപുരുഷനായല്ല. സ്വാതന്ത്രഭാരതത്തിന്റെ വ്യവസ്ഥാപിത ഭരണത്തലവനായിട്ട് അദ്ദേഹം സത്യപ്രതിജ്ഞ ചെയ്തു. നേതാവിന്റെ പ്രസംഗത്തിനു ശേഷം അസംബ്ളി അംഗങ്ങളുടെ പ്രതിജ്ഞയെടുപ്പു നടന്നു. രാജ്യനന്മയ്ക്കും ലോക സമാധാനത്തിനും വേണ്ടി സ്വയം സമർപ്പിക്കുന്നുവെന്ന് അംഗങ്ങൾ പ്രതിജ്ഞ ചെയ്തു.

അതിനുശേഷം സ്വതന്ത്ര ഭാരതത്തിന്റെ ആദ്യത്തെ വ്യവസ്ഥാപിത ഗവർണർ ജനറൽ മൗണ്ട് ബാറ്റൻ പ്രഭുവിനെ സ്വാഗതം ചെയ്യുന്ന പ്രമേയം അസംബ്ലി പാസ്സാക്കി. അസംബ്ലി പ്രസിഡന്റ് രാജേന്ദ്രപ്രസാദും പ്രധാനമന്ത്രി ജവഹർലാൽ നെഹ്റുവും ഒരുമിച്ച് മൗണ്ടു ബാറ്റൻ പ്രഭുവിനെ ഔപചാരികമായി തീരുമാനം അറിയിച്ചു. ലോകത്തിന്റെ നാനാഭാഗങ്ങളിൽ നിന്നും ആശംസാ സന്ദേശങ്ങൾ വന്നുകൊണ്ടിരുന്നു.

ഡോക്ടർ രാജേന്ദ്ര പ്രസാദ് സന്ദേശങ്ങൾ വായിച്ചു. അതിനുശേഷം മൗണ്ട് ബാറ്റൻ പ്രഭു പ്രസംഗിച്ചു. ഇന്നുമുതൽ ഞാൻ നിങ്ങളുടെ വ്യവസ്ഥാപിത ഗവർണർ ജനറലാണ്. നിങ്ങളിലൊരാളായി എന്നെ കാണണമെന്ന് അഭ്യർത്ഥിക്കുന്നു.

മൗണ്ട് ബാറ്റൻ പ്രഭുവിന്റെ പ്രസംഗത്തിന് ഡോ. രാജേന്ദ്ര പ്രസാദ് മറുപടി പറഞ്ഞു. ആദ്യം ഹിന്ദിയിലും പിന്നെ ഇംഗ്ലീഷിലുമാണ് രാജേന്ദ്ര പ്രസാദ് പ്രസംഗിച്ചത്. മുപ്പത്തിയൊന്ന് ആചാരവെടികൾ മുഴങ്ങി. കൗൺസിൽ ഹാളിൽ ദേശീയപതാക ഉയർന്നു. പതാക വന്ദനം നടന്നു. പ്രിൻസസ് പാർക്കിലെ യുദ്ധസ്മാരകത്തിനു മുന്നിൽ കൊടിമരം നാട്ടിയിരുന്നു. ദില്ലി നിവാസികൾ ആകമാനം അവിടെ തടിച്ചുകൂടി. ഇങ്ങനെയുള്ള ജനപ്രവാഹം ആദ്യമായി കാണുകയാണെന്ന് വിദേശ പത്രപ്രതിനിധികൾ അഭിപ്രായപ്പെട്ടു. കൊടിമരത്തിൽ പതാക ഉയർന്നപ്പോൾ ചാറ്റൽ മഴ ഓടി വന്ന് പനിനീർ തളിച്ചു.

ആകാശച്ചെരിവിൽ മഴവില്ലു തെളിഞ്ഞു. ഭാരതത്തിന്റെ ദേശീയ പതാക മാനച്ചെരുവിൽ ഉയർത്തിയിരിക്കുന്നു!

ആൾക്കൂട്ടം വിളിച്ചുകൂവി. ശുഭ സൂചന! ഭാരത് മാതാ കീ ജയ്.... മഹാജനം ആർത്തുവിളിച്ചു. ഒരാൾ മാത്രം ആ മഹോത്സവത്തിൽ പങ്കെടുക്കാൻ എത്തിയില്ല.

സ്വാതന്ത്ര്യസമരത്തിന്റെ പടത്തലവൻ, മഹാത്മാഗാന്ധി. ജവഹർലാൽ നെഹ്റു പിന്നെ രാജ്പഥിൽ ദേശീയ സ്മാരകത്തിൽ ദേശീയ പതാക ഉയർത്തി. അതിനുശേഷം ചെങ്കോട്ടയിൽ (റെഡ്ഫോർട്ട്) മുഗൾ ചക്രവർത്തിമാർ പൊതുജനങ്ങൾക്ക് ദർശനം നൽകിയിരുന്ന മുഖപ്പിൽ നിന്ന് സ്വതന്ത്ര ഭാരതത്തിന്റെ ആദ്യത്തെ പ്രധാനമന്ത്രി ജവഹർലാൽ നെഹ്റു ദേശീയ പതാക ഉയർത്തി. രാജ്യത്തെ മുഴുവൻ ജനങ്ങളെയും അഭിസംബോധന ചെയ്ത് പ്രസംഗിച്ചു. എല്ലാ ചടങ്ങുകളിലും ഇന്ദിരാഗാന്ധിയുടെ സാന്നിദ്ധ്യം ഉണ്ടായിരുന്നു. ആരുടേയും ശ്രദ്ധയിൽ പെടാതെ പിൻവാങ്ങി നിന്നു.

ജനമനസ്സുകളിൽ ആഹ്ളാദം പൊട്ടിവിരിയുമ്പോൾ അഗ്നിപർവ്വതം പൊട്ടിയതുപോലെ വർഗ്ഗീയ ലഹള ആർത്തിരമ്പി. പാകിസ്താനിൽ ഹിന്ദുക്കൾക്കുനേരെയും ഇന്ത്യയിൽ മുസ്ലീങ്ങൾക്കു നേരേയും അക്രമങ്ങൾ അരങ്ങേറി

കൂട്ടക്കൊലകൾ, ബലാൽസംഗങ്ങൾ വീടുകൾ തകർക്കുകയും തീയിടുകയും ചെയ്തു. ഇരു രാജ്യങ്ങളിൽ നിന്നും ജനങ്ങൾ കൂട്ടമായി രാജ്യവും വീടും വെടിഞ്ഞ് അഭയാർത്ഥികളായി പുറപ്പെട്ടു. വെറും കൈയോടെ അവർ വരികയാണ്, പോവുകയാണ്... അവർ രണ്ടു മതങ്ങളിൽ പെട്ടവരാണെന്നതു മാത്രമാണ് കാരണം! സ്വാതന്ത്ര്യദിനച്ചടങ്ങുകൾക്ക് വരാതിരുന്ന ഗാന്ധിജി അപ്പോൾ കിഴക്കൻ ബംഗാളിലെ (ഇപ്പോൾ ബംഗ്ലാദേശ്) നവ്ഖാലിയിൽ മുസ്ലീങ്ങൾ ആക്രമിച്ച് വകവരുത്തി

ക്കൊണ്ടിരുന്ന ഹിന്ദുസമൂഹത്തെ രക്ഷിക്കാനായി ഏകനും നിരായുധനുമായി കാൽനട സഞ്ചാരം നടത്തുകയായിരുന്നു. സ്വാതന്ത്ര്യദിനച്ചടങ്ങുകൾ കഴിഞ്ഞ് ശ്രീമതി ഇന്ദിരാഗാന്ധി ഫിറോഷ് ഗാന്ധിയോടൊപ്പം മുസ്സോറിയിലേക്കു പുറപ്പെട്ടു. അവരുടെ മൂത്തമകൻ രാജീവിന് അപ്പോൾ നാലു വയസ്സായിരുന്നു. ഇളയവൻ സഞ്ജയന് എട്ടുമാസവും. മുസ്സോറിയിൽ വെച്ചാണ് ദില്ലിയിലേയും മറ്റു പ്രദേശങ്ങളിലേയും കൂട്ടക്കൊലയെക്കുറിച്ച് അറിയുന്നത്. പെട്ടെന്നൊരു മടക്കയാത്ര അപകടമാണെന്ന് ഫിറോഷ് പറഞ്ഞു. ഇന്ദിര സമ്മതിച്ചില്ല. അവർ അച്ഛനും അമ്മയും രണ്ട് ആൺമക്കളുമൊത്ത് അടുത്ത ട്രെയിനിന് ദില്ലിയിലേക്കു പുറപ്പെട്ടു.

യാത്രാമദ്ധ്യേ അലറി വിളിക്കുന്ന ആൾക്കൂട്ടം ട്രെയിൻ തടഞ്ഞു. മുസ്ലിം മത അടയാളങ്ങളുള്ള മനുഷ്യരെ തെരഞ്ഞു പിടിച്ച് ആൾക്കൂട്ടം കൊല്ലുകയാണ്. ഇന്ദിര കണ്ടു. മുസ്ലിം അടയാളങ്ങളുള്ള ഒരു മനുഷ്യനെ ആൾകൂട്ടം പ്ളാറ്റ് ഫോമിലൂടെ ഓടിച്ചിട്ട് പിടിക്കാൻ ശ്രമിക്കുകയാണ്. ഒരു നിമിഷം അത് നോക്കിയിരുന്നിട്ട് ഇന്ദിര അട്ടഹാസത്തോടെ പുറത്തേക്ക് ഇറങ്ങി ഓടി ഫിറോഷും കുട്ടികളും അമ്പരന്ന് ട്രെയിനിൽ ഇരിക്കുകയാണ്. പ്ളാറ്റ് ഫോമിലൂടെ പാഞ്ഞുചെന്ന് ഇന്ദിര ഓടി വരുന്ന മനുഷ്യനെ പിടിച്ചു നിർത്തി. അയാൾ ആദ്യം ഭയന്നു വിറച്ചെങ്കിലും ഒരു സ്ത്രീയാണെന്നു കണ്ട് കൈകൾ കൂപ്പി യാചിച്ചു.

-അമ്മേ .... എന്നെ രക്ഷിക്കൂ... ആയുധങ്ങൾ ഉയർത്തി പാഞ്ഞുവന്ന ആൾക്കൂട്ടം ഒരു സ്ത്രീ അയാളെ ചേർത്തു പിടിച്ചു നിൽക്കുന്നതുകണ്ട് നിന്നു. അങ്ങനെ ഒരു നിമിഷം നിൽക്കേ ട്രെയിൻ ചൂളം വിളിച്ച് സ്റ്റാർട്ടായി. അയാളെ പിടിച്ചു വലിച്ചുകൊണ്ട് ഓടി ഇന്ദിര ട്രെയിനിൽ കയറി ട്രെയിൻ അടുത്ത ചൂളം വിളിയോടെ സ്പീഡു കൂട്ടി. സുരക്ഷിതമെന്നു തോന്നിയ ഒരു സ്റ്റേഷനിൽ അയാളെ ഇറക്കിയിട്ട് ഇന്ദിരയും കുടുംബവും ദില്ലിയിലെത്തി. അഭയാർത്ഥികൾ ട്രെയിനുകളിൽ ദില്ലിയിൽ വന്നിറങ്ങിക്കൊണ്ടിരുന്നു. അവരെ താൽക്കാലിക ഷെഡ്ഡുകളിൽ താമസിപ്പിച്ചു കൊണ്ട് സർക്കാരും സന്നദ്ധ സംഘടനകളും അവരുടെ ക്ഷേമത്തിനായി പ്രവർത്തിച്ചു.

സന്നദ്ധ പ്രവർത്തകരായ ശ്രീമതി ജോൺമത്തായിയുടേയും ശ്രീമതി ഹന്നാ സെന്നിന്റേയും കൂടെ ശ്രീമതി ഇന്ദിരാഗാന്ധിയും ചേർന്നു. അഭയാർഥികളെ സംരക്ഷിക്കുന്ന പ്രവർത്തനങ്ങൾക്കിടയിൽ വലിയ അപകടങ്ങൾ നേരിടേണ്ടി വന്നു. ഒരിടത്ത് വൃദ്ധനായ ഒരാളെ ആൾക്കൂട്ടം തല്ലിക്കൊല്ലുന്നേടത്ത് അവർ എത്തുകയുണ്ടായി. അക്രമികളുടെ മുന്നിൽ ഇന്ദിര ഒറ്റയ്ക്കു ചെന്നു. വൃദ്ധനെ പിടിച്ചുമാറ്റിയിട്ട് ചോദിച്ചു.

-ഈ വൃദ്ധനെക്കൊന്നാൽ നിങ്ങൾക്ക് എന്തു ഗുണമാണുണ്ടാവുക?

ഒരു സ്ത്രീ ഒറ്റയ്ക്ക് കൂസലില്ലാതെ ചോദിച്ചപ്പോൾ ആൾക്കൂട്ടം അമ്പരന്നു നിന്നു! രക്തമൊലിക്കുന്ന വൃദ്ധനെ ചേർത്തു പിടിച്ചപ്പോൾ

ഇന്ദിരയുടെ വെള്ളസാരിയും വേഷവും രക്തവർണ്ണമായി. ഇന്ദിര വൃദ്ധനെ താങ്ങിപ്പിടിച്ച് താൻ വന്ന വാഹനത്തിൽ കയറ്റി. വണ്ടി പാഞ്ഞു പോയി. ആൾക്കൂട്ടം അമ്പരന്നു നിന്നതേയുള്ളു. ഇന്ദിരയുടെ പ്രവർത്തനങ്ങളെ ക്കുറിച്ച് മഹാത്മാഗാന്ധിക്ക് അറിവു കിട്ടി. അദ്ദേഹം ഇന്ദിരയ്ക്ക് ഒരു സന്ദേശം കൊടുത്തയച്ചു.

-ഇന്ദു, മുസ്ലിം ക്യാമ്പുകളിൽ പോകണം അവർക്ക് ആശ്വാസം നൽകണം. വൃത്തിഹീനമായ തെരുവുകൾ അടിച്ചുവാരി വൃത്തിയാക്കുക. ടൗൺ ഹാളിൽ നിന്നും ക്യാമ്പുകളിലേക്ക് റേഷൻ അയപ്പിക്കുക എന്നീ പണികൾ ഇന്ദിര സ്വയം ഏറ്റെടുത്തു.

പലപ്പോഴും റേഷൻ കൊണ്ടുപോകുവാൻ വാഹനങ്ങൾ ഉണ്ടാ വാറില്ല. അപ്പോൾ ഇന്ദിര സ്വകാര്യ വ്യക്തികളെ ചെന്നുകണ്ട് ട്രക്കുകൾ സംഘടിപ്പിച്ച് അധികൃതരെ ഏല്പിക്കും. ജീവഭയംകൊണ്ട് മുൻസിപ്പൽ ശുചീകരണ ജോലിക്കാർ ജോലിക്കുപോകാൻ വിസമ്മതിച്ചു. അവർക്ക് എസ്കോർട്ടു പോകാൻ ഒരു സംഘം സ്ത്രീ വോളണ്ടിയർമാരെ ഇന്ദിര അയച്ചു. അക്രമികളെ നേരിടാൻ ഈ സ്ത്രീകൾക്കു കഴിയുമെന്നു പറഞ്ഞാണ് ശ്രീമതി ഗാന്ധി ഒരു സംഘം സ്ത്രീ വോളണ്ടിയർമാരെ അയച്ചത്.

ഇന്ദിരയുടെ പ്രവർത്തനങ്ങളെക്കുറിച്ചറിഞ്ഞ് മഹാത്മാഗാന്ധി ഒരു റോസാപ്പൂവും അഭിനന്ദനക്കുറിപ്പും ഇന്ദിരയ്ക്ക് കൊടുത്തയച്ചു. മഹാ തത്ത്വങ്ങൾ പറയാത്ത മഹാത്മാഗാന്ധിക്ക് ഒരു മഹാരാജ്യത്തെ ജന ങ്ങളെ മുഴുവനും തന്റെ പിന്നാലെ വരുവാൻ പ്രേരിപ്പിക്കുന്ന മഹത്ത്വം ഉണ്ടെന്ന് ഇന്ദിര തിരിച്ചറിഞ്ഞു. ലഹളകൾ അടിച്ചമർത്തുന്നതിൽ സർക്കാർ പരാജയപ്പെട്ടു. അതിനുള്ള പ്രധാന കാരണം അക്കാലം ഭൂരി പക്ഷം ഡിസ്ട്രിക്ട് അധികാരികളും ബ്രിട്ടീഷുകാർ ആയിരുന്നുവെന്ന താണ്. ക്വിറ്റ് ഇന്ത്യ മൂവ്മെന്റിന്റെ വൈരം അവർ മനസ്സിൽകൊണ്ടു നടന്നിരുന്നു. നൗഖാലിയിൽ ഉണ്ടായതുപോലെ ലഹളകൾ ബീഹാറി ലുമുണ്ടായി. ജവഹർലാൽ നെഹ്റുവും സർദാർപട്ടേലും ലിയാക്കത്തലീ ഖാനും രാജൻ ബാബുവും കൃപലാനിയും മറ്റു നേതാക്കളും ഓരോ ലഹളസ്ഥലത്തും പാഞ്ഞുചെന്നു. എല്ലാവരുടേയും ശ്രമഫലമായി കുറച്ചു ശമനമുണ്ടായി. ഹിന്ദുക്കൾ പകരം വീട്ടുകയായിരുന്നു.

മഹാത്മാഗാന്ധി ഹിന്ദുക്കളോടു ചോദിച്ചു

-ഹീനകൃത്യങ്ങൾ കാട്ടുന്നതിൽ നിങ്ങൾ മത്സരിക്കുകയാണോ? കാടത്വത്തെ മനുഷ്യത്വം കൊണ്ടാണ് നേരിടേണ്ടത്. മുസ്ലീമിനെ കൊന്നാൽ ഹിന്ദു രക്ഷപ്പെടുമോ? ഒരു ദൈവമേയുള്ളു രാമെന്നും റഹി മെന്നും കൃഷ്ണനെന്നും കരീമെന്നും നമ്മൾ പല പേരുകളിൽ ഒരേ ദൈവത്തെ വിളിക്കുന്നു. ഞാൻ ആവർത്തിച്ചു പറയുന്നു. കൂട്ടക്കൊല ഇന്ത്യയെ രക്ഷിക്കുകയില്ല. ലോകം നമ്മളെ ഭ്രാന്തരെന്നു വിളിക്കും. അനേകം യോഗങ്ങളിൽ ഗാന്ധിജി പ്രസംഗിച്ചു. തെറ്റു ചെയ്ത ഹിന്ദുക്കൾ

അത് ഏറ്റു പറഞ്ഞ് മാപ്പു ചോദിക്കണമെന്ന് അദ്ദേഹം ആവശ്യപ്പെട്ടു. ഹിന്ദുക്കളോടും മുസ്ലീങ്ങളോടും ഒരേ വിധത്തിൽ അദ്ദേഹം സംസാരിച്ചു.

–നിങ്ങൾ ദൈവത്തിൽ വിശ്വസമർപ്പിക്കണം. അന്യമതസ്ഥരായ മനുഷ്യരുമായി സൗഹാർദ്ദം പുലർത്തണം. എല്ലാവരേയും സ്നേഹിക്കുവാൻ കുട്ടികളെ പഠിപ്പിക്കണം. പ്രതികാരം ചെയ്യാനുള്ള തങ്ങളുടെ ആവേശത്തെ തളർത്തരുതെന്ന് ചില ഹിന്ദുനേതാക്കൾ ഗാന്ധിജിയോട് അഭ്യർത്ഥിച്ചു. ചിലർ ഗാന്ധിജിക്ക് ടെലിഗ്രാം ചെയ്തു. ചിലർ കത്തുകളിലൂടെ താക്കീതു ചെയ്തു. ഗാന്ധിജി എഴുതി. ഞാനൊരു സനാതന ഹിന്ദുവാണ്. ഹിന്ദുക്കൾ ചെയ്താലും മുസ്ലിങ്ങൾ ചെയ്താലും തെറ്റ് തെറ്റു തന്നെയാണ്. ഇരു സമുദായങ്ങളിലെയും പ്രമാണിമാർ ഗാന്ധിജിയെ അധിക്ഷേപിച്ചു. അപലപിച്ചു. ഇന്ത്യയിലേക്കു വന്ന ഹിന്ദുക്കളും പാകിസ്താനിലേക്കു പോയ മുസ്ലീങ്ങളും പരസ്പരം വെട്ടിയും കുത്തിയും കൊന്നു. പതിനായിരക്കണക്കിനു മനുഷ്യർ കൊല്ലപ്പെട്ടു. പരസ്പരം കൊള്ളയടിച്ചു.

അവസാനം അവശരും ആർത്തരുമായി ലക്ഷ്യസ്ഥാനത്തെത്തിയവർ അഭയാർത്ഥികളായി. തികച്ചും ദയനീയാവസ്ഥ! ഉത്തരേന്ത്യയിലാണ് പൈശാചികമായ കൂട്ടക്കൊല ഏറെയും അരങ്ങേറിയത്. പൊലീസിനും പട്ടാളത്തിനും ഫലപ്രദമായി ഒന്നും ചെയ്യാൻ കഴിഞ്ഞില്ല. കൽക്കത്തയിൽ നിന്ന് പഞ്ചാബിലേക്കു പോകാൻ ഗാന്ധിജി ആഗ്രഹിച്ചു. നെഹ്റുവും മറ്റു നേതാക്കളും അദ്ദേഹത്തെ അനുകൂലിച്ചില്ല. സ്ഥിതിഗതികൾ പട്ടാളം നിയന്ത്രിക്കും എന്നാണ് നെഹ്റു പറഞ്ഞത്. അഭയാർത്ഥികളെക്കൊണ്ട് ദില്ലി നിറഞ്ഞു ഡൽഹിയിൽ വർഗ്ഗീയ ലഹള നിയന്ത്രിക്കാൻ ബംഗാളിൽ നിന്നും ദക്ഷിണേന്ത്യയിൽ നിന്നും പൊലീസിനെ കൊണ്ടുവരേണ്ടി വന്നു. സെപ്റ്റംബർ 9-ാം തീയതി ഗാന്ധിജി ഡൽഹിയിലെത്തി. റെയിൽവെ സ്റ്റേഷനിൽ നിന്ന് ഗാന്ധിജിയെ സർദാർ പട്ടേൽ ബിർളാ ഹൗസിലേക്കു കൂട്ടിക്കൊണ്ടുപോയി. സാധാരണ ദില്ലിയിലെത്തിയാൽ ഗാന്ധിജി താമസിച്ചിരുന്നത് കിംഗ്സ്‌വേ ക്യാമ്പിലുള്ള തൂപ്പുകാരുടെ (ഭംഗികളുടെ) കോളനിയിലായിരുന്നു. ഇപ്പോൾ അവിടം അഭയാർത്ഥികളെക്കൊണ്ട് നിറഞ്ഞുകവിഞ്ഞിരിക്കുന്നു. ദില്ലിയിൽ ഇപ്പോൾ പകുതി ജനങ്ങളും അഭയാർത്ഥികളാണ്. നഗരം മനുഷ്യരുടെ പ്രളയമായിമാറിയിരിക്കുന്നു.

തെമ്മാടിക്കൂട്ടങ്ങൾ കൂത്താടി നടക്കുകയാണ്. റേഷൻ കടകളും മാർക്കറ്റുകളും നിത്യേന കൊള്ളയടിക്കുന്നു. പാവങ്ങൾ കൊടും പട്ടിണിയിലായി. ആർക്കും നിയന്ത്രിക്കാൻ കഴിയാത്ത അവസ്ഥ. ഗാന്ധിജിയിലാണ് എല്ലാവരും പ്രതീക്ഷ അർപ്പിച്ചത്. അദ്ദേഹം എന്തെങ്കിലും അദ്ഭുതം കാണിച്ച് കാര്യങ്ങൾ ശരിയാക്കുമെന്ന് അവർ പ്രതീക്ഷിച്ചു. ഭ്രാന്ത് അവസാനിപ്പിക്കാൻ അഭ്യർത്ഥിച്ചുകൊണ്ട് ഗാന്ധിജി ലഹള ബാധിത പ്രദേശങ്ങളിലെല്ലാം ഓടിയെത്തി. അഭയാർത്ഥിക്യാമ്പുകളിൽ

ജനങ്ങൾ ഗാന്ധിജിയെക്കണ്ട് വാവിട്ടു നിലവിളിച്ചു. ഒരു ക്യാമ്പിൽ വെച്ച് ചിലർ അലറിക്കൊണ്ട് ഗാന്ധിജിയെ ചീത്ത വിളിച്ചു. എല്ലാത്തിനും കാരണക്കാരൻ ഗാന്ധിജിയാണെന്ന് അവർ ആക്രോശിച്ചു.

നിങ്ങൾക്ക് എന്നെ ചീത്തവിളിക്കാൻ അവകാശമുണ്ട്. കാരണം യഥാർത്ഥ ദുരിതം നിങ്ങളാണല്ലോ അനുഭവിക്കുന്നത്. ഞാനിതിന് പ്രായശ്ചിത്തം ചെയ്തേ പറ്റൂ. ഈ തലസ്ഥാന നഗരിയിലെങ്കിലും മുസ്ലീങ്ങൾ സുരക്ഷിതരായിരിക്കണം. പാക്കിസ്താനിൽ നടക്കുന്നതിന് ഡൽഹിയിൽ പ്രതികാരം ചെയ്യരുത്. തകർക്കപ്പെട്ട മുസ്ലീം പള്ളികൾ ഹിന്ദുക്കൾ പണിതു കൊടുക്കണം. ജനങ്ങൾ ശാന്തിയും സമാധാനവും വീണ്ടെടുക്കുന്നില്ലെങ്കിൽ താൻ നിരാഹാരവ്രതം അനുഷ്ഠിച്ച് ജീവൻ വെടിയുമെന്ന് ഗാന്ധിജി പ്രഖ്യാപിച്ചു. ഒരു മഹാ രാജ്യത്തെ വിദേശാധിപത്യത്തിൽ നിന്നും മോചിപ്പിക്കാൻ നിരാഹാര സത്യാഗ്രഹം എന്ന വജ്രായുധം ഉപയോഗിച്ച മഹാമനുഷ്യൻ അവസാനം വിമോചിതരെ ശാന്തരാക്കാനും അതേ ആയുധം ഉപയോഗിക്കുകയാണ്. നിരാഹാര വ്രതം തുടങ്ങി നാലാം നാൾ മുതൽ ആൾക്കൂട്ടം ആയുധങ്ങൾ കൊണ്ടുവന്ന് സത്യാഗ്രഹപ്പന്തലിനു മുന്നിൽ അടിയറവെച്ച് മാപ്പു പറഞ്ഞു തുടങ്ങി.

വൃദ്ധനും അവശനുമായ ആ മനുഷ്യന്റെ പാദാന്തികത്തിൽ വന്ന് കൈകൾകൂപ്പി ആൾക്കൂട്ടം അപേക്ഷിച്ചു. ഞങ്ങൾ ഇനി കുഴപ്പങ്ങൾ ഉണ്ടാക്കില്ല. അങ്ങ് നിരാഹാരവ്രതം അവസാനിപ്പിച്ചാലും. ജനുവരി 18-ാം തിയതി ഗാന്ധിജി നിരാഹാര വ്രതം അവസാനിപ്പിച്ചു. പൊലീസിനും പട്ടാളത്തിനും സാധിക്കാത്തത് ഒരു മനുഷ്യൻ ഒറ്റയ്ക്കു സാധിച്ചു.

സരോജിനി നായിഡു പാടി.

ഈ മനുഷ്യന്
ഇന്നലത്തെ ലോകത്തിനും
ഇന്നത്തെ ലോകത്തിനും
അറിയാത്ത നവീനവേദം
ചൊല്ലിത്തന്ന
ഈ മഹാ മനുഷ്യന്
എന്റെ നേതാവിന്
എന്റെ സുഹൃത്തിന്
എന്റെ പിതാവിന്
ലോകത്തിന്റെ പിതാവിന്
എന്റെ പ്രണാമങ്ങൾ....

ലോകത്തിന്റെ നക്ഷത്രവിളക്ക്

അന്ന് വെള്ളിയാഴ്ചയായിരുന്നു

1948 ജനുവരി 30-ാം തിയതി. പതിവുപോലെ വെളുപ്പിനെ മൂന്നു മണിക്ക് ഗാന്ധിജി ഉറക്കമുണർന്നു. പ്രാർത്ഥന. ദിനകൃത്യങ്ങൾ. ഒരു പുതിയ ഭരണ

ഘടന എഴുതിയുണ്ടാക്കുന്ന തിരക്കിലായിരുന്നു ഗാന്ധിജി. സ്വാതന്ത്ര്യ സമ്പാദനം എന്ന മുഖ്യലക്ഷ്യം നേടിക്കഴിഞ്ഞു. ഇനി ജനങ്ങളുടെ സാമ്പത്തിക സ്വാതന്ത്ര്യവും സാമൂഹിക സാംസ്കാരിക പുരോഗതിയും നവീകരണവുമാണ് വേണ്ടത്. അതിന് സംഘടനയെ മാറ്റിയെടുക്കണം. കോൺഗ്രസ്സ് പാർട്ടി ഒരു രാഷ്ട്രീയകക്ഷിയായി ഇനി തുടരേണ്ടതില്ല. ലോകസേവക സംഘമായി കോൺഗ്രസ്സ് രൂപാന്തരപ്പെടണം. അതിനാവശ്യമായ ഒരു ഭരണഘടന ഗാന്ധിജി എഴുതുകയായിരുന്നു.

29-ാം തിയതി രാത്രി ഗാന്ധിജി തന്റെ സാഹായി അഭയയോട് പറഞ്ഞിരുന്നു. തല ചുറ്റുന്നു. എങ്കിലും എനിക്കിത് എഴുതിത്തീർക്കണം. രാവിലെ അദ്ദേഹം അത് എഴുതിത്തീർത്തു. സെക്രട്ടറി പ്യാരെലാലിനെ ലേഖനം ഏല്പിച്ചിട്ട് ഗാന്ധിജി പറഞ്ഞു. വളരെ തിടുക്കത്തിൽ എഴുതിയതാണ്. എന്തെങ്കിലും കൂട്ടിച്ചേർക്കേണ്ടതുണ്ടോയെന്ന് പരിശോധിക്കണം. കോൺഗ്രസ്സ് പാർട്ടിയെ നന്നാക്കാനുള്ള ഗാന്ധിജിയുടെ അവസാനത്തെ ശ്രമം!

ഗാന്ധിജി കുളിക്കാൻ പോയി. കുളി കഴിഞ്ഞപ്പോൾ നല്ല ഉന്മേഷം തോന്നി ക്ഷീണമൊക്കെ മാറി. പിന്നെ പഠിക്കാനിരുന്നു. ബംഗാളി ഭാഷ പഠിക്കണമെന്ന് നവഖാലിയിൽ പര്യടനം നടത്തുമ്പോൾ തീരുമാനിച്ചതാണ്. അപ്പോൾ മുതൽ ബംഗാളി ഭാഷ പഠിക്കുന്നുണ്ട്. ഒമ്പതുമണിക്ക് പ്രാതൽ കഴിച്ചു. ഉപ്പിടാതെ വേവിച്ച കുറച്ചു പച്ചക്കറികൾ ഏതാനും പഴങ്ങൾ, ഒരു ഓറഞ്ച്, ഒരുഗ്ലാസ്സ് ആട്ടിൽ പാലും. നല്ല തൃപ്തി തോന്നി. ഭക്ഷണം കഴിക്കുമ്പോൾ പ്യാരേലാൽ വന്നു പറഞ്ഞു.

- ലേഖനത്തിൽ ചില മാറ്റങ്ങൾ വരുത്തണം അത് ഞാൻ ഒരു കടലാസിൽ കുറിച്ചിട്ടുണ്ട്. ഭക്ഷണം കഴിഞ്ഞ് ഗാന്ധിജി പ്യാരേലാലിന്റെ കുറിപ്പ് വായിച്ചു. അതിൽ ചില തിരുത്തലുകൾ വരുത്തി. ലേഖനം എ.ഐ.സി.സി. സെക്രട്ടറി ശ്രീ. ജഗൻ കിഷോറിനെ ഏല്പിക്കാനായി പ്യാരേലാലിന് മടക്കിക്കൊടുത്തു.

കുറച്ചു വിശ്രമിച്ചു. സന്ദർശകർ കാത്തുനിന്നിരുന്നു. അവരെ കാണാനായി ഗാന്ധിജി ചെന്നു. ഡൽഹിയിലെ ചില മുസ്ലീം പണ്ഡിതർ കാണാൻ വന്നിരുന്നു. അവരോട് സംസാരിക്കവേ ഗാന്ധിജി പറഞ്ഞു. ദൈവം അനുവദിക്കുമെങ്കിൽ, അപ്രതീക്ഷിതമായി ഒന്നും സംഭവിച്ചില്ലെങ്കിൽ കുറച്ചുകാലം വാർധയിലെ ആശ്രമത്തിൽ പോയി താമസിക്കണമെന്നുണ്ട് എനിക്കുള്ള കത്തുകൾ കൊണ്ടുവരൂ. എല്ലാത്തിനും ഇന്നു തന്നെ മറുപടി എഴുതണം. രണ്ടു ദിവസം മുൻപ്, അതായത് ജനുവരി 28-ാം തിയതി തന്നെ വന്നു കണ്ട രാജ്കുമാരി അമൃത് കൗറിനോട് അദ്ദേഹം പറഞ്ഞിരുന്നു. ചിലർ ഗാന്ധിജിയുടെ ജീവനെടുക്കാൻ പദ്ധതിയിട്ടിട്ടുണ്ടെന്ന് അവർ സൂചിപ്പിച്ചപ്പോഴാണ്- ഒരു ഭ്രാന്തന്റെ വെടിയേറ്റു മരിക്കാനാണ് എന്റെ വിധിയെങ്കിൽ ഞാൻ പുഞ്ചിരിച്ചുകൊണ്ട് മരിക്കും. ഉള്ളിൽ രോഷം ഉണ്ടാവുകയില്ല. ഹൃദയത്തിലും ചുണ്ടിലും ദൈവം

ഉണ്ടായിരിക്കണം. അങ്ങനെയെന്തെങ്കിലും സംഭവിച്ചാൽ ആരും ഒരു തുള്ളിക്കണ്ണീർ പോലും പൊഴിക്കരുത്.

അപ്പോൾ സിന്ധികളുടെ ഒരുനിവേദനസംഘം വന്നു. അവരുടെ പ്രശ്നങ്ങൾ കേട്ടു കഴിഞ്ഞ് ഗാന്ധിജി പറഞ്ഞു. ഇന്നലെ എന്നെ കാണാൻ വന്നിരുന്ന ഒരു സംഘം ആളുകൾ അരിശപ്പെട്ടുകൊണ്ട് പറഞ്ഞിരുന്നു. 'ഇനി അങ്ങ് ഹിമാലത്തിൽ പോയി തപസ്സിരുന്നാൽ മതിയെന്ന്. എനിക്കത് ഇഷ്ടമായി. ഹിമാലയത്തിൽ എനിക്ക് ശാന്തി ലഭിക്കുമല്ലോ. എന്നാൽ ആ വിധമൊരു ശാന്തിതേടലല്ല എന്റെ ജീവിത ലക്ഷ്യം. ഇരുട്ടിൽ നിന്നും വേദനയിൽ നിന്നും മുക്തി നേടാൻ കഴിയുന്ന ശാന്തിയാണ്.

വൈകുന്നേരം സർദാർ പട്ടേൽ ഗാന്ധിജിയെ കാണാൻ വന്നു. ഒരു മണിക്കൂറോളം അവർ സംസാരിച്ചിരുന്നു. പണ്ഡിറ്റ് ജവഹർലാൽ നെഹ്റുവും സർദാർ പട്ടേലും തമ്മിൽ ഉണ്ടായ ചില അഭിപ്രായ വ്യത്യാസങ്ങൾ ഗാന്ധിജിയെ വേദനിപ്പിച്ചിരുന്നു. ഒരേ നാണയത്തിന്റെ രണ്ടു വശങ്ങളാണ് നെഹ്റുവും പട്ടേലുമെന്ന് ഗാന്ധിജി വിചാരിച്ചിരുന്നു. മന്ത്രിസഭയിൽ നെഹ്റു അല്ലെങ്കിൽ പട്ടേൽ ഇവരിൽ ഒരാൾ മതിയെന്നാണ് ഗാന്ധിജി ആദ്യം ചിന്തിച്ചിരുന്നത്. രാഷ്ട്ര നിർമ്മിതിക്ക് രണ്ടു പേരും ഒരുമിച്ചുണ്ടാവുന്നതാണ് നല്ലതെന്ന് പിന്നീടു തോന്നി. ഈ നിർണായക ഘട്ടത്തിൽ ഉന്നത നേതാക്കൾക്കിടയിൽ ഭിന്നത ഉണ്ടാകാൻ പാടില്ല. മണി അഞ്ചായി. പ്രാർത്ഥനാ സമയത്തിനുള്ള നേരം കഴിഞ്ഞിരിക്കുന്നു. അങ്ങനെ സംഭവിക്കാറില്ല. ഇന്ന് എല്ലാം മറന്ന് പട്ടേലുമായി സംസാരിച്ചിരിക്കുകയാണ്. അഞ്ചു മിനിട്ടു വൈകിയപ്പോൾ സഹായികൾ അഭയും മനുവും വന്ന് മുന്നിൽ നിന്നു. അവരെ ശ്രദ്ധിക്കാതെ ഗാന്ധിജി പട്ടേലുമായി സംസാരിക്കുകയാണ്. അപ്പോൾ നേരിയ ശബ്ദത്തിൽ മനു ഓർമ്മിപ്പിച്ചു. ഗാന്ധിജി പട്ടേലിനോട് വിട പറഞ്ഞിട്ട് എണീറ്റു.

ഈയിടെ അങ്ങ് വാച്ച് നോക്കാറെയില്ല.

മനു പറഞ്ഞപ്പോൾ

- നിങ്ങളല്ലെ എന്റെ വാച്ച്?

നടക്കുന്നതിനിടയിൽ

- ഇന്ന് ഞാൻ പത്തു മിനിട്ട് വൈകിയിരിക്കുന്നു. നിങ്ങളുടെ കുറ്റം കൊണ്ടാണ് അങ്ങനെ സംഭവിച്ചത്. രോഗിക്ക് നേഴ്സുമാർ കൃത്യ സമയത്ത് മരുന്നു കൊടുക്കുന്നതുപോലെ നിങ്ങൾ എന്നെ സമയം അറിയിക്കണം. പത്തു മിനിട്ടു വൈകുന്നതുപോലും തെറ്റാണ്. ഈയിടെ എനിക്ക് ആകെ മറവിയാണ്. യോഗസ്ഥലത്തെത്തവേ ആളുകൾ എണീറ്റ് വന്ദിച്ചു. ഗാന്ധിജി കൈകൂപ്പി പ്രത്യഭിവാദ്യം ചെയ്തു. ആളുകളെ തള്ളിമാറ്റിക്കൊണ്ട് ഒരാൾ മുന്നോട്ടു വന്നു. ഗാന്ധിജിയുടെ പാദങ്ങൾ തൊട്ടു നമസ്കരിക്കാൻ അങ്ങനെ ചിലർ തിരക്കിട്ടു വരാറുണ്ട്. അങ്ങനെയാരെങ്കിലുമാണെന്ന് ആളുകൾ വിചാരിച്ചു. ഇപ്പോൾ തന്നെ വൈകി ഗാന്ധിജിയെ ഇയാളുടെ പാദനമസ്കാരം കൊണ്ടുകൂടെ

താമസിപ്പിക്കേണ്ടെന്നു കരുതി ചിലർ അയാളെ തടയാൻ ശ്രമിച്ചു. തടഞ്ഞവരുടെ കൈകൾ അയാൾ തട്ടിമാറ്റിയപ്പോൾ മനുവിന്റെ കൈയിൽ നിന്ന് നോട്ടുപുസ്തകവും മാലയും കോളാമ്പിയും തെറിച്ചു വീണു. അതെടുക്കാനായി മനു കുനിഞ്ഞപ്പോൾ അയാൾ ഗാന്ധിജിയുടെ മുന്നിലെത്തിയിട്ട് തുടരെ മൂന്നു വെടി വെച്ചു. ആളുകൾ സ്തബ്ധരായി നിന്നു.

-ഹേ ....റാം...

ഗാന്ധിജി അങ്ങനെ ഉരുവിട്ട് നിലം പതിച്ചു കൂപ്പുകൈ താണു. ഗാന്ധിജി ധരിച്ചിരുന്ന വെള്ളഖാദി വസ്ത്രം ചോരച്ചുവപ്പണിഞ്ഞു. ആളുകൾ കൊലയാളിയെ വട്ടം പിടിച്ചു. അയാൾ ചെറുത്തു നിന്നില്ല. ഓടിപ്പോയതുമില്ല. നാഥുറാം വിനായക് ഗോഡ്സെ എന്നു പേരുള്ള ഒരു യുവാവായിരുന്നു അയാൾ. ആളുകൾ ഗാന്ധിജിയെ താങ്ങിയെടുത്തു. അദ്ദേഹം മരിച്ചു കഴിഞ്ഞിരുന്നു. ഗാന്ധിജിയുടെ മൃതദേഹം ബിർളാ ഹൗസിലേക്കു കൊണ്ടുപോയി. വാർത്തയറിഞ്ഞ ജനങ്ങൾ ഇടിവെട്ടു കേട്ട സർപ്പങ്ങളെപ്പോലെ നടുങ്ങി. ഇന്ത്യയിലെ ഗ്രാമങ്ങളിലേയും നഗരങ്ങളിലേയും ജനങ്ങൾ ആദ്യം സ്തംഭിച്ചു. പിന്നെ പൊട്ടിക്കരഞ്ഞു. ആരും പറയാതെ കടകമ്പോളങ്ങൾ അടച്ചു. സിനിമ, നാടകം തുടങ്ങി എല്ലാ വിനോദങ്ങളും നിന്നു.

ജനങ്ങൾ തെരുവിലിറങ്ങി ഇത്രയേറെ സ്ത്രീകളെയും കുട്ടികളെയും വൃദ്ധരെയും യുവാക്കളെയും കരയിച്ച ഒരു മരണം മനുഷ്യരാശിക്കിടയിൽ ഒരിക്കലും നടന്നിട്ടില്ല. അന്നാണ് ഈ മഹാരാജ്യത്തിന്റെ പിതാവായിരുന്നു ഗാന്ധിജി എന്ന് ലോകം തിരിച്ചറിഞ്ഞത്. ബിർളാ മന്ദിരിൽ ഖദർ വിരിപ്പിൽ പുഷ്പമാല്യങ്ങൾ ചാർത്തി കിടത്തിയിരുന്ന ഗാന്ധിജിയുടെ മുഖം മരണത്തിലും പ്രസന്നമായിരുന്നു. നാടിന്റെ മുഴുവൻ നേതാക്കളും കണ്ണുനീരണിഞ്ഞ് ചുറ്റും നിന്നിരുന്നു. ബിർളാ മന്ദിറിനു വെളിയിൽ ജനം വന്നു നിറഞ്ഞു. മുകളിൽ മട്ടുപ്പാവിൽ വൈദ്യുത ദീപങ്ങളുടെ പ്രകാശത്തിൽ മൃതശരീരം ജനങ്ങളുടെ ദർശനത്തിനായി വെച്ചു. ജനങ്ങളെക്കൊണ്ട് പരിസരമാകെ നിറഞ്ഞ് തിരയടിക്കുന്ന കടൽപോലെയായി.

രഘുപതി രാഘവ രാജാ റാം... പ്രാർത്ഥനാ ഗാനങ്ങൾ ഉയർന്നുകൊണ്ടിരുന്നു. അടുത്ത ദിവസം കണ്ണീർ മഴയോടെ പുലർന്നു. ദിക്കുകൾ മേഘാവൃതമായി വിങ്ങിപ്പൊട്ടി. ലോകം മുഴുവൻ ഇന്ത്യയെ നോക്കി വിലപിച്ചു. ലോകരാഷ്ട്രങ്ങളിൽ നിന്നെല്ലാം സന്ദേശങ്ങൾ വന്നുകൊണ്ടിരുന്നു. ലോകരാഷ്ട്ര സമിതിയുടെ പതാക ദുഃഖസൂചകമായി പകുതി താഴ്ത്തിക്കെട്ടി. സഭയിൽ അനുശോചനം പ്രമേയം അവതിപ്പിച്ച് നടപടികൾ നിറുത്തിവെച്ചു. ബ്രിട്ടീഷ് പാർലമെന്റിൽ പ്രധാനമന്ത്രി മിസ്റ്റർ ആറ്റ്ലി അനുശോചനപ്രമേയം അവതരിപ്പിച്ചു. അമേരിക്കൻ പ്രസിഡണ്ട് ട്രൂമാൻ വികാര നിർഭരമായ ശോക സന്ദേശം അയച്ചു.

ബ്രിട്ടീഷ് രാജാവ് പണ്ഡിറ്റ് നെഹ്റുവിനെ ദുഃഖം അറിയിച്ചു.

ചൈന, ഇൻഡോനേഷ്യ, ആഫ്രിക്ക, ഫ്രാൻസ് എന്നിങ്ങനെ സകല രാജ്യങ്ങളും അനുശോചനം രേഖപ്പെടുത്തി. സിലോൺ അവരുടെ

സ്വാതന്ത്ര്യദിനാഘോഷം മാറ്റിവെച്ചു. വൈകീട്ട് യമുനാ ഘട്ടത്തിലേക്ക് അന്ത്യയാത്ര പുറപ്പെട്ടു. ഉന്നതമായ ഒരു രഥത്തിൽ പുഷ്പ ശയ്യയിൽ കിടത്തിയിരുന്ന മൃതദേഹം എല്ലാവർക്കും കാണാമായിരുന്നു. സ്വതന്ത്ര ഭാരതത്തിന്റെ മുഴുവൻ അധികാരികളും അന്ത്യയാത്രയ്ക്ക് അകമ്പടിയായി പത്തുലക്ഷത്തിലധികം ജനങ്ങളാണ് അഞ്ചുമൈൽ ദൈർഘ്യത്തിൽ അനുഗമിച്ചത്. വിദേശരാഷ്ട്ര പ്രിതിനിധികൾ സാന്നിദ്ധ്യം കൊണ്ട് ആദരിച്ചു. യമുനാഘട്ടത്തിൽ ചന്ദനച്ചിതയിൽ മൃതദേഹം വെച്ചു. പണ്ഡിറ്റ് നെഹ്റു പുഷ്പമാല്യം അർപ്പിച്ച് ദീർഘപ്രണാമം ചെയ്യവേ മഹാജനം വാവിട്ടു നിലവിളിച്ചു.

ചിത ആളിക്കത്തി ആ മഹാമനുഷ്യന്റെ ഭൗതിക ശരീരം ഭസ്മമായി മാറി.

നമ്മുടെ ജീവിതത്തിൽ നിന്ന് പ്രകാശം മറഞ്ഞു പോയിരിക്കുന്നു. എവിടെയും ഇരുട്ടാണ്. നമ്മുടെ ബാപ്പു, രാഷ്ട്രത്തിന്റെ പിതാവ് നമ്മെ വിട്ടുപോയി. എന്നാൽ ആ പ്രകാശം പൊലിഞ്ഞിട്ടില്ല. ഒരായിരം വർഷങ്ങൾക്കു ശേഷവും അതിവിടെ പ്രകാശിച്ചുകൊണ്ടിരിക്കും.ലോകത്തിനു വെളിച്ചം നൽകും. നമ്മുടെ പിതാവിനെ ഒരു ഭ്രാന്തൻ കൊന്നു. പിതാവിനെ സംരക്ഷിക്കാൻ നമുക്കു കഴിഞ്ഞില്ല. എന്റെ സ്വന്തം നിലയിലും ഗവൺമെന്റിന്റെ തലവൻ എന്ന നിലയിലും ഞാൻ ലജ്ജിക്കുന്നു. ഈ യുഗത്തിന്റെ ഏറ്റവും മഹാനായ ഒരു ഹിന്ദുവിനെ വധിച്ചത് ഒരു ഹിന്ദുവാണെന്നോർക്കുമ്പോൾ ഒരു ഹിന്ദുവെന്ന നിലയിലും ഞാൻ ലജ്ജിക്കുന്നു. ജീവിതം കലയാക്കി മാറ്റിയ മഹാ കലാകാരനായിരുന്നു ഗാന്ധിജി.

മഹാത്മാ ഗാന്ധി തലമുറകളെ സ്വാധീനിച്ചുകൊണ്ട് ഏക്കാലവും നിലനിൽക്കും. നാളെ അദ്ദേഹം ലോകത്തിന് നക്ഷത്ര വിളക്കാകും. പണ്ഡിറ്റ് ജവഹർലാൽ നെഹ്റു കരഞ്ഞുകൊണ്ടാണ് അനുശോചന വാക്കുകൾ പറഞ്ഞത്. ഗാന്ധിജിയുടെ ഭൗതിക ശരീരം സംസ്കരിച്ച സ്ഥലം 'രാജ്ഘട്ട്' എന്ന് അറിയപ്പെടുന്നു.

ഇന്ത്യക്കാർക്കും ഇന്ത്യ സന്ദർശിക്കുന്ന വിദേശീയർക്കും 'രാജ്ഘട്ട്' പുണ്യസ്ഥലമാകുന്നു.

രണ്ട്

ജവഹർ - പ്രധാനമന്ത്രി

കിളി തുടരുകയാണ്

ഗാന്ധിജി തന്റെ രാഷ്ട്രീയാനന്തരാവകാശിയായി പ്രഖ്യാപിച്ചിരുന്നതും ജവഹർലാൽ നെഹ്റുവിന്റെ പേരായിരുന്നു.ഗാന്ധിജിയും നെഹ്റുവും തമ്മിൽ ഒരുപാട് അഭിപ്രായ വ്യത്യാസങ്ങൾ ഉണ്ടായിരുന്നു എന്നാൽ

അവർ പരസ്പരസനേഹത്തിന്റെ പൊൻനൂലാൽ ബന്ധിക്കപ്പെടുന്നത് എല്ലാവർക്കും അത്ഭുതമായിരുന്നു! ഗാന്ധിജിയുടെ സങ്കൽപത്തിലെ ഇന്ത്യ ഗ്രാമങ്ങളായിരുന്നു. കുടിലുകളിലാണ് അവർ വസിക്കുന്നത്. ലളിത ജീവിതം നയിക്കും. സത്യവും അഹിംസയും അവരുടെ ജീവിത വ്രതമായിരിക്കും. ചർക്ക ലാളിത്യത്തിന്റെ പ്രതീകമാണ്. വൻവ്യവസായങ്ങളുടെ തീയിൽ നമ്മുടെ ജനത ഹോമിക്കപ്പെടാൻ പാടില്ല. മനുഷ്യന് യഥാർത്ഥത്തിൽ വേണ്ടതെന്തോ അതുകൊണ്ട് അവർ തൃപ്തിപ്പെടും. സ്വയം പര്യാപ്തമായിരിക്കും നമ്മുടെ രാജ്യം. ഇവിടെ വേണ്ടതു ഇവിടെ ഉണ്ടാകും. ഒന്നും ഇറക്കുമതി ചെയ്യില്ല. ചെറുതുള്ളികൾ കൂടിച്ചേർന്ന് മഹാസമുദ്രമായി മാറിയിരിക്കുന്നതുപോലെ ഓരോ വ്യക്തിയും സ്വയം നന്നായി ലോക ജനതയായി മാറണം. ചിന്തയിലും പ്രവർത്തിയിലും സ്വതന്ത്രൻ. ഈ ഗ്രാമങ്ങളിൽ പകർച്ച വ്യാധികൾ ഉണ്ടാവരുത്. ആരും മടിയന്മാരല്ല. ആഡംബര പ്രിയരല്ല. അവർ ബുദ്ധികൊണ്ടും ശരീരം കൊണ്ടും അദ്ധ്വാനിക്കും. രാജ്യത്തിന്റെ സ്വാതന്ത്ര്യത്തിനുവേണ്ടി മരിക്കാനും തയ്യാറാവും. ലോകത്തിന്റെ സ്തുതിയും നിന്ദയും അവരെ ഏശുകയില്ല. ഇന്ത്യയെ സേവിക്കുന്നതിനുവേണ്ടി 125 വയസ്സുവരെ ജീവിക്കണമെന്നാണ് എന്റെ ആഗ്രഹം എന്നാൽ എന്റെ കാലം കഴിയാറായി. എനിക്കു വയസ്സായി. ജവഹർലാൽ നെഹ്റു 1945 ഒക്ടോബർ 9-ാം തിയതി ഗാന്ധിജിക്ക് എഴുതിയിരുന്നു.

-ബാപ്പുജി, നമ്മുടെ കാഴ്ചപ്പാടുകൾ വ്യത്യസ്തങ്ങളാണ് . സത്യവും അസത്യവും, ഹിംസയും അഹിംസയും തമ്മിലുള്ള സംഘട്ടനങ്ങളല്ല എന്റെ മുന്നിലുള്ള പ്രശ്നം. സത്യത്തേയും അഹിംസയേയും രക്ഷിക്കാൻ ഗ്രാമത്തിനു മാത്രമേ കഴിയൂ എന്ന വാദം എനിക്കു മനസ്സിലാകുന്നില്ല. ഗ്രാമങ്ങൾ ഇന്ന് ബുദ്ധിപരമായും സാംസ്കാരികമായും പിന്നോക്കാവസ്ഥയിലാണ്. രാജ്യത്തെ എല്ലാ ജനങ്ങൾക്കും ആഹാരം, വസ്ത്രം, വീട് എന്നിവ ലഭിക്കണം. വിദ്യഭ്യാസവും ആരോഗ്യവും വേണം. ഗതാഗത സൗകര്യം വേണം. ആധുനിക രീതികൾ അവലംബിക്കാതെ ഇതൊന്നും നേടാനാവില്ല. വികസനത്തിന് ഘനവ്യവസായങ്ങൾ വേണം. ഒരു ഗ്രാമീണ സമൂഹം എന്ന സങ്കല്പത്തിൽ ഒതുങ്ങിയാൽ ഇതൊന്നും സാദ്ധ്യമാവുകയില്ല.എല്ലാത്തിനും വൈദ്യുതി അത്യാവശ്യമാണ്. കൂടുതലായി ഉത്പാദിപ്പിച്ചേ പറ്റൂ. അപ്പോൾ സാങ്കേതിക പുരോഗതി അത്യാവശ്യമാണ്. നിലവിലുള്ള നഗരങ്ങളെ അമിതമായ വളർച്ചയിലേക്കു പോകാതെ നോക്കാം എന്നാൽ നഗരത്തിന്റെ സംസ്കാരം ഉപേക്ഷിച്ചുകൂടാ. ആധുനിക പ്രവണതകളെ, ബാപ്പുജീ അങ്ങ് വിലമതിക്കുമെന്ന് ഞാൻ കരുതുന്നു.

ഇരു ധ്രുവങ്ങൾപോലെ എതിർദിശകളിലായിരുന്നു അവരുടെ വീക്ഷണങ്ങൾ. കാലം കടന്നു പോയപ്പോൾ ഗാന്ധിജി പറഞ്ഞ സത്യങ്ങൾ ലോകം അംഗീകരിക്കുകയാണല്ലോ ചെയ്തിട്ടുള്ളത്.

ചിന്തകനായ ബർട്രന്റ് റസ്സലിനെപ്പോലുള്ളവർ പറഞ്ഞു. വ്യവസായവൽക്കരണം കൊണ്ട് പാശ്ചാത്യ ലോകം നേരിടുന്ന വിപത്ത്

വ്യവസായീകരണം നടന്നിട്ടില്ലാത്ത രാജ്യങ്ങൾ മനസ്സിലാക്കണം. വിപത്ത് ഒഴിവാക്കണം. ഇന്ത്യയെപ്പോലുള്ള രാജ്യങ്ങളിൽ പരമ്പരാഗതമായി ലഭിച്ച ശാന്ത ജീവിതം നഗരസംസ്കാരത്തിനും വ്യവസായ സംസ്കാരത്തിനും വഴിമാറികൊടുക്കുകയാണെങ്കിൽ അതൊരു ദുരന്തമായിരിക്കും. ആൽഡ്സ് ഹക്സിലിയെപ്പോലുള്ള ശാസ്ത്രജ്ഞരും വൻതോതിലുള്ള വ്യവസായവൽക്കരണം അത്യന്തം ആപത്താണെന്നു പറഞ്ഞവരാണ്. പാശ്ചാത്യ മാതൃക ഇന്ത്യ അവലംബിക്കുന്നത് അപകടം ക്ഷണിച്ചു വരുത്തുകയാവും. സ്വതന്ത്ര ഭാരതത്തിന്റെ ഭാഗധേയം നിർണ്ണയിക്കേണ്ട ജവഹർലാൽ നെഹ്റു ഇന്ത്യയെ ആധുനികവൽക്കരിക്കണമെന്ന് ദൃഢ നിശ്ചയം ചെയ്തു. പാശ്ചാത്യർ നേടിയ ശാസ്ത്രപുരോഗതി ചുരുങ്ങിയ കാലംകൊണ്ട് നമ്മൾ നേടണം. ഗാന്ധിജിയുടെ ആശയങ്ങൾ പഴഞ്ച നാണെന്നു പറയാൻ നെഹ്റു മടി കാണിച്ചില്ല.

നെഹ്റുവിനോട് അരുത് എന്നു പറയുവാൻ ഗാന്ധിജിക്കു മാത്രമേ കഴിയുമായിരുന്നുള്ളൂ. ഗാന്ധിജിയുടെ തിരോധാനത്തോടെ തന്റെ ഇഷ്ടാ നുസരണം പ്രവർത്തിക്കുന്നതിന് നെഹ്റുവിന് ഒരു തടസ്സവും ഉണ്ടാ യില്ല. പ്ലാനിങ്ങ് എന്നതിന് മൂർത്തരൂപം നൽകിക്കൊണ്ട് പഞ്ചവത്സര പദ്ധതി നെഹ്റു തുടങ്ങി. അതിനു മുൻപ് നൂറുനൂറു നാട്ടുരാജ്യങ്ങളെ കൂട്ടുപിടിച്ച് രാഷ്ട്രീയ ഏകത കൈവരിക്കുവാൻ സർദാർ വല്ലഭായി പട്ടേൽ എന്ന ഉരുക്കു മനുഷ്യൻ അനുഗ്രഹമായി.

17, യോർക് റോഡ് (York Road) ആയിരുന്നു പ്രധാനമന്ത്രിയുടെ ആദ്യത്തെ വസതി. അത് തീരെ ചെറുതായിരുന്നു. അതുകൊണ്ട് പ്രധാന മന്ത്രി ജവഹർലാൽ നെഹ്റു, മകൾ ഇന്ദിരയും അവരുടെ രണ്ട് ആൺമ ക്കളുമൊത്ത് തീൻമൂർത്തി ഹൗസിലേക്ക് താമസം മാറ്റി. ബ്രിട്ടീഷ് കമാന്റർ - ഇൻ- ചീഫിന്റെ ഔദ്യോഗിക വസതിയായിരുന്നു അത്. ആചാരപരമായ പഴയ ബ്രിട്ടീഷ് പ്രൗഢി അപ്പോഴും നിലനിർത്തിയിരുന്ന വലിയ കെട്ടിടം. ഇരിപ്പുമുറികൾ, തീൻ മുറികൾ, ബാൾ റൂം, പ്രധാന കിടപ്പുമുറികൾ, ചെറിയ മുറികൾ, അതിഥി സ്വീകരണത്തിന് വിശാല മായ റിസപ്ഷൻ ഏരിയാ, കൂടാതെ ഓഫീസ്സ് മുറികളും വലിയ ഇട നാഴികളും. സ്വകാര്യതയ്ക്കും അലസമായ വിശ്രമ ജീവിതത്തിനും ഒരു ഇടവുമില്ലാത്ത ഔദ്യോഗിക വസതി. മകൾ ഇന്ദിരയ്ക്ക് പൊരുത്ത പ്പെടാൻ വലിയ വിഷമമായി. പഴയകാല ബ്രിട്ടീഷ് ഇൻഡ്യൻ കമാന്റർ- ഇൻ- ചീഫ്മാരുടെ പൂർണ്ണകായചിത്രങ്ങൾ സ്വീകരണഹാളിന്റെ ഭിത്തി കളെ അലങ്കരിച്ചിരുന്നു. ആ ചിത്രങ്ങൾ എടുത്തു നീക്കുക എന്ന കൃത്യ മാണ് ഇന്ദിര ആദ്യം ചെയ്തത്. മുട്ടത്തോടിന്റെ വെണ്മയിൽ വസതി പെയിന്റു ചെയ്യിച്ചു. ധാരാളം മുറികളിൽ നിന്ന് ചെറിയ ഒരു മുറി തനിക്കും രണ്ടു മുറികൾ പുത്രന്മാർക്കുമായി തെരഞ്ഞെടുത്തു. മറ്റൊരു ഹാൾ മീറ്റിംഗ് റൂമാക്കി. അവിടെ തന്റെ സുഹൃത്തുക്കളേയും അടുപ്പക്കാരേയും ഇന്ദിരാഗാന്ധി സ്വീകരിച്ചു. ആ ഹാളിൽ ജവഹർലാൽ നെഹ്റുവിന്റെ ഒരു പൂർണ്ണകായ ചിത്രം മാത്രം വെച്ചു. അത് തൊപൊൾസ്കി എന്ന പ്രസിദ്ധ ചിത്രകാരൻ വരച്ചതായിരുന്നു.

ഫിറോഷ് ഗാന്ധി അപ്പോൾ ല്കനൗവിൽ ആണ് താമസിച്ചിരുന്നത്. ഇടയ്ക്ക് ദില്ലിയിൽ വന്ന് കുറച്ചു ദിവസം ഭാര്യയുടെയും മക്കളുടെയും കൂടെ താമസിക്കും, പിന്നെ മടങ്ങും. തന്റെ പുത്രിയുടെ വൈവാഹിക ജീവിതത്തിൽ എന്തോ പന്തികേടുള്ളതായി ജവഹർലാൽ നെഹ്റുവിന് തോന്നിയെങ്കിലും ഒന്നും ചോദിച്ചില്ല.

ഫിറോഷ് വരുമ്പോൾ ഇന്ദിര ഉത്സാഹവതിയായി ഭർത്താവിന്റെ കാര്യങ്ങൾ നോക്കിയിരുന്നെങ്കിലും അദ്ദേഹം മടങ്ങിയിരുന്നത് വീർപ്പിച്ച മുഖവുമായാണ്. തന്റെ മക്കളുടേയും തന്റെ പിതാവിന്റേയും കാര്യങ്ങൾ ഇന്ദിരാഗാന്ധി ശ്രദ്ധയോടെ നോക്കി. പിതാവിന്റെ സന്ദർശകരെ ഔദ്യോഗികമായി സ്വീകരിച്ചു. ഇന്ദിര എപ്പോഴും തിരക്കിലായിരിക്കും. ദില്ലിയാകെ അഭയാർത്ഥികളെക്കൊണ്ട് നിറഞ്ഞിരിക്കുകയാണ്. പ്രധാനമന്ത്രിയുടെ ഔദ്യോഗിക വസതിയുടെ പുറംകെട്ടിടങ്ങളിൽ വരെ അവർ താമസമായി.

പിതാവിനോടൊപ്പം ഇന്ദിരാഗാന്ധി 1949-ൽ അമേരിക്കൻ സന്ദർശനത്തിനു പുറപ്പെട്ടു. യാത്രയ്ക്ക് കുറച്ചു ദിവസങ്ങൾക്കു മുൻപ് അവർക്ക് ഗർഭം അലസൽ ഉണ്ടായതിനാൽ വളരെ ക്ഷീണിതയായിരുന്നു. ഈ അവസ്ഥയിൽ ഒരു യാത്ര ഒഴിവാക്കാനാണ് ഡോക്ടർ നിർദ്ദേശിച്ചത്. പോകണമെന്ന് ഇന്ദിര നിർബന്ധം പിടിച്ചു. സ്ട്രെച്ചറിൽ എടുത്തിട്ടാണെങ്കിലും ഇന്ദുവിനെ കൊണ്ടുപോകുമെന്ന് പിതാവും പറഞ്ഞു. അമേരിക്കയിൽ അപ്പോൾ ഇൻഡ്യൻ അംബാസഡർ ശ്രീമതി വിജയലക്ഷ്മി പണ്ഡിറ്റ് ആയിരുന്നു. അവർ ശ്രീമതി ഇന്ദിരാഗാന്ധിയുടെ പേര് ഔദ്യോഗികമായി ലിസ്റ്റിൽ ഉൾപ്പെടുത്തിയില്ല. മകൾ സ്വകാര്യ സന്ദർശകയായി വരും എന്ന് നെഹ്റു പറഞ്ഞു. അമേരിക്കയിലെ ഔദ്യോഗികച്ചടങ്ങുകളിലും സൽക്കാരങ്ങളിലും ഇന്ദിരയുടെ പേര് ഉണ്ടായിരുന്നില്ല. ഇന്ദിരയ്ക്ക് അത് ഒരപമാനമായി തോന്നി. ഭക്ഷണം സ്വയം കണ്ടെത്തേണ്ട അവസ്ഥയാണ്. ജവഹർലാൽ തിരക്കിനിടയിൽ മകളുടെ കാര്യം ശ്രദ്ധിച്ചതുമില്ല. അക്കാലം ഡോക്ടർ ഹോമി ഭാഭ അവിടെ ഉണ്ടായിരുന്നു. അദ്ദേഹം അറിയപ്പെടുന്ന ഭൗതിക ശാസ്ത്രജ്ഞനും ടാറ്റാ ഇൻസ്റ്റിറ്റ്യൂട്ട് ഓഫ് ഫണ്ടമെന്റൽ റിസേർച്ചിന്റെ സ്ഥാപകത്തലവനുമായിരുന്നു.

ഡോക്ടർ ഭാഭ ഇന്ദിരയുടെ അവസ്ഥ മനസ്സിലാക്കുകയും അവരെ കൂട്ടിക്കൊണ്ടു പോയി ഭക്ഷണം നൽകുകയും നഗര സന്ദർശനത്തിന് ഏർപ്പാടു ചെയ്യുകയും ചെയ്തു. അദ്ദേഹം അങ്ങനെ ചെയ്തിരുന്നില്ലെങ്കിൽ ഇന്ദിര ഭക്ഷണം പോലുമില്ലാതെ മുറിയിൽ ഇരിക്കേണ്ടിവരുമായിരുന്നു. ജവഹർലാൽ ഇതൊന്നുമറിഞ്ഞില്ല. ഇന്ദിരയോ മറ്റാരെങ്കിലുമോ അദ്ദേഹത്തോട് പറയുകയും ചെയ്തില്ല. അമ്മായി വിജയലക്ഷ്മി പണ്ഡിറ്റിന് തന്റെ ജ്യേഷ്ഠപുത്രിയോട് അത്രയ്ക്കു വിരോധമായിരുന്നു. (ഡോക്ടർ ഹോമി ഭാഭ പിൽക്കാലം ഇന്ത്യയുടെ ആറ്റമിക് എനർജി ക്കമ്മീഷന്റെ തലവനായി.) ന്യൂയോർക്കിൽ ജവഹർലാൽ നെഹ്റുവിന് ബുദ്ധിജീവികളുടേയും സാഹിത്യകാരന്മാരുടേയും വ്യവസായികളുടേയും

ധാരാളം സ്വീകരണങ്ങൾ ലഭിച്ചു. അവിടെയെല്ലാം ഇന്ദിര പിതാവിനെ അനുഗമിക്കുകയും എല്ലാവരുടേയും ശ്രദ്ധ നേടുകയും ചെയ്തു. അതോടെ ഇന്ദിര ഉത്സാഹം വീണ്ടെടുത്തു.

ന്യൂയോർക്കിൽ നെഹ്റുവിന്റെ സുഹൃത്തായ പ്രശസ്ത എഴുത്തുകാരി ഡൊറോത്തി നോർമൻ ഇന്ദിരയെ കൂട്ടിക്കൊണ്ടുപോയി. ഇന്ത്യൻ സ്വാതന്ത്ര്യ സമരക്കാലത്ത് അവർ അമേരിക്കൻ പത്രങ്ങളിൽ ഇന്ത്യക്കുവേണ്ടി എഴുതുകയും പ്രസംഗിക്കുകയും ചെയ്തിരുന്നു. ഇന്ത്യയുടെ സാംസ്കാരിക ചരിത്രം അറിയുന്ന പൗരസ്ത്യകാര്യ പണ്ഡിതയായിരുന്നു അവർ. നാണക്കാരിയായ ഇന്ദിരയെ അവർ അമേരിക്കയിലെ പ്രശസ്തരായ കലാകാരന്മാരെയും എഴുത്തുകാരെയും പരിചയപ്പെടുത്തി. മനസ്സിന്റെ വൈകാരിക തലങ്ങൾക്ക് ഊർജ്ജം ലഭിക്കുന്നത് കലയിലും സാഹിത്യത്തിലും നിന്നാണ് എന്ന് ഇന്ദിര മനസ്സിലാക്കി. അത് പുതുമയുള്ള അനുഭവമായിരുന്നു. ന്യൂയോർക്കിലെ മ്യൂസിയങ്ങൾ, ആർട്ടുഗ്യാലറികൾ, നാടക ശാലകൾ, അമേരിക്കൻ ഓപറെ, ഇവയെല്ലാം ഡൊറൊത്തി നോർമനുമൊത്ത് ഇന്ദിര കണ്ടു.

മനസ്സിന്റെ നവീകരണ സൗഖ്യവുമായാണ് ഇന്ദിര ഇന്ത്യയിൽ മടങ്ങിയെത്തിയത്. ഇന്ദിര ഒരു കലാകാരി ആയിരുന്നില്ല. എന്നാൽ കലയുടെ ശക്തി സൗന്ദര്യങ്ങൾ തിരിച്ചറിഞ്ഞിരുന്നു. ഇന്ത്യയിൽ മടങ്ങിയെത്തിയതിനുശേഷം പിതാവിനോടൊപ്പം ഇന്ത്യയാകെ ചുറ്റി സഞ്ചരിച്ചു. ജവഹർലാൽ നെഹ്റു തന്റെ രാജ്യത്തിന്റെ ഗ്രാമീണ പൈതൃകങ്ങൾ കണ്ടും കൊണ്ടും അനുഭവിക്കുന്നതിന് കൂടെക്കൂടെ സഞ്ചാരങ്ങളിൽ ഏർപ്പെട്ടിരുന്നു. ആ അവസരങ്ങളിലെല്ലാം ഇന്ദിരാഗാന്ധിയും കൂടെപ്പോയി. ആദിവാസി സംഗീതവും നൃത്തവും അവരുടെ മറ്റു കലകളും പിതാവും പുത്രിയും ആസ്വദിച്ചു. അമ്പും വില്ലുമെടുത്ത് ആദിവാസികൾക്കൊപ്പം വനാന്തരങ്ങളിൽ നൃത്തം ചെയ്യുന്ന ഒരു പ്രധാനമന്ത്രിയും പുത്രിയും! 1952 നു ശേഷം ദില്ലിയിൽ വെച്ചു നടന്ന എല്ലാ റിപ്പബ്ലിക് ദിനാഘോഷങ്ങളിലും ഇന്ത്യയുടെ വിവിധ ഭാഗങ്ങളിൽ നിന്നുള്ള ഗ്രാമീണ നാടകങ്ങളും ആദിവാസി നൃത്തങ്ങളും മറ്റു കലാരൂപങ്ങളും വേണമെന്ന് ഇന്ത്യൻ സർക്കാർ തീരുമാനിക്കാൻ കാരണം പിതാവിന്റെയും പുത്രിയുടെയും ആ സഞ്ചാരമായിരുന്നു. ഇന്ദിരാഗാന്ധിയാണ് പിതാവിലൂടെ അത് നടപ്പാക്കിയത്.

ലോകം അതു കണ്ടു. പല ലോക രാഷ്ട്രങ്ങളും അത് അനുകരിക്കുകയും ചെയ്തു. റിപ്പബ്ളിക് ദിനാഘോഷപ്പിറ്റേന്ന് എല്ലാ കലാകാരന്മാരും കലാകാരികളും തീൻമൂർത്തിഭവനിൽ അതിഥികളാവും. അവിടെ അവർക്ക് നല്ല ആഹാരം ലഭിക്കും കലാപരിപാടികൾ പ്രധാനമന്ത്രിയുടെ വസതിമുറ്റത്ത് അവതരിപ്പിക്കാനുള്ള അവസരം നൽകും. 1952ൽ ഫിറോഷ് ഗാന്ധി ഉത്തർ പ്രദേശിലെ റായ്ബറേലിയിൽ നിന്ന് ലോകസഭയിലേക്ക് തെരഞ്ഞെടുക്കപ്പെട്ടു. എം. പി. എന്ന നിലയിൽ അദ്ദേഹം ദില്ലിയിലേക്കു താമസം മാറ്റി. പ്രധാനമന്ത്രിയുടെ ഔദ്യോഗിക വസതിയിലാണ്

ഫിറോഷും താമസിച്ചത്. അത്ര വലിയ വസതിയിൽ ഫിറോഷ് ഗാന്ധിക്ക് തന്റെ സ്വകാര്യതയ്ക്ക് സ്ഥലം ലഭിച്ചില്ല. വീടു നിറയെ എപ്പോഴും ആളുകളാണ്. ഭാര്യക്കും ഭർത്താവിനും രണ്ടുകുട്ടികൾക്കും താമസിക്കാൻ മൂന്നു മുറികൾ ഉണ്ടെങ്കിലും ഫിറോഷിന്റെ സുഹൃത്തുക്കൾക്ക് വന്നു കാണാനും ഒന്നാഘോഷിക്കാനും ഒരു സൗകര്യവുമില്ല. ലണ്ടനിൽ ഫിറോഷിന്റേയും ഇന്ദിരയുടേയും സുഹൃത്തായിരുന്ന ശാന്താ ഗാന്ധി അവരെ സന്ദർശിക്കാൻ ഒരിക്കൽ ദില്ലിയിൽ വരികയുണ്ടായി. തീൻമൂർത്തി ഭവനിലെ ഉച്ചഭക്ഷണ സൽക്കാരത്തിന് ഇന്ദിരയും കുട്ടികൾക്കുമൊപ്പം ഫിറോഷ് ഉണ്ടായിരുന്നില്ല. പിന്നീട് ഒറ്റയ്ക്കു കണ്ടപ്പോൾ ശാന്താ ഗാന്ധി ഫിറോഷിനോട് അക്കാര്യം ചോദിച്ചു. ഫിറോഷ് വെറുതെ ചിരിച്ചു. മറുപടി പറഞ്ഞില്ല. ശാന്താ ഗാന്ധി വീണ്ടും ചോദിച്ചപ്പോൾ രോഷത്തോടെ പറഞ്ഞു.

-പറ്റേണ്ടത് പറ്റിയിരിക്കുന്നു.

-ഇത് ഒരു വീടായി എനിക്കു തോന്നിയില്ല. മ്യൂസിയം എന്നാണു തോന്നിയത്. മ്യൂസിയം ഇടയ്ക്കു സന്ദർശിക്കാനല്ലാതെ സ്ഥിരവാസത്തിനു കൊള്ളില്ലല്ലോ!

പെട്ടെന്നു കടന്നുവന്ന ഇന്ദിര അതു കേട്ടു.

- ഭാര്യയും ഭർത്താവും തമ്മിൽ സ്വരച്ചേർച്ചയില്ല എന്ന് ശാന്ത ഊഹിച്ചു. ഇന്ദിര നിർബന്ധിച്ചിട്ടും ശാന്ത അന്ന് അവിടെ തങ്ങുകയുണ്ടായില്ല. എം.പി. എന്ന നിലയിൽ ലഭിച്ച ക്വാർട്ടേഴ്സിന്റെ മുറ്റം ഫിറോഷ് ഒരു പൂന്തോട്ടമാക്കി മാറ്റി. സുഹൃത്തുക്കളുമൊത്ത് വൈകുന്നേരങ്ങൾ ആഘോഷിച്ചു. ഫിറോഷിന്റെ വൈകുന്നേര സദസ്സിൽ ക്ഷണിക്കപ്പെട്ടവർ മാത്രമാണ് ഉണ്ടായിരുന്നത്. അവരിൽ സുന്ദരികളായ ധനിക സ്ത്രീകളും ഉണ്ടായിരുന്നു. ദില്ലിയിലെ ഉന്നത വൃത്തങ്ങളിൽ അതൊരു ചർച്ചാ വിഷയമായി.

എന്നാൽ എല്ലാദിവസവും ഉച്ചയ്ക്ക് തീൻമൂർത്തി ഭവനിൽ ലഞ്ചുകഴിക്കാനായി എത്തും. മക്കളുമൊത്ത് കളിക്കും. ആഴ്ചയറുതിയിൽ മക്കൾ ഫിറോഷിന്റെ ക്വാർട്ടേഴ്സിൽ വരും. പലപ്പോഴും തിരക്കായതുകൊണ്ട് ഇന്ദിര വരാറില്ല. ഫിറോഷ് മക്കളുമൊത്ത് നഗരം ചുറ്റാൻ പോകും. ഫിറോഷ് ഗാന്ധി ധാരാളം സംസാരിക്കുന്ന പ്രകൃതക്കാരനായിരുന്നു. സത്യസന്ധനും സ്വതന്ത്ര ചിന്താഗതിക്കാരനുമായിരുന്നു. ആരുടേയും മേധാവിത്വം അംഗീകരിക്കുകയില്ല. ഇന്ദിരയുടെ അമ്മായി കൃഷ്ണയുടെ സുഹൃത്തായ പുപുൽ ജയ്ക്കർ എന്ന സ്ത്രീ ഇന്ദിരയെ ഒരിക്കൽ കാണാൻ ചെന്നു. ഇന്ദിരയും പുപുലും സംസാരത്തിലൂടെ വേഗം സുഹൃത്തുക്കളായിത്തീർന്നു. ഇന്ദിരയ്ക്ക് സുഹൃത്തുക്കളായി ആരും ഉണ്ടായിരുന്നില്ല.

പുപുൽ വിദ്യാസമ്പന്നയാണ്. ഔപചാരികതയില്ലാതെ സംസാരിക്കും. ആളെ മനസ്സിലാക്കി പെരുമാറും. അധികം സംസാരിക്കില്ല, എന്നാൽ

നല്ല കേൾവിക്കാരിയാണു താനും. ഇടയ്ക്കു വരണമെന്നും സംസാരിച്ചിരിക്കണം എന്നും ഇന്ദിര ആവശ്യപ്പെട്ടു. അത് നല്ലൊരു സൗഹൃദമായി വളർന്നു. ഇന്ദിരയുടെ മരണം വരെ ആ സൗഹൃദം നിലനിന്നു. പിൽക്കാലം ഇന്ദിരയുടെ ജീവചരിത്രം എഴുതിയത് പുപുൽ ജയക്കർ ആണ്. പുപുൽ ജയക്കർ കഥകൾ എഴുതിയിരുന്നു. പ്രസിദ്ധീകരിച്ചിട്ടുണ്ട്. ശില്പ നിർമ്മാണത്തിലും കൈത്തറിത്തുണികളിലെ ചിത്രീകരണങ്ങളിലും വിദഗ്ദ്ധയായിരുന്നു. അവർ എപ്പോഴും കൈയിൽ ഒരു നോട്ടുബുക്കും പേനയും കരുതും. അത് തന്റെ സ്വകാര്യ ഡയറിയാണെന്ന് പറയും. ഇടയ്ക്കിടയ്ക്ക് അതിൽ എന്തെങ്കിലുമൊക്കെ കുറിച്ചുവെയ്ക്കും.

അവരുടെ സർഗ്ഗാത്മകരചനയ്ക്കുള്ള അസംസ്കൃത വസ്തുശേഖരണമായിരുന്നു അത്. ജിദ്ദു കൃഷ്ണമൂർത്തിയുടെ ആരാധികയും അടുപ്പക്കാരിയുമായിരുന്നു പുപുൽ ജയക്കർ. മതസ്ഥാപനങ്ങളിലും അംഗീകൃത ദർശനങ്ങളിലുമുള്ള വിശ്വാസം ഉപേക്ഷിച്ച തത്ത്വ ചിന്തകനായിരുന്നു ജിദ്ദു കൃഷ്ണമൂർത്തി.

മനുഷ്യന് മതം വേണ്ട. ദേവാലയങ്ങൾ അനാവശ്യമാണ്. ആരെയും പിൻതുടരാതിരിക്കുക. സത്യത്തെ മുൻനിർത്തി ജീവിക്കുക, അപ്പോൾ ജീവിതം വ്യക്തി നിഷ്ഠമാവും. തന്നെത്തന്നെ മനസ്സിലാക്കുകയാണ് വ്യക്തിയുടെ സർഗ്ഗാത്മക സൗഖ്യം. ബാഹ്യേന്ദ്രിയങ്ങളെ അന്തരാത്മാവിലേക്കു തിരിക്കുക. ശ്രീകൃഷ്ണമൂർത്തി മനുഷ്യജീവിതത്തെക്കുറിച്ച് ചെയ്ത പ്രസംഗങ്ങൾ നിരവധി പുസ്തകങ്ങളായി പ്രസിദ്ധീകരിച്ചിട്ടുണ്ട്. പുപുൽ ജയ്ക്കർ ജിദ്ദു കൃഷ്ണമൂർത്തിയുടെ ജീവ ചരിത്രം എഴുതിയിട്ടുണ്ട്.

ജവഹർലാൽ നെഹ്റുവിന്റെ വിദേശയാത്രകളിലെല്ലാം ശ്രീമതി ഇന്ദിരാ ഗാന്ധിയും കൂടെപ്പോയിരുന്നു. ജവഹർലാൽ നെഹ്റു 1955-ൽ സോവിയറ്റ് യൂണിയൻ സന്ദർശിച്ചു. ഇന്ദിരയും ഒപ്പമുണ്ടായിരുന്നു. സോവിയറ്റ് യൂണിയന്റെ അപ്പോഴത്തെ പ്രൈം മിനിസ്റ്ററായ നികിതാ ക്രൂഷ്ചേവിന്റെ മുന്നിൽ നെഹ്റു വിഷണ്ണനായിരിക്കുന്നത് ഇന്ദിര ശ്രദ്ധിച്ചു. സോവിയറ്റ് അധികാരികളോട് സാമ്പത്തിക സഹായം ചോദിക്കാൻ മടിച്ചാണ് നെഹ്റു വിഷണ്ണനായിരുന്നത്.

ഔദ്യോഗിക മീറ്റിംഗിൽ ഇന്ദിര പങ്കെടുത്തിരുന്നില്ലെങ്കിലും എല്ലാം ശ്രദ്ധിച്ചിരുന്നു. സൈഡ് റൂമിൽ ഇന്ദിര ഒറ്റയ്ക്ക് ഇരിക്കുകയാണ്. മീറ്റിംഗിൽ നിന്നും എണീറ്റ് ക്രൂഷ്ചേവ് ഇന്ദിരയുടെ അടുത്തേക്കു വന്നു. അദ്ദേഹം വിടർന്ന ചിരിയോടെ പറഞ്ഞു.

-ഔദ്യോഗിക സംഭാഷണം വഴിമുട്ടിയിരിക്കുന്നു. മിസ്റ്റർ നെഹ്റു ഹൃദയം തുറക്കുന്നില്ല.

അപ്പോൾ അതീവ ശ്രദ്ധയോടെ ഇന്ദിര പറഞ്ഞു.

-ഇന്ത്യൻ കമ്മ്യൂണിസ്റ്റുപാർട്ടി എന്റെ പിതാവിനെതിരേയും കോൺഗ്രസ്സ് പാർട്ടിക്കെതിരേയും പലതും അങ്ങയെ ധരിപ്പിച്ചിട്ടുണ്ടാവും. അങ്ങ്

ഒന്ന് ഓർമ്മിക്കണം. ഇന്ത്യൻ ജനതയെ കമ്മ്യൂണിസ്റ്റു പാർട്ടിയല്ല പ്രതിനിധീകരിക്കുന്നത്. ജവഹർലാൽ നെഹ്റുവും അദ്ദേഹത്തിന്റെ പാർട്ടിയുമാണ്. അതുകൊണ്ട് ഇന്ത്യയെന്ന മഹാരാജ്യത്തോട് സൗഹൃദം ഉണ്ടാവാൻ നെഹ്റുവെന്ന പ്രധാനമന്ത്രിയെ അംഗീകരിക്കണം, ആദരിക്കുകയും വേണം.

നികിതാ ക്രൂഷ്ചേവ് അല്പസമയം ആലോചിച്ചിരുന്നു. പിന്നെ എണീറ്റ് ഇന്ദിരയ്ക്ക് ഷേക്ക് ഹാൻഡ് കൊടുത്തു. ഉത്സാഹത്തോടെ മീറ്റിംഗ് രംഗത്തേക്കു പോയി. വൈകുന്നേരമായപ്പോഴേക്കും പ്രശ്നങ്ങൾക്കെല്ലാം പരിഹാരമായി. പല എഗ്രിമെന്റുകളിലും ഇരുകൂട്ടരും ഒപ്പുവെച്ചു. ഇന്ത്യൻ സംഘം മടങ്ങാൻ തുടങ്ങവേ നികിതാ ക്രൂഷ്ചേവ് ഇന്ദിരാ ഗാന്ധിയോട് നന്ദി പറയുകയും അവർക്ക് ഒരു സമ്മാനപ്പൊതി നേരിട്ടു നൽകുകയും ചെയ്തു.

അത് ഭംഗിയുള്ള ഒരു വൂളൻ കോട്ട് ആയിരുന്നു.

ശ്രീമതി ഇന്ദിരാ ഗാന്ധിയും സോവിയറ്റ് യൂണിയനും തമ്മിൽ ഉണ്ടാകാനിരിക്കുന്ന ഊഷ്മള സൗഹൃദത്തിന്റെ തുടക്കമായിരുന്നു അത്. 1956–ൽ ശ്രീമതി ഇന്ദിരാ ഗാന്ധി തന്റെ പിതാവിന്റെ ഒപ്പം വീണ്ടും അമേരിക്ക സന്ദർശിച്ചു. ജവഹർലാൽ നെഹ്റു ഔദ്യോഗിക കാര്യങ്ങളിൽ മുഴുകി. ന്യൂയോർക്കിൽ ഉണ്ടായിരുന്ന ഡൊറോത്തി നോർമനുമൊത്ത് ഇന്ദിര നഗരം കണ്ടു. ലോകരാഷ്ട്രങ്ങളെ കലാസൃഷ്ടികളിലൂടെ ആവിഷ്കരിച്ചിരിക്കുന്ന അദ്ഭുതം മ്യൂസിയങ്ങൾ സന്ദർശിച്ചപ്പോൾ ഇന്ദിരാഗന്ധി കണ്ടു. ചിഹ്നങ്ങളിലും മിത്തുകളിലുമുള്ള ആവിഷ്കാരം ഡൊറോത്തി നോർമൻ വിവരിച്ചു കൊടുക്കുകയായിരുന്നു. സ്ഥലകാലങ്ങൾക്കപ്പുറത്ത് പ്രാപഞ്ചികസത്യങ്ങൾ ഉൾച്ചേർന്ന ബോധവൽക്കരണമാണ് അവിടെ ലഭിച്ചത്.

കമ്മ്യൂണിസ്റ്റ് വിരുദ്ധമനോഭാവം അതിന്റെ തീക്ഷ്ണമായ രൂപം പ്രകടമായി നിലനിൽക്കുന്ന അമേരിക്കൻ അന്തരീക്ഷം ഇന്ദിരയ്ക്കു മനസ്സിലായി. മഹാജനാധിപത്യ രാഷ്ട്രം എന്ന് അറിയപ്പെടുന്ന അമേരിക്കയിൽ എഴുത്തുകാർ, ശാസ്ത്രജ്ഞർ അഭിനേതാക്കൾ, എന്നുവേണ്ട എല്ലാ ബൗദ്ധിക നേതാക്കളും സർക്കാരിന്റെ സൂക്ഷ്മ നിരീക്ഷണത്തിലാണ്. ഇടതുപക്ഷ ചായ്വുള്ളവർ എന്നു സംശയിക്കപ്പെടുന്ന ആർക്കും ജോലിയോ പാസ്പോർട്ടോ ഒന്നും നൽകുകയില്ല.

ഹൃദയം തുറന്ന് ഇന്ദിര ആരോടും സംസാരിച്ചില്ല. തന്നെ ചാരന്മാർ നിഴൽ പോലെ പിൻ തുടരുന്നുണ്ടെന്ന് തിരിച്ചറിഞ്ഞു. ഇന്ത്യയിൽ മടങ്ങിയെത്തിയ ഇന്ദിര തന്റെ മാതൃഭൂമിയുടെ പുനർ നിർമിതിയെക്കുറിച്ചാണ് ഏറെ വിചാരപ്പെട്ടത്. തന്റെ പിതാവിന്റെ നേതൃത്വമാണ്. തനിക്ക് പരോക്ഷമായി സ്വാധീനിക്കാൻ കഴിയും. ഇന്ത്യയുടെ പാരമ്പര്യത്തെക്കുറിച്ച് ഇന്ദിരയ്ക്ക് നല്ല ബോദ്ധ്യമുണ്ട്. നമ്മുടെ കൈത്തൊഴിലിന്റേതായ നെയ്ത്തുകാർ, പാത്രനിർമാതാക്കൾ, പണിയായുധ നിർമ്മാതാക്കൾ

കെട്ടിട നിർമ്മാതാക്കൾ.... അവരുടെ പാരമ്പര്യത്തിലൂന്നിയ നിർമ്മാണ രീതികളെ ആധുനിക ശാസ്ത്രത്തിനും ടെക്നോളജിക്കുമൊപ്പം സ്വീകരിച്ച് പുതിയൊരു നിർമ്മാണ സംസ്കൃതി ഉണ്ടാക്കിയെടുക്കണം. ആ ചിന്തയുടെ ഫലമായാണ് ചാൾസ് ഏയ്യുംസ് (Charles Eames) എന്ന ടെക്നോളജിസ്റ്റിനെ ഇന്ത്യയിലേക്ക് ഇന്ദിരാ ഗാന്ധി ക്ഷണിച്ചുവരുത്തിയത്. അദ്ദേഹം ടെക്നോളജിസ്റ്റ് മാത്രമല്ല പുതുമാനവ സൃഷ്ടിയുടെ ലോകോത്തര ചിന്തകനുമായിരുന്നു. ഉൾക്കാഴ്ചയുള്ള ആധുനിക കലാ ചിന്തകൻ.

ശ്രീമതി ഗാന്ധി കാര്യങ്ങൾ മനസ്സിലാക്കി. അവർ അദ്ദേഹത്തെ പ്രധാനമന്ത്രിയുമായി ഒരു കൂടിക്കാഴ്ചക്കു ക്ഷണിച്ചു. രാഷ്ട്രപതി ഭവനിലെ ചെറിയ തീയ്യേററിൽ പ്രധാനമന്ത്രി ജവഹർലാൽ നെഹ്റുവിന്റെ സാന്നിദ്ധ്യത്തിൽ ചാൾസ് നിർമ്മിതികളുടെ കലാതത്ത്വം ആവിഷ്കരിച്ചു. അന്ന് പല പരിപാടികൾക്കും ശേഷം വന്നിരുന്ന പ്രധാനമന്ത്രി പാതി മയക്കത്തിലായി. ചാൾസ് പരിഭ്രാന്തനായപ്പോൾ ശ്രീമതി ഗന്ധി എണീറ്റു വന്ന് സ്വകാര്യത്തിൽ പറഞ്ഞു. കാര്യങ്ങൾ ഞാൻ ശ്രദ്ധിക്കുന്നുണ്ട് ഒക്കെ ശരിയാകും.

N. I. D (നാഷണൽ ഇൻസ്റ്റിറ്റ്യൂട്ട് ഓഫ് ഡിസൈൻ) സബർമതീ നദിയുടെ തീരത്ത് അഹമ്മദാബാദിൽ അങ്ങനെ സ്ഥാപിതമായി.

മൂന്ന്

കിളി തുടർന്നു

സെപ്തംബറിൽ (1958) ഇന്ദിരാഗാന്ധി തന്റെ പിതാവിന്റെ ഒപ്പം ഭൂട്ടാൻ സന്ദർശിക്കാൻ പുറപ്പെട്ടു. ഹിമാലയൻ പാർശ്വ മലനിരകൾക്കിടയിലെ ചെറിയ രാജ്യമാണ് ഭൂട്ടാൻ. വാഹനങ്ങൾക്ക് അങ്ങോട്ടു പോവാനാവുകയില്ല. ഇന്ത്യൻ പ്രധാനമന്ത്രിയുടെ സംഘം കുതിരകളുടെ പുറത്താണ് സഞ്ചരിച്ചത്. തണുപ്പരിക്കുന്ന ഇളംകാറ്റിൽ രാഷ്ട്രീയമോ കുടുംബപരമോ ആയ വ്യാകുലതകളില്ലാതെ ഇന്ദിരയുടെ മനസ്സ് പഞ്ഞിപോലെ പറന്നുനടന്നു. യാത്രാമദ്ധ്യേ ഒരു സന്ദേശം കിട്ടി. ഫിറോഷ് ഗാന്ധിക്ക് ഹൃദയാഘാതമേറ്റ് ആശുപത്രിയിലാക്കിയിരിക്കുന്നു. യാത്ര മുടക്കിയില്ല.

ഇന്ദിര ദില്ലിയിൽ തിരിച്ചെത്തുമ്പോൾ ഫിറോഷ് അപകടനിലയിലല്ല. ഇന്ദിരാഗാന്ധി തന്റെ ഭർത്താവിനെ ശുശ്രൂഷിച്ചുകൊണ്ട് കൂടെത്തന്നെ താമസിച്ചു. അദ്ദേഹം വേഗം സുഖം പ്രാപിച്ചു ഭാര്യയും ഭർത്താവും രണ്ടു കുട്ടികളും ചേർന്ന് ശ്രീനഗറിലേക്ക് ഉല്ലാസയാത്ര പോയി. ഹൗസ് ബോട്ട് വാടകയ്ക്കെടുത്ത് നാഗിൽ ഭാഗ് തടാകത്തിലൂടെ അവർ ഉല്ലാസത്തോടെ

സഞ്ചരിച്ചു. ദില്ലിയിൽ മടങ്ങിയെത്തിയ ഉടനെ ശ്രീമതി ഇന്ദിരാഗാന്ധി വീണ്ടും ഔദ്യോഗികത്തിരക്കിൽ പെട്ടു. കുടുംബ ബന്ധത്തിൽ വീണ്ടും മഞ്ഞു വീണു.

കോൺഗ്രസ്സ് പാർട്ടിയുടെ പുതിയ പ്രസിഡന്റായി ഇന്ദിരാഗാന്ധി തിരഞ്ഞെടുക്കപ്പെട്ടു. അത് ഫിറോഷ് ഗാന്ധിയെ സങ്കടപ്പെടുത്തി മരക്കൊമ്പിൽ ഒരുവിധം കെട്ടിയുറപ്പിച്ച കിളിക്കൂട് കാറ്റിൽ പറന്നുപോയതു പോലെ. പെൺകിളി നേതൃത്വത്തിന്റെ തിരക്കിലായി. ആൺകിളി ഒറ്റയ്ക്കും ആയി. നെഹ്റു കുടുംബത്തിൽ നിന്ന് പാർട്ടി പ്രസിഡന്റാകുന്ന മൂന്നാമത്തെ വ്യക്തിയാണ് ശ്രീമതി ഇന്ദിരാഗാന്ധി.

മോത്തിലാൽ നെഹ്റു

ജവഹർലാൽ നെഹ്റു

ശ്രീമതി ഇന്ദിരാഗാന്ധി

ജവഹർലാലിന്റെ താൽപര്യപ്രകാരമാണ് മകളെ കോൺഗ്രസ്സ് പാർട്ടി പ്രസിഡന്റാക്കിയതെന്ന് ചിലരെങ്കിലും ആരോപിച്ചിരുന്നു. സ്ഥാനമൊഴിഞ്ഞത് പാർട്ടി പ്രസിഡന്റ് യു.എൻ. ധേബാർ ആയിരുന്നു. ഗുജറാത്തിൽ നിന്നുള്ള ആളാണ്. അടുത്തയാൾ തെക്കൻ സംസ്ഥാനങ്ങളിൽ നിന്നു വേണം എന്നൊരു നിർദ്ദേശം വന്നു. സി. സുബ്രഹ്മണ്യത്തിന്റെ പേരാണ് ആദ്യം ഉയർന്നു കേട്ടത്. അന്ന് തമിഴ്നാട്ടിൽ കാമരാജിന്റെ മന്ത്രിസഭയിൽ സി. സുബ്രഹ്മണ്യം മന്ത്രിയാണ്. കാമരാജ് സുബ്രഹ്മണ്യത്തെ വിട്ടുകൊടുക്കാൻ തയ്യാറായില്ല. മന്ത്രിസ്ഥാനം ഒഴിയാൻ സുബ്രഹ്മണ്യവും തയ്യാറായില്ല. പല പേരുകളും ഉയർന്നുവന്നു. അവസാനമാണ് ശ്രീമതി ഇന്ദിരാഗാന്ധിയുടെ പേര് ചിലർ നിർദ്ദേശിച്ചത്.

താൻ പ്രധാനമന്ത്രിയും മകൾ പാർട്ടി പ്രസിഡന്റും ആയിരിക്കുന്നതിൽ ജവഹർലാൽ നെഹ്റുവിന് ആശങ്കയുണ്ടായിരുന്നു. എന്നാൽ തന്റെ സഹായം ഇല്ലാതെ സ്വന്തം കഴിവുകൊണ്ട് മകൾ പാർട്ടി പ്രസിഡന്റാവുകയാണെങ്കിൽ താനത് നിരോധിക്കുന്നതു ശരിയല്ലെന്ന് നെഹ്റു വിചാരിച്ചു. മകളുടെ കഴിവുകളെ പിതാവ് തടഞ്ഞുകൂടാ.

ഇന്ദിര കഴിവുള്ളവളാണ്

നല്ല പ്രകൃതിയാണ്

കഠിനാദ്ധ്വാനിയാണ്.

വീറോടെ പൊരുതുന്നവളാണ്.

ഈ കഴിവുകളൊന്നും തന്നിൽ നിന്ന് പകർന്നു കിട്ടിയതല്ല. അമ്മയിൽ നിന്നാവും കിട്ടിയിട്ടുണ്ടാവുക. ഇന്ദിരയുടെ അമ്മ അതിവിശിഷ്ടയായ ഒരു സ്ത്രീ ആയിരുന്നു. ഒടുവിൽ മാത്രമാണ് താനത് തിരിച്ചറിഞ്ഞത്. ആ കുറ്റബോധം ഇപ്പോഴുമുണ്ട്.

ഇന്ദിര പാർട്ടി പ്രസിഡന്റായപ്പോൾ ആദ്യം ചെയ്ത നടപടി പിതാവ് ജവഹർലാൽ നെഹ്റുവിനെ കോൺഗ്രസ്സ് പാർട്ടി വർക്കിംഗ് കമ്മിറ്റിയിൽ

നിന്ന് നീക്കം ചെയ്യുക എന്നതായിരുന്നു. പിന്നെ പാർട്ടി പ്രസിഡന്റ് ഇന്ത്യയിൽ ചുറ്റി സഞ്ചരിച്ച് ജനങ്ങളുടെ പ്രശ്നങ്ങൾ നേരിൽ കണ്ട് മനസ്സിലാക്കി. ആ സഞ്ചാരത്തിൽ സ്ത്രീകളോടും യുവജനങ്ങളോടുമാണ് അവർ ഏറെ സംസാരിച്ചത്. നാടിന്റെ നിർമ്മിതി സ്ത്രീകളും യുവജനങ്ങളുമാണ് നിർവഹിക്കേണ്ടത്. നാടിന്റെ തനതു വ്യവസായങ്ങളായ നെയ്ത്ത്, ശില്പ നിർമ്മാണം, പാത്ര നിർമ്മാണം മറ്റു കുടിൽ വ്യവസായങ്ങൾ എന്നിവയെല്ലാം നേരിൽ കണ്ടു മനസ്സിലാക്കി. നേതൃത്വത്തിലും അധികാരസ്ഥാനങ്ങളിലും കടന്നുകൂടിയിരിക്കുന്ന അഴിമതി ഭീകരമാണ്. നാടിന്റെ സർവ്വനാശമാണ് അതുണ്ടാക്കാൻ പോകുന്നത്.

ദില്ലിയിൽ തിരിച്ചെത്തിയ ഇന്ദിരാഗാന്ധി ഉന്നത നേതാക്കളെക്കണ്ട് ഏറെ സംസാരിച്ചത് അഴിമതിയെക്കുറിച്ചായിരുന്നു. അവർ ഇന്ദിരാഗാന്ധിയെ ഗൗരവമായി എടുത്തില്ല.

ജവഹർലാൽ നെഹ്റു ശ്രദ്ധയോടെ കേട്ടു. അദ്ദേഹം പറഞ്ഞു. "ആഭ്യന്തര മന്ത്രി ജി.ബി. പന്തുമായി സംസാരിക്കൂ."

എല്ലാം കേട്ടിട്ട് ചിരിച്ചുകൊണ്ട് അദ്ദേഹം പറഞ്ഞു.

-മകളെ, കുട്ടി വളരെ ചെറുപ്പമാണ് കാര്യങ്ങൾ മനസ്സിലാക്കാൻ കുറച്ചു സമയമെടുക്കും. വളരെ വളരെ സങ്കീർണ്ണമായ പ്രശ്നത്തെക്കുറിച്ചാണ് കുട്ടി ലാഘവത്തോടെ പറയുന്നത്! പന്തിന്റെ നിസ്സാരമായ സമീപനം ഇന്ദിരയെ ചൊടിപ്പിച്ചെങ്കിലും പ്രത്യക്ഷത്തിൽ ഒന്നും പറഞ്ഞില്ല. ആരും ഒന്നും കേൾക്കുന്നില്ലെന്നു മനസ്സിലായപ്പോൾ ഇന്ദിര പിതാവിനോടു പറഞ്ഞു. ഞാൻ പാർട്ടി പ്രസിഡന്റു സ്ഥാനം രാജി വെയ്ക്കുകയാണ്. പിതാവ് പ്രതികരിച്ചു.

- അത് തോൽവി സമ്മതിക്കലാണ്. നമുക്ക് സാവകാശം എല്ലാം ശരിയാക്കാം.

ശ്രീമതി ഗാന്ധിയുടെ രണ്ടു മക്കളും ബോർഡിങ്ങ് സ്കൂളിലാണ് പഠിക്കുന്നത്.

1957-ലെ പൊതുതെരഞ്ഞെടുപ്പ് വന്നു. ഇന്ത്യൻ നാഷണൽ കോൺഗ്രസ്സിന്റെ സെൻട്രൽ ഇലക്ഷൻ കമ്മിറ്റിയിൽ ഇന്ദിരാഗാന്ധിയെ ഒരു മെമ്പറായി തെരഞ്ഞെടുത്തു. പാർലമെന്റിലേക്കു മത്സരിക്കാൻ പാർട്ടി നിർബന്ധിച്ചെങ്കിലും തയ്യാറായില്ല. പിതാവിന്റെ തെരഞ്ഞെടുപ്പ് പ്രചരണത്തിന് മുൻതൂക്കം നൽകി. തെരഞ്ഞെടുപ്പു പ്രചരണവുമായി സഞ്ചരിക്കുന്നതിനിടയിൽ ഒരിക്കൽ അവർ പഞ്ചാബിലെത്തി. ജനുവരി മാസത്തിന്റെ കൊടും തണുപ്പിലായിരുന്നു പഞ്ചാബ്. രാവിലെ ആറു മണിക്ക് ഇന്ദിരാഗാന്ധി ഒരു ഗ്രാമത്തിലെത്തി. കാറിൽ ഒറ്റയ്ക്കാണ് വന്നത്. ഡ്രൈവർ മാത്രമേ കൂടെയുള്ളൂ. അവിടെ പുറത്തൊന്നും മനുഷ്യ ജീവികളില്ല. തണുപ്പുകാലത്ത് പഞ്ചാബിൽ വൈകിയാണ് ആളുകൾ ഉറക്കമുണരുന്നത്. വീടുകളുടെ വാതിലുകളും ജന്നലുകളും അടച്ചിട്ടിരിക്കുകയാണ്.

ഗ്രാമത്തിൽ പൊതു സ്ഥലത്ത് ഒരു താൽക്കാലിക പ്ലാറ്റ്ഫോം കെട്ടിയിട്ടുണ്ടായിരുന്നു. പ്ലാറ്റ്ഫോമിൽ പ്രസംഗിക്കുന്നതിന് ഒരു മൈക്കും വെച്ചിട്ടുണ്ട്. അവിടെ മീറ്റിംഗുകൾ മുൻപ് നടന്നതിന്റേയും ലക്ഷണമുണ്ട്. രാവിലെ പ്രചരണം തുടങ്ങുമെന്നാണ് ഇന്ദിരയെ പാർട്ടി അറിയിച്ചിട്ടുള്ളത്. തിരിച്ചു പോകാമെന്ന് കാർ ഡ്രൈവർ പറഞ്ഞു. ഇന്ദിര കാറിൽ നിന്നും ഇറങ്ങി. പ്ലാറ്റ്ഫോമിൽ കയറി നിന്ന് മൈക്രോഫോണിലൂടെ ഉച്ചത്തിൽ പ്രസംഗിച്ചു തുടങ്ങി.

– പ്രിയങ്കരരായ ഗ്രാമവാസികളേ സഹോദരീ സഹോദരരേ....

ഗ്രാമഭവനങ്ങളുടെ ജന്നലുകൾ ശബ്ദത്തോടെ തുറക്കപ്പെട്ടു. പിന്നെ വാതിലുകൾ തുറന്ന് ആളുകൾ പുറത്തിറങ്ങി മൈതാനത്തേക്കു വന്നു. ഏതാനും മിനിറ്റുകൾക്കുള്ളിൽ ഗ്രാമം മുഴുവൻ മൈതാനത്തു വന്നു. പ്രചാരണത്തിന് ശ്രീമതി ഇന്ദിരാഗാന്ധി എത്തിയിരിക്കുന്നുവെന്ന് ആരോ പാർട്ടി സ്ഥാനാർത്ഥിയെ അറിയിച്ചു. അയാൾ എത്തിയപ്പോൾ ഇന്ദിരാഗാന്ധി അയാളുടെ പേര് ഉറക്കെപ്പറഞ്ഞ് അയാൾക്ക് വോട്ടു ചെയ്യണമെന്ന് അഭ്യർത്ഥിച്ച് പ്രസംഗം അവസാനിപ്പിക്കുകയായിരുന്നു.

ശ്രീമതി ഇന്ദിരാഗാന്ധിയുടെ രാഷ്ട്രീയ പ്രവർത്തന ശൈലി വ്യത്യസ്തമായിരുന്നു എന്നതിന്റെ ഉദാഹരണം മാത്രമാണിത്.

1957 – ലെ പൊതു തെരഞ്ഞെടുപ്പിൽ കേരളത്തിൽ കമ്മ്യൂണിസ്റ്റ് പാർട്ടി അധികാരത്തിൽ വന്നു. സഖാവ് ഇ. എം. എസ് നമ്പൂതിരിപ്പാട് മുഖ്യമന്ത്രിയായി. ലോകം ശ്രദ്ധിച്ച ഒരു സംഭവമായിരുന്നു അത്. പൊതു തെരഞ്ഞെടുപ്പിലൂടെ അധികാരത്തിൽ വരുന്ന ലോകത്തെ ആദ്യത്തെ കമ്മ്യൂണിസ്റ്റു സർക്കാർ. കമ്മ്യൂണിസ്റ്റ് ഗവണ്മെന്റ് വിദ്യാഭ്യാസ ബിൽ അസംബ്ലിയിൽ പാസ്സാക്കി. കേരളത്തിലെ വിദ്യാഭ്യാസ സ്ഥാപനങ്ങൾ അധികവും ക്രിസ്റ്റ്യൻ മിഷണറിമാരുടെ പള്ളിവകയായിരുന്നു. പിന്നെ നായർ സമുദായ നേതൃത്വത്തിന്റേയും. അദ്ധ്യാപക നിയമനാധികാരം മാനേജ്മെന്റിനായിരുന്നു. വൻതുക കോഴ വാങ്ങിയാണ് നിയമനം നടത്തിയിരുന്നത്. അദ്ധ്യാപകർക്ക് ശമ്പളം സർക്കാർ കൊടുക്കുകയും ചെയ്യും. വിദ്യാഭ്യാസം നല്ലൊരു കച്ചവടമായി മാറിയിരുന്നു. ഇരു സമുദായ നേതൃത്വവും ഒരുമിച്ച് കേരളത്തിൽ കമ്മ്യൂണിസ്റ്റു സർക്കാരിനെതിരെ സമരം തുടങ്ങി. ദൈവവിശ്വാസികളല്ലാത്ത കമ്മ്യൂണിസ്റ്റുകാർ കേരളത്തെ സർവ്വനാശത്തിലേക്കു നയിക്കും എന്ന് ജനങ്ങളെ പുരോഹിതവർഗ്ഗം വിശ്വസിപ്പിച്ചു.

വിദ്യാർത്ഥികൾ സ്കൂളുകൾ ബഹിഷ്കരിച്ച് തെരുവിലിറങ്ങി. ഇരു സമുദായങ്ങളിലും പെട്ട ജനങ്ങൾ വിമോചന സമരം തുടങ്ങി. ജന്മികൾക്ക് ഭൂപരിധിയും കുടികിടപ്പുകാർക്ക് ഭൂമിയുടെ അവകാശവും നൽകുന്ന ഭുനയ ബില്ലും കമ്മ്യൂണിസ്റ്റ് സർക്കാർ പാസ്സാക്കി. മതനേതൃത്വവും സമുദായ നേതൃത്വവും കൂട്ടുചേർന്ന് പ്രക്ഷോഭം ശക്തമാക്കിയപ്പോൾ കേന്ദ്ര സർക്കാർ ഇടപെട്ടു. സമരങ്ങളുടെ പുകമറയിൽ ആദ്യത്തെ

കമ്മ്യൂണിസ്റ്റു ഗവൺമെന്റ് ഡിസ്മിസ്സ് ചെയ്യപ്പെട്ടു. പ്രധാനമന്ത്രിയായ തന്റെ പിതാവിലൂടെ ശ്രീമതി ഇന്ദിരാഗാന്ധി നടപ്പിലാക്കിയ ജനാധിപത്യ വിരുദ്ധമായ നടപടിയായിരുന്നു അത്. കേരളത്തിൽ കമ്മ്യൂണിസ്റ്റു ഭരണം വിജയിച്ചാൽ ദേശീയ തലത്തിൽ ക്ഷീണമാവുമെന്ന് അവർ മനസ്സിലാക്കി. പിന്നീടു നടന്ന പൊതു തെരഞ്ഞെടുപ്പിൽ മതജാതി സംഘടനകൾ ഒരുമിച്ചുനിന്ന് കോൺഗ്രസ്സിന്റെ നേതൃത്വത്തിൽ കേരളത്തിൽ അധികാരത്തിൽ വന്നു. കേരളത്തിലെ ജാതിമത വർഗ്ഗീയതയെ രാഷ്ട്രീയമാനം നൽകി നിലനിർത്തുന്നതിന്റെ തുടക്കം അവിടെയാണ്. ദില്ലിയിൽ അക്കാലത്ത് മറ്റൊരു പ്രധാന സംഭവവും ഉണ്ടായി. ടിബറ്റിലെ ആത്മീയ നേതാവും ഭരണാധികാരിയുമായിരുന്ന ദലൈലാമ അഭയാർത്ഥിയായി ഇന്ത്യയിൽ വന്നു. ചൈന ടിബറ്റ് പിടിച്ചെടുത്ത് അവരുടെ രാജ്യത്തോടു ചേർത്തപ്പോഴാണ് ദലൈലാമ അഭയാർത്ഥിയായി 1959ലാണ് ഇന്ത്യയിൽ വന്നത്. ദലൈലാമയോടൊപ്പം ബുദ്ധസന്ന്യാസിമാരും ഒരു സംഘം ജനങ്ങളുമുണ്ടായിരുന്നു.

അവർക്ക് രാഷ്ട്രീയാഭയം നൽകുവാൻ ജവഹർലാൽ നെഹ്റു മടിച്ചു. ടിബറ്റൻ അഭയാർത്ഥികൾക്ക് റിലീഫ് ക്യാമ്പ് തുടങ്ങുന്നതിനും മറ്റു സഹായങ്ങൾ നൽകുന്നതിനും ഇന്ദിരാ ഗാന്ധി നേതൃത്വം നൽകി. ദില്ലിയിൽ യമുനാ നദിയുടെ തീരത്തും ഹിമാചൽ പ്രദേശിലും തെക്ക് കർണാടകത്തിലുമായി ടിബറ്റൻ അഭയാർത്ഥികൾ തമ്പടിച്ചു. അതൊരു സൗഹൃദമില്ലാത്ത നടപടിയായി ചൈനീസ് സർക്കാർ കരുതി. മറ്റു പ്രദേശങ്ങളിലും പ്രശ്നങ്ങൾ ഉടലെടുത്തിരുന്നു. ബോംബെ പ്രസിഡൻസി രണ്ടായി വിഭജിച്ച് ഭാഷാടിസ്ഥാനത്തിൽ ഗുജറാത്തും മഹാരാഷ്ട്രയും എന്നീ സംസ്ഥാനങ്ങൾ നിലവിൽ വന്നു. ബോംബെ നഗരം ഏതു സംസ്ഥാനത്തിന് എന്നത് തർക്കവിഷയമായി. അവിടെ മറാത്തി സംസാരിക്കുന്നവരാണ് ഭൂരിപക്ഷം. എന്നാൽ നഗര നിർമ്മിതിയിലും സാമ്പത്തിക വളർച്ചയിലും പ്രധാന പങ്ക് വഹിച്ചിട്ടുള്ളത് ഗുജറാത്തി വ്യാപാരികളും പാർസി വ്യവസായികളുമാണ്. മഹാരാഷ്ട്രീയർ ബോംബെ തങ്ങളുടേതാണെന്ന് അവകാശപ്പെട്ട് ലഹള തുടങ്ങി.

ഇരു പ്രദേശങ്ങളും ചേർന്ന സംസ്ഥാനത്തിന്റെ മുഖ്യമന്ത്രി ഗുജറാത്തിയായ മൊറാർജി ദേശായ് ആയിരുന്നു. ഒടുവിൽ മൊറാർജി ദേശായിയെ കേന്ദ്ര ക്യാബിനറ്റിൽ ധനകാര്യമന്ത്രിയാക്കി ദില്ലിക്കു വിളിച്ചു. ബോംബെ മഹാരാഷ്ട്രയുടെ ഭാഗമാക്കിക്കൊണ്ട് തീരുമാനവുമായി. കോൺഗ്രസ്സ് പാർട്ടി പ്രസിഡന്റായി രണ്ടാം തവണയും തുടരാൻ ശ്രീമതി ഇന്ദിരാഗാന്ധി തയ്യാറായില്ല. ഇന്ത്യ മുഴുവൻ ചുറ്റി സഞ്ചരിച്ച് അവർ അവശയായിരുന്നു. ഇന്ദിരയെ ആശുപത്രിയിൽ പ്രവേശിപ്പിച്ചപ്പോഴാണറിയുന്നത് കിഡ്നിസ്റ്റോണാണെന്ന്. ബോംബെയിൽ ഡോക്ടർ ശാന്തിലാൽ മേഹ്ത്ത എന്ന വിഗ്ദ്ധനായ സർജൻ ആണ് ഓപ്പറേഷൻ നടത്തിയത്. ഫിറോഷ് ഗാന്ധി ആശുപത്രിയിൽ എത്തിച്ചേർന്നു. വളരെയേറെ

ശ്രദ്ധയോടെ ഭാര്യയെ ശുശ്രൂഷിച്ചു. ഇന്ദിര അസുഖത്തിൽ നിന്നു മുക്തി നേടിയതോടെ പ്രധാനമന്ത്രിയുടെ കെയർ ടേക്കറായി മടങ്ങി.

കേരളത്തിലെ ആദ്യത്തെ കമ്മ്യൂണിസ്റ്റു ഗവണ്മെന്റിനെ ഡിസ്മിസ്സ് ചെയ്തതിനു ശേഷം നടന്ന പൊതു തെരഞ്ഞെടുപ്പിൽ കോൺഗ്രസ്സ് മറ്റു ചെറിയ പാർട്ടികളുമായി ഒത്തുചേർന്നാണ് മത്സരിച്ചു ജയിച്ചത്. ആദ്യമായി മതവർഗ്ഗീയ പാർട്ടികളെ കൂട്ടുപിടിച്ച് വിജയം കരസ്ഥമാക്കുകയായിരുന്നു. അവർ ദില്ലിയിൽ മടങ്ങിയെത്തിയപ്പോൾ ഫിറോഷ് ഗാന്ധി രണ്ടാമത്തെ ഹൃദയാഘാതത്തെത്തുടർന്നു ആശുപത്രിയിലായിരുന്നു. ഇന്ദിര എയർപോർട്ടിൽ നിന്ന് നേരെ ആശുപത്രിയിലേക്കാണു പോയത്. ഫിറോഷ് അപ്പോൾ അബോധാവസ്ഥയിലായിരുന്നു. ആ നിലയിൽ നിന്നും അദ്ദേഹം മരണത്തിലേക്ക് പടിയിറങ്ങി. ഭർത്താവിന്റെ മരണം ഇന്ദിരയെ ഏറെ ദുഃഖിപ്പിച്ചു. ഫിറോഷുമായി തനിക്കുള്ള ഹൃദയ അടുപ്പം എത്ര തീവ്രമായിരുന്നുവെന്ന് ആ വേർപാടിൽ അവർ തിരിച്ചറിഞ്ഞു.

ഫിറോഷിന് നാല്പത്തിയെട്ടു വയസ്സു തികയാൻ നാലു ദിവസം കൂടെ കഴിയേണ്ടിയിരുന്നു. ജവഹർലാലിന് തന്റെ ജാമാതാവുമായി അപ്പോഴും ഒരടുപ്പവും ഉണ്ടായിരുന്നില്ല. അദ്ദേഹത്തെ അമ്പരപ്പിച്ചു കൊണ്ട് വലിയൊരു ജനക്കൂട്ടം ഫിറോഷിന് അന്ത്യോപചാരമർപ്പിക്കാൻ എത്തിച്ചേർന്നു അവർ വക്കീലന്മാരും ജഡ്ജിമാരും കോടതിജനങ്ങളും മാത്രമായിരുന്നില്ല. ജീവിതത്തിന്റെ നാനാതുറകളിലും പെട്ടവരായിരുന്നു. പാർലമെന്റുമെമ്പർ എന്നനിലയിൽ പോരാടിയതിന്റെ പ്രതിഫലനമായിരുന്നു അത്.

ഇന്ദിര അറിയുകയാണ്...

ഇന്നലെയോളം താനൊരു നിറകുടമായിരുന്നു. ഇന്നിതാ ശൂന്യമായ ഓട്ടക്കുടം! തന്റെ അമ്മയുടെ മരണം. അന്ന് ഫിറോഷ് തനിക്ക് താങ്ങായി നിന്നു. പിന്നീട് വിവാഹിതരായി. രണ്ടു മക്കൾ ജനിച്ചു. പിന്നെ നീണ്ട കലഹം. പക്ഷേ ഫിറോഷ് ഉള്ളിന്റെ നിറവായി എന്നുമുണ്ടായിരുന്നു. ബാല്യകൗമാരങ്ങളിൽ തന്റെ മുത്തച്ഛൻ താങ്ങായിരുന്നു യൗവനത്തിൽ ഫിറോഷ് ഇപ്പോൾ പിതാവുണ്ട്. അദ്ദേഹത്തിന് വാർദ്ധക്യമായിരിക്കുന്നു. രണ്ടു പുത്രന്മാരുണ്ട്. അവർക്കിപ്പോൾ പതിനാറും പതിന്നാലും വയസ്സാണ്. പുത്രന്മാർ ആശ്വസിപ്പിക്കുമെന്നു കരുതി. അവർ പക്ഷേ നിസ്സംഗത പാലിക്കുകയാണു ചെയ്തത്. തങ്ങളുടെ അമ്മ അച്ഛനോട് അന്യായം ചെയ്തതായി അവർ കരുതുകയാണോ? അവർക്ക് അച്ഛനെ വലിയ ഇഷ്ടമായിരുന്നു. എന്നാൽ അവർ ഒന്നും പ്രകടമാക്കിയില്ല. അവർ നിശ്ശബ്ദരായിരുന്നു.

ഫിറോഷിന്റെ അകാലമൃത്യുവിനു മുൻപുതന്നെ പ്ളാൻ ചെയ്തിരുന്നതാണ് ആഫ്രിക്കയിലും മെക്സിക്കോവിലും യുണൈറ്റഡ് സ്റ്റേറ്റ്സിലും പോകണമെന്ന്. 1960ലെ ശരത്കാലത്ത് പോകാനിരുന്നതാണ്. യാത്ര വേണ്ടെന്നു വെച്ചപ്പോൾ പിതാവ് പറഞ്ഞു. മെക്സിക്കോയിലും

യുണൈറ്റഡ്സ്റ്റേറ്റ്സിലും പോകണമെന്ന്. യാത്രയ്ക്കു മുൻപ് തന്റെ സുഹൃത്ത് ഡാറോത്തി നോർമനെ വിവരമറിയിച്ചു. ഡാറോത്തി ന്യൂമെക്സിക്കോയിൽ ഇന്ദിരാ ഗാന്ധിയെ സ്വീകരിച്ചു. അമേരിക്കൻ യാത്രയിൽ ഒരു സംഗതി തിരിച്ചറിഞ്ഞു. അവിടെ സ്ഥിരതാമസം തുടങ്ങിയിരിക്കുന്ന ഇന്ത്യക്കാർക്ക് നല്ല സ്വീകരണമല്ല ലഭിക്കുന്നത്. വലിഞ്ഞു കയറി വന്ന തെണ്ടികൾ എന്നൊരു മനോഭാവം അവിടുത്തുകാർക്കുണ്ട്. മടക്കയാത്രയിൽ ഇന്ദിര പാരീസിൽ ഇറങ്ങി. UNESCO യുടെ സമ്മേളനത്തിനെത്തിയ ഇന്ത്യൻ ഡെലിഗേഷനൊപ്പം ചേരുകയായിരുന്നു ലക്ഷ്യം. ഇന്ത്യയുടെ വൈസ് പ്രസിഡന്റ് ഡോക്ടർ രാധാകൃഷ്ണൻ ഇന്ദിരയുടെ പേര് UNESCOയുടെ എക്സിക്യൂട്ടീവ് ബോർഡിൽ സ്ഥിരം മെമ്പറായിരിക്കാൻ നിർദ്ദേശിച്ചിരുന്നു.

ആരും ഏറെയൊന്നും ശ്രദ്ധിക്കാത്ത അലസമായ ചർച്ചകൾ ദിവസം മുഴുവൻ നീണ്ടുനിന്നു. വിഭവ സമൃദ്ധമായ ലഞ്ച്, പിന്നെ ചായ സൽക്കാരവും ഡിന്നറും. മുഷിഞ്ഞു. ഇന്ദിരാഗാന്ധി വേഗം ഇന്ത്യയിലേക്കു മടങ്ങി. വർഷാവസാനത്തോടെ സ്വകാര്യ ദുഃഖങ്ങളിൽ നിന്നും മോചനം നേടി. ഇപ്പോൾ പിതാവിനു പിന്നിൽ തലകുമ്പിട്ടുനടക്കുന്ന നാണംകുണുങ്ങിയല്ല. നേതൃത്വ പരിചയവും ഫിറോഷുമായുണ്ടായ കലഹവും വേർപാടുപോലും വ്യക്തിപരമായി മനസ്സിനെ ശക്തിപ്പെടുത്തുകയായിരുന്നു.

എന്തിനേയും നേരിടാനുള്ള ഉൾക്കരുത്ത് സ്വയം രൂപംകൊണ്ടിരിക്കുന്നു.

പ്രധാന മന്ത്രി ജവഹർലാൽ നെഹ്റുവിനെ സന്ദർശിക്കുന്ന ദേശീയവും അന്തർദേശീയവുമായ നേതാക്കളുമായി ഒരു ശങ്കയുമില്ലാതെ സംസാരിക്കാം. തീരുമാനങ്ങളിലെത്താനും ഒരു വൈഷമ്യവുമില്ല. ശാരീരികമായി ആരോഗ്യം വീണ്ടെടുത്തിരിക്കുന്നു. മുഖതേജസ്സ് വർദ്ധിച്ചു. നീണ്ടു മെലിഞ്ഞ ആരോഗ്യമുള്ള ശരീരം. പരന്ന് കുറച്ചു നീണ്ട മുഖം. മൂക്ക് മുൻഭാഗം തെല്ലു വളഞ്ഞും ഒരു റോമൻ ചക്രവർത്തിനിയുടെ ഗാംഭീര്യം അവർക്ക് ഉണ്ടായിരിക്കുന്നു.

എതിരാളികളെ ചിന്താക്കുഴപ്പത്തിലാക്കുന്ന ചെറു ചിരി. അത് പരിഹാസം എന്നു തോന്നാം. കുറച്ചു കാലങ്ങളായി ഇന്ത്യയുടേയും ചൈനയുടേയും അതിർത്തി പ്രദേശങ്ങളിൽ കുഴപ്പങ്ങൾ ഉണ്ടായിക്കൊണ്ടിരിക്കുകയാണ്. ഇന്ത്യയുടെ എതിർപ്പ് വകവെയ്ക്കാതെ ചൈനയിലെ സിങ്കിയാങ്ങ് പ്രദേശത്ത് ടിബറ്റുമായി ബന്ധിപ്പിക്കുന്ന ഒരു റോഡ് ചൈന നിർമിച്ചു. ഇന്ത്യയുടെ അക്സായ്ചിൻ എന്ന മരുപ്രദേശത്തുകൂടെയാണ് റോഡ് നിർമിച്ചിരിക്കുന്നത്. 1959-ൽ ദലൈലാമയ്ക്ക് ഇന്ത്യയിൽ അഭയം കൊടുത്തതോടെയാണ് ചൈനയുടെ ഇന്ത്യാനയം മാറിയത്. അതോടെ സൗഹൃദരഹിതമായി. വടക്കു കിഴക്കൻ അതിർത്തിയിലെ നമ്മുടെ പ്രതിരോധ ശേഷി കുറ്റമറ്റതാണെന്നാണ് ആർമി ജനറൽമാരും പ്രതിരോധ മന്ത്രി വി.കെ. കൃഷ്ണമേനോനും പ്രധാനമന്ത്രിയെ അറിയിച്ചിരുന്നത്.

വാർദ്ധക്യത്തിലെത്തിയ ജവഹർലാൽ നെഹ്റു ഇന്ത്യൻ പ്രദേശത്തേക്കുള്ള ചൈനയുടെ കടന്നുകയറ്റത്തെ ഒരാക്രമണം കൊണ്ട് ചെറുക്കാൻ ഉത്തരവിടുകയായിരുന്നു. ആ പ്രകോപനത്തിൽ കോപാകുലമായി ചൈന ലഡാക്കിലും മറ്റ് വടക്കു കിഴക്കൻ അതിർത്തി പ്രദേശത്തും വൻതോതിൽ ആക്രമണം തുടങ്ങി. നമ്മുടെ സൈന്യത്തിന്റെ കൈവശം വേണ്ടത്ര ആയുധമില്ല. യുദ്ധാവശ്യവസ്തുക്കളൊന്നുമില്ല. ആഹാരം പോലും ആവശ്യത്തിനില്ല. കൊടും തണുപ്പിൽ നിലനിൽക്കാനുള്ള ചൂടു വസ്ത്രംപോലും പട്ടാളക്കാർക്ക് ലഭിച്ചിട്ടില്ല. പ്രദേശത്തേക്കു കടന്നുവരാവുന്ന ബോംബ്ഡില്ലാ പാസ്സ് അവർ പിടിച്ചെടുത്തു. ആ മാർഗ്ഗത്തിലൂടെ ചൈനീസ് പട്ടാളം അണപൊട്ടിയ ജലപ്രവാഹംപോലെ ഇന്ത്യൻ പ്രദേശത്തേക്ക് ഇരച്ചുകയറി.

ആസ്സാമിലും കൽക്കത്തയിലും ജനങ്ങൾ എന്തു ചെയ്യണമെന്നറിയാതെ അങ്കലാപ്പിലായി. ദില്ലിയിൽ അധികാര കേന്ദ്രങ്ങളിൽ ഭയവും ആശങ്കയും പരന്നു. പ്രധാനമന്ത്രിയുടെ ശ്രദ്ധക്കുറവും എല്ലാവരേയും വിശ്വസിക്കുന്ന ശീലവുമാണ് കുഴപ്പങ്ങൾക്കെല്ലാം കാരണമെന്ന് ഇന്ത്യൻ പ്രസിഡന്റ് സർവേപ്പള്ളി രാധാകൃഷ്ണൻ ആക്ഷേപിച്ചു. പ്രധാനമന്ത്രി ജനങ്ങളോട് ആൾ ഇന്ത്യാ റേഡിയോയിലൂടെ നടത്തിയ പ്രഭാഷണത്തിൽ ആസ്സാം പ്രദേശം മുഴുവനും ചൈന കൈയേറി എന്ന മട്ടിലാണ് സംസാരിച്ചത്. പ്രസംഗം കേട്ട ആസ്സാമിലെ ജനങ്ങൾ ഞെട്ടിപ്പോയി. ആസ്സാം ഇന്ത്യയുടെ ഭാഗമല്ലാതായിത്തീർന്നോ? നമ്മുടെ പ്രധാനമന്ത്രിക്ക് എന്താണു സംഭവിച്ചത്? ആസ്സാം ജനത ആകെ പരിഭ്രമിച്ചു. ആസ്സാമിന്റെ തലസ്ഥാനമായ ദിസ്പൂരിൽ വലിയ ബഹളമായി. അവിടെ നിന്നും ഭരണാധികാരികൾ സ്ഥലം വിട്ടു. ഡിസ്ട്രിക് കമ്മീഷണർ തന്നെ പലായനം ചെയ്തു.

സാധാരണ ജനങ്ങൾമാത്രം എങ്ങും പോയില്ല. ചൈനീസ് സൈന്യം വന്ന് തങ്ങളെ വകവരുത്തുമെന്ന ഭീതിയിൽ അവർ കൂട്ടംകൂടി. ദില്ലിയിൽ തീൻമൂർത്തി ഭവനിൽ ക്യാബിനറ്റ് മന്ത്രിമാരെല്ലാവരും നെഹ്റുവുമായി എന്തുചെയ്യണമെന്ന ആലോചനയിലായി. അപ്പോൾ നിശ്ശബ്ദയും വിഷണ്ണയുമായിരുന്ന ശ്രീമതി ഇന്ദിരാ ഗാന്ധി ആസ്സാമിന്റെ തലസ്ഥാനമായ ദിസ്പൂരിലേക്കു പോകണമെന്ന് സ്വയം തീരുമാനിച്ചു. വിവരമറിഞ്ഞ് ജവഹർലാൽ നെഹ്റു ഞെട്ടിപ്പോയി. ചൈന തന്റെ മകളെ തടവുകാരിയാക്കുമെന്ന് അദ്ദേഹം ഭയപ്പെട്ടു. പിതാവ് പറയുന്നതൊന്നും പുത്രി കേട്ടില്ല. ഒടുവിൽ നെഹ്റു ഇന്ദിരയുടെ സുഹൃത്തായ പുപുൽ ജയക്കറെ വിളിച്ച് ഉടൻ തീൻമൂർത്തി ഭവനിൽ എത്തിച്ചേരാൻ ആവശ്യപ്പെട്ടു.

പുപുൽ ഉടനെതന്നെ തീൻമൂർത്തി ഭവനിലെത്തി. ജവലഹർലാൽ ഗോവണിപ്പടിയുടെ താഴെ പുപുലിനെ കാത്തു നിൽക്കുകയായിരുന്നു. ആകെ പരിഭ്രമിച്ച നെഹ്റുവിന്റെ മുഖം പുപുൽ കണ്ടു.

"പുപുൽ ഇന്ദിര ആസ്സാമിലേക്കു പോകുന്നു. വളരെ അപകടകരമായ അവസ്ഥ ഉണ്ടാവും. ഇന്ദിര പോയിക്കൂടാ..." പുപുൽ വേഗം

ഗോവണിപ്പടികയറി മുകളിലെത്തി. ചെറിയൊരു യാത്രാബാഗ് തയ്യാറാക്കി ഇന്ദിര അരിശം കൊണ്ടു നിൽക്കുകയാണ്. ഒരക്ഷരം മിണ്ടാതെ പുപുൽ ഇന്ദിരയെ പകച്ചു നോക്കി.

ഇന്ദിര കോപാകുലയായിപ്പറഞ്ഞു.

-ദിസ്പൂരിലെ ഇന്ത്യൻ അധികാരികൾ ജനങ്ങളെ ഉപേക്ഷിച്ച് ഓടിപ്പോയിരിക്കുന്നു. ജനങ്ങളുടെ കൂടെ നിന്ന് അവർക്ക് ധൈര്യം പകരേണ്ടവർ ആദ്യം പേടിച്ചോടി. ഇന്ദിര അരിശത്താൽ വിറയ്ക്കുകയായിരുന്നു. ഇന്ത്യൻ പട്ടാളമേധാവി വന്നു. പിതാവിന്റേയും പട്ടാളമേധാവിയുടേയും വാക്ക് ഇന്ദിര കേട്ടില്ല. ബാഗ് തോളിൽതൂക്കി ഗോഹാട്ടിയിലേക്കുള്ള വിമാനം പിടിക്കാൻ അവർ പുറപ്പെട്ടു. അവിടെ നിന്നും ദിസ്പൂരിലേക്ക് ഹെലികോപ്റ്ററിൽ പോകണം.

ഇന്ദിരയെ തടയാനാവില്ലെന്നു മനസ്സിലാക്കിയ പുപുൽ തന്റെ ബാഗിൽ നിന്നും നിക്കോസ് കസാൻദി സാക്കീസിന്റെ (NIKOS KAZANT ZAKIS) ചെറിയ ഒരു നോവൽ വായിക്കാനായി കൊടുത്തു.

ഹെലിക്കോപ്റ്ററിൽ നിന്ന് ഇന്ദിര പുപുലിന് ഒരു സന്ദേശമയച്ചു.

-നന്ദി പുപുൽ. ഞാനാ പുസ്തകം വായിക്കുകയാണ്. എന്റെ മനസ്സ് തെല്ലൊന്നടങ്ങിയിരിക്കുന്നു. നന്ദി.

ഇന്ദിരാ ഗാന്ധി ദിസ്പൂരിൽ ഹെലിക്കോപ്ടറിൽ നിന്നു ഇറങ്ങിയപ്പോൾ വലിയ ആൾക്കൂട്ടം അവരെ വളഞ്ഞു. ഇന്ദിരയുടെ വരവറിഞ്ഞ ആസ്സാമിലെ ജനങ്ങളായിരുന്നു അവർ. ജനങ്ങൾ നിലവിളിച്ചുകൊണ്ടു പറഞ്ഞു.

-ഞങ്ങളുടെ പ്രധാനമന്ത്രി ഞങ്ങളെ ഉപേക്ഷിച്ചുവെന്നാണ് കരുതിയത്. ഇവിടെയെങ്ങും ഒരൊറ്റ ഇന്ത്യൻ ഉദ്യോഗസ്ഥരില്ല. എല്ലാവരും ഓടിപ്പോയി. ഞങ്ങൾക്ക് വെള്ളമില്ല, വെളിച്ചമില്ല. ആഹാരത്തിനുള്ളതുമില്ല.

ചൈനീസ് പട്ടാളം അപ്പോൾ ദിസ്പൂരിൽ നിന്ന് മുപ്പത് കിലോമീറ്റർ അകലെവരെ എത്തിയിരുന്നു. അവരെ ആരും ചെറുക്കുന്നില്ല.

ജനങ്ങളോട് ഇന്ദിര പറഞ്ഞു

-ഞാൻ നിങ്ങളെ വിട്ടുപോവില്ല. നിങ്ങൾ ധൈര്യമായിരിക്കൂ. ഒന്നും സംഭവിക്കില്ല.

എന്തു ധൈര്യത്തിലാണ് അത് പറഞ്ഞതെന്ന് ഇന്ദിരയ്ക്കു പോലും അറിയില്ല. ഓടിപ്പോയ ഡിസ്ട്രിക്ട് ഭരണാധികാരികളും മറ്റ് ഉദ്യോഗസ്ഥരും പാഞ്ഞെത്തി. ജനങ്ങൾക്ക് ആഹാരത്തിനുള്ള റേഷൻ സംഘടിപ്പിക്കുവാൻ ഇന്ദിര ആജ്ഞാപിച്ചു. ഉദ്യോഗസ്ഥർ സർക്കാർ ഗോഡൗണുകൾ തുറന്ന് ധാന്യവും മറ്റും ജനങ്ങൾക്ക് വിതരണം ചെയ്തു. ഇന്ദിര ദിസ്പൂരിലെത്തിയ നിമിഷം ചൈന ഏകപക്ഷീയമായി വെടി നിറുത്തി. ചൈനീസ് പട്ടാളം പിൻവാങ്ങി. ഇന്ദിര ദില്ലിയിൽ മടങ്ങിയെത്തിയപ്പോൾ

പാർലമെന്റിൽ പ്രധാനമന്ത്രി ജനപ്രതിനിധികളുടെ ചോദ്യശരങ്ങളേറ്റ് അവശനായിരിക്കുകയാണ്. ബലഹീനനും ദീർഘവീക്ഷണമില്ലാത്തവനുമാണ് ജവഹർലാൽ നെഹ്റുവെന്ന് ദേശീയപത്രങ്ങളിൽ ആരോപണം വന്നു. ശരശയ്യയിൽ കിടക്കുന്ന ഭീഷ്മാചാര്യരെപ്പോലെ ജവഹർലാൽ നെഹ്റു തീൻമൂർത്തി ഭവനിൽ തളർന്നുകിടന്നു. പ്രതിരോധ മന്ത്രി വി.കെ കൃഷ്ണമേനോൻ രാജിവെച്ചു. തോൽവിയുടെ ഉത്തരവാദിത്വം പ്രതിരോധമന്ത്രിയിൽ എല്ലാവരും ചേർന്ന് കെട്ടിവെയ്ക്കുകയായിരുന്നു. നെഹ്റു ഏകനായി. തോൽവിയുടെ ആഘാതത്തിൽ നിന്ന് പണ്ഡിറ്റ് ജവഹർലാൽ നെഹ്റു പിന്നീട് മുക്തനായില്ല. അദ്ദേഹം അവശനായി. വാർദ്ധക്യം എങ്ങുനിന്നോ ഓടിയെത്തി കീഴ്പ്പെടുത്തിക്കളഞ്ഞു. ജീവിതാശയും ഇല്ലാതായി. ചെറിയൊരു മുടന്തോടെയാണ് അദ്ദേഹമിപ്പോൾ നടന്നു നീങ്ങുന്നത്. ആരോടും മിണ്ടാതെ നിശ്ശബ്ദതയുടെ വല്മീകത്തിലായപ്പോൾ മകൾ ചോദിച്ചു.

-അങ്ങ് ഈ രാജ്യത്തിന്റെ പ്രധാനമന്ത്രിയാണെന്ന കാര്യം മറന്നോ? ആരോഗ്യം വീണ്ടെടുക്കണം.

-പ്രധാനമന്ത്രി! ഞാനിനി എന്തിനു ജീവിക്കണം? എന്തിനുവേണ്ടി ആരോഗ്യം വീണ്ടെടുക്കണം?

ദിനംപ്രതി അദ്ദേഹം ക്ഷീണിതനായിക്കൊണ്ടിരുന്നു. 1963-ലെ പൊതു തെരഞ്ഞെടുപ്പിൽ ജെ.ബി. കൃപലാനി, മിനുമസാനി, രാം മനോഹർ ലോഹിയ എന്നിവർ പാർലമെന്റിലെത്തി. അവർ എക്കാലവും ജവഹർലാൽ നെഹ്റുവിന്റെ വിമർശകരായിരുന്നു. അവർ ഒന്നുചേർന്ന് പാർലമെന്റിൽ നെഹ്റുവിനെ ആക്രമിച്ചു. നെഹ്റു അക്ഷരാർത്ഥത്തിൽ തന്നെ നിഷ്ക്രിയനായി. ഇപ്പോൾ എല്ലാ കാര്യങ്ങൾക്കും പുത്രി ഇന്ദിരയുടെ സഹായം വേണം. പ്രധാനപ്പെട്ട ഓഫീസ് ഫയലുകൾ ഇപ്പോൾ ആദ്യം തീൻമൂർത്തി ഭവനിലെ ഇന്ദിരയുടെ മേശപ്പുറത്തെത്തും. അവർ കണ്ട് തീരുമാനമെടുത്തതിനുശേഷം ഒപ്പിടാൻ മാത്രമാണ് നെഹ്റുവിന്റെ മേശപ്പുറത്തെത്തുക.

ഇന്ദിരയുടെ നേതൃത്വത്തിൽ യുവനേതാക്കളുടെ ഒരു സംഘം രൂപപ്പെട്ടു. പാർട്ടിയുടെ യുവത്വം യുവാക്കളിലൂടെ വീണ്ടെടുക്കണമെന്നു വാദിക്കുന്ന ഒരു ഗ്രൂപ്പായി അതുമാറി. വളരെ രഹസ്യമായി 1963 ആഗസ്റ്റിൽ കാമരാജിനെ മുൻനിർത്തി കാമരാജ് പദ്ധതി എന്ന പേരിൽ പാർട്ടിയിൽ ചില നവീകരണങ്ങൾ നടന്നു. സ്ഥാനമാനങ്ങളേക്കാൾ വലുത് പാർട്ടി പ്രവർത്തനമാണെന്ന് യുവ നേതാക്കൾ ഘോഷിച്ചു. പാർട്ടിയിലെ വയസ്സന്മാർക്ക് പേടിയായി. അവർ ഒളിഞ്ഞും തെളിഞ്ഞും എതിർപ്പ് പ്രകടമാക്കി. ഒരു നിശ്ചിത പ്രായം കഴിഞ്ഞ നേതാക്കൾ സംസ്ഥാനങ്ങളിലെ മുഖ്യമന്ത്രിസ്ഥാനവും കേന്ദ്രത്തിലെ മന്ത്രി സ്ഥാനവും രാജിവെയ്ക്കാൻ കേന്ദ്ര പാർട്ടിക്കമ്മിറ്റി ആവശ്യപ്പെട്ടു. കാമരാജ്, മൊറാർജി ദേശായ്, ലാൽ ബഹദൂർ ശാസ്ത്രി, ജഗ്ജീവൻ റാം, ബി. ജുപട്നായക്, എസ്.കെ. പാട്ടിൽ, സി.ബി. ഗുപ്ത എന്നിവർക്ക് രാജി വെയ്ക്കേണ്ടി

വന്നു. അവരിൽ ശ്രീ കെ. കാമരാജ് അഖിലേന്ത്യ കോൺഗ്രസ്സ് പാർട്ടി പ്രസിഡന്റായി തെരഞ്ഞെടുക്കപ്പെട്ടു. ക്ഷീണിതനായ ജവഹർലാൽ നെഹ്റുവാണ് നടപടിയെടുത്തതെങ്കിലും അതിന്റെ പിന്നിൽ ആരോ ഉണ്ടെന്ന് നേതാക്കൾ മനസ്സിലാക്കി.

ശ്രീ. കാമരാജ് ആരുടെയെങ്കിലും തീരുമാനത്തിന് വഴങ്ങിക്കൊടുക്കുന്ന ആളായിരുന്നില്ല. അതറിയാവുന്ന ശ്രീമതി ഗാന്ധി നേരിട്ട് കാമരാജുമായി സംസാരിച്ച് പാർട്ടി പ്രസിഡന്റു സ്ഥാനം അദ്ദേഹം ഏറ്റെടുക്കണമെന്ന് അപേക്ഷിക്കുകയായിരുന്നു. അങ്ങനെയാണ് ശ്രീ കാമരാജിനെ അനുനയിപ്പിച്ചത്. 1964 ജനുവരി ആറാം തീയതി ഭുവനേശ്വറിൽ വെച്ചു നടന്ന അറുപത്തിയെട്ടാമത് കോൺഗ്രസ്സ് സമ്മേളനത്തിൽ സംസാരിച്ചുകൊണ്ടു നിൽക്കുമ്പോൾ ജവഹർലാൽ നെഹ്റുവിന് തളർച്ച അനുഭവപ്പെട്ടു. പ്രസംഗം നിർത്തി വേച്ചുവേച്ചാണ് കസേരയിൽ ഇരുന്നത്. ഇന്ദിരാഗാന്ധി സംഘം നെഹ്റുവുമൊത്ത് ഒരു വിധത്തിൽ പുറത്തു വന്നു. പ്രത്യേക വിമാനത്തിൽ ദില്ലിക്കു പറന്നു. കോൺഗ്രസ്സ് പ്രസിഡന്റ് ശ്രീ കാമരാജ് പ്രധാനമന്ത്രിയുടെ ഔദ്യോഗിക ചുമതല വഹിക്കുവാൻ ശ്രീ ലാൽ ബഹദൂർ ശാസ്ത്രിയേയും ശ്രീ. ടി.ടി. കൃഷ്ണമാചാരിയേയും ഏർപ്പെടുത്തി. പരിപൂർണ്ണ വിശ്രമമെടുക്കുവാൻ ഡോക്ടർമാർ നെഹ്റുവിനോട് നിർദ്ദേശിച്ചു.

രോഗിയായ പുത്രനെ അമ്മ ശുശ്രൂഷിക്കുന്നതുപോലെ ഇന്ദിരാഗാന്ധി തന്റെ പിതാവിനെ പരിചരിച്ചു. ദിവസത്തിൽ പതിനെട്ടുമണിക്കൂർ ജോലി ചെയ്തിരുന്ന ആളാണ്. പുത്രിയുടെ സഹായത്തോടെ ഇപ്പോൾ എല്ലാം മുന്നോട്ടു നീങ്ങുന്നു. ജവഹർലാൽ നെഹ്റു ക്ഷീണത്തിൽ നിന്ന് മുക്തി നേടിയപ്പോൾ ഇന്ദിരാഗാന്ധി ന്യൂയോർക്കിൽ നടക്കുന്ന വേൾഡു ഫെയറിൽ ഇന്ത്യൻ കമ്മിറ്റിയുടെ ചെയർ പേഴ്സണായി പോയി. ഇന്ത്യൻ പവലിയൻ എത്രയും നന്നായിരിക്കുവാൻ ശ്രീമതി ഗാന്ധി ശ്രദ്ധിച്ചു. ലോക രാഷ്ട്രങ്ങളുടെ ശ്രദ്ധ പിടിച്ചു പറ്റുവാൻ ഇന്ത്യയുടെ പവലിയനു കഴിഞ്ഞു.

വളരെ സന്തോഷത്തോടെയാണ് ഇന്ദിര മടങ്ങിയത്.

ഇന്ത്യയിൽ കോൺഗ്രസ്സ് പാർട്ടിയിൽ ചില പ്രശ്നങ്ങൾ ഉടലെടുത്തിട്ടുണ്ട്. ജവഹർലാൽ നെഹ്റു താമസിയാതെ അരങ്ങൊഴിയുമെന്ന് നേതാക്കൾക്കു മനസ്സിലായി. നെഹ്റുവിനുശേഷം താൻ എന്ന് ചിന്തിച്ച് നേതാക്കൾ കഴുകരെപ്പോലെ വട്ടം ചുറ്റുകയാണ്. നെഹ്റുവിനെതിരായ പ്രചാരണവും പാർട്ടിയിൽ നടക്കുന്നുണ്ട്. വൃദ്ധൻ ഇനിയും അധികാരത്തിൽ കടിച്ചുതൂങ്ങരുതെന്ന് ചിലർ പരസ്യമായിത്തന്നെ പറഞ്ഞു. പിൻഗാമിയെ നിശ്ചയിക്കണം. അതിന് ഉടൻ തന്നെ പാർട്ടി ഹൈക്കമാന്റ് യോഗം ചേരണം. പഴയ സ്വാതന്ത്ര്യ സമര നേതാക്കൾ ആരും തന്നെ ഇപ്പോൾ ജീവിച്ചിരിപ്പില്ല. കുഞ്ഞന്മാർ തുട്ടാടുകയാണ്. ഒരു പത്ര സമ്മേളനത്തിൽ നെഹ്റുവിനോട് ഒരാൾ ചോദിച്ചു.

–അങ്ങ് ജീവിച്ചിരിക്കുമ്പോൾ തന്നെ പിൻഗാമിയെ നിശ്ചയിക്കുമോ?

നെഹ്റുവിന്റെ മുഖത്ത് അരിശം. പിന്നെ ശാന്തനായി.

–എന്റെ ജിവിതകാലം കഴിയാറായിട്ടില്ല.

പിതാവും പുത്രിയും കുറച്ചു ദിവസത്തെ അവധിയിൽ ഡെറാഡൂണിലേക്ക് ഒരു യാത്ര പോയി. നെഹ്റു കുടുംബത്തിലെ പഴയ ഒരു സഹായിയെ മാത്രം കൂടെക്കൂട്ടി. അയാൾ ലഗേജ്ജും മറ്റും എടുത്തു. വൈകുന്നേരമായപ്പോൾ നല്ല സുഖമില്ലെന്ന് നെഹ്റു പറഞ്ഞു. അപ്പോൾതന്നെ അവർ ദില്ലിക്കു മടങ്ങി. മെയ് ഇരുപത്തിയേഴാം തിയതി ബോംബേയിലുള്ള ഇളയ സഹോദരി ദില്ലിക്കു വിളിച്ചു. ഇന്ദിരയാണ് ഫോൺ എടുത്തത്. രാവിലെ 8.15 ആയിരുന്നു സമയം.

–ഇന്ദൂ, ഏട്ടന് നല്ല സുഖമില്ലെന്നു കേൾക്കുന്നു?

–കേൾക്കുകയല്ല, സ്ഥിതി വളരെ മോശമാണ്. ഡോക്ടർമാർ ഒന്നും പറയുന്നില്ല. അദ്ദേഹം മരിച്ചുകൊണ്ടിരിക്കുകയാണ്.

ഉച്ചതിരിഞ്ഞ് 1.40ന് ജവഹർലാൽ നെഹ്റു ജീവൻ വെടിഞ്ഞു. 1964 മെയ് 27–ാം തിയ്യതി.

ഇന്ദിര ഉറക്കെ കരഞ്ഞില്ല. ദുഃഖം വിങ്ങി നിറഞ്ഞു. പിന്നെ സ്വയം നിയന്ത്രിച്ചു. ആളുകൾ എത്തിയപ്പോൾ തൂവെള്ള കൈത്തറി സാരിയും ബ്ലൗസും ധരിച്ച ഇന്ദിര ജവഹർലാലിന്റെ ശരീരത്തിന്റെ ഒരു വശത്ത് ഇരിക്കുന്നു. നഗരവാസികൾ വരിവരിയായി വന്ന് ദർശനം നടത്തിക്കൊണ്ടിരുന്നു. കാമരാജ് ദില്ലിയിലുണ്ട്. കേന്ദ്ര ആഭ്യന്തര മന്ത്രി ഗുൽസാരിലാൽ നന്ദ ഇടക്കാല പ്രധാനമന്ത്രിയായി ചുമതലയേറ്റു. നന്ദയുടേയും ലാൽ ബഹദൂർ ശാസ്ത്രിയുടേയും പേരുകൾ പ്രധാനമന്ത്രി സ്ഥാനത്തേക്ക് പരിഗണിക്കപ്പെടുകയാണ്. പാർട്ടി സിൻഡിക്കേറ്റാണ് പ്രധാനമന്ത്രിയെ നിശ്ചയിക്കുന്നത്. രാജ്യത്തിന്റെ എല്ലാ ഭാഗങ്ങളേയും പ്രതിനിധീകരിക്കുകയും എല്ലാ വീക്ഷണങ്ങളുടേയും കൂട്ടായ്മയുമാണ് സിൻഡിക്കേറ്റ്. നെഹ്റുവിനെ പരോക്ഷമായി എതിർത്തിരുന്നവർക്കാണ് സിൻഡിക്കേറ്റിൽ ഭൂരിപക്ഷം. അവർ ലാൽ ബഹദൂർ ശാസ്ത്രിയെ ഐകകണ്ഠ്യേന പ്രധാനമന്ത്രിയായി തെരഞ്ഞെടുത്തു. അധികാരം ഏറ്റെടുക്കുന്നതിനു മുൻപ് ലാൽ ബഹദൂർ ശാസ്ത്രി ശ്രീമതി ഇന്ദിരാഗാന്ധിയെ ചെന്നു കണ്ടു. പ്രധാന മന്ത്രിപദം ഇന്ദിര ഏറ്റെടുക്കണമെന്ന് ശാസ്ത്രി അഭ്യർത്ഥിച്ചു. ഇന്ദിര നിഷേധിച്ചു. മനസ്സിൽ കരുതി എന്നെ പിച്ചിച്ചീന്തി വകവരുത്താനുള്ള ശ്രമമാണ്. ശാസ്ത്രി പ്രധാനമന്ത്രിയായി അധികാരമേറ്റപ്പോൾ ഇന്ദിരാഗാന്ധി മന്ത്രിപദം സ്വീകരിക്കണമെന്ന് അദ്ദേഹം ആവശ്യപ്പെട്ടു. അതും സാദ്ധ്യമല്ലെന്നു പറഞ്ഞപ്പോൾ പുതിയ പ്രധാനമന്ത്രി പറഞ്ഞു.

–ഇന്ദിരയില്ലാതെ എനിക്ക് ശക്തമായൊരു മന്ത്രിസഭ ഉണ്ടാക്കാനാവില്ല.

ആ സന്ദർഭത്തിൽ ഇന്ദിരയുടെ അടുത്ത ആളുകൾ താക്കീതു നൽകി. അധികാര തലത്തിൽ നിന്നും ഇപ്പോൾ ഒഴിഞ്ഞു നിന്നാൽ രാഷ്ട്രീയ മായി തകരും. ആരും ശ്രദ്ധിക്കാതെയാവും. നീണ്ട ആലോചനയ്ക്കു ശേഷം ഇന്ദിരാഗാന്ധി പ്രധാനമന്ത്രിയെ അറിയിച്ചു. -മിനിസ്ട്രി ഓഫ് ഇൻഫർമേഷൻ ആൻഡ് ബ്രോഡ്കാസ്റ്റിംഗ് വകുപ്പിന്റെ ചുമതല ഞാൻ ഏറ്റെടുക്കാം.

നാല്

കിളി കഥ തുടരുന്നു

അങ്ങനെ ഇന്ദിരാഗാന്ധി ലാൽ ബഹദൂർ ശാസ്ത്രി മന്ത്രിസഭയിൽ ചേർന്നു. തീൻമൂർത്തി ഭവനിൽ നിന്ന് ഇന്ദിരയും കുടുംബവും നമ്പർ വൺ സഫ്ദർജംഗ് റോഡിൽ പുതുതായി സർക്കാർ നൽകിയ ഔദ്യോ ഗിക വസതിയില്ക്ക് താമസം മാറ്റി.

പിതാവിന്റെ വേർപാടിൽ തളർന്നിരിക്കാതെ ഇന്ദിര തന്റെ വകുപ്പ് പുനഃസംഘടിപ്പിച്ചു. കേന്ദ്ര സർക്കാരിന്റെ നാവും സന്ദേശവുമായി ഇൻഫർമേഷൻ ആൻഡ് ബ്രോഡ്കാസ്റ്റിംഗ് വകുപ്പ് ചടുലമാക്കിയെടു ത്തു. ദില്ലിയിൽ എത്തുന്ന ഗ്രാമീണരും മറ്റു ജനങ്ങളും നമ്പർ വൺ സഫ്ദർജംഗ് റോഡിലെ ഇന്ദിരാ ഗാന്ധിയുടെ വസതിയിൽ എത്തിക്കൊണ്ടിരുന്നു. നെഹ്റുവിന്റെ പുത്രി എന്ന നിലയും സ്വന്തം സഞ്ചാരങ്ങളും ഇന്ദിരാഗാന്ധിക്ക് പ്രസിദ്ധി നൽകി. സന്ദർശകരെ കണ്ട് സംസാരിക്കുക എന്നതാക്കി രാവിലെ ആദ്യത്തെ പരിപാടി. ഇന്ത്യ സന്ദർശിക്കുന്ന ലോക നേതാക്കളും ഇന്ദിരയെ നന്ദർശിച്ചിട്ടേ മടങ്ങുക യുള്ളൂ. പിതാവുമൊത്ത് ലോകം ചുറ്റിയതിന്റെ ഗുണമായിരുന്നു അത്. ഒരു രാത്രിനേരം പുലരാറായപ്പോൾ ഇന്ദിര ഞെട്ടിയുണർന്നു. മുറിയിൽ ലൈറ്റിട്ടു. അദ്ഭുതം കൊണ്ട് കണ്ണുകൾ മിഴിച്ചു.

തന്റെ ബെഡ്ഡിന് അടുത്ത് വെച്ചിരിക്കുന്ന ഉയരം കുറഞ്ഞ റൗണ്ട് ടേബിളിൽ വെള്ളിത്താലത്തിൽ ഒരു റോസാപുഷ്പം വെച്ചിരിക്കുന്നു. മഞ്ഞിൻ കണങ്ങളണിഞ്ഞ് വിടരാൻ വെമ്പുന്ന പുഷ്പം ഭംഗിയിൽ വെച്ചി രിക്കുകയാണ്. കിടപ്പുമുറിയുടെ വാതിൽ ചാരാറേയുള്ളൂ. ഓടാമ്പലിടാ റില്ല. ആരാണ് എപ്പോഴാണ് ആ പുഷ്പം അവിടെ കൊണ്ടുവന്നുവെച്ച തെന്ന് മനസ്സിലായില്ല. മുൻപ് തന്റെ പിതാവ് ജീവിച്ചിരുന്നപ്പോൾ എല്ലാ പുലർകാലേയും അങ്ങനെയൊരു റോസാപുഷ്പം പിതാവിന് കണി കാണാനായി വെയ്ക്കുമായിരുന്നു. ആ പുഷ്പമാണ് എന്നും തന്റെ കോട്ടിന്റെ ബട്ടൺഹോളിൽ അദ്ദേഹം അണിയുക. അങ്ങനെ കൊണ്ടു വെയ്ക്കുമായിരുന്ന വൃദ്ധനായ ഗൃഹജോലിക്കാരൻ ഇപ്പോഴും തന്റെ ഭവനത്തിലുണ്ട്. അയാൾ ആയിരിക്കും എന്നത് തീർച്ചയാണ്. എങ്കിലും

അയാളെ വിളിച്ചു ചോദിച്ചില്ല. ഇന്ദിര എണീററ് വാതിൽ അടച്ചു. ഉള്ളിൽ തിങ്ങിവിങ്ങിയ സങ്കടം അണപൊട്ടിയൊഴുകി. എത്രനേരം കരഞ്ഞുവെന്ന് ഓർമ്മയില്ല.എണീറ്റ് മുഖം കഴുകിത്തുടച്ചു. തന്റെ ഉള്ളിൽ അഭൗമമായ ഒരു ശക്തി വന്നു നിറയുന്നതായി അനുഭവപ്പെട്ടു.

മക്കൾ രാജീവും സഞ്ജയനും ഇപ്പോൾ ഇംഗ്ലണ്ടിലാണ് പഠിക്കുന്നത്. സഫ്ദർജംഗ് റോഡിലെ നമ്പർ വൺ ഔദ്യോഗിക വസതി, തീൻമൂർത്തി ഭവനത്തെ അപേക്ഷിച്ച് വളരെ ചെറുതാണ്. എന്നാൽ ഒരു വീടിന്റെ അന്തരീക്ഷം ഉണ്ട്. തീൻമൂർത്തിഭവൻ മ്യൂസിയംപോലെയാണ്. ശ്രീമതി ഇന്ദിരാഗാന്ധിയുടെ ഔദ്യോഗിക വസതിയുടെ ഗെയിറ്റ് എപ്പോഴും തുറന്നു കിടന്നു. ആർക്കും എപ്പോഴും കടന്നുവരാം. സന്ദർശകർ ധാരാളമുണ്ടുതാനും. പ്രധാനമന്ത്രി ലാൽബഹദൂർ ശാസ്ത്രി എല്ലാം ശ്രദ്ധിക്കുന്നുണ്ട്. ഇന്ദിരാ ഗാന്ധിയുടെ നേതൃത്വശക്തിയെക്കുറിച്ച് അദ്ദേഹത്തിന് നന്നായി അറിയാം. ക്യാബിനറ്റ് മന്ത്രിമാരുമായി ശ്രീമതി ഗാന്ധി അധികം ഇടപഴകാതിരിക്കാൻ അദ്ദേഹം പ്രത്യേകം ശ്രദ്ധിച്ചു.

രാജ്യത്ത് പുതിയ പ്രശ്നങ്ങൾ ഉടലെടുത്തിരിക്കുകയാണ്. ഹിന്ദി ഭാഷ ഔദ്യോഗിക ഭാഷയാക്കാനുള്ള ഒരു ആവശ്യം വടക്കേയിന്ത്യയിൽ ആരംഭിച്ചിരിക്കുന്നു. സർക്കാർ രാഷ്ട്രഭാഷയായി ഹിന്ദി പ്രഖ്യാപിക്കണമെന്നാണ് ആവശ്യം. തെക്കേയിന്ത്യയിൽ അതിനെതിരായി ഒരു പ്രക്ഷോഭണം അതിരൂക്ഷമായി. രണ്ടു സമരക്കാർ സ്വയം തീ കൊളുത്തി ആത്മാഹുതി ചെയ്തു. അതോടെ സമരം അക്രമാസക്തമാവുകയും ചെയ്തു. ആരുടേയും അനുമതി തേടാതെ ഇന്ദിരാഗാന്ധി തമിഴ്നാട്ടിലേക്കുപോയി. അവർ സമരനേതാക്കളെ കണ്ടു. അവരുടെ സമ്മേളനത്തിൽ ഇന്ദിരാഗാന്ധി പ്രസ്താവിച്ചു.–ഹിന്ദി ഭാഷ തെക്കേയിന്ത്യയിൽ അടിച്ചേല്പിക്കില്ല. ഇന്ത്യയിലെ എല്ലാ ഭാഷകൾക്കും തുല്യ പ്രാധാന്യമാണുള്ളത്. ഹിന്ദി ഭാഷ അടിച്ചേല്പിക്കാനുള്ള നീക്കമുണ്ടായാൽ ഞാൻ എന്റെ മന്ത്രിസ്ഥാനം രാജിവെയ്ക്കും. നിങ്ങളുടെ കൂടെ സമരത്തിനു വരും. ഞാൻ വെറുമൊരു മന്ത്രി മാത്രമല്ല. ഒരു ദേശീയ നേതാവുകൂടിയാണ്. നിങ്ങൾക്ക് എന്റെ വാക്കുകൾ വിശ്വസിക്കാം.

സമരം ശാന്തമായി.

ദില്ലിയിൽ പ്രധാനമന്ത്രിക്കും മറ്റ് മന്ത്രിമാർക്കും ഇന്ദിരാഗാന്ധിയുടെ നടപടി ഒട്ടും ഇഷ്ടമായില്ല. തല ഇരിക്കുമ്പോൾ വാല് ആടാൻ പാടില്ല. പ്രധാനമന്ത്രി പക്ഷേ, ശ്രീമതി ഗാന്ധിയോട് വിശദീകരണമൊന്നും ചോദിച്ചില്ല. ജവഹർലാൽ നെഹ്റുവിന്റെ ജീവിതത്തേയും രാഷ്ട്രീയ നേതൃത്വത്തിൽ വഹിച്ച പങ്കിനേയും സാഹിത്യ സംഭാവനകളേയും കുറിച്ച് ഒരു എക്സിബിഷൻ നടത്തണമെന്ന് ഇന്ദിരാഗാന്ധി ആഗ്രഹിച്ചു. തന്റെ അഭ്യുദയകാംക്ഷികളേയും സുഹൃത്തുക്കളേയും വിളിച്ച് ഇന്ദിരാഗാന്ധി സംസാരിച്ചു. ശ്രീമതി പുപുൽ ജയക്കറുമായി വിശദമായി ചർച്ച ചെയ്തു.

പ്രധാനമന്ത്രി ലാൽ ബഹദൂർ ശാസ്ത്രിക്ക് ഉള്ളാലെ താൽപര്യം ഉണ്ടായിരുന്നില്ല. എങ്കിലും എതിർത്തു പറഞ്ഞില്ല. അഹമ്മദാബാദിലെ നാഷണൽ ഇൻസ്റ്റിറ്റ്യൂട്ട് ഓഫ് ഡിസൈനുമായിച്ചേർന്ന് നല്ലൊരു പ്ലാൻ തയ്യാറാക്കാൻ നടപടികൾ തുടങ്ങി. അതിന്റെ ഭാഗമായി എൻ.ഐ. ഡിയുടെ പ്ളാൻ തയ്യാറാക്കിയ ചാൾസ് ഏയിംസിനെ ഇന്ത്യയിലേക്കു ക്ഷണിച്ചു വരുത്തി.

നെഹ്റുവിന്റെ നേതൃത്വത്തിൽ ഇന്ത്യ എന്തു നേടി? ഇനി ആ അഭാവത്തിൽ നാം എന്തു ചെയ്യണം? ഈ രണ്ടു വിഷയങ്ങളെ ഊന്നിയാണ് പ്രദർശനം.

ഭാരതത്തിൽ ഇന്ന് ചർച്ചചെയ്യപ്പെടുന്ന ഗാന്ധിസവും നെഹ്റുവിസവും താരതമ്യം ചെയ്ത് പഠിക്കേണ്ടതാണ്. ഗാന്ധിസത്തിൽ ഒരുതരം ശുഷ്കതയുണ്ട്. ഉദാഹരണമായി ഗാന്ധിജിയുടെ സേവാഗ്രാമത്തിലെ ആര്യനായകത്തെ എടുക്കാം. ആര്യ നായകം സേവാ ഗ്രാമത്തിൽ തന്റെ ഉപയോഗത്തിനായി ഒരു കുടിൽ നിർമ്മിച്ചു. മറ്റു കുടിലുകളെപ്പോലെ ലളിതം. എന്നാൽ ചെളിപിടിച്ചുണ്ടാക്കിയ മൺഭിത്തിയിൽ പല പാറ്റേണുകളും ചെളികൊണ്ടുതന്നെ നിർമ്മിച്ചു. നല്ലൊരു ശില്പ കുടീരമായി ആ കുടിൽ മാറി. നിർമ്മാണച്ചെലവ് മറ്റു കുടിലുകളുടെ അത്രമാത്രവും.

ആര്യ നായകത്തിന്റെ കുടിൽ കണ്ടിട്ട് ഗാന്ധിജി അരിശത്തോടെ പറഞ്ഞു.

-സൗന്ദര്യാത്മകത ഇവിടെ വേണ്ട. ഉപയോഗയോഗ്യത മാത്രം മതി. അടിസ്ഥാനാവശ്യങ്ങൾക്ക് ഉതകുന്നതാകണം.

തന്റെ ഭക്ഷണക്കാര്യത്തിലും ഗാന്ധിജി പാലിച്ചത് ഉപയോഗ യോഗ്യത മാത്രമായിരുന്നു. പാതിവേവിച്ച സസ്യഭക്ഷണവും ആട്ടിൻപാലും. നാവിന്റെ രുചിക്ക് പ്രാധാന്യം നൽകിയില്ല. ജവഹർലാൽ നെഹ്റുവിന്റെ വീക്ഷണം മറിച്ചാണ്. ഉപയോഗയോഗ്യതയും സൗന്ദര്യബോധവും പാലും വെള്ളവും പോലെ ചേർന്നിരിക്കണം. അത് വയറിന്റെ വിശപ്പും മനസ്സിന്റെ വിശപ്പും ഒപ്പം ശമിപ്പിക്കും. വയറും നിറയും മനസ്സും നിറയും. അതാണ് യഥാർത്ഥ നിറവ്. എക്സിബിഷനിൽ നെഹ്റുവിന്റെ വീക്ഷണം കൊണ്ടുവരാനാണ് ഇന്ദിരാഗാന്ധി ശ്രമിച്ചത്.

കേന്ദ്ര സർക്കാരിന്റെ അതിഥിയായി ചാൾസ് ഏയിംസ് വന്നു. എക്സിബിഷൻ തയ്യാറായി. ന്യൂയോർക്കിലെ യുണിയൻ കാർബൈഡ് ബിൽഡിങ്ങിലാണ് ആദ്യമായി പ്രദർശിപ്പിച്ചത്. 1930 കളിലെയും 1940 കളിലെയും ഇന്ത്യയുടെ ആത്മാവും സത്തയുമാണ് അടിസ്ഥാനമാക്കിയിരിക്കുന്നത്. ഇൻഡ്യൻ പ്രസിഡന്റിന്റെ ബോഡിഗാർഡ് അതേ രൂപത്തിൽ കൊണ്ടുവന്നിരുന്നു. വലിയ ഫോട്ടോകളിൽ ജവഹർലാലിന്റേയും കമലാ നെഹ്റുവിന്റേയും വിവാഹച്ചടങ്ങുകൾ. കാശ്മീരി

വിവാഹത്തിന്റെ തനിമ. ആചാര വസ്തുക്കൾ. കാശ്മീരി സാരി. നയിനി ജയിലിലെ നെഹ്റുവിന്റെ തടവുമുറി. ജയിലിൽ വെച്ചെഴുതിയ ഡയറി ക്കുറിപ്പുകൾ, ഗ്രന്ഥങ്ങൾ എന്നിവയുടെ കൈയെഴുത്തു പ്രതികൾ. ഇന്ത്യ യുടെ കൈത്തറി വസ്ത്രങ്ങൾ, ശില്പങ്ങൾ, വിളക്കുകൾ....

ബ്രിട്ടീഷ് രാജവാഴ്ചയുടെ കെട്ടുകാഴ്ചകൾ, ഭാരതത്തിന്റെ ചെറുത്തു നിൽപ്, സത്യാഗ്രഹ സമരങ്ങൾ... എല്ലാം ഉണ്ടായിരുന്നു. ന്യൂയോർക്കിലും മോസ്കോയിലും, ലണ്ടനിലും പ്രദർശിപ്പിച്ചിട്ട് ദില്ലിയിൽ സ്ഥിരമായ ഒരു മ്യൂസിയമാക്കി വെയ്ക്കുകയായിരുന്നു ലക്ഷ്യം.

ലണ്ടനിലെ പ്രദർശന ഉദ്ഘാടനത്തിന് ബ്രിട്ടീഷ് പ്രധാനമന്ത്രി ഹാരോൾഡ് വിത്സനും ബ്രിട്ടീഷ് ഭരണ നേതൃത്വം മുഴുവനുമുണ്ടായി രുന്നു. അടുത്ത ദിവസം ലണ്ടനിലെ ആൽബർട്ട് ഹാളിൽ ഒരു കവിതാ പാരായണം കേൾക്കാൻ ശ്രീമതി ഇന്ദിരാഗാന്ധിയും എക്സിബിഷൻ കമ്മറ്റി നേതാവ് ശ്രീമതി പുപുൽ ജയക്കറും ഒരുമിച്ചു പോയി. ബീറ്റു ഗായകൻ അരങ്ങു തകർക്കുകയാണ്. ഇന്ദിരയും പുപുലും ഗ്യാലറിയിൽ രണ്ടു സീറ്റ് തിരയുമ്പോൾ ഗായകസംഘത്തലവൻ ഓടിക്കയറി വന്നിട്ട് ആ രണ്ടു സ്ത്രീകളേയും സ്റ്റേജിന്റെ തൊട്ടുമുന്നിൽ കൊണ്ടുപോയി രണ്ടു കസേരകൾ ഇട്ടുകൊടുത്തു. പിന്നെ ഗായകസംഘം ആ രണ്ടു സ്ത്രീകൾക്ക് സല്യൂട്ട് നൽകിക്കൊണ്ടാണ് ചുവടുകൾ വെച്ചു പാടിയത്. ബ്രിട്ടീഷ് ചക്രവർത്തിനി വിക്ടോറിയ രാജ്ഞിയുടെ ഭർത്താവ് പ്രിൻസ് ആൽബർട്ട് ആ രണ്ടു സ്ത്രീകളുടേയും പിന്നിലായി.

കവി സമ്മേളനം കഴിഞ്ഞപ്പോൾ രാത്രി ഒരു മണി കഴിഞ്ഞിരുന്നു. ഇന്ദിരയും പുപുലും പുറത്തിറങ്ങി നടന്നു. നല്ല വിശപ്പുണ്ടായിരുന്നു. നഗരം ഉറക്കത്തിലാണ്. വഴി വിജനവും. വിജനമായ വഴിയിലൂടെ അവർ ഭയമില്ലാതെ നടന്നു. ഒന്നുരണ്ടു റസ്റ്റോറണ്ടുകൾ തുറന്നിരിക്കുന്നതു കണ്ടു. സ്പാനിഷ് റസ്റ്റോറണ്ടിൽ കയറി ബ്രഡ്ഡും ഓംലറ്റും കഴിച്ച് വീണ്ടും നടന്നു. അപ്പോൾ വെളുപ്പിനു മൂന്നുമണി. ലണ്ടൻ നഗരത്തിൽ സ്ത്രീകൾ രാത്രിയിൽ തനിയെ പോകുന്നത് ആരും ശ്രദ്ധിച്ചില്ലെന്നു മാത്രമല്ല അതവിടെ സ്വാഭാവികവുമാണ്. ആ യാത്രയിലാണ് ശ്രീമതി ഇന്ദിരാഗാന്ധി പ്രധാനപ്പെട്ട ഒരു വിവരം അറിയുന്നത്. രാജീവ് ഗാന്ധി അപ്പോൾ ലണ്ടനിൽ പഠിക്കുന്നുണ്ട്. കേംബ്രിഡ്ജിൽ പഠിക്കുന്ന ഒരു ഇറ്റാലിയൻ പെൺകുട്ടിയെ അയാൾ വിവാഹം ചെയ്യാൻ ആഗ്രഹി ക്കുന്നു. പെൺകുട്ടിയുടെ പേര് സോണിയാ മെയ്നൊ.

രാജീവ് ഗാന്ധി അമ്മയോട് പറഞ്ഞു. മമ്മി എനിക്കുവേണ്ടി ഒരു ദിവസം ലണ്ടനിൽ മാറ്റിവെയ്ക്കണം. സോണിയാമെയ്നോയെ കാണണം. ശ്രീമതി ഗാന്ധി സോണിയാ മെയ്നോയെ കണ്ടു. പെൺകുട്ടി യുടെ കുലീനമായ പെരുമാറ്റവും മൃദുവായ സംഭാഷണവും ഇന്ദിരയ്ക്ക് ഇഷ്ടമായി. എക്സിബിഷൻ പിന്നീട് റഷ്യയിലും പ്രദർശിപ്പിച്ചു. ഒടു വിൽ ന്യൂഡൽഹിയിൽ തീൻമൂർത്തി ഭവനിൽ സ്ഥിരമായി എക്സിബിറ്റു ചെയ്തു.

അഞ്ച്

കിളി തുടരുന്നു

ശ്രീമതി ഇന്ദിരാഗാന്ധി ശ്രീനഗറിൽ ആയിരുന്നപ്പോൾ (1965 ആഗസ്റ്റ്) പാകിസ്താൻ കാശ്മീർ താഴ്‌വര ആക്രമിച്ചു. ഇന്ദിര ദില്ലിയിലേക്കു മടങ്ങിയില്ല. യുദ്ധം അതിന്റെ മൂർദ്ധന്യത്തിൽ എത്തിയപ്പോൾ ഇന്ദിരാ ഗാന്ധി ഇന്ത്യൻ സൈന്യത്തിന്റെ പിൻനിരയിൽ എത്തി. അതിർത്തിയിൽ ഉടനീളം സഞ്ചരിച്ച് അവർ ഇന്ത്യൻ സൈനികരുടെ ആത്മവീര്യം ഉണർത്തി. പട്ടാളക്കാർ ശ്രീമതി ഗാന്ധിയുടെ മുഖം കണ്ട് ആർത്തു വിളിച്ചു. പട്ടാളക്കാർക്ക് അതൊരു പുതിയ അനുഭവമായിരുന്നു.

അതിർത്തിയിലെ ഏറ്റവും അപകടം നിറഞ്ഞ ഹാജിപീർ ചുരത്തിലേക്ക് ഇന്ദിര ആർമി ഹെലിക്കോപ്ടറിൽ പോയി. കഠിനമായ യുദ്ധത്തിനൊടുവിൽ ഇന്ത്യൻ പട്ടാളം ഹാജിപീർ ചുരം തിരിച്ചു പിടിച്ചതേയുണ്ടായിരുന്നുള്ളൂ. ചുരത്തിനടുത്തുകൂടെ താഴ്ന്നു പറന്ന ഹെലികോപ്ടറിൽ ഇരുന്ന് കൈവീശിയ ഇന്ദിരയുടെ മുഖം താഴെ പാട്ടാളക്കാർ കണ്ടു. 'ഭാരത് മാതാ കി ജയ്' എന്ന് അവർ ആർത്തു വിളിച്ചു.

ഇന്ദിര ദില്ലിയിലേക്കു മടങ്ങി. പ്രധാനമന്ത്രിയെക്കണ്ട് യുദ്ധത്തിന്റെ ഗതിവിഗതികളേക്കുറിച്ചും അടിയന്തരമായി ചെയ്യേണ്ട കാര്യങ്ങളെക്കുറിച്ചും പറഞ്ഞു. പ്രധാനമന്ത്രിക്ക് അത് ഒട്ടും ഇഷ്ടമായില്ല. ഒരു ചെറിയ പെണ്ണ് തന്നെ ഉപദേശിക്കുന്നുവെന്ന് വിചാരിച്ചു. ലോകശക്തികൾ ഇടപെട്ടു. സോവിയറ്റ് സെൻട്രൽ ഏഷ്യയിലെ താഷ്ക്കന്റിൽ വെച്ച് ഇന്ത്യൻ പ്രധാനമന്ത്രി ലാൽ ബഹദൂർ ശാസ്ത്രിയും പാകിസ്താൻ പ്രസിഡന്റ് അയൂബ് ഖാനുമായി കൂടിക്കാഴ്ചയ്ക്ക് തീരുമാനമായി.

1966 ജനുവരി പത്താം തീയതി താഷ്ക്കന്റ് ഉടമ്പടി ഒപ്പുവെച്ചു. സോവിയറ്റ് പ്രധാനമന്ത്രി അലക്സി കൊസീജിന്റെ സാന്നിദ്ധ്യത്തിലായിരുന്നു ഒപ്പുവെച്ചത്. ഹാജിപീർ ചുരം പാകിസ്താന് വിട്ടുകൊടുക്കാൻ ഇന്ത്യ സമ്മതിച്ചത് കരാറിലെ ഒരു വ്യവസ്ഥ ആയിരുന്നു. ഇന്ത്യൻ ജനത അത് സമ്മതിക്കില്ലെന്നും നാട്ടിൽ കുഴപ്പങ്ങളുണ്ടാവുമെന്നും ശാസ്ത്രിക്കു തോന്നി. അദ്ദേഹം ആകെ അസ്വസ്ഥനായിരുന്നു. അന്ന് അർദ്ധരാത്രിയോടെ ലാൽ ബഹദൂർ ശാസ്ത്രിക്ക് അതിശക്തമായ ഹൃദയാഘാതം ഉണ്ടായി. തുടർന്ന് അദ്ദേഹം മരിച്ചു. സോവിയറ്റ് നേതാക്കളുടെ സമ്മർദം കൊണ്ടാണ് അങ്ങനെയൊരു കരാറിന് ഇന്ത്യൻ പ്രധാനമന്ത്രി തയ്യാറായതെന്ന് ഇന്ത്യൻ നേതാക്കൾ ശങ്കിച്ചു. കരാറിന്റെ എല്ലാ വശങ്ങളും പഠിച്ചപ്പോൾ ഇന്ദിരാഗാന്ധിക്കും അങ്ങനെ തോന്നി. ജനങ്ങൾ അത് സമ്മതിക്കില്ലെന്ന് അവർ തറപ്പിച്ചു പറഞ്ഞു.

ഇന്ത്യൻ പ്രധാനമന്ത്രി മരിച്ചുവെന്ന വാർത്ത രാത്രി രണ്ടു മണിക്ക് ദില്ലിയിലറിഞ്ഞു. ഇന്ദിരാഗാന്ധിയുടെ അഭ്യുദയ കാംക്ഷികൾ ആ രാത്രിയിൽ തന്നെ അവരുടെ വസതിയിലെത്തി. ഇന്ദിരാ ഗാന്ധിയുടെ

സുഹൃത്തായ രമേഷ് താപ്പറിന് വി.കെ. കൃഷ്ണമേനോന്റെ ടെലഫോൺ കാൾ വന്നു. ഉടനെ കൃഷ്ണമേനോന്റെ വസതിയിലെത്താനായിരുന്നു കല്പന. താപ്പർ ചെല്ലുമ്പോൾ കൃഷ്ണമേനോൻ അസ്വസ്ഥനായി മുറിയിൽ അങ്ങോട്ടുമിങ്ങോട്ടും നടക്കുകയാണ്.

-വിവരം അറിഞ്ഞല്ലോ? ഇനി പ്രധാനമന്ത്രി ആരാവണം? ആ ചെറിയ പെൺകുട്ടി ഇന്ദിര?

സർ അങ്ങ് മിസ്സസ്സ് ശാസ്ത്രിയെ പോയിക്കാണുന്നത് നന്നായിരിക്കും.

- ഓ, ശരി.... ശരി.

കൃഷ്ണമേനോൻ വാക്കിംഗ് സ്റ്റിക്കെടുത്ത് പുറത്തേക്കു നടന്നു. ശ്രീ കെ. കാമരാജ് അപ്പോൾ മദ്രാസിലായിരുന്നു. തമിഴ്നാട് വ്യവസായ മന്ത്രിയായിരുന്ന ആർ. വെങ്കട്ടരാമനേയും കൂട്ടി പ്രത്യേക വിമാനത്തിൽ കാമരാജ് ദില്ലിക്കു പറന്നു.

കാമരാജ് ആകെ ചിന്താക്കുഴപ്പത്തിലായിരുന്നു. ആരാവും അടുത്ത പ്രധാനമന്ത്രി? കാമരാജ് വെങ്കിട്ടരാമനോടു പറഞ്ഞു.

- നമുക്ക് ശ്രീമതി ഇന്ദിരാഗാന്ധിയെ പ്രധാനമന്ത്രിയാക്കണം.

വെങ്കിട്ടരാമൻ അമ്പരന്നു.

കാമരാജ് തുടർന്നു സംസാരിച്ചു.

-ഇന്ദിര തന്റെ പിതാവിന്റെ കൂടെ ലോകം മുഴുവൻ സഞ്ചരിച്ചിട്ടുണ്ട്. ലോക നേതാക്കളെയെല്ലാം വ്യക്തിപരമായി പരിചയമുണ്ട്. സ്വാതന്ത്ര്യ സമര നേതാക്കളേയും അവർക്കറിയാം. യുക്തിബോധമുള്ള ആധുനിക മനസ്സാണ് ഇന്ദിരയുടേത്. ജാതി, മതം, സ്വന്തം സംസ്ഥാനം എന്നിവയോടൊന്നും ചായ്‌വില്ല. 1967-ൽ പൊതുതെരഞ്ഞെടുപ്പുണ്ട്. കോൺഗ്രസ്സിനെ വിജയത്തിലെത്തിക്കാൻ ഇന്ദിരയ്ക്കു കഴിയും. ദില്ലിയിലെത്തവേ അന്തരീക്ഷം വിചാരിച്ചതിലേറെ സങ്കീർണ്ണമാണെന്നു മനസ്സിലായി. അതുല്യഘോഷ്, നീലം സഞ്ജീവറെഡ്ഡി, മൊറാർജി ദേശായ്, എസ്. കെ. പാട്ടീൽ, എന്നിവർ കോൺഗ്രസ്സിലെ വലതുപക്ഷ വിഭാഗം ഒന്നു ചേർന്ന് ഇടതു ചായ്‌വുള്ളവരെ എതിർക്കുകയാണ്.

ഇന്ദിരാ ഗാന്ധി ഇടതുപക്ഷ ചായ്‌വുള്ളവളാണെന്ന് എല്ലാവർക്കുമറിയാം. അതുകൊണ്ട് അവരുടെ സ്ഥാനാർത്ഥിത്വം വലതുവിഭാഗം അംഗീകരിക്കില്ല. ലാൽ ബഹദൂർ ശാസ്ത്രിയുടെ ഭൗതിക ശരീരം ദില്ലിയിലെത്തിക്കുന്നതിനു മുൻപുതന്നെ മൊറാർജി ദേശായിയുടേയും വൈ.ബി. ചവാന്റേയും പേരുകൾ നേതൃത്വം ചർച്ചചെയ്തു കഴിഞ്ഞിരുന്നു.

മുൻപ് ജവഹർലാൽ നെഹ്റുവിന്റെ മരണം നടന്നപ്പോൾ ഇടക്കാല പ്രധാനമന്ത്രിയായ ഗുൽസാരിലാൽ നന്ദ ഇന്ദിരാ ഗാന്ധിയുടെ വസതിയിലെത്തി പിൻതുണ തനിക്കുണ്ടാവണമെന്ന് അപേക്ഷിച്ചു. കാമരാജ്

ഇന്ത്യൻ പ്രസിഡന്റ് സർവേപ്പള്ളി രാധാകൃഷ്ണനെ ആദ്യം പോയി കണ്ടു. അവർ സുഹൃത്തുക്കളായിരുന്നു. ഇന്ദിരയുടെ സ്ഥാനാർത്ഥിത്വം അവരും ചർച്ച ചെയ്തു.

ഇന്ദിര ഒരു ചെറിയ പെൺകുട്ടിയല്ലേയെന്നാണ് പ്രസിഡന്റ് ആദ്യം ചോദിച്ചത്.

കാമരാജ് വിശദീകരിച്ചു.

-ലോകം അവരെ അറിയും. പ്രൗഢയാണ്. വരാനിരിക്കുന്ന തെരഞ്ഞെടുപ്പിൽ കോൺഗ്രസ്സിനെ വിജയിപ്പിക്കാൻ അവർക്കു കഴിയും. മദ്ധ്യപ്രദേശ് മുഖ്യമന്ത്രി ഡി.പി. മിശ്ര ഇന്ദിരയുടെ പിൻതുണക്കാരനായിരുന്നു. ചാണക്യൻ എന്നാണ് മിശ്ര രാഷ്ട്രീയ വൃത്തങ്ങളിൽ അറിയപ്പെടുന്നത്. ശ്രീ മിശ്ര ദില്ലിയിലെത്തി പല നേതാക്കളുമായും നേരിൽ കണ്ട് സംസാരിക്കുന്നുണ്ടായിരുന്നു.

ശ്രീമതി ഇന്ദിരാഗാന്ധിയുടെ വസതിയിലും നേതാക്കളുടെ തിരക്കായിരുന്നു. പുറമെ ശ്രീമതി ഇന്ദിരാഗാന്ധി ശാന്തയും നിയന്ത്രിതയുമായി കാണപ്പെട്ടുവെങ്കിലും ഉള്ളിൽ ആശങ്കകളായിരുന്നു. തന്റെ സമയം ആഗതമായിരിക്കുന്നുവെന്ന് അവർക്ക് തോന്നി. കാമരാജ് വന്ന് ഇന്ദിരയുമായി സംസാരിച്ചു. തന്റെ പിന്തുണ ഇന്ദിരയ്ക്കാണെന്ന് ശങ്കയില്ലാതെ പറഞ്ഞു. കലവറയില്ലാതെ സംസാരിക്കുന്ന ആളാണ് ശ്രീ. കാമരാജ്. പ്രവർത്തികളൊക്കെ അതിശക്തമാണ്. തമിഴ്നാട് മുഖ്യമന്ത്രി എന്ന നിലയിൽ സംസ്ഥാനത്തിന് പുരോഗതിയുടെ അടിത്തറ പാകിക്കഴിഞ്ഞു. കാമരാജിന്റെ കർമ്മരീതിയെക്കുറിച്ച് ഇന്ദിരാഗാന്ധി ധാരാളം കേട്ടിട്ടുണ്ട്.

മദ്രാസിൽ പ്രധാനപ്പെട്ട ഒരു റോഡും ഫ്ളൈ ഓവറും ഒറ്റമാസത്തിനകം പണിയിച്ചെടുത്ത മുഖ്യമന്ത്രിയാണ്. ഒരു മാസം തികയുന്നതിന് ഒരു ദിവസം മുൻപ് പണി പൂർത്തിയായി. കാമരാജ് തന്നെ ഉദ്ഘാടനവും ചെയ്തു.

അതിനെക്കുറിച്ച് ഇന്ദിരയ്ക്ക് അറിവുകിട്ടിയിരുന്നു. അതിങ്ങനെ മുഖ്യമന്ത്രി വിളിച്ച മന്ത്രിമാരുടേയും ഉന്നതഉദ്യോഗസ്ഥരുടേയും യോഗത്തിൽ മുഖ്യമന്ത്രി പറഞ്ഞു.

- പണം അനുവദിച്ചിരിക്കുന്നു. പണി ഒരു മാസത്തിനകം തീരണം. റോഡും മേൽപ്പാലവും...

അപ്പോൾ പി.ഡബ്ളിയു. ഡി ചീഫ് എഞ്ചിനീയർ എണീറ്റു.

- സർ, എല്ലാ വകുപ്പുകളുടേയും സഹകരണവും അനുമതിയും ആവശ്യമാണ്. അതൊക്കെ സ്വരൂപിച്ചു വരുമ്പോൾ...

- ഓഹോ, എല്ലാ വകുപ്പുതലവന്മാരും മീറ്റിംഗിലുണ്ടല്ലോ. എല്ലാവരും ഇപ്പോൾ ഇവിടെവെച്ച് തീരുമാനിക്കുക. സാമ്പത്തിക കാര്യമന്ത്രി പണം ഇവിടെ വെച്ച് അനുവദിക്കും. പണി നാളെ തുടങ്ങണം.

-സർ, ഫയലുകൾ?

-തുക്കട കടലാസ്സാണോ നിങ്ങൾക്കു തടസ്സം? ഇപ്പോൾ ഇവിടെ എല്ലാം ഹാജരാക്കുക തീരുമാനങ്ങളെടുക്കുക. നാളെ പണി തുടങ്ങിയിരിക്കണം.

കാമരാജ് അരിശത്തോടെ എണീറ്റ് മുഖ്യമന്ത്രിയുടെ ചേംബറിലേക്കു പോയി.

അന്നു രാത്രി മുഴുവനും വകുപ്പു മന്ത്രിമാരും ഉന്നതോദ്യോഗസ്ഥരും സെക്രട്ടറിയേറ്റിൽ തങ്ങി. പിറ്റേന്നുതന്നെ പണി തുടങ്ങുകയും ചെയ്തു. കോൺട്രാക്ടർമാരില്ല. അവർ നൽകുന്ന കമ്മീഷൻ പണമില്ല. സർക്കാരിന്റെ പബ്ളിക് വർക് ഡിപ്പാർട്ട്മെന്റു നേരിട്ടു ജോലി ചെയ്യിക്കുന്നു. മുഖ്യമന്ത്രി കാമരാജ് പറഞ്ഞാൽ പറഞ്ഞതാണ്. മറുത്തു പറഞ്ഞാൽ അയാളുടെ പണി പോയതുതന്നെ. അത് എല്ലാർക്കുമറിയാം.

കൗമാരത്തിൽ കാമരാജ് ഒരു സാധാരണ ഹോട്ടൽ തൊഴിലാളി ആയിരുന്നു. ഗാന്ധിജി മദ്രാസിൽ വരുന്നുവെന്ന് കേട്ട് ഇറങ്ങി പുറപ്പെട്ടു. ഗാന്ധിജി പ്രസംഗിക്കാൻ വരുന്ന സ്ഥലത്ത് ഒരു പന്തൽ പണി നടക്കുകയാണ്. കാമരാജ് ചെന്നു. ആരും ആവശ്യപ്പെടാതെ കാമരാജ് പന്തൽ പണിയിൽ ചേർന്നു. സ്വയം മറന്ന് എല്ലാപ്പണിയും ചെയ്യുകയാണ്. മദ്രാസ് കോൺഗ്രസ്സിന്റെ ചുമതലക്കാരനായ നേതാവ് ആ കറുത്തു മെലിഞ്ഞ ചെക്കനെ ശ്രദ്ധിച്ചു.

-നിനക്കെന്താ പണി?

- ഹോട്ടലിലാ.

ഏതു ഹോട്ടൽ?

- ചെറിയ ടൗണിലെ ഹോട്ടലാ. ഹോട്ടലിന് പേരൊന്നുമില്ല. (ടൗണിന്റെ പേരു പറഞ്ഞു)

-ഇവിടെ എങ്ങനെ വന്നു?

-ഗാന്ധിജിയെ കാണാൻ വന്നതാ.

ഗാന്ധിജി വന്നു. സമ്മേളനത്തിൽ പ്രസംഗിച്ചു.

കാമരാജിന് ഈശ്വര ദർശനം കിട്ടിയതുപോലെ സന്തോഷമായി. പന്തല് അഴിക്കുന്ന പണിയിലും ചെക്കൻ കൂടി.

കോൺഗ്രസ്സ് നേതാവു പറഞ്ഞു.

-നീ ഇനി മടങ്ങിപ്പോവണ്ട. ഇവിടെ പാർട്ടിയുടെ പണിക്കു നിന്നോ. ഈ കൊടികളും ബാനറുകളുമൊക്കെ അഴിച്ച് പാർട്ടിയാപ്പീസിലേക്കു കൊണ്ടുവാ.

അന്നു മുതൽ കാമരാജ് മദ്രാസിലെ കോൺഗ്രസ്സ് പാർട്ടിയാഫീസ്സിൽ താമസമായി. യോഗങ്ങൾക്ക് നേതാക്കളുടെ കൂടെപ്പോകും. എല്ലാ പണികളും ചെയ്യും. അവിടെ നിന്നുമാണ് കെ. കാമരാജ് അഖിലേന്ത്യാ കോൺഗ്രസ്സ് പാർട്ടി പ്രസിഡന്റും കേന്ദ്ര നേതാവുമായി വളർന്നത്.

മറ്റൊരു സംഭവവും അദ്ദേഹത്തിന്റെ ജീവചരിത്രത്തിൽ രേഖപ്പെടുത്തിയിട്ടുണ്ട്. തമിഴ്നാട് മുഖ്യമന്ത്രിയായിരിക്കുമ്പോൾ അദ്ദേഹം തന്റെ ജന്മഗ്രാമത്തിൽ വന്നു. ഗ്രാമമുഖ്യന്റെ അപേക്ഷ മാനിച്ച് ഒരു പാർട്ടി മീറ്റിംഗ് ഉദ്ഘാടനം ചെയ്യാൻ വന്നതാണ്.

ശ്രീ കാമരാജിന്റെ അമ്മ അപ്പോഴും ആ ഗ്രാമത്തിൽ ജീവിച്ചിരിപ്പുണ്ട്. മീറ്റിംഗ് കഴിഞ്ഞ് കാമരാജ് തന്റെ അമ്മയെ കാണാൻ പോയി. കാമരാജിന്റെ അമ്മ ഒരു കുടിലിലാണ് താമസിക്കുന്നുത്. ആ കുടിലിലാണ് കാമരാജ് ജനിച്ചത്. മുഖ്യമന്ത്രിയുടെ അമ്മയുടെ കുടിൽ കണ്ട് നേതാക്കന്മാർ അമ്പരന്നു. അവർ കാമരാജിനോടു പറഞ്ഞു.

–അങ്ങ് ഈ നാടിന്റെ മുഖ്യമന്ത്രിയാണ്. അങ്ങയുടെ അമ്മ ഇങ്ങനെ താമസിച്ചുകൂടാ. അങ്ങ് അമ്മയ്ക്ക് ഒരു നല്ല വീട് വെച്ചുകൊടുക്കണം.

കാമരാജ് അവരോടു പറഞ്ഞു.

– ഈ കോളനിയിലെ എല്ലാ കുടിലുകളിലും ഓരോ അമ്മയുണ്ട് അവരൊക്കെ എന്റേയും അമ്മമാരാണ്. അവർക്കൊക്കെ നല്ല വീട് ഉണ്ടാകുമ്പോൾ എന്റെ അമ്മയ്ക്കും നല്ല വീടുണ്ടാകും.

അഖിലേന്ത്യാ കോൺഗ്രസ്സ് പാർട്ടിപ്രസിഡന്റായിരുന്ന കാമരാജിന് ഇന്ദിരാഗാന്ധിയെ പ്രധാനമന്ത്രിയാക്കുന്നതിൽ രണ്ടു താൽപര്യങ്ങൾ ഉണ്ടായിരുന്നു. ഒന്ന് അവർ തന്റെ പ്രിയ നേതാവായിരുന്ന ജവഹർലാലിന്റെ മകളാണ് എന്നത്. രണ്ട് തനിക്കു നന്നായി അറിയുന്നവരും ഒരു സ്ത്രീയും ആയതുകൊണ്ട് കേന്ദ്ര സർക്കാരിനുമേൽ തനിക്കൊരു സ്വാധീനമുണ്ടാവും.

കാമരാജിന്റെ തുണയും സഹായവും തനിക്കു കൂടിയേ കഴിയൂ. കാമരാജിന്റെ വിനീത അനുയായിയായി ഇന്ദിരാ ഗാന്ധി മാറി.

മൊറാർജി ദേശായി, വൈ. ബി. ചവാൻ, ഗുൽസാരിലാൽ നന്ദ, ശ്രീമതി ഇന്ദിരാഗാന്ധി എന്നിവർ മത്സരാർത്ഥികളാണ്. മദ്ധ്യപ്രദേശ് മുഖ്യമന്ത്രി ശ്രീ. ഡി.പി മിശ്ര ദില്ലിയിലുണ്ട്. അദ്ദേഹം ശ്രീമതി ഗാന്ധിയുടെ വിശ്വസ്തനാണ്. ശ്രീ മിശ്ര സംസ്ഥാന മുഖ്യമന്ത്രിമാരുടെ പിൻതുണ ശ്രീമതി ഗാന്ധിക്കാണെന്ന് ഉറപ്പു വരുത്തി. ഇന്ത്യാ പാക് യുദ്ധം കഴിഞ്ഞതേയുള്ളൂ. നാട്ടിലാകെ ഭക്ഷ്യക്ഷാമമാണ്. വിലവർദ്ധന രൂക്ഷമാണ്. പിറ്റേന്നു രാവിലെ ഇറങ്ങിയ എല്ലാ ദേശീയ പത്രങ്ങളിലും സംസ്ഥാന മുഖ്യമന്ത്രിമാർ, ശ്രീമതി ഗാന്ധിയെ പിൻതുണയ്ക്കുന്നതായി വാർത്ത വന്നു. ബ്രേക്ക്ഫാസ്റ്റിന് പത്രപാരായണവും പതിവായതുകൊണ്ട് ശ്രീമതി ഗാന്ധി ആ വാർത്ത ശ്രദ്ധിച്ചു. കോൺഗ്രസ്സ് പാർലമെന്റ് പാർട്ടി അതിന്റെ നേതാവിനെ തെരഞ്ഞെടുക്കുന്ന ദിവസം താൽക്കാലിക പ്രധാനമന്ത്രി ഗുർസാരിലാൽ നന്ദ ബോർഡർ സെക്യൂരിറ്റി ഫോഴ്സിനെ ദില്ലിക്കു കൊണ്ടുവന്നു. നന്ദ ഒരു അട്ടിമറി നടത്തുമോയെന്ന് നേതാക്കൾ സംശയിച്ചു.

നന്ദ പത്രക്കാരോടു പറഞ്ഞത് പട്ടാള അട്ടിമറി ഉണ്ടാകാതിരിക്കാനാണ് എന്നാണ്. പ്രധാന മന്ത്രി പദം മോഹിച്ച നന്ദയെ ജ്യോതിഷികൾ പ്രലോഭിപ്പിച്ചിരുന്നു. ഗ്രഹനില പ്രകാരം നന്ദയ്ക്ക് ഉന്നതാധികാര ലബ്ധി ഉണ്ടാകുമെന്ന് അവർ സ്വകാര്യത്തിൽ പറഞ്ഞിരുന്നു. ജനുവരി പതിനഞ്ചായപ്പോൾ രണ്ടു സ്ഥാനാർത്ഥികൾ തമ്മിലായി മത്സരം.

മൊറാർജി ദേശായ്.

ശ്രീമതി ഇന്ദിരാ ഗാന്ധി.

മുൻപ് കാമരാജ് കൊണ്ടുവന്ന സമവായത്തിലുടെയാണ് ശ്രീലാൽ ബഹദൂർ ശാസ്ത്രി പ്രധാനമന്ത്രിയായത്. ഇത്തവണ ദേശായ് വഴങ്ങിയില്ല. രണ്ടു ചേരികളും പ്രചരണം ശക്തമാക്കി. ജനുവരി പത്തൊൻപതിന് കോൺഗ്രസ്സ് പാർട്ടി പാർലമെന്ററി പാർട്ടി നേതാവിനെ തെരഞ്ഞെടുക്കും. തെരഞ്ഞെടുപ്പു ദിവസത്തിനു തലേദിവസം ശ്രീമതി വിജയലക്ഷ്മി പണ്ഡിറ്റ് ഒരു പ്രസ്താവന ഇറക്കി. -ശ്രീമതി ഇന്ദിരാഗാന്ധി അടുത്ത പ്രധാനമന്ത്രിയായി തെരഞ്ഞെടുക്കപ്പെടും. ഭരണ പരിചയം ഇല്ലായെന്നത് ഒരു കുറവൊന്നുമല്ല. പിന്നെ ആരോഗ്യം കുറവാണെങ്കിലും സഹപ്രവർത്തകർ ഉണ്ടല്ലൊ! എല്ലാ ഭാവുകങ്ങളും നേരുന്നു.

സഹോദര പുത്രിയോടുള്ള പക മുഴുവനും ആ പ്രസ്താവനയിലുണ്ടായിരുന്നു. ശ്രീമതി ഗാന്ധി അത് തിരിച്ചറിയുകയും ചെയ്തു.

ജനുവരി പത്തൊൻപതിന് അതിരാവിലെ ഇന്ദിരാഗാന്ധി രാജ്ഘട്ടിൽ പോയി ഗാന്ധി സമാധിക്കു മുന്നിൽ നിർന്നിമേഷം നിന്നു. കണ്ണുകൾ ഈറനണിഞ്ഞത് കുടെയുണ്ടായിരുന്നവർ കാണാതെ ശ്രദ്ധിച്ചു. പാർലമെന്റിലേക്കു പ്രവേശിക്കുമ്പോൾ ഇന്ദിരയ്ക്കു തോന്നി, പിതാവ് തന്നോടൊപ്പം നടക്കുന്നുണ്ട്. ബാലറ്റ് പേപ്പർ എണ്ണിയപ്പോൾ ശ്രീമതി ഇന്ദിരാ ഗാന്ധിക്ക് 355 വോട്ട്. ശ്രീ മൊറാർജി ദേശായിക്ക് 169 വോട്ടും. ശ്രീമതി ഇന്ദിരാ ഗാന്ധി ആദ്യം ശ്രീ മൊറാർജി ദേശായിയെ കണ്ട് സൗഹൃദവും സഹകരണവും അഭ്യർത്ഥിച്ചു. ശ്രീ. കെ. കാമരാജിനേയും മറ്റ് അഭ്യുദയ കാംക്ഷികളേയും കണ്ട് നന്ദി പറഞ്ഞു.സഹായവും സഹകരണവും എന്നുമുണ്ടാവണമെന്നും അഭ്യർത്ഥിച്ചു.

വാർത്തയറിഞ്ഞ് വലിയൊരു ജനാവലി പാർലമെന്റിനു പുറത്ത് വന്നു ചേർന്നിരുന്നു. അവർ മുല്ലപ്പൂമാലകൾ ഉയർത്തിപ്പിടിച്ച് ശ്രീമതി ഗാന്ധിയെ പൊതിഞ്ഞു. ആൾക്കൂട്ടത്തിനിടയിലൂടെ ശ്രീമതി ഗാന്ധിയുമായി ചെറിയൊരു കാറ് രാഷ്ട്രതി ഭവനിലേക്കു നീങ്ങി. പ്രസിഡന്റ് എസ്. രാധാകൃഷ്ണൻ ശ്രീമതി ഇന്ദിരാ ഗാന്ധിയെ പ്രതീക്ഷിച്ചിരിക്കുകയായിരുന്നു. ഏറ്റവും വലിയ പാർലമെന്ററിപ്പാർട്ടി നേതാവായ ഇന്ദിരാ ഗാന്ധിയെ പ്രസിഡന്റ് ഔദ്യോഗികമായി പ്രധാനമന്ത്രി പദത്തിലേക്കു ക്ഷണിച്ചു. പുതിയ കേന്ദ്ര മന്ത്രിസഭ രൂപീകരിക്കാൻ ആവശ്യപ്പെടുകയും ചെയ്തു.

രാഷ്ട്രപതി ഭവനിലെ അശോകാഹാളിൽ ഇന്ത്യൻ പ്രസിഡന്റ് ഡോക്ടർ എസ് രാധാകൃഷ്ണൻ ശ്രീമതി ഇന്ദിരാഗാന്ധിയെ ഇന്ത്യൻ പ്രധാന മന്ത്രിയായി സത്യപ്രതിജ്ഞ ചെയ്യിച്ചു. ഇതേ ഹാളിലായിരുന്നു പത്തൊൻപത് വർഷം മുൻപ് പണ്ഡിറ്റ് ജവഹർ ലാൽ നെഹ്റു പ്രധാന മന്ത്രിയായി സത്യപ്രതിജ്ഞ ചെയ്തത്. അശോകാഹാളിന്റെ ഗ്യാലറിയിൽ നെഹ്റു കുടുംബാംഗങ്ങളും സുഹൃത്തുക്കളും വീക്ഷകരായി ഉണ്ടായിരുന്നു. ശ്രീമതി ഗാന്ധിയുടെ രണ്ടു മക്കളും അപ്പോൾ ഇംഗ്ലണ്ടിൽ പഠിക്കുകയാണ്. വലിയൊരു ബുദ്ധപ്രതിമ അഭയമുദ്ര കാട്ടി നിന്നിരുന്നു. ബുദ്ധന് അഭിമുഖമായി നിന്നാണ് സത്യപ്രതിജ്ഞ ചെയ്തത്.

ദൈവ നാമത്തിലല്ല ഭരണഘടനയുടെ നാമത്തിലാണ് ശ്രീമതി ഇന്ദിരാഗാന്ധി പ്രതിജ്ഞ ചൊല്ലിയത്. അതിന്റെ പേരിൽ ചിലർ അവരെ നിരീശ്വരവാദി എന്ന് ആക്ഷേപിച്ചു. പത്രപ്രതിനിധികൾ ചോദിച്ചപ്പോൾ പറഞ്ഞു.

-ദൈവവും മതവും പലർക്കും ചുമടുതാങ്ങികളാണ്. എനിക്ക് അങ്ങനെ ഒരു ചുമടുതാങ്ങി ആവശ്യമില്ല. എന്നാൽ ഞാനൊരു നിരീശ്വരവാദിയല്ല.

അവർ ഭഗവദ്ഗീതയിലെ രണ്ടു വരികൾ ചൊല്ലി.

-ഞാൻ സുന്ദരവസ്തുക്കളിലെ സൗന്ദര്യമാകുന്നു.

പാപങ്ങളിലെ തിന്മയാകുന്നു.

ശ്രീമതി ഇന്ദിരാഗാന്ധി പ്രധാനമന്ത്രിയായി സത്യപ്രതിജ്ഞ ചെയ്ത ദിവസം ബോംബെയിൽ നിന്ന് ജനീവയിലേക്കു പറന്ന എയർ ഇന്ത്യാ വിമാനം സ്വിറ്റ്സർലണ്ടിലെ മൗണ്ട് ബ്ലാൻക് മലനിരകളിൽ തകർന്നു വീണു. ആ വിമാനത്തിൽ ഭൗതികശാസ്ത്രജ്ഞരുടെ തലവനായ ഡോക്ടർ ഹോമി ഭാഭയും ഉണ്ടായിരുന്നു. ഇന്ത്യയുടെ ശാസ്ത്രസൂര്യനായിരുന്നു ഹോമിഭാഭ. ശാസ്ത്രജ്ഞനും കലാകാരനും ആധുനിക മനസ്സുള്ളവനുമായിരുന്ന അദ്ദേഹം ഇന്ദിരാഗാന്ധിയുടെ അടുത്ത സുഹൃത്തുമായിരുന്നു. ആ വിമാനാപകടം അട്ടിമറിയാണെന്ന് എല്ലാവർക്കും അറിയാമായിരുന്നെങ്കിലും ഔദ്യോഗികമായി ഒന്നും തെളിയിക്കപ്പെട്ടില്ല.

ഒരിക്കൽ ഒരു ഇന്റർവ്യുവിൽ ശ്രീമതി ഗാന്ധി പറഞ്ഞു.

-രാഷ്ട്രീയ പ്രവർത്തനം ഒരു തൊഴിലല്ല. മനുഷ്യജീവിതത്തെ അർത്ഥവത്തായി മുന്നോട്ടു നയിക്കുന്ന സംഘശക്തിയാണ്. ജനതയ്ക്ക് ഊർജ്ജം പകരുന്ന ചാലക ശക്തിയാണ്.

അതിസങ്കീർണ്ണതയിൽ പെട്ടുഴലുന്ന ഒരു രാജ്യത്തെ ഭരണപരിചയമില്ലാത്ത ഒരു സ്ത്രീക്ക് രക്ഷിക്കാനാവുമോ? പലരും അങ്ങനെ ശങ്കിച്ചു.

ഇന്ദിര തിരിച്ചറിഞ്ഞു.

-ഇന്ത്യ പിന്തള്ളപ്പെട്ടത് തത്ത്വശാസ്ത്രങ്ങളുടെ കുറവുകൊണ്ടല്ല. ഭരണയന്ത്രത്തിലെ തുരുമ്പ് രാജ്യത്തെ ചലനരഹിതമാക്കിയിരിക്കുന്നു.

ക്രമസമാധാന പാലനം മാത്രമാണ് ഭരണക്രമം എന്ന് തെറ്റിദ്ധരിക്കപ്പെട്ടിരിക്കുന്നു. അടിസ്ഥാനമാറ്റം അത്യാവശ്യമാണ്. സങ്കുചിത ചിന്തയിൽ അഭിരമിക്കുന്ന നേതൃത്വത്തെ നവീകരിക്കണം. പാരമ്പര്യ ചിന്തയിൽ നിന്ന് ആധുനികതയിലേക്ക് വലിച്ചിടണം. ഭരണവും പാർട്ടിയും ശക്തമാവണം. ക്യാബിനറ്റിൽ പുതിയ ആളുകളെ കൊണ്ടുവരുവാൻ ആഗ്രഹിച്ചു. എന്നാൽ ശ്രീകാമരാജ് പറഞ്ഞത് അതിന്റെ ആവശ്യമില്ലെന്നാണ്. നിലിവിലുള്ള മന്ത്രിമാർ തുടരണമെന്ന് അദ്ദേഹം നിർദ്ദേശിച്ചു. ലാൽ ബഹദൂർ ശാസ്ത്രിയുടെ ക്യാബിനറ്റാണ് തുടരുന്നത്. ആഭ്യന്തര മന്ത്രി ഗുൽസാരിലാൽ നന്ദയെയെങ്കിലും പുറം തള്ളണമെന്ന് ആഗ്രഹിച്ചെങ്കിലും രാഷ്ട്രീയ സമ്മർദ്ദം അനുവദിച്ചില്ല. അന്ന് ശ്രീമതി ഗാന്ധിക്ക് നാൽപത്തിയേഴു വയസ്സാണ്. നീണ്ടു മെലിഞ്ഞ് പ്രായത്തേക്കാൾ ചെറുപ്പം തോന്നിക്കുന്ന പ്രൗഢ.

രാജ്യം വലിയൊരു വരൾച്ചയെ നേരിട്ടുകൊണ്ടിരിക്കുകയാണ്. കൃഷി നശിച്ചിരിക്കുന്നു. ഭക്ഷ്യക്ഷാമത്തിന്റെ കരിനിഴൽ രാജ്യത്തിന്റെ മുഖം കരിവാളിപ്പിച്ചിരിക്കുന്നു. അരി കിട്ടാതെ കേരളത്തിലെ ജനങ്ങൾ പ്രക്ഷോഭത്തിലാണ്. അരി മുഖ്യാഹാരമായ വടക്കുകിഴക്കൻ സംസ്ഥാനങ്ങളിലും മിസ്സോറാമിലും കലഹം പൊട്ടിപ്പുറപ്പെട്ടിരിക്കുന്നു. ഭക്ഷ്യോൽപാദന സംസ്ഥാനമായ പഞ്ചാബിൽ വലിയ സമരങ്ങൾ നടക്കുന്നു. പഞ്ചാബി സംസാരിക്കുന്ന പ്രദേശങ്ങൾ ചേർത്ത് പുതിയൊരു സംസ്ഥാനം വേണമെന്ന് അവർ വാശിപിടിക്കുകയാണ്. പുതിയ സംസ്ഥാനം രൂപീകരിച്ചില്ലെങ്കിൽ സ്വയം തീകൊളുത്തി മരിക്കുമെന്ന് ഫത്തോഹ് സിങ്ങ് എന്ന സിഖ് നേതാവ് ഭീഷണി മുഴക്കി. ഹിന്ദു സന്ന്യാസിമാരുടേയും അനുയായികളുടേയും സമരജാഥകൾ നിരന്തര ഭീഷണിയാണ്. ഗോവധം നിരോധിക്കണമെന്നാണ് അവർ ആക്രോശിക്കുന്നത്.

ഇവിടെ തത്ത്വശാസ്ത്രങ്ങൾക്ക് ഒരു സ്ഥാനവുമില്ല. പ്രായോഗികവും ശക്തവുമായ നടപടികളാണ് വേണ്ടത്. അത് തിരിച്ചറിഞ്ഞ ശ്രീമതി ഇന്ദിരാഗാന്ധി തന്റെ മനസ്സ് ഉറപ്പിക്കുകയാണ്. ഒരു പതറിച്ച പോലും പാടില്ല. നിലനില്പിന്റേയും പ്രശ്നമാണ്.

ജനങ്ങളുമായി നേരിട്ടുണ്ടായിരുന്ന ബന്ധം വീണ്ടും ശക്തിപ്പെടുത്താൻ തീരുമാനിച്ചു. പാർട്ടിയിലേയും പ്രതിപക്ഷത്തേയും മുതിർന്ന നേതാക്കളെ അതിസൂക്ഷ്മമായി നിരീക്ഷിച്ചു. ജവഹർലാൽ നെഹ്റുവിന്റെ കാലം മുതൽ പാർട്ടി നേതാക്കളുടെ ശക്തിയും ദൗർബല്യവും അറിയാം. ജനതയെ കൂടെക്കൂട്ടാൻ ഏറ്റവും നല്ല ഉദാഹരണം മഹാത്മാ ഗാന്ധിയാണ്. ഗാന്ധിജി 'ഉപ്പ്' എന്നു പറഞ്ഞാൽ അതിൽ ഉപ്പുണ്ട്. അദ്ദേഹം അതൊരു പ്രതീകമായാണ് ഉപയോഗിച്ചത്. 'സത്യം' എന്ന് ഭാരതീയരോടു പറഞ്ഞാൽ ഹരിശ്ചന്ദ്രന്റെ പുരാവൃത്തം അവരുടെ മനസ്സിൽ തെളിയും. ഗാന്ധിജി പ്രതീകങ്ങളെയാണ് ഉപയോഗിച്ചത്. തത്ത്വശാസ്ത്രത്തെയല്ല. എന്നും രാവിലെ ശ്രീമതി ഇന്ദിരാഗാന്ധി

ഓഫീസ്സിലേക്കു പുറപ്പെടുന്നതിനു മുൻപ് സന്ദർശകരെ കാണുകയും അവരോട് സംസാരിക്കുകയും ചെയ്തു. അത്യാവശ്യക്കാരായ കുറച്ചു പേരോട് ഒറ്റയ്ക്കും മറ്റുള്ളവരോട് ചെറു പ്രഭാഷണ രൂപത്തിലും ഇട പെട്ടു. ആരോടും കോപിച്ചില്ല. കാലതാമസത്തിന് ക്ഷമാപണം ചെയ്യും. പരാതികൾ അപ്പപ്പോൾ കുറിച്ചു വെയ്ക്കാൻ കൂടെ ആളുണ്ടാവും. നട പടികൾക്ക് ഉത്തരവിടുക മാത്രമല്ല, ആയത് നടപ്പാക്കിയോ എന്ന് അന്വേ ഷിക്കാനും സംവിധാനമുണ്ടാക്കി. ജനങ്ങളുടെ ഒരു കത്തിനു പോലും മറുപടി അയയ്ക്കാതിരുന്നിട്ടില്ല. കൈയൊപ്പും ചാർത്തും.

എന്നും രാവിലെ അഞ്ഞൂറിലേറെപ്പേരെ കാണും. സംസാരിക്കും. ലാൽ ബഹദൂർ ശാസ്ത്രിയുടെ പ്രിൻസിപ്പൽ സെക്രട്ടറിയായിരുന്ന എൽ. കെ. ഝാ തന്റെ രാജി പുതിയ പ്രധാനമന്ത്രിക്കു സമർപ്പിച്ചു. അടുത്ത തെരഞ്ഞെടുപ്പുവരെതുടരാൻ ഝായോട് ശ്രീമതി ഗാന്ധി ആവശ്യപ്പെട്ടു. ഝാ അനുസരിക്കുകയും ചെയ്തു. പലരേയും പരിഗണിച്ചെങ്കിലും ആരിലും തൃപ്തി തോന്നിയില്ല. ഒടുവിൽ ഝാതന്നെ തുടരാൻ ശ്രീമതി ഗാന്ധി ആവശ്യപ്പെട്ടു. എല്ലാ തിരക്കുകൾക്കിടയിലും ശ്രീമതി ഗാന്ധി രാജ്യത്തെ പ്രധാന എഴുത്തുകാരേയും ചിത്രശില്പ രചയിതാക്കളേയും സംഗീതജ്ഞരേയും നർത്തകരേയും കാണുകയും അവരുടെ പ്രശ്ന ങ്ങളിൽ ഇടപെട്ട് പരിഹരിക്കുകയും ചെയ്യും. അവർ സ്വയം ഒരു കലാ കാരി ആയിരുന്നില്ല. എന്നാൽ ഒരു രാജ്യത്തിന്റെ അന്തഃസത്ത കലയാ ണെന്ന് തിരിച്ചറിഞ്ഞിരുന്നു. കുറച്ചുകാലമേ ഉണ്ടായിരുന്നുള്ളുവെങ്കിലും ടാഗോറിന്റെ ശാന്തിനികേതനത്തിലെ താമസവും പഠനവും വലിയ പ്രയോജനം ചെയ്തിരുന്നു. അക്കാലത്തിന്റെ സ്മരണ മനസ്സിന്റെ പച്ച പ്പായി നിലനിന്നു.

അവർ ഓരോ ദിവസവും പതിനെട്ടു മണിക്കൂർ ജോലി ചെയ്തു. ശാസ്ത്രജ്ഞർ, മൂന്നു സേനയുടേയും തലവന്മാർ എന്നിവരെ നേരിട്ടു കണ്ട് അവരുടെയൊക്കെ ആദരവ് അവർ നേടി. പഞ്ചാബിന്റെ വിഭജന പ്രശ്നമാണ് ആദ്യമായി നേരിടേണ്ടത്. പഞ്ചാബി സംസാരിക്കുന്ന പ്രദേ ശവും ഹിന്ദി സംസാരിക്കുന്ന പ്രദേശവും തമ്മിലാണ് കലഹം. ഹിന്ദി സംസാരിക്കുന്നവരുടെ ഹരിയാന എന്നൊരു പുതിയ സംസ്ഥാനം രൂപീ കരിച്ചു. സിഖുകാർ അത് അംഗീകരിച്ചു. എന്നാൽ ഹിന്ദി സംസാരിക്കു ന്നവർ തൃപ്തരായില്ല. അവർക്കു ലഭിച്ചത് തീരെ ചെറിയ ഭൂപ്രദേശം മാത്രമാണെന്നതായിരുന്നു കാരണം. അവർ പൊതുമുതൽ നശിപ്പിച്ചു കൊണ്ട് സമരം ചെയ്തു.

ഇന്ദിരാഗാന്ധി അവരെ നേരിട്ടു കണ്ടു സംസാരിച്ചു.

എന്റെ കണ്ണുകളിൽ ഒരു തുള്ളി കണ്ണുനീരില്ല. എന്റെ ഹൃദയം അരിശം കൊണ്ട് കത്തുകയാണ്. സ്വാതന്ത്ര്യസമരപ്പോരാളികളുടെ നിരവധി വർഷത്തെ ത്യാഗവും സമരവും ഇങ്ങനെ തമ്മിലടിക്കാനാ യിരുന്നോ? തമ്മിലടിച്ച് നശിക്കാനായിരുന്നെങ്കിൽ എന്തിന് വിദേശ സർക്കാരിനെ തുരത്തി? അധികാരം ഉപയോഗിച്ച് ഈ സമരം ഞാൻ

അടിച്ചമർത്തുകയില്ല. ഞാൻ നിങ്ങളുടെ പ്രധാനമന്ത്രി നേരിട്ടു വന്നു ചോദിക്കുകയാണ്.

മറുപടി പറയുക...

മറുപടി പറയുക...

എന്തിനാണ് നമ്മൾ സ്വാതന്ത്ര്യം നേടിയത്?

പ്രധാനമന്ത്രി നേരിൽ വന്ന് സംസാരിച്ചപ്പോൾ ജനങ്ങൾ അടങ്ങി. അവർ അക്രമം അവസാനിപ്പിച്ചു. ശ്രീമതി ഗാന്ധി ജനങ്ങളോടു പറഞ്ഞു.

-നമ്മുടെ കൈവശം ഭക്ഷ്യധാന്യങ്ങളില്ല. നാട് ദാരിദ്ര്യത്തിലാണ്. പട്ടിണി മരണം എങ്ങനെയും ഒഴിവാക്കണം. അതിനുവേണ്ടിയാണ് സർക്കാർ കിണഞ്ഞു ശ്രമിക്കുന്നത്. ജനങ്ങൾ തമ്മിലടിക്കരുത്. നിങ്ങളുടെ പ്രധാനമന്ത്രിക്ക് കുറച്ചു സാവകാശം നൽകൂ. സഹകരണം നൽകൂ.

ജനം അടങ്ങിയതിനുശേഷമാണ് ശ്രീമതി ഗാന്ധി ദില്ലിക്കു മടങ്ങിയത്.

1965-ലെ ഇന്തോ പാക് യുദ്ധത്തിനുശേഷം അമേരിക്ക ഇരു രാജ്യങ്ങൾക്കുമുള്ള സഹായങ്ങൾ നിർത്തിയിരിക്കുകയാണ്. എൽ.കെ. ഝായ്ക്ക് ചില അമേരിക്കൻ ബന്ധങ്ങളുണ്ടായിരുന്നു. അവരിലൂടെയാണ് അമേരിക്കൻ പ്രസിഡന്റ് ലിൻഡൻ ജോൺസണുമായി ബന്ധപ്പെടാൻ കഴിഞ്ഞത്. ശ്രീമതി ഗാന്ധിക്ക് അമേരിക്ക സന്ദർശിക്കാൻ പ്രസിഡന്റിന്റെ ക്ഷണം വന്നു. അടിക്കടി ഇന്ത്യയിലുണ്ടായ പ്രശ്നങ്ങൾ കാരണം യാത്ര നീണ്ടുപോയി. ആൾ ഇന്ത്യാ കോൺഗ്രസ്സ് കമ്മിറ്റിയുടെ മീറ്റിംഗ് ജയിപൂരിൽ വെച്ചു ചേരുവാനുള്ള തീരുമാനമായി. ശ്രീമതി ഗാന്ധി പ്രധാനമന്ത്രിയായതിനുശേഷം ആദ്യമായുണ്ടാകുന്ന സമ്മേളനമാണ്. ലാൽ ബഹദൂർ ശാസ്ത്രിയുടെ കാലത്ത് രാജ്യം ഫുഡ് സോണുകൾ (ഭക്ഷ്യമേഖല) ആയി വിഭജിക്കപ്പെട്ടിരുന്നു. അതനുസരിച്ച് മിച്ചധാന്യം ക്ഷാമബാധിത പ്രദേശത്തേക്ക് യഥേഷ്ടം കൊണ്ടുപോകാൻ കഴിയില്ല. അതിന് മിച്ചസംസ്ഥാനത്തെ മുഖ്യമന്ത്രിയുടെ അനുമതി വേണം.

പ്രതീക്ഷിച്ചതുപോലെ ജയ്പൂരിലെ എ.ഐ.സി.സി സമ്മേളനം ബഹളമയമായി. ക്ഷാമബാധിത പ്രദേശങ്ങളിലെ മുഖ്യമന്ത്രിമാർ 'ഭക്ഷ്യമേഖല' സമ്പ്രദായത്തിനെതിരെ ശബ്ദമുയർത്തി. മിച്ചസംസ്ഥാന മുഖ്യമന്ത്രിമാർ എതിർത്തു.

കേന്ദ്ര ഭക്ഷ്യമന്ത്രി സി. സുബ്രഹ്മണ്യത്തിന്റെ വാക്കുകൾ ആരും ശ്രദ്ധിച്ചില്ല. കൂക്കുവിളി ഉയർന്നു. ശ്രീമതി ഗാന്ധി ഇടപെട്ടു. അവരുടെ സംസാരവും കേൾക്കാൻ കഴിയാതെ വന്നപ്പോൾ ശ്രീ. കെ. കാമരാജ് എണീറ്റ് നാടൻ തമിഴിൽ അട്ടഹസിച്ചു സംസാരിച്ചു. അപ്പോൾ ബഹളം നിന്നു. ആ സമ്മേളനത്തിൽ ശ്രീമതി ഗാന്ധിക്കു മനസ്സിലായി, നേതാക്കന്മാർക്ക് പ്രായം മാത്രമേ ആയിട്ടുള്ളൂ. പക്വത ആർജിച്ചിട്ടില്ല. പ്രധാനമന്ത്രിയായിട്ട് മൂന്നാഴ്ചപോലും തികയുന്നതിനു മുൻപാണ് ജയ്പൂർ

അനുഭവം ഉണ്ടാകുന്നത്. അവിടെ തന്റെ കഴിവ് തെളിയിക്കാൻ കഴിഞ്ഞില്ല. ഇനി പാർലമെന്റിനെ അഭിമുഖീകരിക്കണം. ക്യാബിനറ്റ് മന്ത്രിമാർ പോലും ഉള്ളാലെ തനിക്കനുകൂലമല്ല. സി. സുബ്രഹ്മണ്യവും അശേക് മേത്തയും മാത്രമാണ് ശ്രീമതി ഗാന്ധിക്ക് അനുകൂലമായിട്ടുള്ളത്. അവർ വേണ്ടത്ര രാഷ്ട്രീയ ബോധം ഉള്ളവരുമല്ല.

ഗുൽസാരിലാൽ നന്ദയാണ് ആഭ്യന്തര മന്ത്രി. തന്നോട് ഏറ്റവും വിരോധമുള്ള ആൾ. അയാളെ ഒഴിവാക്കാൻ ആഗ്രഹിച്ചിട്ടും നടന്നില്ല. അയാൾ ഇപ്പോഴും ജ്യോതിഷികളിലൂടെ പ്രധാനമന്ത്രി പദം പ്രതീക്ഷിക്കുകയാണ്. മാർച്ച് ഒന്നാം തീയ്യതി ചേർന്ന പാർലമെന്റു സമ്മേളനത്തിൽ ശ്രീമതി ഇന്ദിരാഗാന്ധിക്കെതിരെ വലിയ ആക്രമണങ്ങൾ ഉണ്ടായി. കോൺഗ്രസ്സ് പാർട്ടിക്കാർ തന്നെ പ്രതിപക്ഷത്തെപ്പോലെ പെരുമാറി. ആക്രമിക്കപ്പെടുമ്പോൾ ഉണരാറുള്ള പ്രത്യാക്രമണശേഷി ഇന്ദിരാഗാന്ധിയുടെ മനസ്സിൽ ഉണർന്നു. അവർ കോപാകുലയായി എണീറ്റു.

-ഞാൻ എന്റെ മുഴുവൻ ഉണർവും ഉപയോഗിച്ചു പറയുകയാണ്, ഈ മഹാരാജ്യത്തിന് തോൽവി ഉണ്ടാകുവാൻ ഞാൻ അനുവദിക്കില്ല. സമ്മതിക്കില്ല. അതെന്റെ ആത്മമന്ത്രമാണ്.

പാർലമെന്റ് അടങ്ങിയെങ്കിലും തുടക്കത്തിൽ ശ്രീമതി ഗാന്ധിക്ക് വേണ്ടത്ര ശോഭിക്കാൻ കഴിഞ്ഞില്ല. പ്രസംഗങ്ങളും പ്രസ്താവനകളും എഴുതിക്കൊണ്ടു വരികയാണ്. ഇടയ്ക്ക് ആരെങ്കിലും ഇടപെട്ടാൽ തുടരാൻ കഴിയില്ല. ജവഹർലാൽ നെഹ്റുവിനെ സ്ഥാനത്തും അസ്ഥാനത്തും വിമർശിക്കുമായിരുന്ന ശ്രീ. രാം മനോഹർ ലോഹ്യ പാർലമെന്റിൽ ഉണ്ടായിരുന്നു. അദ്ദേഹം ശ്രീമതി ഇന്ദിരാഗാന്ധിയെ പരിഹസിച്ചു.

-നമ്മുടെ പ്രധാനമന്ത്രി ശ്രീമതി ഗാന്ധി ശക്തി സമാഹരിച്ചു കൊണ്ടിരിക്കുന്നു.

ഓരോ പരിഹാസവും അവരെ ബലപ്പെടുത്തുകയാണ് ചെയ്തത്. മുൻപ് ലാൽബഹദൂർ ശാസ്ത്രിയുടെ ശവസംസ്കാരച്ചടങ്ങിന് അമേരിക്കൻ വൈസ് പ്രസിഡന്റ് ശ്രീ ഹാബെർട്ട് ഹംഫ്രി ഇന്ത്യയിൽ വന്നിരുന്നു. ഭാവിയിൽ ഇന്ത്യൻ പ്രധാനമന്ത്രിയായേക്കാവുന്ന ഒരു വ്യക്തിയെന്ന നിലയിൽ ശ്രീമതി ഇന്ദിരാഗാന്ധിയോട് അദ്ദേഹം പറഞ്ഞിരുന്നു.

- ഇന്ത്യ ഒരിക്കലും വടക്കൻ വിയറ്റ്നാമിനെ അനുകൂലിക്കരുത്. അത് അമേരിക്കൻ താൽപര്യത്തിന് വിരുദ്ധമാണ്.

ഇന്ദിര ഉടൻ മറുപടി പറഞ്ഞു.

- ഹോചിമിനുമായി ഇന്ത്യയ്ക്ക് കലഹങ്ങളൊന്നുമില്ല. വടക്കൻ വിയറ്റ്നാം ഇന്ത്യയ്ക്ക് അനുകൂലമാവുമെങ്കിൽ ഞങ്ങളും അവർക്ക് അനുകൂലമാവണമല്ലോ?

അമേരിക്കൻ വൈസ് പ്രസിഡന്റിന്റെ മുഖം ചുവന്നു.

-ഓ മൈ ഗോഡ്... ഞാൻ എന്റെ പ്രസിഡന്റിനോട് ഇന്ത്യ വടക്കൻ വിയറ്റ്നാമിനെ അനുകൂലിക്കുന്നുവെന്ന് എങ്ങനെ പറയും? വൈസ് പ്രസിഡന്റ് ആ വിവരം പ്രസിഡന്റിനെ അറിയിച്ചതു കൊണ്ടാവാം അമേരിക്കൻ പ്രസിഡന്റ് ശ്രീമതി ഇന്ദിരാ ഗാന്ധിക്ക് അമേരിക്ക സന്ദർശിക്കാനുള്ള ക്ഷണം നൽകിയത്.

ഇന്ദിരാ ഗാന്ധി അമേരിക്ക സന്ദർശിക്കാൻ തീരുമാനിച്ചു. അതിനുള്ള തയ്യാറെടുപ്പുകൾ ശ്രദ്ധയോടെ നടത്തി. തന്റെ വസ്ത്രങ്ങൾ വരെ ശ്രദ്ധിച്ച് തെരഞ്ഞെടുത്തു. അമേരിക്കയിലുള്ള ഇന്ത്യൻ സുഹൃത്തുക്കൾക്ക് ശ്രീമതി ഗാന്ധി സന്ദേശമയച്ചു. അവിടെ ഒരു നല്ല മെയ്ക്കപ്പ് വിദഗ്ദധനെ കണ്ടെത്തണമെന്നും തന്റെ കണ്ണുകൾക്കു താഴെ വീണിരിക്കുന്ന കറുപ്പ്രാശി മറയ്ക്കേണ്ടതുണ്ടെന്നും അടുത്ത ഒരു സുഹൃത്തിനെ അറിയിച്ചു. തന്റെ നീണ്ട മൂക്കിനും പരന്ന മുഖത്തിനും ചേർന്ന ഒരു ഹെയർ കട്ടിംഗ് പല ബ്യൂട്ടിഷ്യന്മാരുമായി ആലോചിച്ച് ശരിയാക്കി. തലമുടി ഡൈ ചെയ്ത് ഷേപ്പു ചെയ്യുമ്പോൾ ഒരു വെള്ളക്കൊടിപോലെ മദ്ധ്യഭാഗം വെള്ളയായിത്തന്നെ നിലനിർത്താൻ തീരുമാനമായി. അത് പിൽക്കാലം അവരുടെ മുഖചിഹ്നമായി. എല്ലാ സ്ത്രികളെയും പോലെ തന്റെ രൂപത്തിന്റേയും വേഷത്തിന്റേയും കാര്യത്തിൽ അവർ വളരെ ശ്രദ്ധാലുവായിരുന്നു. ലോകസാമ്പത്തിക സ്ഥാപനങ്ങളെക്കുറിച്ച് അക്കാലം ഇന്ദിരാഗാന്ധിക്ക് വേണ്ടത്ര അറിവ് ഉണ്ടായിരുന്നില്ല. ശാസ്ത്രിയുടെ കാലത്ത് ലോകബാങ്കും ഇന്റർനാഷണൽ മോണിറ്ററി ഫണ്ടും ചേർന്ന് ഇന്ത്യൻ റുപ്പീസിനെ അവമൂല്യനം (DEVALUE) ചെയ്യണമെന്ന് ഏറെ നിർബന്ധിച്ചിരുന്നു.

അമേരിക്കൻ യാത്രയ്ക്കു മുൻപ് ശ്രീമതി ഗാന്ധി ഇന്ത്യൻ സാമ്പത്തിക വിദഗ്ദ്ധരുമായി ചർച്ച ചെയ്തു. ഇന്ത്യയുടെ സാമ്പത്തിക നില വളരെ മോശമാണ്. മഴ തുടർച്ചയായി ചതിക്കുന്നു. രാജ്യത്ത് പട്ടിണി മരണം ഉണ്ടാകാൻ പാടില്ല. സാമ്പത്തിക ബാദ്ധ്യതകളിൽ നിന്ന് രാജ്യത്തെ ഉയർത്തിയെടുക്കുകയും വേണം. മാർച്ച് അവസാനം അമേരിക്കൻ സന്ദർശനത്തിനു തയ്യാറായി. വാഷിംങ്ടണിൽ തനിക്കു നേരിടേണ്ടി വരാവുന്ന കാര്യങ്ങളെക്കുറിച്ച് വിദഗ്ദ്ധരുമായി ആലോചിച്ചു. എന്തായാലും ഒരു വിനീതാപേക്ഷകയായി അമേരിക്കയിൽ ചെല്ലാൻ കഴിയില്ല. എവിടെ അവസ്ഥ മോശമാകുന്നുവോ അവിടെ നിലപാട് ശക്തമാക്കണം. നടുവളച്ച് യാചിക്കുവാൻ തനിക്കു കഴിയില്ല. വാഷിംങ്ടണിലേക്കുള്ള യാത്രാമദ്ധ്യേ ശ്രീമതി ഗാന്ധി പാരീസിൽ ഇറങ്ങി. ഫ്രഞ്ചു പ്രസിഡന്റ് ചാർളീസ് ദി ഗൗളയുമായി സംസാരിച്ചു. പ്രസിഡന്റുമായി നല്ല ഫ്രഞ്ചു ഭാഷയിലാണ് സംസാരിച്ചത്.

ശ്രീമതി ഗാന്ധിയുടെ പൊളിറ്റിക്കൽ സെക്രട്ടറി എൽ.കെ. ഝായുമായി ഫ്രഞ്ചു പ്രസിഡന്റ് സംസാരിച്ചു.

- രാഷ്ട്രീയത്തിലും രാജ്യഭരണത്തിലും ഒരു സ്ത്രീയെ ഇതുവരെയും ഞാൻ അംഗീകരിച്ചിട്ടില്ല. എന്നാൽ നിങ്ങളുടെ പ്രധാനമന്ത്രി ശ്രീമതി

ഇന്ദിരാഗാന്ധി ശക്തയാണെന്നു തോന്നുന്നു. അവർക്ക് പലതും പ്രവർത്തിക്കാൻ കഴിയും.

സെക്രട്ടറി സ്വകാര്യത്തിൽ ശ്രീമതി ഗാന്ധിയെ വിവരം അറിയിച്ചു.

അമേരിക്കൻ പ്രസിഡന്റ് ജോൺസന്റെ ഇന്ത്യയോടുള്ള താൽപര്യം പ്രധാനമായും കമ്മ്യൂണിസ്റ്റു ചൈനയ്ക്ക് എതിരായി ഒരു ഏഷ്യൻ രാജ്യം എന്ന നിലയിലായിരുന്നു. ഇന്ത്യയും ജപ്പാനും ചൈനയ്ക്ക് എതിരായി നിൽക്കണം. ശ്രീമതി ഇന്ദിരാ ഗാന്ധിയേയും സംഘത്തേയും കൊണ്ടുപോകാനായി അമേരിക്ക ഒരു പ്രത്യേക വിമാനം പാരീസിലേക്കയച്ചു. ഇന്ദിരാ ഗാന്ധിയുടെ കസിൻ ശ്രീ. ബി.കെ നെഹ്റു ആയിരുന്നു അക്കാലം അമേരിക്കയിലെ ഇന്ത്യൻ അംബാസ്സഡർ. അമേരിക്കൻ പ്രസിഡന്റ് ബി.കെ. നെഹ്റുവിനോട് ഒരു കാര്യം പ്രത്യേകം ചോദിച്ചിരുന്നു.

-നിങ്ങളുടെ പ്രധാനമന്ത്രിയെ ഞാൻ എങ്ങനെ സംബോധന ചെയ്യണം? മാഡം പ്രൈംമിനിസ്റ്റർ? യുവർ എക്സലൻസി?

ശ്രീമതി ഗാന്ധി വാഷിങ്ടണിൽ വിമാനം ഇറങ്ങിയപ്പോൾ തന്നെ സംബോധനയുടെ വിവരം ബി.കെ. നെഹ്റു ഇന്ദിരയെ അറിയിച്ചു.

ഇന്ദിരാ ഗാന്ധി ആലോചനയോടെ പറഞ്ഞു.

-ഇന്ത്യയിൽ പാർലമെന്റിലും ക്യാബിനറ്റിലും എന്നെ സംബോധന ചെയ്യുന്നത് 'സർ' എന്നാണ്.

വൈറ്റ് ഹൗസ് ലാവൂണിൽ ആദ്യമായി പരസ്പരം കണ്ടപ്പോൾ അമേരിക്കൻ പ്രസിഡന്റു പറഞ്ഞു.

-സർ, രണ്ടു നല്ല സുഹൃത്തുക്കൾ തമ്മിലുള്ള ഹൃദയം തുറന്ന സംഭാഷണങ്ങളും ഇടപെടലുകളുമാണ് ഞാൻ വാഗ്ദാനം ചെയ്യുന്നത്. ആ സമീപനം ശ്രീമതി ഗാന്ധിക്ക് ഇഷ്ടമായി. അമേരിക്കൻ പ്രസിഡന്റും ഇന്ത്യൻ പ്രധാനമന്ത്രിയും തമ്മിലുണ്ടായ ചർച്ചകൾ സൗഹൃദപരമായിരുന്നു. ചർച്ചയിൽ അമേരിക്കൻ പ്രസിഡന്റ് പ്രധാനമായും പറഞ്ഞത് ജനസംഖ്യാ വർദ്ധനവ് തടയണം, കൃഷി ആധുനീകരിക്കണം. പാകിസ്താനുമായി സൗഹൃദത്തിലാവണം എന്നൊക്കെയാണ്.

-ഇന്ത്യ അതിരൂക്ഷമായ കാലാവസ്ഥാ കെടുതികളെ നേരിടുകയാണ്. ക്ഷാമം അതികഠിനമാണ്. ഭക്ഷ്യ ധാന്യവും സാമ്പത്തിക സഹായവും അത്യാവശ്യമാണ്.

ശ്രീമതി ഗാന്ധി അങ്ങനെയാണ് പ്രതികരിച്ചത്.

പ്രസിഡന്റ് അനുകൂലമായി ഒന്നും പറഞ്ഞില്ല. ഇന്ത്യൻ റുപ്പീസിന്റെ അവമൂല്യനം (DEVALUATION) അത്യാവശ്യമാണെന്ന് പ്രസിഡന്റു പറഞ്ഞു. അതിനുശേഷം അവർ ക്യാബിനറ്റ് റൂമിലേക്കു വന്നു. അവിടെ ഇരു രാജ്യങ്ങളിലേയും ഡെലിഗേറ്റ്സ് അവരെ കാത്തിരിക്കുകയായിരുന്നു.

പ്രസിഡന്റ് ജോൺസൺ പറഞ്ഞു

-ജെന്റിൽ മെൻ, പ്രൈമിനിസ്റ്റർ ശ്രീമതി ഇന്ദിരാ ഗാന്ധിയുമായി നല്ലൊരു സംഭാഷണം നടത്താൻ കഴിഞ്ഞതിൽ എനിക്കു സന്തോഷമുണ്ട്. ലോകബാങ്കാണ് സാമ്പത്തിക സഹായങ്ങളുടെ രീതി നിശ്ചയിക്കുന്നതെന്ന് ഞാൻ അവരോടു പറഞ്ഞു. ബാങ്കിന്റെ എല്ലാ നടപടികൾക്കും അമേരിക്കയുടെ പിൻതുണയുണ്ടാവും. ഇന്ത്യൻ റുപ്പീസിന്റെ അവമൂല്യനം (DEVALUATION) ശ്രീമതി ഗാന്ധിക്ക് സ്വീകര്യമായില്ല. അന്നു വൈകുന്നേരം ഇന്ത്യൻ പ്രധാനമന്ത്രിയുടെ ബഹുമാനാർത്ഥം അമേരിക്കൻ പ്രസിഡന്റ് ഒരു ബായ്ക്കെറ്റ് പാർട്ടി ഏർപ്പാടാക്കിയിരുന്നു. പാർട്ടിയിൽ ഭക്ഷണവും ഡാൻസും ഉണ്ടായിരിക്കുമെന്നും അറിയിച്ചു. തനിക്കു നേരിടേണ്ടിവരുന്ന ഒരു പ്രശ്നം ശ്രീമതി ഗാന്ധിയെ ചിന്തിപ്പിച്ചു. പ്രസിഡന്റ് ജോൺസൺ കൈ പിടിച്ച് അരയ്ക്കു കെട്ടിപ്പിടിച്ച് നൃത്തം ചെയ്യും. ലൈവ് ആയും റിക്കോർഡഡ് ആയും ഇന്ത്യൻ ജനത അതു കാണും. അത് തനിക്ക് ഒട്ടും ഗുണം ചെയ്യുകയില്ല.

ക്ഷമാപണത്തോടെ ശ്രീമതി ഇന്ദിരാഗാന്ധി വിരുന്നു സൽക്കാരം നിരസിച്ചു. അടുത്ത ദിവസം അമേരിക്കയിലെ ഇന്ത്യൻ അംബാസ്സഡർ ശ്രീ ബി.കെ. നെഹ്റു അമേരിക്കൻ വൈസ് പ്രസിഡന്റിന് ഇന്ത്യൻ പ്രധാനമന്ത്രിയുടെ പേരിൽ അത്താഴ വിരുന്നു കൊടുത്തു. ഇന്ത്യൻ എംബസ്സിയിൽ വെച്ചായിരുന്നു വിരുന്ന്.

എല്ലാവരേയും അദ്ഭുതപ്പെടുത്തിക്കൊണ്ട് ക്ഷണമില്ലാതെ അമേരിക്കൻ പ്രസിഡന്റ് ജോൺസൺ ആ സൽക്കാര വിരുന്നിനു വന്നു. ഇന്ത്യൻ പ്രധാനമന്ത്രിയെ കാണാനാണ് വന്നതെന്നു പറഞ്ഞപ്പോൾ അംബാസ്സഡറുടെ പത്നി ശ്രീമതി ഫോറി നെഹ്റു അമേരിക്കൻ പ്രസിഡന്റിനോട് അഭ്യർത്ഥിച്ചു.

-മിസ്റ്റർ പ്രസിഡന്റ്, ഡിന്നറിന് താങ്കൾ കൂടെ ചേർന്നിരുന്നെങ്കിൽ നന്നായിരുന്നേനെ.

-തീർച്ചയായും, തീർച്ചയായും.

പ്രോട്ടോകോൾ അനുസരിച്ച് ഡിന്നർ ടേബിളിന്റെ സംവിധാനത്തിൽ മാറ്റം വരുത്തി. ഇന്ത്യൻ ഡെലിഗേഷനിൽ നിന്ന് ഒരിതിഥിയെ ഒഴിവാക്കേണ്ടിയും വന്നു.

രണ്ടു പ്രധാന ഉടമ്പടികൾ ഒപ്പുവെച്ചു. ഒന്ന് ഭക്ഷ്യധാന്യങ്ങളുടെ ഇറക്കുമതിയാണ്. രണ്ട് നിർത്തിവെച്ച അമേരിക്കൻ ധനസഹായം പുനരാരംഭിക്കലും. ധനസഹായത്തിന് ഒരു വിദ്യാഭ്യാസ നിധി രൂപീകരിക്കും. ഇന്ത്യയിലേക്ക് ഇറക്കുമതി ചെയ്യുന്ന ധാന്യത്തിന്റെ വില ആ നിധിയിലേക്കു വകയിരുത്തും. ഇന്ത്യയുടെ അമേരിക്കൻ ഡെപ്യൂട്ടി കമ്മിഷണർ പി. എൻ. ഹക്സർ രഹസ്യമായി ഇന്ദിരാ ഗാന്ധിക്ക് മുന്നറിയിപ്പു നൽകി. അമേരിക്കയുടെ സ്വകാര്യ വിദ്യാഭ്യാസ മേധാവികൾ ഇന്ത്യയുടെ വിദ്യാഭ്യാസ മേഖല കൈയടക്കാനുള്ള ശ്രമമുണ്ടാവും. അതിന് അനുവദിക്കരുത്. വിദ്യാഭ്യാസ മേഖലയിലെ വ്യവസ്ഥ ശ്രീമതി ഗാന്ധി സമ്മതിച്ചില്ല. അതിനായി കൊണ്ടുവന്ന രേഖയിൽ ഒപ്പുവെച്ചുമില്ല.

പ്രസിഡന്റ് ജോൺസൺ അത് കാര്യമാക്കാതെ ചിരിച്ചുതള്ളി. ലോക ബാങ്കിന്റെ പ്രസിഡന്റുമായും ഇന്റർ നാഷണൽ മോണിട്ടറി ഫണ്ടിന്റെ തലവനുമായും ഇന്ദിരാഗാന്ധി കൂടിക്കാഴ്ച നടത്തി. ഇന്ത്യൻ റൂപ്പീസ് ഡിവാല്യൂ ചെയ്താൽ കോടിക്കണക്കിനു ഡോളറിന്റെ സഹായം അവർ വാഗ്ദാനം ചെയ്തു.

ശ്രീമതി ഇന്ദിരാഗാന്ധിയുടെ അമേരിക്കൻ സന്ദർശനം അഞ്ചു ദിവസം നീണ്ടുനിന്നു. അമേരിക്കയിൽ അവർ ചെന്നിടത്തെല്ലാം റോസാപുഷ്പ ങ്ങളോടെയുള്ള സ്വീകരണമായിരുന്നു. മടങ്ങുന്ന ദിവസം പ്രസിഡന്റിനെ തന്റെ നന്ദിയും സ്നേഹവും ഫോണിലൂടെ അവർ അറിയിച്ചു. ശബ്ദ ത്തിൽ വിനയം കലർത്തിയാണ് സംസാരിച്ചത്.

അമേരിക്കയിൽ നിന്ന് മടങ്ങുന്ന വഴി ശ്രീമതി ഇന്ദിരാഗാന്ധി സോവി യറ്റ് യൂണിയൻ സന്ദർശിച്ചു. അവർക്കൊപ്പം സാമ്പത്തിക കാര്യസെക്ര ട്ടറി ഡോക്ടർ ഐ.ജി. പട്ടേലും പ്ലാനിങ്ങ്കമ്മിഷനിലെ പീതാംബർ പാന്തും മാത്രമേ ഉണ്ടായിരുന്നുള്ളൂ. യു.എസ്.എസ് ആറിന്റെ പ്രധാന മന്ത്രി അലക്സി കൊസീജിൻ ആയിരുന്നു. ഇന്ത്യൻ അംബാസ്സഡർ ടി.എൻ. കൗളും. ഇന്ത്യയിൽ വൻകിട വ്യവസായശാലകൾ തുടങ്ങുന്ന തിനെക്കുറിച്ച് സോവിയറ്റ് അധികാരികളുമായി ടി.എൻ. കൗൾ സംസാ രിച്ചു കഴിഞ്ഞിരുന്നു.

കൊസീജിനുമായുള്ള സംഭാഷണത്തിൽ ശ്രീമതി.ഇന്ദിരാ ഗാന്ധി ഹൃദയം തുറക്കാനാവാതെ വിഷമിച്ചു. അതു മനസ്സിലാക്കിയ കൊസീ ജിൻ പറഞ്ഞു.

-മാഡം താങ്കളുടെ അംബാസ്സഡർ ഞങ്ങളോടു പറഞ്ഞിരിക്കുന്നത് ഇന്ത്യയിൽ വൻകിട വ്യവസായ ശാലകൾ വേണമെന്നാണ്. താങ്കൾക്ക് അതിനെക്കുറിച്ച് അറിയാമല്ലോ. ഇലക്ട്രിക്കൽ പ്ലാന്റുപോലെയുള്ളവ ഇനിയും തുടങ്ങേണ്ടതുണ്ടോ? ഞങ്ങൾ തുടങ്ങിയതു തന്നെ ഇന്ത്യ വേണ്ടവിധം പ്രയോജനപ്പെടുത്തുന്നില്ല.

അവർ പിരിയുമ്പോൾ കൊസീജിൻ സ്നേഹത്തോടെ കൈപിടിച്ചിട്ട് പറഞ്ഞു.

– ഞാനൊരു വൃദ്ധനാണ് താങ്കളുടെ പിതാവിനെപ്പോലെ എന്നു വിചാ രിക്കു. ഞാനൊരു കാര്യം പറയട്ടെ.

– പറയൂ

– ഒരു വലിയ രാജ്യത്തിന്റെ പ്രധാനമന്ത്രിയായിരിക്കുക വിഷമം പിടിച്ച കാര്യമാണ്. പെട്ടെന്ന് നാം തളർന്നു പോകും. നാട്ടിൽ ചെന്നാലു ടനെ എല്ലാ ജോലികളും ചിന്തകളും താൽക്കാലികമായി മറക്കുക. ഏതാനും ദിവസം വെറുതെയിരിക്കുകയും കിടക്കുകയും ചെയ്യുക. ഭാവി യിൽ എപ്പോഴെങ്കിലും തളർന്നു പോയാൽ ഒരു വിമാനം പിടിച്ച് നേരെ സോവിയറ്റ് യൂണിയനിലേക്കു വരിക. ഇതൊരു സ്ഥിരം ക്ഷണമായി കണക്കാക്കുക.

അവർ പരസ്പരം നന്ദി പറഞ്ഞു പിരിഞ്ഞു.

ഇന്ത്യയിൽ മടങ്ങിയെത്തിയ ശ്രീമതി ഗാന്ധി ഏതാനും ദിവസങ്ങൾ പൂർണ്ണ വിശ്രമത്തിലായി. ആകെ ഒരു സന്ദർശകയെ മാത്രമാണ് കണ്ടത്.

അത് അവരുടെ സുഹൃത്ത് ശ്രീമതി പുപുൽ ജയക്കറെ മാത്രമാണ്.

ആറ്

കിളി തുടരുന്നു

അമേരിക്കൻ സന്ദർശനവും സോവിയറ്റ് യൂണിയൻ യാത്രയും കഴിഞ്ഞ് മടങ്ങിയെത്തിയ ഇന്ദിരാഗാന്ധിയെ ഇന്ത്യൻ നേതാക്കൾ ഒളിഞ്ഞും തെളിഞ്ഞും വിമർശിക്കാൻ തുടങ്ങി. വി.കെ. കൃഷ്ണമേനോൻ പാർലമെന്റിൽ പരിഹാസത്തോടെ പ്രസംഗിച്ചു.

– ശ്രീമതി ഗാന്ധിക്ക് അമേരിക്കയിൽ വ്യക്തിപരമായ നേട്ടം ഉണ്ടായിട്ടുണ്ടാവാം. ഇന്ത്യാ രാജ്യത്തിന് കുറച്ചു പണം ചെലവായി. നേട്ടമൊന്നും ഉണ്ടായതുമില്ല. നമ്മുടെ ചേരിചേരാനയം കളങ്കപ്പെടുത്തിയിരിക്കുന്നു.

പാർലമെന്റിൽ നേരിട്ടൊരു മറുപടി ശ്രീമതി ഗാന്ധി നൽകിയില്ല. എന്നാൽ തുടർന്നുണ്ടായ റേഡിയോ സംഭാഷണത്തിൽ അവർ മറുപടി പറഞ്ഞു.

നമ്മുടേത് സോഷ്യലിസ്റ്റ് ജനാധിപത്യ രാജ്യമാണ്. നമ്മുടെ സോഷ്യലിസം ഒരു വിദേശ രാഷ്ട്രീയ സിദ്ധാന്തത്തിന്റെ അടിസ്ഥാനത്തിലുള്ളതല്ല. നമ്മുടെ ചരിത്രത്തോടും വർത്തമാനകാലത്തോടും ബന്ധപ്പെട്ടതാണ്. ജനങ്ങൾക്ക് നല്ല ജീവിതം അതായത് ആഹാരം, വസ്ത്രം, പാർപ്പിടം, തൊഴിൽ, വളരാനുള്ള അവസരം എന്നിവ സൃഷ്ടിക്കലാണ് നമ്മുടെ ലക്ഷ്യം. വാഗ്ദാനങ്ങളുടെ തത്ത്വത്തടവറയിൽ ജനങ്ങളെ കുടുക്കുകയല്ല നമ്മുടെ രീതി. പത്രമാധ്യമങ്ങളേയും ആവർ ആത്മവിശ്വാസത്തോടെ നേരിട്ടു. അവരുടെ വീക്ഷണങ്ങളെക്കുറിച്ച് പത്രങ്ങൾ ധാരാളമായി എഴുതി. പാർട്ടിയിലെ മുതിർന്ന നേതാക്കൾക്ക് ഒട്ടും ഇഷ്ടമായില്ല. ശ്രീമതി ഗാന്ധി ഭരണത്തിൽ പിടിമുറുക്കിയാൽ തങ്ങളുടെ രാഷ്ട്രീയ ഭാവി പ്രശ്നമാവുമെന്ന് അവർ ചിന്തിച്ചു. ശ്രീമതി ഗാന്ധി അവരുടെ കണക്കുകൂട്ടലുകളിൽ ഒതുങ്ങിയില്ല. ജവഹർലാൽ നെഹ്റുവിന്റെ തത്ത്വങ്ങൾക്ക് വിരുദ്ധമായാണ് ശ്രീമതി ഗാന്ധി പ്രവർത്തിക്കുന്നതെന്ന ആരോപണമുണ്ടായി. ഗുൽസാരിലാൽ നന്ദ ഒരു പ്രസ്താവന ഇറക്കി. –അടുത്ത പൊതുതെരഞ്ഞെടുപ്പിനു ശേഷം ശ്രീമതി ഇന്ദിരാ ഗാന്ധി പ്രധാനമന്ത്രി ആവില്ല.

ശ്രീ മൊറാർജി ദേശായ് ഒരു ലിഖിത സന്ദേശം ശ്രീമതി ഗാന്ധിക്കു കൊടുത്തയച്ചു.

-പാർട്ടിയിലോ, മറ്റു നിലയിലോ ഞാൻ ശ്രീമതി ഗാന്ധിക്ക് എതിരായി ഒരു നീക്കവും നടത്തിയിട്ടില്ല. മറിച്ചുള്ള ആരോപണം സദുദ്ദേശത്തോടെയല്ല.

ശ്രീമതി ഗാന്ധി ഒരു രാഷ്ട്രീയക്കാറ്റും മഴയും പ്രതീക്ഷിച്ചു. മഴ വരട്ടെ, ഏതായാലും ഒരു കുട വാങ്ങിവെയ്ക്കാൻ ഉദ്ദേശിക്കുന്നില്ല. കാമരാജ് ശത്രുതയിലായി. ശ്രീമതി ഗാന്ധിയെ അനുകൂലിക്കുന്നവരെപ്പോലും അദ്ദേഹം അകറ്റി നിറുത്തി. പാർട്ടി നേതൃത്വം തനിക്കെതിരായെന്നറിഞ്ഞപ്പോൾ പൂനയിൽവെച്ചു ചേർന്ന പാർട്ടിയോഗത്തിൽ ഇന്ദിര ശക്തിയോടെ പറഞ്ഞു. -ജവഹർലാൽ നെഹ്റുവിന്റെ ആശയങ്ങൾ എനിക്കറിയില്ലെന്ന്- ആരും ധരിക്കരുത്. എന്നാൽ അദ്ദേഹത്തിന്റെ അനുകർത്താവാകാൻ ഞാൻ ആഗ്രഹിക്കുന്നില്ല. ഈ മഹാരാജ്യത്തെ ശക്തമാക്കാനും സാമ്പത്തികമായി സ്വതന്ത്രമാക്കാനുമാണ് ഞാൻ ശ്രമിക്കുന്നത്. എന്റെ വഴികൾ ആർക്കെങ്കിലും ഇഷ്ടപ്പെടുന്നില്ലെങ്കിൽ എന്നെ പുറത്താക്കട്ടെ.

നമ്മുടെ ഭരണ സമ്പ്രദായത്തിൽ അതിനുള്ള മാർഗ്ഗം തുറന്നിട്ടിട്ടുണ്ട്. ശ്രീമതി ഗാന്ധിയുടെ കോപാകുലമായ പ്രസംഗം മാധ്യമങ്ങളിൽ പ്രാധാന്യത്തോടെ വന്നു. കോൺഗ്രസ്സ് നേതൃത്വം അമ്പരന്നു!

- ഈ ലേഡിയെ തങ്ങളുടെ കുപ്പായക്കീശയിൽ എടുത്തിടാൻ കഴിയില്ല.

രൂപയുടെ അവമൂല്യനം (DEVALUATION) സംബന്ധിച്ച ആലോചനകൾ രഹസ്യമായി നടക്കുന്നുണ്ടായിരുന്നു. എല്ലാ വശങ്ങളും പരിശോധിച്ചതിനുശേഷം 1966 ജൂൺ 6-ാം തിയതി ശ്രീമതി ഇന്ദിരാഗാന്ധി പ്രഖ്യാപിച്ചു. ഇന്ത്യൻ രൂപയുടെ മൂല്യം 35.5 ശതമാനം കുറച്ചിരിക്കുന്നു. ജൂൺ പന്ത്രണ്ടാം തിയ്യതി റേഡിയോ ബ്രോഡ്കാസ്റ്റിങ്ങിലൂടെ രാജ്യത്തെ അവർ അറിയിച്ചു.

-ഞാൻ എന്റെ ജനതയോട് തുറന്നു പറയുകയാണ്. രൂപയുടെ അവമൂല്യനം ഒരുപാട് ആലോചിച്ചും ഉൽക്കണ്ഠപ്പെട്ടും എടുത്തിട്ടുള്ളതാണ്. രാജ്യത്തിന്റെ ഭാവി ചിന്ത മാത്രമാണ് അതിനു പിന്നിലുള്ളത്. പരസ്യപ്രസ്താവനയ്ക്കു മുൻപ് ശ്രീമതി ഗാന്ധി കാമരാജിനെ വിവരം അറിയിച്ചിരുന്നു.

കാമരാജ് ആകെ കോപിച്ചു. അശോകമേത്തയേയും സി. സുബ്രഹ്മണ്യത്തേയും പോലെയുള്ളവരുടെ ഉപദേശം ഇന്ത്യൻ പ്രധാനമന്ത്രി സ്വീകരിക്കരുതായിരുന്നു.അവർക്ക് നാടിന്റെ ഹൃദയത്തുടിപ്പ് അറിഞ്ഞുകൂടാ. പിന്നീട് കാമരാജ് തന്റെ അടുത്ത സുഹൃത്തുക്കളോടു പറഞ്ഞു.

- ഒരു വലിയ മനുഷ്യന്റെ മകൾ!

ഒരു ചെറിയ മനുഷ്യന്റെ തെറ്റ്! രാജ്യം അനുഭവിക്കുന്നു!

ശ്രീമതി ഗാന്ധിയെ പ്രധാനമന്ത്രിയാക്കിയതിനു പിന്നിൽ താനായിരുന്നുവെന്ന സൂചന! അമേരിക്കൻ പ്രസിഡന്റ് ലിന്റൻ ജോൺസൺ ധാന്യം കയറ്റിയ കപ്പൽ ഇന്ത്യയിലേക്കയയ്ക്കാതെ തടഞ്ഞുവെച്ചു. ഇന്ത്യയിൽ ഭക്ഷ്യക്ഷാമം അതിരൂക്ഷമായി. ശ്രീമതി ഗാന്ധി അരിയും ഗോതമ്പും ഉൾക്കൊള്ളുന്ന ഭക്ഷണം ഉപേക്ഷിച്ചു. ഇന്ത്യയിൽ ഭക്ഷ്യക്ഷാമം എന്നന്നേക്കുമായി പരിഹരിക്കുമെന്ന് അവർ ഉള്ളാലെ തീരുമാനമെടുത്തു.

അവർ ഭക്ഷ്യമന്ത്രി സി. സുബ്രഹ്മണ്യവുമായി ചർച്ചകൾ നടത്തി. കൃഷി ശാസ്ത്രജ്ഞർ, ഉൽപാദന രംഗത്തെ പ്രധാനികൾ, മാർക്കറ്റിംഗ് വിദഗ്ദ്ധർ എന്നിവരുമായി ഗൗരവമായി ചർച്ച ചെയ്തു. ശ്രീമതി ഗാന്ധി ഒരു പ്ളാൻ തയ്യാറാക്കി അവരെ അറിയിച്ചു. പ്രധാനമന്ത്രിയും ഭക്ഷ്യമന്ത്രിയും കൃഷി ശാസ്ത്രജ്ഞരും ഉത്പാദന രംഗത്തെ പ്രധാനികളും മാർക്കറ്റിംഗ് വിദഗ്ദ്ധരും അടങ്ങുന്ന സംഘം ഒരു പ്രത്യേക വിമാനത്തിൽ സംസ്ഥാന തലസ്ഥാനങ്ങളിലേക്കു പോകുന്നു. അവർ എത്തുന്ന സംസ്ഥാനങ്ങളിലെ മുഖ്യ മന്ത്രിമാരെ മുൻകൂട്ടി അറിയിച്ചു. അവിടത്തെ കൃഷി വിദഗ്ദ്ധരുമായി തയ്യാറായിരിക്കാൻ ആവശ്യപ്പെട്ടു. കേന്ദ്രസംഘം പുറപ്പെട്ടു. വിമാനത്തിൽവെച്ച് ഓരോ സംസ്ഥാനത്തേയും സ്ഥിതിയും പ്രശ്നങ്ങളും സംഘം പ്രധാനന്ത്രിയുമായി ചർച്ച ചെയ്യും. സംസ്ഥാന തലസ്ഥാനത്ത് വിദഗ്ദ്ധരുടെ യോഗത്തിൽ പ്രധാനമന്ത്രിയാണ് സംസാരിക്കുന്നത്. അവർ തന്നെ ചോദ്യങ്ങൾ ചോദിക്കും.

തങ്ങളുടെ സംസ്ഥാനത്തെക്കുറിച്ച് പ്രധാനമന്ത്രിക്ക് നല്ല അറിവുണ്ടെന്ന് അവർ മനസ്സിലാക്കും. പിന്നെ മറുപടികളൊക്കെ ശ്രദ്ധിച്ചും ആധികാരികമായും ആവും. സംസ്ഥാന മുഖ്യമന്ത്രി, കൃഷിവകുപ്പുമന്ത്രി, കൃഷി വകുപ്പ് സെക്രട്ടറി, കൃഷി വിദഗ്ദ്ധർ എന്നിവർ സംസാരിക്കണം. കൃത്യമായ വിവരങ്ങൾ നൽകണം. അവിടെ അപ്പോൾ തന്നെ ഒരു തീരുമാനമുണ്ടാവുകയാണ്. വള നിർമ്മാണം. കൃഷിയുടെ ആധുനികവൽക്കരണം വേണ്ടിടത്ത് യന്ത്രവൽക്കരണം. ഒക്കെ അവിടെ വെച്ചു തീരുമാനിക്കും. ബ്യൂറോക്രസിയുടെ കാലതാമസമൊന്നും അനുവദിക്കില്ല. ഉള്ള ധാന്യ ശേഖരം റേഷൻ കടകൾ വഴി പൂഴ്ത്തിവെയ്പ്പില്ലാതെ വിതരണം ചെയ്യണം. മറ്റു ഭക്ഷ്യവസ്തുക്കളും വിതരണം ചെയ്യണം. അധികോൽപാദന ശേഷിയുള്ള വിത്തും അതിനുള്ള വളവും സംഭരിച്ച് കർഷകർക്ക് നൽകണം. യുദ്ധകാല പ്രവർത്തനം പോലെ തീവ്രയത്നമായിരുന്നു അത്. മൂന്നു വർഷം! ഗ്രീൻ റെവല്യൂഷൻ എന്ന് അറിയപ്പെട്ട മഹാവിപ്ലവം! ഭക്ഷ്യോൽപാദനത്തിൽ ഇന്ത്യ സ്വയം പര്യാപ്തമായി. ലോകരാഷ്ട്രങ്ങൾ ഉറ്റു നോക്കിയ മഹാ വിപ്ളവമായിരുന്നു അത്.

ഗ്രീൻ റവല്യൂഷൻ!

1966 ആഗസ്റ്റ് 15-ാം തിയ്യതി ശ്രീമതി ഇന്ദിരാ ഗാന്ധി ദില്ലിയിലെ റെഡ് ഫോർട്ടിന്റെ 'ഡിവാനി ആം' പ്രസംഗ വേദിയിൽ നിന്ന് രാഷ്ട്രത്തോട്

സ്വാതന്ത്ര്യദിന പ്രഭാഷണം ചെയ്തു. മുഗൾ ചക്രവർത്തിമാർ ഇവിടെ നിന്നാണ് പ്രജകളോട് സംസാരിച്ചിരുന്നത്.

ചരിത്രത്തിന്റെ പിന്നാമ്പുറങ്ങൾ ത്രസിച്ചു നിൽക്കുന്ന വേദി.

ആദ്യത്തെ ഇന്ത്യൻ പ്രധാനമന്ത്രി സ്വതന്ത്രഭാരതത്തോട് ചെയ്ത 'വിധിയുടെ സമാഗമ മുഹൂർത്തം' (A TRYST WITH DESTINY) എന്നു തുടങ്ങുന്ന പ്രസംഗം ഓർമ്മിപ്പിച്ചുകൊണ്ടാണ് ശ്രീമതി ഗാന്ധി രാഷ്ട്രത്തോടുള്ള തന്റെ ആദ്യ പ്രസംഗം തുടങ്ങിയത്. ഹിന്ദിയിലാണ് പ്രസംഗിച്ചത്. രാഷ്ട്ര നിർമ്മിതിക്ക് യുവജനങ്ങൾ മുന്നോട്ടുവരണമെന്ന് അവർ വികാര ഭരിതയായി പറഞ്ഞു. അവരുടെ പ്രസംഗം നടന്നുകൊണ്ടിരുന്നപ്പോൾ ഭൂമികുലുക്കമുണ്ടായി. ഇരുമ്പഴികളിൽ മുറുകെപ്പിടിച്ചു നിന്ന് അവർ പ്രസംഗം തുടർന്നു. അഴികൾ തകർന്നു വീഴുമെന്നു തോന്നിയെങ്കിലും പിടി വിട്ടില്ല. പ്രസംഗം നിറുത്തിയതുമില്ല.

ഭൂചലനം പെട്ടെന്നു നിന്നു. ഇന്ത്യയുടെ ഏറ്റവും വലിയ ഭൗതിക ശാസ്ത്രജ്ഞനും ശ്രീമതി ഗാന്ധിയുടെ സുഹൃത്തുമായ ഡോക്ടർ ഹോമി ഭാഭ സഞ്ചരിച്ചിരുന്ന എയർ ഇന്ത്യ വിമാനം തകർന്ന് ഭാഭ അന്നേ ദിവസം മരിച്ചു. ഭൂമി കുലുക്കം, വിമാനാപകടം, ക്ഷാമം, തീവണ്ടി അപകടങ്ങൾ പുതിയ പ്രധാനമന്ത്രിയുടെ അധികാരാരോഹണം അശുഭ ലക്ഷണങ്ങൾ നിറഞ്ഞതാണെന്ന് പത്രങ്ങൾ എഴുതി.

വിധവ!

ഭാരതീയ ജനതയുടെ യഥാസ്ഥിക മനസ്സിന് വിധവ അശ്രീകരമാണ്.

ഭാഷയെച്ചൊല്ലിയുള്ള കലാപങ്ങളും അതിനിടെ ഇയർന്നു.ഗോവധം നിരോധിക്കണമെന്നാവശ്യപ്പെട്ട് പ്രക്ഷോഭങ്ങൾ നടക്കുന്നു. 1967-ൽ അടുത്ത പൊതുതെരഞ്ഞെടുപ്പാണ്. അതുകഴിഞ്ഞ് ശ്രീമതി ഗാന്ധിയെ പ്രധാനമന്ത്രി പദത്തിൽ പുനർവാഴിക്കില്ലെന്ന് പാർട്ടി നേതൃത്വം തീരുമാനിച്ചു. തെരഞ്ഞെടുപ്പിന് പാർട്ടി സ്ഥാനാർത്ഥികളെ നിശ്ചയിച്ചപ്പോൾ ശ്രീമതി ഗാന്ധിയുടെ അഭിപ്രായവും താൽപര്യവും ശ്രീ കാമരാജും സംഘവും അനുവദിച്ചില്ല.

അങ്ങനെ തോറ്റു കൊടുക്കാൻ നിശ്ചയിച്ചിട്ടില്ലെന്ന് ശ്രീമതി ഗാന്ധിയും തീരുമാനിച്ചു. ശ്രീമതി ഗാന്ധി സംസ്ഥാനങ്ങൾ സന്ദർശിച്ചു. പൊതുജന റാലികളിൽ പ്രസംഗിച്ചു. സംഘാടകർക്ക് ഭയമുണ്ടായിരുന്നു. ഒറീസ്സയിൽ കോൺഗ്രസ്സിന്റെ നേതൃത്വത്തിലായിരുന്നില്ല സംസ്ഥാന ഗവണ്മെന്റ്. അവിടെ പൊതുജന റാലികളിൽ ശ്രീമതി ഗാന്ധി പ്രധാന പ്രസംഗങ്ങൾ ചെയ്തു. ഒരു സംഘർഷം ഏതു നിമിഷവും ഉണ്ടാകാമെന്ന് സംഘാടകർ ഭയപ്പെട്ടു. പ്രസംഗവേദികളിൽ ശ്രീമതി ഗാന്ധിയെ മറ്റു പ്രാസംഗീകരുടെ ഇടയ്ക്ക് ഇരുത്തുവാൻ സംഘാടകർ പ്രത്യേകം ശ്രദ്ധിച്ചു. ഒരു മീറ്റിംഗിൽ പ്രസംഗിക്കുമ്പോൾ ആൾക്കൂട്ടത്തിൽ നിന്ന് ഒരു കല്ല് പാഞ്ഞു വന്ന് അവരുടെ മൂക്കു മുറിച്ചു. രക്തം മുഖത്തുകൂടെ വാർന്നൊഴുകി.

സാരിത്തലപ്പുകൊണ്ട് മൂക്ക് അമർത്തിപ്പിടിച്ച് ശ്രീമതി ഇന്ദിരാഗാന്ധി ഉറക്കെ പറഞ്ഞു. ഈ കല്ല് ഇന്ദിരാഗാന്ധിയുടെ മുഖത്തല്ല കൊണ്ടത്. ഞാൻ കേവലം ഒരു വ്യക്തിയല്ല. രാജ്യത്തിന്റെ പ്രധാനമന്ത്രിയാണ്. മഹത്തായ നമ്മുടെ രാജ്യത്തിന്റെ മുഖത്തു നിന്നാണ് ഇപ്പോൾ ചോര ഒഴുകുന്നത്.

ദില്ലിയിൽ മടങ്ങിയെത്തിയപ്പോൾ മേൽച്ചുണ്ട് തടിച്ചുവീർത്തിരുന്നു. മൂക്ക് ആകൃതി തെറ്റിയും. മുഖത്ത് ഐസ്ക്കട്ടയുടെ ഒരു പായ്ക്ക് വെച്ചിരുന്നു. അത് കൂടെക്കൂടെ മാറ്റുകയും ചെയ്തിരുന്നു. അനസ്തേ്യഷ്യ ചെയ്തിട്ടാണ് അവരുടെ മൂക്കും മുഖവും പുനർനിർമിച്ചത്. ഇതിനിടയിൽ തമിഴ്നാട്ടിൽ നിന്ന് അവർക്ക് രഹസ്യ സന്ദേശം കിട്ടി. ശ്രീമതി ഗാന്ധിയും ശ്രീ കെ. കാമരാജും തമ്മിൽ അഭിപ്രായവ്യത്യാസമുണ്ടായതായി തമിഴ് ജനത ആശങ്കപ്പെടുന്നു. കാമരാജിന്റെ സഹായമില്ലാതെ ശ്രീമതി ഗാന്ധിക്ക് പ്രധാനമന്ത്രിയാവാൻ കഴിയില്ലെന്ന് തമിഴ്ജനത വിശ്വസിച്ചു.

ഇന്ദിരാഗാന്ധിയും മൊറാർജിദേശായിയും തമ്മിൽ അഭിപ്രായ വ്യത്യാസം ഉണ്ടായാൽ തനിക്ക് പ്രധാനമന്ത്രിയാവാൻ കഴിയുമെന്ന് കാമരാജ് വിശ്വസിക്കുന്നതായി ശ്രീമതി ഗാന്ധിക്കു തോന്നി.

കാമരാജും മൊറാർജി ദേശായിയും തമ്മിൽ മദ്രാസിൽ വെച്ച് ഒരു കൂടിക്കാഴ്ച നടന്നതായി ശ്രീമതി ഗന്ധി അറിഞ്ഞു. മൊറാർജി ദേശായിക്ക് ഇന്ത്യൻ പ്രസിഡന്റ് പദവി നൽകിയാലോ എന്നും ശ്രീമിതി ഗാന്ധി ആലോചിച്ചു. എന്നാൽ മൊറാർജി ദേശായ് അതിനു വഴങ്ങുമെന്ന് ഉറപ്പൊന്നുമില്ല. നേതാക്കന്മാർ അധികാരത്തിന് കച്ച കെട്ടുകയാണ്. ജനവികാരത്തെക്കുറിച്ച് ആർക്കും ചിന്തയില്ല. തെരഞ്ഞെടുപ്പു നടന്നു. കോൺഗ്രസ്സ് പാർട്ടിയുടെ പ്രതീക്ഷകളൊക്കെ തകർന്നു. ലോക സഭയിൽ ചെറിയൊരു ഭൂരിപക്ഷം മാത്രമാണ് കോൺഗ്രസ്സിനു കിട്ടിയത്. മദ്രാസ്സിൽ ശ്രീ. കെ. കാമരാജ് അറിയപ്പെടാത്ത ഒരാളോട് തോറ്റിരിക്കുന്നു. മഹാരാഷ്ട്രയിൽ എസ്.കെ. പാട്ടീൽ ജോർജ് ഫെർണാണ്ടസിനോടു തോറ്റു. വെസ്റ്റു ബംഗാളിൽ അതുല്യഘോഷ് തോറ്റു.

'ദ്രാവിഡ മുന്നേറ്റ കഴകം' എന്നൊരു പുതിയ പാർട്ടി തമിഴ്നാട്ടിൽ ജയിച്ചു കയറിയിരിക്കുന്നു.

ശ്രീമതി ഇന്ദിരാഗാന്ധി ഭൂരിപക്ഷത്തോടെ ജയിച്ചിട്ടുണ്ട്. പാർട്ടിയിലെ വൃദ്ധനേതൃത്വം അപ്പാടെ തോറ്റിരിക്കുന്നു. സമ്മതിദായകരിൽ യുവതലമുറ ഭൂരിപക്ഷക്കാരായിരിക്കുകയാണ്. അവർക്ക് വൃദ്ധ നേതൃത്വം വേണ്ട. പാർട്ടി നേതാവിനെ തെരഞ്ഞെടുക്കേണ്ട അവസരമായി. കോൺഗ്രസ്സ് പാർലമെന്ററിപ്പാർട്ടി തെരഞ്ഞെടുക്കുന്ന നേതാവായിരിക്കും പ്രധാനമന്ത്രി. ശ്രീ കാമരാജ് തെരഞ്ഞെടുപ്പിൽ തോറ്റെങ്കിലും കേന്ദ്രക്കമ്മറ്റിയിൽ തന്റെ സ്ഥാനം ഉറപ്പിക്കാൻ ശ്രമിക്കുന്നുണ്ട്. വ്യവസായ സമൂഹവും സ്ഥാനം നഷ്ടപ്പെട്ട നാട്ടുരാജാക്കന്മാരും പത്ര നേതൃത്വവും പ്രതിപക്ഷത്തെയാണ് പിൻതുണയ്ക്കുന്നത്. പാർട്ടി നേതാവിനെ തെരഞ്ഞെടുക്കുന്ന

ദിവസം അടുക്കുന്തോറും ശ്രീമതി ഇന്ദിരാഗാന്ധി നിശ്ശബ്ദയായി. എന്നാൽ തന്റെ നീക്കങ്ങൾ വളരെ ശ്രദ്ധയോടെ നടത്തിക്കൊണ്ടിരുന്നു. പാർട്ടി നേതാവെന്ന നിലയിൽ ശ്രീ. കെ. കാമരാജ് ഒരക്ഷരം മിണ്ടുന്നില്ല.

ഇന്ദിരാഗാന്ധിയുടെ അനുഭാവികളായ നേതാക്കൾ അവരെക്കണ്ട് ആലോചനകൾ നടത്തി. മൊറാർജി ദേശായിയെ ഇന്ദിരാഗാന്ധി നേരിൽ കണ്ട് ക്യാബിനറ്റിൽ ഉയർന്ന മന്ത്രിസ്ഥാനം ഓഫർ ചെയ്യണമെന്ന് പലരും അഭിപ്രായപ്പെട്ടു. ഇന്ദിരാഗാന്ധിയുടെ അനുഭാവിയായ ഐ.ജി; പട്ടേൽ മൊറാർജി ദേശായിയെ ചെന്നുകണ്ട് സംസാരിച്ചു. ഇന്ദിരാഗാന്ധിയുടെ ചേരിയിലുള്ള വൈ.ബി. ചവാൻ, അശോക് മേത്ത, ദിനേശ് സിങ് എന്നിവർ മൊറാർജിയെ കൈവെടിയണമെന്നു വാദിച്ചു. എല്ലാവരും പറയുന്നത് ശ്രീമതി ഗാന്ധി കേട്ടു. മറുത്തൊന്നും പറഞ്ഞില്ല. അനുകൂലമായും പറഞ്ഞില്ല. പിറ്റേന്നത്തെ പത്രത്തിൽ ഒരു വാർത്ത വന്നു. ശ്രീമതി ഇന്ദിരാഗാന്ധി മൊറാർജി ദേശായിയെക്കണ്ട് ചർച്ച നടത്തിയിരിക്കുന്നു. എന്താണ് അവർ സംസാരിച്ചതെന്ന് ആർക്കും ഒരു ഊഹവുമില്ല.

രണ്ടാമത്തെ തവണ ശ്രീമതി ഇന്ദിരാഗാന്ധി പ്രധാനമന്ത്രിയായി സത്യ പ്രതിജ്ഞ ചെയ്തു. ശ്രീമതി ഇന്ദിരാഗാന്ധി റേഡിയോയിലൂടെ ഇന്ത്യൻ ജനതയോട് നന്ദി പറഞ്ഞു. തന്റെ കർമ്മപരിപാടികളുടെ മുൻഗണനാക്രമവും ജനങ്ങളെ അറിയിച്ചു. ഭക്ഷ്യക്ഷാമം പരിഹരിക്കുകയാണ് ആദ്യത്തെ ലക്ഷ്യം. വില വർദ്ധനവ് തടയണം. കാർഷിക മേഖലയിലും കൂടുതൽ ഉൽപാദനം ഉണ്ടാവണം. കഠിനാദ്ധ്വാനം എന്ന ഒറ്റ വഴിയേയുള്ളൂ. ജനപ്പെരുപ്പം തടയണം. വിദ്യാഭ്യാസ മേഖലയിൽ നവീകരണവും നിലവാരമുയർത്തലും വേണം.

ഒരു നവ ഭാരതം

അതാണ് എന്റെ സ്വപ്നം

പ്രധാനമന്ത്രിക്ക് പുതിയൊരു വസതി വേണമെന്ന പ്രശ്നമുയർന്നു. നമ്പർ ഒന്ന് സഫ്ദർജംഗ് റോഡിലെ വസതി തീരെ ചെറുതാണ്. ഓഫീസ്സ്, സന്ദർശകർ ഇരിക്കേണ്ട മുറി, മീറ്റിംഗ് റൂം, കുടുംബാംഗങ്ങൾക്ക് താമസിക്കാനുള്ള സൗകര്യം. ഇംഗ്ലണ്ടിലെ പഠനം കഴിഞ്ഞ് രണ്ട് പുത്രന്മാരും ഉടനെ മടങ്ങിയെത്തും. ലാൽ ബഹദൂർ ശാസ്ത്രി പ്രധാ നമന്ത്രിയായിരുന്നപ്പോൾ തീൻമൂർത്തി ഭവൻ നെഹ്റുമ്യൂസിയമായി മാറ്റിയിരുന്നു. അത് വീണ്ടും പ്രധാനമന്ത്രിയുടെ ഓഫീസ്സാക്കി മാറ്റണമെന്ന് ഒരാലോചന വന്നു. തീൻമൂർത്തി ഭവന്റെ കോമ്പൗണ്ടിൽ മ്യൂസിയം ചുമതലക്കാരിയായി താമസിച്ചിരുന്ന പത്മജാ നായിഡു വലിയ എതിർപ്പുമായി വന്നു. രാഷ്ട്രപതി ഭവന്റെ കോമ്പൗണ്ടിൽ രണ്ട് വലിയ ബംഗ്ലാവുകൾ ഉണ്ട്. അതിനെക്കുറിച്ചും ചിലർ പറഞ്ഞു. നിർദ്ദേശവുമായി വന്നവരോട് ശ്രീമതി ഗാന്ധി പറഞ്ഞു. മുഗൾ ചക്രവർത്തിമാരുടെ ചരിത്രം അറിയാമല്ലോ? ചക്രവർത്തിയെ തടവിലാക്കി അധികാരം പിടിക്കുന്ന

പാരമ്പര്യം ഉണ്ട്. പ്രധാനമന്ത്രിയെ തടവിലാക്കി പ്രസിഡന്റിന് അധികാരം പിടിച്ചെടുക്കാൻ എളുപ്പമായിരിക്കും. തമാശയായിട്ടാണ് ശ്രീമതി ഗാന്ധി പറഞ്ഞതെങ്കിലും സത്യമുണ്ടെന്ന് കേട്ടവർക്കു തോന്നി. ഒടുവിൽ ഇപ്പോൾ താമസിക്കുന്ന നമ്പർ വൺ സഫ്ദർ ജംഗ് റോഡ് ബംഗ്ലാവ് വസതിയും തൊട്ടടുത്ത ബംഗ്ലാവ് ഓഫീസ്സുമാക്കി മാറ്റി.

ഡോ. എസ്. രാധാകൃഷ്ണന്റെ പ്രസിഡന്റ് കാലാവധി തീരുകയാണ്. പാർട്ടി നേതൃത്വം അദ്ദേഹത്തിന് ഒരു ടേം കൂടെ കൊടുക്കാൻ ആലോചിച്ചു. ശ്രീമതി ഗാന്ധിക്ക് സമ്മതമായില്ല. പ്രധാനമന്ത്രി ശ്രീമതി ഗാന്ധിയെ പ്രസിഡന്റ് രാധാകൃഷ്ണൻ ഒരിക്കലും ഗൗരവമായി എടുത്തിട്ടില്ല. ഒരദ്ധ്യാപകൻ തന്റെ ശിഷ്യയോടു പെരുമാറുന്നതുപോലെ ഉപദേശങ്ങൾ നൽകി നിലയ്ക്കു നടത്താനാണ് എന്നും ശ്രമിച്ചിട്ടുള്ളത്. സ്നേഹവാത്സല്യം കൊണ്ടാണ്. ഒരു പ്രധാനമന്ത്രിക്ക് പ്രസിഡന്റിന്റെ വാത്സല്യമല്ലല്ലോ വേണ്ടത്. അദ്ദേഹത്തിന്റെ ടേം നീട്ടേണ്ടതില്ലെന്ന് ശ്രീമതി ഗാന്ധി തീരുമാനിച്ചു. പകരം വൈസ്പ്രസിഡന്റ് ശ്രീ സക്കീർ ഹുസൈനെ പ്രസിഡന്റാക്കാനാണ് ആഗ്രഹിച്ചത്. അദ്ദേഹം വളരെ നല്ലവനും പണ്ഡിതനും സർവ്വോപരി ഒരു മുസ്ലീമുമാണ്. ശ്രീമതി ഗാന്ധിയുടെ തീരുമാനത്തിന് വലിയ എതിർപ്പുകളുണ്ടായി. അവർ വിട്ടുവീഴ്ചയ്ക്ക് തയ്യാറായില്ല.

കോൺഗ്രസ്സ് പാർട്ടി നേതൃത്വത്തിൽ രണ്ടഭിപ്രായം ഉള്ളതായതറിഞ്ഞ പ്രതിപക്ഷം പ്രസിഡന്റു സ്ഥാനത്തേക്ക് സുപ്രിം കോർട്ട് ചീഫ് ജസ്റ്റിസ് ശ്രീ സുബ്ബറാവുവിന്റെ പേര് നിർദ്ദേശിച്ചു.ശ്രീ സുബ്ബറാവ് ചീഫ് ജസ്റ്റിസ് സ്ഥാനം രാജിവെച്ച് നാമനിർദ്ദേശ പത്രിക സമർപ്പിച്ചു.

തെരഞ്ഞെടുപ്പു നടന്നു. ഫലം വന്നപ്പോൾ ശ്രീ സക്കീർ ഹുസൈൻ ജയിച്ചു. ശ്രീമതി ഗാന്ധി സന്തോഷിച്ചു. എതിരാളികൾ അവസരം കിട്ടുമ്പോൾ തിരിഞ്ഞുകുത്തുമെന്ന് അറിയാമായിരുന്നു.

പടിഞ്ഞാറൻ ജർമ്മനിയുടെ ചാൻസ്ലർ (CHANCELLOR) ജോർജ്ജ് കീസിഞ്ജർ 1967 നവംബറിൽ ഇന്ത്യ സന്ദർശിച്ചു.

രാഷ്ട്രപതി ഭവനിൽ ചാൻസ്ലർ താമസിച്ച സ്ഥലത്ത് ശ്രീമതി ഗാന്ധി സൗഹൃദ സന്ദർശനം നടത്തി.ഒരു മണിക്കൂറിലേറെ സമയം ചാൻസ്ലർ ശ്രീമതി ഗാന്ധിയോട് നിറുത്താതെ സംസാരിച്ചു. ഇന്ദിര ഒരക്ഷരം മിണ്ടാതെ കേട്ടിരുന്നു. ഒടുവിൽ ജോർജ്ജ് കീസിഞ്ജർ ആവശ്യപ്പെട്ടു. കിഴക്കൻ ജർമ്മനിയെ ഇന്ത്യ അംഗീകരിക്കരുത്. അതിനും ഇന്ദിര മറുപടി പറഞ്ഞില്ല. അവർ പുറത്തേക്കു നോക്കിയിട്ട് പറഞ്ഞു.

-നല്ല മഴ. കാലാവസ്ഥ നന്നല്ല. ചാൻസലറുടെ മുഖം ചുവന്നു. വൈകുന്നേരത്തെ അത്താഴവിരുന്നിൽ ഇന്ദിരാഗാന്ധിയുടെ തൊട്ടടുത്ത കസേരയിൽ ഇരുന്നിരുന്നുവെങ്കിലും കീസിഞ്ജർ ഒന്നും മിണ്ടിയില്ല. ഇടയ്ക്ക് ശ്രീമതി ഗാന്ധി സുന്ദരമായ ശബ്ദത്തിൽ പറഞ്ഞു. ആറുമാസം കഴിഞ്ഞേ ഇന്ത്യ കിഴക്കൻ ജർമ്മനിയെ അംഗീകരിക്കുകയുള്ളൂ.

കീസിഞ്ഞ്ജർ അതൃപ്തനായാണ് മടങ്ങിയത്. 1969 ഏപ്രിലിൽ പ്രസിഡന്റ് സാക്കീർ ഹുസൈൻ ഹൃദയാഘാതം മൂലം മരിച്ചു. അതൊരു മറയാക്കി കോൺഗ്രസ്സ് നേതൃത്വം ശ്രീമതി ഗാന്ധിയെ അധികാര ഭ്രഷ്ടയാക്കാൻ ശ്രമിച്ചു. ശ്രീ കെ. കാമരാജും സിൻഡിക്കേറ്റ് എന്നറിയപ്പെട്ടിരുന്ന പാർട്ടി ഗ്രൂപ്പും നീലം സഞ്ജീവ് റെഡ്ഡിയെയാണ് പ്രസിഡന്റ് സ്ഥാനത്തേക്ക് പ്രൊപ്പോസ് ചെയ്തത്. ആന്ധ്രാപ്രദേശ് മുഖ്യമന്ത്രിയും ശക്തനായ നേതാവുമായിരുന്നു നീലം സഞ്ജീവ് റെഡ്ഢി. ബാംഗ്ളൂരുവെച്ചായിരുന്നു എ.ഐ സി.സി. മീറ്റിംഗ്. ശ്രീമതി ഗാന്ധിയുടെ ഗ്രൂപ്പും ശക്തമായിരുന്നു. വൈ.ബി. ചവാൻ എന്ന കേന്ദ്രനേതാവുമായി ശ്രീമതി ഇന്ദിരാ ഗാന്ധി ചർച്ച നടത്തി. മത്സരം വേണ്ടിവന്നാൽ ചവാൻ ഇന്ദിരാ വിഭാഗത്തിനുവേണ്ടി വോട്ടു ചെയ്യുമെന്ന് ഉറപ്പും നൽകി.

പിന്നീട് കോൺഗ്രസ്സ് പാർലമെന്ററി ബോർഡു മീറ്റിംഗിൽ പാർട്ടിയുടെ സ്ഥാനാർത്ഥിയെ നിശ്ചയിക്കുകയാണ്. അവസാന വോട്ടിംഗിൽ സിൻഡിക്കേറ്റ് ഗ്രൂപ്പിന്റെ സ്ഥാനാർത്ഥി നീലം സഞ്ജീവ് റെഡ്ഡി തെരഞ്ഞെടുക്കപ്പെട്ടു. വൈ.ബി. ചവാൻ അവസാന നിമിഷം കാലുമാറി സിൻഡിക്കേറ്റ് ഗ്രൂപ്പിന്റെ കൂടെക്കൂട്ടുകയായിരുന്നു.

പ്രധാനമന്ത്രിയുടെ മേൽ അവർക്ക് താൽപര്യമില്ലാത്ത പ്രസിഡന്റ് വരികയാണ്. എല്ലാം ശ്രദ്ധിച്ച് ശ്രീമതി ഗാന്ധി നിശ്ശബ്ദയായിരുന്നു. ഒരു ദിവസം പത്രങ്ങളിലൂടെയാണ് പല നേതാക്കളും വിവരമറിഞ്ഞത്. ശ്രീ. മൊറാർജി ദേശായിയെ ധനകാര്യമന്ത്രി സ്ഥാനത്തുനിന്നും മാറ്റിയിരിക്കുന്നു. ഡെപ്യൂട്ടി പ്രധാനമന്ത്രി പദവി നിലനിർത്തിയിട്ടുണ്ട്. ധനകാര്യം പ്രധാനമന്ത്രി ഇന്ദിരാഗാന്ധിയുടെ നേരിട്ടുള്ള ചുമതലയിലായി. മൊറാർജി ദേശായിയുടെ മകന്റെ ചില സാമ്പത്തിക ഇടപാടുകൾ ധനകാര്യ വകുപ്പിന്റെ അറിവോടെയായിരുന്നുവെന്ന ഒരാരോപണം നിലവിലുണ്ടായിരുന്നു. ശ്രീമതി ഇന്ദിരാഗാന്ധി പ്രസ്താവിച്ചു. ജനങ്ങൾക്ക് ഭക്ഷണം, വസ്ത്രം, വീട് എന്നിവ ഉറപ്പാക്കേണ്ട ചുമതല സർക്കാരിനുണ്ട്. ചില നടപടികൾ വേണ്ടിവരും. കേന്ദ്ര സർക്കാർ വലതുപക്ഷമോ ഇടതുപക്ഷമോ അല്ല. താമസിയാതെ പ്രധാനപ്പെട്ട ഇന്ത്യൻ ബാങ്കുകൾ ദേശസാൽക്കരിച്ചുകൊണ്ട് നടപടി ഉണ്ടായി. കോൺഗ്രസ്സ് സിൻഡിക്കേറ്റു വിഭാഗം അതിനെ രൂക്ഷമായി വിമർശിച്ചു.

ഐ.ജി. പട്ടേൽ ആയിരുന്നു അപ്പോൾ കേന്ദ്ര സാമ്പത്തിക കാര്യ സെക്രട്ടറി. പട്ടേൽ മോറാർജി ദേശായിയുടെ ആളാണെന്ന് പരക്കെ അറിയപ്പെട്ടിരുന്നു. ഇന്ദിരാഗാന്ധിക്ക് അത് അറിയാം. പട്ടേൽ സാമ്പത്തിക കാര്യങ്ങളിൽ അറിവും കഴിവുമുള്ളവനാണെന്ന് അറിയാം. ഇന്ദിരാ ഗാന്ധി പട്ടേലിനെ വിളിപ്പിച്ചു അവർ ചോദിച്ചു.

-മിസ്റ്റർ പട്ടേൽ നിങ്ങൾക്ക് സർക്കാർ സർവ്വീസ് വിടണമെന്നു തോന്നുന്നുണ്ടോ?

-മാഡം, ഞാനാകെ വിഷമത്തിലാണെന്നത് സത്യമാണ്. എന്നാൽ

സർക്കാർ സർവ്വീസ് വിടണമെന്നു വിചാരിച്ചിട്ടില്ല. മാഡം എന്റെ സത്യസന്ധത സംശയിക്കുകയാണെങ്കിൽ?

-ഇല്ല, എനിക്ക് നിങ്ങളുടെ സത്യസന്ധതയിൽ സംശയമൊന്നുമില്ല.

രണ്ടുദിവസം കഴിഞ്ഞ് ഇന്ദിരാഗാന്ധി പട്ടേലിനെ വീണ്ടും വിളിപ്പിച്ചു.

-മിസ്റ്റർ പട്ടേൽ മൊറാർജി ദേശായിക്ക് സാമ്പത്തിക കാര്യങ്ങളിൽ നല്ല അറിവുണ്ട്. എനിക്ക് അതില്ല. നിങ്ങൾ ശ്രദ്ധയോടെ ബഡ്ജറ്റ് തയ്യാറാക്കണം. വിശദാംശങ്ങൾ അപ്പപ്പോൾ എന്നോട് സംസാരിച്ചുവേണം എഴുതാൻ. ചെറിയ കുറിപ്പുകളായി എന്നെ അറിയിക്കണം.

പ്രധാനമന്ത്രിയെ ശങ്കിച്ചിരുന്ന സാമ്പത്തിക കാര്യ സെക്രട്ടറി സന്തോഷത്തോടെ ബഡ്ജറ്റിന്റെ പണി തുടങ്ങി. എല്ലാ ചൊവ്വാഴ്ചയും വെള്ളിയാഴ്ചയും പ്രധാനമന്ത്രിക്ക് പാർലമെന്റിൽ സാമ്പത്തിക കാര്യങ്ങളെക്കുറിച്ചുള്ള ചോദ്യങ്ങൾക്ക് മറുപടി പറയേണ്ടതുണ്ട്.എല്ലാ ദിവസവും രാവിലെ ഒൻപതു മണിക്ക് സാമ്പത്തികകാര്യ വിദഗ്ദ്ധർ ഇന്ദിരാഗാന്ധിയെകണ്ട് സംസാരിക്കും.

1969-ലെ സാമ്പത്തിക കാര്യചുമതലയുള്ള പ്രധാനമന്ത്രി ഇന്ദിരാഗാന്ധി പാർലമെന്റിൽ ബഡ്ജറ്റ് അവതരിപ്പിച്ചു. എതിരാളികളേയും അനുകൂലികളേയും ഒരുപോലെ അമ്പരപ്പിച്ച ബഡ്ജറ്റായിരുന്നു അത്. പ്രധാനമന്ത്രി ശ്രീമതി ഇന്ദിരാ ഗാന്ധി തന്റെ അധികാരവും ഭരണപാടവവും ഉറപ്പിച്ചിരിക്കുന്നുവെന്ന് എല്ലാവരും മനസ്സിലാക്കി. നീലം സഞ്ജീവ റെഡ്ഡിയുടെ പ്രസിഡന്റ് സ്ഥാനാർത്ഥിത്വ പേപ്പർ ശ്രീമതി ഇന്ദിരാഗാന്ധി ഒപ്പിട്ട് സമർപ്പിച്ചു. വൈസ് പ്രസിഡന്റ് ശ്രീ. വി.വി. ഗിരി സ്വതന്ത്ര സ്ഥാനാർത്ഥിയായും പേപ്പർ നൽകി. പ്രതിപക്ഷ കക്ഷികൾ മുൻ സാമ്പത്തിക കാര്യമന്ത്രി ശ്രീ. സി.ഡി. ദേശ്മുഖിന്റെ പേരും സമർപ്പിച്ചു. ഇരു പാർലമെന്റിലേയും എം.പിമാരും സംസ്ഥാന എം.എൽ.എ മാരും ചേർന്ന എലക്ടറൽ കോളേജാണ് ഇന്ത്യൻ പ്രസിഡന്റിനെ തെരഞ്ഞെടുക്കുന്നത്.

ഇന്ദിരാഗാന്ധി സ്വന്തം ഇഷ്ടത്തിന് വിരുദ്ധമായാണ് നീലം സഞ്ജീവ റെഡ്ഡിയുടെ പേര് ഒപ്പിട്ടു നൽകിയിരിക്കുന്നതെന്ന് കോൺഗ്രസ്സ് പാർട്ടി പ്രസിഡന്റ് നിജലിംഗപ്പയ്ക്ക് അറിയാം. അതുകൊണ്ട് റെഡ്ഢിയുടെ വിജയം ഉറപ്പുവരുത്താൻ ജനസംഘത്തിന്റേയും സ്വതന്ത്രപ്പാർട്ടിയുടേയും വോട്ട് നീലം സഞ്ജീവറെഡ്ഡിക്കു നൽകണമെന്ന് അവരോട് അഭ്യർത്ഥിച്ചു. അതറിഞ്ഞപ്പോൾ ശ്രീമതി ഇന്ദിരാഗന്ധി കർക്കശമായി പ്രസ്താവിച്ചു. കോൺഗ്രസ്സ് പാർട്ടിയുടെ അന്തസ്സിന് നിരക്കാത്ത പണിയാണ് നിജലിംഗപ്പ കാണിച്ചിരിക്കുന്നത്. അതുകൊണ്ട് പാർട്ടി എം.പി.മാർക്ക് സ്വന്തം മനഃസാക്ഷിക്ക് ഉചിതമെന്നു തോന്നുന്ന വിധത്തിൽ വോട്ടു ചെയ്യാവുന്നതാണ്. അത് വലിയൊരു പ്രശ്നമായിത്തീർന്നു. പാർട്ടിയിലെ ഇരു വിഭാഗവും പരസ്പരം

കൊമ്പു കോർക്കുന്നതുപോലെയായി. ശ്രീ. മൊറാർജി ദേശായ്, എസ്.കെ. പാട്ടീൽ, അതുല്യഘോഷ്, നിജലിംഗപ്പ എന്നിവർ സഞ്ജീവ് റെഡ്ഡിക്കുവേണ്ടി സർവ്വശക്തിയുപയോഗിച്ച് പ്രചാരണം നടത്തി.

മദ്ധ്യപ്രദേശ് മുഖ്യമന്ത്രി ഡി.പി. മിശ്ര ശ്രീമതി ഗാന്ധിയുടെ ചേരിയിലായിരുന്നു. യുവതുർക്കികൾ (Young Turks) എന്നറിയപ്പെട്ടവരും ഇന്ദിരയുടെ കൂടെ നിന്നു. ആഗസ്റ്റ് ഇരുപതാം തിയതി ആയിരുന്നു തെരഞ്ഞെടുപ്പ്. അന്ന് രാജീവ് ഗാന്ധിയുടെ ജന്മദിനവുമായിരുന്നു. പാർട്ടിയിലെ ചേരി തിരിവ് രാജ്യമാകെ ചർച്ചാവിഷയമായി. വി.വി. ഗിരി തോൽക്കുമെന്ന കാര്യത്തിൽ ആർക്കും സംശയമുണ്ടായിരുന്നില്ല. ഇന്ദിരാഗാന്ധിയുടെ ഗ്രൂപ്പിലെ രമേഷ് താപ്പർ വന്ന് അവരോടു പറഞ്ഞു. വി.വി. ഗിരി ജയിക്കും. 250 എം.പിമാർ സ്വതന്ത്രമായ വോട്ടിനെ അനുകൂലിച്ചിട്ടുണ്ട്. 250 പോരല്ലോ. ആത്മവിശ്വാസം രക്ഷിക്കട്ടെ. കാത്തിരുന്നു കാണാം. ശ്രീമതി ഗാന്ധിയുടെ പ്രതികരണം അങ്ങനെയായിരുന്നു. ആഗസ്റ്റ് ഇരുപതാം തിയതി തെരഞ്ഞെടുപ്പു ഫലം റേഡിയോയിൽ അറിയിച്ചു കൊണ്ടിരുന്നു. ആദ്യ റൗണ്ടിൽ വി.വി. ഗിരി വിജയിച്ചിട്ടില്ല. കാമരാജിന്റെ ക്യാമ്പിൽ ആഹ്ളാദ ശബ്ദങ്ങൾ ഉയർന്നു. രണ്ടാമത്തെ റൗണ്ടിൽ വോട്ടെണ്ണൽ നടക്കുകയാണ്. ശ്രീമതി ഇന്ദിര ഗാന്ധി ഉൽക്കണ്ഠ പ്രകടിപ്പിക്കാതെ ബീഥോവന്റെ സംഗീതം കേട്ടു. അവരുടെ ഒപ്പം സുഹൃത്ത് ശ്രീമതി പുപുൽ ജയക്കർ മാത്രമേ ഉണ്ടായിരുന്നുള്ളൂ.

പുപുൽ പറഞ്ഞു.

-രണ്ടാമത്തെ റൗണ്ടിലും തോൽക്കാനാണ് സാദ്ധ്യത.

ഇന്ദിരാഗാന്ധി പുഞ്ചിരിച്ചുകൊണ്ട് പറഞ്ഞു.

"ഞാൻ ശുഭാപ്തി വിശ്വാസം കൈവെടിഞ്ഞിട്ടില്ല."

അർദ്ധരാത്രിയോടെ ഫലം അറിഞ്ഞു.

ശ്രീ. വിവി. ഗിരി പ്രസിഡൻറായി തെരഞ്ഞെടുക്കപ്പെട്ടിരിക്കുന്നു.

ശ്രീമതി ഗാന്ധിയുടെ മുഖത്ത് ഒരു ചെറുചിരി മൊട്ടിട്ടു. വിരിഞ്ഞില്ല. കൂടുതൽ സന്തോഷങ്ങളൊന്നും പ്രകടിപ്പിച്ചില്ല. വിജയാംശസകൾ നേർന്നവരോട് പറഞ്ഞു.

-പ്രശ്നങ്ങൾ ആരംഭിക്കുക മാത്രമേ ചെയ്തിട്ടുള്ളൂ.

കോൺഗ്രസ്സ് പാർട്ടി പിളരുമെന്നഘട്ടം എത്തിയിരിക്കുകയാണ്. ഒരു രാഷ്ട്രീയപ്പാർട്ടി എന്ന നിലയിൽ കോൺഗ്രസ്സ് നൂറു വർഷം പിന്നിട്ടിരിക്കുന്നു. കാലത്തിനും സാഹചര്യത്തിനും അനുസരിച്ച് പാർട്ടി ഒരുപാടു മാറിയിട്ടുണ്ട്. എന്നാൽ ഇപ്പോൾ സ്വയം ഒരു പരിണാമത്തിനു വഴങ്ങാത്ത അവസ്ഥയിലാണ്. ശ്രീമതി ഗാന്ധി മനസ്സുകൊണ്ട് തയ്യാറെടുത്തു. മാറ്റത്തിന് താൻ വലിയൊരു പങ്ക് വഹിക്കേണ്ടതുണ്ട്. പ്രധാനമന്ത്രി എന്ന നിലയിൽ ഈ രാജ്യത്ത് നടപ്പാക്കേണ്ട കാര്യങ്ങൾക്ക് പാർട്ടിയുടെ പിൻതുണ അനിവാര്യമാണ്. പാർട്ടിയില്ലാതെ നേതാവില്ല. ശ്രീമതി ഗാന്ധി

സംസ്ഥാനങ്ങളിലേക്ക് ഒരു യാത്ര പോയി. ഓരോ സംസ്ഥാനത്തേയും പാർട്ടി നേതാക്കന്മാർ തന്നെ പിൻതുണയ്ക്കണമെന്ന് അവർ അഭ്യർത്ഥിച്ചു.

പാർട്ടിയിൽ ഒപ്പുശേഖരണം നടക്കുന്നുണ്ട്. നിജലിംഗപ്പ പാർട്ടി പ്രസിഡന്റ് എന്ന നിലയിൽ പരാജയപ്പെട്ടിരിക്കുകയാണ്. നിജലിംഗപ്പ ഉടനെ രാജി വെയ്ക്കണം. പുതിയ പാർട്ടി പ്രസിഡന്റിനെ ഉടനെ തെരഞ്ഞെടുക്കണം. പാർട്ടിയിലെ രണ്ടു വിഭാഗവും ഉണർന്നു ശ്രീമതി ഗാന്ധി കമ്മ്യൂണിസ്റ്റ് ആശയക്കാരിയാണെന്ന പ്രചാരണമാണ് സിൻഡിക്കേറ്റു വിഭാഗം ആദ്യം ഉയർത്തിയത്. ബാങ്ക് ദേശസാൽക്കരണം നല്ല ഉദാഹരണമാണ്. അത് രാജ്യതാൽപര്യത്തിന് വിരുദ്ധമാണ്. അപ്പോൾ കേരളത്തിലും ബംഗാളിലും കമ്മ്യൂണിസ്റ്റ് ഗവൺമെന്റുകളാണ് ഭരിക്കുന്നത്. രണ്ടിടത്തും നക്സലൈറ്റുകൾ ശക്തിപ്രാപിച്ചു വരുന്നുമുണ്ട്. ഇന്ദിരാ ഗാന്ധിയുടെ അനുയായികൾ അഖിലേന്ത്യാ കോൺഗ്രസ്സ് കമ്മിറ്റി ചേരണമെന്ന് ആവശ്യപ്പെട്ടു. നിജലിംഗപ്പ ഇന്ദിരാ ഗാന്ധിയെ അധിക്ഷേപിച്ചുകൊണ്ട് ഒരു കുറിപ്പ് പ്രസിദ്ധീകരിച്ചു.

പാർട്ടിയിലെ ജനാധിപത്യം തകർത്ത് പാർട്ടിയെ നശിപ്പിക്കാൻ ശ്രമിക്കുകയാണ്. ശ്രീമതി ഇന്ദിരാ ഗാന്ധി എന്ന് കുറിപ്പിൽ ആക്ഷേപിച്ചിരിക്കുന്നു. എ. ഐ.സി.സി. യിൽ നിന്ന് ഇന്ദിരാ അനുകൂലികളായ ഫക്രുദ്ദീൻ ആലി അഹമ്മദിനേയും സി. സുബ്രഹ്മണ്യത്തേയും ഡിസ്മിസ് ചെയ്തു നിജലിംഗപ്പ വിളിച്ചുചേർത്ത യോഗത്തിൽ ഇന്ദിരാഗാന്ധി പങ്കെടുത്തില്ല. 1969 നവംബർ ഒന്നാം തിയതി കോൺഗ്രസ്സ് വർക്കിംഗ് കമ്മിറ്റിയുടെ രണ്ടു മീറ്റിംഗുകൾ രണ്ടു സ്ഥലത്ത് ഒരേ സമയം നടന്നു. ഒന്ന് പ്രധാന മന്ത്രി ശ്രീമതി ഇന്ദിരാ ഗാന്ധിയുടെ ഓഫീഷ്യൽ വസതിയിലും മറ്റൊന്ന് ജന്തർ മന്തർ റോഡിലുള്ള കോൺഗ്രസ്സ് പാർട്ടി ഓഫീസ്സിലും.

സിൻഡിക്കേറ്റു നേതാക്കൾ കരുതിയത് പാർട്ടിയിൽ ശ്രീമതി ഇന്ദിരാ ഗാന്ധിക്ക് സ്വാധീനം കുറവാണെന്നാണ്. പാർട്ടി അവർക്കെതിരെ ശക്തമായ നടപടിയെടുത്താൽ ശ്രീമതി ഇന്ദിരാ ഗാന്ധിയുടെ രാഷ്ട്രീയ ഭാവി നഷ്ടമാവും. ജനങ്ങളിൽ നിന്ന് ഒറ്റപ്പെടും. നിജലിംഗപ്പയുടെ അദ്ധ്യക്ഷതയിൽ ചേർന്ന കോൺഗ്രസ്സ് വർക്കിംഗ് കമ്മിറ്റി മീറ്റിംഗിൽ ശ്രീമതി ഇന്ദിരാ ഗാന്ധിയെ പാർട്ടിയുടെ പ്രൈമറി മെമ്പർഷിപ്പിൽ നിന്നും പുറത്താക്കി. പാർട്ടിയുടെ പാർലമെന്റ് നേതൃസ്ഥാനം ശ്രീമതി ഇന്ദിരാ ഗാന്ധിക്ക് ഇനി ഇല്ല. പുതിയൊരു നേതാവിനെ തെരഞ്ഞെടുക്കുന്നതാണ്.

ശ്രീമതി ഇന്ദിരാ ഗാന്ധി കോൺഗ്രസ്സ് പാർട്ടിയിൽ അംഗത്വമെടുത്തത് 1938–ൽ ആയിരുന്നു. വിഷമം അനുഭവിച്ചെങ്കിലും മാനസികമായി തകരാതെ ശ്രീമതി ഇന്ദിരാ ഗാന്ധി തന്റെ ഭാവി പരിപാടികൾ ആസൂത്രണം ചെയ്തു.

പുറത്താക്കൽ താൻ അംഗീകരിച്ചാൽ പാർലമെന്ററിപ്പാർട്ടി നേതാവ് അല്ലാതാവും. പ്രധാനമന്ത്രിപദം രാജിവെയ്ക്കേണ്ടിയും വരും. കോൺഗ്രസ്സ് പാർട്ടി പാർലമെന്റ് മെമ്പർമാരുടെ ഒരു യോഗം ശ്രീമതി ഇന്ദിരാ ഗാന്ധി വിളിച്ചുകൂട്ടി. 429 എം.പി. മാരിൽ 310 പേർ ഇന്ദിരാ ഗാന്ധിയുടെ മീറ്റിംഗിൽ എത്തി. അവരെ തിരിച്ചറിയുന്നതിന് കോൺഗ്രസ്സ് 'ഐ' എന്ന് വിളിച്ചു. നിജലിംഗപ്പയുടെ കോൺഗ്രസ്സ് 'O' (ഒ) എന്നും അറിയപ്പെട്ടു. ബ്രിട്ടീഷ് ഭരണത്തിനെതിരെ പൊരുതി ജയിച്ച കോൺഗ്രസ്സ് പാർട്ടി ഇപ്പോൾ ചരിത്രത്താളുകളിൽ മാത്രം! പാർട്ടി രണ്ടായതോടെ ഇരു സഭകളിലും ഇന്ദിരാ ഗാന്ധിയുടെ ഭൂരിപക്ഷം നഷ്ടമായി. പ്രധാനമന്ത്രി പദം നിലനിർത്താൻ ചെറുകക്ഷികളായ കമ്മ്യൂണിസ്റ്റ് പാർട്ടി ഓഫ് ഇന്ത്യ ദ്രാവിഡമുന്നേറ്റ കഴകം, സ്വതന്ത്രമെമ്പർമാർ എന്നിവരുടെ പിൻതുണ തേടി. കോൺഗ്രസ്സ് 'ഒ' പ്രധാനമന്ത്രിക്കെതിരെകൊണ്ടുവന്ന അവിശ്വാസ പ്രമേയം പരാജയപ്പെട്ടു. ഇന്ദിരാ ഗ്രൂപ്പിൽപെട്ട ഒരു വിഭാഗം 'യംഗ് ടർക്ക്' എന്ന പേരിൽ അറിയപ്പെട്ടു. നാട്ടുരാജാക്കന്മാർക്കുള്ള പ്രിവി പഴ്സും മറ്റ് ആനുകൂല്യങ്ങളും എടുത്തുകളയണമെന്ന് 'യംഗ് ടർക്ക്' ഗ്രൂപ്പ് ആവശ്യപ്പെട്ടു.

മൂൻ നാട്ടുരാജാക്കന്മാർ ഒരു സംഘടന ഉണ്ടാക്കിയിരുന്നു. നാട്ടുരാജാക്കന്മാരുടെ പ്രിവി പഴ്സ് നിറുത്താൻ ഭരണഘടനയിൽ മാറ്റം ആവശ്യമാണ്. അതിനാകട്ടെ ലോകസഭയിലും രാജ്യസഭയിലും മൂന്നിൽ രണ്ട് ഭൂരിപക്ഷം വേണം.

പ്രിവി പഴ്സ് നിറുത്തലാക്കാനുള്ള ബില്ല് ആഗസ്റ്റ് 1970-ൽ പാർലമെന്റിൽ അവതരിപ്പിച്ചു. സെപ്തംബർ രണ്ടിന് പാസ്സാക്കിയെടുത്തു. എന്നാൽ രാജ്യസഭയിൽ ഒരു വോട്ടിന് പരാജയപ്പെട്ടു. രാജാക്കന്മാരും പ്രതിപക്ഷവും ഏറെ സന്തോഷിച്ചു. അന്ന് വൈകുന്നേരം ക്യാബിനറ്റ് മീറ്റിംഗ് കൂടി പ്രസിഡന്റ് വിജ്ഞാപനത്തിലൂടെ നാട്ടുരാജാക്കന്മാരുടെ അവകാശം എടുത്തുകളഞ്ഞു. കോൺഗ്രസ്സ് 'ഒ' ഇന്ദിരാഗാന്ധിയെ അധികാരത്തിൽ നിന്ന് നീക്കം ചെയ്യാനുള്ള ശ്രമം ഊർജ്ജിതപ്പെടുത്തി. വലിയ വ്യവസായികളുടെ കുത്തകയിലുള്ള പത്രങ്ങൾ ഒരാരോപണം കൊണ്ടുവന്നു. ഇന്ദിരാഗാന്ധി ഇൻഡ്യയെ കമ്മ്യൂണിസ്റ്റു രാജ്യമാക്കാനുള്ള ഗൂഢശ്രമത്തിലാണെന്ന് അവർ പ്രചരിപ്പിച്ചു. വെസ്റ്റ് ബംഗാളിൽ അക്കാലം നക്സ്ലൈറ്റ് വിഭാഗം ശക്തിയാർജ്ജിക്കുന്നുണ്ടായിരുന്നു. ഗവൺമെന്റിന്റെ രഹസ്യാന്വേഷണ വിഭാഗം ഒരു ഗൂഢാലോചനയെക്കുറിച്ച് പ്രധാനമന്ത്രിക്ക് മുന്നറിയിപ്പു കൊടുത്തു. ഇന്ത്യൻ ആർമിയിൽ പട്ടാള വിപ്ലവത്തിനുള്ള നീക്കവും നടക്കുന്നുണ്ട്. ബോംബെ, കൽക്കത്ത, ദില്ലി എന്നിവിടങ്ങളിൽ അങ്ങനെയൊരു കിംവദന്തി പരന്നുകഴിഞ്ഞിരുന്നു. ജനറൽ എസ്. എച്ച്. ജെ. മനെക്ഷാ (S.H.J. MANEKSHAW) ആയിരുന്നു അപ്പോൾ ഇന്ത്യൻ ആർമിയുടെ കമാർഡർ-ഇൻ-ചീഫ്

അദ്ദേഹം എവിടെച്ചെന്നാലും ആളുകൾ ചോദിച്ചു തുടങ്ങി.

'എന്നാണ് താങ്കൾ പട്ടാള ഭരണം നടപ്പാക്കുന്നത്?'

ഇന്ദിരാഗാന്ധിയുടെ ക്യാബിനറ്റ് മന്ത്രിമാർ അക്കാര്യം അവരോട് സൂചിപ്പിക്കുകയും ചെയ്തു.

'പ്രധാനമന്ത്രി ഓൺ ലൈൻ' എന്നു കേട്ടപ്പോൾ മനെക്ഷാ അമ്പരന്നു!

-യെസ് പ്രൈം മിനിസ്റ്റർ

- 'സാം' , നിങ്ങൾ തിരക്കിലാണോ?

ശ്രീമതി ഇന്ദിരാഗന്ധി ജനറൽ മനെക്ഷായെ സാം എന്നു വിളിക്കുന്ന സൗഹൃദം നിലനിർത്തിയിരുന്നു. അവർ പരസ്പരം തമാശകൾ പറഞ്ഞ് ചിരിക്കുകയും ചെയ്യുമായിരുന്നു.

എന്നിരുന്നാലും മനെക്ഷായ്ക്ക് അറിയാമായിരുന്നു, ഈ സ്ത്രീ സാധാരണക്കാരിയല്ല. ചിരിക്കും സൗഹൃദത്തിനും അപ്പുറം അതിശക്തയായ ഒരു ഭരണാധികാരിയുണ്ട്.

-സാം, തിരക്കില്ലെങ്കിൽ വരൂ. നമുക്ക് സംസാരിക്കാം.

ജനറൽ മനെക്ഷാ, ചെല്ലുമ്പോൾ ശ്രീമതി ഇന്ദിരാ ഗാന്ധി കിഡ്നി ആകൃതിയിലുള്ള ഒരു ചെറിയ മേശയിൽ കൈകളൂന്നി. തല കൈകളിൽ താങ്ങി ഇരിക്കുകയാണ്.

-എന്തു പറ്റി മാഡം പ്രൈംമിനിസ്റ്റർ? താങ്കൾ എന്തെങ്കിലും പ്രശ്നത്തിലാണോ?

-എനിക്ക് ഒരുപാടു പ്രശ്നങ്ങളുണ്ട്.

-എന്താണ് താങ്കളുടെ പ്രശ്നം?

-നിങ്ങൾ തന്നെയാണ് എന്റെ പ്രശ്നം!

-അതിന് ഞാനെന്തു ചെയ്തു?

-നിങ്ങൾ അധികാരം പിടിച്ചെടുക്കാൻ ശ്രമിക്കുകയാണെന്നു കേട്ടു.?

ജനറൽ മനേക്ഷാ ഷോക്കേറ്റതു പോലെ കുറച്ചു സമയം തരിച്ചു നിന്നു. പിന്നെ പിടഞ്ഞുണർന്ന് മുൻപോട്ടു ചെന്ന് ശ്രീമതി ഗാന്ധിയുടെ മുന്നിൽ തലയുയർത്തി നിന്നു. എന്നിട്ടു ചോദിച്ചു.

-താങ്കൾ എന്തു വിചാരിക്കുന്നു?

-നിങ്ങൾക്കതിനു കഴിയില്ല.

-എന്താ ഞാനൊരു കഴിവുകെട്ടവനാണെന്നാണോ വിചാരം?

-അങ്ങനെയല്ല സാം, നിങ്ങളത് ചെയ്യില്ല.

മനെക്ഷാ പതുക്കെ എന്നാൽ ഉറപ്പായി പറഞ്ഞു.

-എനിക്ക് രാഷ്ട്രീയ മോഹങ്ങളില്ല. എന്റെ പട്ടാളത്തെ ലോകത്തിലെ ഏറ്റവും ശക്തമായ പട്ടാള വിഭാഗമായി ഉയർത്തിയെടുക്കാനുള്ള അതിയായ മോഹമുണ്ട്. താങ്കൾ രാജ്യം ഭരിക്കുക. ഞാനീ രാജ്യത്തിന്റെ ശക്തനായ സൈന്യാധിപൻ ആയിരിക്കും.

-എന്റെ, മന്ത്രിമാർ വരെ പറയുന്നു, നിങ്ങൾ, പട്ടാള വിപ്ളവത്തിലൂടെ അധികാരം പിടിച്ചെടുക്കുമെന്ന്.

താങ്കൾ നിയമിച്ച മന്ത്രിമാരല്ലേ? അവരെ പിരിച്ചു വിടുക. എന്നിൽ എന്റെ പ്രധാന മന്ത്രിക്കു വിശ്വാസമില്ലെങ്കിൽ ഒരു വാക്കു മതി, ഞാനെന്റെ സ്ഥാനമൊഴിയാം.

– സാം എന്നോടു ക്ഷമിക്കുക.

അവർ പിരിഞ്ഞു. തനിക്കെതിരെ രാഷ്ട്രീയ എതിരാളികൾ ഒരുമിക്കുന്നുവെന്ന് ശ്രീമതി ഇന്ദിരാഗാന്ധി മനസ്സിലാക്കി. അവരിൽ നിന്നും ഒരാക്രമണം ഉടനെയുണ്ടാവും. ഒരു ന്യൂനപക്ഷ ഗവൺമെന്റിന് ഇടതു പക്ഷത്തെ ആശ്രയിച്ച് ഏറെനാൾ നിലനിൽക്കാനാവില്ല. ഒരു ഇടക്കാല തെരഞ്ഞെടുപ്പ് വേണ്ടിവരും. പണവും സ്വാധീനവും വലതുപക്ഷത്തിന് ധാരാളമുണ്ട്.

തലമുതിർന്ന നേതാക്കന്മാരൊക്കെ 'ഒ' വിഭാഗത്തിലാണ്. പൊതു തെരഞ്ഞെടുപ്പ് ജിവന്മരണ പോരാട്ടമായി ഇരു വിഭാഗവും ഏറ്റെടുത്തു. വലതുപക്ഷത്തിന്റെ മുഖ്യ അജണ്ട 'ഇന്ദിര ഹഠാവോ' (ഇന്ദിരയെ നീക്കം ചെയ്യുക) എന്നതായിരുന്നു. ഒരു വ്യക്തിക്കെതിരെ നയിക്കുന്ന വൻപട. പകരം ശ്രീമതി ഇന്ദിര ഗാന്ധി 'ഗരീബി ഹഠാവോ' ദാരിദ്ര്യം നീക്കം ചെയ്യുക എന്ന മുദ്രാവാക്യം മുഖ്യമായെടുത്തു.

നാല്പത്തിമൂന്നു ദിവസത്തേക്കായിരുന്നു പ്രചാരണം. ശ്രീമതി ഇന്ദിരാഗാന്ധി ഒറ്റയ്ക്ക് 36,000 കിലോമീറ്റർ സഞ്ചരിച്ച് 300 ലേറെ മീറ്റിംഗുകളിൽ പ്രസംഗിച്ചു. ഒന്നരക്കോടി ജനങ്ങൾ അവരുടെ പ്രസംഗം നേരിട്ടു കേട്ടു. രണ്ടു കോടിയോളം ജനങ്ങൾ ശ്രീമതി ഇന്ദിരാഗാന്ധിയുടെ സഞ്ചാര വഴികളുടെ ഇരു വശവും കൈവീശി നിന്ന് അവരെ കണ്ടു. തുറന്ന വാഹനത്തിൽ തൊഴുകൈയുമായി നിന്നാണ് അവർ സഞ്ചരിച്ചത്. ഇടയ്ക്ക് ആവേശത്തോടെ കൈകൾ വീശും. അല്പം മാത്രം ഭക്ഷണവും കുറച്ചുമാത്രം ഉറക്കവുമായിരുന്നു അക്കാലത്ത്. മഹാജനം ആ സ്ത്രീയുടെ ധൈര്യം തിരിച്ചറിഞ്ഞു. ഉത്തരവാദിത്വ ബോധവും മനസ്സിലാക്കി. ഒരു പെൺകുടവയെപ്പോലെയാണ് അവർ മുന്നോട്ടു പാഞ്ഞത്. തെരഞ്ഞെടുപ്പു പ്രചരണം കഴിഞ്ഞ് ക്ഷീണിതയായി, എന്നാൽ ശാന്ത ഗംഭീരയായി അവർ ദില്ലിയിൽ മടങ്ങിയെത്തി.

തെരഞ്ഞെടുപ്പു നടന്നു.

ഫല പ്രഖ്യാപന ദിനവും വന്നണഞ്ഞു. ശ്രീമതി ഇന്ദിരാഗാന്ധിയുടെ ഭവനം ദീപാലങ്കൃതമായിരുന്നു. ഇന്ദിരാ കോൺഗ്രസ്സ് രാജ്യത്താകെ വിജയം വരിച്ചുകൊണ്ടിരിക്കുകയാണ്. സന്ദർശകരുടെ കാറുകൾ വരികയും പോവുകയും ചെയ്തുകൊണ്ടിരുന്നു. പൂക്കളും മധുര പലഹാരങ്ങളും കൊണ്ട് വീടിന്റെ സ്വീകരണമുറി നിറഞ്ഞു.പ്രധാനമന്ത്രി ശ്രീമതി ഇന്ദിരാഗാന്ധി അവരുടെ പഠനമുറിയിൽ നിന്ന് ഇടയ്ക്കിടെ സ്വീകരണ

മുറിയിലേക്കു വരും. സന്ദർശകരെ കണ്ട് ചിരിച്ചിട്ട് അകത്തേക്കു പോകും. വീണ്ടും വരും.

ഇരിപ്പുമുറി നേതാക്കളെക്കൊണ്ടു നിറഞ്ഞു. മുറ്റത്തും ഗെയിറ്റിനു പുറത്തും അതിനപ്പുറവും ജനങ്ങൾ വന്നുചേർന്നിരിക്കുന്നു. അവർ ഇടയ്ക്കിടയ്ക്ക് മുദ്രാവാക്യങ്ങൾ ഉയർത്തും. ടെലിഫോൺ നിരന്തരം അടിച്ചു കൊണ്ടിരുന്നു. ശ്രീമതി ഇന്ദിര ഗാന്ധിയുടെ രണ്ട് ആൺമക്കളും അവരുടെ ഭാര്യമാരും അവരുടെ മക്കളും വീട്ടിലുണ്ട്. മുഖം വികാര ഭരിതമാകാതിരിക്കാൻ ശ്രീമതി ഇന്ദിരാഗാന്ധി കിണഞ്ഞു ശ്രമിച്ചു. ലോക സഭയിൽ ശ്രീമതി ഇന്ദിരാഗാന്ധിക്ക് മുന്നിൽ രണ്ട് ഭൂരിപക്ഷം കിട്ടിയി രിക്കുന്നു.

ഏഴ്

കിളി തുടരുന്നു

1947-ൽ ഇന്ത്യ വിഭജിക്കപ്പെട്ടപ്പോൾ രണ്ട് പ്രദേശങ്ങൾ, ഭാഷയിലും സംസ്കാരത്തിലും ആചാരങ്ങളിലും വ്യത്യസ്തമായിരുന്നിട്ടും മതത്തിന്റെ പേരിൽ ഒരു രാജ്യമായിരിക്കുമെന്നു തീരുമാനിച്ചു. പഞ്ചാബിന്റെ പകുതി ഭാഗവും ബലൂചിസ്ഥാനും സിൻഡും ചേർന്ന പടിഞ്ഞാറൻ പാകി സ്താനും ബംഗാളിന്റെ കിഴക്കൻ പകുതിയായ ഈസ്റ്റു ബംഗാളും ചേർന്ന് പാക്കിസ്താൻ എന്ന ഇസ്ലാമിക രാജ്യം സ്ഥാപിതമായി. ഇസ്ലാം മതം എന്ന ഒരേയൊരു കാര്യമൊഴിച്ചാൽ ഇരു പ്രദേശങ്ങൾക്കും തമ്മിൽ യാതൊരു ചേർച്ചയുമില്ല. ഭാഷ, പാരമ്പര്യം, സാഹിത്യം, ഗാനങ്ങൾ, സംഗീതം, ആചാരങ്ങൾ, അനുഷ്ഠാനങ്ങൾ എല്ലാം വിഭിന്നം. രാഷ്ട്രീ യാധികാരം പടിഞ്ഞാറൻ പാക്കിസ്താനിലെ പട്ടാള മേധാവികളിൽ കേന്ദ്രീകരിച്ചിരുന്നു. അവർ കിഴക്കൻ പാകിസ്താനെ പരിഗണിച്ചതേയില്ല. ഇന്ത്യയിൽ 1971-ലെ പൊതുതെരഞ്ഞെടുപ്പിൽ ശ്രീമതി ഇന്ദിരാ ഗാന്ധിയുടെ നേതൃത്വത്തിലുള്ള കോൺഗ്രസ്സ് പാർട്ടി മൂന്നിൽ രണ്ടു ഭൂരിപക്ഷം നേടി അധികാരത്തിൽ വന്നു. ഇന്ത്യയിൽ തെരഞ്ഞെടുപ്പു നടക്കുന്നതിന്റെ തൊട്ടുമുൻപ് 1970- ഡിസംബറിൽ പാക്കിസ്താൻ പ്രസി ഡന്റ് യാഹ്യഖാൻ പാക്കിസ്താനിൽ പൊതു തെരഞ്ഞെടുപ്പു പ്രഖ്യാ പിച്ചു. പട്ടാളഭരണം ജനങ്ങളുടെ പിൻതുണയോടെ ജനായത്തമാക്കി മാറ്റാം എന്നാണ് അദ്ദേഹം കണക്കുകൂട്ടിയത്. ശക്തവും ജനപിൻതുണ യുള്ളതുമായ ഒരു രാഷ്ട്രീയപ്പാർട്ടിയും അപ്പോൾ പാക്കിസ്താനിൽ നില വിലില്ല. അതുകൊണ്ട് താൻ രൂപീകരിക്കുന്ന കക്ഷിക്ക് അധികാരം കിട്ടും.

എന്നാൽ തെരഞ്ഞെടുപ്പു ഫലം വന്നപ്പോൾ കിഴക്കൻ പാക്കിസ്താൻ ആസ്ഥാനമായുള്ള അവാമി ലീഗ് പാക്കിസ്താൻ അസംബ്ളിയിലേക്ക്

വൻഭൂരിപക്ഷം നേടി. പടിഞ്ഞാറും കിഴക്കും പ്രദേശങ്ങളിൽ നിന്നുമുള്ള മൊത്തം ഭൂരിപക്ഷം തന്നെ അവാമി ലീഗിനാണ്. ഷേയ്ക്ക് മുജീബ് ഉർ-റഹ്മാനാണ് അവാമി ലീഗിന്റെ നേതാവ്. സ്വാഭാവികമായും പാക്കിസ്താന്റെ പ്രധാനമന്ത്രി പദം അദ്ദേഹത്തിന് ലഭിക്കണം. അദ്ദേഹം തന്റെ അവകാശം ആവശ്യപ്പെട്ടു. പട്ടാളവും പ്രസിഡന്റ് യാഹ്യഖാനും അത് അംഗീകരിച്ചില്ല. പാക്കിസ്താനിലെ രാഷ്ട്രീയപ്പാർട്ടി പീപ്പിൾസ് പാർട്ടി ഓഫ് പാക്കിസ്താൻ ആയിരുന്നു. അതിന്റെ നേതാവ് സുൾഫീക്കർ അലി ഭൂട്ടോ യാഹ്യഖാന് പിൻതുണ പ്രഖ്യാപിച്ചു. അവാമി ലീഗിനെ അധികാരത്തിൽ കൊണ്ടുവരാതിരിക്കാനുള്ള ശ്രമം ആരംഭിക്കുകയും ചെയ്തു. അതോടെ കിഴക്കും പടിഞ്ഞാറും പാക്കിസ്താൻ തമ്മിലുള്ള അകൽച്ച രൂക്ഷമായി. കിഴക്കൻ പാക്കിസ്താന് അധികാരം നൽകില്ലെന്ന് യാഹ്യ ഖാൻ വാശിപിടിച്ചു. കിഴക്കൻ പാക്കിസ്താൻ സ്വയം ഭരണം വേണമെന്ന വാദവും ഉയർന്നു വന്നു. മാർച്ച് മാസം (1971) ഇരുപത്തിയഞ്ചാം തിയതി ഒരു മുന്നറിയിപ്പുമില്ലാതെ 40,000 പടിഞ്ഞാറൻ പാക്കിസ്താൻ പട്ടാളം കിഴക്കൻ പാക്കിസ്താനിലേക്കു മാർച്ചു ചെയ്തു.

പിന്നെ ഒരു ഭീകരാന്തരീക്ഷമായിരുന്നു. എഴുത്തുകാരെയും, കലാകാരന്മാരെയും, തത്ത്വചിന്തകരേയും വിദ്യാർത്ഥി നേതാക്കളേയും തെരഞ്ഞുപിടിച്ച് പട്ടാളം വെടിവെച്ചു കൊല്ലാൻ തുടങ്ങി. മുദ് ജീബ് - ഉർ- റഹ്മാനെ- അറസ്റ്റു ചെയ്ത് പടിഞ്ഞാറൻ പാക്കിസ്താനിലേക്ക് ഹെലിക്കോപ്റ്ററിൽ കൊണ്ടുപോയി തടവിലിട്ടു. എണ്ണത്തിൽ കുറവാണെങ്കിലും കിഴക്കൻ ബംഗാളിൽ ഹിന്ദുക്കളും ഉണ്ടായിരുന്നു. അവരെ തെരഞ്ഞുപിടിച്ചു കൊന്നു. മുപ്പതു ലക്ഷത്തോളം ജനങ്ങളെ കൊന്നുവെന്നാണ് പുറം രാജ്യങ്ങളിൽ വാർത്ത വന്നത്. കിഴക്കൻ പാക്കിസ്താനിലെ ജനങ്ങളെ ശത്രുരാജ്യത്തെ ജനങ്ങളായിക്കണ്ടുകൊണ്ടായിരുന്നു പട്ടാളം അതിക്രമം കാണിച്ചത്. കണ്ണിൽ കണ്ട സ്ത്രീകളെ പട്ടാളം ബലാൽസംഗം ചെയ്തു. പുരുഷന്മാരുടെ കണ്ണുകൾ ചൂഴ്ന്നെടുത്തു. കൈകാലുകൾ വെട്ടി. കൂട്ടക്കൊലയും അക്രമവും ഏതാണ്ട് ആറുമാസക്കാലം തുടർന്നുകൊണ്ടിരുന്നു.

കുട്ടികൾക്കു നേരെയുണ്ടായ അക്രമം അതിക്രൂരമായിരുന്നു. മാതാപിതാക്കൾക്കൊപ്പം കൊല്ലപ്പെട്ടവർ ഭാഗ്യമുള്ളവരായിരുന്നു. മനുഷ്യർ അതിർത്തി കടന്ന് പലായനം ചെയ്തു. ഇന്ത്യൻ ഭാഗമായ പടിഞ്ഞാറൻ ബംഗാളിലേക്കാണ് ജനം പ്രവഹിച്ചത്. ഇരുപത്തിയഞ്ചു വർഷം മുൻപ് ഒരേ രാജ്യവും ഒരു ജനതയുമായിരുന്നവരാണ് അഭയാർത്ഥികളായി വന്നിരിക്കുന്നത്. ഇന്ത്യൻ ജനത സഹതാപത്തോടെ അവർക്ക് അഭയം കൊടുത്തു. അഭയാർത്ഥിക്യാമ്പുകളിൽ അവരെ താൽക്കാലികമായി കുടിയിരുത്തി. വിദ്യാലയങ്ങളും പൊതു ഇടങ്ങളും അവരെ താമസിപ്പിക്കുവാനായി ഉപയോഗിച്ചു. അഭയാർത്ഥികളിൽ മുജിബുർ-റഹ്മാന്റെ അവാമിലീഗ് കക്ഷിയിലെ പ്രവർത്തകർ ധാരാളമായുണ്ടായിരുന്നു. അവരുടെ നേതാക്കളും. അവാമി ലീഗ് നേതാക്കൾ രാഷ്ട്രഭ്രഷ്ടരായവരുടെ

ഒരു ഗവണ്മെന്റ് കൽക്കത്ത കേന്ദ്രമാക്കി രൂപീകരിച്ചു. താജ്ജൂദ്ദീൻ അഹമ്മദ് സർക്കാരിന്റെ നേതൃത്വം ഏറ്റെടുത്തു. വിദ്ഗദ്ധമായ വിശകലന ശേഷിയോടെ അവർ ഓരോന്നും പഠിച്ചു. ഉപദേശകരേയും വിദഗ്ദ്ധരേയും വിളിച്ചു വരുത്തി. അവരുടെ അഭിപ്രായങ്ങൾ ആരാഞ്ഞു.

അഭയാർത്ഥികൾക്ക് ഭക്ഷണം, വസ്ത്രം, ഔഷധം എന്നിവ ലഭിക്കാൻ ഉയർന്ന ഉദ്യോഗസ്ഥരെ ചുമതലപ്പെടുത്തി. മതവിദ്വേഷവും മതകലഹവും ഉണ്ടാകാതിരിക്കാൻ മുൻകരുതലുകളെടുത്തു. പ്രതിപക്ഷ കക്ഷികളുമായും ശ്രീമതി ഇന്ദിരാഗാന്ധി ആലോചിച്ചു. നിത്യവും പത്ര മാധ്യമങ്ങൾക്ക് വിവരങ്ങളും വാർത്തകളും നൽകാൻ ഏർപ്പാടു ചെയ്തു. സംസ്ഥാന മുഖ്യമന്ത്രിമാരുമായും സംസാരിച്ചു. വരാനിരിക്കുന്ന അപകടവും സങ്കീർണ്ണാവസ്ഥയും ജനങ്ങൾ സ്വീകരിക്കാൻ അവർ മുന്നറിയിപ്പു നൽകി. ഇന്ത്യൻ ആർമിയുടെ കമാൻഡർ - ഇൻ- ചീഫ് എസ്. എച്ച്. എഫ്. മനെക്ഷായെ ക്യാബിനറ്റ് മീറ്റിംഗിലേക്കു ക്ഷണിച്ചു വരുത്തി. ശ്രീമതി ഇന്ദിര ഗാന്ധിയുടെ മനസ്സ് കോപാകുലമായിരുന്നു. എങ്കിലും പുറമെ ശാന്തത നടിച്ചു.

ശ്രീമതി ഗാന്ധി ചോദിച്ചു.

-സാം, നിങ്ങൾക്കറിയാമോ, കിഴക്കൻ പാക്കിസ്താനിൽ എന്താണ് നടക്കുന്നതെന്ന്?

-അറിയാം മാഡം പ്രൈം മിനിസ്റ്റർ, അവിടെ മനുഷ്യരെ കൂട്ടക്കൊല ചെയ്യുകയാണ്.

-സാം, ത്രിപുരയിൽ നിന്നും മണിപ്പൂരിൽ നിന്നും ആസ്സാമിൽ നിന്നും ചീഫ് മിനിസ്റ്റർമാർ നിരന്തരം അറിയിച്ചുകൊണ്ടിരിക്കുകയാണ്. അഭയാർത്ഥികളുടെ വരവ് തടയേണ്ടതുണ്ട്. വേണ്ടിവന്നാൽ പാക്കിസ്താനിലേക്കു കടന്നു ചെന്നും തടയണം.

മാഡം പ്രൈം മിനിസ്റ്റർ അതിന്റെ അർത്ഥം യുദ്ധമെന്നാണ്.

-യുദ്ധമെങ്കിൽ യുദ്ധം. ഇനിയും ക്ഷമിക്കാനാവില്ല.

ജനറൽ മനെക്ഷാ വളരെ ശ്രദ്ധയോടെ എന്നാൽ ഉറച്ച ശബ്ദത്തിൽ വിശദീകരിച്ചു.

മഴക്കാലം വരികയാണ്.. നമ്മുടെ പട്ടാളത്തിന് മുന്നേറാൻ ഒരുപാടു തടസ്സങ്ങൾ ഉണ്ടാവും. ഒന്നാമത് നീക്കം റോഡിലൂടെ മാത്രമേ സാദ്ധ്യമാവുകയുള്ളൂ. ബാക്കി പ്രദേശങ്ങളിൽ മഴവെള്ളം ഉണ്ടായിരിക്കും. നദികൾ കടലാവും. ആകാശം മഴമേഘങ്ങൾകൊണ്ടു മൂടും. നമ്മുടെ എയർഫോഴ്സ് വിമാനങ്ങൾക്ക് അപ്പോൾ പറന്നുചെന്ന് ആക്രമിക്കാനാവില്ല. നമുക്ക് യുദ്ധം ജയിക്കൻ കഴിയുകയില്ല. പിന്നെ മറ്റൊരു കാര്യം നമ്മുടെ പട്ടാളത്തിന്റെ നല്ലൊരു വിഭാഗത്തെ വെസ്റ്റു ബംഗാളിൽ നക്സ്ലൈറ്റ് മുന്നേറ്റങ്ങൾക്കെതിരെ നിയോഗിച്ചിരിക്കുകയാണ്. അടിയന്തരമായി പട്ടാളക്കാർക്ക് നവീകരണം എന്ന നിലയിൽ പരിശീലനം

നൽകണം. പഞ്ചാബിലും ഹരിയാനയിലും ഇപ്പോൾ കൊയ്ത്തു നടക്കുകയാണ്. യുദ്ധം തുടങ്ങിയാൽ എല്ലാ റോഡുകളും പട്ടാള നീക്കത്തിനായി ഏറ്റെടുക്കേണ്ടിവരും. ട്രക്കുകളും കുതിരകളും ആയുധ നീക്കത്തിന് വേണ്ടിവരും.

നമ്മുടെ ധാന്യക്കൊയ്ത്തു മുടങ്ങിയാൽ പട്ടിണിയാവും ഫലം. ഏതാനും ദിവസങ്ങൾക്കകം ഹിമാലയൻ ചുരങ്ങൾ സഞ്ചാരയോഗ്യമാകും. അപ്പോൾ ചൈനയ്ക്ക് കടന്നു വരാൻ എളുപ്പമാവും. ഇന്ദിരാ ഗാന്ധിയുടെ മുഖം അരിശംകൊണ്ട് ചുവന്നു തുടുത്തു. എന്നാൽ ഒന്നും പുറത്തുകാണിക്കാതെ ക്യാബിനറ്റ് മീറ്റിംഗ് പിരിച്ചുവിട്ടു.ആർമി ചീഫ് ജനറൽ മനെക്ഷാ ഒറ്റയ്ക്ക് തന്നെ വന്നു കാണാൻ ശ്രീമതി ഇന്ദിരാ ഗാന്ധി കല്പിച്ചു. അവർ രണ്ടുപേരും തനിച്ച് സംസാരിച്ചു.

മനെക്ഷാ പറഞ്ഞു.

–മാഡം പ്രൈം മിനിസ്റ്റർ, സത്യം പറയാൻ ഞാൻ നിർബന്ധിതനാണ്. എന്നെ വിശ്വാസമില്ലെങ്കിൽ ഞാൻ രാജിവെയ്ക്കാം.

–സാം, നിങ്ങൾ പറയൂ, എനിക്ക് നിങ്ങളെ വിശ്വാസമാണ്.

ആ നിമിഷം മുതൽ പ്രധാനമന്ത്രിയും പട്ടാളമേധാവിയും തലയും കൈകളും പോലെ പ്രവർത്തിച്ചു തുടങ്ങി.

–നമുക്കിടയിൽ മറ്റാരും ഇടപെടാൻ ഉണ്ടാവില്ല എന്നോട് എല്ലാം തുറന്നു പറയണം. ഞാനും അങ്ങനെ തന്നെയായിരിക്കും. മറ്റാരും അറിയാനും പാടില്ല. പ്രധാനമന്ത്രിയെ ഏതു നേരവും വന്നു കാണാനുള്ള അനുമതിയും പട്ടാളമേധാവിക്കു നൽകി. അതുപോലെ ഏതു നേരവും രഹസ്യമായി ഫോണിൽ ബന്ധപ്പെടാനുള്ള മാർഗ്ഗവും സൃഷ്ടിച്ചു, കോഡുഭാഷയും. ധനകാര്യ വകുപ്പിന്റെ പ്രിൻസിപ്പൽ സെക്രട്ടറി ഐ.ജി. പട്ടേലിനെ പ്രധാനമന്ത്രി വിളിപ്പിച്ചു.

–നമുക്ക് എത്ര ഫോറിൻ എക്സ്ചേഞ്ച് ഉണ്ട്?

അമേരിക്കയും മറ്റു ശക്തികളും നമുക്കെതിരായാൽ എത്രനാൾ പിടിച്ചു നിൽക്കാനാവും?

–മാഡം പ്രൈം മിനിസ്റ്റർ, ഇപ്പോൾ ആയിരം കോടി രൂപാ ഫോറിൻ എക്സ്ചേഞ്ച് ഉണ്ട്. നമ്മുടെ ഗോഡൗണുകളിൽ ആറു മാസത്തേക്കുള്ള ധാന്യശേഖരവുമുണ്ട്. ഉടൻതന്നെ ശ്രീമതി ഇന്ദിരാഗാന്ധി ആസ്സാം, ത്രിപുര, ബംഗാൾ എന്നിവിടങ്ങളിലെ അഭയാർത്ഥി ക്യാമ്പുകൾ നേരിട്ടു കാണുവാനായി പുറപ്പെട്ടു.

മെയ് 24–ാം തിയതി അവർ ലോക്സഭയിൽ പ്രസ്താവിച്ചു

– മുപ്പത്തഞ്ചു ലക്ഷം അഭയാർത്ഥികൾ എട്ടാഴ്ചകൾക്കുള്ളിൽ ഇന്ത്യയിലെത്തിയിട്ടുണ്ട്. അവർ മുസ്ലീങ്ങളും ഹിന്ദുക്കളും സിഖുകാരും, ക്രിസ്ത്യാനികളുമാണ്. വിഭജന കാലത്തു മാത്രമാണ് ഇതുപോലൊരു അഭയാർത്ഥിപ്രവാഹം ഉണ്ടായിട്ടുള്ളത്. അവർ മുറിവേറ്റവരും

രോഗികളുമാണ്. പട്ടാളത്തിന്റെ കൊടും ക്രൂരതകളിൽ നിന്ന് രക്ഷ നേടിയെത്തിയവരാണ്.

കിട്ടാവുന്ന എല്ലാ കെട്ടിടങ്ങളും സ്കൂളുകളും കോളേജുകളും ആയിരക്കണക്കിന് ടെന്റുകളും അഭയാർത്ഥി ക്യാമ്പുകളാക്കിയിരിക്കുകയാണ്. ഇപ്പോൾ 335 അഭയാർത്ഥി ക്യാമ്പുകൾ ഉണ്ട്. കൂടുതൽ വേണ്ടിവരും. യു.എൻ.ൽ നമ്മൾ അഭ്യർത്ഥന നൽകിയിട്ടുണ്ട്. ലോക മനഃസാക്ഷിയോട് കണ്ണു തുറന്നു കാണാൻ നമ്മുടെ വിദേശ എംബസ്സികൾ മുഖേന അടിയന്തര സന്ദേശം നൽകിയിട്ടുണ്ട്. ലോകസഭ ഒന്നടങ്കം പ്രധാനമന്ത്രിക്ക് പിൻതുണ പ്രഖ്യാപിച്ചു. ശക്തമായ നടപടികൾ ഉടനെ എടുക്കണമെന്ന് ലോകസഭ ആവശ്യപ്പെട്ടു.

–നോക്കു, കോപാകുലമായ വാക്കുകളല്ല ഇപ്പോൾ വേണ്ടത്. എല്ലാം അറിഞ്ഞ് പഠിച്ച്, ഒരു നടപടി സ്വീകരിക്കണം. അതിന് ലോക സഭയും സമസ്ത ഭാരതവും പിൻതുണ നൽകണം.

ബംഗ്ളാദേശിനെ ഒരു രാഷ്ട്രമായി അംഗീകരിച്ച് വേണ്ട സഹായങ്ങൾ നൽകണമെന്ന് ലോകസഭ ആവശ്യപ്പെട്ടു.

–അഭയാർത്ഥി പ്രശ്നം ലോകത്തിന്റെ മൊത്തം പ്രശ്നമാണ്. ലോക രാഷ്ട്രങ്ങൾ ഈ പ്രശ്നം ഏറ്റെടുക്കേണ്ടതാണ്. നമ്മുടെ വശത്തുനിന്നും തക്ക സമയത്ത് നടപടിയുണ്ടാവും.

അപ്പോൾ ചില നേതാക്കൾ എണീറ്റുനിന്ന് പ്രധാനമന്ത്രിയെ കുറ്റപ്പെടുത്തി.

–നമ്മൾ ലോക രാഷ്ട്രങ്ങൾക്കു മുന്നിൽ തൊഴുകൈയുമായി ചെല്ലണമെന്നാണോ? ഭിക്ഷ ചോദിക്കണമെന്നാണോ?

–എനിക്ക് ഭിക്ഷ യാചിച്ച് ശീലമില്ല. ആരുടേയും മുന്നിൽ തല കുനിച്ചിട്ടുമില്ല. ആരെയും പേടിച്ചിട്ടുമില്ല.

അക്കാലം പ്രധാനമന്ത്രിക്ക് ശക്തരും വിദഗ്ദ്ധരുമായ ഉപദേഷ്ടാക്കളുണ്ടായിരുന്നു. പ്ലാനിംഗ് കമ്മിറ്റിത്തലവൻ ഡി.പി. ധർ, പ്രിൻസിപ്പൽ സെക്രട്ടറി പി. എൻ ഹക്സർ, ഫോറിൻ സെക്രട്ടറി ടി.എൻ. കൗൾ, അമേരിക്കയിൽ ഇന്ത്യൻ അംബാസ്സഡറായി എൽ. കെ. ഝാ. അമേരിക്കയിൽ എൽ. കെ. ഝായ്ക്ക് അവിടത്തെ ബുദ്ധിജീവികളും വ്യവസായികളും മാധ്യമ നേതാക്കളുമായി നല്ല ബന്ധം ഉണ്ടായിരുന്നു. അമേരിക്കയുമായുള്ള ഇന്ത്യയുടെ ബന്ധം മെച്ചപ്പെടുത്തുന്നതിന് ഝായെ പ്രത്യേകം അയച്ചതായിരുന്നു. അപ്പോൾ അമേരിക്കൻ പ്രസിഡന്റ് റിച്ചാർഡ് നിക്സൺ ആയിരുന്നു. നിക്സൻ ശ്രീമതി ഇന്ദിരാഗാന്ധിയോട് നീരസമുള്ള ആളാണ്. നിക്സന്റെ രാഷ്ട്രീയ എതിരാളി കെന്നഡിയുമായി ശ്രീമതി ഇന്ദിരാ ഗാന്ധിക്ക് നല്ല അടുപ്പമുണ്ടെന്ന് നിക്സൺ മനസ്സിലാക്കിയിരുന്നു. നേരത്തെയുണ്ടായ കൂടിക്കാഴ്ചയിൽ ശ്രീമതി ഇന്ദിരാഗാന്ധിയുടെ വിധേയത്വമില്ലായ്മ നിക്സനെ പ്രകോപിപ്പിക്കുകയും ചെയ്തിരുന്നു.

പാക്കിസ്താനോടുള്ള അമേരിക്കയുടെ ചായ്‌വിന് റിച്ചാർഡ് നിക്സന്റെ മനോഭാവം ഒരു പിരിധിവരെ കാരണമായിട്ടുണ്ട്. ലോക രാഷ്ട്രത്തലവനെ കീഴാള രാഷ്ട്രത്തലവി വകവെച്ചില്ലെന്ന വിചാരം! പിന്നെ അമേരിക്കയുടെ താൽപര്യവും. ചൈനയാണ് അമേരിക്കയ്ക്ക് ഭീഷണി. ചൈനയുടെ താൽപര്യ സുഹൃത്താണ് പാക്കിസ്താൻ. പാക്കിസ്താനെ അമേരിക്ക ചേർത്തു നിറുത്തുന്നത് അതുകൊണ്ടാണ്. രാജ്യങ്ങൾ തമ്മിൽ താൽപര്യ സൗഹൃദം മാത്രമേ ഉണ്ടാകാറുള്ളു.

കിഴക്കൻ ബംഗാളിലെ പട്ടാള അക്രമ വാർത്തകൾ ലോക മാധ്യമങ്ങളിൽ ചിത്രങ്ങൾ സഹിതം വന്നുകൊണ്ടിരുന്നു. അമേരിക്കൻ പ്രസിഡന്റിന്റെ പാക്കിസ്താനോടുള്ള മൃദുസമീപനം അപകടം ചെയ്യുമെന്ന് അമേരിക്കൻ പത്രങ്ങൾ എഴുതി. അമേരിക്കൻ വിദ്യാർത്ഥികൾ കിഴക്കൻ ബംഗാളിൽ സഹായവുമായി പോകാമെന്ന് പത്രങ്ങൾക്ക് കത്തുകളയച്ചു. ഫ്രാൻസിലെ പത്രങ്ങളിലും അതുപോലെ ഫ്രഞ്ചു യുവാക്കളുടെ കത്തുകൾ പ്രസിദ്ധീകരിച്ചു. പ്രശസ്ത ഇന്ത്യൻ സംഗീതജ്ഞൻ പണ്ഡിറ്റ് രവിശങ്കർ സംഗീത സദസ്സു നടത്തി നല്ലൊരു തുക പിരിച്ച് കിഴക്കൻ ബംഗാളിലെ മുക്തിബാഹിനി നേതൃത്വത്തിനു നൽകി. ഇന്ത്യൻ സ്വാതന്ത്ര്യ സമരപ്പോരാളിയും നേതാവുമായ ജയപ്രകാശ് നാരായൺ ലോക തലസ്ഥാനങ്ങൾ സന്ദർശിച്ച് കിഴക്കൻ ബംഗാളിലെ കൂട്ടക്കൊലകളെക്കുറിച്ച് പ്രസംഗിച്ചു. ഇന്ത്യയിൽ മടങ്ങിയെത്തി അദ്ദേഹം ശ്രീമതി ഇന്ദിരാഗാന്ധിയെ കണ്ട് പറഞ്ഞു.

-ഇന്ത്യ ഇങ്ങനെ നിഷ്ക്രിയമായിരിക്കരുത്. കിഴക്കൻ ബംഗാളിലേക്ക് ഇന്ത്യൻ പട്ടാളത്തെ അയയ്ക്കുക. ലോകം നമ്മുടെ കൂടെ നിൽക്കും.

ന്യൂഡൽഹിയിൽ ജയപ്രകാശ് നാരായൺ ഒരു ലോക സമ്മേളനം വിളിച്ചുകൂട്ടി. കിഴക്കൻ ബംഗാളിലെ മനുഷ്യക്കുരുതിയെക്കുറിച്ച് സംസാരിച്ചു. ആ സമ്മേളനത്തിൽ ശ്രീമതി ഇന്ദിരാഗാന്ധി പങ്കെടുത്തില്ല. കോൺഗ്രസ്സ് നേതാക്കളെ അയച്ചതുമില്ല. സമ്മേളനം കഴിഞ്ഞ് ശ്രീ ജയപ്രകാശ് നാരായണൻ കോപാകുലനായി പ്രധാനമന്ത്രി ശ്രീമതി ഇന്ദിരാഗാന്ധിയെ കാണാൻ വന്നു, പ്രധാനമന്ത്രി അദ്ദേഹത്തിന് സന്ദർശനാനുമതി നൽകിയില്ല.

ജയപ്രകാശ് നാരായണൻ കോപിച്ച് പത്രക്കാരോടും മറ്റു നേതാക്കളോടും പറഞ്ഞു.

-ശ്രീമതി ഇന്ദിര ഗാന്ധിയെ കുട്ടിക്കാലം മുതൽ എനിക്കറിയാം. പ്രധാനമന്ത്രിയായപ്പോൾ എന്താണ് അവർ സ്വയം കരുതുന്നത്? എന്നെ അവഗണിച്ച് അവർക്കിവിടെ വാഴാനാവുകയില്ല.

അതിനൊന്നും ശ്രീമതി ഗാന്ധി മറുപടി പറഞ്ഞില്ല. വിവരം അറിയിച്ച നേതാക്കളെ നോക്കി അവർ ഒരക്ഷരം പറയാതെ ഇരുന്നു. കിഴക്കൻ ബംഗാളിന്റെ പ്രശ്നം സ്വയം ഏറ്റെടുത്ത് ശ്രീ ജയപ്രകാശ് നാരായൺ തന്റെ പ്രാധാന്യം സ്ഥാപിച്ചെടുക്കാനുള്ള ശ്രമമാണെന്ന് ശ്രീമതി

ഇന്ദിരാഗാന്ധിക്കു തോന്നിയിരുന്നു. ശ്രീ ജയപ്രകാശ്നാരായൺ ഒരിക്കലും ശ്രീമതി ഇന്ദിരാഗാന്ധിയെ അംഗീകരിക്കുകയോ അവർക്ക് പ്രാധാന്യം നൽകുകയോ ചെയ്തിട്ടില്ല.

ഇന്ത്യൻ അതിർത്തി കടന്നു വന്ന അഭയാർത്ഥികളിൽ പാക്കിസ്താന്റെ കിഴക്കൻ ബംഗാൾ റൈഫിൾസിലെ ബംഗാളികളായ പട്ടാളക്കാർ ഉണ്ടായിരുന്നു. അവർ പാക്കിസ്താൻ പട്ടാളത്തിൽ നിന്ന് ഓടിപ്പോന്ന ബംഗാളികളായിരുന്നു. ഇന്ത്യൻ മണ്ണിൽ എത്തിയ ഉടനെതന്നെ ബംഗാളി സൈനികർ ഒത്തുചേർന്നു. അവർ മുക്തിബാഹിനി എന്നൊരു സംഘടനയായി പ്രവർത്തിക്കാൻ തുടങ്ങി. അഭയാർത്ഥി യുവാക്കളെയും വിദ്യാർത്ഥികളേയും മുക്തിബാഹിനിയിൽ ചേർത്തു. പട്ടാള ട്രെയിനിംഗ് നൽകി. മഴക്കാലം വന്നു. അതിർത്തി പ്രദേശവും ചുറ്റുമുള്ള ഗ്രാമങ്ങളും വെള്ളത്തിനടിയിലായി. അഭയാർത്ഥി ക്യാമ്പുകൾ പെട്ടെന്നു നീക്കാനായില്ല. അവ വെള്ളത്തിലായി.

മഴ നനഞ്ഞാണ് ശ്രീമതി ഇന്ദിരാഗാന്ധി ക്യാമ്പുകളിൽ എത്തിയത്. സ്ത്രീകളും കുട്ടികളും വൃദ്ധരും വാവിട്ടു നിലവിളിച്ചുകൊണ്ടാണ് ശ്രീമതി ഇന്ദിരാഗാന്ധിയെ കണ്ടത്. പുരുഷന്മാർ വൃദ്ധരേയും കുട്ടികളേയും തോളിലേറ്റി മഴയത്തു നിൽക്കുന്ന കാഴ്ച! ചിലരുടെ തോളത്ത് രണ്ടും മൂന്നും കുട്ടികളുണ്ടായിരുന്നു. മഴവെള്ളം കയറാത്ത ഒരുതുണ്ടു ഭൂമിപോലും അവിടെയെങ്ങും ഉണ്ടായിരുന്നില്ല. മുട്ടോളം വെള്ളത്തിലാണ് അവർ നിൽക്കുന്നത്. മഴ അപ്പോഴും പെയ്തുകൊണ്ടിരിക്കുകയുമാണ്. ദാരുണമായ ആ കാഴ്ച നേരിൽ കണ്ട് ശ്രീമതി ഇന്ദിരാഗാന്ധി മടങ്ങിപ്പോയി. അവർ ദില്ലിയിലെത്തിയപ്പോൾ അഭയാർത്ഥി ക്യാമ്പുകളിൽ കലാപം തുടങ്ങിയതായി അറിവുകിട്ടി.

സെപ്തംബറായപ്പോൾ അഭയാർത്ഥികൾ ഒരു കോടിയിലേറെയായി കൽക്കത്തയിൽ നിന്ന് ഏതാനും കിലോമീറ്റർ അകലെ മാത്രമാണ് അഭയാർത്ഥി ക്യാമ്പുകൾ. നക്സലൈറ്റുകൾ അഭയാർത്ഥിക്യാമ്പുകളിൽ നിന്ന് റിക്രൂട്ടുമെന്റ് നടത്തുന്നതായി അറിഞ്ഞു. നക്സലൈറ്റുകൾ അവർക്ക് പട്ടാള പരിശീലനവും നൽകുന്നുവെന്നും അറിഞ്ഞു. ഇന്ത്യയിൽ സായുധ വിപ്ലവത്തിന് സമയമായിരിക്കുന്നുവെന്ന് നക്സലൈറ്റ് വാർത്താപത്രികകളിൽ കുറിപ്പുകൾ വന്നു. എഴുത്തുകാരിയും പത്രലേഖികയുമായ ഗീതാ മേഹ്ത്ത അഭയാർത്ഥി ക്യാമ്പുകളിൽ പോയി വിവരങ്ങൾ ശേഖരിച്ചു. ഭക്ഷണവും വെള്ളവും വസ്ത്രവും അഭയാർത്ഥി ക്യാമ്പുകളിൽ നൽകുന്നത് നക്സലൈറ്റുകൾ തടഞ്ഞു. ഭക്ഷണവും വെള്ളവും കിട്ടാതെ അഭയാർത്ഥികൾ അക്രമാസക്തരായി ഇളകുമെന്നും അവരെ കൂടെക്കൂട്ടി കൽക്കത്ത പിടിച്ചെടുക്കാമെന്നും നക്സലൈറ്റുകൾ കണക്കുകൂട്ടി. ഒരു കോടി വിശപ്പാളികൾ ഇളകി വന്നാൽ കൽക്കത്ത പിന്നെ ഉണ്ടാവില്ല.

സെപ്തംബർ രണ്ടാം തീയതി ശ്രീമതി ഇന്ദിരാഗാന്ധി മോസ്കോ സന്ദർശിച്ചു. പ്രസിഡന്റ് അലക്സി കൊസീജിനുമായി ചർച്ചകൾ നടത്തി.

രാത്രി രണ്ടുമണിവരെ അവർ വളരെ ഗൗരവത്തോടെ എല്ലാം വിശകലനം ചെയ്തു.

രണ്ടുപേരും ചേർന്ന് ഒരു പ്രസ്താവന ഇറക്കി.

ഇന്ത്യക്കും സോവിയറ്റ് യൂണിയനും തമ്മിൽ സാമ്പത്തികവും രാഷ്ട്രീയവുമായ സഹകരണം ഉറപ്പാക്കുന്ന കരാർ ഒപ്പിട്ടിരിക്കുന്നു. അഭയാർത്ഥി പ്രശ്നത്തിന് ഇന്ത്യ എടുക്കുന്ന ഉചിതമായ നടപടികൾക്ക് സോവിയറ്റ് സഹായവും പിൻതുണയും ഉണ്ടായിരിക്കുന്നതാണ്.

ശ്രീമതി ഇന്ദിരാ ഗാന്ധി ലോകരാഷ്ട്ര തലസ്ഥാനങ്ങളും സന്ദർശിച്ചു. ലോക രാഷ്ട്രത്തലവന്മാർ പറഞ്ഞു.

-യുദ്ധം അരുത്. ക്ഷമ പാലിക്കുക. യു.എൻ. സൈന്യത്തെ അയയ്ക്കുന്ന കാര്യം ആലോചനയിലുണ്ട്.

അഭയാർത്ഥി ക്യാമ്പുകളിൽ നിന്ന് കിഴക്കൻ ബംഗാളികളായ പട്ടാളക്കാർ വേഷപ്രച്ഛന്നരായി കിഴക്കൻ ബംഗാളിലേക്കു കടന്നു. മുക്തിബാഹിനിയിലെ യുവാക്കൾക്ക് നീന്തൽ പരിശീലനവും കടലിൽ മൈനുകൾ വിതറാനുള്ള വൈദഗ്ദ്ധ്യവും ഇന്ത്യൻ നാവികസേനയിലെ വിഗദ്ധർ നൽകി. ചിറ്റഗോംഗ്, ജാൽനാ എന്നീ തുറമുഖങ്ങളിൽ മുക്തിബാഹിനി ഭടന്മാർ മൈനുകൾ വിതറി.

അൻപതിനായിരം ടൺ വരുന്ന പാക്കിസ്താൻ കപ്പലുകൾക്ക് ഇനി പ്രവേശിക്കാനാവാത്ത വിധം തുറമുഖം ഉപരോധിച്ചു. ശേഷിക്കുന്ന പാക്കിസ്താൻ പാട്ടാളക്കാർക്ക് ആഹാരവും വെള്ളവും കടലിലൂടെ ഇനി വരില്ല. മുക്തിബാഹിനിയുടെ ഘടകങ്ങൾ ഓരോ ഗ്രാമത്തിലും രൂപം കൊണ്ടു. എല്ലായിടത്തും കിട്ടിയ ആയുധവുമായി യുവാക്കൾ പോരാടാൻ തയ്യാറായി. പാക്കിസ്താൻ പ്രസിഡന്റ് യാഹ്യാഖാന് നിയന്ത്രണം നഷ്ടമായി. അടിയന്തര സഹായത്തിനായി യാഹ്യാഖാൻ അമേരിക്കയോട് അപേക്ഷിച്ചു. യുണൈറ്റഡ് നേഷന്റെ (U.N) അടിയന്തര ഇടപെടൽ വേണമെന്നും അപേക്ഷിച്ചു.

പ്രധാനമന്ത്രി ശ്രീമതി ഇന്ധിരാഗാന്ധി ഇന്ത്യൻ പട്ടാളത്തലവന് രഹസ്യമായി ഉത്തരവു നൽകി. (1971 ഡിസംബർ 4) - കിഴക്കൻ ബംഗാളിനെ വിമോചിപ്പിക്കുക.

തലേന്ന് വെളുത്തവാവായിരുന്നു. ചാന്ദ്രരാത്രിയിൽ പാക്കിസ്താൻ യുദ്ധവിമാനങ്ങൾ അയച്ച് പ്രധാനപ്പെട്ട അഞ്ച് ഇന്ത്യൻ വിമാനത്താവളങ്ങളിൽ ബോംബിട്ടു. ഇന്ദിരാഗാന്ധി അപ്പോൾ കൽക്കത്തയിൽ ഒരു പൊതുജനറാലിയിൽ പ്രസംഗിക്കുകയായിരുന്നു. സമ്മേളനത്തിൽ പ്രമുഖരായ കലാകാരന്മാരും എഴുത്തുകാരും ഉണ്ടായിരുന്നു. ദില്ലിയിൽ നിന്ന് രണ്ടു മണിക്കൂർ ശ്രമിച്ചിട്ടാണ് ഇന്ത്യൻ അധികാരികൾക്ക് ശ്രീമതി ഗാന്ധിയുമായി സംസാരിക്കാൻ കഴിഞ്ഞത്. പ്രസംഗം താൽക്കാലികമായി നിർത്തിയിട്ട് അവർ ഫോണിൽ വിവരം ശ്രവിച്ചു. യോഗം പിരിച്ചുവിടാതെ ശ്രീമതി ഗാന്ധി പ്രസംഗം പുനരാരംഭിച്ചു. അറിഞ്ഞ വിവരം വെളിപ്പെടുത്തിയില്ല.

പ്രസംഗം കഴിഞ്ഞ ഉടനെ അവർ ദില്ലിക്കു പറന്നു.

രാത്രിയാണ്, പാക്കിസ്താന്റെ യുദ്ധവിമാനങ്ങൾ ആകാശത്തുണ്ട്. ഇന്ത്യൻ പ്രധാനമന്ത്രിയുടെ വിമാനത്തിന് ഭീഷണിയുണ്ടെന്ന് പൈലറ്റിനറിയാം. പ്രധാനമന്ത്രിക്കും അറിയാം. ശ്രീമതി ഇന്ദിരാഗാന്ധി ആകാശത്തുണ്ടെന്നു സുചന കിട്ടിയാൽ അവർ വിമാനം വെടിവെച്ചു വീഴ്ത്തും. ദില്ലി വിമാനത്താവളത്തിൽ ഇറങ്ങിയ ഉടനെ അവർ കൂടെയുണ്ടായിരുന്ന സെക്രട്ടറി പി.എൻ. ധറിനോടു പറഞ്ഞു. ദില്ലിയിൽ എത്തുമോയെന്ന് സംശയമുണ്ടായിരുന്നു. ദില്ലിയിൽ തന്റെ മേപ്റൂമിൽ എത്തി അവർ യുദ്ധത്തയ്യാറുകളെ വിലയിരുത്തി. വിമാനത്താളങ്ങളിലെ നാശനഷ്ടങ്ങൾ മനസ്സിലാക്കി. വളരെപ്പെട്ടന്ന് ഇന്ത്യയുടെ പ്രമുഖ പ്രതിപക്ഷനേതാക്കളുമായി കൂടിക്കാഴ്ച നടത്തി. ഭാരതീയ ജനതാപാർട്ടിയുടെ തലവൻ ശ്രീ അടൽ ബിഹാരി ബാജ്പൈയുമായി ഗൗരവമായി സംസാരിച്ചു. അദ്ദേഹം അപ്പോൾ രാജ്യസഭാമെമ്പർകൂടെയാണ്.

താമസമുണ്ടായില്ല. ഇന്ത്യൻ പട്ടാളം കിഴക്കൻ ബംഗാളിലേക്ക് കൊടുങ്കാറ്റുപോലെ ഇരമ്പിക്കയറി. നേരത്തെതന്നെ കിഴക്കൻ ബംഗാളിന്റെ ഉൾഗ്രാമങ്ങളിൽ ഒളിവിലുണ്ടായിരുന്ന മുക്തിബാഹിനി യുവാക്കൾ ഇന്ത്യൻ പട്ടാളത്തിന്റെ കുടെക്കൂടി. ഇന്ത്യൻ പട്ടാളം മുക്തിബാഹിനി യുവാക്കൾക്ക് മുന്നേറാൻ പിൻതുണ നൽകി. കിഴക്കൻ ബംഗാളിലെ ജനങ്ങൾ മുഴുവനും മുക്തിബാഹിനി യുവാക്കൾക്കും ഇന്ത്യൻ പട്ടാളത്തിനും ഒത്താശയും സഹായും ചെയ്തു. പാക്കിസ്താൻ പട്ടാളത്തിന് മുക്തിബാഹിനി യുവാക്കളെയും ബംഗാളി ജനതയേയും അവരെ പിൻതുണയ്ക്കുന്ന ഇന്ത്യൻ പട്ടാളത്തേയും ഒരേ സമയം നേരിടേണ്ടിവന്നു. അവർ ആകെ തളർന്നു.

യുദ്ധം തുടങ്ങിയ ദിവസം മുതൽ ഇന്ത്യൻ പട്ടാളമേധാവി എസ്. എച്ച്. എഫ്. ജെ. മനേക്ഷാ പ്രധാനമന്ത്രി ഇന്ദിരാഗാന്ധിയുമൊത്താണ് ബ്രേക് ഫാസ്റ്റ് കഴിച്ചത്. അവർ 'വാർറൂമിൽ' ഒരുമിച്ചിരുന്ന് അപ്പഴപ്പോഴുള്ള യുദ്ധനിലകൾ ചർച്ച ചെയ്യുകയും തുടർ നടപടികൾ ഒരുമിച്ചെടുക്കുകയും ചെയ്തു. പട്ടാളമേധാവിക്ക് ആക്രമണകാര്യങ്ങളിൽ പൂർണ്ണസ്വാതന്ത്ര്യം നൽകി. ഇന്ത്യൻ പ്രതിരോധ മന്ത്രിയോ മറ്റധികാരികളോ ഇടപെടുകയില്ല. പട്ടാളമേധാവിക്ക് പ്രധാനമന്ത്രിയുമായി നേരിട്ട് ഇടപെടാം. യുദ്ധത്തിന്റെ ആറാം ദിവസം മനെക്ഷാ പറഞ്ഞു.

-നമുക്ക് ചെറിയൊരു ക്ഷീണമുണ്ട്. പട്ടാളക്കാരുടെ മരണസംഖ്യ കൂടുതലാണ്. കുറെ യുദ്ധവിമാനങ്ങൾ തകർന്നു. മറ്റു തകർച്ചകളുമുണ്ട്.

ശ്രീമതി ഇന്ദിരാ ഗാന്ധി നിശ്ശബ്ദം കേട്ടിരുന്നു. സാവകാശം പറഞ്ഞു.

-സാം, നമുക്ക് എല്ലാ ദിവസവും വിജയം ഉണ്ടാവണമെന്നില്ല. യുദ്ധം ഊർജ്ജിതപ്പെടുത്തുക. വിജയം നമുക്കുണ്ടാവും.

അവർ നിശ്ശബ്ദരായി പോർട്ടിക്കോയിൽ വന്നു.

പട്ടാളമേധാവിക്ക് ഷേക്ക് ഹാൻഡ് കൊടുത്തിട്ട് പ്രധാനമന്ത്രി പറഞ്ഞു.

-ധൈര്യമായി പടവെട്ടുക. യുദ്ധം നാം ജയിക്കും.

പട്ടാളമേധാവിയുടെ വീര്യം ഉണർന്നു. വലിയ ആവേശത്തോടെ പട്ടാളമേധാവി പ്രധാനമന്ത്രിക്ക് സല്യൂട്ട് കൊടുത്തു. പട്ടാളമേധാവി ഉടനെ തന്നെ തന്റെ കമാൻഡ് ഹെഡ് ക്വാർട്ടേഴ്സിലെത്തി. ആക്രമണമുന്ന ണിത്തലവന് രഹസ്യമായി ചില അടിയന്തിര ഉത്തരവുകൾ കൊടുത്തു.

ഇന്ത്യൻ പട്ടാളം ധാക്കയിൽ പ്രവേശിച്ചു (1971 - ഡിസംബർ 6ന്) ധാക്ക പിടിച്ചശേഷം ശ്രീമതി ഇന്ദിരാഗാന്ധി പാർലമെന്റിൽ വന്നു.

അവർ പ്രസ്താവിച്ചു.

-കിഴക്കൻ പാക്കിസ്താൻ ഇപ്പോൾ ഒരു സ്വതന്ത്ര രാഷ്ട്രമായിരി ക്കുന്നു. 'ബംഗ്ലാദേശ്.'

അവർ തുടർന്നു പറഞ്ഞു.

-പുതിയ രാഷ്ട്രത്തിന്റെ പിതാവ് ഷെയ്ക്ക് മുജിബ് - ഉർ- റഹ്മാൻ ഇപ്പോൾ അനിശ്ചിതമായ ഒരു പരിതഃസ്ഥിതിയിലാണ്. ബംഗ്ലാദേശിന്റെ താൽകാലിക പ്രസിഡന്റിനും ബംഗ്ളാ ജനതയ്ക്കും എല്ലാ നന്മകളും നേരുന്നു.

ഇന്ത്യയിൽ എല്ലാ രാഷ്ട്രീയപ്പാർട്ടികളും മൊത്തം ജനങ്ങളും ശ്രീമതി ഇന്ദിരാ ഗാന്ധിയെ പിൻതുണച്ചു.

പാക്കിസ്താൻ പ്രസിഡന്റ് യാഹ്യാഖാൻ അഹങ്കരിച്ചിരുന്നു. താനൊരു പട്ടാളജനറലാണ്. ഇന്ത്യൻ പ്രധാനമന്ത്രി ബലഹീനയായ ഒരു സ്ത്രീയും.

യുദ്ധം തുടങ്ങി ഒരാഴ്ചക്കുള്ളിൽ ധാക്കയിലെ പാക്കിസ്താൻ ഹൈക്കമാന്റ് യുദ്ധം നിർത്തണമെന്നും ആയുധം വെച്ച് കീഴടങ്ങാമെന്നും അറിയിച്ചു.

അപ്പോൾ അമേരിക്കൻ പ്രസിഡന്റ് റിച്ചാർഡ് നിക്സൺ അമേരി ക്കൻ സ്റ്റേറ്റ് ഡിപ്പാർട്ടുമെന്റിന്റെ ഉപദേശം വകവെയ്ക്കാതെ ചില പദ്ധതികൾ തയ്യാറാക്കി.

ഇന്ത്യൻ പ്രധാനമന്ത്രി സോവിയറ്റ് യുണിയന്റെ പ്ലാനാണ് നടപ്പാ ക്കുന്നതെന്ന് നിക്സൺ ആരോപിച്ചു. കിഴക്കൻ പാക്കിസ്താൻ പിടിച്ച ആ സ്ത്രീ പടിഞ്ഞാറൻ പാകിസ്താനും ആക്രമിക്കും. അവർ പാക്കി സ്താനെ തകർക്കും. പാകിസ്താന്റെ കൈവശമുള്ള കാശ്മീരും അവർ പിടിച്ചെടുക്കും. അപ്പോൾ ചൈന പാക്കിസ്താന്റെ ഒപ്പം ചേർന്ന് ഇന്ത്യ യോട് ഏറ്റുമുട്ടും. അങ്ങനെ ചൈനയുടെ ശക്തിയും മേധാവിത്വവും ഏഷ്യയിൽ ഉറയ്ക്കും.

നിക്സൺന്റെ ഉറച്ച വിശ്വാസം അതായിരുന്നു. അമേരിക്കൻ പ്രസി ഡന്റ് അവരുടെ ഏഴാം കപ്പൽ പടയെ യുദ്ധ സജ്ജമാക്കി ഫിലി പ്പൈൻസിലെ സുൽവാ ഉൾക്കടലിലൂടെ ഇന്ത്യൻ മഹാസമുദ്രത്തിലേ ക്കയച്ചു. ആ വിവരം വാഷിങ്ടണിൽ വെച്ച് എൽ.കെ. ഝാ അറിഞ്ഞു. ഝാ ഉടൻ തന്നെ ഇന്ത്യൻ പ്രധാനമന്ത്രിയെ വിവരമറിയിച്ചു. അമേരിക്കൻ സൈന്യം ബംഗ്ലാദേശ് ആക്രമിക്കുമെന്ന് ഝാ വിശ്വസിച്ചില്ല. ചിലപ്പോൾ

ബോംബ് ഇട്ടേക്കാം. പാകിസ്താൻ ആർമി ജനറൽമാരെ മോചിപ്പിച്ചേക്കാം. ഝാ വേഗം തന്നെ ഒരു പത്ര സമ്മേളനം നടത്തി. ബംഗ്ലാദേശ് അഭയാർത്ഥി പ്രശ്നം ഝാ അമേരിക്കൻ പത്ര പ്രതിനിധികളെ അറിയിച്ചു. പ്രശ്നത്തിൽ അമേരിക്ക നിഷ്പക്ഷത പാലിക്കേണ്ടതാണ്. എന്നാൽ ഏഴാം കപ്പൽ പടയുടെ നീക്കം ആശങ്കാജനകമാണ്. അത് ഒരാക്രമണത്തിന്റെ പുറപ്പാടാണെന്നു തോന്നുന്നു.

പത്രക്കാർ അത് നിഷേധിച്ചു. ഏഷ്യയിൽ ഇനിയൊരു യുദ്ധം അമേരിക്കയ്ക്ക് ഇപ്പോൾ അസാദ്ധ്യമാണ്. വിയറ്റ്നാമിൽ അമേരിക്കയുടെ കൈപൊള്ളിയിരിക്കുകയാണ്.

-ഞാനും അങ്ങനെ വിശ്വസിക്കാനാണ് ഇഷ്ടപ്പെടുന്നത്.

ഝാ പ്രതികരിച്ചു.

അമേരിക്കയുടെ അസിസ്റ്റന്റ് സെക്രട്ടറിയെക്കണ്ട് ഝാ വിവരങ്ങൾ ആരായുകയുണ്ടായി. സെക്രട്ടറി വാർത്ത സ്ഥിരീകരിക്കുകയോ നിരാകരിക്കുകയോ ചെയ്തില്ല. അടുത്ത ദിവസത്തെ അമേരിക്കൻ പത്രങ്ങളിൽ പ്രസിഡന്റിനേയും ഭരണത്തേയും കുറ്റപ്പെടുത്തിക്കൊണ്ട് എഡിറ്റോറിയലുകൾ വരെ വന്നു. സ്റ്റേറ്റ് ഡിപ്പാർട്ട്മെന്റ് ശ്രീ ഝായെ ഓഫീസ്സിലേക്കു വിളിച്ചു വരുത്തി ഒരു സന്ദേശം നൽകി. ഇന്ത്യൻ അംബാസ്സഡർ അമേരിക്കൻ പത്രങ്ങളിലൂടെ അമേരിക്കൻ ഭരണകൂടത്തെ വിമർശിക്കുന്നത് ശരിയായ നടപടിയല്ല.

അതിനു മറുപടിയായി ഝാ പത്രത്തിൽ തന്നെ എഴുതി.

-ഞാൻ തെറ്റു ചെയ്തിട്ടുണ്ടെങ്കിൽ എന്നെ തിരിച്ചയയ്ക്കുക. ഒന്നും തന്നെ ഞാൻ ചമച്ചുണ്ടാക്കിയ വാർത്തയല്ല.

ഇന്ത്യൻ പ്രധാനമന്ത്രി നേവൽ ഹെഡ് ക്വാർട്ടേഴ്സിൽ നേരിട്ടെത്തി. നേവൽ കമാന്റർമാരുമായ് ഉടൻവേണ്ട നടപടികളെക്കുറിച്ച് ചർച്ച ചെയ്തു. പെട്ടെന്നൊരു കടലാക്രമണം ഉണ്ടാവുമെന്ന് അവർ കരുതുന്നില്ല. എന്നാൽ ചിറ്റഗോംഗിലേയും ഖുൽനാ കടലിടുക്കിലേയും നമ്മുടെ ബ്ലോക്ക് തകർക്കാൻ അവർക്കു കഴിയും. തുടർന്ന് അമേരിക്കൻ ഹെലികോപ്ടറുകൾ പാകിസ്താനി പട്ടാളക്കമാന്റർമാരെ ധാക്കയിൽ നിന്ന് മോചിപ്പിക്കാൻ സാധ്യതയുണ്ട്. ഇന്ത്യൻ സൈന്യത്തേയും പ്രധാനമന്ത്രിയേയും ഭയപ്പെടുത്തി പാകിസ്താൻ സൈന്യത്തെ ഉണർത്താനും അവരുടെ കീഴടങ്ങൽ ഒഴിവാക്കാനും ശ്രമിക്കാൻ സാധ്യതയുണ്ട്.

ധാക്കയ്ക്കു നേരെ അന്തിമയുദ്ധം നടത്താനും തുറമുഖ നഗരങ്ങളായ ചിറ്റഗോംഗും ഖുൽനയും സൈനിക സാന്നിദ്ധ്യം കൊണ്ട് പ്രതിരോധം ശക്തമാക്കാനും ഉത്തരവായി. അമേരിക്കൻ കപ്പൽപട മുപ്പത്തിമൂന്നു മണിക്കൂർകൂടി യാത്ര ചെയ്താലെ സംഭവസ്ഥലത്ത് എത്തുകയുള്ളൂ. പാക്കിസ്താൻ പട്ടാളം തകർന്നു കഴിഞ്ഞു. വലിയ എതിർപ്പൊന്നുമില്ലാതെ തുറമുഖങ്ങൾ പിടിച്ചെടുത്ത് പാക്കിസ്താന്റെ സൈനിക സന്നാഹങ്ങളെ നശിപ്പിച്ചു. ഡിസംബർ പന്ത്രണ്ടാം തീയതി ഇന്ത്യൻ

പത്രങ്ങളിൽ അമേരിക്കയുടെ ഏഴാം കപ്പൽ പടയുടെ വരവ് പ്രധാന വാർത്തയായി വന്നു. ന്യൂഡെൽഹി രാംലീലാമൈതാനത്ത് ശ്രീമതി ഇന്ദിരാഗാന്ധി വമ്പിച്ച പൊതുജനറാലിയെ അഭിസംബോധന ചെയ്തു. ഇന്ത്യൻ ഏയർഫോഴ്സിന്റെ ഫൈറ്റർ വിമാനങ്ങൾ റാലിക്കു മുകളിലൂടെ കാവലായി പറന്നുകൊണ്ടിരുന്നു. പാക്കിസ്താന്റെ പോർവിമാനങ്ങൾ വന്ന് ബോംബിടുന്നത് തടയുകയായിരുന്നു ലക്ഷ്യം.

പ്രധാനമന്ത്രി ആൾ ഇന്ത്യാ റേഡിയോയിലൂടെ രാഷ്ട്രത്തോട് സംസാരിച്ചാൽ മതിയെന്നായിരുന്നു പ്രധാന ഉപദേഷ്ടാക്കൾ നൽകിയ നിർദ്ദേശം. ഇന്ദിരാ ഗാന്ധി സമ്മതിച്ചില്ല. നമ്മൾ ഒരു ചുവടുപോലും പിൻവാങ്ങുകയില്ല. ആത്മാർത്ഥതയുടെ ചൂടും ചൂരുമുള്ള പ്രസംഗമായിരുന്നു അവിടെ ഉയർന്നത്. വാക്കുകൾക്ക് ഗർഭം ധരിക്കാൻ കഴിയുമെന്ന് തെളിയിച്ച സംഭാഷണം. ഒറ്റക്കെട്ടായി ഇന്ത്യൻ ജനത അമേരിക്കക്കെതിരെ ശബ്ദമുയർത്തി. അമേരിക്കൻ പ്രസിഡന്റ് അത് പ്രതീക്ഷിച്ചിരുന്നില്ല. അമേരിക്കൻ പത്രങ്ങൾ പ്രസിഡന്റ് നിക്സനെ പഴിച്ചു. ഇന്ത്യയെപ്പോലൊരു വലിയ രാജ്യത്തെ സോവിയറ്റ് ചേരിയിലേക്കു തള്ളിയിടാനേ അമേരിക്കൻ പ്രസിഡന്റിന്റെ നടപടികൾ ഇടയാക്കിയുള്ളുവെന്ന് അമേരിക്കൻ ബുദ്ധിജീവികൾ ആരോപണമുയർത്തി.

ഹെന്ററി കീസിഞ്ജർ അരിശത്തോടെ പത്രക്കാരോടു പറഞ്ഞു.

-എന്നോട് ഒന്നും ചോദിക്കണ്ട. നിങ്ങൾ പ്രസിഡന്റിനോട് നേരിട്ടു ചോദിക്കുക. ആ ലേഡി ആരുടേയും പിണിയാളാകുമെന്ന് എനിക്കു തോന്നുന്നില്ല.

ഒരു വശത്ത് അമേരിക്കയും ചൈനയും പാക്കിസ്താനും മറുവശത്ത് ഇന്ത്യയും സോവിയറ്റ് യൂണിയനും. ആഗോളയുദ്ധം പൊട്ടിപ്പുറപ്പെടാവുന്ന നിർണായക സന്ദർഭമായിരുന്നു അത്. ശ്രീമതി ഇന്ദിരാ ഗാന്ധി 1971 ഡിസംബർ 15-ാം തിയതി പ്രസിഡന്റ് നിക്സണ് ഒരു തുറന്ന കത്തു നൽകി. എല്ലാ പത്രങ്ങളിലും കത്ത് പ്രസിദ്ധീകരിച്ചു.

- കിഴക്കൻ ബംഗാളിൽ അരങ്ങേറുന്ന യുദ്ധവും കെടുതിയും നമുക്ക് ഒഴിവാക്കാമായിരുന്നു. ഡിസംബർ 3-ാം തിയ്യതി പാകിസ്താൻ ഞങ്ങളെ ആക്രമിച്ചു. ലോകനേതാക്കൾ പാക്കിസ്താന് മുന്നറിയിപ്പു നൽകിയിരുന്നെങ്കിൽ, കിഴക്കൻ ബംഗാളിലെ കൂട്ടക്കൊല മനസ്സിലാക്കി പ്രതികരിച്ചിരുന്നെങ്കിൽ സമാധാനം സാധ്യമായിരുന്നു. പരുഷ വാക്കുകൾ ഉപേക്ഷിച്ച് അങ്ങ് പറയുക, എവിടെയാണ് ഞങ്ങൾക്ക് തെറ്റു പറ്റിയത്?

പാക്കിസ്താൻ പട്ടാളത്തിലെ ജനറൽ എ. എ. കെ. നിയാസിയുടെ നേതൃത്വത്തിൽ ഇന്ത്യൻ ജനറൽ ജഗ്ജിത് സിങ്ങ് അറോറയുടെ മുന്നിൽ പട്ടാളം നിരുപാധികം കീഴടങ്ങി. (1971 ഡിസംബർ 16-ാം തിയ്യതി (4.30ന്) അമേരിക്കയുടെ ഏഴാം കപ്പൽ പട ഇന്ത്യൻ അതിർത്തിയിൽ പ്രവേശിക്കുമ്പോൾ പാക്കിസ്താൻ സൈന്യം കീഴടങ്ങിക്കഴിഞ്ഞിരുന്നു. യുദ്ധത്തിന്റെ ആ തിരക്കിലും ശ്രീമതി ഇന്ദിരാഗാന്ധി സ്വീഡിഷ് ടെലിവിഷന് ഇന്റർവ്യൂ നൽകുകയായിരുന്നു. ഇന്റർവ്യൂ നടക്കുന്നതിനിടയിലാണ്

ശ്രീമതി ഇന്ദിരാഗാന്ധിയുടെ രഹസ്യ ഫോൺ ശബ്ദരഹിതമായി അവരെ വിളിച്ചത്.

യുദ്ധകാല കമാന്റർ – ഇൻ– ചീഫ് എസ്. എച്ച്. എഫ്. ജെ. മനെക് ഷായാണ് വിളിച്ചത്.

ഏകാക്ഷര രഹസ്യഭാഷയിലാണ് അവർ സംസാരിച്ചത്. മുഖത്ത് ഒരു ഭാവവ്യത്യാസവുമില്ലാതെ അവർ സ്വീഡിഷ് ടെലിവിഷൻ പ്രവർത്തക രോടു പറഞ്ഞു.

-അല്പ സമയം കാത്തിരിക്കണം. ഞാൻ ഉടനെ വരാം.

ശ്രീമതി ഇന്ദിരാഗാന്ധി ഇന്ത്യൻ പാർലമെന്റിലേക്ക് തിരക്കിട്ടു ചെന്നു.

സമയം അപ്പോൾ 5.30 P.M

ശ്രീമതി ഇന്ദിരാ ഗാന്ധി പ്രധാനമന്ത്രിയുടെ കസേരയിൽ ഇരുന്നു. പിന്നെ എണീറ്റ് സഭയോടു സംസാരിച്ചു.

-മൈ സ്പീക്കർ സർ,

എനിക്ക് ഒരു പ്രധാനപ്പെട്ട പ്രസ്താവന ചെയ്യാനുണ്ട്. ഈ മഹത്തായ സഭ കേൾക്കാൻ ആകാംക്ഷയോടെ പ്രതീക്ഷിക്കുന്ന കാര്യമാണത്.

പടിഞ്ഞാറൻ പാക്കിസ്താൻ സൈന്യം ഉപാധികളില്ലാതെ ബംഗ്ലാ ദേശിൽ കീഴടങ്ങിയിരിക്കുന്നു. പാക്കിസ്താന്റെ കിഴക്കൻ കമാന്റ് തല വനായ ലഫ്റ്റനന്റ് ജനറൽ എ.എ.കെ നിയാസി നിരുപാധികം കീഴടങ്ങി. ഇപ്പോൾ ധാക്ക സ്വതന്ത്ര ബംഗ്ലാദേശിന്റെ തലസ്ഥാനമാണ്. ഈ മഹാ സഭയും നമ്മുടെ രാഷ്ട്രവും ഈ ചരിത്ര മുഹൂർത്തത്തിൽ അഭിമാനം കൊള്ളുന്നു. ബംഗ്ലാദേശിലെ മുക്തിബാഹിനി യുവാക്കൾ പ്രകടിപ്പിച്ച ധീരതയ്ക്കും ത്യാഗത്തിനും അവരെ അഭിനന്ദിക്കാം. നമ്മുടെ കര സേനയും കടൽസേനയും ആകാശ സേനയും അതിർത്തി കാവൽ സേനയും പ്രകടിപ്പിച്ചത് ധീരമായ യുദ്ധസാമർത്ഥ്യമാണ്. ബംഗ്ലാദേശിന്റെ രാഷ്ട്രപിതാവായ ഷെയ്ക്ക് മുജീബ്-ഉർ- റഹ്മാൻ എത്രയും വേഗം ജയിൽ മോചിതനായി വന്ന് പുതിയ രാഷ്ട്രത്തിന്റെ ചുമതല കൈയേൽക്കും എന്ന് നമുക്ക് ആശിക്കാം.

സോനാർ ബംഗ്ലാ....

സുവർണ്ണ ബംഗ്ലാ....

അഭിവാദനങ്ങൾ...

പാർലമെന്റ് ഒന്നടങ്കം എണീറ്റുനിന്ന് ആഹ്ലാദാരവങ്ങളോടെ കൈ യടിച്ച് പ്രധാനമന്ത്രി ശ്രീമതി ഇന്ദിരാ ഗാന്ധിയെ അഭിനന്ദിച്ചു. ആരവ ങ്ങൾക്കിടയിൽ ആരോ വിളിച്ചു പറഞ്ഞു.

ദുർഗ്ഗ!

ശ്രീ ഭദ്രകാളി!

ഈ മഹാരാജ്യത്തിന്റെ രക്ഷകയായ ശ്രീ ഭദ്രകാളിയാണ് ശ്രീമതി ഇന്ദിരാഗാന്ധി! പാർലമെന്റിലെ ചില എം.പി.മാർ ആവശ്യപ്പെട്ടു.

-പടിഞ്ഞാറൻ പാക്കിസ്താനിലേക്ക് സൈന്യത്തെ അയയ്ക്കണം.

വൈകുന്നേരം പട്ടാളത്തലവന്മാരേയും സൈനിക ഉപദേഷ്ടാക്കളെയും വരുത്തി ശ്രീമതി ഗാന്ധി സംസാരിച്ചു.

കരസേന മേധാവിയോട് ശ്രീമതി ഗാന്ധി ചോദിച്ചു.

-പാക്കിസ്താനിൽ ഒരു നഗരം പിടിക്കാൻ നമുക്ക് എന്തു വില കൊടുക്കേണ്ടി വരും? എത്ര സമയത്തിനുള്ളിൽ പിടിക്കാനാവും?

മറുപടിയുടെ ചുരുക്കം ഇതായിരുന്നു.

-മേഡം പ്രൈം മിനിസ്റ്റർ, പാക്കിസ്താൻ സൈന്യം നല്ല യുദ്ധ പരിശീലനം ലഭിച്ചവരാണ്. ഒരു നഗരം പിടിക്കാൻ നമ്മുടെ 30,000 സൈനികരെ ബലികൊടുക്കേണ്ടി വരും.

ശ്രീമതി ഗാന്ധി നിശ്ശബ്ദയായി കേട്ടിരുന്നു.

ഇന്ദിരാഗാന്ധിക്കറിയാമായിരുന്നു. പടിഞ്ഞാറൻ പാക്കിസ്താൻ ആക്രമിച്ചാൽ ലോകശക്തികൾക്ക് രംഗപ്രവേശം ചെയ്യാനുള്ള അവസരമാകും. അവർ ഒരു പഴുതു കാത്തിരിക്കുകയാണ്. ചൈന പാക്കിസ്താന്റെ മിത്രരാജ്യമാണ്. അമേരിക്കയുടെ ഏഴാം കപ്പൽ പട ന്യൂക്ലിയർ വിമാന വാഹിനിക്കപ്പലിന്റെ നേതൃത്വത്തിൽ ബംഗ്ലാദേശിന്റെ അടുത്തുതന്നെ നങ്കൂരമിട്ടിരിക്കുകയായിരുന്നു. സോവിയറ്റ് യൂണിയനിൽ നിന്നും രഹസ്യസന്ദേശമെത്തി. ഇപ്പോൾ യുദ്ധം നിർത്തുക, അതാണ് ഉചിതം.

ശ്രീമതി ഗാന്ധി ഉത്തരവിട്ടു

- പടിഞ്ഞാറൻ മേഖലയിൽ ഏകപക്ഷീയമായി നമ്മൾ വെടി നിറുത്തിയിരിക്കുന്നു.

ഡിസംബർ 17-ാം തിയതി (1971) ഇന്ത്യൻ പ്രധാനമന്ത്രി പാർലമെന്റിൽ പ്രസ്താവിച്ചു.

-ബംഗ്ലാദേശിന്റെ വിമോചനം ആയുധങ്ങളുടെ വിജയമല്ല. മനുഷ്യന്റെ സ്വാതന്ത്ര്യാഭിലാഷത്തിന്റെ വിജയമാണ്.

തന്റെ പട്ടാളസാഹസത്തിൽ പരാജിതനായി പാക്കിസ്താൻ പ്രസിഡന്റ് യാഹ്യാഖാൻ രാജിവെച്ചു. പാക്കിസ്താൻ പ്രധാനമന്ത്രിയായി സുൾഫിക്കർ അലി ഭൂട്ടോ അധികാരമേറ്റു. പാക്കിസ്താൻ പട്ടാളക്കോടതി ഷെയ്ക്ക് മുജിബ് - ഉർ- റഹ്മാനെ രാജ്യദ്രോഹത്തിന് വധശിക്ഷയ്ക്കു വിധിച്ചു. ജയിൽ കോമ്പൗണ്ടിൽ തന്റെ ശവക്കുഴി തോണ്ടുന്നതു കണ്ടുകൊണ്ട് തടവറയിൽ ഷെയ്ക്ക് മുജിബ് - ഉർ- റഹ്മാൻ ഇരുന്നു. കാവൽ ഭടന്മാർ പറഞ്ഞു.

- അത് നിങ്ങളുടെ ശവക്കുഴിയാണ്.

പുതിയ പ്രധാനമന്ത്രി സുൾഫിക്കർ അലി ഭൂട്ടോയ്ക്ക് അറിയാമായിരുന്നു. ഷെയ്ക്ക് മുജിബ് - ഉർ- റഹ്മാനെ വധിക്കുന്നത് അപകടമാണ്. ലോക രാഷ്ട്രങ്ങൾ തനിക്കെതിരെയാവും.

ജനുവരി ആദ്യവാരത്തിൽ തന്നെ ഷെയ്ക്ക് മുജിബ് - ഉർ- റഹ്മാനെ ജയിൽ മോചിതനാക്കി.

തന്റെ മടക്കയാത്രയിൽ ഷെയ്ക്ക് ന്യൂഡൽഹിയിൽ ഇറങ്ങി. ശ്രീമതി ഇന്ദിരാഗാന്ധിയും ക്യാബിനറ്റ് മന്ത്രിമാരും പാർലമെന്റ് അംഗങ്ങളും കര, കടൽ,ആകാശ സൈന്യത്തലവർ മൂവരും വിമാനത്താവളത്തിൽ ഷെയ്ക്കിനെ സ്വീകരിക്കാനെത്തി. ദില്ലിയിലെ വലിയൊരു പൊതുജന റാലിയിൽ ശ്രീമതി ഇന്ദിരാ ഗാന്ധിയും ഷെയ്ക്-മുജിബ്-ഉർ- റഹ്മാനും പ്രസംഗിച്ചു. 1972 ജനുവരി 26 റിപ്പബ്ളിക് ദിനപ്പരേഡിൽ ഇന്ദിരാഗാന്ധി ഇന്ത്യൻ പ്രസിഡന്റിനെ സ്വീകരിക്കാൻ തുറന്ന ജീപ്പിൽ രാജ്പഥിലൂടെ വന്നു. രാജ്പഥിന്റെ ഇരുവശങ്ങളിലും മൈതാനത്തും വന്നുചേർന്നിരുന്ന ജനങ്ങൾ കൈകൾ വീശി ജയാരവങ്ങളോടെ അവരെ അഭിവാദ്യം ചെയ്തു. അപ്പോൾ ശ്രീമതി ഇന്ദിരാഗാന്ധി തന്റെ ജീവിത വിജയത്തിന്റെ കൊടുമുടിയിലായി. അന്യാപദേശ കഥകളുടെ (MYTH) നാടായ ഭാരതത്തിൽ മറ്റൊരന്യാപദേശകഥാനായികയായി ശ്രീമതി ഇന്ദിരാ ഗാന്ധി അറിയപ്പെട്ടു. അവർക്കിപ്പോൾ വേണമെങ്കിൽ പറയാം.

ഇന്ദിരയാണ് ഇന്ത്യ!

എട്ട്

കിളി തുടരുന്നു

1972- മാർച്ച് മാസത്തിലെ ഒരു ദിവസമായിരുന്നു. പ്രധാനമന്ത്രിയുടെ ഓഫീസ്സിൽ നിന്ന് ഒരു ടെലിഫോൺ കാൾ ശ്രീമതി പുപുൽ ജയക്കർക്ക് വന്നു. പ്രധാനമന്ത്രി അവരെ കാണാൻ ആഗ്രഹിക്കുന്നു. പുപുൽ ചെല്ലുമ്പോൾ ശ്രീമതി ഗാന്ധി അവരുടെ വിശ്രമമുറിയിലെ ഈസിചെയറിൽ, തളർന്നു കിടക്കുകയാണ്. പുപുലിനെക്കണ്ട് ഇന്ദിര ചിരിച്ചു. കണ്ണുകളിൽ പഴയ തിളക്കമില്ല. അവർ എണീറ്റ് പുപുലിനെ സ്വീകരണമുറിയിലേക്കു നയിച്ചു. സ്വീകരണമുറി ഭംഗിയായി അലങ്കരിച്ചിരിക്കുന്നു. ഓർക്കിഡ് പുഷ്പങ്ങൾ കൊണ്ടാണ് അലങ്കാരം. മനോഹരങ്ങളായ ട്രേകളിൽ മധുരപലഹാരങ്ങളും അപൂർവ്വ പഴവർഗ്ഗങ്ങളും നിറഞ്ഞിരിക്കുന്നു. ശ്രീമതി പുപുൽ ജയക്കറല്ലാതെ മറ്റൊരു അതിഥിയുമില്ല.

-ആരാണ് സന്ദർശകർ?

പുപുൽ ചോദിച്ചു.

-എന്റെ സുഹൃത്ത് ശ്രീമതി പുപുൽജയക്കർ

-അലങ്കാരങ്ങളും മധുരപലഹാരങ്ങളും കണ്ടു ചോദിച്ചതാണ്.

-എന്റെ സുഹൃത്തിനെ സ്വീകരിക്കാനും കുറച്ചു സംസാരിക്കാനും എന്നു കരുതിക്കൊള്ളൂ.

ശ്രീമതി ഇന്ദിരാഗാന്ധിയുടെ ജീവചരിത്രം എഴുതാൻ താൻ ആഗ്രഹിക്കുന്നുവെന്ന് പുപുൽ ഒരിക്കൽ സൂചിപ്പിച്ചിരുന്നു.

സമയമായില്ല, ആകുമ്പോൾ അറിയിക്കാം എന്നാണ് അന്നവർ പറഞ്ഞിരുന്നത്.

സ്വീകരണമുറിയിൽ ഇരുന്ന് അവർ സംസാരിച്ചു. ആരും വന്ന് ശല്യം ചെയ്തില്ല. ശ്രീമതി ഗാന്ധി ആദ്യം പറഞ്ഞത് ബംഗ്ലാദേശ് വിമോചന യുദ്ധത്തെക്കുറിച്ചാണ്.

-പുപുൽ നൂറ് അഭിപ്രായങ്ങളാണ് എന്റെ മുന്നിലെത്തിയത്. എറ്റവും മുതിർന്ന നേതാവ് ജയപ്രകാശ് നാരായൺ മുതൽ ഇന്നലെ കിളുർത്ത ചെറു പാർട്ടികളുടെ നേതാക്കൾ വരെ. എല്ലാം ഞാൻ കേട്ടു. ഒടുവിൽ നിശ്ചയമെടുത്തു. പിന്നെ ജയപരാജയങ്ങളെക്കുറിച്ച് ചിന്തിച്ചില്ല. ഇടിവെട്ടുന്നതുപോലെ കടന്നാക്രമിച്ചു. ശത്രു കാര്യം മനസ്സിലാക്കുന്നതിനു മുൻപ് തകർത്തു. പടിഞ്ഞാറൻ മാധ്യമങ്ങൾക്കുവേണ്ടി യുദ്ധവാർത്ത അയയ്ക്കാൻ വന്ന ഗീതാമേഹ്ത്തയുടെ ലേഖനങ്ങൾ പുപുൽ വായിച്ചോ?

-വായിച്ചു

-സത്യം അതിലും ഭീകരമായിരുന്നു

-പാക്കിസ്താൻ പട്ടാളക്കാർ കുഴിച്ച ഓരോ ട്രഞ്ചിലും ഓരോ ബംഗ്ലാപ്പെൺകുട്ടിയെ പിടിച്ചിട്ടിരുന്നു. കഴിഞ്ഞ നാലുമാസമായി പട്ടാളക്കാർ ട്രഞ്ചുകളിൽ പുറത്തേക്കു തോക്കു ചൂണ്ടി നിൽക്കുമ്പോൾ അവരുടെ കാലുകൾക്കിടയിൽ ഓരോ പെൺകുട്ടിയുടെ തല തിരുകിയിരിക്കും.അവൾ അവനെ നിരന്തരം വദനഭോഗം ചെയ്തുകൊണ്ടിരിക്കണം. ഒരു നിമിഷം നിർത്തിയാൽ തോക്കിന്റെ ബട്ടുകൊണ്ട് തലയിൽ കുത്തും. ട്രഞ്ചുകളിൽ നിന്ന് വെടിയേറ്റു മരിച്ചവരേയും മുറിവേറ്റവരേയും പുറത്തെടുത്തപ്പോൾ ധാരാളം പെൺകുട്ടികളേയും കിട്ടി. അവർ അധികവും മരിച്ചവരും കുറച്ചുപേർ പ്രേതരൂപിണികളായവരുമായിരുന്നു. അതാണ് പുപുൽ യുദ്ധം! എല്ലാ യുദ്ധങ്ങളിലും ഇത്തരം ദുരന്തങ്ങൾ സംഭവിക്കുന്നു! യുദ്ധം കഴിഞ്ഞ് 1972 ജൂൺ 28-ാം തിയതി സിംലയിൽ വെച്ച് ഇന്ത്യൻ പ്രധാനമന്ത്രി ശ്രീമതി ഇന്ദിരാഗാന്ധിയും പാക്കിസ്താൻ പ്രധാനമന്ത്രി സുൾഫീക്കർ അലി ഭൂട്ടോയും തമ്മിൽ ഉച്ചകോടി മീറ്റിംഗ് നടന്നു. ശ്രീമതി ഗാന്ധി തലേ ദിവസം തന്നെ സിംലയിൽ എത്തിയിരുന്നു. തോൽപ്പിക്കപ്പെട്ട രാജ്യത്തിന്റെ പുതിയ പ്രധാനമന്ത്രിയാണ് വരുന്നത്. വളരെ ശ്രദ്ധ ആവശ്യമാണ്. ഭൂട്ടോയുടെ കൂടെ അദ്ദേഹത്തിന്റെ പുത്രി ബേനസിർ ഭൂട്ടോയുമുണ്ട്. ഹിമാചൽ പ്രദേശ് സർക്കാർ എല്ലാ കാര്യങ്ങളും തയ്യാറാക്കിയിരുന്നു. അതൊക്കെ ശ്രീമതി ഗാന്ധി നേരിട്ടുകണ്ട് തൃപ്തിപ്പെട്ടു. പാക് പ്രധാനമന്ത്രിക്കും പുത്രിക്കും താമസിക്കാനുള്ള മുറികൾ ഇന്ത്യൻ പ്രസിഡന്റിന്റെ രാഷ്ട്രപതി ഭവനിലേതുപോലെ മനോഹരമായി ശ്രീമതി ഗാന്ധി പുനർ സംവിധാനം ചെയ്യിച്ചു.

പാക്കിസ്താന്റെ 5000ലേറെ സ്ക്വയർ സ്ഥലം ഇന്ത്യകൈശപ്പെടുത്തിയിട്ടുണ്ട്. 93,000 പാക് പട്ടാളക്കാരെ യുദ്ധത്തടവുകാരായി ഇന്ത്യ പിടിച്ചിട്ടുമുണ്ട്. ബേനസിർ ഭൂട്ടോയ്ക്ക് ഒറ്റ നോട്ടത്തിൽതന്നെ ശ്രീമതി ഇന്ദിരാ ഗാന്ധിയോട് സ്നേഹമാണ് തോന്നിയത്. യുദ്ധത്തിൽ തങ്ങളെ തോൽപിച്ച ശ്രീമതി ഗാന്ധിക്ക് അതിശക്തയായ ഒരു സ്ത്രീയുടെ രൂപഭാവങ്ങൾ ഉണ്ടാവുമെന്ന് അവർ കരുതിയിരുന്നു എന്നാൽ നേരിൽ കണ്ടപ്പോൾ- മിതമായ ഉയരവും അധികം തടിയില്ലാത്ത എന്നാൽ ആരോഗ്യമുള്ള ശരീരവും ഭംഗിയുള്ള മുഖവുമുള്ള ഒരു സ്ത്രീ! മഴമേഘങ്ങൾ ആടിക്കൂടിയ സിംല. ആകാശത്തിനു കീഴെ. സാരിയുടുത്ത് അതിനു മീതെ ഒരു മഴക്കോട്ട് ധരിച്ച് പാതിവിടർന്ന ചിരിയുമായി നിൽക്കുന്ന ഒരുസ്ത്രീ.

ഇരു പ്രധാനമന്ത്രിമാരും സംഘവും കൂടിയാലോചനകളിൽ മുഴുകിയപ്പോൾ ബേനസിർ ഭൂട്ടോ സിംലാ മാളിൽ ഷോപ്പിങ്ങിനു പോയി. ശത്രുരാജ്യത്ത് ശത്രുജനങ്ങളെ പ്രിതീക്ഷിച്ചിരുന്ന ബേനസിറിനെ അമ്പരപ്പിച്ചുകൊണ്ട് ജനങ്ങൾ അവർക്ക് വന്ദനം പറഞ്ഞു. കാണാൻ ഭംഗിയുള്ള സ്തീകൾ വന്ന് ബേനസീറിനെ അടിമുടി നോക്കിയിട്ട് സുന്ദരിയായിരിക്കുന്നുവെന്നു പറഞ്ഞു. ഒരു വൃദ്ധ മകളെ എന്നു വിളിച്ച് ആലിംഗനം ചെയ്തു.

-രണ്ടു രാജ്യങ്ങളായെങ്കിലും നമ്മൾ ഒറ്റ ജനതയായിരുന്നു. തമ്മിൽ തല്ലിയ രണ്ടു സഹോദരങ്ങൾ!

ആൾക്കൂട്ടത്തിൽ ആരോ അങ്ങനെ ഉറക്കെപ്പറയുന്നത് ബേനസിർ കേട്ടു.

ചർച്ച അഞ്ചാം ദിവസമെത്തിയിട്ടും ഒരു തീരുമാനവും ഉരുത്തിരിയുന്നില്ല. ഭൂട്ടോയ്ക്ക് വെറും കൈയോടെ മടങ്ങിച്ചെല്ലാനാവില്ല. ജനങ്ങൾ പിച്ചിച്ചീന്തും. യുദ്ധം ജയിച്ചതാണെങ്കിലും ഇന്ത്യൻ പ്രധാനമന്ത്രിക്കും അത് ഗുണം ചെയ്യില്ല. കാശ്മീർ പ്രശ്നമുൾപ്പെടെയുള്ള കാര്യങ്ങൾക്ക് ഇവിടെ തീരുമാനമാകണമെന്ന് ഇന്ത്യൻ പ്രധാനമന്ത്രി ആവശ്യപ്പെട്ടു. കാശ്മീർ പ്രശ്നം ഇപ്പോൾ ചർച്ച ചെയ്യാനാവില്ലെന്ന് ഭൂട്ടോയും വാശിപിടിച്ചു. രണ്ടു ദരിദ്ര രാജ്യങ്ങൾ! ജനങ്ങൾ രണ്ടിടത്തും പട്ടിണിയിലാണ്. വിദേശ ശക്തികൾ രണ്ടു രാജ്യത്തേയും വരുതിയിലാക്കാൻ കാത്തിരിക്കുന്നു. പ്രധാനമന്ത്രി ഇന്ദിരാ ഗാന്ധിയുടെ ക്യാബിനറ്റ് മന്ത്രിമാർ എല്ലാവരും എത്തിയിരുന്നു. എന്നാൽ ഒരാൾ പോലും വായ തുറന്നില്ല. ഓരോ ദിവസത്തെയും ചർച്ച കഴിയുമ്പോൾ ശ്രീമതി ഗാന്ധി തന്റെ മന്ത്രിമാരുടെ അഭിപ്രായം ചോദിക്കും. ആർക്കും മറുപടിയില്ല.

ശ്രീമതി ഇന്ദിരാ ഗാന്ധി തന്റെ പ്രിൻസിപ്പൽ സെക്രട്ടറി പി. എൻ. ഹക്സറോടു പറഞ്ഞു.

-നമ്മൾ ഉറച്ചു നിൽക്കേണ്ട കാര്യങ്ങളുടെ ലിസ്റ്റ് തയ്യാറാക്കുക. അവ ചെറിയ കുറിപ്പുകളായി എനിക്കു തരിക.

ചർച്ചയുടെ അവസാന ദിവസമെത്തി. ഇരു വിഭാഗവും പരിഭ്രമിച്ചു. ഇതുവരേക്കും ഒരു കാര്യത്തിലും പരസ്പരം യോജിക്കാനായിട്ടില്ല.

ചർച്ച അവസാന ദിവസം അത്താഴവിരുന്നുവരെ ഒരു തീരുമാനവുമായില്ല. അത്താഴത്തിനുശേഷം ഇരു പ്രധാനമന്ത്രിമാരും സഹായികളില്ലാതെ ഇരുന്നു സംസാരിച്ചു. ഒരു മണിക്കൂറിനകം രണ്ടു പ്രധാനമന്ത്രിമാരും ചിരിച്ചുകൊണ്ട് മീറ്റിംഗ് റൂമിലേക്കു വന്നു. പ്രധാനമന്ത്രി ശ്രീമതി ഇന്ദിരാ ഗാന്ധി പ്രഖ്യാപിച്ചു.

-ഇന്ത്യ പിടിച്ചെടുത്തിട്ടുള്ള 5000 സ്ക്വയർ മൈൽ സ്ഥലം പാക്കിസ്താന് വിട്ടുകൊടുക്കും. കാശ്മീരിന്റെ കാര്യത്തിൽ ഇപ്പോഴുള്ള നില തുടരും. ഇന്ത്യ തടവിൽ പിടിച്ചിട്ടുള്ള 93,000 പാക്കിസ്താനി സൈനികരെ മോചിപ്പിക്കും. അതിനായി ബംഗ്ലാദേശ് ഗവൺമെന്റിന്റെ അനുമതി വാങ്ങും. ഭാവിയിലെ പ്രശ്നങ്ങൾ കൂടിയാലോചനകളിലൂടെ പരിഹരിക്കണം.

അങ്ങനെ സിംലക്കരാർ ഇരു രാജ്യങ്ങളും ഒപ്പിട്ടു.

പാക്കിസ്താന് ഇത്രയധികം ഇളവും ആനുകൂല്യവും നൽകിയതിന് ലോക സഭയിൽ പ്രതിപക്ഷം വലിയ ബഹളമുണ്ടാക്കി. ജൂലൈ 31-ാം തിയ്യതി (1972) ശ്രീമതി ഇന്ദിരാഗാന്ധി ലോകസഭയിൽ പറഞ്ഞു.

നമ്മൾ സമാധാനത്തിനുവേണ്ടിയാണ് നിലകൊള്ളുന്നത്. യുദ്ധത്തിനു വേണ്ടിയല്ല.സമാധാനം അപകടപ്പെടുകയാണെങ്കിൽ അനിവാര്യമാകുന്ന യുദ്ധത്തിൽ നാം ഏർപ്പെടും. ഭൂതകാലം നമുക്ക് മറക്കാം. പുതിയൊരു ലോകം സൃഷ്ടിക്കാം.

ബംഗ്ലാദേശിനെ സ്വതന്ത്ര രാഷ്ട്രമായി പാക്കിസ്താൻ അംഗീകരിച്ചത് പിന്നെയും ഒരു വർഷം കഴിഞ്ഞാണ്. പകരം ബംഗ്ലാദേശിൽ തടവിലുണ്ടായിരുന്ന പാക്കിസ്താനി യുദ്ധത്തടവുകാരെ ബംഗ്ലാദേശ് മോചിപ്പിച്ചു. മഴക്കാലം വന്നു. അഭയാർത്ഥികൾ ഇന്ത്യയുടെ ധാന്യശേഖരം ഏതാണ്ട് കാലിയാക്കി. മഴ അക്കൊല്ലവും വേണ്ടത്ര ഉണ്ടായില്ല. നാട്ടിൽ ക്ഷാമമമായി. രാജ്യത്തിന്റെ സാമ്പത്തിക നിലയും മോശമായി.

യുദ്ധം വിജയിയേയും പരാജിതനേയും ഒരു പോലെ തളർത്തുന്നു

ബംഗ്ലാദേശ് വിമോചന യുദ്ധകാലത്ത് ശ്രീമതി ഇന്ദിരാഗാന്ധി തന്റെ ഇളയ പുത്രൻ സഞ്ജയ് ഗാന്ധിയെ ഇന്ത്യൻ രാഷ്ട്രീയത്തിൽ നിന്നും അകറ്റി നിറുത്തിയിരുന്നു. മുത്ത പുത്രൻ രാജീവ് ഗാന്ധിക്ക് രാഷ്ട്രീയത്തിൽ താത്പര്യവുമുണ്ടായിരുന്നില്ല. യുദ്ധത്തിൽ ഇന്ത്യനേടിയ വിജയം സഞ്ജയ് ഗാന്ധിയെ രംഗത്തിറക്കിയിരുന്നു. രണ്ടു ചെറിയ ഗാരേജുകളിൽ വളരെച്ചെറിയ പദ്ധതിയായി തുടങ്ങിയ മാരുതി പ്രോജക്ട് വലിയ കാർ നിർമ്മാണ ഫാക്ടറിയായി വളർത്തിയെടുക്കണമെന്ന് അയാൾ മോഹിച്ചു. പ്രോജക്ടിന് സർക്കാർ അനുമതി ലഭിച്ചിട്ടില്ല. അന്നത്തെ ഹരിയാന മുഖ്യമന്ത്രി ബൻസിലാൽ സഞ്ജയ് ഗാന്ധിയുടെ അഭ്യുദയ

കാംക്ഷിയായിരുന്നു. ഹരിയാനയിൽ കുറച്ചു ഭൂമി ഫാക്ടറിക്കുവേണ്ടി മുഖ്യമന്ത്രി നൽകി. വ്യവസായ നിരോധിത മേഖലയിലാണ് ഭൂമി നൽകിയത്. അവിടെ ഇന്ത്യൻ ആർമിയുടെ ഒരു ആസ്ഥാനം ഉണ്ടായിരുന്നു.

മാരുതിക്കാർ ഫാക്ടറിക്കുവേണ്ടി ആർമി ആസ്ഥാനം മാറ്റി സ്ഥാപിച്ചു.

അത് ശ്രീമതി ഗാന്ധിയുടെ സ്വജനപക്ഷപാതമാണെന്ന് പ്രതിപക്ഷ കക്ഷികൾ പാർലമെന്റിൽ ഉന്നയിച്ചു. വലിയ ബഹളങ്ങൾ നടന്നു. ശ്രീമതി ഗാന്ധിയുടെ പ്രിൻസിപ്പൽ സെക്രട്ടറി ശ്രീ. പി. എൻ. ഹക്സർ സഞ്ജയ് ഗാന്ധിയുടെ ഫാക്ടറിയെക്കുറിച്ചുള്ള പൊതുജനാക്ഷേപങ്ങൾ ശ്രീമതി ഗാന്ധിയുടെ ശ്രദ്ധയിൽ കൊണ്ടുവരാൻ ശ്രമിച്ചു. സഞ്ജയ് ഗാന്ധി കോപിച്ച് പി. എൻ. ഹക്സറെ ഉദ്യോഗത്തിൽ നിന്നും മാറ്റാൻ പ്രധാന മന്ത്രിയോട് ആവശ്യപ്പെട്ടു. താമസിയാതെ പാർട്ടിവൃത്തങ്ങളിലും ഔദ്യോഗിക തലത്തിലും ഹക്സറെക്കുറിച്ച് വലിയ ആരോപണങ്ങൾ ഉയർന്നു. ബംഗ്ലാദേശ് വിമോചന യുദ്ധത്തിന്റെ വിജയം ഹക്സർ മുൻകൈയെടുത്തതുക്കൊണ്ടാണെന്ന് അയാൾ പ്രചിരിപ്പിക്കുന്നതായി ആക്ഷേപം ഉണ്ടായി.

ബംഗ്ലാദേശ് വിമോചനത്തിനുശേഷം ശ്രീമതി ഇന്ദിരാഗാന്ധിയിലും പലമാറ്റങ്ങളും വന്നിരുന്നു. തന്നെ ജനങ്ങൾ ദുർഗ്ഗ എന്ന് വിളിക്കുന്നത് അവർക്ക് ഇഷ്ടമായി. പാർട്ടി നേതാക്കൾക്കും ഉദ്യോഗസ്ഥർക്കും ശ്രീമതി ഗാന്ധിയെ അഭിമുഖീകരിക്കാൻ കഴിയാത്ത അവസ്ഥയായി. അവരിപ്പോൾ ചിരിക്കാറില്ല. അരിശം മൂക്കിൻ തുമ്പത്തു നിറുത്തി അവർ നടന്നുവരുമ്പോൾ എല്ലാവരും ഒഴിഞ്ഞു മാറി. ഇപ്പോൾ മുഖസ്തുതിക്കാർ മാത്രമാണ് അവർക്കു ചുറ്റിനും ഉള്ളത്. അവർ ശ്രീമതി ഇന്ദിരാ ഗാന്ധി കേൾക്കാൻ ഇഷ്ടപ്പെടുന്നതുമാത്രം പറയുന്നവരാണ്. സത്യം പറയുന്നവരല്ല. അസഹിഷ്ണുത ശ്രീമതി ഗാന്ധിയെ എല്ലാവരിൽ നിന്നും അകറ്റി. അന്ന് കേന്ദ്ര ധനകാര്യ മന്ത്രിയായിരുന്ന സുബ്രഹ്മണ്യത്തോട് മാരുതി വിഷയത്തിൽ ഒരമ്പേഷണം നടത്താൻ ശ്രീമതി ഗാന്ധി ആവശ്യപ്പെട്ടു. ശ്രീമതി ഗാന്ധിയുടെ സാന്നിദ്ധ്യത്തിൽ സുബ്രഹ്മണ്യം സഞ്ജയനോടു പറഞ്ഞു.

-ഫാക്ടറിയുടെ പ്രോജക്ട് റിപ്പോർട്ട് ഒന്നു കാണിക്കുക.

സഞ്ജയ് കോപിച്ച് എഴുന്നേറ്റു

-പ്രോജക്ട് വന്നു കഴിഞ്ഞാണ് പ്രോജക്ട് റിപ്പോർട്ട്.

സുബ്രഹ്മണ്യം ക്ഷമയോടെ സഞ്ജയനോട് കാര്യങ്ങൾ പറയാൻ ശ്രമിച്ചു. സഞ്ജയൻ കേട്ടുനിന്നെങ്കിലും മുഖത്ത് ഒട്ടും സന്തോഷമില്ലായിരുന്നു.

-പഴയ കാര്യങ്ങളും പഴയ രീതികളും ഞാൻ പിൻതുടരുകയില്ല.

സഞ്ജയ് കോപത്തോടെ അകത്തേക്കു പോയി.

ശ്രീമതി ഗാന്ധി വിഷമത്തോടെ പറഞ്ഞു.

-മിസ്റ്റർ സുബ്രഹ്മണ്യം, സഞ്ജയനെ പറഞ്ഞു മനസ്സിലാക്കാൻ എനിക്കും കഴിയുന്നില്ല.

അക്കൊല്ലം മഴ വീണ്ടും ചതിച്ചു. അന്തർദേശീയ മാർക്കറ്റിൽ പെട്രോളിയം ഉൽപന്നങ്ങളുടെ വില വളരെ ഉയർന്നു. നിത്യോപയോഗ സാധനങ്ങളുടെ വില ഇരുപത്തിയഞ്ചു ശതമാനം വർദ്ധിച്ചു. ജനങ്ങൾ കഷ്ടത്തിലായി. അവർ സർക്കാരിനെ പഴിച്ചു. തൊഴിലാളികൾ രാജ്യവ്യാപകമായി പണിമുടക്കി. വ്യവസായ സ്ഥാപനങ്ങൾ അടഞ്ഞു കിടന്നു. കൃഷിയും നശിച്ചു. വില നിയന്ത്രിക്കാൻ സർക്കാരിനു കഴിഞ്ഞില്ല. സർക്കാർ ചെലവുകൾ വെട്ടിക്കുറച്ചു. കമ്പനി ഡിവിഡന്റ് കുറച്ചു. നിർബന്ധിത നിക്ഷേപ പദ്ധതിയിലൂടെ സർക്കാർ ജീവനക്കാരുടെ ശമ്പളം കുറച്ചു. കള്ളക്കടത്തുകാർക്കും കരിഞ്ചന്തക്കാർക്കുമെതിരെ കർശന നടപടികൾ തുടങ്ങി.

അതോടെ സർക്കാരിനെതിരെ കുപ്രചരണവും ആരംഭിച്ചു. ശ്രീമതി ഗാന്ധിക്ക് ചുറ്റും കൂടിയ സ്വാർത്ഥ മോഹികളായ സ്തുതി പാഠകർ ഒരു വശത്ത് ശ്രീമതി ഗാന്ധിയുടെ സഹിഷ്ണുതയില്ലായ്മ മറുഭാഗത്ത് ജനങ്ങൾ വലഞ്ഞു. പഴയ ജനസമ്പർക്കം ഇപ്പോഴില്ല. എന്നും രാവിലെ പൊതുജനങ്ങൾക്കനുവദിച്ചിരുന്ന കൂടിക്കാഴ്ചയും പരാതികൾ കേൾക്കലും നിറുത്തലാക്കി.

ഒരുതരം അധികാര ദുർമ്മതിയെന്ന് ജനങ്ങൾ ആക്ഷേപിച്ചു. ഇളയ മകൻ സഞ്ജയ് ഗാന്ധി പറയുന്നതേ ഇപ്പോൾ അവർ കേൾക്കൂ. അക്കാലം ജനസംഘം പ്രസിഡന്റും പ്രതിപക്ഷ നേതാവുമായിരുന്ന ശ്രീ അടൽ ബിഹാരി ബാജ്പൈ ഒരഭിമുഖത്തിൽ പറഞ്ഞു. നമ്മുടെ പ്രധാനമന്ത്രി ഇപ്പോൾ വിമർശനം സഹിക്കുന്നില്ല. വിമർശിക്കുന്നവർ വിദേശ ചാരന്മാരാണെന്ന് അവർ ആരോപിക്കുന്നു. എല്ലാവരും അവർക്കെതിരെ ഗൂഢാലോചന നടത്തുകയാണെന്നാണ് അവർ പറയുന്നത്. ആയിടെ ശ്രീമതി ഗാന്ധി തന്റെ സുഹൃത്തായ പുപുൽ ജയക്കറോട് പറയുകയുണ്ടായി.

നോക്കു പുപുൽ, ഞാനൊരിക്കൽ കുളു താഴ്‌വരയിൽ ഒരു കൊസാക്ക് പുരോഹിതനെ കണ്ടിരുന്നു. ഫാദർ കോൺസ്റ്റാന്റൈൻ. അദ്ദേഹം തന്റെ ഗാരേജിൽ വെച്ച് ചെറിയൊരു വിമാനം സ്വയം നിർമിക്കുകയും അതിൽ കയറി പറക്കുകയും ചെയ്തിട്ടുണ്ട്. അതുപോലെ സഞ്ജയനും ഒരു കാറുണ്ടാക്കിയാൽ എന്താണു തെറ്റ്? പുപുൽ ഒന്നും പറഞ്ഞില്ല. മറുപടി അവർ ഇഷ്ടപ്പെടില്ല. അവർ തന്റെ ഡയറിയിൽ കുറിച്ചു.

വലിയ ഒരു ഭരണാധികാരിക്ക് പുത്രവാത്സല്യത്തിന്റെ ഗ്രഹണം ബാധിച്ചിരിക്കുന്നു.

ശ്രീ ജയപ്രകാശ് നാരായണന്റെ ഭാര്യ പ്രഭ മരിച്ചു. അതോടെ അദ്ദേഹം രാഷ്ട്രീയത്തിൽ വീണ്ടും സജീവമായി. പാർലമെന്ററി ജനാധിപത്യം ഇന്ത്യയിൽ പരാജയപ്പെട്ടിരിക്കുന്നുവെന്ന് അദ്ദേഹം പ്രസ്താവിച്ചു. ഇനി

യുവജനങ്ങൾ ഉണർന്നു വന്ന് ഇന്ത്യയുടെ ഭരണത്തിന്റെ ചുമതല പിടിച്ചെടുക്കണം. തന്റെ രാഷ്ട്രീയ തത്ത്വശാസ്ത്രം എന്തെന്ന് അദ്ദേഹത്തിന് വിശദീകരിക്കാൻ കഴിഞ്ഞില്ല. ജനാധിപത്യത്തിന് യുവജനമുന്നേറ്റം എന്നൊരു പ്രസ്ഥാനം ശ്രീ ജയപ്രകാശ് നാരായൺന്റെ പേരിൽ ഉടലെടുത്തു.അത് ഒരു സംഘടനയൊന്നുമല്ല. അസംതൃപ്തരായ യുവജനങ്ങളും ആശയ വാദികളും ശ്രീ ജയപ്രകാശ് നാരായണനിൽ തങ്ങളുടെ ആദർശ നേതാവിനെ കണ്ടു.

'സമ്പൂർണ്ണ വിപ്ലവം' എന്നൊരു സമരപരിപാടി ജയപ്രകാശ് നാരായൺ കൊണ്ടുവന്നു.

ഗുജറാത്തിലെ മുഖ്യമന്ത്രി ചമൽഭായ് പട്ടേലിന്റെ അഴിമതി ഭരണം ജനങ്ങളെ അസംതൃപ്തരാക്കിയിരുന്നു. ഗുജറാത്ത് മന്ത്രിസഭ പിരിച്ചുവിട്ട് പുതിയ തെരഞ്ഞെടുപ്പു നടത്തണമെന്ന് സമരക്കാർ ആവശ്യപ്പെട്ടു. പ്രധാനമന്ത്രി ശ്രീമതി ഇന്ദിരാഗാന്ധി കേന്ദ്ര സർക്കാരിന്റെ കാര്യങ്ങളിൽ വ്യാപൃതയായിരുന്നതുകൊണ്ട് സംസ്ഥാനങ്ങളിലേക്ക് ഏറെ ശ്രദ്ധ ചെലുത്തിയില്ല. ഗുജറാത്തിലെ സമരത്തിന് ശ്രീ ജയപ്രകാശ് നാരായണന്റെ പിൻതുണ കിട്ടിയതോടെ യുവജന മുന്നേറ്റം ആവേശഭരിതമായി. സമരം രൂക്ഷമായി. വിദ്യാർത്ഥി നേതാക്കളിൽ നിന്ന് സമരം സാമൂഹ്യ വിരുദ്ധർ ഏറ്റെടുത്തു. അതോടെ പലേടത്തും അക്രമങ്ങൾ ഉണ്ടായി. കടകളും വ്യവസായസ്ഥാപനങ്ങളും കത്തിച്ചു. വണ്ടി വാഹനങ്ങൾ തടഞ്ഞു നിറുത്തി കൊള്ള ചെയ്തു. സമരക്കാർ സംസ്ഥാന എം.എൽ.എമാരെ തട്ടിക്കൊണ്ടുപോയി. അതോടെ എം.എൽ.എമാർ രാജി വെച്ചു. സമരം ഒത്തുതീർപ്പാകുമ്പോഴേയ്ക്കും 103 പേർ കൊല്ലപ്പെടുകയും 300 പേർക്ക് പരിക്കു പറ്റുകയും ചെയ്തു.

എന്നിട്ടും ശ്രീമതി ഗാന്ധി വേണ്ട നടപടികൾ എടുത്തില്ല. ജയപ്രകാശ് നാരായണന്റെ പേരിൽ നടന്ന സമരം കേന്ദ്ര സർക്കാരിനു തന്നെ ഭീഷണിയായി. ഗുജറാത്ത് മുഖ്യമന്ത്രി രാജിവെച്ചു. അസംബ്ളി പിരിച്ചുവിട്ട് പ്രസിഡന്റു ഭരണം ഏർപ്പെടുത്തി. സംസ്ഥാനത്ത് ഉടനെ തെരഞ്ഞെടുപ്പു നടത്തണമെന്ന് ആവശ്യപ്പെട്ട് ശ്രീ മൊറാർജി ദേശായ് നിരാഹാര സത്യാഗ്രഹം തുടങ്ങി. ശ്രീമതി ഗാന്ധി അനങ്ങിയില്ല. വൃദ്ധനായ മൊറാർജി ദേശായ് നിരാഹാരം തുടർന്നു. അദ്ദേഹം മരിച്ചാൽ ഗുജറാത്ത് പ്രശ്നം നിയന്ത്രണം വിടുമെന്ന് ശ്രീമതി ഗാന്ധിക്കു മനസ്സിലായി. ഗുജറാത്തിൽ തെരഞ്ഞെടുപ്പു നടത്താനുള്ള ഔദ്യോഗിക പ്രഖ്യാപനമുണ്ടായി.

മൊറാർജി ദേശായി സമരം പിൻവലിച്ചു.

ഈ സന്ദർഭത്തിൽ തന്നെ ഇന്ത്യൻ റെയിൽവേ വർക്കേഴ്സ് യൂണിയൻ പ്രസിഡന്റ് ശ്രീ ജോർജ് ഫെർണാണ്ടസ് റെയിൽവേ ജീവനക്കാരുടെ ആവശ്യങ്ങൾ സർക്കാർ അംഗീകരിച്ചില്ലെങ്കിൽ അനിശ്ചിത കാല സമരം ഉണ്ടാവുമെന്ന് പ്രഖ്യാപിച്ചു. കൂടിയാലോചനകളിൽ ഒരു

തീരുമാനവുമുണ്ടായില്ല. റെയിൽവേ ജീവനക്കാർ സമരം തുടങ്ങി. ആവശ്യസാധനങ്ങളുടെ നീക്കം നിലച്ചു. ജനങ്ങളുടെ യാത്രയും. രാജ്യത്താകെ ഭക്ഷ്യക്ഷാമമമാണ്. പട്ടിണിമരണം തന്നെ സംഭവിക്കുമെന്ന നിലയിലുമെത്തി. ശ്രീമതി ഗാന്ധിയുടെ സർക്കാർ നടപടികൾ തുടങ്ങി. സമരക്കാരായ റെയിൽവേ ജിവനക്കാരെ അറസ്റ്റു ചെയ്തു. റെയിൽവേ ക്വാർട്ടേഴ്സിൽ നിന്നും ജീവനക്കാരുടെ കുടുംബങ്ങളെ പുറത്താക്കി. പെട്രോളിയം ഉൾപന്നങ്ങളുടെ വിലയും കൂട്ടി. പെട്രോളും. ഡീസലും, മണ്ണെണ്ണയും കിട്ടാനുമില്ല.

ക്ഷാമം

സമരങ്ങൾ

ആകെ ദുരിതത്തിൽപ്പെട്ട ജനങ്ങൾ ജയപ്രകാശ് നാരായൺ നയിച്ച സമരങ്ങളിൽ കൂട്ടമായി പങ്കെടുത്തു. ജയപ്രകാശ് നാരായൺ ഇന്ത്യയിലാകെ സഞ്ചരിച്ച് ജനങ്ങളോട് ആവശ്യപ്പെട്ടു.

-നിങ്ങൾ കൂട്ടമായി ഇളകി വരിക. സമ്പൂർണ്ണ വിപ്ലവത്തിനുള്ള സമയമായിരിക്കുന്നു.

പത്രങ്ങളിലൂടെയും ജയപ്രകാശ് ജനങ്ങളോട് ഇളകി വരുവാൻ ആവശ്യപ്പെട്ടു. ബീഹാറിൽ ജയപ്രകാശ് നാരായൺന്റെ പ്രസ്ഥാനം വലിയ ജനപിൻതുണ നേടി. ലാത്തിച്ചാർജും കണ്ണീർ വാതക പ്രയോഗവും വ്യപകമായി നടന്നു. പാറ്റ്നയിൽ 1974 ജൂൺ അഞ്ചാം തിയ്യതി നടന്ന ബഹുജന റാലിയിൽ ജയപ്രകാശ് നാരായൺ ബീഹാർ ഗവൺമെന്റിനെ ഡിസ്മിസ് ചെയ്യണമെന്ന് ആവശ്യപ്പെട്ടു.

ജെ.പി.യും ഗാന്ധിയും തമ്മിൽ ഈ വിധം കലഹം നടക്കുന്നത് ഇരുകൂട്ടർക്കും ജനങ്ങൾക്കും ഗുണം ചെയ്യില്ലെന്ന് ചില നേതാക്കൾ തിരിച്ചറിഞ്ഞു. ശ്രീ. ജെ. കൃഷ്ണമൂർത്തി എന്ന ആത്മീയ ഗുരു ശ്രീ ജയപ്രകാശ് നാരായണന്റെ പൂർവ്വകാല സുഹൃത്തായിരുന്നു. അദ്ദേഹം സ്വാതന്ത്ര്യ സമരനായകരിൽ ഒരാളായിരുന്ന ശ്രീ അച്യുത് പട്വർദ്ധനനെ ഒരു സമവായം കണ്ടെത്തുന്നതിനു നിയോഗിച്ചു. അച്യുത് പടവർദ്ധൻ ശ്രീമതി ഇന്ദിരാഗാന്ധിയെ കണ്ട് സംസാരിച്ചു. പ്രശ്ന പരിഹാരത്തിന് പല നിർദ്ദേശങ്ങളും മുന്നോട്ടുവെച്ചു. ജയപ്രകാശ് നാരായൺ സർക്കാരുമായി യോജിച്ചു പോകാമെന്ന് പ്രസ്താവിക്കണം. പിന്നെ ഇരുകൂട്ടരും സമാധാനപരമായി കൂടിയാലോചിച്ച് ഭാവി നടപടികൾ സ്വീകരിക്കണം.

ജെ.പി. തുടങ്ങിവെച്ച സമരം ഇതിനിടയിൽ സാമൂഹിക വിരുദ്ധർ ഏറ്റെടുത്തു. സമരം അക്രമാസക്തമായി. കടകമ്പോളങ്ങൾ കത്തിച്ചു. അക്രമത്തിൽ 103 പേർ കൊല്ലപ്പെട്ടു. മൂന്നൂറിലേറെപ്പേർക്ക് പരിക്കേറ്റു.

ശ്രീമതി ഇന്ദിരാ ഗാന്ധി ശ്രീമതി പുപുൽ ജയക്കർക്ക് എഴുതി. -ജയപ്രകാശ് നിർദ്ദേശിച്ചതു പോലെ പാർട്ടി രഹിതമായ കൂട്ടായ്മയിൽ കേന്ദ്രത്തിൽ സർക്കാരുണ്ടാക്കുക അസാദ്ധ്യമാണ്. ഇന്ത്യയിൽ ജനാധിപത്യം അതോടെ അവസാനിക്കും. ജെ.പി.യുമായി ആലോചിച്ച്

തെരഞ്ഞെടുപ്പു സമ്പ്രദായത്തിലെ അപാകതകൾ പരിഹരിക്കാൻ തയ്യാറാണ്. കത്ത് പുപുൽ ജയക്കർ അച്യുത് പട്വർദ്ധനനു നൽകി. പട്വർദ്ധനന് ജെ. പി യെ കാണാൻ പാറ്റ്നയ്ക്കു പോകാൻ കഴിഞ്ഞില്ല. ജെ.പി.യുടെ അനുയായിയായ സുഗതാ ദാസ്ഗുപ്തയുടെ വശം കത്ത് കൊടുത്തയച്ചു.

കത്തിലെ പ്രാധാന ഭാഗം നീക്കം ചെയ്തിട്ടാണ് സുഗത ജെ.പി.ക്കു കൊടുത്തത്.

ജെ. പിയും ശ്രീമതി ഗാന്ധിയും തമ്മിൽ നേരിട്ടൊരു കൂടിക്കാഴ്ചയ്ക്ക് പലരും ശ്രമിച്ചു. ജെ.പി ശ്രീമതി ഗാന്ധിയെ കാണുവാനായി വരികയും ചെയ്തു. ശ്രീമതി ഗാന്ധിയെ ഒറ്റയ്ക്കു കണ്ട് സംസാരിക്കാനാണ് ജെ.പി. വന്നത്. ശ്രീമതി ഗാന്ധി തന്റെ ക്യാബിനറ്റിലെ മന്ത്രിമാരായ ജഗ്ജ്ജീവൻ റാം, വൈ.ബി. ചവാൻ എന്നിവരുമൊത്താണ് ജെ.പി.യെ കണ്ടത്. ബീഹാർ ഗവൺമെന്റ് അഴിമതിയിൽ കുളിച്ചു നിൽക്കുകയാണെന്നും ബീഹാർ സർക്കാരിനെ പിരിച്ചുവിട്ട് പുതിയ തെരഞ്ഞെടുപ്പു നടത്തണമെന്നും ജെ.പി. ആവശ്യപ്പെട്ടു.

മീറ്റിംഗ് വിജയിച്ചില്ല.

1975 ജൂൺ മാസത്തിലാണ്. മെക്സിക്കോയിൽവെച്ചു നടക്കുന്ന ലോകരാഷ്ട്ര വനിതാ സമ്മേളനത്തിൽ സ്ത്രീകളുടെ അവസ്ഥയേയും പ്രശ്നങ്ങളേയും നിലപാടുകളേയും കുറിച്ച് പ്രസംഗിക്കാൻ ശ്രീമതി ഇന്ദിരാഗാന്ധിക്ക് ക്ഷണം വന്നു. പ്രസംഗം തയ്യാറാക്കുന്നതിന് ശ്രീമതി ഗാന്ധി തന്റെ സുഹൃത്തും സ്ത്രീ സ്വാതന്ത്ര്യത്തിന്റേയും ശാക്തീകരണത്തിന്റേയും വക്താവുമായ ശ്രീമതി ജയക്കറെ തന്റെ വസതിയിലേക്ക് ക്ഷണിച്ചു. അവർ പരസ്പരം പല ദിവസങ്ങളിലും സംസാരിച്ചിട്ടുള്ള വിഷയമായിരുന്നു അത്

പുപുൽ വേഗം എത്തി.

ശ്രീമതി ഗാന്ധി പറഞ്ഞു.

-ഫെമിനിസ്റ്റ് എന്നു പറഞ്ഞുവരുന്ന സ്ത്രീ സ്വാതന്ത്ര്യവാദിയല്ല ഞാൻ. ആണും പെണ്ണും തമ്മിൽ എന്താണു വ്യത്യാസമെന്ന് പന്ത്രണ്ടു വയസ്സുവരെ എനിക്കറിയില്ലായിരുന്നു. ആൺകുട്ടികൾക്കൊപ്പം ചാടിയും മറിഞ്ഞും മരം കയറിയും ഞാൻ വളർന്നു. പട്ടം പറപ്പിക്കാനും ഞാൻ ആൺകുട്ടികൾക്കൊപ്പം കൂടിയിരുന്നു. എന്നാൽ ഇന്ത്യയിൽ പൊതുവേ പെൺകുട്ടികളെ അങ്ങനെയല്ല വളർത്തുന്നത്. ആൺകുട്ടികൾക്ക് മുൻഗണന നൽകുന്നു. അത് ശരിയല്ല. പടിഞ്ഞാറൻ രാജ്യങ്ങളിൽ സ്ത്രീ സ്വാതന്ത്ര്യം എന്നു പറഞ്ഞാൽ പുരുഷന്മാരെപ്പോലെ പെരുമാറുന്നതിലും ചിന്തിക്കുന്നതിലും അധിഷ്ഠിതമാണ്. അതും ശരിയാണെന്ന് ഞാൻ കരുതുന്നില്ല. പുരുഷൻ പുരുഷനും സ്ത്രീ സ്ത്രീയുമാണ്. ശാരീരികമായി അവർക്ക് വ്യത്യസ്തതകളുണ്ട്. എന്നാൽ വ്യക്തിത്വത്തിൽ, ആത്മ

ധൈര്യത്തിൽ അവർക്കു തമ്മിൽ ഒരു വ്യത്യാസവുമില്ല. ഒരേ നാണയത്തിന്റെ ഇരുവശങ്ങൾ പോലെയാണ്. ഒന്നില്ലാതെ മറ്റൊന്നില്ല.

സ്വാതന്ത്ര്യമെന്നാൽ മനസ്സിന്റെ സ്വാതന്ത്ര്യമാണ്. സ്ത്രീ എല്ലാ അറിവുകളും നേടണം. സാമ്പത്തിക സ്വാതന്ത്ര്യം വേണം. അടുക്കളയല്ല അവളുടെ ലോകം. അടുക്കളയിൽ കയറരുതെന്നല്ല. വസ്ത്രം അലക്കരുതെന്നല്ല. അതൊക്കെ പുരുഷനും ചെയ്യാം എന്ന ബോധ്യംവേണം.

സ്ത്രീയും പുരുഷനും വീട്ടിനുള്ളിലും പുറത്തും അദ്ധ്വാനിച്ച് തോളോടു തോളുചേർന്ന് പ്രവർത്തിക്കണം. സ്ത്രീ അമ്മയാണ്. പുരുഷൻ ബീജദാതാവാണ്. രണ്ടും ചേർന്നെങ്കിലേ പുതിയ ജന്മങ്ങളുണ്ടാവൂ. തലമുറകളെ സൃഷ്ടിക്കുന്നത് രണ്ടുപേരും ചേർന്നിട്ടാണ്. നമ്മുടെ സ്വാതന്ത്ര്യസമരകാലത്ത് ആരും ആവശ്യപ്പെടാതെയാണ് സ്ത്രീകൾ വീടുവിട്ട് ഇറങ്ങിവന്നത്. പുരുഷന്മാരുടെ വിലക്കുകൾ വകവെയ്ക്കാതെയാണ് അവർ ഗാന്ധിജിയുടെ ഉപ്പുസത്യാഗ്രഹത്തിൽ പങ്കെടുത്തത്. നമ്മുടെ ഗ്രാമങ്ങളിലെ സ്ത്രീകളുടെ മനസ്സിൽ ഗൂഢാർത്ഥ (Myth) കഥകളായും ഗൂഢതത്ത്വങ്ങളായും (Mystery) ഭൂതകാലത്തിന്റെ അവശേഷിപ്പുകളുണ്ട്. അതുകൊണ്ടാണ് അടിസ്ഥാന വിദ്യാഭ്യാസം പോലും ലഭിക്കാത്തവരിലും ഉൾബോധത്തിന്റെ സ്വാതന്ത്ര്യവെട്ടം നിലനിൽക്കുന്നത്. അവർ ചിലപ്പോൾ പറയുന്ന ജീവിതതത്ത്വങ്ങൾ മഹാമനീഷികളുടേതാണ്. ഒരു കർഷക സ്ത്രീക്ക് അവരെന്താണോ അതിനപ്പുറം ഒന്നുമാവണമെന്നില്ല. ആ നിലയിൽ അവർക്ക് ഉറച്ച അടിത്തറയും ആത്മവിശ്വാസവും ലഭിക്കുന്നു.

ബീഹാറിലെ 'മധുബനി' സ്ത്രീകളെ എനിക്കറിയാം ഭാവനയുടെ ജൈവസങ്കീർണ്ണതയിൽ അവർ വരയ്ക്കുന്ന ചിത്രങ്ങൾ നൂറ്റാണ്ടുകളുടെ കലാസാംസ്കാരികത്തുടർച്ചയാണ്. നിറങ്ങളുടെ സമ്പന്നതയും വൈവിദ്ധ്യവുമാർന്നവയാണ്. ആ ചിത്രങ്ങൾ പാരമ്പര്യത്തിന്റെ തുടർച്ചയും പൗരാണിക ഗൂഢാർത്ഥകഥകളുടെ ഗർഭംപേറുന്ന മഹത് സൃഷ്ടികളുമാണ് അവ. മഹതികളായ ആ നാടൻ കലാകാരികൾ വീടിന്റെ സമ്പത്താണ്. അവരുടെ പുരുഷന്മാർ അവരെ ആദരിക്കുന്നു. ചിത്രങ്ങളുടെ വിപണനം പുരുഷന്മാരാണ്. ഏറ്റെടുത്തിരിക്കുന്നത്. തങ്ങളുടെ സ്ത്രീകളുടെ വസ്ത്രങ്ങൾ അലക്കുകയും ഭക്ഷണം തയ്യാറാക്കുകയും ചെയ്യുന്നത് പുരുഷന്മാരാണ്. പുരുഷൻ അവിടെ സ്ത്രീയുടെ കൂട്ടാളിയാണ്. സ്ത്രീകളുടെ സുരക്ഷയ്ക്ക് വിളിപ്പുറത്തുള്ള പടയാളികളുമാണ്. പുരുഷന്മാർ.

വടക്കൻ ദില്ലിയിൽ (North Delhi) യമുനാ നദിയുടെ തീരത്ത് ടെന്റുകൾ കെട്ടി താമസിക്കുന്ന ടിബറ്റൻ അഭയാർത്ഥി ക്യാമ്പിലെ സ്ത്രീകളെ ശ്രദ്ധിച്ചിട്ടുണ്ടോ? രാഷ്ട്രീയത്തിൽ വരുന്നതിനു മുൻപ് ഞാൻ ടിബറ്റിൻ അഭയാർത്ഥി ക്യാമ്പ് സന്ദർശിച്ചിട്ടുണ്ട്. ടെന്റുകൾ അക്ഷരാർത്ഥത്തിൽ മദ്യശാലകളാണ്. ടിബറ്റൻ സുന്ദരികൾ പുഞ്ചിരിയോടെ അവരുടെ പാരമ്പര്യമദ്യവും ആഹാരവും വിളമ്പും. കഴിക്കാൻ വരുന്നവർ ദില്ലിയിലെ

എല്ലാ തലങ്ങളിലുമുള്ള പുരുഷന്മാരാണ്. ദില്ലി യൂണിവേഴ്സിറ്റിയിലെ വിദ്യാർത്ഥികൾ മുതൽ അധോലോക നായകന്മാർ വരെ അവിടെ വരും. അതിസുന്ദരികളായ ടിബറ്റൻ യുവതികൾ പുഞ്ചിരിയോടെ വിളമ്പുന്ന മദ്യവും ആഹാരവും കഴിച്ച് മര്യാദ രാമന്മാരായി പുരുഷ കേസരികൾ മടങ്ങും.

അവിടെ മദ്യശാലകളിൽ ഒരു കോണിൽ കൂറ്റൻ ടിബറ്റൻ പുരുഷന്മാർ ഇരിക്കുന്നുണ്ടാവും. അവർ മദ്യപന്മാരെ ശ്രദ്ധിക്കുന്നുണ്ടാവുമെന്നു തോന്നുകയില്ല. ഏതെങ്കിലും ഒരു മദ്യപാനി അഹിതമായി പെരുമാറുകയോ സംസാരിക്കുകയോ ചെയ്താൽ കാവൽ പുരുഷന്മാർ എണീക്കും. കാളക്കൂറ്റരെപ്പോലെ അവൻ എണീറ്റു വരുന്നതു കാണുമ്പോൾ തന്നെ വഴക്കാളികൾ പുറത്തു കടക്കും. അഥവാ വഴക്കിനു മുതിർന്നാൽ എടുത്ത് ഒരേറാണ്. നടുറോഡിൽ നടുവടിച്ചു വീഴും.

സ്ത്രീപുരുഷ പാരസ്പര്യത്തിന്റെ ശക്തി അവിടെ ദൃശ്യമാണ്. പുപുൽ, നമ്മുടെ കർഷകത്തൊഴിലാളി സ്ത്രീകളും ശക്തരാണ്. സ്വാതന്ത്ര്യബോധമുള്ളവരുമാണ്. പൂക്കുവാനും കായ്ക്കുവാനും കഴിയുന്ന സൃഷ്ടിയുടെ വസന്തം ഓരോ സ്ത്രീയിലുമുണ്ട്. ചർച്ചകൾക്കൊടുവിൽ ശ്രീമതി ഗാന്ധി ചോദിച്ചു.

താങ്കൾക്ക് തണലായി ഒരു പുരുഷൻ വേണമെന്നു തോന്നിയിട്ടുണ്ടോ?

-ഇല്ല ഒരിക്കലുമില്ല. അങ്ങനെ തോന്നാതിരിക്കാനുള്ള സാമ്പത്തികവും ബൗദ്ധികവുമായ സ്വാതന്ത്ര്യം എനിക്കുണ്ട്.

-പുപുൽ, സ്ത്രീക്ക് ആദ്യം വേണ്ടത് സാമ്പത്തിക സ്വാതന്ത്ര്യമാണ്. പിന്നെ അറിവും ആത്മധൈര്യവും ആത്മാഭിമാനവും...... അവിടെ സ്ത്രീ സ്വതന്ത്രയാവുന്നു.

പൊതു തെരഞ്ഞെടുപ്പിൽ അഴിമതി കാണിച്ചുവെന്നാരോപിച്ച് ശ്രീമതി ഗാന്ധിയുടെ പേരിൽ കോടതിയിൽ ഒരു കേസ്സ് നിലനിന്നിരുന്നു. 1971-ലെ പൊതുതെരഞ്ഞെടുപ്പിനോടു ബന്ധപ്പെട്ടായിരുന്നു കേസ്. ഒരു ലക്ഷത്തിലേറെ വോട്ടിന്റെ ഭൂരിപക്ഷത്തിലാണ് ശ്രീമതി ഗാന്ധി ജയിച്ചത്. തെരഞ്ഞെടുപ്പു ഫലത്തിനെതിരെ അപ്പീൽ എന്ന നിലയിലായിരുന്നു കേസ്സ്. ശ്രീമതി ഗാന്ധിയുടെ തേരഞ്ഞെടുപ്പു പ്രചരണങ്ങളുടെ തലവൻ ഒരു സർക്കാർ ഉദ്യോഗസ്ഥൻ ആയിരുന്നുവെന്നും അതുകൊണ്ട് അവർ അധികാര ദുർവിനിയോഗം ചെയ്ത് നേടിയ വിജയമാണെന്നും കാണിച്ചായിരുന്നു കേസ്സ്.

ശ്രീമതി ഗാന്ധിയുടെ തെരഞ്ഞെടുപ്പു മാനേജർ അവരുടെ ക്യാബിനറ്റ് സെക്രട്ടറിയേറ്റിൽ ഉദ്യോഗസ്ഥനായിരുന്നു. അയാൾ സർക്കാർ ഉദ്യോഗം രാജിവെച്ചിട്ടാണ് പ്രചരണത്തിന്റെ ചുമതല ഏറ്റെടുത്തത്. എന്നാൽ രാജി പ്രാബല്യത്തിൽ വരാൻ കാലതാമസമുണ്ടായി. പ്രചാരണം തുടങ്ങിയിട്ട് ഒന്നരമാസം കഴിഞ്ഞാണ് രാജി സ്വീകരിച്ച് ഉത്തരവ്

ഇറങ്ങിയത്. ആയൊരു ടെക്നിക്കൽ പാളിച്ചയാണ് എതിരാളി രാജ് നാരായണന്റെ വക്കീൽ കോടതിയിൽ ഉന്നയിച്ചത്. വിധി വന്നപ്പോൾ ജഡ്ജി ശ്രീമതി ഗാന്ധിയുടെ വിജയം അസാധുവാക്കി. ആറുമാസത്തേക്ക് അവരെ സർക്കാർ പദവി വഹിക്കുന്നതിൽ നിന്നും വിലക്കി. പ്രതിപക്ഷ കക്ഷികൾ സർക്കാരിനെതിരെ പ്രക്ഷോഭം തുടങ്ങി. വ്യവസായ തൊഴിലാളികളോട് തൊഴിൽ വിട്ടുനിൽക്കുവാൻ ശ്രീ ജയപ്രകാശ് നാരായൺ ആവശ്യപ്പെട്ടു. പോലീസ്സും പട്ടാളവും സർക്കാരിന്റെ ഉത്തരവുകൾ പാലിക്കരുതെന്ന് അദ്ദേഹം പ്രസംഗിച്ചു.

രാഷ്ട്രീയ സ്വയം സേവക് സംഘവും മറ്റു ചിലരും നല്ലൊരളവോളം അവരെ പിൻതുണച്ചു. ആന്ധ്രപ്രദേശ് ചീഫ് മിനിസ്റ്റർ ശ്രീ വെങ്കൽ റാവുവിന് ഒരു രഹസ്യ സന്ദേശം ലഭിച്ചു. വരാനിരിക്കുന്ന കോടതി വിധിയെക്കുറിച്ചായിരുന്നു സന്ദേശം. ശ്രീമതി ഗാന്ധിയുടെ തെരഞ്ഞെടുപ്പു വിജയം അസാധുവാക്കും. വരുന്ന ആറു വർഷത്തേക്ക് ശ്രീമതി ഗാന്ധിയെ ഔദ്യോഗികസ്ഥാനങ്ങളിൽ നിന്നും വിലക്കും. ശ്രീ ജയപ്രകാശ് നാരായൺ തമിഴ്നാട്ടിലുള്ള ശ്രീ കാമരാജിനോട് ദില്ലിക്കു വരുവാനും പ്രതിപക്ഷ കക്ഷികളുടെ നേതൃത്വം ഏറ്റെടുക്കുവാനും ആവശ്യപ്പെട്ടു.

ശ്രീ കാമരാജ് ഒഴിഞ്ഞു മാറി.

വെസ്റ്റ് ബംഗാളിൽ രഹസ്യാത്മകമായി പ്രവർത്തിക്കുന്ന 'ആനന്ദമാർഗ്ഗീസ്' എന്ന താന്ത്രികമതവിഭാഗം കോടതി വിധിയിൽ സ്വാധീനം ചെലുത്തിയതായി രഹസ്യപൊലീസ്സ് സർക്കാരിനു വിവരം നൽകി. ശ്രീമതി ഗാന്ധിയുടെ മന്ത്രിസഭയിൽ ഇൻഫർമേഷൻ മന്ത്രിയായ ഉമാശങ്കർ ദീക്ഷിതിനെ രഹസ്യമായി ഒരാൾ സന്ദർശിച്ചു. അയാൾ പറഞ്ഞു.

-കോടതി വിധി ശ്രീമതി ഗാന്ധിക്ക് എതിരാവും താങ്കളെ അടുത്ത പ്രധാനമന്ത്രിയാക്കാൻ സാധ്യതയുണ്ട്.

നിങ്ങൾ ആരാണെന്നു ചോദിച്ചപ്പോൾ അയാൾ പറഞ്ഞു.

-ഞങ്ങൾ രഹസ്യമായി പ്രവർത്തിക്കുന്ന മതവിഭാഗമാണ്. ഞങ്ങളാണ് ഈ രാജ്യത്തിന്റെ രാഷ്ട്രീയ ഭാവി നിശ്ചയിക്കുന്നത്.

അയാൾ സർക്കാർ ചാരനാണെന്നു സംശയിച്ച ദീക്ഷിത് ഉടനെ തന്നെ ശ്രീമതി ഗാന്ധിയെ വിവരമറിയിച്ചു. കോടതി വിധി വരുമ്പോൾ വെസ്റ്റ് ബംഗാൾ ചീഫ് മിനിസ്റ്റർ സിദ്ധാർത്ഥ ശങ്കർ റേ ദില്ലിയിലുണ്ടായിരുന്നു. അദ്ദേഹം ശ്രീമതി ഗാന്ധിയെ ഉടനെ കണ്ടു. അദ്ദേഹത്തോടൊപ്പം കേന്ദ്ര മന്ത്രി എച്ച്. ആർ. ഗോഖലെയുമുണ്ടായിരുന്നു. അവരെ കണ്ടപ്പോൾ ശ്രീമതി ഗാന്ധി പറഞ്ഞു.

-ഞാൻ ഉടനെ രാജി സമർപ്പിക്കുകയാണ്

-തിരക്ക് കൂട്ടരുത്. ഞങ്ങൾ ഒന്ന് കൂടിയാലോചിക്കട്ടെ.

കുറച്ചു കഴിഞ്ഞപ്പോൾ ഉമാശങ്കർ ദീക്ഷിതും കൃഷിമന്ത്രി ജഗ്ജ്ജീവൻ റാമും കോൺഗ്രസ്സ് പ്രസിഡന്റ് ഡി.കെ. ബറുവയും എത്തി.

വേനൽച്ചൂടിൽ ദില്ലി ചുട്ടുപൊള്ളുകയാണ്. അന്തരീക്ഷമാകെ പൊടി നിറഞ്ഞ് ശ്വസനം തന്നെ വിഷമത്തിലായി. നേതാക്കൾ രഹസ്യമായും പരസ്യമായും ചർച്ചകൾ നടത്തി. അധികാരം ആഗ്രഹിക്കുന്നവരാണ് എല്ലാവരും. പ്രധാനമന്ത്രിപദം ഇനി തനിക്ക് എന്ന മോഹത്തിലാണ് ഓരോരുത്തരും. ശ്രീമതി ഗാന്ധിയുടെ വസതിക്കുമുന്നിൽ ധാരാളം കോൺഗ്രസ്സ് പ്രവർത്തകർ വന്നു ചേർന്നു. നേതാക്കൾ ഗ്രൂപ്പുതിരിഞ്ഞ് ചർച്ചയിലാണ്.

സഞ്ജയ് ഗാന്ധി അപ്പോൾ അയാളുടെ മാരുതി ഫാക്ടറിയിലായി രുന്നു. ഉച്ചഭക്ഷണത്തിന് വീട്ടിലെത്തിയപ്പോഴാണ് വിവരമറിഞ്ഞത്. കാര്യങ്ങൾ മനസ്സിലാക്കിയ സഞ്ജയ് അമ്മയെ തന്റെ മുറിയിലേക്കു കൂട്ടിക്കൊണ്ടുപോയി. അരിശത്തോടെ സഞ്ജയ് പറഞ്ഞു.

ഒരു കാരണവശാലും മമ്മി രാജിവെയ്ക്കരുത്.

കോൺഗ്രസ്സ് പ്രസിഡന്റ് ഡി. കെ. ബറുവ ഒരു നിർദ്ദേശം വെച്ചി രുന്നു. കോൺഗ്രസ്സ് പ്രസിഡന്റു സ്ഥാനം തൽക്കാലം ശ്രീമതി ഗാന്ധി ഏറ്റെടുക്കുക. പ്രധാനമന്ത്രി സ്ഥാനം ബറുവയ്ക്കു നൽകുക. സ്ഥിതിഗതികൾ നേരെയാവുമ്പോൾ പ്രധാനമന്ത്രിസ്ഥാനം തിരിയെ നൽകാം.

വിവരമറിഞ്ഞപ്പോൾ സഞ്ജയ് പറഞ്ഞു.

ഒരിക്കൽ പ്രധാനമന്ത്രിസ്ഥാനം കിട്ടിയാൽ ബറുവ അത് മടക്കി ത്തരികയൊന്നുമില്ല. മമ്മിയുടെ ശിങ്കിടികളായി നടക്കുന്നവരെല്ലാം പ്രധാനമന്ത്രിപദം കൊതിക്കുന്നവരാണ്.

ടെലിപ്രിന്ററിൽ വാർത്ത വന്നു. കോടതി വിധി നടപ്പാക്കുന്നതിന് ഇരു പത് ദിവസത്തെ അവധി നൽകിയിരിക്കുന്നു. അതിനിടെ കക്ഷിക്ക് സുപ്രീം കോടതിയിൽ അപ്പീൽ നൽകാവുന്നതാണ്. ശ്രീമതി ഗാന്ധിക്ക് കുറച്ചൊരാശ്വാസമായി. അവർ ഉടനെ രാജിവെയ്ക്കില്ലെന്നറിഞ്ഞ് നേതാക്കളുടെ മട്ടുമാറി. അവർ കൂട്ടത്തോടെ ശ്രീമതി ഗാന്ധിക്ക് പിൻ തുണ പ്രഖ്യാപിച്ചു. സഞ്ജയ് ഗാന്ധിയുടെ അനുയായികൾ ഉത്തർ പ്രദേശ്, ഹരിയാന, മദ്ധ്പ്രദേശ് എന്നീ സംസ്ഥാനങ്ങളിൽ നിന്ന് ട്രക്കു കളിലും ടൂറിസ്റ്റുബസ്സുകളിലുമായി ജില്ലയിലെത്തി. ദില്ലിയിലെ തെരു വീഥികളിലൂടെ അവർ അലറി വിളിച്ച് ജാഥകൾ നടത്തി. പ്രധാനമന്ത്രി യുടെ വസതിയുടെ മുന്നിലെത്തി അവർ കടൽ പോലെ ഇരമ്പി. ശ്രീമതി ഗാന്ധി പുറത്തുവന്ന് ഒരു തിട്ടിൽ കയറി നിന്ന് അവരോട് സംസാരിച്ചു. ബോംബെയിൽ നിന്നുള്ള പ്രസിദ്ധനായ ഭരണഘടനാനിയമജ്ഞൻ ശ്രീ നാനി. എ. പൽകിവാലാ ശ്രീമതി ഗാന്ധിയുടെ അപ്പീൽ സുപ്രീം കോടതിയിൽ ഉന്നയിക്കാമെന്ന് സമ്മതിച്ചു. സ്റ്റേ ഓർഡറിനുള്ള ഇടക്കാല അപ്പീൽ കേട്ടത് വെക്കേഷൻ ജഡ്ജിയായിരുന്ന ജസ്റ്റീസ് വി.ആർ. കൃഷ്ണയ്യർ ആയിരുന്നു. കേസ്സു പഠിച്ച നാനി എ. പൽക്കിവാല പറ ഞ്ഞത് ശ്രീമതി ഗാന്ധിക്ക് അനുകൂലമായ തെളിവുകൾ ഉള്ളപ്പോൾ

നേരത്തേ കൈകാര്യം ചെയ്തിരുന്ന വക്കീൽ ശ്രദ്ധക്കുറവ് കാണിച്ചിട്ടുണ്ട് എന്നാണ്.

അപ്പീൽ വിധിക്കു മുൻപ് എതിരാളികൾ പ്രശ്നങ്ങൾ സൃഷ്ടിക്കുമെന്ന് ഉറപ്പായപ്പോൾ ശ്രീമതി ഗാന്ധിയുടെ രാഷ്ട്രീയ മാനേജരന്മാർ നടപടികൾ തുടങ്ങി. വലിയ റാലികൾ ദില്ലിയിൽ നടത്തി അവർ ശ്രീമതി ഗാന്ധിക്ക് പിൻതുണ പ്രഖ്യാപിച്ചു. വെക്കേഷൻ ജഡ്ജിനു മുൻപാകെ അപ്പീൽ എത്തുന്നതിന്റെ തലേദിവസം ദില്ലിയിൽ ഇന്ദിരാ അനുകൂലികൾ വലിയോരു സമ്മേളനം സംഘടിപ്പിച്ചു. സമ്മേളനത്തിൽ ശ്രീമതി ഇന്ദിരാഗാന്ധി പ്രസംഗിക്കുകയും ചെയ്തു.

ഇടക്കാല പ്രധാനമന്ത്രിപദം തനിക്കു നൽകണമെന്ന് ആവശ്യപ്പെട്ടിരുന്ന ഡി.കെ. ബറുവ ഇന്ദിരാ ഗാന്ധിയെ പ്രശംസിച്ചുകൊണ്ട് ഒരു പ്രസ്താവനയിറക്കി.

ഇന്ദിര ഇന്ത്യയാണ്. ഇന്ത്യയും ഇന്ദിരയും ഒന്നാണ്!

ഇന്ദിരാ ഗാന്ധിയുടെ പ്രഭാഷണങ്ങൾ അതിരൂക്ഷമായി.

ദേശവിരുദ്ധർ ഈ നാടിന്റെ അന്ത്യം കാണാൻ ഇറങ്ങിയിരിക്കുകയാണ്. ദാരിദ്ര്യം ഇല്ലായ്മചെയ്ത് ഈ രാജ്യത്തെ ശക്തമാക്കുക മാത്രമാണ് എന്റെ ലക്ഷ്യം.

ജനങ്ങൾക്കിടയിൽ ശ്രീമതി ഗാന്ധിക്ക് നല്ല പിൻതുണയുണ്ടെന്ന് എല്ലാവർക്കും തോന്നി. സുപ്രീം കോടതിവിധി വരുന്നതിനു മുൻപ് അവരെക്കൊണ്ട് രാജിവെയ്പ്പിക്കണമെന്ന് പ്രതിപക്ഷം വാശി പിടിച്ചു. ഇന്ത്യൻ പ്രസിഡന്റ് ഫക്രുദീൻ അലി അഹമ്മദ് ആയിരുന്നു. രാഷ്ട്രപതി ഭവന്റെ മുന്നിൽ പ്രതിപക്ഷം ധർണയിരുന്നു. കോടതി വിധി വരുന്നതുവരെ കാക്കണമെന്ന് പ്രസിഡന്റ് നേരിട്ടുവന്ന് അഭ്യർത്ഥിച്ചതിനുശേഷമാണ് അവർ ധർണ അവസാനിപ്പിച്ചത്. ജൂൺ ഇരുപത്തിരണ്ടാം തിയതി തിങ്കളാഴ്ച ജസ്റ്റീസ് വി. ആർ. കൃഷ്ണയ്യർ വിധി പ്രഖ്യാപിച്ചു.

-സുപ്രീം കോടതി ഫുൾബഞ്ച് അപ്പീലിനുമേൽ വിധി പ്രഖ്യാപിക്കുന്നതുവരെ ശ്രീമതി ഗാന്ധിക്ക് പ്രധാനമന്ത്രിയായി തുടരാം. പാർലമെന്റു സമ്മേളനത്തിൽ പങ്കെടുക്കാം. ചർച്ചകളിൽ പങ്കാളിയാവാം. എന്നാൽ ശമ്പളമോ മറ്റ് ആനുകൂല്യങ്ങളോ കൈപ്പറ്റാൻ പാടില്ല. സുപ്രീം കോടതിയുടെ അന്തിമവിധിവരെ ഈ ഇടക്കാലവിധി ബാധകമായിരിക്കും.

ജൂൺ 24-ാം തിയ്യതി സിദ്ധാർത്ഥ ശങ്കർ റേ ദില്ലിയിലുണ്ടായിരുന്നു. ശ്രീമതി ഗാന്ധിയെ ഓഫീസ്സിൽ വന്നു കാണാനുള്ള അടിയന്തര സന്ദേശം അദ്ദേഹത്തിനു ലഭിച്ചു. സിദ്ധാർത്ഥ് ചെല്ലുമ്പോൾ ഒരു കൂമ്പാരം കടലാസുകൾക്കു മുന്നിൽ ശ്രീമതി ഗാന്ധി ആകെ വിഷമിച്ച് ഇരിക്കുകയാണ്. ചില കടലാസ്സുകൾ എടുത്ത് ശ്രീമതി ഗാന്ധി ഉറക്കെ

വായിച്ചു. ജൂൺ 25-ാം തിയതി ശ്രീ ജയപ്രകാശ് നാരായൺ ദില്ലി രാംലീലാ മൈതാനത്ത് മഹാ ജനങ്ങളോടും ഇന്ത്യൻ പൊലീസ്സ് സേനയോടും പട്ടാള വിഭാഗങ്ങളോടും സർക്കാരിനെതിരെ പ്രതിഷേധിക്കാൻ ആഹ്വാനം ചെയ്യുമത്രേ!

-സിദ്ധാർത്ഥ് ഇതനുവദിച്ചുകൂടാ. നമ്മൾ എന്തെങ്കിലും ചെയ്തേ തീരൂ. നമ്മുടെ രാജ്യം ഇന്നും കൗമാര പ്രായത്തിലാണ്. കൗമാര പ്രായക്കാരനെ നമ്മൾ നിയന്ത്രിക്കേണ്ടതുണ്ട്.

സിദ്ധാർത്ഥ് മടങ്ങി. ആ രാത്രി മുഴുവൻ നിയമ ഗ്രന്ഥങ്ങളും ഇന്ത്യൻ ഭരണഘടനയും പരിശോധിക്കുകയായിരുന്നു സിദ്ധാർത്ഥ്. രാജ്യം ആഭ്യന്തരമായി വലിയൊരു ഭീഷണി നേരിടുമ്പോൾ ആഭ്യന്തര അടിയന്തരാവസ്ഥ പ്രഖ്യാപിക്കാനുള്ള നിയമമുണ്ട്. ഗുജറാത്തിൽ കോൺഗ്രസ്സ് എം.എൽ.എമാരെക്കൊണ്ട് നിർബന്ധിച്ച് രാജിവെയ്പിച്ചിരിക്കുകയാണ്. അവരുടെ വീടുകൾക്ക് തീ വെച്ചിരിക്കുന്നു. ഇപ്പോൾ ബീഹാറിലും അക്രമം തുടങ്ങിയിരിക്കുന്നു. അത് താമസിയാതെ മറ്റു സംസ്ഥാനങ്ങളിലേക്കും വ്യാപിക്കും. അമേരിക്കൻ സുപ്രീംകോർട്ടിന്റെ നിയമാവലികളിലും അടിയന്തരാവസ്ഥ പ്രഖ്യാപിക്കാനുള്ള നിയമമുണ്ട്. പ്രശ്നങ്ങൾ തുടങ്ങുന്നതുവരെ കാത്തിരിക്കേണ്ട കാര്യമില്ല. തുടങ്ങിക്കഴിഞ്ഞാൽ നിയന്ത്രിക്കാൻ വിഷമമാവും. അതുകൊണ്ട് എന്റെ വീക്ഷണത്തിൽ അടിയന്തരാവസ്ഥ പ്രഖ്യാപിക്കാനുള്ള സാഹചര്യം നിലവിലുണ്ട്. ഒരു നിയമജ്ഞൻ എന്ന നിലയിൽ ഇതാണ് എന്റെ അഭിപ്രായം.

നീണ്ട സമയം അവർ ചർച്ചകളിൽ മുഴുകി. പിറ്റേന്നും അവർ ചർച്ച തുടരുമ്പോൾ ശ്രീമതി ഗാന്ധിയുടെ സ്പെഷ്യൽ അസിസ്റ്റന്റ് ആർ. കെ. ധവാൻ വന്ന് ആ വാർത്ത അറിയിച്ചു. രാം ലീലാ മൈതാനത്ത് ശ്രീ ജയപ്രകാശ് നാരായൺ പ്രധാനമന്ത്രിയെ അധിക്ഷേപിച്ച് പ്രസംഗിക്കുന്നു. ഇന്ത്യൻ പട്ടാളത്തോടും പൊലീസിനോടും സർക്കാർ ഉത്തരവുകൾ അനുസരിക്കരുതെന്നും പ്രസംഗിച്ചിരിക്കുന്നു.

സമ്പൂർണ്ണ വിപ്ലവം. അതാണ് നമ്മുടെ മുദ്രാവാക്യം.

ജയപ്രകാശ് നാരായൺ ആക്രോശിക്കുന്നു. അദ്ദേഹത്തിന്റെ നേതൃത്വത്തിൽ 'ലോക സംരക്ഷണ സമിതി' എന്നൊരു കമ്മിറ്റി രൂപീകരിച്ചിരിക്കുന്നു. ഈ കമ്മറ്റി രാജ്യവ്യാപകമായി ജനകീയ സമരങ്ങൾ തുടങ്ങും. സംഘർഷ സമിതിയുടെ ചെയർമാനായി ശ്രീ മൊറാർജി ദേശായിയെ തെരഞ്ഞെടുത്തു. രാഷ്ട്രീയ സ്വയം സേവക് സംഘത്തിലെ നാനാജി ദേശ്മുഖ് സെക്രട്ടറി ആയിരിക്കും. അവർ മറ്റു നേതാക്കളും അനുയായികളുമായി വന്ന് പ്രധാനമന്ത്രിയുടെ ഓഫീസ്സും വസതിയും വളയും. ആരേയും പുറത്തേക്കു പോകാനും അകത്തേക്കു വരാനും അനുവദിക്കില്ല. ട്രെയിനുകൾ തടയും. സർക്കാർ സ്ഥാപനങ്ങൾ പ്രവർത്തനരഹിതമാവും വിധം പ്രതിരോധ സമരങ്ങൾ സംഘടിപ്പിക്കും.

ശ്രീമതി ഗാന്ധി ശ്രീ സിദ്ധാർത്ഥ ശങ്കർ റേയെ നോക്കി.

-ഉടനെ എന്തെങ്കിലും ചെയ്യണം, അല്ലെങ്കിൽ എല്ലാം കൈവിട്ടു പോകും.

പണ്ടത്തെ രീതിയനുസരിച്ചായിരുന്നെങ്കിൽ ഇത്തരം നിർണ്ണായക ഘട്ടത്തിൽ ശ്രീമതി ഗാന്ധി ജനങ്ങളുടെ ഇടയിലേക്ക് ഇറങ്ങി അവരോട് സംസാരിച്ചും ഉൽബോധിപ്പിച്ചും തന്റെ നിലപാടുകൾ വ്യക്തമാക്കിയിട്ട് നടപടികൾ എടുക്കുമായിരുന്നു. പഴയ ജനാധിപത്യ മനസ്സ് ഇപ്പോൾ അവർക്കില്ല. ബംഗ്ലാദേശ് വിമോചനം മുതൽ തുടങ്ങിയതാണ് ഈ മനം മാറ്റം. തന്റെ ഇളയ പുത്രൻ സഞ്ജയ് ഗാന്ധിയാണ് ഇപ്പോൾ ഉപദേഷ്ടാവ്. കോൺസ്റ്റിറ്റ്യൂഷന്റെ ആർട്ടിക്കിൾ 352 അനുസരിച്ച് അടിയന്തരാവസ്ഥ പ്രഖ്യാപിക്കാൻ പ്രധാനമന്ത്രി തീരുമാനിച്ചു. ശ്രീമതി ഗാന്ധിയും സിദ്ധാർത്ഥ് ശങ്കർറേയും ഒരുമിച്ച് ഇന്ത്യൻ പ്രസിഡന്റ് ശ്രീ ഫക്രുദ്ദീൻ അലി അഹമ്മദിനെ പോയിക്കണ്ടു. പ്രസിഡന്റിനെ നിയമവശങ്ങൾ ധരിപ്പിച്ചു. ശ്രീ അലി അഹമ്മദ് നിയമജ്ഞൻകൂടെയായിരുന്നു. അദ്ദേഹം ഒപ്പിടാമെന്നു സമ്മതിച്ചു. ഓർഡർ ഒപ്പിടാനായി ഹാജരാക്കുവാനും ആവശ്യപ്പെട്ടു. മടങ്ങുമ്പോൾ ശ്രീമതി ഗാന്ധി സിദ്ധാർത്ഥിനോടു ചോദിച്ചു.

ക്യാബിനറ്റ് മിനിസ്റ്റർമാരുടെ അറിവില്ലാതെ ഇങ്ങനെയൊരു നടപടിക്കു മുതിരുന്നതിൽ നിയമ പ്രശ്നങ്ങൾ വല്ലതുമുണ്ടോ?

ഇന്നു രാത്രിതന്നെ അടിയന്തരാവസ്ഥ പ്രഖ്യാപിക്കുന്നു. നാളെ രാവിലെ ക്യാബിനറ്റ് മന്ത്രിമാരുടെ സമ്മതപത്രം വാങ്ങുന്നു. എമർജൻസി നിലവിൽ വന്നു കഴിഞ്ഞതുകൊണ്ട് മന്ത്രിമാർക്ക് ഒന്നും പറയാൻ കഴിയില്ല. സെക്രട്ടറിയേറ്റ് ഉദ്യോഗസ്ഥ പ്രമുഖനായ പി. എൻ. ധറിനെ വിളിച്ച് 1962ലും 1971ലും നടപ്പാക്കിയിട്ടുള്ള അടിയന്തിരാവസ്ഥാ ഉത്തരവുകളുടെ കോപ്പികൾ കൊണ്ടുവരാൻ ആവശ്യപ്പെട്ടു. നാലു വരി മാത്രമുള്ള എമർജൻസി ഉത്തരവ് തയ്യാറാക്കി.

PROCLAMATION OF EMERGENCY

In exercize of the powers conferred by clause of Article 352 of the constitution, I, Fakhruddin Ali Ahmed, President of India, by this proclamation declare that a grave emergency exists, Where by the security of India is threatened by internal disturbances.

(Sign)

New Delhi, 25th June, 1975 — President

അടിയന്തിരാസ്ഥ, വിജ്ഞാപനം

ഞാൻ ഫക്രുദ്ദീൻ അല് അഹമ്മദ് ഇന്ത്യൻ പ്രസിഡന്റ്, ഇന്ത്യൻ ഭരണഘടന പ്രമാണമാക്കി 352 ഉപവാക്യം ഒന്നാം അനുസാരം എന്നിൽ അർപ്പിതമായിരിക്കുന്ന അധികാരം ഉപയോഗിച്ച് വിജ്ഞാപനം ചെയ്യുന്നതെന്തെന്നാൽ രാജ്യത്തിന്റെ സുരക്ഷിതത്വവും സമാധാനവും അപകടത്തിലായിരിക്കുന്നതിനാൽ ആഭ്യന്തര അടിയന്തരാവസ്ഥ പ്രഖ്യാപിക്കുന്നു.

ഒപ്പ്

ന്യൂഡൽഹി, 25 ജൂൺ, 1975 പ്രസിഡന്റ്

1975 ജൂൺ 25-ാം തിയ്യതി അർദ്ധരാത്രിക്ക് ഏതാനും മിനിറ്റു മുൻപ് പ്രസിഡന്റ് ഒപ്പു വെച്ചു.

നാലുവരിയിൽ ഒതുങ്ങുന്ന വാചകം!

ഒരു രാജ്യത്തിന്റെ പൗരാവകാശവും സ്വാതന്ത്ര്യവും എടുത്തുകളഞ്ഞു. വാറന്റില്ലാതെ ആരെയും തടവിലാക്കാം. കോടതികൾക്ക് ഇടപെടാനുള്ള അധികാരം പരിമിതപ്പെടുത്തി. സർക്കാർ പരിശോധിച്ച് അംഗീകരിച്ച വാർത്തകൾ മാത്രമേ പത്രമാധ്യമങ്ങളിൽ പ്രസിദ്ധീകരിക്കൂ. ശ്രീമതി ഗാന്ധി സിദ്ധാർത്ഥ ശങ്കർ റേയും ബറുവയും ചേർന്ന് പ്രധാനമന്ത്രി ദേശത്തോടു ചെയ്യേണ്ട പ്രസംഗത്തിന്റെ ഡ്രാഫ്റ്റ് തയ്യാറാക്കുമ്പോൾ അടുത്ത മുറിയിൽ ഇരുന്ന് സഞ്ജയ് ഗാന്ധി ഉടൻ തുടങ്ങേണ്ട കടുത്ത നടപടികളുടെ അവസാന രൂപം എഴുതിയുണ്ടാക്കുകയായിരുന്നു. പ്രധാനപ്പെട്ട ഉദ്യോഗസ്ഥരെ സഞ്ജയ് വിളിച്ചു വരുത്തി. രാവിലെ തുടങ്ങേണ്ട കർശന നടപടികളുടെ വിവരങ്ങൾ വാക്കാലുള്ള കല്പനയായി അയാൾ ഉദ്യോഗസ്ഥർക്കു നൽകി. സീനിയർ ആഭ്യന്തരമന്ത്രി ബ്രഹ്മാനന്ദ റെഡ്ഡിയെ വിവരം അറിയിച്ചിട്ടില്ല. ഹോം മിനിസ്റ്റർ ഫോർസ്റ്റേറ്റ് ഓം മേഹ്ത്ത സഞ്ജയന്റെ മുറിയിലുണ്ട്. ദില്ലി ലെഫ്റ്റനന്റ് ഗവർണർ കിഷൻ ചന്ദും ഉണ്ട്.

സഞ്ജയ് ഗാന്ധിയുടെ മുഖ്യ ഉപദേഷ്ടാവ് ഹരിയാനാ മുഖ്യമന്ത്രി ബൻസിലാൽ ആണ്. ഹരിയാനയിൽ ജാട്ട് കർഷക ജനതയുടെ നേതാവുമാണ് ബൻസിലാൽ. അറസ്റ്റു ചെയ്യേണ്ട നേതാക്കളുടെ ലിസ്റ്റ് സംസ്ഥാന മുഖ്യമന്ത്രിമാരെ വിളിച്ച് അറിയിച്ചു. ഫോണിൽ കിട്ടാത്തവർക്ക് പ്രധാനമന്ത്രിയുടെ ഔദ്യോഗിക ഉത്തരവ് അനുസരിച്ച് എന്നു കുറിക്കുന്ന ഒപ്പിടാത്ത കടലാസുകൾകൊണ്ടുപോയിക്കൊടുത്തു. അവരൊക്കെ സഞ്ജയന്റെ അനുയായികൾ എന്ന നിലയിൽ അറിയപ്പെടുന്നവരാണ്. പ്രധാനപ്പെട്ട പ്രതിപക്ഷനേതാക്കളെ നേരം വെളുക്കുന്നതിനു മുൻപെ അറസ്റ്റു ചെയ്തു. ശ്രീ ജയപ്രകാശ് നാരായൺ, ശ്രീ മൊറാർജി എന്നിവരെയാണ് ആദ്യം അറസ്റ്റു ചെയ്തത്. അവരെ സോനാ

ഡാക്കു ബംഗ്ലാവിൽ താമസിപ്പിച്ചു. ദില്ലി അതിർത്തിക്കടുത്താണ് സോനാ ഡാക്കു ബംഗ്ലാവ്. ശ്രീമതി ഗാന്ധി തങ്ങളെ അറസ്റ്റു ചെയ്യാൻ ധൈര്യപ്പെടുമെന്ന് അവർക്ക് വിശ്വസിക്കാൻ കഴിഞ്ഞില്ല. ഒരേ ബംഗ്ലാവിലാണ് തടവിൽ പാർപ്പിച്ചിരിക്കുന്നതെങ്കിലും അവർക്ക് പരസ്പരം സംസാരിക്കാൻ കഴിയില്ല.

സഞ്ജയ് ഗാന്ധിയുടെ ഭാര്യ ശ്രീമതി മേനകാ ഗാന്ധിയെ തലേ ദിവസം തന്നെ ശ്രീനഗറിലേക്ക് അയച്ചിരുന്നു. ബുദ്ധിമതിയും വാചാലയുമായ അവരിലൂടെ വിവരം മുൻകൂട്ടി ചോരാതിരിക്കാനാണ് ആളെ മാറ്റിയത്. വെളുപ്പിനെ മൂന്നു മണിക്ക് പ്രസംഗത്തിന്റെ അന്തിമ രൂപം തയ്യാറാക്കി ശ്രീമതി ഗാന്ധി സ്വന്തം മുറിയിലേക്കു പോയി. മുറിക്കു വെളിയിൽ തൃപ്തിയില്ലാത്ത മുഖവുമായി ഹോം മിനിസ്റ്റർ ഫോർ സ്റ്റേറ്റ് ഓം മേഹ്ത്ത നിൽക്കുന്നത് സിദ്ധാർത്ഥ് കണ്ടു. ഓം മേഹ്ത്ത സിദ്ധാർത്ഥിന്റെ അടുത്തു വന്നു പറഞ്ഞു.

-പത്രമാഫീസ്സുകളിലേക്കുള്ള വൈദ്യുതി രാത്രി നേരത്തെ തന്നെ വിച്ഛേദിച്ചിരിക്കുന്നു. നാളെ പത്രങ്ങൾ ഇറങ്ങാതിരിക്കാനുള്ള തന്ത്രമാണ്.

സിദ്ധാർത്ഥ് ശങ്കർ റേയ്ക്ക് അതൊരു ഷോക്കായി.

ഓം മേഹ്ത്ത തുടർന്നു പറഞ്ഞു.

-നാളെ ഹൈക്കോടതി തുറക്കുകയില്ല. കെട്ടിടം തന്നെ പൂട്ടി താക്കോൽ എടുത്തിരിക്കുന്നു.

സിദ്ധാർത്ഥ് കുപിതനായി ശ്രീമതി ഗാന്ധിയെ വീണ്ടും കാണണമെന്ന് ആവശ്യപ്പെട്ടു. ശ്രീമതി ഗാന്ധിയുടെ വീട്ടുജോലിക്കാരൻ വന്നു പറഞ്ഞു.

-സർ, മേഡം ഉറങ്ങാൻ പോയി. ഇന്നിനി കാണാൻ പറ്റില്ല.

സിദ്ധാർത്ഥ് വീണ്ടും കാത്തു നിന്നപ്പോൾ സഞ്ജയ് വന്ന് അരിശത്തോടെ പറഞ്ഞു.

-നിങ്ങൾക്കൊന്നും ഈ രാജ്യം എങ്ങനെ ഭരിക്കണമെന്ന് അറിഞ്ഞുകൂടാ.

അപ്പോൾ ശ്രീമതി ഗാന്ധി വരികയും സഞ്ജയ് അകത്തേക്കു പോവുകയും ചെയ്തു.

-സിദ്ധാർത്ഥ് പ്രതിഷേധത്തോടെ പറഞ്ഞു.

-മാഡം, എന്താണു നടക്കുന്നത്?

ഓം മഹ്ത്ത പറഞ്ഞത് പത്രമാഫീസ്സുകൾക്കുള്ള വൈദ്യുതി വിച്ഛേദിച്ചുവെന്നാണ്, ഹൈക്കോടതി അടച്ച് സീൽ ചെയ്തുവത്രേ! നാളെ ഹൈക്കോടതിക്കെട്ടിടംപോലും തുറക്കുകയില്ല!

ശ്രീമതി ഗാന്ധി അമ്പരന്നു!

-സിദ്ധാർത്ഥ് ഞാനൊന്നന്വേഷിക്കട്ടെ

അവർ സഞ്ജയന്റെ മുറിയിലേക്കു പോയി. ഇരുപതു മിനിട്ടിലേറെ സമയം സിദ്ധാർത്ഥ് കാത്തുനിന്നു. ഒടുവിൽ ശ്രീമതി ഗാന്ധി വന്നു. സിദ്ധാർത്ഥ് കണ്ടു.

ശ്രീമതി ഗാന്ധിയുടെ കണ്ണുകൾ ചുവന്നു കലങ്ങിയിരിക്കുന്നു. മുഖത്ത് കണ്ണുനീർ ഒഴുകിക്കൊണ്ടിരിക്കുന്നു. സംസാരിക്കാനാവാതെ അവർ ഏതാനും നിമിഷങ്ങൾ നിന്നു. അകത്ത് അമ്മയും മകനും തമ്മിൽ കലഹം ഉണ്ടായിട്ടുണ്ട്. അരുതാത്തതെന്തോ സംഭവിച്ചിട്ടുമുണ്ട്.

ശ്രീമതി ഗാന്ധി കരഞ്ഞുകൊണ്ടു പറഞ്ഞു.

-സിദ്ധാർത്ഥ് പോകു. പത്രങ്ങൾക്ക് വൈദ്യുതി തടസ്സപ്പെടുകയില്ല. ഹൈക്കോടതി നാളെ തുറക്കും.

അടുത്ത ദിവസം ഹൈക്കോടതി തുറന്നു. സ്റ്റേറ്റ്സ്മാനും ഹിന്ദുസ്ഥാൻ ടൈംസും ഒഴികെ മറ്റു പത്രങ്ങൾക്ക് വൈദ്യുതി കിട്ടിയില്ല. അവ അന്ന് ഇറങ്ങിയതുമില്ല. അറസ്റ്റു ചെയ്യേണ്ട നേതാക്കളുടെ ലിസ്റ്റ് ശ്രീമതി ഗാന്ധി അപ്രൂവു ചെയ്തു. തമിഴ് നാട്ടിൽ നിന്ന് ശ്രീ കാമരാജ് ബീഹാറിൽ നിന്ന് സോഷ്യലിസ്റ്റു നേതാവ് ശ്രീ ഗംഗാധർ സിൻഹ, ജയപ്രകാശ് നാരായൺന്റെ അടുത്ത മിത്രം ശ്രീ. എസ്. എം. ജോഷി എന്നിവരെ അറസ്റ്റിൽ നിന്ന് ഒഴിവാക്കി. ഇൻഫർമേഷൻ ആൻഡ് ബ്രോഡ്കാസ്റ്റിംഗ് മിനിസ്റ്റർ ഓഫ് സ്റ്റേറ്റ് ശ്രീ. ഇന്ദർ ഗുജ്റാളിനെ രാത്രി രണ്ടുമണിക്ക് വിളിച്ചുണർത്തിയിട്ട് ക്യാബിനറ്റ് സെക്രട്ടറി അറിയിച്ചു. രാവിലെ ആറുമണിക്ക് ക്യാബിനറ്റ് മീറ്റിങ്ങുണ്ട്. ശ്രീമതി ഗാന്ധിയുടെ ഓഫീസ്സായ നമ്പർ വൺ അകബ്ർ റോഡിൽ എത്തണം.

5.40 A.Mന് ഗുജ്റാൾ ചെല്ലുമ്പോൾ ഊർജ്ജമന്ത്രി കെ.സി. പന്ത്, പ്രതിരോധമന്ത്രി സ്വരൺസിങ്ങ് എന്നിവർ ലാവുണിലുണ്ട്.

അവർക്കാർക്കും വിവരമൊന്നും ഉണ്ടായിരുന്നില്ല. ശ്രീമതി ഇന്ദിരാ ഗാന്ധി പ്രധാനമന്ത്രിപദം രാജിവെയ്ക്കുകയാവുമെന്ന് അവർ കരുതി. ശ്രീ ജയപ്രകാശ് നാരായൺനേയും ശ്രീമൊറാർജി ദേശായിയേയും രാജ്യവ്യാപകമായി അറുനൂറിലേറെ പ്രതിപക്ഷ നേതാക്കളേയും അറസ്റ്റു ചെയ്ത വിവരവും അവർ അറിഞ്ഞിരുന്നില്ല. എമർജൻസി പ്രഖ്യാപിച്ച വിവരവും അവർ അറിഞ്ഞിരുന്നില്ല. ക്യാബിനറ്റ് മുറിയിലേക്ക് കുറച്ചു വൈകിയാണ് ശ്രീമതി ഗാന്ധി എത്തിയത്. എല്ലാവരും എണീറ്റു. ശ്രീമതി ഗാന്ധിയും ഓം മേഹ്ത്തയും ഇരുന്നു, മറ്റുള്ളവരും.

-ജെന്റിൽ മെൻ, നാട്ടിലെ അതിരൂക്ഷമായ പ്രശ്നങ്ങൾ കാരണം അടിയന്തിരാവസ്ഥ നടപ്പാക്കിയിരിക്കുന്നു. ശ്രീ ജയപ്രകാശ് നാരായൺനേയും ശ്രീ മൊറാർജി ദേശായിയേയും, മറ്റു പ്രതിപക്ഷ നേതാക്കളേയും അറസ്റ്റു ചെയ്യേണ്ടിവന്നു.

ഞെട്ടലോടെയാണ് അവർ ശ്രീമതി ഗാന്ധിയുടെ സംഭാഷണം കേട്ടത്.

റിസർച്ച് ആൻഡ് അനലൈസിസ് വിംഗ് (RAW) തലവൻ ശ്രീ ആർ.എൻ. കോവ്ൻ ആയിരുന്നു ആഭ്യന്തര സുരക്ഷിതത്വത്തിന്റെ ചുമതല. അദ്ദേഹവും വിവരം അപ്പോൾ മാത്രമാണ് അറിഞ്ഞത്. എല്ലാവരും മിഴിച്ചിരുന്നതല്ലാതെ ഒരക്ഷരം മിണ്ടുന്നില്ല. മന്ത്രി സ്വരൺ സിങ്ങ് ചോദിച്ചു.

–രാജ്യത്ത് ഒരടിയന്തിരാവസ്ഥ നേരത്തെതന്നെ നിലവിലുണ്ടല്ലോ? പിന്നെയിപ്പോൾ?

ഇന്ദിരാഗാന്ധി വിശദീകരിച്ചു.

–ആഭ്യന്തര കാര്യങ്ങൾ കൈകാര്യം ചെയ്യാൻ നേരത്തേയുള്ള അടിയന്തരാവസ്ഥാ നിയമം മതിയാവില്ല.

മന്ത്രിമാരുടെ മനസ്സിൽ ഒരുപാടു ചിന്തകൾ കുഴഞ്ഞുമറിഞ്ഞെങ്കിലും നാവ് ചലിച്ചില്ല.

ഇർഫർമേഷൻ ആൻഡ് ബ്രോഡ്കാസ്റ്റിംഗ് മിനിസ്റ്റർ ഐ.കെ. ഗുജ്റാൾ വിചാരിച്ചു. കടലാസ്സിൽ ഒരു ഓർഡറും കിട്ടിയില്ല മനസ്സിൽ മാത്രമേ പറഞ്ഞുള്ളൂ. കുറെക്കഴിഞ്ഞ് ക്യാബിനറ്റ് പൊളിറ്റിക്കൽ അഫയേഴ്സ് കമ്മറ്റി (PAC) ഓർഡിനൻസ് ഓർഡറായി നൽകി. മീറ്റിംഗ് കഴിഞ്ഞ് ഗുജ്റാൾ പുറത്തേക്കു വരുമ്പോൾ സഞ്ജയ് ഗാന്ധി വലിയ അധികാര ഭാവത്തിൽ അവിടെ നിൽക്കുന്നതു കണ്ടു. വിദ്യാഭ്യാസ മന്ത്രി നൂറുൽ ഹസ്സനോട് സഞ്ജയ് കല്പിച്ചു.

–ദില്ലി യൂണിവേഴ്സിറ്റിയിലെ ആർ. എസ്സ്. എസ്സ് ചായ്വുള്ള അദ്ധ്യാപകരുടെ ലിസ്റ്റ് എനിക്കു വേണം.

പിന്നെ തിരിഞ്ഞ് ഗുജ്റാളിനോടു കല്പിച്ചു.

–ടെലിക്കാസ്റ്റു ചെയ്യുന്നതിനു മുൻപ് വാർത്താ പത്രിക എന്നെ കാണിക്കണം.

ഗുജ്റാളിന്റെ മുഖം ചുവന്നു.

–അത് സാദ്ധ്യമല്ല. വാർത്താ പത്രിക ബ്രോഡ്ക്കാസ്റ്റ് ചെയ്യുന്നതുവരെ രാജ്യത്തിന്റെ രഹസ്യമാണ്. അത് മറ്റുള്ളവരെ കാണിക്കാൻ കഴിയില്ല.

അതു കേട്ടുകൊണ്ട് ശ്രീമതി ഗാന്ധി കടന്നു വന്നു.

–എന്താണ് ഗുജ്റാൾ?

വളരെ ശാന്തനായി ഗുജ്റാൾ ശ്രീമതി ഗാന്ധിയോട് കാര്യങ്ങൾ പറഞ്ഞു. അവർക്കത് മനസ്സിലാവുകയും ചെയ്തു. കുറച്ചു കഴിഞ്ഞ് ശ്രീമതി ഗാന്ധി ആലോചനയോടെ പറഞ്ഞു.

–ഒരു ഉദ്യോഗസ്ഥൻ വരും. വാർത്താ പത്രിക പ്രധാനമന്ത്രിക്ക് കാണുവാനായി അയാൾ വശം കൊടുത്തയയ്ക്കുക.

ഗുജ്റാൾ മറുപടി പറയാതെ മടങ്ങി.

അതിരാവിലെ പ്രധാനമന്ത്രിയുടെ ഓഫീസ്സിൽ നിന്നും ഗുജ്റാളിനോട് വേഗം ചെല്ലുവാൻ ഒരറിയിപ്പു വന്നു.

ഗുജ്റാൾ ചെല്ലുമ്പോൾ ശ്രീമതി ഗാന്ധി അവിടെ ഇല്ല. സഞ്ജയ് അവിടെ ഉണ്ട്. അയാൾ അരിശത്തോടെ ചോദിച്ചു.

-രാവിലത്തെ വാർത്തയിൽ പ്രധാനമന്ത്രിയെക്കുറിച്ച് ഒന്നുമുണ്ടായിരുന്നില്ല എന്താ കാരണം?

ഗുജ്റാൾ നിയന്ത്രണം വിട്ട് കയർത്തു.

-സഞ്ജയ് മര്യാദ വിട്ട് സംസാരിക്കുന്നു. എന്റെ മകനെക്കാൾ പ്രായം കുറഞ്ഞ ആളാണ് നിങ്ങൾ. നിങ്ങൾക്ക് വിശദീകരണം തരാൻ എനിക്ക് ബാദ്ധ്യതയൊന്നുമില്ല.

ഗുജ്റാൾ മടങ്ങിപ്പോയി തന്റെ രാജിക്കത്ത് തയ്യാറാക്കുമ്പോൾ ശ്രീമതി ഗാന്ധിയുടെ വിളി വന്നു.

-താങ്കളുടെ ചുമതല ജലഅതോറിറ്റി മന്ത്രി ശ്രീ വി.സി. ശുക്ളയ്ക്കു കൈമാറുക.

തുടർന്ന് ഓരോരോ കർശന നടപടി ഉണ്ടായിക്കൊണ്ടിരുന്നു. വിദേശ പത്രപ്രവർത്തകരോട് രാജ്യം വിടുവാൻ ഉത്തരവായി. ജൂൺ 26-ാം തിയ്യതി പ്രധാന മന്ത്രി ടെലിവിഷനിൽ പ്രത്യക്ഷപ്പെട്ടു. അവരുടെ ശബ്ദം പതിവിന് വിപരീതമായി ശാന്തവും തണുത്തുറഞ്ഞതുമായിരുന്നു. അധികമൊന്നും പറയാതെ പ്രതിപക്ഷ നേതാക്കളുടെ പേരുകൾ അവർ വായിച്ചു. അവരെ തൽക്കാലത്തേക്ക് തടവിലാക്കിയിരിക്കുകയാണ്. (അവരിൽ അധികം പേരും ശ്രീമതി ഗാന്ധിയുടെ പിതാവിന്റെ സഹപ്രവർത്തകരായിരുന്ന സ്വാതന്ത്ര്യ സമര സേനാനികളായിരുന്നു.) അടിയന്തരാവസ്ഥ വന്നതോടെ രാജ്യത്താകെ മഴയ്ക്ക് മുൻപുള്ള ശാന്തത പോലെയായി.

നടപടികളുടെ വേഗതയും അതിനുപിന്നിൽ പാലിച്ച രഹസ്യാത്മകതയും വാർത്തകളുടെ അസാന്നിദ്ധ്യവും പ്രതിഷേധങ്ങൾ ഇല്ലാതാക്കി. കോൺഗ്രസ്സ് പാർട്ടി, പ്രതിപക്ഷകക്ഷികൾ, വ്യാപാര സമൂഹം, കള്ളക്കടത്തുകാർ, തൊഴിലാളി നേതാക്കൾ, ഒക്കെയും അങ്കലാപ്പിലായി. ശരിയായ വാർത്തകളില്ല. ടെലിവിഷനിലും റേഡിയോയിലും സർക്കാർ നൽകുന്ന ശുഷ്കമായ വാർത്തകൾ മാത്രം. നഗരവാസികൾ സുഹൃത്തുക്കളുടേയും ബന്ധുക്കളുടേയും വീടുകളിൽ ഒത്തുകൂടുമ്പോൾ രഹസ്യമായി വിവരങ്ങൾ പറയുമെങ്കിലും പരസ്യമായി ഒരക്ഷരം മിണ്ടിയില്ല. ഗ്രാമീണ ഭാരതം കാര്യമായി ഒന്നും അറിഞ്ഞതുമില്ല. പത്തി താഴ്ത്തി പതുങ്ങിക്കിടക്കുന്ന സർപ്പങ്ങളെപ്പോലെ ജനങ്ങൾ ഒതുങ്ങി. അവർ മന്ത്രിക്കുന്നതുപോലെയാണ് വിവരങ്ങൾ കൈമാറിയത്. ശ്രീമതി ഇന്ദിരാ ഗാന്ധി പ്രധാന മന്ത്രിയാകുന്നതിന് ഏറെ പങ്കു വഹിച്ചിട്ടുള്ളത് ശ്രീ കാമരാജാണ്. ഇപ്പോൾ അദ്ദേഹം ആകെ തകർന്നിരിക്കുന്നു. തമിഴ്നാട്ടിൽ തന്നെ കാണാൻ വന്നവരോട് അദ്ദേഹം പറഞ്ഞു.

- ഒരു വലിയ മനുഷ്യന്റെ മകൾ! ഒരു ചെറിയ മനുഷ്യന്റെ പിഴ!

ചെറിയ മനുഷ്യനായ താൻ കാരണമാണ് ശ്രീമതി ഗാന്ധി പ്രധാന മന്ത്രിയായതെന്ന സൂചന! ഭാരതത്തിലെ ചിന്തിക്കുന്ന മനുഷ്യരും അങ്ങനെ തന്നെയാണ് വിചാരിച്ചത്. ഏകാധിപത്യ ഭരണമുള്ള എല്ലാ രാജ്യങ്ങളിലുമെന്നപോലെ നഗരങ്ങളിൽ ജനജീവിതം ശാന്തമായി. സർക്കാർ ആഫീസ്സുകളിൽ വ്യവസ്ഥകൾ പാലിക്കപ്പെട്ടു. ഉദ്യോഗസ്ഥർ കൈക്കൂലി വാങ്ങിയില്ല. കരിഞ്ചന്തയും പൂഴ്ത്തിവെയ്പും ഇല്ലാതെയായി. സാധനങ്ങളുടെ വില കുറഞ്ഞു. റെയിൽവെ സ്റ്റേഷനുകളും ബസ്സ് സ്റ്റേഷനുകളും വൃത്തിയായി . ട്രെയിനുകൾ കൃത്യ സമയത്ത് ഓടിത്തുടങ്ങി. തെരുവിൽ അഴുക്കുകൂടകൾ വലിച്ചെറിഞ്ഞില്ല. തെരുവിൽ നിന്നും ഭിക്ഷക്കാർ അപ്രത്യക്ഷരായിരിക്കുന്നു. കള്ളക്കടത്തുകാർ എന്നറിയപ്പെട്ടിരുന്നവരെ അറസ്റ്റു ചെയ്തു. വിവാഹങ്ങൾ, ജന്മദിനാചാരങ്ങൾ, മരണാടിയന്തരങ്ങൾ ഒക്കെയും പതിവുപോലെ നടന്നു. എന്നാൽ അനാവശ്യമായ ആർഭാടങ്ങളും മദ്യപാനവും ഉണ്ടായില്ല.

നഗരങ്ങളിലെ ഹോട്ടലുകളിലും ക്ലബ്ബുകളിലും ആളുകൾ വന്നുവെങ്കിലും ആരും വാചാലരായില്ല.

എല്ലായിടത്തും നല്ല മര്യാദ. നാലു ദിവസം കഴിഞ്ഞ് 1975 ജൂലൈ ഒന്നാം തിയ്യതി ശ്രീമതി ഇന്ദിരാഗാന്ധി ഇരുപതിന പരിപാടികൾ എന്ന പേരിൽ ഒരു ഉത്തരവിറക്കി. സംസ്ഥാന മുഖ്യമന്ത്രിമാരെയും തന്റെ ക്യാബിനറ്റ് മന്ത്രിമാരെയും പാർട്ടി നേതാക്കളേയും വിളിച്ച് ഇരുപതിന പരിപാടികൾ വേഗത്തിൽ നടപ്പിലാക്കണമെന്ന് കല്പിച്ചു. സാധാരണ ജനങ്ങളുടെ പ്രശ്നങ്ങളിൽ പ്രത്യേക ശ്രദ്ധ വേണമെന്നും ഉത്തരവായി. സെക്കുലറിസമാണ് തന്റെ നയമെന്ന് ശ്രീമതി ഗാന്ധി സർക്കാർ മാധ്യമങ്ങളിലൂടെ അറിയിച്ചു. രാഷ്ട്രീയ സ്വയം സേവക് സംഘ് , ജമാത്ത് - ഇ- ഇസ്ലാമിയ - ഹിന്ദ്, ആനന്ദ മാർഗ്ഗികൾ, നക്സലൈറ്റുകൾ എന്നിവയെല്ലാം നിരോധിച്ചു. 1975 ജൂലൈ 21-ാം തിയ്യതി പാർലമെന്റ് സമ്മേളനത്തിൽ എമർജൻസി പ്രഖ്യാപനത്തിന്റെ അംഗീകാരത്തിന് അപേക്ഷ വെച്ചു. ശ്രീമതി ഗാന്ധിയുടെ പാർട്ടിക്ക് നല്ല ഭൂരിപക്ഷമുണ്ടായിരുന്നതുകൊണ്ട് എമർജൻസി പ്രഖ്യാപനം പാർലമെന്റ് പാസ്സാക്കി. വളരെക്കുറച്ചു പ്രതിപക്ഷ നേതാക്കൾ മാത്രമാണ് എതിരഭിപ്രായം പറഞ്ഞത്. അവശനായ ശ്രീ ജയപ്രകാശ് നാരായൺനെ ദില്ലിയിലെ ആൾ ഇന്ത്യാ ഇൻസ്റ്റിറ്റ്യൂട്ട് ഓഫ് മെഡിക്കൽ സയൻസിൽ പ്രവേശിപ്പിച്ചിരിക്കുകയാണ്. അദ്ദേഹം ഡയറിയിൽ കുറിച്ചു.

1975 - ജൂലൈ 21

-എന്റെ സങ്കൽപ ഭാരതം തകർന്നു കിടക്കുന്നു. എന്റെ ജീവിതകാലത്ത് ഒരു പുനർനിർമ്മാണം സാധ്യമാവുകയില്ല. എവിടെയാണ് എനിക്കു തെറ്റു പറ്റിയത്? ഏകാധിപത്യവാഴ്ചയുടെ മുൻകൂർ പ്രഖ്യാപനമാണ് അടിയന്തരാവസ്ഥ. രണ്ടു കാര്യങ്ങൾ ഇതിനു പിന്നിലുണ്ടെന്നു തോന്നുന്നു.

ഒന്ന്, ശ്രീമതി ഗാന്ധി മരണംവരെ ഈ രാജ്യത്തിന്റെ ഭരണാധികാരി ആയിരിക്കാൻ ആഗ്രഹിക്കുന്നു.

രണ്ട്, സോവിയറ്റ് യൂണിയൻ ഇന്ത്യയെ കമ്മ്യൂണിസ്റ്റ് ഏകാധിപത്യത്തിൽ കൊണ്ടുവരാൻ ആഗ്രഹിക്കുന്നു. ഭാവിയിൽ അവർ ശ്രീമതി ഇന്ദിരാ ഗാന്ധിയെ ഒഴിവാക്കി ഈ മഹാരാജ്യത്തെ തങ്ങളുടെ ഉപഗ്രഹമാക്കി മാറ്റും–

ഏതാനും ദിവസങ്ങൾ കഴിഞ്ഞു. രാഷ്ട്രീയക്കാരല്ലാത്ത ദില്ലിയിലെ ഏഴ് പ്രമുഖ വ്യക്തികൾ ഒരുമിച്ചു ചേർന്ന് ശ്രീമതി ഗാന്ധിക്ക് ഒരു തുറന്ന കത്ത് എഴുതി. അവർ വൃദ്ധരായ മുൻ സാമൂഹ്യ പ്രവർത്തകരും സർക്കാർ ഉദ്യോഗസ്ഥരായിരുന്നവരുമാണ്.

–ഞങ്ങൾ ഒരു രാഷ്ട്രീയപാർട്ടിയിലും പെട്ടവരല്ല. ഒരധികാരവും ഞങ്ങൾ ആഗ്രഹിക്കുന്നില്ല.

ജനങ്ങളുടെ വ്യക്തി സ്വാതന്ത്ര്യവും രാജ്യത്തിന്റെ ജനാധിപത്യ സ്വാതന്ത്ര്യവും അന്തസ്സും നിലനിൽക്കണമെന്ന് ഞങ്ങൾ ആഗ്രഹിക്കുന്നു. ഇന്ത്യൻ ജനാധിപത്യത്തിന്റെ അടിത്തറ പാകിയ ജവഹർലാൽ നെഹ്റുവിന്റെ ആരാധകരാണ് ഞങ്ങൾ. അദ്ദേഹം ഒരിടത്ത് കുറിച്ചിട്ടുണ്ട്– ഒരാൾ എത്ര മഹത്വമുള്ള വ്യക്തിയാണെങ്കിലും വിമർശനത്തിന് അതീതനല്ല. ജനാധിപത്യ സംരക്ഷണത്തിന് പത്രസ്വാതന്ത്ര്യം അവിഭാജ്യ ഘടകമാണെന്ന് അദ്ദേഹം തന്നെയാണ് പറഞ്ഞിട്ടുള്ളത്. ജനാധിപത്യം അപകടത്തിലായാൽ ജീവൻ കൊടുത്തും അതിനെ സംരക്ഷിക്കണമെന്ന് ജവഹർലാൽ നെഹ്റു തന്നെയാണ് പറഞ്ഞിട്ടുള്ളത്. പേടിയുടെ പിശാച് വിദേശ സർക്കാരിനൊപ്പം പടിയിറങ്ങിപ്പോയിയെന്ന വിശ്വാസം തെറ്റിയിരിക്കുന്നു.

ഇന്ന് ഭാരതീയ ജനത ഭയന്നു കഴിയുകയാണ്.

അവർ ഏഴുപേരും പേരെഴുതി ഒപ്പിട്ട പ്രസ്താവന ശ്രീമതി ഇന്ദിരാ ഗാന്ധിക്ക് അയച്ചു.

കത്തുകിട്ടിയ അന്നുതന്നെ അവരെ ഏഴുപേരെയും അറസ്റ്റു ചെയ്ത് അംബാലാ സെൻട്രൽ ജയിലിൽ അടച്ചു. അവരിലൊരാളായ ഭീം സെൻ സച്ചാർ തങ്ങളുടെ തടവ് അനധികൃതമാണെന്നു കാണിച്ച് ആഗസ്റ്റ് മുപ്പതാം തീയതി ദില്ലി ഹൈക്കോടതിയിൽ റിട്ടുപെറ്റീഷൻ ഫയൽ ചെയ്തു. കോടതി അവരെ മോചിപ്പിക്കുവാൻ ഉത്തരവിറക്കി.

ഇന്ത്യയിലെ ഏകാധിപത്യ സർക്കാരിനെക്കുറിച്ചും കരിനിയമങ്ങളെക്കുറിച്ചും പടിഞ്ഞാറൻ മാധ്യമങ്ങളിൽ വലിയ വാർത്തകൾ വന്നുകൊണ്ടിരുന്നു. ഇന്ത്യൻ സ്വാതന്ത്ര്യസമരത്തിനും തുടർന്നുണ്ടായ ജനാധിപത്യ ഭരണത്തിനും പിൻതുണ നൽകിക്കൊണ്ടിരുന്ന പടിഞ്ഞാറൻ ബുദ്ധിജീവികൾ ആകെ ചിന്താക്കുഴപ്പത്തിലായി. ജയിലുകളിൽ നിരാഹാര സമരങ്ങളും മർദ്ദനങ്ങളും മരണങ്ങളും നടക്കുന്നുവെന്ന് ഇന്ത്യൻ നഗരങ്ങളും ഗ്രാമങ്ങളും കുശുകുശുത്തു. അതിനെതിരെ പ്രത്യക്ഷത്തിൽ വരാൻ

ആരും ധൈര്യപ്പെട്ടില്ല. ദില്ലി ഒരു പ്രേതനഗരമായി. എന്നാൽ പ്രേതങ്ങളുടെ നിലവിളിപോലും ഉയർന്നില്ല. ദില്ലിയിലെ പ്രമുഖ വ്യക്തികളിൽ ചിലർ ശ്രീമതി പുപുൽ ജയക്കറെക്കണ്ട് സംസാരിച്ചു. പുപുൽ ശ്രീമതി ഗാന്ധിയുടെ അടുത്ത സുഹൃത്താണെന്ന് അറിയാവുന്നവരായിരുന്നു അവർ. വളരെയേറെ മനോവിഷമത്തോടെ ശ്രീമതി പുപുൽ ജയക്കർ പാർലമെന്റ് ഹൗസിലെ പ്രധാനമന്ത്രിയുടെ ഓഫീസിൽ ചെന്നു. ലോകസഭ കൂടിയിരിക്കുന്ന സമയമായിരുന്നു. ശ്രീമതി ഗാന്ധിയുടെ ശരീരം ക്ഷീണിച്ചിരിക്കുന്നു. കണ്ണുകൾക്കു താഴെ നിഴലുകളുടെ കാക്കക്കാലുകൾ വീണിരിക്കുന്നു. എന്തു പറയേണ്ടു എന്നറിയാതെ രണ്ടു പേരും പരസ്പരം നോക്കി. ശബ്ദം താഴ്ത്തി ഒട്ടുമേ പരിഭവം കലർത്താതെ സ്നേഹം ചാലിച്ച് കൃത്രിമമായി പുപുൽ ചോദിച്ചു.

–നമ്മുടെ നഗരം പേടിയിലാണ്ടിരിക്കുന്നു! മഹാനായ ജവഹർലാൽ നെഹ്റുവിന്റെ പുത്രിക്ക് ഇതെങ്ങനെ ചെയ്യാൻ കഴിയുന്നു?

ശ്രീമതി ഗാന്ധി ഒന്നു ഞെട്ടി. അവരോട് ഇങ്ങനെ ചോദിക്കാൻ ആരും ധൈര്യപ്പെടാറില്ല. മുഖത്ത് പലഭാവങ്ങളും മിന്നിമറയുന്നത് ശ്രീമതി പുപുൽ ശ്രദ്ധിച്ചു. കുറച്ചു സമയം കഴിഞ്ഞാണ് അവർ മറുപടി പറഞ്ഞത്.

–സത്യസ്ഥിതി താങ്കൾ മനസ്സിലാക്കിയിട്ടില്ല പുപുൽ. എനിക്കെതിരെ നടക്കുന്ന ഗൂഢാലോചനയും പദ്ധതിയും താങ്കൾക്കറിഞ്ഞുകൂടാ. ജയപ്രകാശ് നാരായൺനും മൊറാർജി ദേശായിയും എന്നെ നശിപ്പിച്ചേ അടങ്ങൂ എന്ന് വ്രതമെടുത്തിരിക്കുകയാണ്.

ശ്രീമതി ഗാന്ധിയുടെ കണ്ണുകൾ നനഞ്ഞിരിക്കുന്നു. പൊഴിക്കാനാവാത്ത കണ്ണുനീർ അവർ മനസ്സുകൊണ്ട് കുടിക്കുന്നു!

–ജയപ്രകാശ് ജി യുടെ ഭാര്യ പ്രഭ എന്റെ സുഹൃത്തായിരുന്നു. അവരുടെ മരണശേഷം ഭർത്താവ് അടക്കിവെച്ചിരുന്ന വ്യക്തിവൈരാഗ്യം പുറത്തെടുത്തിരിക്കുന്നു. ഇന്ത്യയുടെ പ്രധാനമന്ത്രിയാവാൻ അദ്ദേഹം ആഗ്രഹിച്ചിരുന്നു എന്റെ പിതാവിന്റെ കാലം മുതൽ ആ ആഗ്രഹം അദ്ദേഹം ഉള്ളിൽ ഒതുക്കിയിരിക്കുകയായിരുന്നു. അതിനി സാധിക്കില്ലെന്നുകണ്ട് രക്തസാക്ഷിയാവാൻ പുറപ്പെട്ടിരിക്കുകയാണ്.

ശ്രീ മൊറാർജി ദേശായിയും അതേ പാതയിലാണ്. അദ്ദേഹത്തിനും പ്രധാനമന്ത്രിയാവണം. മോഹം നടക്കില്ലെന്നു കണ്ടാണ് എനിക്കെതിരെ തിരിഞ്ഞത്.

–ഇന്ദൂ, അതിന് ഇത്രയും കടുത്ത നടപടികൾ വേണ്ടിയിരുന്നോ? വാർത്താസെൻസർഷിപ്പുകാരണം ഒരുപാട് കള്ളക്കഥകൾ പരന്നിരിക്കുകയാണ്. വാക്കാൽ പ്രചരിപ്പിക്കപ്പെടുമ്പോൾ കറുപ്പ് കാക്കയായി മാറും!

ശ്രീമതി ഗാന്ധി നിശ്ശബ്ദം കേട്ടു.

-ഏതാണ്ട് ഇരുപത്തിയെട്ടു വർഷം മുൻപ് ഒരു ദിനം അർദ്ധരാത്രിയിൽ നമ്മുടെയൊക്കെ സന്തോഷക്കണ്ണുനീർ ഈ ഭൂമിയിൽ വീണത് മറക്കരുത്. അന്നത്തെ പ്രതീക്ഷകൾ, അതിനു മുൻപുണ്ടായ സമരപരമ്പരകളുടെ ഭൂതകാലം, അതെല്ലാം അടിയന്തരാവസ്ഥ എന്ന അക്ഷരങ്ങളിൽ മുക്കിക്കൊല്ലരുത്. നമ്മുൾ നമ്മുടെ പിതൃത്വം നിഷേധിക്കരുത്!

ശ്രീമതി ഗാന്ധിയുടെ കണ്ണുകൾ ഇരുണ്ടു. മുഖം കഠിനമായി. പിന്നെ മുഖപേശികൾ അയഞ്ഞ് ദുർബലമായി.

-പുപുൽ, കാര്യങ്ങൾ നേരെയായിക്കൊണ്ടിരിക്കുകയാണ്. അടിയന്തരാവസ്ഥ നീണ്ടു നിൽക്കില്ല.

പിരിയാനായി പുപുൽ എണീറ്റപ്പോൾ ശ്രീമതി ഗാന്ധി പറഞ്ഞു.

-പുപുൽ വന്നിട്ട് ഒന്നും തന്നില്ല.

ഇനിയൊരിക്കൽ എന്നു പറഞ്ഞ് പുപുൽ യാത്രയായി.

പിന്നീട് എല്ലാ ആഴ്ചയിലും ഒരു ദിവസം ശ്രീമതി ഗാന്ധിയുടെ വസതിയായ നമ്പർ വൺ സഫ്ദർ ജംഗ് റോഡിലെ ബംഗ്ലാവിൽ പുപുൽ ചെന്നു കാണുകയും പരസ്പരം സംസാരിക്കുകയും ചെയ്തുകൊണ്ടിരുന്നു. ഇപ്പോൾ അത് പഴയ വസതിയല്ല. ഇന്ത്യാ മഹാരാജ്യത്തിന്റെ ഭരണ ചക്രം അവിടെയാണെന്ന് വ്യക്തമാക്കുന്നതായിരുന്നു അന്തരീക്ഷം. തോക്കു ചൂണ്ടിയ സൈനികർ വളഞ്ഞു നിൽക്കുന്നത് ഏവർക്കും ദർശിക്കാം. മദ്ധ്യകാല ഏകാധിപതിയുടെ ആസ്ഥാന പ്രതീതി! സ്തുതിപാഠകരല്ലാതെ മറ്റാരും ചക്രവർത്തിനിയെ സന്ദർശിക്കാറില്ല. പുപുൽ പിന്നീടൊരിക്കലും അടിയന്തരാവസ്ഥയെക്കുറിച്ച് അവരോട് സംസാരിച്ചില്ല. അവർ പറയുന്നത് കേൾക്കും. നിശ്ശബ്ദയായി ചിരിക്കും. അക്കൊല്ലത്തെ ആഗസ്റ്റു പതിനഞ്ച് വരികയാണ്. ചെങ്കോട്ടയുടെ (റെഡ് ഫോർട്ട്) മുഖപ്പിൽ നിന്ന് സ്വാതന്ത്ര്യദിന പ്രഭാഷണത്തിന് ചില നിർദ്ദേശങ്ങൾ വേണമെന്ന് ശ്രീമതി ഗാന്ധി പുപുലിനോട് ആവശ്യപ്പെട്ടു.

എന്താണു പറയുക! അടിയന്തരാവസ്ഥ പിൻവലിക്കണമെന്നു പറയാനാണ് ആഗ്രഹിച്ചത്. പക്ഷേ പറഞ്ഞില്ല. ഒരു നിർദേശവും വെച്ചില്ല.

ബുദ്ധിമതിയായ ശ്രീമതി ഗാന്ധി കാര്യങ്ങൾ മനസ്സിലാക്കി. ശ്രീ സഞ്ജയ് ഗാന്ധിയും അനുയായികളും അടിയന്തരാവസ്ഥ കൂടുതൽ കർക്കശമാക്കണമെന്ന് ശ്രീമതി ഗാന്ധിയോട് ആവശ്യപ്പെട്ടു. ആഗസ്റ്റ് പതിന്നാലാം തീയതി പകൽ ശ്രീമതി പുപുൽ ശ്രീമതി ഗാന്ധിയെ കണ്ടു.

-പുപുൽ നാളെ റെഡ്ഫോർട്ടിൽ വരില്ലേ?

പുപുലിന് ആകെ ആശങ്കയായി. പ്രധാനമന്ത്രിയുടെ പ്രസംഗം കേൾക്കുവാൻ മുൻപൊരിക്കലും ശ്രീമതി പുപുൽ ജയക്കർ റെഡ്ഫോർട്ടിൽ പോയിട്ടുണ്ടായിരുന്നില്ല. ഇപ്പോൾ അവർ പറഞ്ഞു. -തീർച്ചയായും ഞാൻ വരും.

ഉള്ളിൽ പ്രതീക്ഷിച്ചിരുന്നു,

ശ്രീമതി ഗാന്ധി അടിയന്തരാവസ്ഥ പിൻവലിക്കും.

ഒമ്പത്

കിളി തുടരുകയാണ്

നെഹ്റു ചെയ്തുപോന്നിരുന്ന പ്രഭാഷണങ്ങൾ സ്വതന്ത്രഭാരതത്തിന്റെ അഭിമാനമായിരുന്നു. ചെങ്കോട്ടയുടെ മുഖപ്പിൽ നിൽക്കുമ്പോൾ ശ്രീമതി ഗാന്ധി തന്റെ പിതാവിന്റെ വാക്കുകൾ ഒരു നിമിഷം ഓർമ്മിച്ചു. അവിടെ വന്നു ചേർന്നിരിക്കുന്ന ആളുകളോടല്ല പ്രധാനമന്ത്രി സംസാരിക്കുന്നത്. ഈ മഹാരാജ്യത്തെ മുഴുവൻ ജനങ്ങളോടുമാണ്. മഴക്കാലമാണ്. എന്നാൽ ശ്രീമതി ഗാന്ധി അന്ന് പ്രസംഗിക്കാൻ എത്തുമ്പോൾ മഴയുടെ മട്ട് ഉണ്ടായിരുന്നില്ല. ശ്രീമതി ഗാന്ധിയുടെ വാക്കുകളിൽ നിന്നും അവരുടെ ശക്തി ചോർന്നുപോയി. ദേശീയ പതാകയുടെ മഹത്വത്തെക്കുറിച്ച് അവർ പറഞ്ഞു. സ്വാതന്ത്ര്യമെന്നാൽ എന്തും ചെയ്യാനുള്ള ലൈസൻസല്ല എന്ന് അവർ ആവർത്തിച്ചുപറഞ്ഞു. രോഗം വന്നാൽ കയ്പുള്ള മരുന്ന് സേവിക്കുന്നു. ആരോഗ്യം വീണ്ടെടുക്കാനാണത്. അങ്ങനെയൊക്കെയാണ് പ്രസംഗിച്ചത്. അടിയന്തരാവസ്ഥയെക്കുറിച്ച് മിണ്ടിയില്ല.

1975 ആഗസ്റ്റ് 15-ന് വെളുപ്പിനെ ബംഗ്ലാദേശ് പ്രസിഡന്റ് ബംഗബന്ധു ഷെയ്ഖ് മുജീബ്-ഉർ-റഹ്മാൻ വധിക്കപ്പെട്ടു. മുജീബിന്റെ ഭാര്യ, മൂന്നു പുത്രന്മാർ, രണ്ടു പുത്രവധുക്കൾ, രണ്ട് അനന്തരവർ എന്നിവരും കൊല്ലപ്പെട്ടു. മുജീബിന്റെ ഒൻപതു വയസ്സുള്ള ഇളയ മകൻ വെടിയൊച്ചകേട്ട് ഓടിച്ചെന്നപ്പോൾ അവനെയും വെടിവെച്ചു കൊന്നു. ബർട്രാൻഡ് റസ്സൽ എന്നായിരുന്നു അവന്റെ പേര്. ബംഗ്ലാദേശ് പട്ടാളമാണ് കൊല നടത്തിയത്. ശ്രീമതി ഇന്ദിരാഗാന്ധി റെഡ്ഫോർട്ടിലേക്കു പോകുന്നതിനു മുൻപ് വിവരമറിഞ്ഞിരുന്നു. തന്റെ പ്രഭാഷണത്തിൽ സൂചനയൊന്നും നൽകിയില്ല. ഇന്ത്യൻ രഹസ്യാന്വേഷണ വിഭാഗം തലവൻ ശ്രീ. ആർ.എൻ. കാവ് 1974 മുതൽ ഇങ്ങനെയൊരു സാധ്യതയെക്കുറിച്ച് ശ്രീമതി ഗാന്ധിക്ക് സൂചന നൽകിയിരുന്നു. ശ്രീമതി ഗാന്ധി മുജീബിനും മുന്നറിയിപ്പു കൊടുത്തിരുന്നു. തന്റെ ജനങ്ങളിൽ നിന്നും വന്നിട്ടുള്ള പട്ടാളം അങ്ങനെ ചെയ്യില്ലെന്ന് അദ്ദേഹം വിശ്വസിച്ചു. മുജീബ് കൊല ചെയ്യപ്പെട്ടപ്പോൾ ഇനി തന്റെ ഊഴമാവുമെന്ന് ശ്രീമതി ഗാന്ധി സംശയിച്ചു. സ്വതേ സംശയാലുവായ അവർ സ്വന്തം നിഴലിനെപ്പോലും അവിശ്വസിച്ചു.

മുജീബിന്റെ ഇളയ മകനും ശ്രീമതി ഗാന്ധിയുടെ പൗത്രൻ രാഹുൽ ഗാന്ധിയും ഒരേ പ്രായക്കാരാണ്. ശ്രീ. സി.ജി.കെ. റെഡ്ഡി എന്നൊരാൾ 1977-ൽ പ്രസിദ്ധീകരിച്ച ബറോഡ ഡൈനാമൈറ്റ് കേസ് എന്ന പുസ്തകത്തിൽ ശ്രീമതി ഗാന്ധിയെ വധിക്കാനുള്ള ഒരു പദ്ധതി ഉണ്ടായിരുന്നതായി സൂചിപ്പിച്ചിട്ടുണ്ട്. ശ്രീ ജോർജ്ജ് ഫെർണാണ്ടസ് നടത്തിയ ഇന്ത്യൻ റെയിൽവേ സമരത്തെ ശ്രീമതി ഗാന്ധിയുടെ സർക്കാർ അടിച്ചമർത്തിയിരുന്നു. അതിനു ശേഷമാണ് വധിക്കാനുള്ള ഗൂഢാലോചന നടന്നത്. പിന്നീടത് അട്ടിമറിയിൽ ഒതുക്കുകയായിരുന്നു. വാരണാസിയിൽ

നിന്ന് (കാശി) കുറച്ചു കിലോമീറ്റർ അകലെ മുഗൾ സരായ് റെയിൽവേ ജംങ്ഷൻ ഒരു പ്രധാന റെയിവേ പോയിന്റാണ്. ഈ ജംങ്ഷൻ തകർത്താൽ ഇന്ത്യൻ റെയിൽവേയുടെ സഞ്ചാരം നിലയ്ക്കും. ഇന്ത്യ നിശ്ചലമാവും. റെയിൽവേ സമരക്കാർ പല അട്ടിമറികളും നടത്തി. ബോംബെ, ബീഹാർ, കർണാടക എന്നിവിടങ്ങളിൽ ബോംബ് സ്ഫോടനമുണ്ടായി. പ്ലാൻ ചെയ്തിരുന്നതു പോലെ മുഗൾ സരായ് ജംങ്ഷനിൽ ബോംബു പൊട്ടിക്കാൻ സമരക്കാർക്ക് കഴിഞ്ഞില്ല.

ഇന്ത്യൻ രഹസ്യാന്വേഷണ വിഭാഗത്തിന്റെ മുന്നറിയിപ്പ് അനുസരിച്ച് ശ്രീ. ജോർജ്ജ് ഫെർണാണ്ടസിനെ അറസ്റ്റു ചെയ്തു. ജോർജ് ഒളിവിൽ കഴിയുകയായിരുന്നു. പല വേഷങ്ങളിൽ പല സ്ഥലങ്ങളിൽ കഴിഞ്ഞു കൊണ്ടാണ് അദ്ദേഹം ഒളിവിലായിരുന്നത്. മെയ് മാസം 1976 ലാണ് ജോർജ് ഫെർണാണ്ടസ് അറസ്റ്റിലായത്. ഷെയ്ഖ് മുജീബ് ഉർ-റഹ്മാന്റെ വധത്തോടെ ശ്രീമതി ഗാന്ധിയുടെ സ്വഭാവത്തിൽ വലിയ മാറ്റം ഉണ്ടായി. ഇപ്പോൾ അവർ ആരുടേയും അഭിപ്രായം ആരായുകയില്ല. ചർച്ച ചെയ്യുകയുമില്ല. തന്റെ ഇളയ മകൻ സഞ്ജയ്ഗാന്ധി മാത്രമാണ് ശ്രീമതി ഗാന്ധിയുമായി രാഷ്ട്രീയ കാര്യങ്ങൾ സംസാരിക്കുന്ന ഒരേയൊരു വ്യക്തി. മൂത്ത മകനുമായി വലിയ സ്വകാര്യബന്ധം പുലർത്താറില്ല. അടിയന്തരാവസ്ഥ പ്രഖ്യാപിച്ചത് തെറ്റാണെന്ന് ശ്രീ രാജീവ് ഗാന്ധി ശ്രീമതി ഗാന്ധിയോട് പറഞ്ഞിരുന്നു.

ഇന്ത്യയിൽ സാധാരണ ജനങ്ങൾ ദുരിതത്തിലും അനിശ്ചിതത്വത്തിലും പെടുമ്പോൾ പണ്ടു പണ്ടു മുതൽ ആശ്രയിച്ചിരുന്ന ഒരു കൂട്ടരാണ് ജ്യോതിഷികൾ. ആകാശ ഗോളങ്ങൾ മനുഷ്യരുടെ മേൽ ചെലുത്തുന്ന സ്വാധീനങ്ങളേയും കർമ്മഫലങ്ങളേയും കുറിച്ച് ജ്യോതിഷികൾ പ്രവചിക്കും. പരിഹാരക്രിയകൾ നിശ്ചയിക്കും. സമ്മാനങ്ങൾ (ദക്ഷിണ) കൈപ്പറ്റി മേധാവികളായി വിരാജിക്കും. നാഗപ്പൂരുകാരനായ ജ്യോതിഷിയും താന്ത്രികനുമായ പി.എം. ധുമൽ ശ്രീമതി ഗാന്ധിയെ സ്വാധീനിക്കാൻ ആഗ്രഹിച്ചു. ആചാര്യ വിനോബാഭാവെയുടെ ശിഷ്യയായ നിർമലാ ദേശ്പാണ്ഡയെ സമീപിച്ച് ധുമൽ പറഞ്ഞു. സഞ്ജയ് ഗാന്ധിയുടെ ഗ്രഹനില വളരെ അപകടം ചെയ്യും. അമ്മയും മകനും ഒരുമിച്ചു താമസിച്ചാൽ രണ്ടിലൊരാളുടെ മൃത്യു സുനിശ്ചിതമാണ്. ഈ വിവിരം ശ്രീമതി ഗാന്ധിയെ അറിയിക്കണമെന്ന് ധുമൽ അപേക്ഷിച്ചു.

നിർമ്മലാ ദേശ്പാണ്ഡെ വളരെ തന്ത്രപരമായി ശ്രീമതി ഗാന്ധിയെ വിവരമറിയിക്കാൻ ശ്രമിച്ചു. ശ്രീമതി ഗാന്ധി അതൊന്നും ചെവിക്കൊണ്ടില്ല. മുജീബ്- ഉർ-റഹ്മാന്റെ വധത്തിനുശേഷം ശ്രീമതി ഗാന്ധി തന്റെ കിടപ്പുമുറിയിൽ നിന്നും സഞ്ജയന്റെ മുറിയിലേക്കുള്ള വാതിലിന്റെ ഓടാമ്പൽ ഇടാറില്ല. അതൊരു മുൻകരുതലായിരുന്നു. അപ്പോൾ ശ്രീമതി ഗാന്ധിക്ക് അൻപത്തിയേഴു വയസ്സ് പൂർത്തിയായിരുന്നു. ആ

പ്രായത്തിലുള്ള സ്ത്രീകൾക്കുണ്ടാകുന്ന ഹോർമോൺ പൊരുത്തക്കേടുകൾ അവർക്കുമുണ്ടായിരുന്നു. ശരീരവും മനസ്സും പലപ്പോഴും ഒത്തുപോവാറില്ല. ജീവിതത്തിൽ സങ്കീർണ്ണ പ്രശ്നങ്ങൾ ഉണ്ടാകുമ്പോഴൊക്കെ അതിശക്തയായി പ്രതികരിക്കുന്ന ഒരുശീലം അവർക്ക് ചെറുപ്പം മുതലേ ഉണ്ട്. ആക്രമിക്കേണ്ടിടത്ത് ആക്രമിക്കും. സ്നേഹിക്കേണ്ടിടത്ത് സ്നേഹിക്കും. കൊടുങ്കാറ്റടിക്കുമ്പോൾ വൃക്ഷം തല താഴ്ത്തി തറയോളം കുമ്പിടും. തകർന്നു വീഴാതിരിക്കാനാണ്. ശ്രീമതി ഇന്ദിരാ ഗാന്ധിയും പലപ്പോഴും നിശ്ശബ്ദയായി താഴ്ന്ന ഭാവത്തിൽ ഇരിക്കും. തന്റെ ഊഴം കാത്തിരിക്കുന്ന സിംഹിണിയെപ്പോലെ.

പണ്ടൊക്കെ എല്ലാ കാര്യത്തിലും സൂക്ഷ്മമായ ശ്രദ്ധ പാലിച്ചിരുന്നു. ഇപ്പോൾ ക്ഷമാശീലം ഇല്ല. പഴയ ഉപദേഷ്ടാക്കളെ അകറ്റിയിരിക്കുകയാണ്. അവരെ ഇനി അടുപ്പിക്കാൻ സാദ്ധ്യമല്ല. ഇപ്പോൾ ഉപദേഷ്ടാവും ആശ്രയദാതാവും ഇളയപുത്രൻ സഞ്ജയ് ഗാന്ധി മാത്രമാണ്. സഞ്ജയന്റെ യൗവനത്തിന്റെ ഊർജ്ജം തന്റെ രക്ഷാകവചമാണെന്നു കരുതി. സാമാന്യം ഉയരമുള്ള, തടി ഒട്ടുമില്ലാത്ത, ആരോഗ്യവാനും സുമുഖനുമായ യുവാവാണ് സഞ്ജയ്ഗാന്ധി. ഇരിപ്പിലും നടപ്പിലും ഗർവ്വം മുറ്റിയ ഭാവമാണ്. അരിശം മൂക്കിൻ തുമ്പത്ത്. തീരുമാനവും പ്രവൃത്തിയും ഇടിവെട്ടും പോലെ. എന്നാൽ അമ്മയുടെ സ്നേഹത്തിനു മുന്നിൽ സഞ്ജയ് ഇപ്പോഴും ശിശുവാണ്. അമ്മയ്ക്ക് എപ്പോഴും വാത്സല്യവും. അമ്മയുടെ കണ്ണും കാതും ഇപ്പോൾ വത്സല പുത്രനായ സഞ്ജയ് ഗാന്ധിയാണ്. ജീവിതത്തിലാദ്യമായാണ് ശ്രീമതി ഗാന്ധി മറ്റൊരാളുടെ ശാഠ്യത്തിനും ഉപദേശത്തിനും വഴങ്ങുന്നത്. തണുപ്പുകാലത്ത് പുതയ്ക്കുന്ന ബ്ലാങ്കറ്റുപോലെ അവർ സഞ്ജയനെ തന്റെ മനസ്സ് പൊതിയാൻ ഉപയോഗിച്ചു. തണുപ്പകറ്റാൻ നെരിപ്പോടിനടുത്തേക്ക് ഓടിച്ചെല്ലുന്നതുപോലെ അമ്മ മകന്റെയടുത്തേക്ക് കൂടെക്കൂടെ ചെന്നു.

മകൻ അവർക്ക് ആശ്വാസം പകർന്നു.

ശ്രീമതി ഇന്ദിരാ ഗാന്ധി അടിയന്തരാവസ്ഥ പ്രഖ്യാപിക്കുമ്പോൾ സഞ്ജയ് ഗാന്ധിക്ക് 29 വയസ്സായിരുന്നു. അയാൾക്ക് അതേ പ്രായത്തിലുള്ള യുവാക്കളുടെ ആർഭാടങ്ങളൊന്നും ഉണ്ടായിരുന്നില്ല. സ്വന്തമായി വളരെക്കുറച്ച് വസ്തുക്കളെ ഉണ്ടായിരുന്നുള്ളൂ. വസ്ത്രങ്ങൾ പോലും പരിമിതം.കുർത്താ പൈജാമയും ചെരിപ്പുമായിരുന്നു സ്ഥിരം വേഷം. വിദേശ സഞ്ചാരങ്ങൾക്ക് അത്യാവശ്യം സൂട്ടുകളുണ്ടായിരുന്നു. ഏറെയില്ല. ചിലവുകളും വളരെക്കുറവാണ്. സൗമ്യമായ പെരുമാറ്റം ഇടയ്ക്കിടയ്ക്ക് അരിശത്തോടെ ചാടിക്കടിക്കുന്ന സ്വഭാവം ബോധപൂർവ്വം സ്വീകരിച്ചതായിരുന്നു. അടിസ്ഥാന പരമായി സാധു ആയിരുന്നതുകൊണ്ട് മറ്റുള്ളവർ തോളിൽ കയറും. അതൊഴിവാക്കാനാണ് മൂക്കിൻ തുമ്പത്ത് കോപത്തിന്റെ ഒരു ജ്വാല കരുതിയത്. അതുകൊണ്ട് തെമ്മാടി എന്നൊരു പേരുകിട്ടി.

പൈതൃകമായിക്കിട്ടിയ സ്വഭാവം മതനിരപേക്ഷതയാണ്. അത് ഒരിക്കലും കൈവിട്ടില്ല. അമ്മയിൽ നിന്നും പകർന്നു കിട്ടിയത് ധൈര്യം, തോൽവി സമ്മതിക്കായ്ക, സാഹസികത, ആഞ്ഞടിക്കുന്ന രീതി എന്നിവയാണ്. പിതാവിൽ നിന്നും ടെക്നോളജിയോടുള്ള കൂറ് കിട്ടി. ജീവിതത്തിലെ സന്തോഷങ്ങൾ ആസ്വദിക്കുന്ന ശീലം, ജീവിതം ആഘോഷമായി കൊണ്ടു നടക്കുന്ന രീതി എന്നിവയും കിട്ടി. എവിടെച്ചെന്നാലും സഞ്ജയ് ശ്രദ്ധിക്കപ്പെടും. പ്രധാനമന്ത്രിയുടെ മകൻ ആയതുകൊണ്ടു മാത്രമല്ല സവിശേഷമായ ഒരു വ്യക്തിത്വം ഉള്ളതുകൊണ്ടുകൂടെയാണ്. ഏറെക്കാലം പിതാവ് കൂടെ ഉണ്ടായിരുന്നില്ലെങ്കിലും പുത്രനിൽ സ്വാധീനം ചെലുത്തിയിട്ടുണ്ട്. തെറ്റും ശരിയും വേർതിരിച്ചറിയാൻ അയാൾക്ക് കഴിഞ്ഞില്ല. ലക്ഷ്യമായിരുന്നു പ്രധാനം. ഏതു മാർഗ്ഗത്തിലൂടെയായാലും ലക്ഷ്യത്തിലെത്തണം. ശ്രീമതി ഗാന്ധി തന്റെ മക്കൾക്ക് കളിപ്പാട്ടങ്ങൾ പോലും വാങ്ങികൊടുത്തിട്ടില്ല.

തീൻമൂർത്തി ഭവന്റെ പിൻ മുറ്റത്ത് ധാരാളം വളർത്തു മൃഗങ്ങൾ ഉണ്ടായിരുന്നു. കടുവക്കുട്ടികൾ, ചീറ്റപ്പുലികൾ, നായ്ക്കൾ, കുതിരകൾ, എന്നിവ കുടുംബാംഗങ്ങളെന്നതുപോലെ അവിടെ കഴിഞ്ഞിരുന്നു. രാജീവ് ഗാന്ധിയും സഞ്ജയ് ഗാന്ധിയും മൃഗസ്നേഹികളും സംരക്ഷകരുമായാണ് വളർന്നത്. രണ്ടു കുട്ടികളും വ്യത്യസ്ത സ്വഭാവക്കാർ. രാജീവ് ഗാന്ധി ശാന്തനും അച്ചടക്കമുള്ളവനുമാണ്. സഞ്ജയ് കലഹക്കാരനും പഠനത്തിൽ ഒട്ടും ശ്രദ്ധയില്ലാത്തവനും. അദ്ധ്യാപകർക്ക് അയാൾ എന്നും തലവേദനയായിരുന്നു. തെമ്മാടികളുമായായിരുന്നു സഞ്ജയന് കൂട്ട്. നല്ല കാറുകളോട് ഭ്രമമാണ്. സ്വന്തമായി കാറില്ല. ചങ്ങാതിമാർ കാറുകളുമായിവരും. ഉത്തർപ്രദേശിലെ ഡൂൺ പബ്ളിക് സ്കൂളിൽ നിന്നും പുറത്താക്കപ്പെട്ട് സഞ്ജയ് വീട്ടിൽ മടങ്ങിയെത്തിപ്പോൾ അമ്മ വളരെയധികം സങ്കടപ്പെട്ടു. സഞ്ജയനെ വിദേശത്ത് റോൾസ് റോയ്സ് കമ്പനിയിൽ അപ്രന്റീസായി പഠിക്കാനയച്ചു. മൂന്നു കൊല്ലം കഴിഞ്ഞ് കോഴ്സ് പൂർത്തിയാക്കാതെ അയാൾ മടങ്ങിവന്നു. അവർക്കിനി തന്നെ കൂടുതലായൊന്നും പഠിപ്പിക്കാനില്ലെന്നു തോന്നിയപ്പോൾ മടങ്ങിപ്പോന്നുവെന്നാണ് അമ്മയോടു പറഞ്ഞത്.

അമ്മ അരിശപ്പെട്ടു. അതോടെ സഞ്ജയ് അമ്മയുടെ നിയന്ത്രണത്തിൽ നിന്നും പുറത്തു ചാടി. ഇല്ല, പറ്റില്ല, സാദ്ധ്യമല്ല, എന്നീ വാക്കുകളൊന്നും സഞ്ജയ് പൊറുക്കില്ല. അങ്ങനെ ഒരിക്കലും ശീലിച്ചിട്ടില്ല. ഈ ഭൂമിയിൽ തനിക്ക് അസാദ്ധ്യമായി ഒന്നുമില്ലെന്ന് അയാൾ വിശ്വസിച്ചു. ഇന്ത്യൻ പ്രധാനമന്ത്രിമാരുടെ ഔദ്യോഗിക വസതിയിലാണ് ജനിച്ചു വളർന്നത്. എന്തിനും തയ്യാറായി ഒരുപറ്റം സേവകർ എന്നും ചുറ്റിനുമുണ്ടാവും. സ്നേഹിതരായിക്കൂടിയ യുവതീയുവാക്കൾ സ്തുതിപാഠകരുമാണ്. മാതാവും മുത്തച്ഛനും ഇന്ത്യയിലെ ദരിദ്രജനങ്ങളെ അറിഞ്ഞവരായിരുന്നു. ബഹുഭൂരിപക്ഷം വരുന്ന നിന്ദിതരായ ജനങ്ങളെ രക്ഷിക്കണമെന്ന ബോധമുള്ളവരായിരുന്നു അവർ. എന്നാൽ സഞ്ജയൻ

ദരിദ്ര ജനങ്ങളെ കണ്ടിട്ടുപോലുമില്ല. വായനശീലമില്ല. അതുകൊണ്ട് ചരിത്ര ബോധവുമില്ല. ദിനപ്പത്രങ്ങൾ കാണുകയല്ലാതെ വായിക്കാറില്ല. മനസ്സിന്റെ സംസ്കൃതവും സാംസ്കാരികവുമായ അവസ്ഥ ഒരിക്കലും പ്രാപ്തമായിട്ടില്ല. പാരമ്പര്യം, ആചാരങ്ങൾ, ചട്ടങ്ങൾ, നിയമങ്ങൾ, മര്യാദകൾ ഇവയെന്തെന്നറിയില്ല. അധികാര ധാർഷ്ട്യത്തിന്റെ മുഖംമൂടിയാണ് ധരിച്ചിരിക്കുന്നത്.

1975 ഡിസംബർ 30-ാം തിയ്യതി ചണ്ഡീഗഡിൽ ചേർന്ന കോൺഗ്രസ്സ് പാർട്ടിയുടെ കോമഗത സെക്ഷനിൽ യൂത്തു കോൺഗ്രസ്സിന്റെ സഞ്ജയ് ബ്രിഗേഡ് വലിയ പ്രാധാന്യം നേടി. ശ്രീമതി ഗാന്ധിയുടെ നിഴലിൽ നിന്നും പുറത്തുചാടിയ സഞ്ജയ് പാർട്ടിയിൽ ഒരു നിലപാടുതറ സൃഷ്ടിച്ചെടുക്കാൻ തീരുമാനിച്ചു. പാർട്ടി മീറ്റിംഗിൽ ഇടിമുഴക്കം പോലെ സഞ്ജയ് സംസാരിച്ചു. മീറ്റിംഗ് കഴിഞ്ഞു മടങ്ങുമ്പോൾ ശ്രീമതി ഗാന്ധി പുത്രനോടു പറഞ്ഞു.

-എന്റെ വാക്കുകളിലെ ഇടിമുഴക്കങ്ങൾ നീ കൈപ്പറ്റിയിരിക്കുന്നു.

മകൻ ചിരിക്കാതെ ചിരിച്ചു. 1976 ജനുവരിയോടെ അടിയന്തരാവസ്ഥയുടെ മട്ടു മാറി. സഞ്ജയ് ഗാന്ധി തന്റെ അഞ്ചിന പരിപാടി പ്രഖ്യാപിച്ചു. കുടുംബാസൂത്രണം, വൃക്ഷം നടൽ, സ്ത്രീധന നിരോധനം, ജാതി നിർമാർജനം അക്ഷരാഭ്യാസം എല്ലാവർക്കും ലഭ്യമാക്കൽ. അഞ്ചിന പരിപാടികൾ ഊർജ്ജസ്വലമായി നടപ്പാക്കുന്നതിന് യൂത്തുകോൺഗ്രസ്സുകാർ ദ്രുതകർമ്മസേനയായി പ്രവർത്തിക്കും.

സഞ്ജയ് കല്പിച്ചു.

യുവതീയുവാക്കൾ യുദ്ധകാലപടയാളികളെപ്പോലെ തെരുവിലിറങ്ങി. തന്റെ പുത്രൻ സൂര്യതേജസ്സോടെ തെളിഞ്ഞു വിളങ്ങുന്നുവെന്നു കണ്ട് ശ്രീമതി ഗാന്ധി അഭിമാനിച്ചു. വളരെ വിസ്തൃതമായ ഭാരതഭൂമിയിൽ ജനസംഖ്യ നിയന്ത്രിക്കാൻ കഴിഞ്ഞിട്ടില്ല. അതാണ് ആദ്യം നിയന്ത്രിക്കേണ്ടത്. സഞ്ജയ് കല്പിച്ചു; സമയപരിധിക്കുള്ളിൽ അഞ്ചിനപരിപാടികൾ നടപ്പാക്കിയിരിക്കണം. എങ്ങനെയെന്ന് ആരും ചോദിച്ചുകൂടാ. നഗരവാസികളും ധനികരുമായ ഒരു സംഘം യുവതീയുവാക്കൾ സഞ്ജയന്റെ പടയാളികളായികൂടെക്കൂടി. അവർക്കു ഇന്ത്യ ഗ്രാമങ്ങളിലാണെന്ന അറിവൊന്നുമില്ല. നാട്ടിൽ പട്ടിണിയും ദുരിതവുമുണ്ടെന്നും അറിഞ്ഞുകൂടാ. പുരാതന ദില്ലിയിലെ (Old Delhi) മുഗൾ പാരമ്പര്യത്തിന്റെ അവശേഷിപ്പുകളായ വാസ ഗൃഹങ്ങൾ നഗരത്തിന്റെ മുഖത്തെ കരിമംഗല്യമാണ്! മൂന്നു നൂറ്റാണ്ടിലേറെ പഴക്കമുള്ള വസതികളിൽ താമസിക്കുന്ന ജനങ്ങൾ പലപല കൈത്തൊഴിലുകൾ ചെയ്ത് ജീവിക്കുന്നവരാണ്. ഇടയ്ക്ക് ചില നന്നാക്കലുകളല്ലാതെ മറ്റൊന്നും ചെയ്തിട്ടില്ല. കെട്ടിടങ്ങൾ പൊളിച്ചു മാറ്റണമെന്ന് തീരുമാനമായി.

അടിയന്തിരാവസ്ഥക്കാലത്ത് മൂന്ന് അധികാരകേന്ദ്രങ്ങളാണുള്ളത്.

പ്രധാനമന്ത്രി

മുഖ്യമന്ത്രിമാർ.

ഡിസ്ട്രിക്ട് കളക്ടർ അല്ലെങ്കിൽ

ഡിസ്ട്രിക്ട് മജിസ്ട്രേറ്റ്

അടിയന്തരാവസ്ഥയോടെ മറ്റൊരധികാരസ്ഥാനവും ഉണ്ടായി. പൊലീസധികാരി. എന്നാൽ ഇവരാരും സഞ്ജയ് ഗാന്ധിയുടെ അനൗദ്യോഗികാധികാരത്തെ ചോദ്യം ചെയ്യാൻ ധൈര്യപ്പെട്ടില്ല. ദില്ലിയിൽ പുനരധിവാസ പരിപാടി ത്വരിതഗതിയിൽ നടപ്പാക്കിത്തുടങ്ങി. പുരാതന ദില്ലിയിലെ വാസഗൃഹങ്ങൾ പൊളിച്ചു കളഞ്ഞ് പുതിയവ നിർമ്മിക്കാനുള്ള പണി തുടങ്ങി. ജനങ്ങളെ നഗരാതിർത്തിയിലുള്ള വെളിമ്പ്രദേശത്തേക്ക് മാറ്റുക എന്ന പരിപാടിയാണ് ആദ്യം നടപ്പാക്കിയത്. ചെറുത്തു നിന്ന ആളുകളെ ലാത്തിച്ചാർജ്ജു ചെയ്തും മർദ്ദിച്ചും ട്രക്കുകളിൽ കുത്തിത്തിരുകിക്കൊണ്ടു പോവുകയായിരുന്നു. നഗര മാലിന്യം മുൻസിപ്പൽ ട്രക്കുകളിൽകൊണ്ടു പോകുന്നതുപോലെയാണ് പാവപ്പെട്ട മനുഷ്യരെ കൊണ്ടുപോയത്. തുടർന്ന് ബുൾഡോസറുകളെക്കൊണ്ട് പഴയ കെട്ടിടങ്ങൾ തകർത്തു.

അതോടൊപ്പം ജനസംഖ്യാ നിയന്ത്രണത്തിന്റെ ഭാഗമായി വന്ധ്യംകരണവും തുടങ്ങി. പുരുഷന്മാരെ വാസക്ടമി ശസ്ത്രക്രിയ നടത്തിക്കൊണ്ടു തുടക്കമിട്ടു. ആരോഗ്യവകുപ്പിലെ ഉദ്യോഗസ്ഥർക്ക് ടാർജറ്റ് നൽകുകയായിരുന്നു. ടാർജറ്റ് സമയപരിധിക്കുള്ളിൽ പൂർത്തിയാക്കിയില്ലെങ്കിൽ സസ്പെൻഷൻ ഉറപ്പാണ്! നഗരത്തിന്റെ വിവിധ ഭാഗങ്ങളിൽ വന്ധ്യംകരണ ക്യാമ്പുകൾ ഉയർന്നു. അവിടേക്ക് പാവപ്പെട്ട മനുഷ്യരെ അറവുമാടുകളെപ്പോലെ ഉദ്യോഗസ്ഥരും പൊലീസ്സും ചേർന്ന് കൊണ്ടുവരികയായിരുന്നു. വാസക്ടമി ചെയ്തവർക്ക് കുറച്ചു മരുന്നും പണവും ഓരോ പ്ലാസ്റ്റിക് ബക്കറ്റും നൽകി പറഞ്ഞയച്ചു. അഞ്ചു ദിവസം കഴിക്കേണ്ട ആന്റിബയോട്ടിക് ഗുളികകൾ എല്ലാവർക്കും കൊടുക്കാൻ തികയാത്തതുകൊണ്ട് കുറിച്ചു കൊടുത്തു. ആഹാരം പോലും കഴിക്കാനില്ലാത്തവരായിരുന്നു അവർ. അവരെങ്ങനെ പണം കൊടുത്ത് മരുന്നു വാങ്ങും? ആന്റിബയോട്ടിക്കുകൾ ഭക്ഷണശേഷം കഴിക്കേണ്ട ഗുളികകളായിരുന്നു. വെറും വയറ്റിൽ ഗുളിക കഴിച്ചവർ ഛർദ്ദിച്ച് അവശരായി. പലരുടേയും മുറിവുകൾ പഴുത്തു. സർക്കാർ ആശുപത്രികളിൽ അവർ ചെന്നപ്പോൾ ആരും ശ്രദ്ധിച്ചില്ല. അപ്പോൾ അവർ സ്വകാര്യ ഡോക്ടർമാരെ കണ്ടു. സ്വകാര്യ പ്രാക്ടീസ് ചെയ്തിരുന്ന പല ഡോക്ടർമാരും വ്യാജന്മാർ ആയിരുന്നു.

കുറെപ്പേർ മരിച്ചു. പത്ര വാർത്തകളിലൊന്നും വിവരം വന്നില്ല.

ജനങ്ങൾ കേട്ടുകേഴ്വിയിലൂടെ ഒന്നിന് പത്തായി പ്രചരിപ്പിച്ചു. എങ്ങും ഭയം. സാധാരണക്കാരായ പുരുഷന്മാർ വാസക്ടമിയിൽ നിന്നും രക്ഷപ്പെടാൻ ഒളിവിൽ പോയി. നഗരനിർമ്മിതികൾക്കിടയിലെല്ലാം

ചേരിക്കോളനികൾ ഉണ്ടായിരുന്നു. അവിടെ ജീവിക്കുന്നവരാണ് നഗരത്തിന്റെ പുതിയ കെട്ടിടങ്ങളൊക്കെ നിർമിച്ചത്. നിർമ്മാണം കഴിഞ്ഞ് അവർ തങ്ങളുടെ സംസ്ഥാനങ്ങളിലേക്ക് മടങ്ങിപ്പോയില്ല. തങ്ങളുടെ ഗ്രാമങ്ങളിൽ തൊഴിലൊന്നുമില്ലായിരുന്നല്ലൊ. അതുകൊണ്ട് അവർ തങ്ങളുടെ കുടുംബങ്ങളെക്കൂടെ കൊണ്ടുവന്ന് നഗരനിർമ്മിതികൾക്കടുത്ത് കുടിലുകൾ കെട്ടി പാർക്കുകയായിരുന്നു. നഗര വികസനക്കാരും മുൻസിപ്പൽ കോർപറേഷൻ അധികാരികളും അയച്ച ബുൾഡോസറുകൾ വന്ന് ചേരി പ്രദേശങ്ങളൊക്കെ പൊളിച്ചു നിരപ്പാക്കി. കാക്കക്കൂട്ടം പോലെ അലമുറയിട്ടു കൂട്ടംകൂടിയ ചേരി നിവാസികളെ പോലീസുകാർ വളഞ്ഞ് ട്രക്കുകളിൽ കയറ്റി നഗരപ്രാന്തങ്ങളിലെ വെളിസ്ഥലങ്ങളിൽ പുനരധിവാസം എന്ന പേരിൽ ഇറക്കി വിട്ടു.

നഗരത്തിൽ അവരെല്ലാം എന്തെങ്കിലും തൊഴിലുകൾ ചെയ്ത് ജീവിച്ചിരുന്നവരാണ്. നല്ലൊരു വിഭാഗം സ്ത്രീകൾ നഗര ഭവനങ്ങളിൽ തൂപ്പു ജോലിയും പാത്രം കഴുകലും തുണിയലക്കലുമൊക്കെയായി കഴിഞ്ഞവരായിരുന്നു.

നഗര ശ്മശാനങ്ങളിൽ പോലും പലർക്കും എന്തെങ്കിലും ജോലി ചെയ്ത് ജീവിക്കാമായിരുന്നു. പച്ചക്കറി ച്ചന്തകളിൽ നിന്നും പഴവർഗ്ഗ മാർക്കറ്റുകളിൽ നിന്നും പുറംതള്ളുന്നതിൽ നിന്നും പെറുക്കിയെടുത്തും തുണികൾ ഇസ്തിരിയിട്ടുകൊടുത്തും കക്കൂസ്സുകൾ കഴുകിയും ഒക്കെ പട്ടിണിയില്ലാതെ ജീവിച്ചുപോന്നവരാണ് അവർ. തങ്ങളുടെ കുട്ടികളെ അവർ മുൻസിപ്പൽ കോർപ്പറേഷൻ വക സ്കൂളുകളിലും സർക്കാർ സ്കൂളുകളിലും ചേർത്ത് പഠിപ്പിക്കുകയും ചെയ്യുന്നുണ്ടായിരുന്നു. ഒറ്റ ദിവസം കൊണ്ട് അവരുടെ ജീവിതം വഴിമുട്ടി. പരാതി കേൾക്കേണ്ട അധികാരികളാണ് അന്യായം ചെയ്യുന്നത്. കോടതികൾ പരാതി സ്വീകരിക്കില്ല. അടിയന്തരാവസ്ഥയിൽ പൗരാവകാശം തടയപ്പെട്ടിരിക്കുകയാണ്. നാടിനെ നവീകരിച്ച് ഒരു സുന്ദരരാജ്യമാക്കി ഉടനടി മാറ്റുമെന്നാണ് സഞ്ജയ് ഘോഷിച്ചത്. പ്രധാനമന്ത്രിയെ ആരും ഒന്നും അറിയിച്ചില്ല. അപ്രിയമായത് കേൾക്കാൻ അവരിപ്പോൾ തയ്യാറുമല്ല. തന്റെ പുത്രൻ രാജ്യത്തെ മഹത്വത്തിലേക്കു നയിക്കുകയാണെന്ന് ആ അമ്മ ആത്മാർതമായും വിശ്വസിച്ചു.

ഇന്ത്യൻ മാധ്യമങ്ങളിൽ വാർത്തകൾ വന്നില്ല. വിദേശ മാധ്യമങ്ങളിൽ ഒന്നിനു പത്തായി പെരുപ്പിച്ച് വാർത്തകൾ വന്നു. പാർലമെന്റു നടപടികളും വാദപ്രതിവാദങ്ങളും റിപ്പോർട്ടു ചെയ്യാൻ മാധ്യമങ്ങളെ അനുവദിച്ചില്ല. മഹാത്മാ ഗാന്ധിയുടേയും രവിന്ദ്രനാഥ ടാഗോറിന്റേയും ജവഹർലാൽനെഹ്റുവിന്റേയും വാക്കുകൾ വരെ പത്രങ്ങളിൽ എഴുതുന്നത് സെൻസർഷിപ്പ് ഉദ്യോഗസ്ഥർ തടഞ്ഞു. പ്രധാനമന്ത്രിയുടേയും മറ്റു മന്ത്രിമാരുടേയും പ്രസംഗങ്ങളും ഔദ്യോഗിക സഞ്ചാരവിവരങ്ങളും മാധ്യമങ്ങളിൽ ധാരാളമായി വരണം. ഗ്രാമ ചത്വരങ്ങളിലും നഗരപ്രാന്തങ്ങളിലും മനുഷ്യർ വെടിപറയുവാൻ കൂട്ടമായിരുന്നിടത്ത് ഇപ്പോൾ രഹസ്യ വാർത്തകൾ കൈമാറുകയാണ്.

നിറം പിടിപ്പിച്ച വാർത്തകൾ നാവിൽ നിന്നും നാവിലൂടെ നാടാകെ പ്രചരിച്ചു. 1975 ഡിസംബറിനുശേഷം തന്റെ ഗ്രാമത്തിന്റെ വെളിയിൽ നടക്കുന്ന ഒരു കാര്യവും ആളുകൾ അറിഞ്ഞില്ല. അറിഞ്ഞത് കിംവദന്തികൾ ആയിരുന്നു. പ്രധാനമന്ത്രി ശ്രീമതി ഇന്ദിരാ ഗാന്ധി നാട്ടിൽ നടക്കുന്ന വിവരങ്ങൾ ഒന്നും അറിഞ്ഞില്ല. അവരിപ്പോൾ നാട്ടിൽ സഞ്ചരിക്കാറില്ല. രഹസ്യാന്വേഷണ വിഭാഗം പോലും ഇപ്പോൾ അവർ ഇഷ്ടപ്പെടുന്ന കാര്യങ്ങൾ മാത്രമേ പറയാറുമുള്ളൂ. അവർ ഇപ്പോൾ ക്ഷമയോടെ ഒന്നും കേൾക്കുക പോലുമില്ല. ഇന്ത്യൻ ഭരണാധികാരി നാടിന്റെ നേരെ കണ്ണും കാതും കൊട്ടിയടച്ചു. ഒക്കെ തന്റെ പുത്രൻ നോക്കിക്കൊള്ളും. സഞ്ജയനാണ് ഇപ്പോൾ പ്രധാനമന്ത്രിയുടെ കണ്ണും കാതും കൈകളും! രാജ്യത്ത് പലേടത്തും പ്രതിഷേധങ്ങൾ ഉയർന്നു. പ്രതിഷേധങ്ങളെ ലാത്തിച്ചാർജ്ജു ചെയ്തും വെടിവെച്ചും പോലീസ്സ് ഒതുക്കി. അടിയന്തരാവസ്ഥയുടെ ചൊരിമണലിൽ ഒട്ടകപ്പക്ഷിയെപ്പോലെ പ്രധാനമന്ത്രി തല പൂഴ്ത്തി ഇരുന്നു. നാടിനെ വലിയ പുരോഗതിയിലേക്കു നയിക്കുന്നതാണ് അടിയന്തരാവസ്ഥ എന്നവർ വിശ്വസിച്ചു. ഡോക്ടർമാരുടെ അഖിലേന്ത്യ സമ്മേളനത്തിൽ അവർ പ്രസംഗിച്ചു.

പഴമകളൊക്കെ പൊളിച്ചു കളയുക. അവിടെ കുടിയിരിക്കുന്ന മനുഷ്യാവശേഷിപ്പുകളെ നഗരപ്രാന്തത്തിൽ നടതള്ളുക. പിന്നെ ആധുനിക മുഖം പണിയുക. അവിടെ നവീന ഭാരതത്തിന്റെ പരിഷ്കൃത ജനത വസിക്കട്ടെ.

ആഗസ്റ്റു മാസത്തിൽ ശ്രീമതി ഗാന്ധി പുപുലിനെ വിളിച്ചു.

–പുപുൽ, നിങ്ങൾ വാരണാസിക്കു പോകുന്നുവെന്നറിഞ്ഞു. പോകുന്നതിനു മുൻപ് എന്നെ കാണണം.

ശ്രീമതി പുപുൽ ജയക്കർ ശ്രീമതി ഗാന്ധിയെക്കാണുമ്പോൾ അവരാകെ പരിഭ്രമിച്ചിരിക്കുകയാണ്.

–എന്താണ്? എന്തുപറ്റി?

–വാരണാസിയിൽ നിന്ന് ചില റിപ്പോർട്ടുകൾ കിട്ടിയിരിക്കുന്നു. തീർത്ഥാടന നഗരവും ക്ഷേത്രപരിസരവും വൃത്തിയാക്കണമെന്നാണ് പറഞ്ഞിരുന്നത്. ഇപ്പോൾ കേൾക്കുന്നു അവിടെ പഴയ കെട്ടിടങ്ങളൊക്കെ പൊളിച്ചു മാറ്റുന്നുവെന്നൊക്കെ. അത് ശരിയല്ല. വലിയ പ്രത്യാഘാതങ്ങൾ ഉണ്ടാവും. പുപുൽ ചെല്ലുക. എല്ലാം നേരിൽ കണ്ട് എന്നെ വിവരമറിയിക്കുക.

അവിടെ നടക്കുന്ന സംഭവങ്ങളെല്ലാം നേരിൽ കണ്ട് ഇന്ദിരാ ഗാന്ധിയെ അറിയിച്ചു.

–എന്തൊക്കെയാണു പുപുൽ ഈ രാജ്യത്തു നടക്കുന്നത്? എന്നെ ആരും ഒന്നും അറിയിക്കുന്നില്ല.

ശ്രീമതി ഗാന്ധി ദുഃഖവും നിരാശയും നിറഞ്ഞ ശബ്ദത്തിൽ സംസാരിച്ചു.

-വിശ്വനാഥ ഗലി സത്യമായും അവർ തകർക്കുമായിരുന്നോ പുപുൽ? എനിക്കത് വിശ്വസിക്കാൻ കഴിയുന്നില്ല.

പിറ്റേന്ന് ശ്രീമതി പുപുൽ വീണ്ടും പ്രധാനമന്ത്രിയുടെ ഓഫീസ്സിലെത്തി. ഉത്തർപ്രദേശ് മുഖ്യന്ത്രി നാരായണൻ ദത്ത് തിവാരി ഭയചകിതനായി അവിടെ നിന്നിരുന്നു. ശ്രീമതി പുപുലിനെക്കണ്ടപ്പോൾ അദ്ദേഹം ഓടി വന്നു.

-മാഡം, സത്യസ്ഥിതി എനിക്കറിഞ്ഞുകൂടാ, 1920നു ശേഷമുള്ള നിർമ്മിതികൾ അനധികൃതമാണെന്ന് നഗരാധികാരികൾ എന്നെ അറിയിച്ചിരുന്നു. അനധികൃതമായവ പൊളിച്ചുമാറ്റാൻ പറഞ്ഞിരുന്നു അതിനപ്പുറം.....

മുഖ്യമന്ത്രി പ്രധാനമന്ത്രിയുടെ മുന്നിൽ വ്യക്തമായി ഒന്നും പറയാനാവാതെ നിന്നു. അയാൾ സഞ്ജയ്.... സഞ്ജയ് എന്ന് പിറുപിറുത്തുകൊണ്ടിരുന്നു.

വാരണാസിയിലേയും ആഗ്രയിലേയും നശീകരണം അതോടെ നിന്നു.

ശ്രീ ജയപ്രകാശ് നാരായൺനെ ജയിലിൽ നിന്നും മോചിപ്പിച്ചിരുന്നു. അദ്ദേഹത്തിന്റെ ആരോഗ്യസ്ഥിതി വളരെ മോശമായിക്കഴിഞ്ഞു. പ്രതിപക്ഷനേതാക്കൾ, തമിഴ്നാട് മുഖ്യമന്ത്രി ശ്രീ എം.കരുണാനിധിയുടെ ശ്രമഫലമായി ഒരു പ്രസ്താവനയിറക്കി. അക്രമ രാഹിത്യത്തിലും മതനിരപേക്ഷതയിലും ജനാധിപത്യത്തിലും വിശ്വസിക്കുന്ന ഞങ്ങൾ സർക്കാരുമായി കലഹം ആഗ്രഹിക്കുന്നില്ല. കൂടിയാലോചനയിലൂടെ ഒരു ഒത്തുതീർപ്പിന് തയ്യാറാണ്. അക്കാലം ബ്രിട്ടണിൽ ഇന്ത്യൻ അംബാസ്സഡറായിരുന്ന ശ്രീ ബി.കെ. നെഹ്റു അടിയന്തരമായി ദില്ലിയിൽ വന്നു. ശ്രീമതി ഗാന്ധിയെ ചില വിവരങ്ങൾ അറിയിച്ചു. പടിഞ്ഞാറ് ഇന്ത്യയെക്കുറിച്ച് വളരെ മോശമായ വാർത്തകൾ പ്രചരിക്കുന്നുണ്ട്. ഒരിക്കൽ ലോകജനാധിപത്യത്തിന്റെ ദീപസ്തംഭമായി ഇന്ത്യയെ കണക്കാക്കിയിരുന്നവർ ഇപ്പോൾ ഏകാധിപതിയായ പിശാചിനിയുടെ ദംഷ്ട്രകളിൽ കുരുങ്ങിക്കിടക്കുന്ന നിസ്സഹായരുടെ രാജ്യം എന്നു വിശേഷിപ്പിക്കുന്നു. പത്രങ്ങളിൽ വരുന്ന കാർട്ടൂണുകളിൽ ശ്രീമതി ഗാന്ധിയെ പിശാചിനിയായാണ് ചിത്രീകരിക്കുന്നത്. ബി.കെ. നെഹ്റു പറഞ്ഞു.

-അടിന്തരാവസ്ഥ ഉടൻ പിൻവലിക്കണം. ജനാധിപത്യം പുനഃസ്ഥാപിക്കണം. ശ്രീ. ബി.കെ. നെഹ്റുവിന്റെ നിർദ്ദേശാനുസരണം ഇന്ത്യൻ പോളിസി റിസേർച്ച് ഇൻസ്റ്റിറ്റ്യൂട്ടിന് ഒരു സർവ്വെ നടത്തുവാനുള്ള ചുമതല നൽകി. ഒരു തെരഞ്ഞെടുപ്പു നടത്തിയാൽ ഫലം എന്തായിരിക്കും? നിരീക്ഷണ റിപ്പോർട്ട് ആവശ്യപ്പെട്ടു. അവർ പഠനറിപ്പോർട്ട് വേഗം തന്നെ പ്രധാനമന്ത്രിക്കു നൽകി. ഇപ്പോൾ തെരഞ്ഞെടുപ്പു നടത്തിയാൽ ശ്രീമതി ഗാന്ധിയുടെ പാർട്ടിക്ക് നല്ല ഭൂരിപക്ഷം കിട്ടുമെന്നാണ് റിപ്പോർട്ട്.

അതിനിടെ ഒരു വാർത്ത വന്നു. പാകിസ്താനിൽ സുൾഫീക്കർ അലി ഭൂട്ടോ തെരഞ്ഞെടുപ്പ് പ്രഖ്യാപിച്ചിരിക്കുന്നു. പാകിസ്താനിൽ ജനാധിപത്യം ഇന്ത്യയിൽ ഏകാധിപത്യവും! ലോക രാജ്യങ്ങൾക്കു മുൻപിൽ തല കുനിക്കേണ്ടുന്ന അവസ്ഥയാണ്. ശ്രീമതി ഗാന്ധി തന്റെ ഒരേയൊരു സുഹൃത്തായ പുപുൽ ജയക്കറെ വിളിച്ചു വരുത്തി.

-ഇന്ദൂ, ആചാര്യ കൃഷ്ണമൂർത്തി ഇന്ത്യയിൽ വരുന്നുണ്ട്. ഇന്ത്യൻ നഗരങ്ങളിൽ ആദ്ധ്യാത്മിക കാര്യങ്ങളെക്കുറിച്ച് പ്രഭാഷണം നടത്താനാണ് അദ്ദേഹം വരുന്നത്. ദൈവം, സ്വർഗ്ഗനരകങ്ങൾ, മതങ്ങൾ, ഇതൊന്നും അദ്ദേഹത്തിന്റെ വിഷയങ്ങളല്ല. മനുഷ്യന്റെ ജ്ഞാന വിജ്ഞാനങ്ങളും സമാധന ജീവിതവുമൊക്കെയാണ് അദ്ദേഹത്തിന്റെ വിഷയങ്ങൾ.

ദില്ലിയിലെത്തിയാൽ ആചാര്യ എന്റെ വീട്ടിലാണ് താമസിക്കുക. ഞങ്ങൾ ഗുരുശിഷ്യരല്ല. സുഹൃത്തുക്കളാണ്. ഈയിടെ ഞങ്ങൾ ഫോണിൽ സംസാരിച്ചപ്പോൾ അദ്ദേഹം ഇന്ത്യയിലെ ഇപ്പോഴത്തെ സ്ഥിതിയെക്കുറിച്ചും അടിയന്തരാവസ്ഥയെക്കുറിച്ചും ചോദിച്ചിരുന്നു. അദ്ദേഹം അടിയന്തരാവസ്ഥയെക്കുറിച്ച് എന്തു പറഞ്ഞു? കുറച്ചു സമയം ശ്രീമതി പുപുൽ ഒന്നും പറയാതെ ശ്രീമതി ഗാന്ധിയെ നോക്കിയിരുന്നു. പിന്നെ സാവകാശം പറഞ്ഞു.

വിവരങ്ങൾ പുപുൽ ശ്രീമതി ഗാന്ധിയെ വിവരങ്ങൾ ധരിപ്പിച്ചു.

-പടിഞ്ഞാറൊക്കെ വിശ്വസിക്കുന്നത് ഇന്ത്യയിൽ അടിയന്തരാവസ്ഥ സ്ഥിരപ്പെടാൻ പോവുകയാണെന്നാണ്. ഏകാധിപതികൾ അധികാരം വിടുകയില്ല. അപ്പോൾ ഒരു പ്രതിവിപ്ലവം നടക്കും. അക്രമം നിറഞ്ഞ പ്രതിവിപ്ലവം. അതിൽ ഏകാധിപതി കൊല്ലപ്പെടുകയോ, തടവിലാക്കപ്പെടുകയോ ചെയ്യും.

ശ്രീമതി ഇന്ദിരാ ഗാന്ധിയുടെ മുഖം ചുവന്നു. പുപുൽ അതു കണ്ടു.

-നോക്കു ഇന്ദൂ, നമ്മൾ സുഹൃത്തുക്കളാണ്. താങ്കളോട് എനിക്ക് കള്ളം പറയാൻ കഴിയുകയില്ല.

ഒരു ചെറിയ ചിരി, മുഖത്തു വരുത്താൻ ശ്രീമതി ഇന്ദിരാ ഗാന്ധി പാടുപെട്ടു.

-പിന്നെ ഇന്ദൂ, ശ്രീകൃഷ്ണമൂർത്തി ഒരു പ്രഭാഷണം നടത്താൻ ആഗ്രഹിക്കുന്നു. കൃഷ്ണമൂർത്തിയുടെ പ്രഭാഷണ വിഷയം 'സ്വാതന്ത്ര്യവും മനുഷ്യ മനസ്സും' ആണ്.

അദ്ദേഹം ഒരു കാര്യം പ്രത്യേകം ചോദിച്ചു

-എന്തേ?

-ഈ സന്ദർഭത്തിൽ ഇന്ത്യയിൽ ഇങ്ങനെയൊരു പ്രഭാഷണം നടത്താൻ ശ്രീമതി ഗാന്ധി സമ്മതിക്കുമോ?

-സ്വാഗതം. ശ്രി കൃഷ്ണമൂർത്തിക്ക് ഇന്ത്യയിൽ എവിടെ വേണമെങ്കിലും പ്രഭാഷണം നടത്താം. ആരും തടയില്ല.

പുപുൽ മടങ്ങുമ്പോൾ ശ്രീമതി ഗാന്ധി ഓർമ്മിപ്പിച്ചു.

-ശ്രീ കൃഷ്ണമൂർത്തിയുടെ പ്രഭാഷണങ്ങൾക്ക് വേദിയൊരുക്കാൻ സംസ്ഥാന മുഖ്യമന്ത്രിമാർക്ക് ഞാൻ എഴുതുന്നതാണ്.

ശ്രി. ജെ. കൃഷ്ണ മൂർത്തി ഒക്ടോബർ ഇരുപത്തിനാലാം തിയ്യതി ദില്ലിയിൽ വരും. ശ്രീമതി പുപുൽ ജയക്കറുടെ അതിഥിയായാണ് വരുന്നത്. പുപുലിന്റെ ദില്ലിയിലെ വസതിയിൽ താമസിക്കും.

പുപുൽ ഒരാഗ്രഹം പറഞ്ഞു.

-അന്ന് അത്താഴത്തിന് ശ്രീമതി ഗാന്ധിയും എന്റെ വീട്ടിൽ വന്നിരുന്നെങ്കിൽ കൃഷ്ണാജിക്കും എനിക്കും വലിയ സന്തോഷമാകുമായിരുന്നു.

ശ്രീമതി പുപുൽ തുടർന്നു പറഞ്ഞു.

-നമ്മുടെ ഇതിഹാസങ്ങളിൽ രാജാവ് സംശയാലുവാകുമ്പോൾ ഒരു ഋഷിയുടെ അല്ലെങ്കിൽ ആചാര്യന്റെ ഉപദേശം തേടാറുണ്ട്. എൺപതു വയസ്സു കഴിഞ്ഞ കൃഷ്ണമൂർത്തി ഋഷിതുല്യനാണ്.

ഒക്ടോബർ 24-ാം തിയ്യതി ശ്രീ. ജെ. കൃഷ്ണ മൂർത്തി ദില്ലിയിലെത്തി. നേരെ ശ്രീമതി പുപുലിന്റെ ഭവനത്തിലേക്കു പോയി. അത്താഴത്തിനു തൊട്ടുമുൻപ് എല്ലാവരേയും അദ്ഭുതപ്പെടുത്തിക്കൊണ്ട് ശ്രീമതി ഇന്ദിരാ ഗാന്ധി വന്നു. പഴയ ഒരു പിങ്കുസാരിയാണ് അവർ ധരിച്ചിരുന്നത്.

-എനിക്കെതിരെ ഗൂഢാലോചനകൾ നടക്കുകയാണ്. എന്റെ നിയന്ത്രണത്തിനപ്പുറത്തേക്ക് കാര്യങ്ങൾ വഴുതിപ്പോവുകയാണ്. ഞാനെന്താണു ചെയ്യേണ്ടത്?

കഴിഞ്ഞ പതിനെട്ടു മാസത്തെ സംഭവങ്ങൾ ശ്രീമതി ഗാന്ധി വിശദീകരിക്കാൻ ശ്രമിച്ചു. അവർ നിർത്തിയപ്പോൾ കൃഷ്ണാജി പറഞ്ഞു.

-മാഡം, എനിക്കൊന്നും മനസ്സിലായില്ല.

ശ്രീമതി ഇന്ദിരാ ഗാന്ധിയുടെ ഇടതുകണ്ണ് വല്ലാതെ തുടിച്ചുകൊണ്ടിരുന്നു. കൃഷ്ണാജി അതു ശ്രദ്ധിച്ചു.

-നോക്കു, ഞാൻ കുട്ടിയായിരുന്നപ്പോൾ എന്റെ അമ്മ പറയുമായിരുന്നു. കൃഷ്ണാ, നിന്റെ കൈകൾക്ക് മറ്റുള്ളവരെ ശാന്തരാക്കാനുള്ള ശക്തിയുണ്ട്.

ശ്രീമതി ഗാന്ധി കുറച്ചു സമയം മിണ്ടാതിരുന്നു. പിന്നെ പെട്ടെന്നു ചോദിച്ചു.

-താങ്കൾക്കെന്നെ സഹായിക്കാൻ കഴിയുമോ?

കൃഷ്ണമൂർത്തി തന്റെ രണ്ടു കൈപ്പത്തികളും ഉയർത്തി ശ്രീമതി ഗാന്ധിയുടെ മുഖത്ത് കണ്ണുകളെ അടച്ചുകൊണ്ടു വെച്ചു. ഏതാനും മിനിട്ടുകൾ കഴിഞ്ഞപ്പോൾ ശ്രീമതി ഗാന്ധിയുടെ മനസ്സ് ശാന്തമാകുന്നത്

കൈകളിലൂടെ അറിഞ്ഞു. കൈകൾ എടുത്തപ്പോൾ അവർ അതീവ ശാന്തയായി പുഞ്ചിരിക്കുകയും ചെയ്തു. ഒൻപതു മണിക്കാണ് ശ്രീമതി ഗാന്ധി കൃഷ്ണാജിയുടെ മുന്നിൽ നിന്നും എണീറ്റത്. അത്താഴത്തിന് ശ്രീ കൃഷ്ണാജിയുടേയും ശ്രി അച്യുത് പടവർദ്ധന്റേയും മദ്ധ്യേയാണ് ശ്രീമതി ഗാന്ധി ഇരുന്നത്. ഭക്ഷണത്തിനിടയിൽ അവരാരും ഒന്നും സംസാരിച്ചില്ല. ഭക്ഷണം സ്വാദിഷ്ഠമായിരുന്നു. ഭക്ഷണം കഴിഞ്ഞ് മറ്റൊരതിഥിയായ എൽ.കെ. ഝായുമായി കൃഷ്ണാജി സംഭാഷണത്തി ലേർപ്പെട്ടു. അവർ പലതും പറഞ്ഞു ചിരിച്ചു. അവർക്കൊപ്പം തമാശ കൾ പറഞ്ഞ് ശ്രീമതി ഗാന്ധിയും ഉറക്കെ ചിരിച്ചു.

എ.ഐ.സി.സി. സമ്മേളനം കഴിഞ്ഞ് ദില്ലിയിൽ മടങ്ങിയെത്തിയ ശ്രീമതി ഇന്ദിരാ ഗാന്ധി ഇന്ത്യയുടെ രഹസ്യാന്വഷണ വിഭാഗം തലവനായ ആർ.കെ. കാവ് നെ വിളിച്ചു വരുത്തി.

-തടവിലുള്ള എല്ലാ നേതാക്കളേയും മോചിപ്പിക്കാൻ വിചാരി ക്കുന്നു. ഒപ്പം തന്നെ ലോകസഭയിലേക്ക് തെരഞ്ഞെടുപ്പ് നടത്തുകയും വേണം.

കാവ് അമ്പരന്നു!

-മാഡം, രാജ്യത്തെ ഇപ്പോഴത്തെ രാഷ്ട്രീയ ചിന്താഗതികൾ എന്തെന്ന് അന്വേഷിച്ച് റിപ്പോർട്ടു ചെയ്യാം.

ശ്രീമതി ഗാന്ധിയുടെ തീരുമാനം അവരുടെ കുടുംബാംഗങ്ങൾക്ക് വലിയൊരു ഷോക്കായിരുന്നു. സഞ്ജയ് ഗാന്ധി നേരിട്ടെതിർത്തു. അയാളുടെ സുഹൃത്തായ ഹരിയാന മുഖ്യമന്ത്രി ബൻസീലാലും, ശ്രീമതി ഗാന്ധിയുടെ സഹായിയായ ആർ.കെ. ധവാനും ഇപ്പോൾ വേണ്ടിയിരു ന്നില്ല എന്ന് അഭിപ്രായപ്പെട്ടു. രഹസ്യാന്വേഷണ വിഭാഗത്തിന്റെ റിപ്പോർട്ടും പരാജയ സൂചനയാണ് നൽകിയത്.

ശ്രീമതി ഗാന്ധി തന്റെ നിശ്ചയത്തിൽ ഉറച്ചു നിന്നു. ജീവിതത്തി ലാദ്യമായി അവർ സഞ്ജയന്റെ വാക്കുകൾ മാനിച്ചില്ല. തെരഞ്ഞെടുപ്പു നടത്താനുള്ള ഔദ്യോഗിക തീരുമാനം ജനുവരി 18, 1977ന് പ്രഖ്യാപിച്ചു. മാർച്ച് 19-ാം തിയ്യതി തെരഞ്ഞെടുപ്പ്. എല്ലാ മിസാത്തടവുകാരേയും മോചിപ്പിച്ചു. അടിയന്തരാവസ്ഥ പ്രഖ്യാപിച്ചപ്പോൾ ഉണ്ടായ അതേ അമ്പരപ്പ് അത് പിൻവലിച്ചപ്പോഴും ഉണ്ടായി. ശ്രീമതി ഗാന്ധിയുടെ രാഷ്ട്രീയ തന്ത്രമാണെന്ന് പ്രതിപക്ഷ കക്ഷികൾ വിചാരിച്ചു.

ഇന്ത്യൻ ജനതയുടെ മനസ്സിൽ രാഷ്ട്രീയ നേതൃത്വത്തോടുള്ള അവിശ്വാസം തുടങ്ങുന്നത് അവിടം മുതലാണ്. ഇന്ത്യയിൽ തെരുവു യുദ്ധം തുടങ്ങുന്നതും അതോടെയാണ്. ജനങ്ങൾക്കും രാഷ്ട്രീയാധി കാരികൾക്കും ഇടയിൽ ഒരു മതിൽ ഉയർന്നതും അക്കാലം മുതലാണ്. നീതിയുക്തമായ ഒരു തെരഞ്ഞെടുപ്പ് ജനങ്ങൾ പ്രതീക്ഷിച്ചില്ല. പ്രമുഖ പത്രാധിപർമാരും രാഷ്ട്രീയ ലേഖകരും എന്തെഴുതും എന്ന ചിന്തയി ലായി. ഏകാധിപതി സ്വാതന്ത്ര്യം പ്രഖ്യാപിക്കുകയോ? ശ്രീമതി ഗാന്ധി

വളരെ സാധാരണ കാര്യം എന്ന മട്ടിലാണ് പെരുമാറിയത്. തന്റെ ഏക സുഹൃത്തായ ശ്രീമതി പുപുൽ ജയക്കറെ അവർ അത്താഴത്തിനു ക്ഷണിച്ചു. പുപുൽ ചെല്ലുമ്പോൾ ശ്രീമതി ഗാന്ധിയുടെ വസതിയിൽ ഫ്രഞ്ചു പ്രധാനമന്ത്രിയുടെ ഭാര്യ മാഡം ബാരെയും അവരുടെ പുത്രനും ഉണ്ടായിരുന്നു. അപ്പോൾ ഫ്രഞ്ച് പ്രധാനമന്ത്രി റെയ്മൺട് ബാരെ ആയിരുന്നു. അദ്ദേഹം വന്നിട്ടുണ്ടായിരുന്നില്ല.

-തെരഞ്ഞെടുപ്പ് പ്രഖ്യാപിച്ചത് ഏറെ ഉചിതമായി.

ശ്രീമതി ഗാന്ധിയുടെ മുഖം അമാവാസിപോലെ കറുത്തു.

-പുപുൽ ഞാനിപ്പോൾ നിലയില്ലാക്കയത്തിൽ മുങ്ങിത്താഴുകയാണ്.

ചിരിച്ചുകൊണ്ട് പുപുൽ പറഞ്ഞു.

-പാതാളത്തിൽ ചെന്നിട്ട് ഒറ്റക്കുതിപ്പു കുതിക്കുക. അപ്പോൾ മുകളിലെത്തും. വിജയിയായി കരയ്ക്കു കയറി തലയുയർത്തി നടക്കുക. രണ്ടുപേരും ചിരിച്ചു. പുപുൽ മടങ്ങി

റിപ്പബ്ലിക് ദിനം.

അന്ന് രാഷ്ട്രപതി ഭവനിൽ വെച്ച് ശ്രീമതി ഗാന്ധിയും ശ്രീമതി പുപുൽ ജയക്കറും വീണ്ടും കണ്ടുമുട്ടി. തണുപ്പുകാലം കഴിഞ്ഞതെയുള്ളു. സൂര്യൻ ഇളംചൂടോടെ ഉണർന്നിരിക്കുന്നു. എന്നാലും ദില്ലി നിവാസികളായ സുന്ദരികൾ അവരുടെ ഏറ്റവും ഭംഗിയുള്ള കമ്പിളി വസ്ത്രങ്ങൾ അണിഞ്ഞാണ് എത്തിയിരിക്കുന്നത്. അവർ ഭരണതലത്തിലേയും ഡിപ്ളോമാറ്റിക് തലത്തിലേയും പ്രമുഖരും അവരുടെ കുടുംബാംഗങ്ങളുമായിരുന്നു. രാഷ്ട്രപതി ഭവനു മുന്നിലെ സദസ്സിന്റെ മുൻനിരയിൽ അവർ ഇരുന്നു.

പ്രധാനമന്ത്രി ശ്രീമതി ഇന്ദിരാ ഗാന്ധി ഉത്സാഹവതിയായി ചിരിച്ചും അതിഥികളിൽ നേരിട്ടറിയാവുന്നവരോട് കുശലം പറഞ്ഞും കൈകൾ വീശിയും വേദിയിലേക്കു നീങ്ങുന്ന കാഴ്ച ഗംഭീരമായിരുന്നു. ഈ മഹാരാജ്യത്തിന്റെ ചക്രവർത്തിനിയുടെ ഭാവഹാവങ്ങൾ അവരിൽ എല്ലാവരും കണ്ടു. പ്രതിപക്ഷ നേതാക്കളുടെ മുഖം മ്ലാനമായിരുന്നു. അവർ വരുന്നതിനു മുൻപ് ശ്രീ ജയപ്രകാശ് നാരായണുമായി ചർച്ച ചെയ്തിരുന്നു.

ശ്രീ ജയപ്രകാശ് നാരായൺ പറഞ്ഞിരുന്നു

തെരഞ്ഞെടുപ്പിൽ കോൺഗ്രസ്സ് ജയിക്കും.

മറ്റു നേതാക്കളും അതേ അഭിപ്രായക്കാരായിരുന്നു.

അദ്ദേഹം ശ്രീമതി ഗാന്ധിയോട് പറഞ്ഞിരുന്നു

-ഇപ്പോൾ അടിയന്തരാവസ്ഥ പിൻവലിച്ചാൽ ശ്രീമതി ഗാന്ധിയുടെ മഹത്വം ഇരട്ടിക്കും. അത് അവർക്കും പാർട്ടിക്കും ഗുണമാവും.-

-അടിയന്തരാവസ്ഥയുടെ പല വകുപ്പുകളും പിൻവലിച്ചിട്ടുണ്ട്. പൂർണമായും പിൻവലിച്ചാൽ കാര്യങ്ങൾ പിടി വിട്ടുപോകും.

ഇന്ദിരാഗാന്ധി ആവശ്യപ്പെട്ടതനുസരിച്ച് പുപുൽ ചെല്ലുമ്പോൾ ശ്രീമതി ഗാന്ധി കോപത്തിലായിരുന്നു.

–എന്തുപറ്റി പ്രൈം മിനിസ്റ്റർ?

– ഡി.കെ. ബറുവ എന്നെ പിന്നിൽ നിന്നും കുത്തി. യു.പി.യിൽ നിന്ന് അയാളുടെ ശിങ്കിടികളായ നൂറു പേരുകളാണ് ശുപാർശ ചെയ്തിരിക്കുന്നത്. പാർട്ടിയിൽ ആരെയും വിശ്വസിച്ചുകൂടാ. ഈ തെരഞ്ഞെടുപ്പ് നിർണായകമാണ്. പാർട്ടി ടിക്കറ്റിന് ബഹളം കൂട്ടുന്നവർക്ക് അതിന്റെ ഗൗരവം മനസ്സിലായിട്ടില്ല. ശ്രീമതി ഗാന്ധിയുടെ ആദ്യത്തെ തെരഞ്ഞെടുപ്പു മീറ്റിംഗ് ദില്ലി ബോട്ട് ക്ലബ്ബ് മൈതാനത്തായിരുന്നു. ആൾകൂട്ടം ഉണ്ടായിരുന്നു. എന്നാൽ പഴയതുപോലെ ശ്രീമതി ഗാന്ധിയുടെ പേരു പറഞ്ഞുള്ള മുദ്രാവാക്യങ്ങളും ആർപ്പു വിളികളും ഉണ്ടായില്ല. ശ്രീമതി ഗാന്ധിയുടെ പ്രസംഗത്തിനും പഴയ ഇടിമുഴക്കം ഉണ്ടായിരുന്നില്ല. അവർ പ്രസംഗിച്ചുകൊണ്ടിരുന്നപ്പോൾ തന്നെ പിൻനിരയിൽ നിന്ന് ആളുകൾ പിരിഞ്ഞു പോയ്ക്കൊണ്ടിരുന്നു. പഴയതുപോലെ ഇപ്രാവശ്യവും ശ്രീമതി ഗാന്ധി രാജ്യമാകെ സഞ്ചരിച്ച് തെരഞ്ഞെടുപ്പു മീറ്റിംഗുകളിൽ പ്രസംഗിച്ചു. അവർക്കെതിരെ പലേടത്തും പ്രകടന റാലികൾ ഉണ്ടായി.

തെരഞ്ഞെടുപ്പു ഫലം 1977– മാർച്ച് 20–ാം തീയതി വൈകുന്നേരം മുതൽ റേഡിയോയിലൂടെ പ്രഖ്യാപിക്കാൻ തുടങ്ങി. ശ്രീമതി ഗാന്ധി അവരുടെ എതിർ സ്ഥാനാർത്ഥി ശ്രീ രാജ് നാരായൺനേക്കാൾ വളരെ പിന്നിലായി. രാജ് നാരായൺ ഇന്ത്യൻ രാഷ്ട്രീയത്തിൽ ആരുമായിരുന്നില്ല. വാരണാസിയിലെ ഗുസ്തി ഗോദയിൽ നിന്ന് നേരെ രാഷ്ട്രീയത്തിലേക്കു വന്ന വ്യക്തിയാണ്. ഒരു കോമാളി എന്ന സങ്കല്പമാണ് അയാളെക്കുറിച്ച് പരന്നിരിക്കുന്നത്. ഉത്തർ പ്രദേശിലെ ജാട്ടു സമുദായക്കാരുടെ നേതാവായ ചരൺസിങ്ങ് തന്റെ ശ്രീരാമനാണെന്ന് രാജ് നാരായണൻ പറയുന്നു. താൻ ഹനുമാനാണെന്നും.

–പുപുൽ ഞാൻ തോറ്റിരിക്കുന്നു.

ഒരക്ഷരം മിണ്ടാനാവാതെ പുപുൽ നോക്കി നിന്നു. അവർ സുഹൃത്തുക്കൾ അടുത്തടുത്തിരുന്നു. വാക്കുകളിൽ സംവദിക്കാതെ ഏറെ നേരമിരുന്നു.തോൽവി പ്രതീക്ഷിച്ചതുപോലെ അവർ പുപുലിനെ നോക്കി. പുപുൽ മനസ്സിൽ വിചാരിച്ചു. കർമ്മഫലം എപ്പോഴും കൃത്യമായി വന്നണയുന്നു. അത് ആർക്കും തടയാനാവില്ല.

ശ്രീമതി ഇന്ദിരാ ഗാന്ധി നട്ടെല്ലു നിവർത്തി മുഖം ശാന്തമാക്കി ഗംഭീര ഭാവത്തിൽ എണീറ്റു. അങ്ങോട്ടും ഇങ്ങോട്ടും തെല്ലിട നടന്നു.

ശ്രീമതി പുപുൽ ആ ഗാംഭീര്യം ശ്രദ്ധിച്ചു.

ഒരു ചരിത്ര നായികയുടെ മഹാഗാംഭീര്യം!

–ആന്റീ, സഞ്ജയനാണ് മമ്മിക്ക് ഈ അവസ്ഥ ഉണ്ടാക്കികൊടുത്തത്. അയാളോട് ഞാൻ ഒരിക്കലും പൊറുക്കില്ല. രാജീവ് പുപിലിനോടായി പറഞ്ഞു.

പുപുൽ പറഞ്ഞു,

-രാജീവ്, നഗരത്തിൽ ഒരു വാർത്ത പരന്നിരുന്നു. കോൺഗ്രസ്സ് ജയിച്ച് അധികാരത്തിൽ വന്നാൽ സഞ്ജയ് ഗാന്ധി ആഭ്യന്തര മന്ത്രിയാവും. ജനങ്ങൾ ആകെ ഭയന്നിരിക്കുകയായിരുന്നു.

ശ്രീമതി പുപുൽ നേരെ പോയത് ശ്രീ. പി.എൻ. ധറിന്റെ വസതിയിലേക്കാണ്.

അടിയന്തിരമായി ചേർന്ന ക്യാബിനറ്റ് മീററിംഗിൽ ആദ്യം വിഷയം അടിയന്തരാവസ്ഥ പിൻവലിക്കുക എന്നതായിരുന്നു. വളരെക്കുറച്ചു പേർ മാത്രമേ സംസാരിച്ചുള്ളു. അവരിൽ പലരും തെരഞ്ഞെടുപ്പിൽ തോറ്റവരായിരുന്നു. കോൺഗ്രസ്സ് പാർട്ടിയുടെ ചരിത്രത്തിൽ ആദ്യം നേരിട്ട കൂട്ടത്തോൽവിയായിരുന്നു. മീറ്റിംഗ് കഴിഞ്ഞതേ മന്ത്രിമാർ മടങ്ങി. ശ്രീമതി ഗാന്ധി രാജീവിന്റെ മുറിയിലേക്കു ചെന്നു. രാജീവിനോട് അവർ പറഞ്ഞു.

-സോണിയയേയും കുട്ടികളേയും കൂട്ടി ഏതെങ്കിലും സുഹൃത്തിന്റെ വീട്ടിലേക്ക് ഇപ്പോൾത്തന്നെ പോകണം.

മദ്ധ്യപ്രദേശ്, ഉത്തർപ്രദേശ്, ബീഹാർ, ഹരിയാന, ദില്ലി എന്നീ സംസ്ഥാനങ്ങളിൽ കോൺഗ്രസ്സിന് ആകെ ഒരു സീറ്റിൽ മാത്രമാണ് ജയിക്കാൻ കഴിഞ്ഞത്. മുപ്പതുകൊല്ലം തുടർച്ചയായി അധികാരത്തിലിരുന്ന പാർട്ടി തകർന്നടിഞ്ഞ മഹാനിർമ്മിതിപോലെ തരിപ്പണമായി. ലോകമാധ്യമങ്ങൾ റിപ്പോർട്ടു ചെയ്തത് ഇന്ത്യൻ ജനാധിപത്യം വെന്നിക്കൊടി പാറിച്ചുവെന്നാണ്. ശ്രീമതി ഗാന്ധി തന്റെ തോൽവി നിശ്ശബ്ദയായി സ്വീകരിച്ചു. ഉത്തരേന്ത്യൻ ജനത വന്യമായ ആഘോഷവുമായി നിരത്തിൽ ഇറങ്ങി. ചെണ്ട കൊട്ടിയും ഡ്രമ്മുകൾ മുഴക്കിയും ആടിയും പാടിയും അവർ തെരുവിൽ തുള്ളിച്ചാടി. ദീപാവലി ആഘോഷിക്കുന്നതുപോലെ അവർ പടക്കം പൊട്ടിച്ചു.

വടക്കേയിന്ത്യയിലെ തോൽവി തെക്കേയിന്ത്യയിൽ ഉണ്ടായില്ല. അടിയന്തരാവസ്ഥയുടെ അതിപ്രസരം തെക്കേന്ത്യയിൽ ബാധിച്ചിരുന്നില്ല. തെക്കേയിന്ത്യയിലെ വിജയം പക്ഷേ വടക്കേയിന്ത്യയിലെ തോൽവിക്ക് ഒരു വിധത്തിലും പരിഹാരമായില്ല. അധികാരം ജനതാപ്പാർട്ടിയുടെ കൈകളിലേക്കു മറിഞ്ഞു. തന്റെ തോൽവി പരിപൂർണ്ണമാണെന്ന് ശ്രീമതി ഗാന്ധി മനസ്സിലാക്കി. പതിനേഴു കൊല്ലം തന്റെ പിതാവ് ശ്രീ ജവഹർലാൽ നെഹ്റുവും പതിനൊന്നു വർഷം താനും ഇനിനോടകം ഈ മഹാരാജ്യത്തിന്റെ പരമോന്നതാധികാരത്തിലായിരുന്നു.

-ഭാരതത്തിന്റെ മതനിരപേക്ഷ സോഷ്യലിസ്റ്റ് ജനാധിപത്യത്തിന്റെ അടിത്തറ പുഷ്ടിപ്പെടുത്തുവാൻ പുതിയ ഗവൺമെന്റിനു കഴിയട്ടെ. എല്ലാ നല്ല കാര്യങ്ങൾക്കും കോൺഗ്രസ്സ് പാർട്ടിയും ഞാനും എല്ലാവിധ സഹായ സഹകരണവും വാഗ്ദാനം ചെയ്യുന്നു.

ശ്രീമതി ഗാന്ധിയുടെ രാജി ആക്ടിംഗ് പ്രസിഡന്റ് ശ്രീ. ബി.ഡി. ജെട്ടി സ്വീകരിച്ചു. പുതിയ സർക്കാർ അധികാരമേൽക്കുന്നതുവരെ

തുടരാനും അഭ്യർത്ഥിച്ചു. ശ്രീമതി ഇന്ദിരാ ഗാന്ധിയുടെ രാഷ്ട്രീയ ഭാവി അസ്തമിച്ചതായി ലോക മാധ്യമങ്ങൾ റിപ്പോർട്ടു ചെയ്തു. വലിയ തലക്കെട്ടിൽ റിപ്പോർട്ടു വന്നു. ഇന്ത്യയിൽ നെഹ്റു ഇന്ദിരായുഗം അവസാനിച്ചിരിക്കുന്നു. ഇന്ത്യൻ ജനാധിപത്യത്തിന്റെ വിജയമാണിത്. അടിയന്തിരാവസ്ഥയുടെ ദുഷ്ചെയ്തികളാണ് പരാജയത്തിന് കാരണമെന്ന് സോവിയറ്റ് നിരീക്ഷകർ അഭിപ്രായപ്പെട്ടു. ശ്രീമതി ഗാന്ധിയെ തെരഞ്ഞെടുപ്പിൽ പരാജയപ്പെടുത്തിയ ശ്രീരാജ് നാരായൺ ആഗ്രയിൽ ഒരു പ്രസംഗത്തിൽ പറഞ്ഞു.

–ഞാനൊരു മന്ത്രം തൊടുത്തുവിട്ടു. അത് ഇന്ദിരാ ഗാന്ധിയെ അന്ധയാക്കി കെണിയിൽ വീഴ്ത്തി.

പുതിയ കോൺഗ്രസ്സ് പ്രസിഡന്റ് പദത്തിലേക്കുള്ള തെരഞ്ഞെടുപ്പ് മെയ് ആറിനാണ്. ശ്രീമതി ഗാന്ധി ഇപ്പോൾ പാർട്ടിയിലെ ഒരു സാധാരണ മെമ്പർ മാത്രമാണ്. പക്ഷേ അവരുടെ പിൻതുണയില്ലാതെ ആർക്കും ജയിക്കാനാവില്ലെന്ന് എല്ലാവർക്കുമറിയാം. ആന്ധ്രപ്രദേശിൽ നിന്നുള്ള ശ്രീ ബ്രഹ്മാനന്ദ റെഡ്ഡിയും വെസ്റ്റു ബംഗാളിൽ നിന്നുള്ള സിദ്ധാർത്ഥ ശങ്കർ റേയുമാണ് രണ്ടു സ്ഥാനാർത്ഥികൾ. കാശ്മീരിലെ മുൻ രാജാവ് ഡോക്ടർ കരൺ സിങ് ഒരു ഉൾവിളിയുണ്ടായെന്നു പറഞ്ഞ് സ്വന്തം സ്ഥാനാർത്ഥിത്വം പ്രഖ്യാപിച്ചു. ഡോ: കരൺസിങ് ശ്രീമതി ഗാന്ധിയെ വന്നുകണ്ട് പിന്തുണ നൽകണമെന്ന് അപേക്ഷിക്കുകയും ചെയ്തു. ശ്രീ ബ്രഹ്മാനന്ദ റെഡ്ഡി വലിയ ഭൂരിപക്ഷത്തോടെ ജയിച്ച് കോൺഗ്രസ്സ് പാർട്ടിയുടെ പുതിയ പ്രസിഡന്റായി. ഇപ്പോൾ ശ്രീമതി പുപുൽ ജയ്ക്കർ എല്ലാ ദിവസവും രാവിലെയും വൈകുന്നേരവും ശ്രീമതി ഗാന്ധിയെ സന്ദർശിക്കും.

രാവിലെ ശ്രീമതി ഗാന്ധിക്ക് സന്ദർശകരുണ്ടാവും. വൈകുന്നേരം ആരും കാണില്ല. അത് വേനൽക്കാലമാണ്. കഠിനമായ ചൂടിൽ ഒരുഫാൻ പോലുമില്ലാതെ ശ്രീമതി ഗാന്ധി വരാന്തയിൽ ഇരിക്കുകയാണ്. വേനൽച്ചൂടിൽ അന്തരീക്ഷമാകെ പൊടിപടലങ്ങൾ നിറഞ്ഞിരിക്കുകയാണ്. സൂര്യപ്രകാശത്തിൽ പൊടിപടലങ്ങൾക്ക് സ്വർണ്ണവർണ്ണമാണ്. വൈകുന്നേരമെത്തിയ ശ്രീമതി പുപുൽ ഒരു ചെറിയ കസേര എടുത്തുകൊണ്ടു വന്ന് ശ്രീമതി ഗാന്ധിയുടെ അടുത്തിരുന്നു. സൂര്യാസ്തമയമാകുന്നു. വൃക്ഷങ്ങളുടെ നിഴലുകൾ മുറ്റത്ത് നീണ്ടു നീണ്ടു വന്നു. ലാവുണിലെ ചെറുകുളത്തിൽ ജലപുഷ്പങ്ങൾ നിറഞ്ഞുകിടന്നിരുന്നു. അവർ സുഹൃത്തുക്കൾ പരസ്പരം ഒന്നും സംസാരിച്ചില്ല. എങ്കിലും തന്റെ സാന്നിദ്ധ്യം ശ്രീമതി ഗാന്ധിക്ക് വലിയ ആശ്വാസമായിരുന്നുവെന്ന് അവരുടെ മുഖഭാവത്തിൽ നിന്നും പുപുൽ തിരിച്ചറിഞ്ഞു. സാന്ധ്യപ്രകാശത്തിൽ മുറ്റത്ത് തന്റെ കൂറ്റൻ ഐറിഷ് വൂൾഫ് ഹൗണ്ട് നായയുമായി സഞ്ജയ്ഗാന്ധി സാവകാശം നടക്കുന്നു. വെണ്മയാർന്ന കുർത്താ പൈജാമയാണ് അയാൾ ധരിച്ചിരിക്കുന്നത്. ഉമ്മറത്തിരിക്കുന്ന അമ്മയെയോ പുപുലിനെയോ അയാൾ ശ്രദ്ധിച്ചില്ല. ശ്രീമതി ഗാന്ധിയുടെ കണ്ണുകൾ മകന്റെ ഓരോ ചലനവും ശ്രദ്ധിക്കുന്നുണ്ട്.

-പുപുൽ, സഞ്ജയ് വളരെ ചെറുപ്പമാണ്.

ബ്രിട്ടീഷ് ഹൈക്കമ്മീഷണറുടെ ക്ഷണപ്രകാരം ശ്രീമതി പുപുൽ ജയക്കർ ഏപ്രിൽ 21-ാം തിയ്യതി ഒരു സൽക്കാരത്തിനു പോയി. എലിസബത്ത് രാജ്ഞിയുടെ ജന്മദിനാഘോഷമായിരുന്നു. ഹൈക്കമ്മീഷണറുടെ വസതിയിലായിരുന്നു അത്താഴ വിരുന്ന്. വിവിരമറിഞ്ഞപ്പോൾ ശ്രീമതി ഗാന്ധി പുപുലിനെ വിളിച്ചു പറഞ്ഞു.

-പുപുൽ പോകുമ്പോൾ എന്നെയും കൂടെക്കൂട്ടണം

ശ്രീമതി ഗാന്ധിയെ ക്ഷണിച്ചിട്ടുണ്ടായിരുന്നില്ല. ശ്രീമതി പുപുൽ ശ്രീമതി ഇന്ദിരാഗാന്ധിയുമൊത്ത് ഹൈക്കമ്മീഷണറുടെ വസതിയിലെത്തിയപ്പോൾ ഹൈക്കമ്മീഷണർ സർ ജോൺ തോംസൺന്റെ മുഖം ഇരുണ്ടു. റിസപ്ഷൻ നിരയിലും കുശുകുശുക്കൽ ഉണ്ടായി. ശ്രീമതി ഗാന്ധി ഒന്നും ശ്രദ്ധിക്കാത്തതുപോലെ നടിച്ചു. എന്നാൽ എല്ലാം അവർ സൂക്ഷ്മമായി നിരീക്ഷിക്കുന്നുണ്ടായിരുന്നു. ഹൈക്കമ്മീഷണർ ചിരിച്ചു കൊണ്ട് മുന്നോട്ടുവന്ന് അവരെ രണ്ടുപേരെയും പാർട്ടി നടക്കുന്ന ഗാർഡനിലേക്കു കൊണ്ടുപോയി. അവിടെ ഉണ്ടായിരുന്നവർ ശ്രീമതി ഗാന്ധിയെക്കണ്ട് ഒന്നു പകച്ചു. ചിലർ പതുക്കെ എണീറ്റു വന്ന് ശ്രീമതി ഗാന്ധിയുമായി സംസാരിച്ചു. കുറച്ചു സമയത്തിനുള്ളിൽ എല്ലാവരും എണീറ്റുവന്ന് ശ്രീമതി ഗാന്ധിയുടെ ചുറ്റുംകൂടി സംസാരിച്ചു. സൈറൺ മുഴക്കിക്കൊണ്ട് പുറത്ത് ഒരു വാഹനവ്യൂഹം വന്നു നിന്നു. പ്രധാനമന്ത്രി ശ്രീ മൊറാർജി ദേശായ് ഇറങ്ങി വന്നു. ഹൈക്കമ്മീഷണറും മറ്റ് അതിഥികളും ചേർന്ന് പ്രധാനമന്ത്രിയെ സ്വീകരിച്ച് ലാവുണിലേക്കു നയിച്ചു. പ്രധാനമന്ത്രി മൊറാർജി ദേശായ് ശ്രീമതി ഗാന്ധിയെക്കണ്ടു. എന്നാൽ കണ്ട ഭാവം നടിച്ചില്ല. ശ്രീമതി ഗാന്ധിയും അങ്ങോട്ടു ചെന്ന് സംസാരിക്കാൻ പോയില്ല.

തന്നെ അറസ്റ്റു ചെയ്യാൻ പോകുന്നുവെന്ന് ശ്രീമതി ഗാന്ധിക്ക് രഹസ്യ സന്ദേശം ലഭിച്ചു. അവർ തന്റെ സഹായിയായ നിർമലയോടു പറഞ്ഞു.

- ഒക്ടോബർ രണ്ട് ഗാന്ധി ജയന്തികഴിഞ്ഞ് എന്നെ അറസ്റ്റു ചെയ്യും. നിർമലയ്ക്ക് പൗനാർ ആശ്രമത്തിലേക്കു മടങ്ങാം.

അവർ പ്രതീക്ഷിച്ചതുപോലെ ഒക്ടോബർ മൂന്നാം തിയ്യതി സെൻട്രൽ ബ്യൂറോ ഓഫ് ഇൻവെസ്റ്റിഗേഷൻ ഓഫീസ്സർമാർ ശ്രീമതി ഗാന്ധിയുടെ വസതിയിലെത്തി. ലാവുണിൽ സഞ്ജയ് ഗാന്ധിയും മേനകാ ഗാന്ധിയും ബാറ്റ്മിന്റൻ കളിക്കുകയാണ്. അകത്ത് ശ്രീമതി ഗാന്ധി തന്റെ വക്കീലന്മാരുമായി കൂടിയാലോചിക്കുന്നു. സി.ബി.ഐ. ഓഫീസ്സർ ശ്രീ. എൻ.കെ. സിങ് വിനയത്തോടെ ശ്രീമതി ഗാന്ധിയെ കാണണമെന്ന് അപേക്ഷിച്ചു.

-മാഡം, അതിഥികളുമായി സംസാരിക്കുകയാണ്. ഉടനെ വരും.

സി.ബി.ഐ. ഉദ്യോഗസ്ഥർ അക്ഷമരായി ഒരു മണിക്കൂർ തങ്ങളുടെ വാഹനങ്ങളിൽ കാത്തിരുന്നു. ഒടുവിൽ തന്റെ വക്കീലന്മാരുടെ അകമ്പടിയോടെ ശ്രീമതി ഗാന്ധി പുറത്തു വന്നു.

എൻ.കെ. സിങ് പറഞ്ഞു.

-മാഡം താങ്കൾക്ക് അറസ്റ്റു വാറണ്ടുണ്ട്. കോടതിയിൽ നിന്ന് ജാമ്യമെടുക്കാം.

-അറസ്റ്റു വാറണ്ട് എവിടെ? എഫ്.ഐ.ആറിന്റെ (First Information Report) കോപ്പി തരിക.

പോലീസ്സ് മേധാവി മറുപടി പറഞ്ഞില്ല. ശ്രീമതി ഗാന്ധി അരിശത്തോടെ പറഞ്ഞു.

-എന്നെ കൊണ്ടുപോകണമെങ്കിൽ കൈ വിലങ്ങുവെച്ച് ബലമായിക്കൊണ്ടുപോകാം.

-എന്റെ രാജ്യത്തേയും ജനങ്ങളേയും എന്റെ പരമാവധി കഴിവിനനുസരിച്ച് ഞാൻ സേവിക്കാൻ ശ്രമിച്ചു. എനിക്കെതിരെ എന്തുകുറ്റവും ചുമത്തട്ടെ, ഞാൻ ഭയപ്പെടുന്നില്ല. ഇതിനിടയിൽ നിർമല ദേശ്പാണ്ഡെ പൊലീസ്സിന്റെ കണ്ണുവെട്ടിച്ച് പൊലീസ്സ് വാനിനുള്ളിൽ കയറി ഒരു മൂലയ്ക്ക് ഇരുന്നു. ശ്രീമതി ഗാന്ധിയും പൊലീസ്സും നിർബന്ധിച്ചുവെങ്കിലും നിർമ്മല ഇറങ്ങിയില്ല. വണ്ടി നീങ്ങി. പൊലീസ്സ് വാനിന്റെ തൊട്ടു പിന്നിൽ രണ്ടു കാറുകളിലായി രാജീവ് ഗാന്ധിയും പത്നിയും സഞ്ജയ് ഗാന്ധിയും പത്നിയും പിൻതുടർന്നു. അവർക്കു പിന്നിൽ വക്കീലന്മാരും ചില പാർട്ടി പ്രവർത്തകരും കയറിയ മറ്റൊരു വാഹനവും ഉണ്ടായിരുന്നു. പൊലിസ്സ് വാൻ നഗരാതിർത്തിയിലെത്തിയതിനു ശേഷം പെട്ടെന്ന് ബെഡ്ക്കൽ തടാകത്തിലേക്കുള്ള ഹരിയാന റോഡിലേക്കു തിരിഞ്ഞു. അടഞ്ഞു കിടന്നിരുന്ന റെയിൽവേ ക്രോസിങ്ങിനു മുന്നിൽ വാഹനങ്ങൾ നിന്നു. രണ്ടു ട്രെയിനുകൾ കടന്നു പോകാനുണ്ട്. അരമണിക്കൂറെടുക്കും.

പുറത്തിറങ്ങുവാൻ ഇന്ദിരാ ഗാന്ധിയെ അനുവദിച്ചു. അവർ പുറത്തിറങ്ങി ഒരു ചെറിയ കലുങ്കിൽ ഇരുന്നു. വക്കീലന്മാർ വന്ന് അവരെ വളഞ്ഞു നിന്നു. അവർ ഉപദേശിച്ചു.

-കോടതിയിൽ നിന്നുള്ള വാറണ്ടില്ലാതെ ദില്ലിയുടെ അതിരു വിട്ടു പോകാൻ സമ്മതിക്കരുത്.

ട്രെയിനുകൾ പോയി. ശ്രീമതി ഗാന്ധിയോട് വാനിൽ കയറുവാൻ ആവശ്യപ്പെട്ടു.

-കോടതിയുടെ ഉത്തരവ് കടലാസിൽ നൽകാതെ ഞാനിവിടെ നിന്നും നീങ്ങില്ല. ദില്ലിക്കു വെളിയിലേക്ക് എന്നെ കൊണ്ടു പോകുവാൻ നിങ്ങൾക്ക് അധികാരമില്ല. അതിന് കോടതിയുടെ അനുമതി വേണം.

പൊലീസ് ചിന്താക്കുഴപ്പത്തിലായി. ഒടുവിൽ അവർ ശ്രീമതി ഗാന്ധിയെ ദില്ലിക്കു വെളിയിൽ കൊണ്ടുപോകില്ലെന്ന് ഉറപ്പു നൽകി വണ്ടിയിൽ കയറ്റി.

പൊലീസ് വാനും മറ്റു വാഹനങ്ങളും രണ്ടു മണിക്കൂർ നേരം ദില്ലിയുടെ റിംഗ് റോഡിലൂടെ കറങ്ങിക്കൊണ്ടിരുന്നു. അതിനിടെ പൊലീസ്സും വക്കീലന്മാരും തമ്മിൽ വലിയ തർക്കങ്ങളും നടന്നു. ഒടുവിൽ രാത്രി പത്തുമണിയോടെ സി.ബി.ഐ അധികാരികൾ പറഞ്ഞു.

-പുരാതന ദില്ലിയിലെ കിംഗ്സ് വേ ക്യാമ്പിലുള്ള പൊലീസ് ലൈനിൽ ഓഫീസ്സേർസ് മെസ്സിൽ താമസ സൗകര്യമുണ്ട്.

രാത്രി പത്തരമണിക്ക് ശ്രീമതി ഗാന്ധി പൊലീസ് ഓഫീസ്സേർസ് മെസ്സിൽ പ്രവേശിച്ചു. നിർമ്മലയും അവർക്കൊപ്പമുണ്ടായിരുന്നു. മെസ്സിൽ അവർക്ക് കിടക്കാനുള്ള സൗകര്യം ഒരുക്കിയിട്ട് ആഹാരം കൊണ്ടുവരാൻ പൊലീസ് പോകാൻ തുടങ്ങവേ അവർ പറഞ്ഞു.

-വേണ്ട, ഇന്ന് ഞാൻ ആഹാരം കഴിക്കുകയില്ല.

ഇതിനുള്ളിൽ രണ്ടു മക്കളേയും അവരുടെ ഭാര്യമാരെയും മടക്കിയയച്ചു. നിർമ്മല അപ്പോഴും വിതുമ്പുകയാണ്. ശ്രീമതി ഗാന്ധി നിർമ്മലയുടെ അടുത്തിരുന്ന് തമാശകൾ പറഞ്ഞു. വെളുപ്പിനെ മൂന്നുമണിയോടെ നിർമ്മല ഉറങ്ങി. നേരം പുലർന്ന് നിർമ്മല ഉണർന്നപ്പോൾ ശ്രീമതി ഗാന്ധി കുളിച്ച് വേഷം മാറിക്കഴിഞ്ഞിരുന്നു. ഒൻപതുമണിയോടെ രാജീവും ഒരു വക്കീലും മറ്റൊരു സുഹൃത്തുമായി വന്നു. രാജീവ് ശ്രീമതി ഗാന്ധിക്കും നിർമ്മലയ്ക്കും ബ്രേക്ഫാസ്റ്റ് കൊണ്ടുവന്നിരുന്നു. ശ്രീമതി ഗാന്ധിയുടെ തടവു വാർത്തയറിഞ്ഞ് വലിയൊരാൾക്കൂട്ടം മെസ്സിനു പുറത്ത് എത്തി. അവർ ഉറക്കെ മുദ്രാവാക്യം വിളിക്കുന്നുണ്ട്.

ആരോപണങ്ങൾക്ക് രേഖകൾ കാണിക്കാത്തതുകൊണ്ട് ശ്രീമതി ഗാന്ധിയെ നിരുപാധികം മോചിപ്പിക്കാനാണ് കോടതി ഉത്തരവിട്ടത്. കോടതി മുറിയിൽ നിന്ന് സഞ്ജയ് ഗാന്ധി പുറത്തേക്ക് ഓടി വന്നിട്ട് ആൾക്കൂട്ടത്തോടു വിളിച്ചു പറഞ്ഞു.

-കേസ്സ് ഡിസ്മിസ്സ് ചെയ്തു. ഡിസ്മിസ്സ് ചെയ്തു.

ആൾക്കൂട്ടം ഇളകി, കോടതി വളപ്പിലെ വാഹനങ്ങൾ അവർ തല്ലിത്തകർക്കാൻ തുടങ്ങിയപ്പോൾ ലാത്തിച്ചാർജ്ജും ടീയർ ഗ്യാസ്സ് പ്രയോഗവും ഉണ്ടായി. ഗ്യാസ് കോടതി മുറിയിലേക്കു പ്രവേശിച്ചപ്പോൾ മജിസ്ട്രേറ്റ് അരിശത്തോടെ കോടതി നടപടികൾ നിറുത്തി വെച്ചു. ശ്രീമതി ഗാന്ധി മടങ്ങുമ്പോൾ ജനതാപ്പാർട്ടി പ്രവർത്തകർ അവരുടെ കാറിനു നേരെ കല്ലെറിഞ്ഞു. ചിലർ കാറു തടയാനും ശ്രമിച്ചു. രണ്ടു വിഭാഗത്തിലും പെട്ടവർ ഏറ്റുമുട്ടി. കാറ് ശ്രീമതി ഗാന്ധിയേയും കൊണ്ട് ഒരു വിധം രക്ഷപെട്ടു. ജനതാ ഗവൺമെന്റിന്റെ നടപടികളെ അപലപിക്കുന്ന വാർത്തകൾ വിദേശ പത്രങ്ങളിൽ വന്നു. നാടിന്റെ സാമ്പത്തിക ഗുരുതരാവസ്ഥ പരിഹരിക്കാൻ ശ്രമിക്കാതെ രാഷ്ട്രീയ പ്രതികാരത്തിന് ജനതാ സർക്കാർ ഇറങ്ങിയിരിക്കുന്നുവെന്നാണ് പത്രങ്ങൾ എഴുതിയത്. ശ്രീമതി ഗാന്ധി ജയിലിലിലായിരിക്കുന്നത് സർക്കാരിന് ദോഷമേ ഉണ്ടാക്കൂവെന്ന് ജനതാപ്പാർട്ടി നേതാക്കളിൽ പലരും പറഞ്ഞു. അവർ

രക്തസാക്ഷിയാവും. ജനങ്ങൾ സർക്കാരിന് എതിരാവുകയും ചെയ്യും. ജനതാപ്പാർട്ടി ജനറൽ സെക്രട്ടറി ശ്രീ രാമകൃഷ്ണ ഹെഗ്ഡെ മൊറാർജി ദേശായിയെക്കണ്ട് അപകട സൂചന നൽകി.

-ചരൺ സിങ്ങിനാണ് നിർബന്ധം, ശരിയായ തെളിവുകളുണ്ടെന്ന് അയാൾ പറയുന്നു.

-ജനങ്ങൾ തെരഞ്ഞെടുപ്പു പരാജയം നൽകി അവരെ ശിക്ഷിച്ച താണ്. ഇനിയും വേട്ടയാടരുത്.

ശ്രീമതി ഇന്ദിരാ ഗാന്ധി ജയിൽ മോചിതയായി.

ഒക്ടോബർ 31-ാം തീയതി രാവിലെ അവർ മദ്രാസിലെത്തി. മദ്രാ സിൽ നിന്നും കാഞ്ചീപുരത്തേക്കാണ് അവർ പോയത്. അവിടെ കാമ കോടി മഠാധിപതി ശ്രീ ശങ്കരാചാര്യരെ കാണുവാനാണ് അവർ പോയത്. അവിടെ എത്തിയപ്പോഴാണ് അറിഞ്ഞത് മഠാധിപതി മൗനവ്രതത്തി ലാണ്. ചില പാർട്ടി പ്രവർത്തകർ പറഞ്ഞു, ശ്രീമതി ഗാന്ധിയുമായി സംസാരിക്കുന്നത് ഒഴിവാക്കാനാണ് മഠാധിപതി മൗനവ്രതം എടുത്തിരി ക്കുന്നത്.

ശ്രീമതി ഗാന്ധി അത് ഗൗനിക്കാതെ മഠത്തിൽ എത്തി. മഠത്തിന്റെ മുറ്റത്ത് കിണറിന്റെ ഒരു വശത്ത് ശ്രീമതി ഗാന്ധിക്ക് കസേര ഇട്ടിരുന്നു. കിണറിന്റെ മറുവശത്ത് മറ്റൊരു കസേര ഇട്ട് മഠാധിപതി ഇരുന്നു. അവർക്കിടയിൽ കിണറും കിണറ്റിലെ വെള്ളവും! ശ്രീമതി ഗാന്ധി ചോദിച്ചു. സ്വാമികളെ, ഞാനെന്താണു ചെയ്യേണ്ടത്? രാഷ്ട്രീയത്തിൽ നിന്നു വിരമിക്കണമോ? അതോ എനിക്കെതിരായ അന്യായ ങ്ങൾ-ക്കെതിരെ പോരാടണമോ? ശ്രീ ശങ്കരാചാര്യർ വായ തുറന്നില്ല. അവിടെയിരുന്ന് ഒരു മണിക്കൂറോളം ശ്രീമതി ഗാന്ധി പലതും പറഞ്ഞു. സ്വാമികൾ ഉരിയാടിയില്ല. ഒടുവിൽ ശ്രീമതി ഗാന്ധി എണീറ്റ് തൊഴുകൈ യോടെ വിട ചോദിച്ചു.

-നിങ്ങളുടെ ധർമ്മമെന്തോ അതു ചെയ്യുക. അങ്ങനെ പറഞ്ഞിട്ട് ശ്രീ ശങ്കരാചാര്യർ വലതു കൈപ്പത്തി വിടർത്തി അനുഗ്രഹിച്ചു. ആ വിടർത്തിയ കൈപ്പത്തി വിജയത്തിന്റെ അടയാളമായി ശ്രീമതി ഗാന്ധിയുടെ മനസ്സിൽ പതിഞ്ഞു. പിൽക്കാലം കോൺഗ്രസ്സ് പാർട്ടി പിളർന്നു. ഇന്ദിരാ കോൺഗ്രസ്സ് അല്ലെങ്കിൽ കോൺഗ്രസ്സ് ഐ രൂപം കൊണ്ടു. കോൺഗ്രസ്സ് ഐ. പാർട്ടിയുടെ ഔദ്യോഗിക ചിഹ്നമായി ശ്രീമതി ഗാന്ധി നിശ്ചയിച്ച ചിഹ്നം വിടർത്തിയ കൈപ്പത്തിയാണ്.

അഭയമുദ്ര.

അനുഗ്രഹ മുദ്ര.

പതിനെട്ടു മാസം നീണ്ടുനിന്ന അടിയന്തരാവസ്ഥ പിൻവലി ച്ചെങ്കിലും അതു സൃഷ്ടിച്ച മാനസികമായ അടിമത്തം ഭാരതീയ മന സ്സിൽ വേരൂന്നി. ഇന്ദിരാഗാന്ധിയുടെ പിറന്നാൾ വന്നു. നവംബർ പത്തൊ മ്പത് മുൻപൊക്കെ അതിഥികളെക്കൊണ്ടും സമ്മാനങ്ങൾകൊണ്ടും

നിറയുമായിരുന്ന വീട്ടിൽ അന്ന് ഒരാൾ പോലും വന്നില്ല. കുശ്വന്ത് സിങ് എഡിറ്ററായിരിക്കുന്ന ഇല്ലസ്ട്രേറ്റഡ് വീക്‌ലി ഓഫ് ഇൻഡ്യയിൽ ശ്രീമതി ഗാന്ധിയെക്കുറിച്ച് മൂന്നു ലേഖനങ്ങൾ വന്നു. യെഹുദി മെനൂയിൻ, ജെന്നിലി, പുപുൽ ജയക്കർ എന്നിവരായിരുന്നു ലേഖകർ. ദില്ലിയിൽ കൃഷി പ്രദർശനം നടക്കുകയാണ്. പ്രദർശനത്തിൽ പങ്കെടുക്കാനെത്തിയ മധുബനി ചിത്രകാരികൾ ശ്രീമതി ഗാന്ധിയെ കാണാൻ അവരുടെ വസതിയിലെത്തി. ശ്രീമതി ഗാന്ധി തന്റെ സഞ്ചാരങ്ങളിൽ അവരുടെ ഗ്രാമത്തിൽ ചെന്ന് മധുബനി ചിത്രങ്ങൾ കണ്ടിട്ടുണ്ട്. ആ ഗ്രാമീണ സ്ത്രീകൾ ശ്രീമതി ഗാന്ധിയെ തൊട്ടും തലോടിയും ഇരിക്കുകയും കൂടെ ക്കൂടെ വിതുമ്പിക്കരയുകയും ചെയ്തു. ശ്രീമതി ഗാന്ധി സ്വന്തം കൈ കൊണ്ട് അവർക്ക് ചായ എടുത്തു കൊടുത്തിട്ട് നന്നായി ചിരിച്ചു.

ഷാ കമ്മീഷൻ ദില്ലി പട്യാലാ ഹാളിൽ വിസ്താരത്തിന് ആവശ്യ പ്പെട്ടു. അടിയന്തരാവസ്ഥ പ്രഖ്യാപിക്കാനുള്ള നിയമാധികാരങ്ങളെന്ത്? ക്യാബിനറ്റ് മന്ത്രിമാർ പ്രധാനമന്ത്രിക്കെതിരായി ആരോപണമുന്നയിച്ച തിന്റെ കാരണങ്ങളെന്ത്?

ഇവയൊക്കെ വിശദീകരിക്കുന്ന ഒരു കുറിപ്പ് തരിക.

ശ്രീമതി ഗാന്ധി ഒരു പ്രസ്താവന എഴുതി നൽകി.

1. ഷാക്കമ്മീഷന്റെ നിയമനവും അതിന്റെ പ്രവർത്തന ശൈലിയും തെറ്റാണ്.

2. സാക്ഷികളായി എത്തിയവർക്ക് വലിയ സമ്മാനങ്ങൾ ജനതാപ്പാർട്ടി വാഗ്ദാനം ചെയ്തിട്ടുണ്ട്.

3. സാക്ഷികളുടെ മൊഴി കമ്മീഷൻ രഹസ്യമായാണ് രേഖപ്പെടുത്തി യിട്ടുള്ളത്.

4. ജസ്റ്റീസ് ഷാ, പ്രതിഭാഗം വക്കീലിന് സാക്ഷികളെ ക്രോസ് വിസ്താരം ചെയ്യാനുള്ള അവസരം നൽകിയില്ല.

5. പ്രധാനമന്ത്രി പ്രസിഡന്റിന് നൽകുന്ന ഉപദേശം അന്വേഷണ ക്കമ്മീഷന്റെ അന്വേഷണാധികാര പരിധിയിൽ വരുന്നതല്ല. അത് പാർല മെന്റിന്റെ മാത്രം അധികാരമാണ്.

ഒടുവിലായി ശ്രീമതി ഗാന്ധി കൂട്ടിച്ചേർത്തു

6. മുൻ പ്രധാനമന്ത്രി എന്ന നിലയിൽ ഞാൻ എടുത്തിട്ടുള്ള സത്യ പ്രതിജ്ഞയുടെ അടിസ്ഥാനത്തിൽ സർക്കാർ രഹസ്യങ്ങൾ പരസ്യമായി പറയുവാൻ കഴിയുകയില്ല.

മാധ്യമങ്ങൾ കൂട്ടത്തോടെ ശ്രീമതി ഗാന്ധിക്ക് ഏതിരായി എഴുതി. കോടതി വിധി ശ്രീമതി ഗാന്ധിക്ക് എതിരായിരിക്കുമെന്ന് അവർ മാധ്യമ ങ്ങളിൽ എഴുതി. പാകിസ്താനിൽ സുൾഫിക്കർ അലി ഭൂട്ടോയുടെ വിചാ രണയ്ക്കു തുല്യമാണ് ഇന്ത്യയിൽ ശ്രീമതി ഗാന്ധിക്കെതിരായി നടക്കു ന്നതെന്ന് അവർ എഴുതി.

ജസ്റ്റീസ് ഷാക്കമ്മീഷൻ വിചാരണ രാഷ്ട്രീയ പ്രഹസനമാണെന്നും മേലിൽ താൻ കമ്മീഷൻ മുൻപാകെ ഹാജരാവുകയില്ലെന്നും ശ്രീമതി ഗാന്ധി അറിയിച്ചു. ഷാക്കമ്മീഷൻ മുൻപാകെ 1978 ജനുവരി 9-ാം തിയ്യതി നിർബന്ധമായും ശ്രീമതി ഗാന്ധി ഹാജരാകണമെന്ന് കാണിച്ച് സമൻസു വന്നു. കമ്മീഷൻ മുൻപാകെ വന്ന് മറുപടി പറയാൻ വിസമ്മതിച്ചത് ഇന്ത്യൻ പീനൽകോഡ് സെക്ഷൻ 179 അനുസരിച്ച് നിയമനിഷേധമാണെന്നും അതിനെതിരെ കേസ്സെടുക്കണമെന്നും കോടതി ഉത്തരവിട്ടു. കോപാകുലനായാണ് ജസ്റ്റീസ് ഷാ കല്പിച്ചത്.

-ശ്രീമതി ഗാന്ധിക്കെതിരെ മജിസ്ട്രേറ്റ് കോടതിയിൽ കേസ് ഫയൽ ചെയ്യുക. ജനുവരി 15-ാം തിയ്യതി വീണ്ടും ശ്രീമതി ഗാന്ധി വിളിക്കപ്പെട്ടു. തന്നെ അപമാനിക്കാനാണ് ഈ വിളിയെന്നു മനസ്സിലായി. അരിശം മുറ്റിയ മുഖവുമായാണ് അവർ കോടതി മുറിയിലേക്കു ചെന്നത്. നട്ടെല്ലു നിവർത്തി തല ഉയർത്തിപ്പിടിച്ച് ഒരു ചക്രവർത്തിനിയെപ്പോലെ അവർ ജസ്റ്റീസ് ഷായെ നേരിട്ടു. പ്രാഥമിക നടപടിക്കു ശേഷം പ്രിസൈഡിംഗ് ഓഫീസ്സർ പറഞ്ഞു.

-ശ്രീമതി ഗാന്ധി ദയവായി ജസ്റ്റീസിന്റെ മുന്നിൽ ഈ കസേരയിൽ ഇരിക്കുക.

ശ്രീമതി ഗാന്ധി ആ അഭ്യർത്ഥന കേട്ടതായി ഭാവിക്കുകയോ കസേരയിൽ ചെന്നിരിക്കുകയോ ചെയ്തില്ല

-നിങ്ങൾ ഈ കസേരയിൽ ഇരിക്കണം.

ജസ്റ്റീസ് മയമില്ലാതെ പറഞ്ഞു.

-ഇല്ല സർ, ഇവിടെ സംസാരിക്കാൻ ഞാൻ തയ്യാറല്ല.

-താങ്കൾ ദയവായി ഈ കസേരയിൽ ഇരിക്കൂ.

-ഇല്ല സർ,

-സത്യപ്രതിജ്ഞയോടെ ഒരു പ്രസ്താവന ചെയ്യാൻ നിങ്ങൾ തയ്യാറാണോ?

-കൂടുതലായി എനിക്കൊന്നും പറയാനില്ല.

ജസ്റ്റീസ് ഷായുടെ മുഖം കോപംകൊണ്ടു ചുവന്നു. അപ്പോൾ തന്നെ അരിശത്തോടെ ഒരു ഉത്തരവ് ഡിക്റ്റേറ്റു ചെയ്തു. ദില്ലി മജിസ്ട്രേറ്റ് കോടതിയിൽ ശ്രീമതി ഗാന്ധിയെ വിചാരണ ചെയ്യട്ടെ. അന്വേഷണക്കമ്മീഷനെ ധിക്കരിച്ചുവെന്നതാണ് കുറ്റം. ഉത്തരവു കേട്ടതോടെ ശ്രീമതി ഗാന്ധിയും അവരുടെ കുടുംബാംഗങ്ങളും കോടതി മുറിയിൽ നിന്നും സ്ഥലം വിട്ടു.. ശ്രീമതി ഗാന്ധിയുടെ ക്യാബിനറ്റിൽ ഉണ്ടായിരുന്ന മന്ത്രിമാർ ഷാക്കമ്മീഷൻ മുൻപാകെ മൊഴി കൊടുത്തു.

-ഞങ്ങൾ പ്രധാനമന്ത്രിയുടെ കല്പനകൾ അനുസരിക്കുക മാത്രമാണ് ചെയ്തത്. നിർബന്ധിച്ച് ഞങ്ങളെകൊണ്ട് നടപടികൾ എടുപ്പിക്കുകയായിരുന്നു. അതോടെ ശ്രീമതി ഗാന്ധിയുടെ പാർട്ടിയിൽ വീണ്ടും

ഭിന്നിപ്പുണ്ടായി. ഡിസംബർ 18-ാം തിയ്യതി ശ്രീമതി ഗാന്ധി കോൺഗ്രസ്സ് വർക്കിംഗ് കമ്മിറ്റിയിൽ നിന്ന് രാജിവെച്ചു. കോൺഗ്രസ്സ് പ്രസിഡന്റ് ബ്രഹ്മാനന്ദ റെഡ്ഡിക്ക് അവർ എഴുതി. ഓരോ വ്യക്തിയുടേയും ജീവിതത്തിൽ ഉറച്ച തീരുമാനങ്ങളെടുക്കേണ്ട ചില അവസരങ്ങൾ വന്നു ചേരും. എന്റെ ജീവിതത്തിൽ അത്തരമൊരവസ്ഥയിലാണ് ഞാനിപ്പോൾ.

ശ്രീ ബ്രഹ്മാനന്ദ റെഡ്ഡി ശ്രീമതി ഇന്ദിരാ ഗാന്ധിയെ പാർട്ടിയിൽ നിന്ന് പുറത്താക്കി. 1978 ജനുവരി 3-ാം തിയ്യതി കോൺഗ്രസ്സ് പാർട്ടി വീണ്ടും രണ്ടായി. തുറന്ന കൈപ്പത്തി ഇന്ദിരാ കോൺഗ്രസ്സിന്റെ ചിഹ്നമായി (Symbol) സ്വീകരിച്ചു (കാഞ്ചീപുരം കാമകോടി മഠാധിപതി ശ്രീ ശങ്കരാചാര്യർ ശ്രീമതി ഗാന്ധിയെ യാത്രയാക്കുമ്പോൾ കാണിച്ച അഭയമുദ്ര! വിടർത്തിയ കൈപ്പത്തി) ഔദ്യോഗിക കോൺഗ്രസ്സ് പാർട്ടിയിലെ പ്രമാണികളായ നേതാക്കൾ ശ്രീമതി ഗാന്ധിയുടെ രാഷ്ട്രീയ ഭാവി തീർന്നുവെന്ന് വിലയിരുത്തി. അതുകൊണ്ട് അവർ ശ്രീമതി ഗാന്ധിയുടെ ഒപ്പം നിൽക്കാൻ തയ്യാറായില്ല. ശ്രീമതി ഗാന്ധിയുടെ മുൻ ക്യാബിനറ്റിൽ വിദേശ മന്ത്രിയായിരുന്ന ശ്രീ. വൈ.ബി. ചവാനോട് ശ്രീ വസന്ത് സാത്തേ ചോദിച്ചു.

താങ്കൾ എന്തുകൊണ്ടാണ് ഇപ്പോൾ ശ്രീമതി ഗാന്ധിയെ തള്ളിപ്പറയുന്നത്?

-വസന്ത്, താങ്കൾക്ക് രാഷ്ട്രീയം അറിയില്ല. ജനങ്ങൾ വെറുക്കുന്ന ഒരു നേതാവിന്റെ കൂടെ ആരാണ് നിൽക്കുക? എനിക്കവരോട് സഹതാപമുണ്ട്. ജവഹർലാൽ നെഹ്റുവിന്റെ പുത്രിയാണവർ. എന്നാൽ അവരുടെ നിഴലിനെപ്പോലും ഞാൻ ഇപ്പോൾ വെറുക്കുന്നു.

രാജീവ് ഗാന്ധിക്കും ഭാര്യ സോണിയാ ഗാന്ധിക്കും വീട്ടിലെ അശാന്തി വലിയ പ്രശ്നമായി. വീട്ടിലിപ്പോൾ പഴയതുപോലെ ജോലിക്കാരില്ല. വീട്ടുസാധനങ്ങൾ വാങ്ങുന്നതും പാചകം ചെയ്യുന്നതും ഇപ്പോൾ സോണിയാ ഗാന്ധി തനിച്ചാണ്. അദ്ഭുതകരമായ അച്ചടക്കത്തോടെ അവർ കാര്യങ്ങൾ നടത്തി. ഒരേ വിട്ടിലെ പുത്രവധുക്കൾ തമ്മിൽ സംസാരമില്ല. പരസ്പരം നോക്കുക പോലുമില്ല.

ശ്രീമതി ഗാന്ധിക്ക് വലിയ ദുഃഖം തോന്നി.

ആന്ധ്രയിലും കർണാടകത്തിലും ആയിടെ നടന്ന അസംബ്ളി തെരഞ്ഞെടുപ്പിൽ കോൺഗ്രസ്സ് ഐയ്ക്ക് നല്ല ഭൂരിപക്ഷം കിട്ടി. അധികാരത്തിൽ വന്നു. അത് ശ്രീമതി ഗാന്ധിക്ക് ആത്മവിശ്വാസം പകർന്നു. ഉത്തർപ്രദേശിൽ ആസംഗർഹ് നിയോജക മണ്ഡലത്തിൽ ഇടക്കാല തെരഞ്ഞെടുപ്പു വരുന്നു. അത് നിർണായകമാണ്. ആസംഗർഹ് ആഭ്യന്തരമന്ത്രി ശ്രീ ചരൺ സിങ്ങിന്റെ ശക്തി കേന്ദ്രമാണ്. അവിടെ ശ്രീമതി ഗാന്ധി മേൽക്കൈ നേടിയാൽ രാഷ്ട്രീയമായി വലിയ അപകടമാവുമെന്ന് ചരൺ സിങ്ങിനറിയാം. മെയ് മാസത്തിൽ, ഗംഗാ തടത്തിൽ കഠിനമായ

വേനൽക്കാലമാണ്. നദികൾ വറ്റി വരണ്ടു. പാടങ്ങൾ വിണ്ടു കീറി. എവിടെയും പൊടിക്കാറ്റാണ്. ഇക്കാലം പകൽ ഉച്ച തിരിഞ്ഞാൽ ജനങ്ങൾ ഇവിടെ പുറത്തിറങ്ങില്ല. ശ്രീമതി ഗാന്ധി പതുക്കെപ്പതുക്കെ തലയുയർത്തി വരുന്നത് ജനതാ ഗവണ്മെന്റ് ശ്രദ്ധിക്കുന്നുണ്ട്.

ശ്രീ ചരൺ സിങ്ങ് രാം ബച്ചൻയാദവ് എന്നൊരു നേതാവിനെയാണ് സ്വാനാർത്ഥിയാക്കിയത്. അയാൾക്ക് അവിടെ ശക്തമായ ജാതി പിന്തുണയുണ്ട്. അയാൾക്കു വേണ്ടി പ്രചരണത്തിനിറങ്ങിയത് ശ്രീ അതൽ ബിഹാരി ബാജ്പൈ, ചന്ദ്രശേഖർ, ജോർജ്ജ് ഫെർണാണ്ടസ്, രാജ് നാരായൺ എന്നീ മഹാരഥന്മാരാണ്. അടിയന്തരാവസ്ഥയിലെ അതിക്രമങ്ങളെക്കുറിച്ച് അവർ പ്രസംഗിച്ചു. ഇപ്പോൾ ജനതാ ഗവൺമെന്റിന്റെ കൈകളിൽ രാജ്യം സുരക്ഷിതമാണ്. ഏകാധിപതി ഇനി തിരിച്ചു വരരുത്. പണവും അധികാരവുമുള്ള ജനതാപ്പാർട്ടി സ്ഥാനാർത്ഥി ആത്മവിശ്വാസത്തോടെ പടയ്ക്കിറങ്ങി.

ഉത്തർപ്രദേശിൽ പ്രസിദ്ധമായ ഒരു മുസ്ലീം കുടുംബത്തിലെ അംഗമായ ശ്രീമതി മൊഹ്സീനാ കിഡ്വായ്യെയാണ് ശ്രീമതി ഗാന്ധി സ്ഥാനാർത്ഥിയാക്കിയത്. കൈനീളമുള്ള ബ്ളൗസണിഞ്ഞ് കൈത്തറി സാരി ചുറ്റി, സാരിത്തലപ്പു കൊണ്ട് മുഖം പാതി മറച്ച് ശ്രീമതി ഗാന്ധി പ്രചരണത്തിനിറങ്ങി.. വേഷത്തിൽ പോലും അവർ ശ്രദ്ധാലുവായിരുന്നു.

ഒരു തുറന്ന ജീപ്പിൽ ശ്രീമതി മൊഹ്സീന കിഡ്വായ്യെ അടുത്തു നിർത്തി ഉറയൂരിയ വാൾ ഉയർത്തിപിടിച്ച രണ്ടു സിഖ് യുവാക്കൾ പിൻനിന്ന് ശ്രീമതി ഗാന്ധിയും സ്ഥാനാർത്ഥിയും നിയോജക മനണ്ഡലം ചുറ്റി സഞ്ചരിച്ചു. മോട്ടോർ സൈക്കിളുകളിലും തുറന്ന ജീപ്പുകളിലും പാർട്ടി പ്രവർത്തകർ അവരെ പിൻ തുടർന്നു. ആളുകൾ ആ കാഴ്ച കാണാൻ തന്നെ ഓടിക്കൂടി.

ശ്രീമതി ഗാന്ധിയുടെ മുഖത്ത് വീണിരുന്ന വരകൾ ഗ്രാമീണർ ശ്രദ്ധിച്ചു. അവർ പരസ്പരം പറഞ്ഞു.

-നമ്മുടെ നാട്ടിൽ അമ്മയും ഭാര്യയുമായ സ്ത്രീയെ ആരും വേട്ടയാടില്ല. മഹാരഥന്മാർ എന്നു നടിക്കുന്ന സർക്കാരിന്റെ നേതൃത്വപ്പട വൃദ്ധയും അവശയുമായ ഈ സ്ത്രീയെ വേട്ടയാടുന്നു!

അപ്പോൾ വൃദ്ധനായ ഒരു മനുഷ്യൻ പറഞ്ഞു.

-മഹാഭാരതത്തിൽ രാജസഭയിൽ കൗരവർ പാഞ്ചാലിയെ വസ്ത്രാക്ഷേപം ചെയ്ത് അപമാനിച്ചിരുന്നു. അപമാനിച്ചവർ ക്രൂരമായി വധിക്കപ്പെടുകയായിരുന്നു. അതാണ് നമ്മുടെ പാരമ്പര്യം.

സ്ത്രീകൾ അവരുടെ ഭർത്താക്കന്മാരുടെ കല്പന മാനിക്കാതെ ഇന്ദിരാ ഗാന്ധിയുടെ സ്ഥാനാർത്ഥിക്ക് വോട്ടു ചെയ്തു. തെരഞ്ഞെടുപ്പു ഫലം വന്നപ്പോൾ ശ്രീമതി ഗാന്ധി ദില്ലിയിലായിരുന്നു. യാതൊരാഘോഷവും പാടില്ലെന്ന് അവർ പറഞ്ഞു. തന്റെ വിജയം ജനതാ ഗവണ്മെന്റിനെ വിറളിപിടിപ്പിക്കുമെന്നറിയാം. അരിശംകൊണ്ട ജനതാ

സർക്കാർ 'കിസാ കുർസി കാ' എന്ന സിനിമാക്കേസ്സിൽ സഞ്ജയന്റെ ജാമ്യം റദ്ദാക്കി. അയാളെ അറസ്റ്റു ചെയ്ത് ന്യൂഡൽഹിയിലെ തിഹാർ ജയിലിൽ അടച്ചു. മെയ് മാസമായി, ദില്ലിയിൽ അത്യുഷ്ണം. കുറച്ചു ദിവസത്തെ വിശ്രമത്തിനായി ശ്രീമതി ഗാന്ധി കർണാടകത്തിലേക്കു പോയി. പ്രീയ സ്നേഹിത പുപുൽ ജയക്കറേയും കൂടെക്കൂട്ടിയിരുന്നു. കർണാടകയിൽ കോൺഗ്രസ്സ് ഗവൺമെന്റാണ്. മുഖ്യമന്ത്രി ശ്രീ ദേവ രാജ് അർസ് ക്ഷണിച്ചിട്ടാണ് ശ്രീമതി ഗാന്ധി പോയത്.

ജനതാ ഗവണ്മെന്റ് അവരെ അറസ്റ്റു ചെയ്യാൻ പോകുന്നുവെന്ന വിവരം കിട്ടിയിരുന്നു. ആസം ഗർഹിലെ ശ്രീമതി ഗാന്ധിയുടെ സ്ഥാനാർത്ഥിയുടെ വിജയവും ആൾകൂട്ടത്തിന്റെ മുദ്രാവാക്യം വിളിയും ജനതാ സർക്കാരിനെ അസ്വസ്ഥപ്പെടുത്തിയിരിക്കുന്നു. ശ്രീമതി ഗാന്ധിയെ സ്വതന്ത്രയായി വിട്ടുകൂടെന്ന് സർക്കാർ നേതൃത്വം തീരുമാനിച്ചു. പ്രതീക്ഷിച്ചതുപോലെ അറസ്റ്റ് പെട്ടന്നുണ്ടായില്ല. കർണാടകയിലേക്കുള്ള യാത്രയ്ക്ക് വിമാനത്തിൽ ഇരുന്ന ഉടനെ ശ്രീമതി ഗാന്ധി ഒരു ടവ്വൽ എടുത്ത് മുഖത്തിട്ടിട്ട് ചാരിയിരുന്നു. നിമിഷങ്ങൾക്കുള്ളിൽ അവർ ഉറങ്ങി. അവരുടെ ചെറിയ കൂർക്കംവലി പുപുൽ കേട്ടു. ഈ സിദ്ധിയാണ് അവരെ ശാരീരികമായ തളർച്ചയിൽ നിന്ന് രക്ഷിക്കുന്നത്. കാറിൽ സഞ്ചരിക്കുമ്പോഴും ലക്ഷ്യത്തിലെത്താനുള്ള സമയമത്രയും അവർ ഉറങ്ങും. അതുകൊണ്ട് ഉറങ്ങാതെ രാത്രി മുഴുവൻ പ്രവർത്തിക്കാൻ അവർക്കു കഴിയും. ശ്രീമതി ഗാന്ധിയും മുഖ്യമന്ത്രി ദേവരാജ് അർസും തുറന്ന ജീപ്പിൽ മുൻസീറ്റുകളിൽ ഇരുന്നു. പിൻസീറ്റിൽ ശ്രീമതി പുപുൽ ജയക്കറും ഇരുന്നു. എട്ടുപത്തു വാഹനങ്ങൾ അകമ്പടിയായി പിൻതുടർന്നു.

ചെറു ടൗണുകളിലൂടെയും ഗ്രാമങ്ങളിലൂടെയും അവർ കടന്നുപോയി. അവിടവിടെ ആൾകൂട്ടം കാണുന്നേടത്ത് അവർക്കു നേരെ കൈകൾ വീശി ശ്രീമതി ഗാന്ധി ഉന്മേഷം വീണ്ടെടുത്തു. വിശ്രമയാത്ര മറ്റൊരു രാഷ്ട്രീയ യാത്രയായി പരിണമിക്കുകയായിരുന്നു. എന്നാൽ രാഷ്ട്രീയ ചർച്ചകൾ ഇല്ല, പ്രസംഗങ്ങളില്ല, കേസ്സും വക്കീലന്മാരുമായുള്ള കൂടിയാലോചനകളുമില്ല. സ്വസ്ഥം. സുഖം ഒടുവിൽ അവർ ഒരു ഗ്രാമക്കവലയിൽ എത്തി. ഗ്രാമത്തിലെ സ്ത്രീകളും കുട്ടികളും പുരുഷന്മാരും അവിടെ കൂട്ടംകൂടി നിന്നിരുന്നു. ശ്രീമതി ഗാന്ധി തുറന്ന ജീപ്പിൽ എണീറ്റു നിന്നു.

'ഇന്ദിരാമ്മാ... ഇന്ദിരാമ്മാ....' എന്നു വിളിച്ചുകൊണ്ടു സ്ത്രീകൾ ചുറ്റും കൂടി. അവർ ചെറിയ കുട്ടികളെയെടുത്ത് ശ്രീമതി ഗാന്ധിയുടെ നേരെ നീട്ടി.

'അനുഗ്രഹിക്കു അമ്മേ' എന്നവർ കർണാടക ഭാഷയിൽ ആവശ്യപ്പെട്ടു.

മുല്ലമാലയും ജമന്തിമാലയും ശ്രീമതി ഗാന്ധിയുടെ കഴുത്തിലണിയിച്ച് സ്ത്രീകൾ ഉറക്കെപ്പറഞ്ഞു.

-ഇന്ദിരാമ്മയാണ് ഞങ്ങളുടെ നേതാവ്

വൈകുന്നേരങ്ങളിൽ ചില സ്വകാര്യ സംഭാഷണങ്ങളും അവർ പുപുലുമായി നടത്തി. തന്റെ ബാല്യകൗമാരങ്ങളെക്കുറിച്ചു പറഞ്ഞപ്പോൾ അവർ വികാരവതിയായി. തന്റെ രണ്ടാമത്തെ പുത്രനെക്കുറിച്ച് പറഞ്ഞപ്പോൾ ഒരമ്മയുടെ അതിവാത്സല്യം വ്യക്തമായിരുന്നു.

താൻ ഹൃദയത്തോടു ചേർത്തുവെച്ചിരിക്കുന്ന രണ്ടു വ്യക്തികളുണ്ട്. അവർ പറഞ്ഞു.

-ഒരാൾ പിതാവാണ്. രണ്ടാമത്തെ വ്യക്തി എന്റെ രണ്ടാമത്തെ മകനാണ്.

-ജീവിതത്തിൽ ഞാൻ ഏറ്റവും വലിയ തെറ്റു ചെയ്തത് എന്റെ അമ്മയോടാണ്. പുത്രിയുടെ സ്നേഹം അവർക്കു നൽകാൻ കഴിഞ്ഞില്ല. അവരുടെ ആപൽക്കാലത്ത് ഞാൻ എന്റെ പിതാവിനൊപ്പം സുഖം തേടിപ്പോവുകയായിരുന്നു. എന്നാൽ ആ അമ്മ തന്റെ മകൾക്കുവേണ്ടി എന്നും വേവലാതിപ്പെട്ടിരുന്നു. കരുത്തനായ ഫിറോഷ് ഗാന്ധിയെക്കൊണ്ട് തന്റെ മകളെ വിവാഹം കഴിപ്പിക്കുന്നതിന് ആഗ്രഹിച്ചയാൾ അമ്മയാണ്. അത്താണിയില്ലാത്ത മകൾക്ക് ഒരടിത്തറയാകട്ടേയെന്നു കരുതിയാണ് ആ അമ്മ രാഷ്ട്രീയമില്ലാത്ത കരുത്തനായ ഫിറോഷിനെ നിയോഗിച്ചത്. തന്റെ ഭർത്താവിന് അർഹമായ ഭാര്യാസ്നേഹം നൽകുവാനും തനിക്കായിട്ടില്ല. കുറ്റബോധത്തോടെ അവർ വിതുമ്പിയപ്പോൾ പുപുൽ പറഞ്ഞു.

-ഞാനൊരു വിധി വിശ്വാസിയല്ല. എന്നാൽ ഈ ജീവിതം പൂർണമായും നമ്മുടെ നിയന്ത്രണത്തിലല്ല.

ശ്രീമതി ഗാന്ധി തന്റെ പേര് കർണാടകയിലെ ഒരു ഗ്രാമീണാശ്രമത്തിൽ രജിസ്റ്റർ ചെയ്തു. ഗ്രാമത്തിലെ ഒരംഗമെന്ന് രേഖയിലായി. ആ രേഖയുമായി തന്റെ വാസസ്ഥല വിലാസം കർണാടകയിലെ ഡിസ്ട്രിക്ട് മജിസ്ട്രേറ്റിനു മുമ്പാകെ സമർപ്പിച്ചു. തെറ്റായ വാസസ്ഥലം രജിസ്റ്റർ ചെയ്യാൻ ശ്രമിച്ചുവെന്നാരോപിച്ച് ജനതാപ്പാർട്ടി ശ്രീമതി ഗാന്ധിക്കെതിരെ കേസ്സു കൊടുത്തു. ലോകസഭാംഗമായ ശ്രീ ദേവഗൗഡയോട് തന്റെ ലോകസഭാംഗത്വം രാജിവെയ്ക്കുവാൻ മുഖ്യമന്ത്രി ദേവരാജ് അർസ് ആവശ്യപ്പെട്ടു. ജനതാപ്പാർട്ടിയുടെ കേസ്സ് മജിസ്ട്രേറ്റ് തള്ളി.

ശ്രീമതി ഗാന്ധി ദില്ലിയിൽ മടങ്ങിയെത്തി. ജനതാ ഗവൺമെന്റ് ശ്രീമതി ഗാന്ധിയുടെ വോട്ടവകാശം റദ്ദു ചെയ്യാനുള്ള ഗൂഢാലോചനകൾ നടത്തുന്നതായി അറിഞ്ഞു. ശ്രീലങ്കയിൽ ആയിടെ ഒരു നിയമം പാസ്സായിട്ടുണ്ട്. ജനങ്ങൾക്കെതിരെ കുറ്റം ചെയ്തിട്ടുള്ള രാഷ്ട്രീയ നേതാക്കൾ തെരഞ്ഞെടുപ്പിൽ മത്സരിക്കാൻ പാടില്ല. ശ്രീമതി ഗാന്ധി പാർലമെന്റിൽ എത്തിയാൽ അവർ പ്രതിപക്ഷ നേതാവാകും. അവർക്കപ്പോൾ ക്യാനബിനറ്റ് മിനിസ്റ്ററുടെ എല്ലാ അവകാശങ്ങളും പദവിയും കിട്ടും. അത് സംഭവിക്കാൻ പാടില്ല.

എന്നാൽ കർണാടകയിൽ മുഖ്യമന്ത്രി ശ്രീമതി ഗാന്ധിയുടെ പാർട്ടിക്കാരനാണ്. അദ്ദേഹം നിയമ തടസ്സങ്ങളില്ലാതെ ശ്രീമതി ഗാന്ധിക്ക് മത്സരിക്കാനുള്ള ഒരുക്കങ്ങൾ പൂർത്തിയാക്കി.

ഒക്ടോബർ ആറാം തിയതി 12.30ന് ശ്രീമതി ഗാന്ധി തന്റെ നോമിനേഷൻ പേപ്പർ സമർപ്പിച്ചു. വാസസ്ഥലം സംബന്ധമായ പ്രശ്നങ്ങൾ ഉണ്ടായില്ല. ഒക്ടോബർ 19-ാം തിയ്യതി അവർ പ്രചരണംതുടങ്ങി. അവർക്കെതിരെ ശക്തനായ ഒരാളെ സ്ഥാനാർത്ഥിയാക്കണമെന്ന് കേന്ദ്രമന്ത്രിസഭ ഒന്നടങ്കം തീരുമാനിച്ചു. കേന്ദ്ര മന്ത്രിസ്ഥാനം രാജിവെച്ചിട്ട് താൻ തന്നെ സ്ഥാനാർത്ഥിയാവാമെന്ന് ശ്രീ ജോർജ്ജ് ഫെർണാണ്ടസ് പ്രധാനമന്ത്രിയെ അറിയിച്ചു. കർണാടകം തന്റെ മാതൃ സംസ്ഥാനമാണ്. ഭാഷ അറിയാം. മണ്ണിന്റെ മകൻ എന്ന നിലയിൽ ജനങ്ങൾ തന്നെ ജയിപ്പിക്കും.

ഒടുവിൽ കർണാടകയിലെ മുൻ മുഖ്യമന്ത്രി ശ്രീ രവീന്ദ്ര പാട്ടീലിനെയാണ് എതിർ സ്ഥാനാർത്ഥിയാക്കിയത്.

പാട്ടീലിന്റെ പ്രചാരണച്ചുമതല ശ്രീ ജോർജ്ജു ഫെർണാണ്ടസ് സ്വയം ഏറ്റെടുത്തു. പ്രചരണ വേദികളിൽ മുറിവേറ്റ സിംഹത്തെപ്പോലെ ശ്രീ ജോർജ്ജ് ചാടി അലറുകയായിരുന്നു. 'ഏകാധിപതിക്ക് വോട്ടു കൊടുക്കരുത്.'

തുറന്ന ജീപ്പിൽ നിന്നുകൊണ്ട് മലയടിവാരത്തിലെ ഓരോ ഗ്രാമത്തിലും ശ്രീമതി ഗാന്ധി ചെന്നു. ഗ്രാമവാസികൾ കൂട്ടമായി വന്ന് അവരെ കണ്ടു. കോഫി എസ്റ്റേറ്റിലെ തൊഴിലാളികൾക്കിടയിലൂടെ അവർ നടന്നു. അവരുടെ വാസസ്ഥലത്തു ചെന്ന് ചിക്മകളൂർ കോഫി കുടിച്ചു. പിന്നെയവർ ആദിവാസിക്കുടിലുകളിലും ചെന്നു. ഇന്ദിരാഗാന്ധി തെരഞ്ഞെടുപ്പിൽ തോറ്റിരുന്നുവെന്ന് അവരറിഞ്ഞിരുന്നില്ല. അവരെ ജയിലിൽ അടച്ചിരുന്നു എന്നറിഞ്ഞപ്പോൾ യെല്ലമ്മ എന്ന സ്ത്രീ ചോദിച്ചു.

-മഹാറാണിമാരെ ആരെങ്കിലും ജയിലിൽ അടയ്ക്കുമോ?

ശ്രീമതി ഗാന്ധിയുടെ ആഭിജാത്യം നിഴലിക്കുന്ന മുഖവും ശരീരവും നോക്കിയിട്ട് യെല്ലമ്മ തുടർന്നു പറഞ്ഞു.

-നമ്മുടെ പ്രധാനമന്ത്രിയാവേണ്ടത് ഇവർ തന്നയാണ്. ഇവരെ തോൽക്കുവാൻ ഞങ്ങൾ അനുവദിക്കില്ല.

ഗ്രാമീണക്കുടിലുകളുടെ ഓലച്ചുവരുകളിൽ ശ്രീമതി ഗാന്ധിയുടെ പടമുള്ള നോട്ടീസുകൾ തൂക്കിയിട്ടിരിക്കുന്നത് കണ്ടു. ഗ്രാമങ്ങളുടെ എല്ലാ മുക്കുകളിലും ബാനറുകളുണ്ടായിരുന്നു.

-നിങ്ങളുടെ വോട്ട് നിങ്ങളുടെ മകൾക്കു നൽകുക.

കർണാടകഭാഷയിൽ എഴുതിയിരിക്കുന്നത് സംഘാടകർ ശ്രീമതി ഗാന്ധിക്ക് പറഞ്ഞുകൊടുത്തു.

ബുദ്ധി ജീവികളും, കലാകാരന്മാരും, വിദ്യാർത്ഥി നേതാക്കളും ബാംഗ്ളൂരിൽ ഒത്തുചേർന്ന് ശ്രീമതി ഗാന്ധിക്കെതിരെ ഉയർത്തേണ്ട

മുദ്രാവാക്യങ്ങൾക്കും പരസ്യങ്ങൾക്കും അന്തിമ രൂപം നൽകി. പോസ്റ്ററുകളിൽ തലയോട്ടികൾ കഴുത്തിലണിഞ്ഞ പിശാചിനിയുടെ രൂപമാണ് ശ്രീമതി ഗാന്ധിക്ക് നൽകിയത്. ഗ്രാമീണ ജനതയ്ക്ക് അടിയന്തരാവസ്ഥയെക്കുറിച്ച് അറിവ് ഉണ്ടായിരുന്നില്ല. ചില ബാനറുകളിൽ പത്തി വിടർത്തിയ സർപ്പമായിരുന്നു ശ്രീമതി ഗാന്ധി. ജനതാപ്പാർട്ടിയുടെ അമ്പു തറച്ച് ചോരയൊലിപ്പിക്കുന്ന സർപ്പം. ചിക്മകളൂരിലെ ജനങ്ങൾ സർപ്പാരാധകരായിരുന്നു. ആചാരപരമായ സർപ്പക്കാവും സർപ്പം തുള്ളലും സർപ്പം പാട്ടും അവിടെ തലമുറകളായി ആചരിച്ചുവന്നിരുന്നു. സർപ്പത്തെ കൊല്ലുന്നത് മഹാ അപരാധമായിരുന്നു. നഗരത്തിലെ ബുദ്ധിജീവികൾ തയ്യാറാക്കിയ പ്രചരണ പരിപാടിയിൽ ഗ്രാമവികാരം മനസ്സിലാക്കിയിരുന്നില്ല. ഗ്രാമങ്ങളിൽ നാലു ദിവസം മുൻപുവരെ അന്തരീക്ഷം സമാധാനപരമായിരുന്നു. നവംബർ രണ്ടിന് തെരുവുകളിൽ പൊടുന്നനെ കലാപം ഉയർന്നു. ആര് എങ്ങനെ തുടങ്ങിയെന്ന് ആർക്കുമറിഞ്ഞുകൂടാ. ജനങ്ങൾ രണ്ടു വിഭാഗമായിത്തിരിഞ്ഞ് അടിയും കല്ലേറും തുടങ്ങി. ഉജീറെ ടൗണിൽ ഗായത്രി എന്ന പതിനാറു വയസ്സുള്ള പെൺകുട്ടി ടീയർ ഗ്യാസ് ഷെൽ പൊട്ടിയ ഷോക്കേറ്റു മരിച്ചു. അതോടെ പ്രതിഷേധം ശക്തമായി. ജാഥകളും മീറ്റിംഗുകളും അരങ്ങേറി.

ശ്രീമതി ഗാന്ധി ജയിച്ചേക്കുമെന്ന ആശങ്കയാണ് കലാപത്തിനു കാരണമായത്.

–ജനങ്ങളെ കൊലയ്ക്കു കൊടുക്കാൻ ഞാനാഗ്രഹിക്കുന്നില്ല. വലിയൊരക്രമം ഞാൻ ഒഴിവാക്കി. നവംബർ അഞ്ച് തെരഞ്ഞെടുപ്പുദിനം വന്നു. നല്ല മഴ പെയ്യുന്നുണ്ട്. മഴ വകവെയ്ക്കാതെ ജനങ്ങൾ വരികയും വോട്ടു ചെയ്ത് മടങ്ങുകയും ചെയ്യുന്നുണ്ട്. എഴുപത്തിയാറു ശതമാനം പോളിംഗ് നടന്നു. സ്ത്രീകളായിരുന്നു അധികവും. ശ്രീമതി ഗാന്ധി ദില്ലിക്കു മടങ്ങി. സോവിയറ്റ് എംബസ്സിയിൽ അവരുടെ ദേശീയ ദിനം അചരിക്കുകയാണ്. ശ്രീമതി ഗാന്ധിക്ക് ക്ഷണമുണ്ട്. എംബസ്സിയിലേക്കു പുറപ്പെടാൻ തുടങ്ങുമ്പോൾ സന്ദേശമെത്തി- ചിക്മകളൂരിൽ എഴുപതിനായിരം വോട്ടിന്റെ ഭൂരിപക്ഷത്തോടെ ശ്രീമതി ഗാന്ധി വിജയിച്ചിരിക്കുന്നു. അവർ എംബസ്സിയിൽ എത്തുമ്പോൾ അവിടെ ഷാംപെയ്ൻ പൊട്ടിച്ച് ആഹ്ളാദ പ്രകടനം നടക്കുകയായിരുന്നു. രണ്ടു വർഷത്തെ വനവാസം അവസാനിച്ചിരിക്കുന്നു. കേന്ദ്ര സർക്കാരിന്റേയും ബുദ്ധിജീവികളുടേയും എഴുത്തുകാരുടേയും പത്രക്കാരുടേയും കൂട്ടമായ ആക്രണത്തെയാണ് അതിജീവിച്ചിരിക്കുന്നത്. ആ വിജയം ഒരു മഹാരാജ്യത്തിന്റെ രാഷ്ട്രീയ ചരിത്രത്തിൽ വലിയ പ്രത്യാഘാതങ്ങൾ ഉണ്ടാക്കാൻ പോവുകയാണ്.

ശ്രീമതി ഇന്ദിരാഗാന്ധിക്കെതിരായ വൈരനിര്യാതനശ്രമം ഒരു വർഷക്കാലം (1978) നടന്നുകൊണ്ടിരുന്നു. ഓരോ മാസവും ഓരോ അന്വേഷണ ക്കമ്മീഷൻ നിലവിൽ വന്നു.

ശ്രീമതി ഗാന്ധി പ്രസ്താവിച്ചു.

-ലോകത്ത് ഒരു ജനാധിപത്യ സംവിധാനത്തിലും ഇത്ര ഹീനമായി പ്രതിപക്ഷനേതാവിനെ അവഹേളിച്ചിട്ടില്ല. ഒക്ടോബർ നാലാം തീയ്യതി കോടതി എന്നെ മോചിപ്പിച്ചപ്പോൾ. ഈ രാജ്യത്തിന്റെ പ്രധാനമന്ത്രി ജഡ്ജിയെ അപഹസിച്ചു സംസാരിച്ചു. ആഭ്യന്തര മന്ത്രി പറഞ്ഞത് ഇന്ദിരാഗാന്ധിയെ ജയിലിലടയ്ക്കാത്ത മന്ത്രിമാർ ഷണ്ഡന്മാരാണെന്നാണ്. അടിയന്തരാവസ്ഥക്കാലത്ത് അറിഞ്ഞോ അറിയാതേയോ ചില കടുംകൈകൾ ഉണ്ടായിട്ടുണ്ട്. ഞാനതിന് ജനങ്ങളോട് മാപ്പ് പറഞ്ഞിട്ടുള്ളതാണ്.

ഇന്ദിരാ ഗാന്ധി പ്രസംഗിക്കുമ്പോൾ ഭരണകക്ഷി അംഗങ്ങൾ കൂക്കുവിളിക്കുകയായിരുന്നു.

ഇതിനിടയിൽ

-ഇന്ദിരയുടെ തലയെടുക്കുക

എന്നൊരലർച്ച കേട്ടു.

സഭ നിശ്ശബ്ദമായി.

നിമിഷങ്ങൾക്കുള്ളിൽ ഇന്ദിരാ ഗാന്ധി ഉച്ചത്തിൽ പറഞ്ഞു.

- ഇതാ എന്റെ തല. ഇത് നിങ്ങൾക്കുള്ളതാണ്. എന്റെ ശവപ്പെട്ടി തയ്യാറാക്കിയിരിക്കുകയാണല്ലോ?

പത്ത്

കിളി തുടരുന്നു

വേട്ടയാടപ്പെടുമ്പോഴും ശ്രീമതി ഗാന്ധി തളർന്നു വീണില്ല. പ്രത്യാക്രമണത്തിനൊരുങ്ങുന്ന പെൺപുലിയെപ്പോലെ അവർ പതുങ്ങി. രാഷ്ട്രീയ ചാണക്യ തന്ത്രത്തിന്റെ എല്ലാ മുഖങ്ങളും ശ്രീമതി ഇന്ദിരാ ഗാന്ധി ജനതാപ്പാർട്ടി സർക്കാരിനെതിരെ തിരിച്ചു. 1979 ഫെബ്രുവരി മാസത്തിലാണ് ശ്രീമതി ഗാന്ധിയെ ജയിലിൽ നിന്നും മോചിപ്പിച്ചത്. രാഷ്ട്രീയ എതിരാളികൾ മാത്രമല്ല, തന്റെ തന്നെ പാർട്ടിയിലെ അനുകൂലഭാവികളും ഇന്ദിരാഗാന്ധിയെ അന്ധകൂപത്തിൽ തള്ളിയിടാൻ തക്കം പാർത്തു കഴിയുകയാണ്.

'കിസ്സാകുർസി കാ' സിനിമാക്കേസ്സിന്റെ വിധി വരാനിരിക്കുന്നു.

ശ്രീമതി പുപുൽ ജയക്കർ ഫെബ്രുവരി ഇരുപത്തിനാലാം തീയതി ദില്ലിയിലെത്തി. വിമാനത്താവളത്തിൽ നിന്നും അവർ നേരേ പോയത് ശ്രീമതി ഗാന്ധിയുടെ വസതിയിലേക്കാണ്. ഗെയിറ്റ് അടഞ്ഞു കിടക്കുന്നു. വെളിയിൽ ഒരു പൊലീസ്സുകാരൻ കാവലുണ്ട്. അയാൾ പുപുലിനെ

അറിയും. പുപുൽ അകത്തുചെന്ന് ബെല്ലടിച്ചു. കുറച്ചുനേരം കാത്തു നിന്നപ്പോൾ കതകുതുറന്നത് ബീബി ആംതുൽ സലാം എന്ന സ്ത്രീയാണ്. അവർ വാർദ്ധക്യം ബാധിച്ചുതുടങ്ങിയ ഒരുസ്വാതന്ത്ര്യ സമരസേനാനിയാണ്. ആരോഗ്യവതിയായ അവരിപ്പോൾ ശ്രീമതി ഗാന്ധി യുടെ വസതിയിലെ കെയർ ടേക്കർ ആണ്.

-ഇന്ദു എവിടെ?

പുപുൽ ചോദിച്ചു

-സി.ബി.ഐ ഉദ്യോഗസ്ഥർ മാഡത്തെ ചോദ്യം ചെയ്യുകയാണ്. അകത്തെ മുറിയിലാണ്.

രാജീവ് ഗാന്ധിയുടെ ഇരിപ്പുമുറിയിൽ കടന്ന് ശ്രീമതി പുപുൽ ഇരുന്നു. കുറച്ചു കഴിഞ്ഞ് ബെഡ്റൂമിൽ നിന്ന് രാജീവ് ഗാന്ധി പുറത്തു വന്ന് ശ്രീമതി പുപുലിന്റെ അടുത്തിരുന്നു. അയാളുടെ മുഖം കനത്തി രുന്നു. ഒന്നും പറയാതെ 'നമസ്തെ' എന്നു പറഞ്ഞ് അയാൾ ബെഡ് റൂമിലേക്കു മടങ്ങി. ഒരു മണിക്കൂർ കൂടെ കഴിഞ്ഞാണ് ശ്രീമതി ഇന്ദിരാ ഗാന്ധി ഉൾമുറിയിൽ നിന്ന് പുറത്തു വന്നത്. സി.ബി.ഐ ഓഫീസ്സർമാർ മടങ്ങിപ്പോകുന്നത് പുപുൽ കണ്ടു. ശ്രീമതി ഗാന്ധി ഒരുപാടു മെലിഞ്ഞു പോയിരിക്കുന്നു. മുഖപേശികൾ ഉണങ്ങി മുഖാസ്ഥികൾ തുറിച്ചു നിൽക്കുന്നു. കഴുത്തിലെ ഞരമ്പുകൾ എഴുന്നും വീർത്തും കാണപ്പെട്ടു. സി.ബി.ഐ ഓഫീസ്സർമാർ രണ്ടു മണിക്കൂർ ചോദ്യം ചെയ്തിരിക്കുന്നു. ശ്രീമതി പുപുൽ ചിരിക്കാൻ ശ്രമിച്ചു. കൂടുതലൊന്നും പറയാതെ ഫ്രാൻ സിൽ പ്രസിദ്ധീകരിച്ച അവരുടെ ഫോട്ടോഗ്രാഫി ഗ്രന്ഥം എടുത്തു കൊണ്ടു വന്നു.

'ETERNAL INDIA'

(അനാദ്യന്തമായഭാരതം)

-നോക്കൂ പുപുൽ, കുറിപ്പുകൾ ഫ്രഞ്ചു ഭാഷയിലാണ്. ഇംഗ്ലീഷ് പതിപ്പുവേണം. പുപുൽ എന്നെ സഹായിക്കണം.

ലഞ്ചു കഴിച്ച് സംസാരിച്ചിരിക്കെ ശ്രീമതി ഗാന്ധി പുപുലിനെ ബെഡ്റൂമിലേക്കു കൊണ്ടുപോയി. തകർന്നതുപോലെ അവർ പതുക്കെ കരഞ്ഞു.

-നാളെ 'കിസീ കുർസീകാ'യുടെ വിധി വരും. എനിക്ക് രഹസ്യ വിവരം കിട്ടിയിട്ടുണ്ട്. സഞ്ജയനെ ഏഴുകൊല്ലത്തെ കഠിന തടവിന് ശിക്ഷിക്കും. എനിക്കു തീർച്ചയാണ്, എന്റെ മകനെ അവർ ഇല്ലാതാക്കാൻ ശ്രമിക്കും.

തന്റെ കുഞ്ഞിന് അപകടം പിണയുമെന്നു കണ്ട തള്ളപ്പക്ഷിയെ പ്പോലെ അവർ വേവലാതിപൂണ്ടു. ശ്രീമതി പുപുൽ അവരുടെ രണ്ടു കൈകളും ചേർത്തു പിടിച്ച് നിശ്ശബ്ദം കണ്ണുകളിൽ നോക്കിയിരുന്നു. ഏതാനും മിനിട്ടുകളെടുത്തു അവർ ശാന്തയാവാൻ.

അടുത്ത ദിവസം രാവിലെ 8.30ന് ശ്രീമതി പുപുൽ ശ്രീമതി ഗാന്ധിയുടെ വസതിയിൽ വീണ്ടുമെത്തി. ശ്രീമതി ഗാന്ധി അപ്പോൾ ബ്രേക്ക് ഫാസ്റ്റ് ടേബിളിനു മുന്നിൽ ഇരിക്കുകയാണ്. സഞ്ജയ് ഗാന്ധി കടന്നു വന്നു. ശ്രീമതി ഗാന്ധിയുടെ അടുത്തുചെന്ന് അയാൾ അവരുടെ തോളിൽ കൈവെച്ചു. പിന്നെ അടുത്തിരുന്നു. തന്റെ കവിൾ മമ്മിയുടെ കവിളിൽ ചേർത്ത് സഞ്ജയ് ഒരുനിമിഷം ഇരുന്നു. പിന്നെ മാറിയിരുന്ന് ബ്രേക് ഫാസ്റ്റ് പ്ലെയിറ്റിൽ പോറിഡ്ജും പുഴുങ്ങിയ രണ്ടു കോഴിമുട്ടയും എടുത്തു വെച്ച് നിശ്ശബ്ദം ഭക്ഷിച്ചു. മേനകാ ഗാന്ധി ഹിസ്റ്റീരിയ ബാധിച്ചതുപോലെ ജനതാപ്പാർട്ടിയേയും ജഡ്ജിമാരേയും പഴിച്ചുകൊണ്ട് വന്നു. സഞ്ജയ് ഗാന്ധി ഒന്നും കേൾക്കാത്തതുപോലെ ബ്രേക്ക് ഫാസ്റ്റു കഴിച്ചു. അയാൾ കഴിച്ചെണീറ്റപ്പോൾ ശ്രീമതി പുപുൽ ഒരുസ്പൂണിൽ കുറച്ചു തൈരെടുത്ത് നീട്ടി കുനിഞ്ഞ് തൈരു കഴിച്ചിട്ട് അയാൾ ചിരിച്ചു. മേനകാ ഗാന്ധിയുമായി തന്റെ മെറ്റഡോർ വാൻ സ്വയമോടിച്ച് സഞ്ജയ് പുറത്തേക്കു പോയി.

ശ്രീമതി ഗാന്ധി വരാന്തയിൽ ചെന്ന് കൈകൾ വീശി. വികാരശൂന്യമായ മുഖഭാവത്തോടെ മടങ്ങിവന്ന് അവർ പുപുലിന്റെ അടുത്തിരുന്നു. ഫോട്ടോഗ്രാഫി ബുക്കിന്റെ ഫ്രഞ്ചു കുറിപ്പുകൾ ഇംഗ്ലീഷിലേക്കു പരിഭാഷ ചെയ്യാൻ തുടങ്ങി. ഉച്ചവരെ അവർ ശ്രദ്ധയോടെ ജോലി തുടർന്നു. ആരും ശല്യം ചെയ്തില്ല. മനസ്സിന്റെ ആകുലതകളിൽ നിന്ന് രക്ഷ നേടാനാണ് അവർ ജോലിയിൽ മുഴുകിയതെന്ന് മനസ്സിലായി. പന്ത്രണ്ടുമണിക്ക് ശ്രീമതി ഗാന്ധി എണീറ്റ് ബെൽ അടിച്ചു. ഒരു സഹായി വന്നു. വല്ല വാർത്തയും കിട്ടിയോ?

-ഇല്ല മാഡം

കുറേ സമയം കഴിഞ്ഞ് അതേ സഹായി വന്ന് അറിയിച്ചു.

-സഞ്ജയ് ഗാന്ധിയും, വി.സി. ശുക്ളയും കുറ്റക്കാരാണെന്ന് വിധിച്ചിരിക്കുന്നു. ശിക്ഷാവിധി നാളത്തേക്കു മാറ്റിവെച്ചു.

ഉച്ചയ്ക്ക് പന്ത്രണ്ടുമണിക്ക് ശ്രീമതി ഗാന്ധിയുടെ സ്പെഷ്യൽ അസിസ്റ്റന്റ് ആർ. കെ. ധവാൻ വന്ന് അറിയിച്ചു.

-സഞ്ജയനും ശുക്ളയ്ക്കും രണ്ടു വർഷത്തെ തടവിന് വിധിയായിരിക്കുന്നു. അവർക്ക് ഹൈക്കോടതിയിൽ അപ്പീൽ കൊടുക്കാം. ശ്രീമതി ഗാന്ധിയുടെ മുഖം കുറെ ശാന്തമായി ഇന്ത്യയിൽ ഹൈക്കോടതിയിൽ അപ്പീൽ വിധിയുണ്ടാവാൻ കുറെ സമയമെടുക്കും. അതിനുള്ളിൽ എന്തും സംഭവിക്കാം. രാഷ്ട്രീയ ഗതികൾ തന്നെ മാറാം.

അന്ന് അർദ്ധരാത്രി കഴിഞ്ഞിട്ടും ശ്രീമതി ഗാന്ധി പുപുലുമായി സംസാരിച്ചുകൊണ്ടിരുന്നു.

-പുപുൽ, വീട് പുകയുന്ന ഒരഗ്നിപർവ്വതമായിരിക്കുന്നു. മേനക ആകെ ബഹളമാണ് അവൾ ഇരുപത്തിയൊന്നു വയസ്സ് മാത്രമുള്ള ഒരു പെൺകുട്ടിയാണ്. ഭർത്താവ് തടവിലാക്കപ്പെടാൻ പോകുന്നു, അവളുടെ ഹിസ്റ്റീരിയ നമ്മൾ മനസ്സിലാക്കണം.

ഏതാനും ദിവസങ്ങൾക്കുള്ളിൽ ചില പത്രപവാർത്തകൾ വന്നു.

ശ്രീമതി ഗാന്ധിയുടെ കോൺഗ്രസ്സ് പാർട്ടിയും ശ്രീ സ്വരൺ സിങ്ങും ശ്രീ. വൈ.ബി. ചവാനും നയിക്കുന്ന പാർട്ടി വിഭാഗവുമായി യോജിപ്പിനുള്ള ചർച്ചകൾ നടക്കുന്നുണ്ട്. ശ്രീമതി ഗാന്ധിയുടെ കോൺഗ്രസ്സ് പുതിയ സ്പെഷ്യൽ കോർട്ടു ബില്ല് പാർലമെന്റിൽ പാസ്സാകരുത് എന്ന് ആഗ്രഹിച്ചു. താമസിയാതെ വാർത്ത വന്നു. യോജിപ്പിനുള്ള ചർച്ച പരാജയം! അതിനർത്ഥം സ്പെഷ്യൽ കോർട്ടുബിൽ ഉടൻ നിയമമാകുമെന്നാണ്.

ശ്രീമതി ഗാന്ധി പുപുലിനോടു പറഞ്ഞു.

-രാജ്യസഭയിൽ ബില്ല് പരാജയപ്പെടാൻ സാധ്യതയുണ്ട്. അപ്പോൾ ആറു മാസത്തെ സമയം കിട്ടും. അതിനുള്ളിൽ രണ്ടു വഴികളുണ്ട്. ഒന്ന്, ജനങ്ങളുടെ മുന്നിൽ എല്ലാം തുറന്നു പറഞ്ഞു ചെല്ലുക. രണ്ട് (അവരത് വിശദീകരിച്ചില്ല)

ദേവരാജ് അർസ് പുതിയ നീക്കത്തിലാണ്. അയാൾ രജനീ പട്ടേലിനേയും ചന്ദ്രശേഖറിനേയും കണ്ടിരിക്കുന്നു. അവരിലൂടെ ജനതാപ്പാർട്ടിയിലെ ഉന്നതരുമായി ബന്ധപ്പെടാൻ ശ്രമിക്കുകയാണ്. ശ്രീമതി ഗാന്ധി തുടർന്നു.

-ഞാനൊരു ബുദ്ധിജീവിയൊന്നുമല്ല. ഇവരുടെയൊക്കെ കളി എനിക്ക് നന്നായി മനസ്സിലാവും രാഷ്ട്രീയത്തിൽ ഒന്നും സ്ഥിരമല്ല. ബന്ധങ്ങളും അങ്ങനെതന്നെ. ഒരുഡസൻ നേതാക്കളെങ്കിലും പ്രധാനമന്ത്രിയാവാൻ കൊതിക്കുന്നുണ്ട്.

-പാർട്ടിയെ നശിപ്പിക്കാനാണ് താങ്കൾ ശ്രമിക്കുന്നത്. ഒരുസ്ത്രീയാണെന്ന വിചാരം പോലുമില്ല. ആ കത്തുകിട്ടിയ ഉടനെ വർക്കിംഗ് കമ്മിറ്റി ചേർന്ന് ശ്രീ അർസിനെ പാർട്ടിയിൽ നിന്ന് ആറു വർഷത്തേയ്ത്ത് പുറത്താക്കി. ശ്രീ അർസ് കർണാടക കോൺഗ്രസ്സ് എന്നൊരു പുതി പാർട്ടി രൂപീകരിച്ചു. കർണാടകത്തിലെ കോൺഗ്രസ്സ് എം. എൽ. എ മാരിൽ അധികം പേരും അർസിന്റെ പാർട്ടിയിൽ ചേർന്നു.ശ്രീ അർസ് ബാംഗ്ളൂരിൽ കർണാടക കോൺഗ്രസ്സ് പാർട്ടിയുടെ കൺവെൻഷനും നടത്തി.രാഷ്ട്രീയാകാശത്തിൽ കൃഷ്ണപരുന്തിനെപ്പോലെ ചുറ്റിപ്പറന്ന് ശ്രീമതി ഗാന്ധി എല്ലാം വീക്ഷിക്കുന്നുണ്ടായിരുന്നു.താൻ രാഷ്ട്രീയമായി തളരുന്നത് ജനതാപ്പാർട്ടിയെ സന്തോഷിപ്പിക്കുമെന്ന മനസ്സിലാക്കിയ ശ്രീമതി ഗാന്ധി രാഷ്ട്രീയമായി തളർന്നിരിക്കുന്നതായി ഭാവിച്ചു.

ജനതാപ്പാർട്ടിയിലെ എല്ലാ നേതാക്കളും ഒരിക്കൽ ശ്രീമതി ഗാന്ധിയുടെ കൂടെയുണ്ടായിരുന്നവരാണ്. ഇരപിടിക്കാൻ പതുങ്ങിനീങ്ങുന്ന സിംഹിണിയെപ്പോലെ ശ്രീമതി ഗാന്ധി പ്രവർത്തിച്ചു. ശ്രീ. ചരൺ സിങ്ങുമായി ഒരുടുപ്പം ഉണ്ടാക്കാൻ അവർ ശ്രമിച്ചു. ചരൺസിങ്ങിന്റെ ഹനുമാൻ എന്നു സ്വയം വിശേഷിപ്പിക്കുന്ന ശ്രീരാജ് നാരായണനുമായി സഞ്ജയ് ഗാന്ധി സമ്പർക്കം ഉണ്ടാക്കി. വാരണാസിയിലെ പഴയൊരു

ഗുസ്തിക്കാരനായിരുന്നു രാജ്നാരായണൻ. താമാശകൾ പൊട്ടിച്ച് അയാൾ പ്രസംഗിക്കുമ്പോൾ ജനങ്ങൾ ആർത്തു ചിരിക്കും.രാജ് നാരായണനെക്കണ്ട് സഞ്ജയ് ചില സംഭാഷണങ്ങൾ നടത്തി. അയാളുടെ ശ്രീരാമചന്ദ്രനായ ചരൺ സിങ്ങിന് പ്രധാന മന്ത്രിയാവാൻ കഴിയുമല്ലൊ എന്ന് സഞ്ജയ് ഗാന്ധി പ്രലോഭിപ്പിച്ചു. കോൺഗ്രസ്സ് ഐ.യുടെ പൂർണ്ണ പിൻതുണയും വാഗ്ദാനം ചെയ്തു. പിന്നീടൊരു ദിവസം രഹസ്യമായി സഞ്ജയ് ഗാന്ധി രാജ് നാരായണനോടു പറഞ്ഞു.

-ഇന്ത്യൻ പ്രധാനമന്ത്രിയാവാൻ യോഗ്യൻ യഥാർത്ഥത്തിൽ അങ്ങു തന്നെയാണ്. അങ്ങ് അതിനു ശ്രമിക്കുക. കോൺഗ്രസ്സ് പാർട്ടിയുടെ പിൻതുണ ഞാൻ വാഗ്ദാനം ചെയ്യുന്നു. രാജ് നാരായൺ ശരീരമാകെ കുലുക്കിച്ചിരിച്ചു.

-ശരിയാണു മകനെ, എന്നാലും ചൗധരി സാഹബ് ആദ്യം പ്രധാന മന്ത്രിയാവട്ടെ. പിന്നെ എന്റെ ഊഴം വരും. അപ്പോൾ നിങ്ങളൊക്കെ കൂടെ നിന്നാൽ മതി.

ജനതാപാർട്ടിയിലെ ആഭ്യന്തര കലാപത്തിനിടയിൽ അവർ ശ്രീമതി ഗാന്ധിയെ മറന്നു.

പാക്കിസ്ഥാനിൽ മുൻ പ്രധാനമന്ത്രി സുൾഫിക്കർ അലി ഭൂട്ടോയെ വധശിക്ഷയ്ക്കു വിധിച്ചിരിക്കുന്നു.

1979-ഏപ്രിൽ നാലിന് ഭൂട്ടോയെ തൂക്കിക്കൊന്നു.

ഇന്ത്യയിൽ ചരിത്രത്തിലാദ്യമായി സെൻട്രൽ റിസർവ് പൊലീസ് (സി.ആർ.പി.എഫ്).

അലിഗഡിൽ ഹിന്ദു മുസ്ലിം കലാപം ഉണ്ടായി.

ഇലക്ട്രിസ്റ്റിയുടെ ഉൽപാദനം വളരെ കുറഞ്ഞതിനാൽ പല വ്യവസായങ്ങളും അടച്ചുപൂട്ടി.

നാടിന്റെ അപകടനില പക്ഷേ, പ്രധാനമന്ത്രിക്ക് മനസ്സിലാകുന്നില്ല. എൺപത്തിമൂന്നു വയസ്സു കഴിഞ്ഞ അദ്ദേഹം അനങ്ങാപ്പാറപോലെ നിഷ്ക്രിയനായി.

'ആരെന്തുപറഞ്ഞാലും ഞാൻ കൂട്ടാക്കില്ല, എന്നാണ് അദ്ദേഹം പത്ര സമ്മേളനത്തിൽ പറഞ്ഞത്.

സർക്കാരിനെതിരെ മെന്ററിൽ അവിശ്വാസപ്രമേയം കൊണ്ടുവന്നു.

ജനതാപാർട്ടിയിലെ സോഷ്യലിസ്റ്റുവിഭാഗം രാജി വെച്ചു.

ഡെപ്യൂട്ടി പ്രധാനമന്ത്രി പദം വഹിച്ചിരുന്ന ശ്രീ ചരൺ സിങ്ങും രാജി വെച്ചു.

ശ്രീ ചരൺസിങ് ഭാരതീയ ലോക്ദൾ എന്ന പുതിയ ഒരു രാഷ്ട്രീയ പാർട്ടി ഉണ്ടാക്കി.

പുതിയ സർക്കാർ രൂപീകരിക്കുന്നതിന് ക്ഷണിച്ചു.

കോൺഗ്രസ്സ് എസ്. നേതാവായശ്രീ വൈ.ബി.ചവാന്റെ പിന്തുണയും കിട്ടി.

ശ്രീ ചരൺസിങ് പ്രധാനമന്ത്രിയായി സത്യപ്രതിജ്ഞ ചെയ്തു.

ജനതാപ്പാർട്ടിയിൽ നിന്ന് പുറം ചാടിയ ജോർജു ഫെർണാണ്ടസ്സ്, ബിജു പട്നായ്ക്, എസ്. എൻ മിശ്ര മുതലായവരും മന്ത്രിമാരായി.

ശ്രീമതി ഇന്ദിരാഗാന്ധിക്ക് വധഭീഷണിയുള്ളതായി ഒരു വാർത്ത പരന്നു.

ഒരു ഇന്റർവ്യൂവിൽ ബ്രിട്ടീഷ് ബ്രോഡ്കാസ്റ്റിംഗ് പ്രതിനിധി ശ്രീമതി ഗാന്ധിയോട് ചോദിച്ചു

-താങ്കൾക്ക് വധഭീഷണിയുണ്ടോ?

-അപകടം ഞാൻ ക്ഷണിച്ചു വരുത്താറില്ല. പേടിച്ചോടാറുമില്ല.

1978 ഡിസംബറിൽ ശ്രീമതി ഗാന്ധി തിഹാർ ജയിലിലായിരുന്നു.

അവിടെ തടവറയുടെ ഏകാന്തതയിലിരുന്ന് അവർ തന്റെ ഭാവി പരിപാടികൾ തയ്യാറാക്കി.

പതിനൊന്ന്

കിളി തുടരുകയാണ്

ചരൺ സിങ് മന്ത്രി സഭ നീണ്ടുനിന്നില്ല. പുതിയ തെരെഞ്ഞെടുപ്പ് പ്രഖ്യാപിച്ചു. ശ്രീമതി ഗാന്ധി തടവറയിലെ ഏകാന്തതയിൽ തന്റെ ജീവിതത്തിന്റെ ഇന്നലെകളെക്കുറിച്ച് ചിന്തിച്ചു. യൂറോപ്പിൽ കൊടിയ വനാന്തരങ്ങളിലൂടെ സഞ്ചരിച്ചിട്ടുണ്ട്. വർഷകാല പ്രളയത്തിൽ കുത്തി മറിഞ്ഞൊഴുകുന്ന നദി നാടൻ വള്ളത്തിൽ കടന്നിട്ടുണ്ട്. അലറിയടുക്കുന്ന ജനക്കൂട്ടത്തെ കൂപ്പുകരംകൊണ്ട് ശാന്തമാക്കിയിട്ടുണ്ട്. ഇപ്പോഴിതാ ജീവിതപ്പാതയിലെ മറ്റൊരു ദുർഘടം ഏകയായി കടക്കുന്നു. ബാല്യകാലത്ത് ആലീസ്സിന്റെ അദ്ഭുത ലോകത്ത് ജീവിച്ചിട്ടുണ്ട്. സ്വയം ആലീസ്സെന്ന് സങ്കല്പിച്ചിട്ടുണ്ട്. ആ ആലീസ്സ് ഇന്നിതാ പിശാചുക്കളുടെ ലോകത്ത് എത്തിയിരിക്കുന്നു. തോറ്റു മടങ്ങുകയില്ല. പിശാചുക്കളോട് പൊരുതുക തന്നെ ചെയ്യും.

ശ്രീമതി ഗാന്ധി ജയിൽ മോചിതയായ ഉടനെ സഞ്ജയ് ഗാന്ധിയുടേയും അയാളുടെ യുവ സുഹൃത്തുക്കളുടേയും സഹായത്തോടെ ഇന്ത്യയുടെ ഭൂപടം മുഴുവൻ പരിശോധിച്ചു. ഓരോ നിയോജക മണ്ഡലത്തിലേയും ജനങ്ങളുടെ വികാരം, അവരുടെ സംസ്കാരം എല്ലാം വിലയിരുത്തി. അവിടെയൊക്കെ ചെല്ലാൻ കഴിയുന്ന കുറെ യുവാക്കളേയും തെരഞ്ഞെടുത്തു.

അവരെ രണ്ടും മൂന്നും പേരുടെ ഓരോ ഗ്രൂപ്പായി തിരിച്ച് ഓരോ നിയോജക മണ്ഡലത്തിലേക്കും അയച്ചു. അവർ അതാതിടങ്ങളിലെ യുവാക്കളെ സംഘടിപ്പിച്ച് ഗ്രാമങ്ങളുടെ ചുമതല ഏല്പിച്ചു. ഗ്രാമങ്ങളാണ് എന്നും തന്നെ പിൻതുണച്ചിട്ടുള്ളത്. രാഷ്ട്രീയ വെള്ളിവെളിച്ചത്തിൽ നിന്ന് പുറന്തള്ളപ്പെട്ടിരുന്നതുകൊണ്ട് പത്ര മാധ്യമങ്ങളും എതിർകക്ഷിനേതാക്കളും ശ്രീമതി ഗാന്ധിയുടെ നീക്കങ്ങൾ മനസ്സിലാക്കിയില്ല. ശ്രീമതി ഗാന്ധി ഇപ്പോൾ കാറ്റുപോയ ബലൂൺ പോലെയാണെന്ന് എല്ലാവരും കരുതി. എന്നാൽ അവർ സഞ്ചാരം തന്നെയായിരുന്നു. വിമാനം, ഹെലിക്കോപ്ടർ, കാർ, കാൽനട - എല്ലായിടത്തും അവരെത്തി. രാജ്യത്തിന്റെ എല്ലാ നിയോജക മണ്ഡലത്തിലും ശ്രീമതി ഗാന്ധി ചെന്ന് തന്റെ സാന്നിദ്ധ്യം അറിയിച്ചു. ശ്രീമതി ഗാന്ധി തന്റെ പേഴ്സണൽ അസിസ്റ്റന്റിനേയും മൂന്ന് സെക്യൂരിറ്റിക്കാരേയും കൂടെ കൂട്ടി. രണ്ട് സൂട്ട്കെയ്സുകളിലായി ഖാദി സാരികളും ബ്ളൗസുകളും ഉൾവസ്ത്രങ്ങളും എടുത്തു.

രണ്ട് വലിയ ഫ്ളാസ്ക്കും എടുത്തു. ഒന്നിൽ തിളപ്പിച്ചാറിയ പാലും മറ്റേതിൽ തിളപ്പിച്ച വെള്ളവും ഉണ്ടാവും. കുറച്ചു വറുത്ത കശുവണ്ടി, വറുത്ത നിലക്കടല, ഡ്രൈഫ്രൂട്ട്സ് എന്നിവയും കുറച്ച് ആപ്പിളും കരുതി. സൂര്യതാപത്തിൽ നിന്നും രക്ഷനേടാൻ ഒരു കുടയും എടുത്തു. ഗ്രാമങ്ങളിൽ അവരുടെ വരവറിഞ്ഞ് ആളുകൾ ഓടിക്കൂടുകയായിരുന്നു. ചിലർ വന്ന് തൊട്ടു ചിലർ കുഞ്ഞുങ്ങളെക്കൊണ്ടുവന്ന് അനുഗ്രഹിക്കണമെന്ന് അപേക്ഷിച്ചു. വോട്ടർമാരോട് അവർ ഒരു തത്ത്വവും പറഞ്ഞില്ല. തനിക്ക് വോട്ടുചെയ്യണമെന്നും ആവശ്യപ്പെട്ടില്ല.

ഒരു കുശലം

ഒരു പുഞ്ചിരി

ഒരു കൈവീശൽ

പൂമാല തന്റെ കഴുത്തിൽ അണിയിക്കുമ്പോൾ അതെടുത്ത് തന്റെയടുത്തുവരുന്ന ഒരു സ്ത്രീയുടെ കഴുത്തിൽ തിരികെയിടും. ജനതാപ്പാർട്ടിയുടെ പ്രധാന തെരഞ്ഞെടുപ്പു സന്ദേശം ശ്രീമതി ഗാന്ധിയെ ജയിപ്പിച്ചാൽ അടിയന്തരാവസ്ഥ തിരികെക്കൊണ്ടുവരും എന്നതായിരുന്നു. ജനങ്ങൾ ശ്രീമതി ഗാന്ധിയെ ഇനിയൊരിക്കലും ജയിപ്പിക്കില്ലെന്ന് അവർ വിശ്വസിച്ചു. ശ്രീജയപ്രകാശ് നാരായണൻ 1979 ഒക്ടോബർ ഏഴിന് ബോംബെയിൽ വെച്ച് മരിച്ചു. ബോംബെയിലെ ജെസ്ലോക് ആശുപത്രിയിൽ അദ്ദേഹം അസുഖം ബാധിച്ച് കിടപ്പിലായിരുന്നു.

-കഴിഞ്ഞ പത്ത് ആഴ്ചകളിൽ 40 ദിവസം ശ്രീമതി ഇന്ദിരാഗാന്ധി സഞ്ചാരത്തിലായിരുന്നു. 40,000 കിലോമീറ്റർ അവർ സഞ്ചരിച്ചു. വിമാനത്തിൽ, ഹെലിക്കോപ്ടറിൽ, കാറിൽ, കാൽനടയിൽ... 529 ലോകസഭാ മണ്ഡലങ്ങളിൽ 250 മണ്ഡലങ്ങളിൽ അവർ നേരിട്ടെത്തി. 350 തെരഞ്ഞെടുപ്പു മീറ്റിംഗുകളിൽ പ്രസംഗിച്ചു. ഡിസംബർ 15 മുതൽ ജനുവരി 4, 1980 വരെ ഇനിയുള്ള ദിവസങ്ങളിൽ അവർ മറ്റു മണ്ഡലങ്ങളും സന്ദർശിക്കും. ഒൻപതു കോടി ജനങ്ങളോട് നേരിട്ടു സംസാരിച്ചു. രാജ്യത്തെ

നാലിലൊന്നു വോട്ടർമാരാണ് അവരുടെ മുഖം കണ്ടത്, സംസാരം കേട്ടത്. തെരഞ്ഞെടുപ്പിന് മൊത്തം 529 ലോകസഭാ സീറ്റുകളാണുള്ളത്.

ഇന്ത്യൻ മാർക്കറ്റ് റിസേർച്ച് ബ്യൂറോ പ്രവചിച്ചു.

529–ൽ ശ്രീമതി ഗാന്ധിക്ക് 291 സീറ്റു കിട്ടും.

ശ്രീമതി ഇന്ദിരാ ഗാന്ധി തന്റെ ഡയറിയിൽ കുറിച്ചുവെച്ചിരുന്നു - 350 സീറ്റ് കിട്ടും– തെരഞ്ഞെടുപ്പു ഫലം വന്നപ്പോൾ ശ്രീമതി ഗാന്ധിയുടെ കക്ഷിക്ക് 351 സീറ്റുകൾ കിട്ടി. ശ്രീമതി ഗാന്ധി രണ്ടിടത്തു മത്സരിച്ച് രണ്ടിടത്തും ജയിച്ചതുകൊണ്ടാണ് ഒരു സീറ്റ് അവർ പ്രതീക്ഷിച്ചതിലും കൂടുതൽ കിട്ടിയത്. (കഴിഞ്ഞ തെരഞ്ഞെടുപ്പിൽ - 1977 ശ്രീമതി ഗാന്ധി തോറ്റ റായ്ബാറേലിയിലും ആന്ധ്രപ്രദേശിൽ മേദക് നിയോജകമണ്ഡലത്തിലും ഇത്തവണ അവർ മത്സരിച്ചിരുന്നു) അധികാരം ഇല്ലാതിരുന്ന കഴിഞ്ഞ വർഷങ്ങളിൽ ലോകത്തു നടക്കുന്ന പ്രധാന കാര്യങ്ങൾ ശ്രീമതി ഗാന്ധി ശ്രദ്ധിച്ചിരുന്നു.

ഇപ്പോൾ ലോകത്ത് അരങ്ങേറിക്കൊണ്ടിരിക്കുന്നത് കമ്പ്യൂട്ടർ വിപ്ലവമാണ്. കമ്പ്യൂട്ടർ വിദ്യാഭ്യാസത്തിന്റെ വലിയൊരു ഉപജ്ഞാതാവാണ് ജീൻ ജാക്വസ് സെർവാൻ സ്ക്രൈബർ (Jean Jacques servan schreiber) സ്ക്രൈബറെ ഇന്ദിരാ ഗാന്ധി ദില്ലിയിലേയ്ക്കു ക്ഷണിച്ചു. തെരഞ്ഞെടുപ്പുഫലം വരുന്നതിന് രണ്ടു ദിവസം മുൻപാണ് ക്ഷണം പോയത്. തെരഞ്ഞെടുപ്പിൽ ജയിക്കുമെന്നും താൻ പ്രധാനമന്ത്രിയാവുമെന്നുമുള്ള ആത്മവിശ്വാസത്തിലാണ് അങ്ങനെയൊരു ക്ഷണമുണ്ടായത്. രാജ്യത്തെ പുതുതലമുറയെ ആധുനിക വിദ്യാഭ്യാസത്തിലേക്കു കൊണ്ടുവരണം. പതിനഞ്ചുവയസ്സിനു താഴെയുള്ള ഇരുപത്തിയഞ്ചു കോടി കുട്ടികൾക്ക് എഴുത്തും വായനയും അറിഞ്ഞുകൂടാ. ജീൻ ജാക്വസ് സെർവാൻ സ്ക്രൈബർ വന്നു. ടെക്നോളജി എന്നാൽ തൊഴിൽ എന്നാണർത്ഥമെന്ന് ജീൻ ജാക്വസ് പറഞ്ഞു. മൈക്രോപ്രൊസ്സസ്സർ എന്ന ടൈനി ചിപ്സിനെക്കുറിച്ചാണ് ശ്രീമതി ഗാന്ധി അന്വേഷിച്ചത്. അതിനെക്കുറിച്ച് വിശദീകരിച്ചിട്ട് അയാൾ ചോദിച്ചു.

-ഇന്ത്യയ്ക്കു വേണ്ടത് അമേരിക്കനോ?

-ജാപ്പനീസോ?

-ഏത് രാജ്യത്തേത് എന്നത് പ്രശ്നമല്ല. വേണ്ടത് ടെക്നോളജിയാണ്.

-ഈ ചെറിയ മെഷീൻ വിപ്ലവം സൃഷ്ടിച്ചിരിക്കുന്നു മാഡം. വിപ്ലവത്തിന് അതിരുകളില്ല. ജന്മദേശവുമില്ല. അവ വെറും മണലിൽ നിന്നും നിർമിച്ചവയത്രേ!

-മണൽ എന്നു പറഞ്ഞാൽ?

-അതിനർത്ഥം അവ എവിടെയുണ്ടോ അവിടെ തൊഴിൽ സൃഷ്ടിക്കപ്പെടുന്നു. വലിയ യന്ത്രസാമഗ്രികൾ വഴിമാറും. മനുഷ്യരുടെ കഠിനാദ്ധ്വാനം കുറയും.

-എന്റെ ജനങ്ങൾക്ക് തൊഴിലാണു വേണ്ടത്. വ്യവസായവൽക്കരണം

നാട്ടിൽ കൂടുതൽ തൊഴിൽ കൊണ്ടുവന്നിരുന്നു. വൻകിട വ്യവസായ ങ്ങൾ വഴിമാറിയാൽ തൊഴിൽ ഇല്ലാതാവില്ലേ?

ശ്രീമതി ഗാന്ധി സ്വകാര്യത്തിൽ ശ്രീമതി പുപുലുവിനോട് പറഞ്ഞു.

-ജനതാപ്പാർട്ടി നേതാക്കളോട് ഞാൻ പ്രതികാരം ചെയ്യുമെന്ന് കിംവദന്തി പരന്നിരിക്കുന്നു. എന്നാൽ പുപുൽ അവരുടെ തെറ്റ് ഞാൻ ആവർത്തിക്കില്ല. ശ്രീമതി പുപുൽ വേഗം ബോംബേക്കു പോയി. അവിടെ ആചാര്യ ശ്രീ ജെ. കൃഷ്ണമൂർത്തി എത്തിയിരുന്നു. ശ്രീമതി പുപുൽ ശ്രീ കൃഷ്ണമൂർത്തിയുമായി ശ്രീമതി ഗാന്ധിയുടെ തിരിച്ചു വരവിനെ ക്കുറിച്ച് സംസാരിച്ചു. കൃഷ്ണമൂർത്തി ആലോചനയോടെ പറഞ്ഞു.

-വരും വർഷങ്ങളിൽ ശ്രീമതി ഗാന്ധിക്ക് വലിയ ദുഃഖങ്ങൾ വന്നു ചേരാൻ പോകുന്നു. ഒരു കറുത്ത നിഴൽ അവരെ പിൻതുടരുന്നുണ്ട്. എന്താണെന്ന് വിശദീകരിക്കാൻ എനിക്കാവുന്നില്ല.

ഇന്ത്യൻ പ്രസിഡന്റ് ശ്രീ നീലം സഞ്ജീവറെഡ്ഡി 1980 ജനുവരി 6-ാം തീയതി ശ്രീമതി ഇന്ദിരാ ഗാന്ധിയെ പ്രധാനമന്ത്രിപദം ഏറ്റെടുക്കാനായി ക്ഷണിച്ചു. ശ്രീമതി ഗാന്ധിയുടെ വസതിയിലെത്തി ചില ജ്യോതിഷികൾ മുന്നറിയിപ്പു നൽകി. അടുത്തു വരാൻ പോകുന്ന സൂര്യ ഗ്രഹണം ശ്രീമതി ഗാന്ധിയുടേയും മകൻ സഞ്ജയ് ഗാന്ധിയുടേയും ഗൃഹ നിലയ്ക്ക് വലിയ ഭീഷണിയാണ്.

ശ്രീമതി ഗാന്ധിയുടെ പാർട്ടി നേതാക്കൾ ജനുവരി 14-ാം തീയതി ചാർജെടുക്കാൻ ഉപദേശിച്ചു. മുൻപൊരിക്കലും ശ്രീമതി ഗാന്ധി ജ്യോതി ഷികളുടെ വാക്കിന് വില കല്പിച്ചിട്ടില്ല. ഇപ്പോൾ മനസ്സിന്റെ കരുത്ത് ചോർന്നു പോയിരിക്കുന്നു. ബലഹീനമായ മനസ്സുകളേയാണ് ജ്യോതി ഷികൾ മുതലെടുക്കുന്നത്. പ്രധാനമന്ത്രിയായി അധികാരമേൽക്കുന്നത് ഇത് നാലമത്തെ തവണയാണ്. 1966-ൽ ആശങ്കയായിരുന്നു. 1967-ൽ ഭൂരിപക്ഷം കുറവായിരുന്നു. 1971-ൽ വന്യമായ ആവേശമായിരുന്നു.

ഇപ്പോൾ 1980 -ൽ അധികാരത്തിൽ ആവേശം ഒട്ടുമേയില്ല. മനസ്സു നിറയെ വിനയമാണ്.

ശ്രീമതി ഗാന്ധിക്കിപ്പോൾ 62 വയസ്സാണ്.

ലളിതമെങ്കിലും ഭംഗിയായി അവർ വസ്ത്രധാരണം ചെയ്തു.

കുടുംബാംഗങ്ങൾ, അടുത്ത സുഹൃത്തുക്കൾ, തന്റെ പാർട്ടിയുടെ പാർലമെന്റു മെമ്പർമാർ,താൻ തെരഞ്ഞെടുത്ത, അധികാരമേൽക്കേണ്ട മന്ത്രിമാർ എന്നിവരാൽ അനുഗതയായി ഒരു യുവതിയുടെ ഉത്സാഹ ത്തോടെ രാഷ്ട്രപതി ഭവന്റെ അശോകാ ഹാളിലേയ്ക്ക് ശ്രീമതി ഇന്ദിരാ ഗാന്ധി പ്രവേശിച്ചു.

- ഞാൻ ഇന്ദിരാഗാന്ധി ദൈവനാമത്തിൽ പ്രതിജ്ഞ ചെയ്യുന്നു, ഇന്ത്യൻ ഭരണഘടനയിൽ പൂർണ്ണ വിശ്വാസത്തോടെ, ഭരണഘടനാനു സൃതമായി, എല്ലാ ജനങ്ങൾക്കും ക്ഷേമവും സമാധാനവും കൈവരു ന്നതിന്, നിയമാനുസൃതമായി, ഭയമോ വെറുപ്പോ പക്ഷഭേദമോ ഇല്ലാതെ...

കഴിഞ്ഞ മുപ്പത്തിനാലു മാസമായി അധികാരത്തിനു പുറത്ത് വേട്ട മൃഗത്തെപ്പോലെ ഓടിത്തളരുകയായിരുന്നു. ആദ്യം 1966 -ൽ ഭരണഘട നാനുസൃതം എന്നാണ് പ്രതിജ്ഞയെടുത്തിരുന്നത്. മറ്റു വർഷങ്ങളിലും അങ്ങനെതന്നെ. 1980-ൽ ദൈവം കടന്നു വന്നിരിക്കുന്നു. ബലഹീനരാണ് ദൈവത്തെ ഒരത്താണിയാക്കുന്നതെന്ന് ശ്രീ ജവഹർലാൽ നെഹ്റു പറ യുമായിരുന്നു. ഇപ്പോൾ പിതൃവചനമൊന്നും ശ്രീമതി ഗാന്ധി ഓർമിച്ചില്ല. പരിചയ സമ്പന്നരായ പഴയ നേതാക്കൾ ഇപ്പോൾ കൂടെയില്ല. ഭരണ പരിചയമില്ലാത്ത പർലമെന്റു മെമ്പർമാരിൽ നിന്നാണ് ക്യാബിനറ്റിൽ മന്ത്രിമാരെ തെരഞ്ഞെടുത്തിരിക്കുന്നത്.

സഞ്ജയ് ഗാന്ധിയുടെ യൂത്തു കോൺഗ്രസ്സിൽ നിന്ന് ഇരുപതു ശത മാനം പേരെ എടുത്തു. അവർ ആദ്യമായി അധികാരത്തിൽ വരികയാണ്. മകൻ സഞ്ജയ് ഗാന്ധിയെ മന്ത്രിസഭയിൽ എടുത്തില്ല. പലരും അത്. പ്രതീക്ഷിച്ചിരുന്നതാണ്. സഞ്ജയ് തന്റെ വലം കൈയായ് കൂടെ വേണം. അയാൾ അങ്ങനെ രാഷ്ട്രീയ ശിക്ഷണം നേടി പക്വതയാർജ്ജിക്കട്ടെ. ഒടുവിൽ നാടിന്റെ ഭാഗധേയം ഏറ്റെടുക്കാൻ കഴിവാർജ്ജിക്കുമ്പോൾ.... ഇപ്പോൾ യുവ ശക്തികൊണ്ട് പാർട്ടിക്കും തനിക്കും സഞ്ജയൻ ഊർജ്ജം പകരട്ടെ. എല്ലാ മന്ത്രിമാർക്കും വിദഗ്ദ്ധ ഉപദേഷ്ടാക്കളെ നിയ മിച്ചു. നാട്ടിൽ അവശ്യസാധനങ്ങൾക്ക് വിലകൂടിയിരിക്കുകയാണ്. ലഭ്യ തയും കുറവാണ്. ധാന്യോത്പാദനവും സംഭരണവും വളരെ കുറഞ്ഞി രിക്കുന്നു. ആസ്സാമിൽ അഭയം പ്രാപിച്ചിരിക്കുന്ന ബംഗ്ലാദേശി അഭ യാർത്ഥികളുടെ പ്രശ്നം പെട്ടന്നാണ് രൂക്ഷമായത്. ആസ്സാമീസ് ജനത മണ്ണിന്റെ മക്കൾ വാദം ഉയർത്തിയിരിക്കുകയാണ്.

വടക്കു കിഴക്കൻ മേഖലയിൽ നിന്നുള്ള പെട്രോളിയം വരവ് തടയ പ്പെട്ടിരിക്കുന്നു. ശ്രീമതി ഗാന്ധിയുടെ ശ്രദ്ധ ആഭ്യന്തരോത്പാദനം ത്വരിത പ്പെടുത്തുന്നതിലും വിലവർദ്ധനവ് തടയുന്നതിലും പ്രകൃതി നാശമില്ലാത്ത വ്യവസായ വൽക്കരണത്തിലുമായിരുന്നു. ജനതാപ്പാർട്ടി അധികാരത്തി ലുള്ള സംസ്ഥാനങ്ങളിൽ കേന്ദ്രസർക്കാരിന്റെ തിട്ടൂരം വിലപ്പോവില്ല. സംസ്ഥാന അസംബ്ലികൾ പിരിച്ചുവിട്ട് പുതിയ തെരഞ്ഞെടുപ്പു നടത്താൻ തീരുമാനിച്ചു. മുൻപ് 1977-ൽ ശ്രീമതി ഗാന്ധി തോറ്റപ്പോൾ ജനതാ സർക്കാരും അതുതന്നെയാണ് ചെയ്തത്.

ഉത്തർപ്രദേശിലെ ഗോരഖ് പൂരിൽ പൊലീസ്സ് വെടിവെപ്പിൽ കുറെ പ്പേർ മരിച്ചു. പ്രധാനമന്ത്രി ഇന്ദിരാഗാന്ധി ഉടനെത്തന്നെ കലാപ പ്രദേ ശത്തെത്തി. നിയമസമാധാനം പാലിക്കുന്നതിൽ വീഴ്ച വരുത്തിയ സംസ്ഥാന ഗവൺമെന്റിനെ പിരിച്ചു വിട്ടിട്ട് പുതിയ തെരഞ്ഞെടുപ്പ് പ്രഖ്യാപിച്ചു. 1980- മേയിൽ തെരഞ്ഞെടുപ്പ് മത്സരിക്കാനുള്ള സ്ഥാനാർ ത്ഥികളെ നിശ്ചയിക്കാനുള്ള അധികാരം സഞ്ജയ് ഗാന്ധിക്കാണ് ശ്രീമതി ഗാന്ധി നൽകിയത്. സഞ്ജയ് ഗാന്ധി പാർട്ടിയിലെ മുതിർന്ന നേതാക്ക ളുടെ ഉപദേശവും താൽപര്യവും പരിഗണിച്ചില്ല. യൂത്തു കോൺഗ്രസ്സിൽ നിന്നുള്ള യുവാക്കളെയാണ് സഞ്ജയ് ഗാന്ധി തെരഞ്ഞെടുത്തത്.

'ടൈംസ് ഓഫ് ഇന്ത്യ' ദിനപത്രം വലിയൊരു വാർത്തയും എഡിറ്റോറിയലും പ്രസിദ്ധീകരിച്ചു.

-ഇന്ത്യയിൽ തലമുറകളുടെ പരിണാമം സംഭവിച്ചിരിക്കുന്നു. സാംസ്കാരിക വിപ്ളവം നടന്നിരിക്കുന്നു. ശ്രീമതി ഇന്ദിരാ ഗാന്ധി അധികാരമേറ്റ് അധികദിവസം കഴിയുന്നതിനു മുൻപു തന്നെ ലോകരാഷ്ട്രങ്ങളിൽ നിന്ന് പ്രധാന നേതാക്കൾ ഇന്ത്യ സന്ദർശിച്ചു. എല്ലാവരും വന്നത് പുതിയ പ്രധാനമന്ത്രിയുടെ മനസ്സറിയുന്നതിനും സൗഹൃദം ഉണ്ടാക്കുന്നതിനുമാണ്. ഇന്ത്യ എന്ന വലിയ രാജ്യത്തിന് ലോക പരിഗണന ഉണ്ടാവുമെന്ന് എല്ലാവരും മുൻകൂട്ടിക്കണ്ടു. ലോകത്ത് അധികാര സമവായങ്ങൾ നടക്കുകയാണ്. അഫ്ഗാനിസ്ഥാൻ റഷ്യ പിടിച്ചെടുത്തിരിക്കുകയാണ്. ഇന്ത്യാ മഹാ സമുദ്രത്തിൽ അമേരിക്ക തങ്ങളുടെ സാന്നിദ്ധ്യം ഉറപ്പിക്കുന്നു. സോവിയറ്റ് യൂണിയനുമായുള്ള ഇന്ത്യയുടെ അടുപ്പം രണ്ടു സൂപ്പർ പവ്വറുകൾക്കിടയിലുള്ള മത്സരത്തിന് ഇടനിലയാവാനുള്ള സാധ്യത ഇരുകൂട്ടരും മനസ്സിലാക്കുന്നുണ്ട്. ശ്രീ ഗ്രോമിക്കോയുമായുള്ള സ്വകാര്യ സംഭാഷണത്തിൽ അഫ്ഗാനിസ്ഥാൻ പിടിച്ചെടുത്തതിലുള്ള തന്റെ ഉൽക്കണ്ഠ ശ്രീമതി ഗാന്ധി അറിയിക്കുകയുണ്ടായി. പരസ്യമായി ഇന്ത്യ സോവിയറ്റ് യുണിയനെതിരെ നിലപാടെടുക്കില്ലെന്നും വ്യക്തമാക്കി.

അമേരിക്കൻ പ്രതിനിധിയുമായുള്ള സംഭാഷണത്തിൽ ശ്രീമതി ഗാന്ധി വളരെ ശ്രദ്ധാലുവായിരുന്നു. തുറന്ന് ഒന്നും പറഞ്ഞില്ല.

അമേരിക്കയ്ക്ക് ക്ഷീണമുണ്ടാക്കണമെന്ന് ഞങ്ങൾ ആഗ്രഹിക്കുന്നില്ല. എന്നാൽ ഞങ്ങളുടെ അതിർത്തിയിൽ തർക്കം ഉണ്ടാകുന്നതിനോട് യോജിക്കാനുമാവില്ല. പാശ്ചാത്യ രാജ്യങ്ങൾ ജനതാ ഗവൺമെന്റിനെ പിൻതുണച്ചവയാണ്.

ഇന്ത്യൻ പത്രങ്ങൾക്ക് ഒരു കൂടിക്കാഴ്ച ശ്രീമതി ഗാന്ധി ഉടനെ നൽകിയില്ല. നമ്പർ 12 വില്ലിംഗ്ടൺ ക്രസന്റ് ബംഗ്ലാവ് പൂർവ്വ ഭംഗികൾ വീണ്ടെടുത്തു. പഴയ ജോലിക്കാരുടെ കൂട്ടം മടങ്ങിയെത്തി. വിരിഞ്ഞ പൂക്കളുള്ള പൂച്ചെടികൾ മുറ്റത്ത് നിരന്നു. എല്ലാ മുറികളും അലംകൃതമായി. ഭക്ഷണകാര്യങ്ങളുടെ പൂർണചുമതല ശ്രീമതി സോണിയാഗാന്ധി ഏറ്റെടുത്തു. അതിഥികൾക്കും ഗൃഹവാസികൾക്കും മനസ്സു നിറയുന്ന ആഹാരരീതി പുനഃസ്ഥാപിക്കപ്പെട്ടു.

നമ്പർ - 1, സഫ്ദർ ജംഗ് ബംഗ്ലാവ് ശ്രീമതി ഗാന്ധി പോയിക്കണ്ടു. തന്റെ പഴയ ഈ വസതിയിലേക്കു മടങ്ങണമെന്ന് അവർ ആഗ്രഹിച്ചു. ശംഖ് നിറമാർന്ന വെള്ളപ്പെയിന്റ് ഭിത്തികളിൽ നിന്നും അപ്രത്യക്ഷമായിരിക്കുന്നു. പകരം സർക്കാർ കളറായ പിങ്കും നീലയും കളറാണിപ്പോൾ. മുറികൾ നിറയെ കനത്ത ഫർണീച്ചറും. താൻ ഉപയോഗിച്ചിരുന്ന ലളിതമായ ഫർണീച്ചർ തിരികെക്കൊണ്ടുവരാനും മുറികൾക്കൊക്കെ വെൺശംഖിന്റെ നിറം പൂശാനും അവർ ആവശ്യപ്പെട്ടു.

നമ്പർ - 1, സഫ്ദർ ജംഗ് ബംഗ്ലാവിന് പഴയ രൂപ ഭംഗി തിരികെ വരുന്നതുവരെ അവർ നമ്പർ - 12 വില്ലിംഗ്ടൺ ക്രസന്റ് ബംഗ്ലാവിൽ

താമസിച്ചു. ഫെബ്രുവരി 16-ാം തീയതി സമ്പൂർണ്ണ സൂര്യ ഗ്രഹണമായിരുന്നു എൺപത്തിനാലു വർഷം കൂടുമ്പോൾ ഇന്ത്യയിൽ ദൃശ്യമാവുന്ന സൂര്യ ഗ്രഹണം.

പ്രധാനമന്ത്രി ശ്രീമതി ഇന്ദിരാ ഗാന്ധിയുടെ ഒരു സ്വകാര്യ സന്ദേശം ശ്രീമതി പുപുൽ ജയക്കർക്ക് കിട്ടി. പുതിയ മന്ത്രിസഭയിൽ ശ്രീമതി പുപുൽ ക്യാബിനറ്റ് മന്ത്രിയായി ചേരണമെന്നായിരുന്നു സന്ദേശം. രണ്ടു ദിവസം കഴിഞ്ഞ് ദില്ലിയിലെത്തുമെന്നും അപ്പോൾ തന്റെ താത്പര്യം അറിയിക്കാമെന്നും മറുപടി അയച്ചു. രണ്ടു ദിവസം കഴിഞ്ഞ് ശ്രീമതി ഗാന്ധിയുമൊത്ത് ആഹാരം കഴിക്കുമ്പോൾ അവർ ചോദിച്ചു.

-പുപുൽ എന്റെ സന്ദേശത്തിന് മറുപടി പറഞ്ഞില്ല?

- രണ്ടു ദിവസം കഴിഞ്ഞ് അറിയിക്കാം. ശ്രീമതി പുപുൽ മടങ്ങി.

തന്റെ സ്വാതന്ത്ര്യവും വ്യക്തിതാൽപര്യവും മാറ്റിവെച്ച് മന്ത്രിയാകാൻ അവർ ആഗ്രഹിച്ചില്ല.

ശ്രീമതി ഗാന്ധിക്ക് പുപുൽ മറുപടി ലിഖിതമായി കൊടുത്തു.

-നന്ദി പ്രീയ സുഹൃത്തേ.... എനിക്ക് എന്നെത്തന്നെ പരിമിതപ്പെടുത്താൻ കഴിയില്ല. എപ്പോഴും സ്വതന്ത്രയായിരിക്കാൻ ഞാൻ ആഗ്രഹിക്കുന്നു. താങ്കൾക്ക് എന്തു സേവനം വേണമെങ്കിലും ചെയ്തു തരാം. മന്ത്രിയായിരുന്നുകൊണ്ട് വയ്യ.

അടുത്ത വൈകുന്നേരം അവർ വീണ്ടും കണ്ടു മുട്ടി. പുപുലിന്റെ മന്ത്രിപദ നിഷേധം ശ്രീമതി ഗാന്ധിയ്ക്ക് വലിയൊരു ഷോക്കായി. തന്റെ ഓഫർ നിഷേധിച്ച ഒരേയൊരാൾ! ഏതാനും ദിവസം കഴിഞ്ഞ് പുപുലിന് 'വന്നു കാണുക' എന്നൊരു സന്ദേശം വന്നു.

പുപുൽ ചെന്നു.

-പുപുൽ നിങ്ങൾക്ക് ഞാൻ വലിയൊരു ഉത്തരവാദിത്വം നൽകുന്നു. ബ്രിട്ടണിൽ വെച്ച് 'ഫെസ്റ്റിവൽ ഓഫ് ഇന്ത്യ' എന്നൊരു പരിപാടി സംഘടിപ്പിക്കുന്നു. ആ പരിപാടിയുടെ സംഘാടക സമിതി ചെയർപേഴ്സൺ പുപുൽ ആയിരിക്കണം.

ഓഫർ ഒരു മടിയും കൂടാതെ പുപുൽ സ്വീകരിച്ചു.

-മന്ത്രിപദം വേണ്ടെന്നുവെച്ചത് നന്നായി. ഈ സ്ഥാനത്ത് താങ്കൾക്ക് സ്വാതന്ത്ര്യത്തോടെ പ്രവർത്തിക്കാനാവും.

ശ്രീമതി ഗാന്ധി പ്രഖ്യാപിച്ചു രാജ്യാന്തര വ്യവസായ ക്മ്പനികൾ നിയന്ത്രിക്കുന്ന സാമ്പത്തിക വ്യവസ്ഥ ഇന്ത്യയ്ക്കു ഗുണം ചെയ്യില്ല. സ്വയം പര്യാപ്തതയാണ് നമുക്കാവശ്യം. ശ്രീമതി ഗാന്ധി വീണ്ടും മുത്തശ്ശിയായി. സഞ്ജയ് ഗാന്ധിക്ക് മേനകയിൽ ഒരു മകൻ ജനിച്ചു. മുത്തശ്ശി ഒരുപാടു സന്തോഷിച്ചു. സംസ്ഥാനങ്ങളിൽ തെരഞ്ഞെടുപ്പു നടന്നു. തമിഴ്നാട്ടിൽ ഒഴികെ എല്ലാ സംസ്ഥാനങ്ങളിലും ശ്രീമതി ഗാന്ധിയുടെ കക്ഷി അധികാരത്തിൽ വന്നു. തെരഞ്ഞെടുപ്പിൽ ഉണ്ടായ വിജയത്തോടെ സഞ്ജയ് ഗാന്ധി ദേശീയ നേതാവായി അറിയപ്പെടാൻ തുടങ്ങി.

ഇപ്പോൾ സഞ്ജയ് അരിശക്കാരനായ പഴയ യുവാവല്ല. നീണ്ട വർഷങ്ങളിലെ അധികാര നഷ്ടവും ജയിൽ വാസവും അയാളെ പലതും പഠിപ്പിച്ചിരിക്കുന്നു. ജനങ്ങൾ കൂടെയുണ്ടെങ്കിൽ മാത്രമേ ഒരു നേതാവിന് ശക്തിയുള്ളുവെന്ന് അയാൾ തിരിച്ചറിഞ്ഞു. അമ്മയുടെ രാഷ്ട്രീയ കൗശലവും ഇപ്പോഴാണ് അയാൾക്ക് മനസ്സിലായത്. അമ്മയ്ക്ക് ഭീക്ഷണിയാവാതെ ഇന്ത്യൻ രാഷ്ട്രീയത്തിൽ തനിക്ക് അടിത്തറയിടണമെന്ന് അയാൾ മനസ്സിൽ കണക്കാക്കി.

രാവിലത്തെ വായനയ്ക്ക് മുറിയിൽ തനിച്ചിരിക്കുകയായിരുന്നു ശ്രീമതി ഇന്ദിരാ ഗാന്ധി. സാധാരണ പതിവുള്ളതുപോലെ ശ്രീ സഞ്ജയ് ഗാന്ധി മമ്മിയുടെ അടുത്തു വന്നു. ചില തമാശകളൊക്കെപ്പറഞ്ഞ് ചിരിച്ചു. മമ്മിയും നന്നായി ചിരിച്ചു. കുറച്ചു കഴിഞ്ഞ് പതിവുപോലെ ശ്രീ സഞ്ജയ് ഗാന്ധി ഫ്ളൈയിംഗ് ക്ലബ്ബിലേക്കു പോയി. കഴിഞ്ഞ ദിവസം മേനകാ ഗാന്ധിയും ശ്രീമതി ഗാന്ധിയുടെ സ്പെഷ്യൽ അസിസ്റ്റന്റ് ആർ.കെ. ധവാനും മറ്റു ചില സുഹൃത്തുക്കളും ശ്രീമതി ഗാന്ധിയോട് പരാതി പറഞ്ഞിരുന്നു. ഫ്ളൈയിംഗ് ക്ലബ്ബിലെ രണ്ടു സീറ്റുകളുള്ള വിമാനം (DITTS - S - 2A) സഞ്ജയ് ഗാന്ധി അപകടകരമായ രീതിയിൽ പറപ്പിക്കുന്നു. ശ്രീമതി ഇന്ദിരാ ഗാന്ധി സഞ്ജയനെ വിളിച്ച് ശാസിച്ചിരുന്നു. വികൃതിയായ ഒരു കുട്ടിയെപ്പോലെ സഞ്ജയൻ ഉറക്കെ ചിരിക്കുക മാത്രം ചെയ്തു.

അന്ന് ജൂൺ ഇരുപത്തി മൂന്നാം തീയ്യതി സഞ്ജയ് ഫ്ളൈയിംഗ് ക്ലബ്ബിൽ കുറച്ചു നേരത്തെ എത്തി. സാധാരണ ശ്രീ മാധവ റാവു സിന്ധ്യയാണ് സഞ്ജയന്റെ ഒപ്പം പറക്കാറ്. അന്ന് സിന്ധ്യ എത്തിയിരുന്നില്ല. അപ്പോൾ ക്ലബ്ബിലുണ്ടായിരുന്ന ക്യാപ്ടൻ സുഭാഷ് സക്സേനയോട് സഞ്ജയ് കൂടെപ്പറക്കാൻ അഭ്യർത്ഥിച്ചു. സുഭാഷ് ക്ലബ്ബിന്റെ മുൻ പരിശീലകൻ ആയിരുന്നു.

നമ്പർ-1 സഫ്ദർ ജംഗ് ബംഗ്ലാവിന്റേയും രാഷ്ട്രപതി ഭവന്റേയും മുകളിലൂടെ സഞ്ജയ് പന്ത്രണ്ടു മിനിട്ടു പറന്നു. വിമാനത്തിന്റെ പറക്കൽ കണ്ടവർ പറഞ്ഞത്- കുത്തനെ മുകളിലേക്കു പറന്നിട്ട് പെട്ടെന്നു താഴേയ്ക്ക് തല കീഴായി വന്നു. കുറെ താഴെയെത്തിയിട്ട് ചെരിഞ്ഞ് ഉയരുകയാണ് പതിവ്. എന്നാൽ അന്ന് താഴേയ്ക്കു തല കീഴായി വന്ന വിമാനം ഉയരാതെ ഡിപ്ളോമാറ്റിക് എൻക്ലേവിലെ ഡ്രെയിനിൽ തല കുത്തി വീണു തകരുകയായിരുന്നു.

8.20 A.M ന് ശ്രീമതി ഗാന്ധിക്ക് വിവരം ലഭിച്ചു.

ഉത്തർപ്രദേശ് മുഖ്യമന്ത്രി-ശ്രീ വിശ്വനാഥ് പ്രതാപ് സിങ്ങ് അപ്പോൾ ശ്രീമതി ഗാന്ധിയെ കാണുവാനായി സ്വീകരണ മുറിയിൽ കാത്തിരിക്കുന്നുണ്ടായിരുന്നു. ശ്രീമതി ഇന്ദിരാ ഗാന്ധി കൊടുങ്കാറ്റുപോലെ പുറത്തേക്കോടി. ശ്രീ പ്രതാപ് സിങ്ങ് ചാടിയെണീറ്റ് പിന്നാലെ ചെന്നു. ശ്രീമതി ഗാന്ധിയുടെ മുടി പാറിപ്പറന്നിരുന്നു. മുഖത്ത് ഭയം ചിറകു വിരിച്ചിരുന്നു ശ്രീമതി ഗാന്ധിയുടെ പിന്നാലെ പേഴ്സണൽ അസിസ്റ്റന്റും ഓടിയെത്തി.

പുറത്തു കാത്തിനിന്നിരുന്ന കാറിൽ ശ്രീമതി ഗാന്ധി കയറി. പേഴ്സ ണൽ അസിസ്റ്റന്റും കയറി. എന്തോ അത്യാഹിതം ഊഹിച്ച പ്രതാപ് സിങ്ങ് ശ്രീമതി ഗാന്ധിയുടെ കാറിനു പിന്നാലെ സ്വന്തം കാറിൽ ചെന്നു. അപകട സ്ഥലത്ത് ശ്രീമതി ഗാന്ധി എത്തിയ സമയത്ത് പ്രതാപ് സിങ്ങു മെത്തി. വിമാനം തകർന്ന് തരിപ്പണമായിരുന്നു. രണ്ടു വൈമാനികരും കത്തിക്കരിഞ്ഞ നിലയിലാണ്. ശ്രീമതി ഗാന്ധി എത്തുന്നതിന് അല്പം മുൻപ് അഗ്നിശമനപ്പൊലീസ്സ് ശരീരാവയവങ്ങൾ കൂട്ടിയെടുത്ത് ആംബു ലൻസിൽ കയറ്റിയിരുന്നു. തന്റെ പ്രിയ പുത്രന്റെ തകർന്ന മുഖം അവർ കണ്ടു. ഒരമ്മയുടെ നിലവിളി അവരിൽ നിന്നും ഉയർന്നു. വേഗം തന്നെ അവർ നിയന്ത്രിച്ചു. രണ്ടു ശരീരങ്ങളും കയറ്റിയ ആംബുലൻസിൽ മുക ളിലത്തെ കമ്പിയിൽ പിടിച്ച് അവർ നിന്നു. രാം മനോഹർ ലോഹ്യ ഹോസ്പിറ്റലിലേക്കാണ് ആംബുലൻസ് പോയത്. ആശുപത്രി വരാന്ത യിൽ കാത്തുനിന്നിരുന്ന ഡോക്ടർമാർ വേഗം ശരീരങ്ങൾ അകത്തേക്കു കൊണ്ടുപോയി മിനിട്ടുകൾക്കകം അവർ അറിയിച്ചു. അപകടസ്ഥലത്തു വെച്ചുതന്നെ രണ്ടുപേരും മരിച്ചിരിക്കുന്നു. വാർത്ത കാട്ടുതീപോലെ ദില്ലിയിലാകെ പരന്നു. ദില്ലിയിലുണ്ടായിരുന്ന എല്ലാ രാഷ്ട്രീയ നേതാക്കളും ആശുപത്രിയിലെത്തി. പ്രതിപക്ഷനേതാവ് ശ്രീ അതൽ ബിഹാരി ബാജ്പേയും, ചന്ദ്രശേഖറും ശ്രീമതി ഗാന്ധിയുടെ അടുത്തു നിന്നിരുന്നു.

ശ്രീമതി ഗാന്ധി കറുത്ത കണ്ണടകൊണ്ട് കണ്ണുകളെ മറച്ചിരുന്നു. ഇട യ്ക്കിടയക്ക് അവർ കണ്ണടയൂരി കണ്ണുകൾ കർചീഫ് കൊണ്ട് തുടച്ചു കൊണ്ടിരുന്നു.

ശ്രീ. അതൽ ബിഹാരി ബാജ് പേ കുറച്ചു അടുത്തുചെന്ന് വളരെ പ്പതുക്കെപ്പറഞ്ഞു.

-ഇന്ദിരാ ജീ, താങ്കൾ വളരെയധികം ധൈര്യം ഉൾക്കൊള്ളണം.

അവർ ഒന്നും പറഞ്ഞില്ല. അദ്ദേഹം എന്താണു പറഞ്ഞതെന്നു മന സ്സിലാകാത്തതുപോലെ മിഴിച്ചു നോക്കി. താൻ എന്തോ തെറ്റു പറഞ്ഞോ എന്നു ശങ്കിച്ച് ബാജ്പേ മാറിമിന്നു. അധികം കഴിയുന്നതിനു മുൻപ് ശ്രീമതി ഗാന്ധി ചന്ദ്രശേഖറെ വിളിച്ച് മാറ്റി നിർത്തിയിട്ടു പറഞ്ഞു.

താങ്കളോട് ആസ്സാമിലെ കുഴപ്പങ്ങളെക്കുറിച്ച് പറയണമെന്നു വിചാ രിച്ചിരുന്നു.

ചന്ദ്രശേഖർ ഞെട്ടിപ്പോയി.

-അതൊക്കെ നമുക്ക് പിന്നീടു സംസാരിക്കാം.

-നോ... നോ ആസ്സാമിലെ സ്ഥിതി അത്രയ്ക്കു മോശമാണ്.

തന്റെ പുത്രന്റെ ശവശരീരത്തിനടുത്തു നിന്ന് ഇവർക്കിതെങ്ങനെ പറയാൻ കഴിയുന്നുവെന്ന് ചന്ദ്രശേഖർ അമ്പരന്നു. വൈകുന്നേരം ശ്രീ ബാജ്പേയും ചന്ദ്രശേഖറും ഹേമവതി നന്ദൻ ബഹുഗുണയും തമ്മിൽ സംസാരിക്കവേ ബാജ്പേ പറഞ്ഞു.

-ശ്രീമതി ഗാന്ധിക്ക് മനുഷ്യസഹജമായ വികാരങ്ങളൊന്നുമില്ലെന്നു തോന്നുന്നു. അവർ ഒരു ശിലയായിത്തീർന്നിരിക്കുന്നു!

കുറച്ചു സമയം കഴിഞ്ഞ് ബാജ്പേ തന്നെ പറഞ്ഞു.

-മറ്റുള്ളവരെ അവർ അങ്ങനെ ബോധ്യപ്പെടുത്താൻ ശ്രമിക്കുകയാണ്.

ഡോക്ടർമാർ സഞ്ജയ് ഗാന്ധിയുടെ തകർന്ന ശരിരം തുന്നിച്ചേർക്കുമ്പോൾ ശ്രീമതി ഗാന്ധി ഓപ്പറേഷൻ തിയേറ്ററിനുള്ളിൽ തന്നെ നിന്നു. ശരീരം ആശുപത്രി മുറിയിലേക്കു, കൊണ്ടുവന്നതിനുശേഷം മാത്രമാണ് ശ്രീമതി മേനകാ ഗാന്ധിയെ വിവരമറിയിച്ചത്. എന്താണു സംഭവിച്ചതെന്നു മനസ്സിലാക്കാതെ മേനകാ ഗാന്ധി ചെന്നപ്പോൾ ശ്രീമതി ഗാന്ധി മരുമകളെ പിടിച്ചിട്ടു പറഞ്ഞു.

-അടുത്ത മുറിയിലിരിക്കു ഡോക്ടർമാർ അകത്തുണ്ട്.

-അടിയന്തര ചികിത്സ ചെയ്യാൻ സഞ്ജയന് എന്താണു സംഭവിച്ചത്!

മേനകാ ഗാന്ധി ഉച്ചത്തിൽ ചോദിച്ചു.

ശ്രീമതി ഗാന്ധി ക്യാപ്ടൻ സ്കസേനയുടെ ഭാര്യയുടേയും അമ്മയുടേയും അടുത്തു ചെന്ന് സംസാരിച്ചു. അവരാകട്ടെ ഒരക്ഷരം മിണ്ടാനാകാതെ മരവിച്ചിരിക്കുകയാണ്. മൂന്നു മണിക്കൂറെടുത്താണ് ഡോക്ടർമാർ സഞ്ജയന്റെ ശരീരം തുന്നിച്ചേർത്തത്. അതു കഴിഞ്ഞപ്പോൾ ശ്രീമതി ഗാന്ധി ഡോക്ടർമാരോട് ഒന്നു പുറത്തു പോകുവാൻ അഭ്യർത്ഥിച്ചു. ഡോക്ടർമാർ ആദ്യം വിസമ്മതിച്ചു. അപ്പോൾ ശ്രീമതി ഗാന്ധി കല്പിച്ചു.

-നിങ്ങളോടാണു പറഞ്ഞത്, പുറത്തു പോകുവാൻ.

പുത്ര ശരീരത്തിനടുത്ത് ഏകയായി അവർ നിന്നു. നാലു മിനിട്ടു കഴിഞ്ഞ് ശ്രീമതി ഗാന്ധി കറുത്ത കണ്ണട ധരിച്ച് പുറത്തു വന്നു. അവർ നേരെ മേനകാ ഗാന്ധിയുടെ അടുത്തു ചെന്നു. ശ്രീമതി മേനകയോട് അവർ പതുക്കെപ്പറഞ്ഞു.

-സഞ്ജയ് ഗാന്ധി മരിച്ചു.

- ഇല്ല..... ഇല്ല..... അത് സഞ്ജയനായിരിക്കുകയില്ല.

മേനകാ ഗാന്ധി ഉറക്കെക്കരഞ്ഞു. ആശുപത്രി വളപ്പിൽ ആൾക്കൂട്ടം നിറഞ്ഞു. സഞ്ജയന്റെ സുഹൃത്തുക്കളായ ഒരുപാടു യുവാക്കൾ വാവിട്ടു നിലവിളിക്കുന്നുണ്ടായിരുന്നു. അപ്പോൾ ശ്രീമതി പുപുൽ ജയക്കർ ജമ്മു കാശ്മീരിൽ ഗവർണർ എൽ.കെ. ഝായുടെ കുടുംബത്തോടൊപ്പമായിരുന്നു.

-ശ്രീമതി പുപുലിനു ഫോൺ.

ശ്രീ ഝാ അറിയിച്ചു. കേന്ദ്ര ഇൻഫർമേഷൻ ആൻഡ് ബ്രോഡ്കാസ്റ്റിംഗ് മിനിസ്റ്റർ ശ്രീവസന്ത് സാഠേയുടെ ഭാര്യയായിരുന്നു വിളിച്ചത്.

-സഞ്ജയ് ഗാന്ധി ഒരു വിമാനാപകടത്തിൽപ്പെട്ടിരിക്കുന്നു. അടുത്ത ഫ്ളൈറ്റിന് താങ്കൾ ദില്ലിക്കു വരണം.

സഞ്ജയ് മരിച്ചുവെന്ന് അപ്പോൾ ശ്രീമതി സാഠേയ്ക്ക് അറിഞ്ഞുകൂടായിരുന്നു. തൊണ്ണൂറു മിനിട്ടു കഴിഞ്ഞ് ദില്ലിക്കുണ്ടായിരുന്ന

ഫ്ളൈറ്റിന് ശ്രീമതി പുപുൽ പുറപ്പെട്ടു. വിമാനത്തിൽ വെച്ചാണ് സഞ്ജയ് മരിച്ചുവെന്നറിയുന്നത്.

ശ്രീമതി പുപുൽ ശ്രീമതി ഗാന്ധിയുടെ വസതിയിലെത്തിയപ്പോൾ വേലക്കാരും സഹായികളും ഒരക്ഷരം മിണ്ടാവാനാവാതെ നിൽക്കുകയാണ്. ശ്രീ രാജീവ് ഗാന്ധി സോണിയാ ഗാന്ധിയും മക്കളുമൊത്ത് വിദേശത്താണ്. നമ്പർ 1 സഫ്ദർ ജംഗ് വീട്ടിൽ ചുമതലയ്ക്ക് ആരുമില്ല. വേലക്കാരൻ പറഞ്ഞറിഞ്ഞു. തൊട്ടടുത്തുള്ള നമ്പർ 1. അക്ബർ റോഡ് ബംഗ്ലാവ് മൃതശരീരം സ്വീകരിക്കാനായി ഒരുക്കിയിട്ടുണ്ട്.

രാജീവ് ഗാന്ധിയുടെ സുഹൃത്തുക്കൾ ഒത്തുചേർന്ന് അദ്ദേഹത്തിന്റെ ഭാവിയെക്കുറിച്ച് ചർച്ച ചെയ്തു. രാജീവ് ഗാന്ധി രാഷ്ട്രീയത്തിൽ വരുന്നത് സോണിയാ ഗാന്ധിക്ക് ഇഷ്ടമായിരുന്നില്ല. രാഷ്ട്രീയത്തിൽ പെട്ടാൽ ഇറ്റലിയിലേക്ക് താൻ മടങ്ങിപ്പോകുമെന്നുവരെ ഭീഷണിപ്പെടുത്തിയിരുന്നു. രാജീവിന്റെ സുഹൃത്തുക്കൾ ശ്രീമതി സോണിയാ ഗാന്ധിയെ കണ്ടു. ഈ നിർണായക സന്ദർഭത്തിൽ ശ്രീമതി ഇന്ദിരാ ഗാന്ധിക്ക് വിശ്വസ്തനായ ഒരു സഹായി ആവശ്യമാണ്. അതിനു രാജീവ് ഗാന്ധിയല്ലാതെ മറ്റാരുമില്ലെന്ന് അവർ വാദിച്ചു. സഹായ വാഗ്ദാനവുമായി അമ്മയെ സമീപിക്കാൻ രാജീവ് ഗാന്ധി തയ്യാറല്ല. സഞ്ജയനുണ്ടായിരുന്ന മാനസികമായ അടുപ്പം തനിക്കില്ല. വാത്സല്യം ഇളയ മകന് നൽകിയപ്പോൾ മൂത്ത മകൻ തെല്ലു നീരസത്തോടെ അകന്നു നിന്നതേയുള്ളൂ. എന്നാൽ അമ്മയോട് അതിയായ സ്നേഹം ഉള്ളിലുണ്ടുതാനും. തുറന്ന സംഭാഷണം അമ്മയുമായി ഉണ്ടായിട്ടില്ല. മൂത്ത പുത്രൻ എന്ന അവകാശ വാദവുമായി ചെന്നിട്ടുമില്ല. സഞ്ജയന്റെ ഊർജ്ജസ്വലതയും ചടുലതയും രാജീവിനില്ല. കൂടാതെ രാജീവ് ഒരു സർക്കാർ ഉദ്യോഗസ്ഥനുമാണ്.

ആ നിലയിലും രാഷ്ട്രീയത്തിൽ വരിക അസാദ്ധ്യമാണ്. സഞ്ജയന്റെ അസാന്നിദ്ധ്യം ശ്രീമതി ഗാന്ധിയെ ശാരീരികമായും മാനസികമായും തളർത്തിക്കളഞ്ഞു. ഇപ്പോൾ പല കാര്യങ്ങൾക്കും ശ്രീമതി ഗാന്ധി ശ്രീമതി സോണിയയെ ആശ്രയിക്കാൻ തുടങ്ങി. അവർ തമ്മിലുള്ള ബന്ധത്തിന് വലിയൊരു മാറ്റം വന്നു. അമ്മായിയമ്മയും മരുമകളും എന്ന നിലയിൽ നിന്നും അമ്മയും മകളും എന്ന ബന്ധത്തിലേയ്ക്ക് അത് വളർന്നു. രാജീവ് ഗാന്ധി രാഷ്ട്രീയത്തിൽ വരില്ലേയെന്ന പത്രക്കാരുടെ ചോദ്യത്തിന് ശ്രീമതി ഗാന്ധി മറുപടി പറഞ്ഞത് അക്കാര്യം അയാളാണ് തീരുമാനിക്കേണ്ടത് എന്നാണ്.

നവംബർ പതിന്നാല് ജവഹർലാൽ നെഹ്റുവിന്റെ ജന്മദിനമാണ്. ശ്രീമതി ഗാന്ധിയുടെ ക്ഷണപ്രകാരം ശ്രീമതി പുപുൽ ജയക്കർ വന്നു. അന്നു ഉച്ചകഴിഞ്ഞ് അവരെല്ലാവരും ശാന്തിവനിൽ പോയി. കുടുംബത്തിൽനിന്ന് മേനകാഗാന്ധി മാത്രം ഉണ്ടായിരുന്നില്ല. അവർ ബോംബേയ്ക്കു പോയിരിക്കുകയായിരുന്നു. ശാന്തിവനിലെ ചടങ്ങുകൾ കഴിഞ്ഞ് അവരെല്ലാവരും ട്രെയ്ഡ് ഫെയർ മൈതാനത്തുപോയി. അവിടെ

കുട്ടികളുടെ കളി ട്രെയിനിൽ അവരെല്ലാവരും ഇരുന്നു. സഞ്ജയന്റെ മകൻ വരുൺ ശ്രീമതി ഗാന്ധിയുടെ മടിയിലാണ് ഇരുന്നത്. കുട്ടിയെ ഒരു നിധിപോലെ അവർ നെഞ്ചോടു ചേർത്തുപിടിച്ചിരുന്നു. നവംബർ 19-ാം തീയ്യതി ശ്രീമതി ഇന്ദിരാ ഗാന്ധിയുടെ ജന്മദിനത്തുന്നാളും മേനക എത്തിയിരുന്നില്ല. അതിരാവിലെ കുളിച്ച് ശ്രീമതി ഗാന്ധി ശ്രീരാമചന്ദ്രന്റെ ചെറിയൊരു കൽപ്രതിമയ്ക്കു മുന്നിൽ പൂജ ചെയ്തു. പുരോഹിതർ മന്ത്രോച്ചാരണം നടത്തി. സന്നിഹിതയായിരുന്ന പുപുൽ ജയക്കർ അദ്ഭുതപ്പെട്ടു. ശ്രീമതി ഗാന്ധി അചാരപരമായ പൂജ ചെയ്യുന്നത് ഒരിക്കലും കണ്ടിട്ടില്ല.

അല്പം വിഷമത്തോടെ ശ്രീമതി ഗാന്ധി പറഞ്ഞു

-പുപുൽ, ഞാൻ ആഗ്രഹിച്ചിട്ടല്ല. എന്റെ ഇളയമ്മായിയുടെ നിർബന്ധംകൊണ്ടാണ്.

പുപുൽ മറുപടി പറഞ്ഞില്ല.

'മാനവ രാശിയുടെ മൂല്യബോധം' എന്ന വിഷയത്തെക്കുറിച്ച് ഒരു പ്രസംഗം തയ്യാറാക്കുന്നതിന് ശ്രീമതി ഗാന്ധി പുപുലിന്റെ സഹായം അഭ്യർത്ഥിച്ചു. പ്രസംഗം തയ്യാറാക്കുന്നതിനിടയിൽ ടി.എസ്. എലിയട്ടിന്റെ കവിതയിലെ വരികൾ അവർ ഓർമിക്കാൻ ശ്രമിച്ചു. അർത്ഥം ഓർമ്മയുണ്ട്. വരികൾ ഓർമ്മയില്ല. കവിതാപ്പുസ്തകമെടുത്ത് പരതിയെങ്കിലും ആ വരികൾ കണ്ടെത്താനായില്ല. അടുത്ത ദിവസം പുപുലിന് ശ്രീമതി ഗാന്ധിയുടെ കുറിപ്പ് കിട്ടി. അതിൽ ടി.എസ് എലിയട്ടിന്റെ കവിതയിലെ നാലു വരികൾ കുറിച്ചിരുന്നു.

Between The Motion And Act
Between The Conception And Creation
Between The Emotion And Response
Falls The Shadow.

മേനക ഗാന്ധിയുടെ സഞ്ജയനെക്കുറിച്ചുള്ള ഫോട്ടോഗ്രാഫി ബുക്കിന്റെ ഒരു കോപ്പി ശ്രീമതി ഗാന്ധിക്കു കിട്ടി. അവർക്ക് അതി കഠിനമായ ദുഃഖവും ദേഷ്യവും തോന്നി.

ഒറിജിനിലിന്റെ ഫൈനൽ കോപ്പി അവരെ കാണിച്ചിരുന്നില്ല. ചില തലക്കെട്ടുകൾ നെഹ്റു കുടുംബത്തിന് യോജിച്ചവയല്ലെന്നു തോന്നി. അടിക്കുറിപ്പുകൾ പലതും തെറ്റാണ്. വിജ്ഞാനഭവനിൽ വെച്ചുള്ള പുസ്തക പ്രകാശനം നീട്ടിവെപ്പിച്ചു. പല തലക്കുറിപ്പുകളും അടിക്കുറിപ്പുകളും മാറ്റാൻ പ്രസാധകരോട് ആവശ്യപ്പെട്ടു. പ്രസാധകർ അത് മാറ്റുകയും ചെയ്തു. അതോടെ ശ്രീമതി ഗാന്ധിയും മേനകയും തമ്മിലുള്ള അകൽച്ച പൂർണമായി. അവർ മേനകയോടു പറഞ്ഞു.

-ഇനി നമുക്ക് ഒരുമിച്ചു ജീവിക്കാൻ കഴിയുകയില്ല. മേനക തന്റെ ആരുമല്ലെന്നും മാറിത്താമസിക്കണമെന്നും കർശനമായിപ്പറഞ്ഞു. എന്തായാലും ഒടുവിൽ പുസ്തകം പ്രകാശനം ചെയ്തു.

ഋഷി വാലിയിൽ ശ്രീ.ജെ. കൃഷ്ണമൂർത്തി ഉണ്ടായിരുന്നു. അദ്ദേഹത്തിന്റെ ആതിഥേയയായി പുപുലും ഋഷിവാലിയിൽ ഉണ്ടായിരുന്നു. രാജീവ് ഗാന്ധിയും സോണിയാ ഗാന്ധിയും മക്കളുമൊത്ത് ശ്രീമതി ഇന്ദിരാഗാന്ധി ഋഷിവാലിയിൽ ശ്രീ കൃഷ്ണമൂർത്തിയെ സന്ദർശിക്കാൻ പോയി. അവിടത്തെ സംസ്ഥാന മുഖ്യമന്ത്രിയെ വിളിച്ച് ശ്രീമതി ഗാന്ധി പറഞ്ഞു.

-ഋഷി വാലിയിൽ പാർട്ടി പ്രവർത്തകർ വരരുത്. പൊലീസും സെക്യൂരിറ്റിയും പാടില്ല.

സംസ്ഥാന സർക്കാർ അതൊക്കെ കേട്ടെങ്കിലും അവർക്ക് പ്രധാനമന്ത്രിയുടേയും കുടുംബത്തിന്റേയും സുരക്ഷ ഉറപ്പു വരുത്തണമല്ലോ. പൊലീസും സെക്യൂരിറ്റി ഭടന്മാരും ഋഷിവാലിയിലെ ഓരോ വൃക്ഷത്തിന്റേയും കുറ്റിക്കാടുകളുടേയും മറവിൽ ഒളിച്ചു നിന്നു. ശ്രീമതി ഗാന്ധിയും കുടുംബവും അവിടെ പതിനെട്ടു മണിക്കൂർ ഉണ്ടായിരുന്നു. ആശ്രമത്തിലെ അന്തേവാസികളോടും വിദ്യാർത്ഥികളോടും ശ്രീമതി ഗാന്ധി സംസാരിച്ചു. കൃഷ്ണാജിയും ശ്രീമതി ഗാന്ധിയും തനിച്ച് താഴ്‌വരയിലൂടെ ദീർഘദൂരം നടന്നു. ദുഃഖത്തിന്റെ വരവുപോക്കുകളെക്കുറിച്ചും അതിനെ അതിജീവിക്കാൻ മനസ്സിനെ സജ്ജമാക്കേണ്ടതിനേക്കുറിച്ചും കൃഷ്ണാജി പറഞ്ഞു.

കൃഷ്ണമൂർത്തി ചോദിച്ചു.

-താങ്കളുടെ സുരക്ഷാക്കാര്യങ്ങളൊക്കെ എങ്ങനെ? സുരക്ഷാ ഭടന്മാർ വിശ്വസ്തരാണോ?

-ഒരു പാടു കാവൽ ഭടന്മാരുണ്ട്. കുറച്ചുപേരെങ്കിലും എന്നെ കാക്കുമെന്നു കരുതുന്നു.

-താങ്കളുടെ മുഖം പ്രസന്നമല്ല. വീട്ടിൽ എന്തെങ്കിലും പ്രശ്നങ്ങൾ?

-അങ്ങനെയൊന്നുമില്ല. സാധാരണ വീടുകളിൽ കാണുന്ന ചില അസ്വാരസ്യങ്ങൾ ഉണ്ട്. താങ്കൾ എന്നിൽ എന്തെങ്കിലും മാറ്റം കാണുന്നുണ്ടോ? എന്നെ ആദ്യം കണ്ടപ്പോൾ ഉണ്ടായിരുന്ന ഞാനാണോ ഇന്നത്തെ ഞാൻ?

താങ്കൾ കുറച്ചുകൂടെ കടുപ്പക്കാരിയായിരിക്കുന്നു.

ശ്രീമതി ഗാന്ധി ചിന്തയിലാണ്ടു. പിന്നെ പറഞ്ഞു. സ്ത്രീ സ്വാതന്ത്ര്യത്തിന്റെ ഉദാഹരണമായി മധുബനി ചിത്രകാരികളെക്കുറിച്ച് ശ്രീമതി ഗാന്ധി തന്റെ പല പ്രഭാഷണങ്ങളിലും ചൂണ്ടിക്കാണിക്കാറുണ്ട്. സാമ്പത്തിക സ്വാതന്ത്ര്യമാണ് സ്ത്രീ ശാക്തീകരണത്തിന്റെ അടിത്തറയെന്ന് അവർ ഉറപ്പിച്ചു പ്രഖ്യാപിച്ചിട്ടുണ്ട്. ആ അടിത്തറയിൽ ജ്ഞാനവിജ്ഞാനങ്ങൾ സ്ത്രീകളെ കൂടുതൽ ശക്തരാക്കുന്നു. രണ്ടും നൽകുന്നത് ആത്മാഭിമാനം നിറഞ്ഞ വ്യക്തിത്വമാണ്. ശ്രീമതി ഗാന്ധി സ്വയം ഒരു കലാകാരി ആയിരുന്നില്ല. എന്നാൽ പ്രകൃതിക്ക് വസന്തകാലം പോലെയാണ് മനുഷ്യ മനസ്സിന് കലോപാസന എന്നവർ തിരിച്ചറിഞ്ഞിരുന്നു.

ശ്രീമതി ഗാന്ധി ശ്രീമതി പുപുൽ ജയക്കറോട് പറഞ്ഞു.

-വാതായനങ്ങളില്ലാത്ത മനസ്സുള്ളവരാണ് ലോകനേതാക്കൾ. നമുക്ക് ജനഹൃദയങ്ങളിലേക്കാണ് എത്തിച്ചേരേണ്ടത്. ജനങ്ങളാണ് ചരിത്രം നിർമിക്കുന്നത്. ഫെസ്റ്റിവെൽ ഓഫ് ഇന്ത്യ ഗ്രേറ്റ് ബ്രിട്ടണിൽ വെച്ചു നടത്തുകയാണ്. ഭാരതീയ ജനതയും ബ്രിട്ടീഷ് ജനതയും തമ്മിലുള്ള ആശയ വിനിമയത്തിന്റെ രംഗവേദിയാക്കി അതിനെ മാറ്റണം.

പന്ത്രണ്ട്

ഫെസ്റ്റിവൽ ഓഫ് ഇന്ത്യ

കിളി കഥ തുടരുന്നു

1982 മാർച്ച് ഇരുപത്തി രണ്ടാം തിയ്യതി 8.00 P.M ന് റോയൽ ഫെസ്റ്റിവൽ ഹോളിൽ ഉദ്ഘാടനം ചെയ്യുകയാണ്. ഹിസ് റോയൽ ഹൈനസ്സ് പ്രിൻസ് ഓഫ് വെയിൽസും രക്ഷാധികാരികളായ ബ്രീട്ടീഷ് പ്രധാനമന്ത്രി മാർഗരറ്റ് താച്ചറും ഇന്ത്യൻ പ്രധാനമന്ത്രി ഇന്ദിരാ ഗാന്ധിയും സന്നിഹിതരാണ്. ഇരു രാജ്യങ്ങളിലേയും പ്രധാന രാഷ്ട്രീയ നേതാക്കൾ, ശാസ്ത്രജ്ഞർ, സാംസ്കാരിക നായകർ, ബ്രീട്ടീഷ് പ്രഭുക്കൾ, ലോക പത്രപ്രതിനിധികൾ എന്നിങ്ങനെ ഉന്നതർ എല്ലാവരുമുണ്ട്.

ഇന്ത്യൻ പ്രസിഡന്റിന്റെ ബോഡിഗാർഡ് കാഹള സംഘത്തിന്റെ വാദ്യഘോഷങ്ങൾക്കൊപ്പം റൺജിത് ഡ്രം മുഴങ്ങി. അതിനു ശേഷം എം.എസ്. സുബ്ബലക്ഷ്മി സംസ്കൃതത്തിലും തെലുങ്കിലും ഹിന്ദിയിലും ഭജന ഗാനങ്ങൾ ആലപിച്ചു. പിന്നാലെ പണ്ഡിറ്റ് രവിശങ്കറിന്റെ സിത്താർ വാദനം. സൂബിൻ മേഹ്ത്തയുടെ ഓർക്കസ്ട്ര. ഉദ്ഘാടന ച്ചടങ്ങ് അവസാനിച്ചത് സൂബിൻ മേഹ്ത്തയുടെ ഓർക്കസ്ട്ര ബ്രിട്ടീഷ് ദേശീയ ഗാനവും ഇന്ത്യൻ ദേശീയ ഗാനവും ആലപിച്ചുകൊണ്ടാണ്. സദസ്സും വേദിയും എണീറ്റു നിന്ന് ഭക്തിയോടെ ശ്രവിച്ചു. ലണ്ടനിൽ ബ്രിട്ടീഷ് ഭരണാധികാരികൾ എണീറ്റു നിന്ന സാന്നിദ്ധ്യത്തിൽ ഇന്ത്യൻ ദേശീയഗാനം ചരിത്രത്തിൽ ആദ്യമായി ആലപിക്കുകയാണ്. വെയിൽസിലെ രാജകുമാരൻ ഇന്ത്യൻ പ്രധാനമന്ത്രിയുടേയും ബ്രിട്ടീഷ് പ്രധാനമന്ത്രിയുടേയും മദ്ധ്യേ അറ്റൻഷനായി നിന്നു. ഇന്ത്യൻ ദേശീയഗാനം ആലപിച്ചപ്പോൾ ശ്രീമതി ഗാന്ധിയുടെ ഇരു നയനങ്ങളിലും അഭിമാന ഹർഷാശ്രുക്കൾ നിറഞ്ഞു. കണ്ണുനീർ തുളുമ്പി വീഴാതിരിക്കുവാൻ അവർ പാടുപെടുകയായിരുന്നു.

ഫെസ്റ്റിവൽ ഹാളിനു പുറത്ത് മെയിൻ ഗെയിറ്റിൽ വലിയൊരു പൊലീസ്സ് സന്നാഹം വളഞ്ഞു നിൽക്കുന്നത് ശ്രീമതി പുപുൽ ജയക്കർ ശ്രദ്ധിച്ചു. വിവരം തിരക്കിയപ്പോൾ ചിലർ പറഞ്ഞു. പ്രതിഷേധം

നടത്തുന്നത് ബ്രിട്ടീഷ് പൗരത്വമുള്ള ഒരു സംഘം സിഖ്കാരാണ്. 'കാലിസ്ഥാൻ' എന്നൊരു വിളി പുപുൽ കേട്ടു. ബ്രിട്ടണിൽ നിന്നിറങ്ങുന്ന ചില ഇന്ത്യൻ പത്രങ്ങളിൽ വാർത്ത വന്നു. ഇന്ത്യയിൽ പഞ്ചാബിൽ സിഖ്കാർക്ക് 'കാലിസ്ഥാൻ' എന്നൊരു രാജ്യം വേണമെന്ന് ആവശ്യപ്പെട്ടിരിക്കുന്നു! തുടക്കത്തിൽ ആരും അത് ശ്രദ്ധിച്ചില്ല. ഇന്ത്യൻ ജനതയും ഭരണാധികാരികളും അത് അവഗണിച്ചു കളഞ്ഞിരുന്നു ലണ്ടണിൽ ഇന്ത്യൻ പ്രധാനമന്ത്രി എന്ന നിലയിൽ ശ്രീമതി ഗാന്ധി വിളങ്ങുക തന്നെ ചെയ്തു. എന്നാൽ ഓരോ ചടങ്ങും കഴിഞ്ഞ് വിശ്രമിക്കുമ്പോൾ ശ്രീമതി ഗാന്ധിയുടെ മുഖം കോപാകുലമാകുന്നത് ശ്രീമതി പുപുൽ ശ്രദ്ധിച്ചു.

–എന്തു പറ്റി?

–ദില്ലിയിൽ നിന്നും ടെലിഫോൺ സന്ദേശം വന്നിരിക്കുന്നു. ശ്രീമതി മേനകാ ഗാന്ധി അവരുടെ സ്യൂട്ട്കെയ്സുകൾ പായ്ക്കു ചെയ്ത് നമ്പർ വൺ സഫ്ദർജംഗ് ബംഗ്ലാവിൽ നിന്നും കൊടുത്തയച്ചിരിക്കുന്നു. ലക്നൗവിൽ കോൺഗ്രസ്സ് വിമതരുടെ മീറ്റിംഗിൽ മേനക പ്രസംഗിക്കുകയും ചെയ്തു. ശ്രീമതി ഗാന്ധി ഏറെ ഉൽക്കണ്ഠപ്പെട്ടത് രാജീവ് ഗാന്ധിയുടെ സുരക്ഷയെക്കരുതിയാണ്. രാജീവിനെതിരെ പല ഗൂഢാലോചനകളും നടക്കുന്നതായി നേരത്തെ അറിവ് കിട്ടിയിട്ടുള്ളതാണ്.

ശ്രീമതി ഗാന്ധി ദില്ലിയിൽ മടങ്ങിയെത്തി. അപ്പോൾ മേനകാ ഗാന്ധി ലക്നൗവിൽ ആയിരുന്നു. മേനകാ ഗാന്ധി തന്റെ മകൻ രണ്ടു വയസ്സുള്ള വരുണുമൊത്ത് ലക്നൗവിൽ നിന്ന് മടങ്ങിയെത്തി. വർഷങ്ങളിലൂടെ ശ്രീമതി ഗാന്ധി ആർജ്ജിച്ചിട്ടുള്ള നിശ്ശബ്ദത എന്ന തന്ത്രം അവരെ കൈവെടിഞ്ഞു. അവർ മേനകയുടെ മേൽ കുരച്ചു ചാടി.

1982 ജൂലൈ മാസത്തിൽ അവർ അമേരിക്ക സന്ദർശിക്കാനിരിക്കുകയാണ്.

യാത്രയ്ക്കു മുൻപ് പത്രപ്രവർത്തകരെക്കണ്ടപ്പോൾ അവർ പറഞ്ഞു.

–ഇന്ത്യ എന്താണ് എങ്ങനെയാണ് എന്ന് അമേരിക്കൻ ജനതയ്ക്ക് വെളിവാക്കിക്കൊടുക്കാനാണ് ഞാൻ ആഗ്രഹിക്കുന്നത്. ഇന്ത്യയ്ക്ക് ഒരുപാടു പ്രശ്നങ്ങളുണ്ട്. എന്നാലും നമ്മുടെ രാജ്യം ജനാധിപത്യത്തിലും സമാധാനത്തിലും ചേരിചേരാനയത്തിലും വിശ്വസിക്കുന്നു. ഈ രാജ്യത്തിന്റെ സ്വാതന്ത്ര്യത്തിനുവേണ്ടി പോരാടിയവരുടെ തലമുറയിൽ പെട്ട ഒരു വ്യക്തിയാണ് ഞാൻ, നമുക്ക് മറ്റൊരു രാജ്യത്തിന്റെ നിഴലിൽ നിൽക്കാൻ കഴിയുകയില്ല. മുൻ അമേരിക്കൻ പ്രസിഡന്റ് റിച്ചാർഡ് നിക്സണെ ഹെൻട്രി കീസിഞ്ജർ അറിയിച്ചിരുന്നു, ശ്രീമതി ഗാന്ധി സിരകളിൽ ശീതരക്തമൊഴുകുന്ന കടുപ്പക്കാരിയാണെന്ന്. ആ ധാരണയ്ക്ക് ഒരു മാറ്റമുണ്ടാകണം.

പത്രക്കാർ ചോദിച്ചു.

–ഇന്ത്യ സോവിയറ്റ് വശത്തേക്കു ചായുകയാണോ?

–ഇന്ത്യ ഒരിക്കലും ചായാറില്ല. നടുനിവർത്തി നേരെ നിൽക്കുകയേ ഉള്ളു.

ശ്രീമതി ഇന്ദിരാഗാന്ധി അമേരിക്ക വിട്ടു പോരുന്നതിനു മുൻപു തന്നെ അമേരിക്കൻ പ്രസിഡന്റ് 'ഫെസ്റ്റിവൽ ഓഫ് ഇന്ത്യ' ന്യൂയോർക്കിൽ നടത്തുന്നതിന് അനുമതി നൽകിക്കൊണ്ടുള്ള ഔദ്യോഗികക്കത്ത് നൽകി. 1985 വേനൽക്കാലത്ത് 'ഫെസ്റ്റിവൽ ഓഫ് ഇന്ത്യ' അമേരിക്കയിൽ അരങ്ങേറുമെന്ന് ശ്രീമതി ഇന്ദിരാഗാന്ധി പ്രഖ്യാപിച്ചു. അക്കൊല്ലം സെപ്തംബറിൽ (1982) ശ്രീമതി ഗാന്ധി സോവിയറ്റ് യൂണിയൻ സന്ദർശിച്ചു ലിയോനീസ് ബ്രഷ്നേവ് വാർദ്ധക്യവും രോഗവും മൂലം തളർന്നിരിക്കുന്നു. അദ്ദേഹവുമായി സംഭാഷണം അസാദ്ധ്യമായിരുന്നു. ആൻദ്രേയ് ഗ്രോമിക്കോവുമായി ശ്രീമതി ഗാന്ധി വിശദമായി സംസാരിച്ചു. ന്യൂക്ലിയർ യുദ്ധമുനകൾ നീട്ടിയ രണ്ടു ലോക ശക്തികൾ ലോക നാശത്തിനു കാരണമായേക്കാം. ശ്രീമതി ഗാന്ധി ഓർമ്മിപ്പിച്ചു.

-കഴിഞ്ഞ ദിവസങ്ങളിലൊക്കെയും ഞാൻ ചിന്തിച്ചത് ജീവിതത്തിന്റെ അർത്ഥമെന്ത്? സത്യമെന്ത് എന്നൊക്കെയാണ്. സ്വധർമ്മം സ്വകർമ്മം എന്തൊക്കെയാണ്? താങ്കൾക്ക് ഒരു ഉത്തരം നൽകാൻ കഴിയുമോ?

കൃഷ്ണമൂർത്തി മറുപടിയയച്ചു.

-എന്റെ ജീവിതംകൊണ്ട് ഞാൻ അതാണ് അന്വേഷിച്ചത്. വ്യക്തമായ ഒരു ഉത്തരം ഇതുവരെയും കിട്ടിയിട്ടില്ല ഒരു പക്ഷേ, ഈ അന്വേഷണം മാത്രമായിരിക്കും സത്യം.

ശരത്കാലാരംഭത്തോടെ ശ്രീമതി ഗാന്ധി തന്റെ മനസ്സിന്റെ കരുത്തും സമനിലയും വീണ്ടെടുത്തു. അക്കാലം അവർ വിൽപത്രം എന്നു കണക്കാക്കാവുന്ന ഒരു കുറിപ്പ് എഴുതിവെച്ചു.

-അക്രമത്തിലൂടെ ഞാൻ കൊല്ലപ്പെടുകയാണെങ്കിൽ (ചിലരൊക്കെ അങ്ങനെ പ്ലാൻ ചെയ്യുന്നതായി അറിയാം) അക്രമം കൊലയാളിയുടെ മനസ്സിലും പ്രവർത്തിയിലും മാത്രമായിരിക്കും. എന്റെ മരണത്തിൽ ആയിരിക്കുകയില്ല. എനിക്ക് എന്റെ രാജ്യത്തോടും ജനങ്ങളോടുമുള്ള സ്നേഹത്തിനു മേൽ ഒരു വെറുപ്പിനും വിദ്വേഷത്തിനും നിഴൽ വീഴ്ത്താൻ സാധിക്കുകയില്ല. സ്നേഹത്തെക്കുറിച്ച് കവി പാടിയതുപോലെ നീ എന്നരികിലുള്ളപ്പോൾ ഞാനെങ്ങനെ തളരും? എന്റെ രാജ്യത്തെ ജനങ്ങൾ ഭൗതികമായി ഇപ്പോൾ ദരിദ്രരായിരിക്കാം. എന്നാൽ എല്ലാ കഠിനകാലങ്ങളേയും അതിജീവിച്ച പാരമ്പര്യമുള്ള എന്റെ ജനത കരുത്താർജിക്കുകയും മുന്നേറുകയും ചെയ്യും.

ശ്രീമതി ഇന്ദിരാഗാന്ധി രാജ്യത്തിന്റെ ഉന്നതാധികാരി എന്ന നിലയിൽ എല്ലാം ശ്രദ്ധിച്ചു കൊണ്ടിരുന്നു. മതം ജാതി ഭാഷ, പ്രാദേശികത ഇവയിലൊന്നും പെടാതെ അവർ ചേമ്പിലയിലെ വെള്ളം പോലെ വർത്തിച്ചു. രാജ്യത്ത് വിഘടിത ഗ്രൂപ്പുകൾ പ്രവർത്തിക്കുന്നത് ശ്രദ്ധിച്ചു. ഈ മഹാരാജ്യം നിരവധി നാട്ടു രാജ്യങ്ങളായി വിഭജിക്കപ്പെട്ടിരുന്ന പഴയ കാലം! ബ്രിട്ടീഷുകാർ സാമ്രാജ്യമോഹത്തിൽ പിടിച്ചടക്കി ഒരുമിപ്പിച്ചു. ഒടുവിൽ അവർക്ക് വിട്ടുപോകേണ്ടിവന്നപ്പോൾ വിഭജിച്ച് വെടക്കാക്കി. മഹാത്മാഗാന്ധിയാണ് ഏകതയുടെ അടിത്തറയിട്ടത്. പാർലമെന്ററി

ജനാധിപത്യത്തിന്റെ അടിത്തറയിട്ടത് ജവഹർലാൽ നെഹ്റുവുംഈ മഹാ രാജ്യത്തെ ഇനിയൊരു വിഭജനത്തിന് വിട്ടുകൊടുക്കാനാവില്ലെന്ന് ശ്രീമതി ഗാന്ധി ദൃഢ നിശ്ചയം ചെയ്തിരുന്നു.

ആന്ധ്രപ്രദേശിലും കർണാടകത്തിലും അസംബ്ളി തെരഞ്ഞെടുപ്പ് വരികയാണ് (1983).

ശ്രീമതി ഇന്ദിരാഗാന്ധിയുടെ 1980-ൽ നേടിയ വൻ തെരഞ്ഞെടുപ്പു വിജയത്തിനുശേഷം ആദ്യമായി ഒരു തെരഞ്ഞെടുപ്പ് വരികയാണ്. രണ്ടു സംസ്ഥാനങ്ങളിലെ തെരഞ്ഞെടുപ്പു ഫലം 1985-ൽ വരാനിരിക്കുന്ന പാർലമെന്റു തെരഞ്ഞെടുപ്പു ഫലത്തിന്റെ സൂചകമായിരിക്കും. രണ്ടു സംസ്ഥാനങ്ങളും കോൺഗ്രസ്സ് ഐ യെ പിൻതുണച്ചിട്ടുള്ളവയാണ്. ഇക്കുറി തെരഞ്ഞെടുപ്പിന്റെ പൂർണ ചുമതല രാജീവ് ഗാന്ധിക്കും അയാളുടെ കസിൻ അരുൺ നെഹ്റുവിനും നൽകിയിരിക്കുകയാണ്. അരുൺ നെഹ്റു നിലവിൽ പാർലമെന്റു മെമ്പറുമാണ്. അവർ പരിചയക്കുറവിന്റെ തെറ്റുകൾ വരുത്തുമെന്ന് മുതിർന്ന നേതാക്കൾ പറഞ്ഞു.

-ആരാണ് തെറ്റുകൾ വരുത്താത്തത്? തെറ്റിലൂടെ അവർ ശരിയെന്തെന്ന് പഠിക്കട്ടെ.

സഞ്ജയന്റെ മരണശേഷം രാഷ്ട്രീയമായി തന്റെ ശക്തിക്ക് ക്ഷീണം തട്ടിയെന്ന് തോന്നിയിരുന്നു

ഇനി കുറച്ചുകാലം തനിക്ക് വിശ്രമിക്കണം. ജാതി, മതം, പ്രാദേശിക വാദം എന്നിവകൊണ്ടു കളിക്കുന്ന ഇന്ത്യൻ തെരഞ്ഞെടുപ്പു രാഷ്ട്രീയത്തെ നേരിടാൻ അവർ പഠിക്കട്ടെ. എതിർ കക്ഷികളുടെ സ്ഥാനാർത്ഥികളോട് മത്സരിക്കാൻ കഴിവുള്ള വ്യക്തികളെ അവർ തെരഞ്ഞെടുക്കട്ടെ.

തെലുങ്കുദേശം എന്ന രാഷ്ട്രീയപ്പാർട്ടി തദ്ദേശ ജനതയുടെ സ്വന്തം പാർട്ടി എന്ന നിലയിൽ പ്രചരണം തുടങ്ങി. മണ്ണിന്റെ പുത്രൻ! കഴിഞ്ഞ മുവായിരത്തിലേറെ വർഷങ്ങളുടെ ചരിത്ര പാരമ്പര്യമുള്ള ഒരു ജനതയെ ഉത്തരേന്ത്യൻ ഭരണവർഗ്ഗം ഇക്കാലമത്രയും ചൂഷണം ചെയ്തു. ആന്ധ്ര മക്കൾക്ക് കേന്ദ്ര സർക്കാർ ഒരു വിലയും കല്പിക്കുന്നില്ല. ആന്ധ്ര മുഖ്യമന്ത്രി ശ്രീ. ടി. അഞ്ജയ്യയെ കഴിഞ്ഞ വർഷം രാജീവ് ഗാന്ധി പൊതുവേദിയിൽ വെച്ച് ചീത്ത വിളിച്ച് അധിക്ഷേപിച്ചിരുന്നു. ആന്ധ്ര മക്കൾ അത് തങ്ങൾക്കേറ്റ അപമാനമായിക്കരുതി. ആന്ധ്രപ്രദേശിന്റെ തെരുവുമുക്കുകളിലും ചന്തക്കവലകളിലും എൻ.ടി.ആറിന്റെ ദൈവ വേഷത്തിലുള്ള കട്ടൗട്ടുകൾ ഉയർന്നു. എല്ലായിടത്തും അനുഗ്രഹ മുദ്രകൾ ഉയർത്തിയ ഒരു കൈയും ധാന്യം ചൊരിയുന്ന മറുകൈയുമാണ് ചിത്രീകരിച്ചിരിക്കുന്നത്. ജനങ്ങൾക്ക് അന്നം നൽകുന്ന ദൈവം! വലിയ ചിത്രങ്ങൾക്കു മുന്നിൽ ഗ്രാമീണ സ്ത്രീകൾ പൂക്കളർപ്പിച്ച് മൺചിരാതുകളിൽ തിരിയിട്ട് എണ്ണയൊഴിച്ചുകത്തിച്ച് തൊഴുതുമടങ്ങുന്ന കാഴ്ച ഗ്രാമങ്ങളിൽ കാണാമായിരുന്നു. എൻ.ടി.ആർ അവർക്ക് സാക്ഷാൽ ഇശ്വരൻ തന്നെയായിരുന്നു. ശ്രീമതി ഇന്ദിരാ ഗാന്ധിയെ തെലുങ്കു മക്കൾ അമ്മയായി കരുതുന്നുവെങ്കിലും അമ്മയേക്കാൾ വലുത് ഈശ്വരനാണല്ലോ!

മുൻപെന്നതുപോലെ ശ്രീമതി ഗാന്ധി രണ്ടു സംസ്ഥാനങ്ങളിലും ചുറ്റി സഞ്ചരിച്ചു. ജനങ്ങളുമായി നേരിട്ടു സംസാരിച്ചു. എല്ലായിടത്തും ധാരാളം പേർ വന്ന് മീറ്റിംഗുകൾ വിജയമാക്കി. എന്നാൽ തെരഞ്ഞെടുപ്പു ഫലം വന്നപ്പോൾ രണ്ടു സംസ്ഥാനങ്ങളിലും കോൺഗ്രസ്സ് ഐ തോറ്റു. ആന്ധ്ര യിൽ എൻ.ടി രാമറാവുവിന്റെ തെലുങ്കുദേശം വൻ ഭൂരിപക്ഷം നേടി. കർണാടകയിൽ ചെറിയ ഭൂരിപക്ഷത്തോടെ എതിർകക്ഷി ജയിച്ചു. കോൺഗ്രസ്സ് ഐയിലെ മുതിർന്ന നേതാക്കൾ കമ്പ്യൂട്ടർ ശിശുക്കളുടെ മിഥ്യാ ധാരണയെപ്പഴിച്ചു. രാജീവ് ഗാന്ധിക്കെതിരെ വലിയ ആരോപണ ങ്ങൾ ഉയർന്നു. ശ്രീമതി ഗാന്ധിക്ക് അത് വലിയ ഷോക്കായി. ശ്രീമതി മേനകാ ഗാന്ധി നിശ്ശബ്ദത ഭേദിച്ച് പുറത്തു വന്നു. തന്റെ ഭർത്തൃ സഹോദരന്റെ രാഷ്ട്രീയ പാപ്പരത്തമാണ് തോൽവിക്കു കാരണമായ തെന്ന് അവർ പരസ്യമായി പ്രസ്താവിച്ചു.

ദില്ലിയിൽ വെച്ച് ദി കോമൺവെൽത്ത് ഹെഡ്സ് ഓഫ് ഗവണ്മെന്റ് (CHOGM) യോഗം നവംബർ ഇരുപത്തി മൂന്നാം തിയ്യതി (1983) നടന്നു. ഗ്രേറ്റ് ബ്രിട്ടൺന്റെ ക്വീൻ എലിസബത്ത് II ആയിരുന്നു കോമൺവെൽത്ത് തലവി. ലോക രാഷ്ട്രത്തലവർ NAM യോഗം ചെയർപേഴ്സണായ ശ്രീമതി ഗാന്ധിയുടെ ഇരു വശങ്ങളിലും നിന്ന ആ മഹാവേദി അവരുടെ ജീവിത സായാഹ്നത്തിന്റെ പൊലിമയായിരുന്നു. എന്നാൽ താമസിയാതെ അവർക്ക് രാജ്യത്തെ വലിയ പ്രശ്നങ്ങളിലേയ്ക്ക് ഇറങ്ങേണ്ടി വന്നു. കാശ്മീരിൽ നിന്നും ആസ്സാമിൽ നിന്നും അശുഭ വാർത്തകൾ വന്നു. അയൽ രാജ്യമായ ശ്രീലങ്കയിലും പ്രശ്നങ്ങളാണ്.

തമ്മിൽ കണ്ടപ്പോൾ ശ്രീമതി പുപുൽ ചോദിച്ചു.

-ഇത്രയേറെ പ്രശ്നങ്ങൾക്കിടയിലും താങ്കൾക്കെങ്ങനെ ശാന്തയായി രിക്കുവാൻ കഴിയുന്നു?

ശ്രീമതി ഗാന്ധി ആലോചനയോടെ പറഞ്ഞു.

-മുഗൾ പരപ്പു കാണുമ്പോൾ കടൽ ശാന്തമാണെന്നു തോന്നും. എന്നാൽ ആഴക്കടലിൽ അഗ്നി തിളച്ചു മറിയുകയാവും.

ആയിടെ ശ്രീ. ജെ. കൃഷ്ണമൂർത്തിക്ക് ശ്രീമതി ഗാന്ധി ഒരു കുറിപ്പ യച്ചു. തീവ്രമായ മാനസിക സംഘർഷത്തിലാണ് ഞാൻ. ഭൂമിയിൽ വന്നു പെട്ട ഒരന്യഗ്രഹജീവിയാണോ ഞാൻ? മനുഷ്യൻ ഭൂമിയിൽ വന്നു പിറ ക്കുന്ന നാൾതൊട്ട് ദുരാഗ്രഹിയാണ്. എല്ലാം എനിക്ക് എന്നവർ ചിന്തി ക്കുന്നു. മറ്റുള്ളവരെ അവർ പരിഗണിക്കുന്നില്ല. ആരെയും മനസ്സിലാ ക്കാനും ശ്രമിക്കുന്നില്ല. ഈ ഭൂമിയിൽ എനിക്ക് മനസ്സു തുറന്നു കാണി ക്കാൻ പറ്റുന്ന അപൂർവ്വം ചിലരിലൊരാളാണ് താങ്കൾ. അതുകൊണ്ട് കുറി ച്ചതാണ്. ക്ഷമിക്കുക.

1984 ആഗസ്റ്റ് പതിനഞ്ചാം തീയ്യതി ശ്രീമതി ഇന്ദിരാ ഗാന്ധി ദില്ലിയിലെ ചുവപ്പുകോട്ടയുടെ മുഖപ്പിൽ നിന്ന് രാഷ്ട്രത്തോടു സംസാരിച്ചു. പതി വിന് വിപരീതമായി അവരുടെ വാക്കുകൾ വിഷാദം നിറഞ്ഞതായിരുന്നു.

നമുക്കു ചുറ്റും ആപത്തുകൾ ഒളിഞ്ഞു കിടക്കുന്നു. വളരെ വളരെ ശ്രദ്ധ ആവശ്യമാണ്.

ധാന്യ ഉൽപാദനത്തിൽ ഇന്ത്യയെ സ്വയം പര്യാപ്തമാക്കിയത് പഞ്ചാബാണ്. പഞ്ചാബിലെ കർഷകർ അതിസമ്പന്നരായി. ഹരിത വിപ്ളവം (Green Revolution) എന്ന മഹാ പ്രക്രിയയായിരുന്നു അത്. ഇന്ത്യൻ ജനതയിൽ പഞ്ചാബികൾ രണ്ടു ശതമാനം മാത്രമാണ്. എന്നാൽ ഇന്ത്യൻ ആർമിയിൽ ഗണ്യമായ ഒരു വിഭാഗം പഞ്ചാബികളാണ്. ജനതാ പ്പാർട്ടി കേന്ദ്രത്തിൽ അധികാരത്തിൽ വന്നപ്പോൾ പഞ്ചാബിലെ അകാലി ദൾ പാർട്ടി അവരോടുചേർന്ന് ഭരണത്തിൽ ഉണ്ടായിരുന്നു. അകാലിദൾ പഞ്ചാബിലും ഭരണത്തിലെത്തി.

പഞ്ചാബിൽ കോൺഗ്രസ്സ് നേതാവായിരുന്ന ജ്ഞാനി സെയിൽ സിങ്ങ് അകാലിദൾ പാർട്ടിയെ പരാജയപ്പെടുത്താൻ കിണഞ്ഞു ശ്രമിച്ചി രുന്നു (1979 കാലം).

പഞ്ചാബിലെ ഒരു സാധാരണ നേതാവുമാത്രമായിരുന്ന ജർണയിൽ സിങ്ങ് ഭിന്ദ്രൻവാലയെ ഉയർത്തിക്കൊണ്ടുവന്ന് അകാലിദളിന് എതിരെ പ്രവർത്തിക്കാൻ പ്രേരിപ്പിച്ചത് സഞ്ജയ് ഗാന്ധിയായിരുന്നു. പഞ്ചാബിൽ ഒരു ഗ്രാമത്തിലെ ഗുരുദ്വാരയിൽ ഗുരു കീർത്തനങ്ങൾ പാടുകയും വിശദീകരിക്കുകയും ചെയ്യുന്ന ചെറിയൊരു മതപ്രഭാഷകൻ മാത്രമായി രുന്നു ജർണയിൽ സിങ്ങ് ഭിന്ദ്രൻ വാല. അന്ന് മുപ്പത്തിയേഴു വയസ്സായി രുന്നു അയാൾക്ക്. 1980 ലെ പൊതു തെരഞ്ഞെടുപ്പിൽ ശ്രീമതി ഇന്ദിരാ ഗാന്ധി വൻ ഭൂരിപക്ഷത്തോടെ കേന്ദ്രത്തിൽ അധികാരത്തിൽ വന്നു. അന്ന് ഇന്ദിരാഗാന്ധിക്കുവേണ്ടി മുദ്രാവാക്യം വിളിച്ചവരുടെ കൂട്ടത്തിൽ തലപ്പാവണിഞ്ഞ ധാരാളം സിഖുകാരുണ്ടായിരുന്നു. പഞ്ചാബിലും ഇന്ദിരാ കോൺഗ്രസ്സ് വിജയിച്ചു. അകാലി ദൾ ആയിരുന്നു അപ്പോൾ പഞ്ചാബിൽ ഭരണത്തിൽ. അവരെയാണ് കോൺഗ്രസ്സ് ഐ പരാജയപ്പെടുത്തിയത്. പഞ്ചാബിൽ കോൺഗ്രസ്സ് ഐ നേതാവായിരുന്ന ജ്ഞാനി സെയിൽ സിങ്ങിനെ കേന്ദ്രത്തിൽ ആഭ്യന്തര മന്ത്രിയാക്കി. മറ്റൊരു നേതാവായ ഡർബാരാ സിങ്ങിനെ പഞ്ചാബ് മുഖ്യമന്ത്രിയുമാക്കി.

പഞ്ചാബിലെ അക്രമങ്ങൾക്കെതിരെ നടപടികളൊന്നുമെടുക്കാതെ ശ്രീമതി ഇന്ദിരാ ഗാന്ധി നിസ്സംഗയായിരുന്നു. ഒടുവിൽ അവർ പ്രതിപക്ഷ കക്ഷികളുമായും അറിയപ്പെടുന്ന രാഷ്ട്രീയ ബുദ്ധിജീവികളുമായും ചർച്ച ചെയ്തു. അകാലി ദളുമായി ഒരു ഒത്തുതീർപ്പിന് എല്ലാവരുടേയും സഹായം അഭ്യർത്ഥിച്ചു. പഞ്ചാബിലെ ജനങ്ങളുടെ ധീരതയുടെ ചരിത്രം ശ്രീമതി ഗാന്ധിക്കറിയാം. അവരുടെ മേൽ നടപടികളെടുക്കുമ്പോൾ ശ്രദ്ധിക്കണമെന്നും അറിയാം. ട്രിബ്യൂൺ പത്രത്തിൽ പ്രേം ഭാട്ടിയ എന്ന പ്രസിദ്ധനായ പത്രാധിപർ ഒരു മുഖലേഖനമെഴുതി.

– പഞ്ചാബിൽ നടപടികൾ അമാന്തിച്ചാൽ എല്ലാം കൈവിട്ടുപോകും. കേന്ദ്ര നേതൃത്വത്തിന് വിവേകവും രാഷ്ട്രീയമായ കരുത്തും ഉണ്ടാകേണ്ട സമയമാണിത്. പഞ്ചാബിലെ പൊലീസ്സ് ഡെപ്യൂട്ടി ഇൻസ്പെക്ടർ

ജനറൽ (DIG) ശ്രീ എസ്. അത്വാൾ ആണ്. അദ്ദേഹം ഗോൾഡൻ ടെമ്പിളിൽ പ്രാർത്ഥന കഴിഞ്ഞ് പുറത്തേക്കു വരുമ്പോൾ തീവ്രവാദികൾ വെടിവെച്ചു കൊന്നു (1983 ഏപ്രിൽ 23-ാം തീയ്യതി) ഒരു ബസ്സ് തടഞ്ഞ് യാത്രക്കാരിൽ ഹിന്ദുക്കളായവരെ വലിച്ച് പുറത്തിട്ട് കൂട്ടക്കൊല ചെയ്തു (1983 - ഒക്ടോബർ 5) കൊല നടത്തിയവർ രക്ഷപ്പെടുകയും ചെയ്തു.

ആറടി ഉയരവും തീക്ഷ്ണമായ നയനങ്ങളും ഊർജ്ജം പ്രസരിക്കുന്ന ശരീരഘടനയുമുള്ള, കാഴ്ചയിൽ ഗംഭീരനായ ഒരു പുരുഷനായിരുന്നു സന്ത് ജർണൈൽ സിങ്ങ് ഭിന്ദ്രൻ വാല. നീണ്ടു കറുത്ത താടിമീശയും നീലത്തലപ്പാവും തുവെള്ള ളോഹയും വെള്ള അംഗവസ്ത്രവും മാറിൽ തോക്കിൻ തിരകളുടെ ക്രോസ് ബെൽറ്റും അരയിൽ റിവോൾവറും വലം കൈയിൽ ഉടവാളും പിടിച്ച് തലയുയർത്തി നടന്നുവരുമ്പോൾ മദ്ധ്യകാല ഘട്ടത്തിൽ നിന്ന് ഒരു സൈനികത്തലവൻ ഇറങ്ങി വരികയാണെന്നു തോന്നും. മുൻപ് അയാൾ ഒരു സാധാരണ കൃഷിക്കാരനും വൈകുന്നേരങ്ങളിൽ ഗുരുദ്വാരയിൽ ഗുരുഗ്രന്ഥം പാരായണം ചെയ്യുകയും ചെയ്യുന്ന ഒരു സിഖ് യുവാവ് മാത്രമായിരുന്നു. താൻ പത്താമത്തെ ഗുരു ഗോവിന്ദസിങ്ങിന്റെ പുനഃരവതാരമാണെന്ന് ഇപ്പോൾ അയാൾ പ്രഖ്യാപിച്ചിരിക്കുന്നു.

-ചംബലിലെ കൊള്ളക്കാരനെപ്പോലെയാണ് ഭിന്ദ്രൻവാല പെരുമാറുന്നത്.

അകാലി നേതാവ് ലോംഗോവാൾ പഞ്ചാബിൽ ആ വിധം പ്രസംഗിച്ചു. ഈ ഘട്ടത്തിൽ സന്ത് ജർണൈൽസിങ്ങ് സിഖ് കൺവെൻഷൻ നടത്താൻ തീരുമാനിച്ചു. ധർമ്മയുദ്ധ മോർച്ചയുടെ ഉദ്ദേശങ്ങളെക്കുറിച്ച് ഭിന്ദ്രൻവാല ആ യോഗത്തിൽ പ്രസംഗിച്ചു. ഭിന്ദ്രൻ വാലയുടെ കൺവെൻഷനിൽ ഒരു അകാലിദൾ പ്രവർത്തകൻ പോലും പങ്കെടുക്കരുതെന്ന് ലോംഗോ വാൾ വിലക്കിയിട്ടും മൂന്നൂറിലേറെ അകാലി പ്രവർത്തകർ പങ്കെടുത്തു. ഈ സമ്മേളനത്തിൽ ഭിന്ദ്രൻ വാല സിഖ് യുവാക്കളുടെ അകമഴിഞ്ഞ പിൻതുണ നേടി. പഞ്ചാബിൽ മിതവാദി നേതാക്കളെല്ലാം അപ്രസക്തരായി. പഞ്ചാബിന്റെ അനിഷേധ്യ നേതാവ് ഇപ്പോൾ ഭിന്ദ്രൻ വാല ആണെന്നൊരു ധാരണ പരന്നു. ശ്രീമതി ഇന്ദിരാഗാന്ധി ക്ഷണിച്ചതനുസരിച്ച് ലോംഗോവാൾ ദില്ലിക്കു പോയി. ശ്രീമതി ഗാന്ധിയെ കണ്ടു. അയാൾ പറഞ്ഞു.

-ഭിന്ദ്രൻവാല, അനുയായികൾക്ക് പട്ടാള പരിശീലനം കൊടുക്കുന്നുണ്ട്. വൻ ആയുധ സംഭരണവും നടത്തുന്നുണ്ട്. അയാളെ അറസ്റ്റു ചെയ്യണം. ഇപ്പോൾ ഏതാനും കമാൻഡോകളെ അയച്ചാൽ ഭിന്ദ്രൻ വാലയെ അറസ്റ്റു ചെയ്യാം. ഒരു ജനാധിപത്യരാജ്യത്ത് ഇതൊക്കെ ചെയ്യാൻ കഴിയുമെങ്കിൽ അവിടെ ഒരുസർക്കാർ ഇല്ലെന്നു വേണം കരുതാൻ.

ശ്രീമതി ഇന്ദിരാ ഗാന്ധി ശ്രദ്ധയോടെ കേട്ടുവെങ്കിലും മറുപടി ഒന്നും പറഞ്ഞില്ല.

വളരെ രഹസ്യമായി കേന്ദ്രസർക്കാർ ചില തീരുമാനങ്ങളെടുത്തു.

സന്ത് ജർണൈൽ സിങ്ങിനെ അറസ്റ്റു ചെയ്യാൻ ഗോൾഡൻ ടെമ്പിൾ കോംപ്ലക്സിലേക്ക് കമാൻഡോസിനെ അയയ്ക്കുക. കേന്ദ്ര സർക്കാർ തലങ്ങളിലെല്ലാം സന്തിന്റെ ചാരന്മാർ ഉണ്ടായിരുന്നു. അയാൾക്ക് അപ്പോൾ തന്നെ വിവരം കിട്ടി. എല്ലാവരേയും അമ്പരപ്പിച്ചുകൊണ്ട് ഭിന്ദ്രൻവാല ഗോൾഡൻ ടെമ്പിളിന്റെ ശ്രീകോവിലായ അകാൽ തക്തിന് തൊട്ടുമുകളിലുള്ള മുറിയിലേക്ക് താമസം മാറ്റി. തന്റെ ദൈവിക ദൗത്യം പൂർത്തിയാക്കുന്നതുവരെ മാത്രമേ അവിടെ താമസിക്കുകയുള്ളുവെന്ന് അയാൾ അനുയായികളെ അറിയിച്ചു. കേന്ദ്ര സർക്കാരിന്റെ ദുഷ്ട നീക്കങ്ങളെ ചെറുക്കാൻ ഇതു മാത്രമേ ഇപ്പോൾ വഴിയുള്ളൂ. അകാലി നേതാക്കൾ അതിന്റെ പേരിൽ വലിയ ബഹളങ്ങളൊക്കെ ഉണ്ടാക്കി. ഈശ്വരന്റെ ശ്രീകോവിലാണ് കളങ്കപ്പെടുത്തിയിരിക്കുന്നത്! ഭിന്ദ്രൻ വാല വകവെച്ചില്ല.

അകാലി നേതൃത്വം ഭിന്ദ്രൻ വാലയെ കൊലപ്പെടുത്താൻ തീരുമാനിച്ചു. അവർ ഗുരുചരൺ സിങ്ങ് എന്നൊരു വാടകക്കൊലയാളിയെ അതിനായി ചുമതലപ്പെടുത്തി. ഗുരു ചരൺ സിങ്ങ് തന്റെ കൂട്ടാളിയായ സുരീന്ദർ സിങ്ങ് ചിണ്ടയേയും അയാളുടെ വെപ്പാട്ടിയായ ബൽജീത് കൗറിനേയും ദൗത്യം ഏല്പിച്ചു. മൂന്നു പേരും അകാലി നേതാവ് ലോംഗോവാളിലൂടെ നല്ലൊരു തുകയും കൈക്കലാക്കി. ഭിന്ദ്രൻ വാലയുടെ പ്രഭാത പ്രാർത്ഥനാ സദസ്സിൽ ചിണ്ടയും ബൽജിത് കൗറും റിവോൾവറുകളുമായി മുൻ നിരയിൽ തന്നെ ഇരുന്നിരുന്നുവെങ്കിലും വെടിവെയ്ക്കുവാനുള്ള ധൈര്യം ഉണ്ടായില്ല. അവിടെ വെച്ച് ഭിന്ദ്രൻ വാലയുടെ അടുത്ത അനുയായിയായ സോധിയെ പരിചയപ്പെട്ടു. അവർ സോധിയെ ചായകുടിക്കാൻ ക്ഷണിക്കുകയും അയാൾ കൂടെ ചെന്നപ്പോൾ വെടിവെച്ചു കൊല്ലുകയും ചെയ്തു. ബൽജീത്കൗറിനെ ഭിന്ദ്രൻ വാലയുടെ ആൾക്കാർ പിടിച്ചു. ചിണ്ട രക്ഷപ്പെട്ടു. ഭീകരമായ ചോദ്യം ചെയ്യലിൽ ബൽജീത് കൗർ എല്ലാ സത്യങ്ങളും വെളിപ്പെടുത്തി. ഇരുപത്തി നാലു മണിക്കൂറിനകം ചിണ്ടയേയും കൂട്ടാളിയേയും ബൽജീത് കൗറിനേയും വധിച്ചു.

പൊതു സദസ്സിൽ ഭിന്ദ്രൻ വാല പ്രഖ്യാപിച്ചു.

-ധർമ്മയുദ്ധത്തിൽ ഒറ്റുകാർക്ക് ഇതായിരിക്കും ഗതി.

ലോംഗോവാളിനും സംഘത്തിനും വലിയ ഭയമായി. തങ്ങൾ ഏതു നിമിഷവും കൊല്ലപ്പെടാം എന്ന് അവർക്ക് ബോധ്യമായി. പഞ്ചാബിൽ ഇപ്പോൾ കൊലപാതകങ്ങൾ നടന്നാൽ കുറ്റവാളികളെ പിടിക്കാൻ ഒരു സർക്കാർ ഇല്ലാതായിരിക്കുന്നു. ഭരണാധികാരി ഇപ്പോൾ സന്ത് ജർണൈൽ സിങ് ഭിന്ദ്രൻ വാലയാണ്. എല്ലാ പ്രഭാത മീറ്റിംഗിലും ഭിന്ദ്രൻ വാല പറഞ്ഞു.

-ഖാൽസാ പന്തിന്റെ അവസാന യുദ്ധം അനിവാര്യമായിരിക്കുന്നു. ഖാൽസാ പന്ത് നയിക്കുന്ന ഒരു സിഖ് രാഷ്ട്രം സ്ഥാപിതമാകും. പേടിച്ച് ആരും പിൻവാതിലിലൂടെ ഒളിച്ചോടരുത്.

ആയിരക്കണക്കിന് സിഖുകാർ മുദ്രാവാക്യം വിളിച്ചുകൊണ്ട് ഗോൾഡൻ ടെമ്പിളിൽ നിത്യവും വരും ടെമ്പിൾ കോമ്പൗണ്ടിൽ അവരെ സംഘടിപ്പിച്ച് അകാലി നേതാക്കളും ഭിന്ദ്രൻ വാലയും തീതുപ്പുന്ന ഭാഷയിൽ പ്രസംഗിക്കും. അവരെ സമരസംഘമായി പ്രഖ്യാപിച്ചു. എല്ലാവരോടും രക്തസാക്ഷികളുടെ കുങ്കുമ വർണ്ണത്തലപ്പാവണിയാൻ ആവശ്യപ്പെട്ടു. നേതാക്കളുടെ പ്രസംഗങ്ങൾ കഴിയുമ്പോൾ കുങ്കുമവർണ്ണത്തലപ്പാവണിഞ്ഞ സംഘം ജാഥയായി അമൃത്സർ നഗരം ചുറ്റും.

'രാജ് കരേഗാ ഖാൽസാ"

(ഖാൽസാ ഇനി നാടു ഭരിക്കും)

സിഖ് നേതൃത്വവുമായി കൂടിയാലോചിക്കാൻ മുൻ കേന്ദ്ര മന്ത്രിയും സിഖ് നേതാവുമായ സ്വരൺ സിങ്ങിനെ അമൃത് സറിലേയ്ക്കയച്ചു. അകാലി നേതാക്കളുമായി ചില ഒത്തു തീർപ്പുകളുണ്ടാക്കി. സ്വരൺ സിങ് ദില്ലിക്കു മടങ്ങി. എന്നാൽ ആ വ്യവസ്ഥകൾ ശ്രീമതി ഗാന്ധിക്ക് സ്വീകാര്യമായില്ല. സ്വരൺ സിങ്ങിന് അത് വലിയ വിഷമമായി. ഇനിയൊരിക്കലും താൻ അത്തരമൊരു കൂടിയാലോചനയ്ക്ക് തയ്യാറാവില്ലെന്ന് അദ്ദേഹം പ്രഖ്യാപിച്ചു. മൂന്ന് ആഴ്ചകൾ കഴിഞ്ഞ് ദില്ലിയിൽ ഏഷ്യൻ ഗെയിംസ് തുടങ്ങുകയാണ്. ലോക രാഷ്ട്രങ്ങളിൽ നിന്നും കളിക്കാർ വരുന്നു (1982) സിഖ് പ്രശ്നം ലോക ശ്രദ്ധയിൽ പെടുത്താൻ ഏഷ്യൻ ഗെയിംസ് ഉപയോഗിക്കണമെന്ന് സിഖ് നേതൃത്വം രഹസ്യമായി തീരുമാനിച്ചു. പ്രധാനമന്ത്രി ശ്രീമതി ഇന്ദിരാഗാന്ധിയുടെ മൂത്ത പുത്രൻ രാജീവ് ഗാന്ധിക്കാണ് ഏഷ്യൻ ഗെയിംസിന്റെ പുർണ ചുമതല. ഇന്ത്യൻ എയർ ലൈൻസിൽ ഒരു പൈലറ്റായി ജോലി ചെയ്യുകയായിരുന്നു ശ്രീ. രാജീവ് ഗാന്ധി. രാഷ്ട്രീയത്തിൽ ഒരിക്കലും പങ്കെടുത്തിട്ടില്ല. ഏഷ്യൻ ഗെയിംസിന്റെ ചുമതല ഏൽപിച്ചത് അയാൾ തന്റെ കഴിവ് തെളിയിക്കട്ടെ എന്നു കരുതിയാണ്. സർക്കാർ തലത്തിൽ ആദ്യമായുണ്ടായ ഗെയിംസ് മാമാങ്കമാണ് ഏഷ്യൻ ഗെയിംസ്. അയൽ സംസ്ഥാനങ്ങളിൽ നിന്ന് ലക്ഷക്കണക്കിനു തൊഴിലാളികളെ ദില്ലിയിൽകൊണ്ടുവന്നു. ഏഷ്യാഡ് വില്ലേജ് പണിയാരംഭിച്ചു. ഏഴ് പുതിയ സ്റ്റേഡിയങ്ങൾ, അഞ്ച് പഞ്ചനക്ഷത്ര ഹോട്ടലുകൾ, ഏഴു മേല്പാലങ്ങൾ.

അന്നൊരു പകൽ ഉയർന്ന ഒരു പൊലീസ് ഓഫീസ്സർ സിവിൽ വേഷത്തിൽ ഗോൾഡൻ ടെമ്പിളിലെ ശ്രീകോവിലിനു മുന്നിൽ പ്രാർത്ഥിച്ച് ഇറങ്ങി വരികയായിരുന്നു. അയാൾ പുറം ഗെയിറ്റിൽ എത്തിയതും എവിടെ നിന്നോ തുരുതുരാ വെടിപൊട്ടി. പൊലീസ് ഓഫീസ്സർ അവിടെ വീണ് മരിച്ചു. ശവം ഏറെ നേരം അവിടെത്തന്നെ കിടന്നു. പിന്നീടാണ് പൊലീസുകാർ വന്ന് ശവം കൊണ്ടുപോയത്. പഞ്ചാബ് പൊലീസ് ഡെപ്യൂട്ടി ഇൻസ്പെക്ടർ ജനറൽ എ.എസ്സ് അത്വാൾ ഗോൾഡൻ ടെമ്പിളിൽ പ്രാർത്ഥനയ്ക്കു വന്നു. (1983 ഏപ്രിൽ 23) അമൃത്സറിന്റെ പൂർണ്ണച്ചുമതലയുള്ള ഓഫീസ്സറാണ്. എല്ലാ സിഖ് വിശ്വാസികളേയും

പോലെ തീർത്ഥക്കുളത്തിന്റെ പരിക്രമപ്പാതയിലൂടെ കൈകൾ കൂപ്പി പ്രദക്ഷിണം വെച്ചു. പിന്നെ ഉള്ളിലേക്കു കടന്ന് ശ്രീ കോവിലായ അകാൽതക്തിൽ പ്രാർത്ഥിച്ചു. പ്രസാദം വാങ്ങി. ചുറ്റുവഴിയിലൂടെ വീണ്ടും പ്രദക്ഷിണം വെച്ചു. ഗുരു ഗ്രന്ഥസാഹിബ് പാരായണം ചെയ്യുന്നതിനു മുന്നിൽ ഭക്തിയോടെ ഇരുന്ന് കുറച്ചു സമയം വായന കേട്ടു. പിൻ തിരിയാതെ പിറകോട്ടു നടന്ന് വാതിൽ കടന്നു.

ഏതാനും മിനിട്ടുകൾക്കുള്ളിൽ പുറത്തു വന്നു. ക്ഷേത്ര കോമ്പൗണ്ടിന്റെ സ്റ്റെപ്പുകൾ കയറി ക്ലോക്ക് ടവറിന്റെ അടുത്തുള്ള വഴിയിലൂടെ നടക്കേ എവിടെ നിന്നോ വെടി പൊട്ടുന്ന ശബ്ദം കേട്ടു. ഡി.ഐ.ജി എ.എസ്സ്. അത്വാൾ വെടിയേറ്റ് അവിടെത്തന്നെ വീണു മരിച്ചു. നൂറു മീറ്റർ അകലെ പൊലീസുകാർ നിന്നിരുന്നു. അവർ തിരിച്ചു വെടിവെച്ചില്ല. ഡി.ഐ.ജി യുടെ ശവം രണ്ടുമണിക്കൂർ അനാഥമായി കിടന്നു. ഒടുവിൽ ഡിസ്ട്രിക്ട് കമ്മീഷണർ വന്ന് ക്ഷേത്രാധികാരികളുടെ അനുമതി വാങ്ങിയിട്ട് ശവം എടുത്തു കൊണ്ടുപോയി. പഞ്ചാബ് മുഖ്യമന്ത്രി ഡർബാരാ സിങ്ങ് പത്രക്കാരോടു പറഞ്ഞു.

-ഡി.ഐ.ജി ഭിന്ദ്രൻ വാലയുടെ ഹിറ്റ് ലിസ്റ്റിലുള്ള ആളായിരുന്നു ക്ഷേത്രത്തിൽ പോകരുതെന്ന് ഞാൻ നേരിട്ടു പറഞ്ഞിരുന്നതാണ്.

പഞ്ചാബിന്റെ പുതിയ ഗവർണറായി ബി.ഡി. പാണ്ഡെ എന്ന റിട്ടയാർഡ് ഐ.എ.എസ്സ് ഓഫീസ്സർ നിയമിതനായി. അത്തരം നടപടികളെ ഭിന്ദ്രൻ വാല പുച്ഛിച്ചു തള്ളി. പ്രസിഡന്റു ഭരണം ഏർപ്പെടുത്തി രണ്ടു നാൾ കഴിഞ്ഞപ്പോൾ ഗോൾഡൻ ടെമ്പിളിൽ പ്രാർത്ഥനയ്ക്കു വന്ന ജയിൽ അസിസ്റ്റന്റു സൂപ്രണ്ടിനെ ഭിന്ദ്രൻ വാലയുടെ ആൾക്കാർ തല്ലി. ജലന്ധർ വ്യവസായ നഗരത്തിൽ ഭിന്ദ്രൻ വാലയെ പരസ്യമായി വിമർശിച്ച ഒരുസിഖ് വിശ്വാസിയെ ഭിന്ദ്രൻവാലയുടെ ആൾക്കാർ വെടിവെച്ചു കൊന്നു. മറ്റൊരു നഗരത്തിലും കൊല നടന്നു. ഹിന്ദുക്കളുടെ കടകൾ കൊള്ള ചെയ്തു. കൽക്കത്താ കാശ്മീർ എക്സ്പ്രസ്സ് പഞ്ചാബിലൂടെ കടന്നുപോകുമ്പോൾ പാളം തെറ്റി. പത്തൊമ്പതു യാത്രക്കാർ മരിച്ചു. നൂറ്റിമുപ്പതു പേർക്ക് പരിക്കു പറ്റി. വീണ്ടും ഒരു ബസ്സ് തട്ടികൊണ്ടു പോയി. അതിലെ ഹിന്ദുയാത്രക്കാരെ തെരഞ്ഞു പിടിച്ച് വെടിവെച്ചു കൊന്നു. ഇതോടെ ശ്രീമതി ഇന്ദിരാഗാന്ധി തനിക്ക് വിശ്വസ്തനായ പോലീസ്സ് ഓഫീസ്സർ പി.എസ്സ് ഭിന്ദറെ പഞ്ചാബ് പോലീസ്സിന്റെ തലവനായി നിയമിച്ചു. ഭിന്ദറിന്റെ ഭാര്യ പാർലമെന്റിൽ കോൺഗ്രസ്സ് എം.പി. ആയിരുന്നു. പി.എസ്സ്. ഭിന്ദർ വലിയ കഴിവുള്ള ഓഫീസ്സർ ആയിരുന്നില്ല. അമൃത്സറിൽ പോലീസ്സ് ലിസ്റ്റിലുണ്ടായിരുന്ന കള്ളന്മാരെയും കള്ളക്കടത്തുകാരെയും അറസ്റ്റു ചെയ്തിട്ട് പി. എസ്സ് ഭിന്ദർ ആയിരത്തിയറുന്നൂറു ഭീകര വാദികളെ അറസ്റ്റു ചെയ്തതായി ശ്രീമതി ഗാന്ധിയെ അറിയിച്ചു.

പഞ്ചബ് പോലീസ്സ് ഇപ്പോൾ ആത്മവീര്യം നഷടപ്പെട്ട് ദുർബലമായിരിക്കുകയാണ്. അവരുടെ പല ഓഫീസ്സർമാരും വധിക്കപ്പെട്ടിട്ട് ഒരു നടപടിയും ഉണ്ടായിട്ടില്ല. നഗരത്തിൽ പാരാമിലിട്ടറിയുടെ ഒരു ബറ്റാലിയൻ

ഉണ്ട്. അവർക്ക് നഗര പാതകൾ പോലും നിശ്ചയമില്ല. പഞ്ചാബ് പോലീസ്സിൽ നിന്നാണ് അവർ നഗര വിവരങ്ങൾ ശേഖരിക്കുന്നത്. പഞ്ചാബ് പോലീസ്സ് ഭിന്ദ്രൻ വാലയെ സഹായിക്കുകയാണെന്ന് പാരാമിലിട്ടറിക്ക് മനസ്സിലായി. ദില്ലിയിൽ പാർലമെന്റിൽ എല്ലാ എം.പിമാരും ഭിന്ദ്രൻ വാലയെ അറസ്റ്റു ചെയ്യണമെന്ന് പ്രധാനമന്ത്രിയോട് ആവശ്യപ്പെട്ടു. തന്റെ അറസ്റ്റു നടന്നേക്കുമെന്ന് ഭിന്ദ്രൻ വാലയ്ക്ക് സംശയം തോന്നി. അയാൾ സിഖ് ഗുരുദ്വാര പ്രബന്ധക് കമ്മറ്റി പ്രസിഡന്റ് ശ്രീ തോറയെ വിളിപ്പിച്ച് പറഞ്ഞു. ഞാൻ സുരക്ഷിതനല്ല. അകാൽ തക്തിന്റെ മുകൾ മുറിയിലേക്ക് ഉടനെ മാറണം.

അകാൽ തക്ത് ക്ഷേത്രത്തിന്റെ ശ്രീകോവിലാണ്. ശ്രീ കോവിലിന്റെ മുകൾ മുറിയിൽ സിഖ് ഗുരുക്കന്മാർ പോലും താമസിച്ചിട്ടില്ല. അത് ഗുരു ഗ്രന്ഥ സാഹിബിന്റെ പകർപ്പുകളും മറ്റു ഗ്രന്ഥങ്ങളും സൂക്ഷിക്കാൻ മാത്രമാണ് ഉപയോഗിക്കുന്നത്. തോറയുടെ എതിർപ്പ് വകവെയ്ക്കാതെ ഭിന്ദ്രൻ വാല ആ മുറിയിലേക്കു താമസം മാറ്റി. ജ്ഞാനി കൃപാൽ സിങ് എന്ന മുഖ്യ പുരോഹിതൻ അതിനെ കഠിനമായി വിമർശിച്ചു.

-ഗുരു ഗ്രന്ഥ സാഹിബ് പാരായണം ചെയ്യുന്ന തിന്റെ മുകളിൽ താമസിച്ചുകൂടാ. അത് സിഖ് ഗുരു പരമ്പരയോടും വിശ്വാസത്തോടുമുള്ള അവഹേളനമാവും.

ഭിന്ദ്രൻവാല അത് വകവെച്ചില്ല. പുരോഹിതന്റെ ആൾക്കാരും ഭിന്ദ്രൻ വാലയുടെ ആൾക്കാരും തമ്മിൽ കലഹമുണ്ടായി. അടിപിടിവരെയുണ്ടായെങ്കിലും കൊലപാതകമൊന്നും നടന്നില്ല. സന്ത്‌ലോംഗോവാളും ഭിന്ദ്രൻ വാലയെ എതിർത്തുവെങ്കിലും സർക്കാരിന്റെ സഹായമൊന്നും തേടിയില്ല. തോറയ്ക്കാണ് ക്ഷേത്രത്തിന്റെ ചുമതല. തോറ ലോംഗോവാളുമായി യോജിപ്പിലല്ല. തോറ ഭിന്ദ്രൻ വാലയെ അനുകൂലിക്കുകയാണു ചെയ്തത്. ഭിന്ദ്രൻ വാല തന്റെ ആസ്ഥാനമാക്കിയിട്ടുള്ള നിലയിലേയ്ക്കു കയറാൻ ഇടുങ്ങിയ ഒരു സ്റ്റെയർ കെയ്സ് മാത്രമേയുള്ളു. ആയുധധാരികളായ യുവാക്കൾ രാവും പകലും അവിടെ കാവൽ നിന്നു. മുറിയിൽ ഒരു ഭാഗത്ത് ഇട്ടിരിക്കുന്ന പലകക്കട്ടിലിൽ ഒരു മെത്ത വിരിച്ച് അതിൽ ഭിന്ദ്രൻ വാല മുന്നോട്ടു കാലുകൾ നീട്ടി ഇരിക്കും. ഏതാനും യുവാക്കൾ ആയുധധാരികളായി മുറിയിൽ എപ്പോഴും ഉണ്ടായിരിക്കും.

അതിനു മുകളിലത്തെ നില ക്ഷേത്രത്തിന്റെ ഊട്ടു പുരയാണ്. സിഖ് ഗുരുദ്വാരകളിലെ പാരമ്പര്യമനുസരിച്ച് ദേവാലയത്തിൽ എത്തുന്ന എല്ലാവരും ആദ്യം ഊട്ടുപുരയിലെത്തി ഭക്ഷണം കഴിക്കണം. ജാതിമതഭേദം അവിടെ പാലിക്കുന്നില്ല. എല്ലായ്പ്പോഴും അവിടെ ആഹാരം ഉണ്ടായിരിക്കും. റൊട്ടിയും പരിപ്പുകറിയും സാലഡും അവിടെ ഉണ്ടാക്കിക്കൊണ്ടേയിരിക്കുന്നു. ആഹാരം കഴിച്ചിട്ടുവേണം ഗുരുദ്വാര ദർശനത്തിനോ പ്രാർത്ഥനയ്ക്കോ പോകാൻ. മനുഷ്യരുടെ തുല്യത വിളംബരം ചെയ്യുന്ന നടപടിയാണത്. അത് സിഖ് ഗുരുക്കന്മാരുടെ തത്ത്വമാണ്. ഭിന്ദ്രൻ വാലയും ഭക്ഷണം കഴിക്കുന്നത് ഇവിടെ നിന്നാണ്. ഭക്ഷണം കഴിച്ചിട്ട് ഊട്ടുപുരയുടെ മകളിലെ ടെറസ്സിൽ ഭിന്ദ്രൻ വാല പ്രഭാഷണം ചെയ്യും.

ഹിന്ദുക്കൾക്കും ഇന്ത്യാരാജ്യത്തിനും എതിരായി വിഷം തുപ്പുന്ന രീതിയിലാണ് പ്രഭാഷണം ഭിന്ദ്രൻ വാലയുടെ പ്രഭാഷണങ്ങളുടെ ടേപ്പ് പഞ്ചാബിലെ എല്ലാ കടകളിലും കിട്ടും. ആളുകൾ അത് ധാരാളം വാങ്ങുന്നുണ്ട്. സർക്കാർ അതിന് ഒരു വിലക്കും ഏർപ്പെടുത്തിയിട്ടില്ല. എല്ലാ പ്രഭാഷണങ്ങളിലും ശ്രീമതി ഇന്ദിരാഗാന്ധിയെ ആ ബ്രാഹ്മണ സ്ത്രീ എന്നാണ് സംബോധന ചെയ്തിരിക്കുന്നത്. അകാലിദൾ നേതാക്കളിൽ നിന്ന് ഭിന്ദ്രൻ വാല അകലം പാലിച്ചു. എങ്കിലും അയാൾ പ്രഭാഷണങ്ങളിൽ പറഞ്ഞു.

-ഞാനൊരിക്കലും സിഖ് ഗുരുദ്വാര പ്രബന്ധക് കമ്മറ്റിയുടെ തലവനാകാൻ ശ്രമിച്ചിട്ടില്ല. സിഖ് വിശ്വാസത്തിന്റെ അടയാളങ്ങളായ താടിയും മുടിയും തലപ്പാവും കഠാരയും കച്ചയും കങ്കണും സംരക്ഷിക്കുക മാത്രമാണ് എന്റെ ലക്ഷ്യം. മദ്യവും മയക്കു മരുന്നും സിഖ് യുവാക്കളെ സ്വാധീനിക്കാൻ പാടില്ല. -സിഖ് യുവാക്കളേ, ഓരോ ഗ്രാമത്തിലും ഒരു മോട്ടോർ സൈക്കിളെങ്കിലും റെഡിയാക്കിവെയ്ക്കുക. ഓരോ ഗ്രാമത്തിലും മൂന്നു യുവാക്കൾ അമൃത് പാനം ചെയ്ത് രക്തസാക്ഷികളാവാൻ തയ്യാറെടുക്കുക. എല്ലാവരും തോക്കു സംഘടിപ്പിക്കുക. നിഷ്കളങ്കരായ ജനങ്ങളെ വധിക്കാതെ. നമ്മുടെ വിശ്വാസത്തിന്റെ എതിരാളികളെ വക വരുത്തുക.

വാഹെ ഗുരുകാ ഖാൽസാ...

വാഹെ ഗുരുജീ കീ ഫത്തേഹ്.

(ഖൽസാ ദൈവത്തിന്റേതാണ് ഖാൽസായുടെ വിജയം ദൈവത്തിന്റെ വിജയം)

1984 ജനുവരി 26-ാം തിയ്യതി ഇന്ത്യയുടെ റിപ്പബ്ളിക് ദിനത്തുന്നാൾ ഗോൾഡൻ ടെമ്പിളിനടുത്തുള്ള വലിയൊരു കെട്ടിടത്തിനു മുകളിൽ സ്വതന്ത്ര സിഖ് രാഷ്ട്രമായ 'ഖാലിസ്ഥാന്റെ' പതാക ആരോ കെട്ടിയിരുന്നു. സർക്കാർ തലത്തിൽ നിന്നും ഒരു ചോദ്യവുമുണ്ടായില്ല. പതാക ആരും അഴിച്ചു മാറ്റിയതുമില്ല. ഇന്ത്യൻ ഭരണഘടനയിലെ ആർട്ടിക്കിൾ 25-ൽ ഹിന്ദുക്കളും സിഖുകാരും ഹിന്ദുമതത്തിലെ രണ്ടു വിഭാഗങ്ങൾ എന്നാണ് എഴുതിയിട്ടുള്ളത്. സിഖ്, ജയിൻ, ബുദ്ധമതങ്ങളും ഹിന്ദു എന്നതിൽ പെടുന്നു. ഇന്ത്യയിൽ ബുദ്ധ, ജയിൻ മതങ്ങളെ ഹിന്ദുമതം സ്വാംശീകരിച്ചപോലെ സിഖ് മതത്തേയും വിഴുങ്ങുമെന്ന് സിഖ് നേതാക്കൾ ഭയപ്പെട്ടിരുന്നു. ആർട്ടിക്കിൾ 25 അമന്റു ചെയ്ത് സിഖ് മതത്തെ മറ്റൊരു സ്വതന്ത്ര മതമായി പ്രഖ്യാപിക്കണമെന്ന ആവശ്യവും അകാലികൾ കൊണ്ടുവന്നു. അവരുടെ ആദ്യത്തെ ഡിമാന്റുകളിൽ അങ്ങനെയൊന്ന് ഉണ്ടായിരുന്നില്ല. ഭിന്ദ്രൻ വാലയുടെ ഭീകരവാദത്തിൽ നിന്നും സ്വയം രക്ഷ തേടിയാണ് അങ്ങനെയൊരാവശ്യം കൂടെ ഉന്നയിച്ചത്.

പഞ്ചാബിൽ ഹർത്താൽ നടക്കുമ്പോൾ ഹരിയാനയിൽ ഹിന്ദു, യുവാക്കൾ സിഖുകാർക്കെതിരെ അക്രമം തുടങ്ങി. പാനിപ്പത്തിലെ സിഖ് ഗുരുദ്വാര തീവെച്ചു നശിപ്പിച്ചു. വ്യവസായ നഗരമായ ഹരീദാബാദിൽ സിഖുകാരുടെ സ്ഥാപനങ്ങൾ കൊള്ള ചെയ്തു.

ഹരിയാനയിൽ ബസ്സുകൾ തടഞ്ഞ് സിഖുകാരെ മാത്രം തല്ലിയും കുത്തിയും കൊന്നു. ഗ്രാന്റ് ട്രങ്ക് റോഡിലൂടെയുള്ള ഗതാഗതം നിലച്ചു. വിഭജന കാലത്തെ അക്രമങ്ങൾ പോലെയാണ് പഞ്ചാബിലും ഹരിയാനയിലും നടന്നത്. ദേശീയ പത്രങ്ങളിൽ വലിയ വാർത്ത വന്നു - ഹിന്ദുക്കൾ തിരിച്ചടിക്കുന്നു. ഒന്നോ രണ്ടോ സംസ്ഥാനങ്ങളിൽ ഒതുങ്ങി നിൽക്കുമെന്നു തോന്നുന്നില്ല.

എന്നാൽ ഹരിയാന മുഖ്യമന്ത്രി അതിശക്തമായ നടപടികളിലൂടെ അക്രമം ഒതുക്കി. ഭജൻലാലിന്റെ രാഷ്ട്രീയ ബലം ഉറപ്പിക്കുന്നതായിരുന്നു ആ നടപടി.

പഞ്ചാബിൽ പ്രശ്നങ്ങൾ തുടർന്നു. കേന്ദ്ര സർക്കാർ മടിച്ചു നിൽക്കുകയാണ്. പക്ഷേ എന്തോ എവിടെയോ ഒരുങ്ങുന്നുവെന്ന് രാഷ്ട്രീയ വൃത്തങ്ങൾ അഭ്യൂഹിക്കാതിരുന്നില്ല. ഗോൾഡൻ ടെമ്പിളിൽ പൊലീസ്സ് പ്രവേശിക്കുമെന്ന് ഒരു വാർത്ത പരന്നു. സിഖ് ഗുരുദ്വാര പ്രബന്ധക് കമ്മറ്റി പ്രസിഡന്റ് തോറയ്ക്ക് ഒരു വിവരം കിട്ടി. ട്രെയിനിങ്ങ് കഴിഞ്ഞ് കമാന്റോകൾ അമൃത്സറിൽ എത്തിയിരിക്കുന്നു. പൊലീസ്സ് ക്ഷേത്രത്തിൽ കടന്നിട്ടാണെങ്കിലും അക്രമം അവസാനിപ്പിക്കണമെന്ന് മുൻപ് തോറ ആവശ്യപ്പെട്ടിരുന്നതാണ്. ഇപ്പോൾ തോറ അതിനെതിരായാണ് സംസാരിക്കുന്നത്. സിഖ് ജനതയുടെ ആത്മാവായ ഗോൾഡൻ ടെമ്പിളിൽ പൊലീസ്സ് പ്രവേശിക്കരുതെന്ന് ജനങ്ങൾ ആഗ്രഹിച്ചു. അക്രമം ഒഴിവാക്കുകയും വേണം.

ഹിമാലയൻ പാർശ്വക്കുന്നുകളിലൊന്നിൽ അതിർത്തി സേനയുടെ ഒരു വിഭാഗത്തിന് കമാന്റോ ട്രെയിനിങ്ങ് നൽകി തയ്യാറാക്കി നിറുത്തിയിരുന്നു. ഗോൾഡൻ ടെമ്പിളിന്റെ മാതൃകയുണ്ടാക്കി എങ്ങനെ എവിടെക്കൂടെയൊക്കെ പ്രവേശിക്കണമെന്നും ഭിന്ദ്രൻ വാലയെ ജീവനോടെ പിടിക്കണമെന്നുമുള്ള പിശീലനം നൽകിക്കഴിഞ്ഞിരുന്നു. ക്ഷേത്രത്തിന് കേടുപാടൊന്നും ഉണ്ടാകരുതു താനും.

ഒപ്പം കൂടിയാലോചനയും നടന്നുകൊണ്ടിരുന്നു. പഞ്ചാബ് പൊലീസ്സ് നിഷ്ക്രിയമാണ്. പലരും ഭീകരവാദികളെ പിൻതുണയ്ക്കുന്നുമുണ്ട്. ജലന്ധർ ടെലിവിഷൻ കേന്ദ്രത്തിൽ ബോംബു പൊട്ടി. സർക്കാർ ഓഫീസ്സുകളും ഹിന്ദു ക്ഷേത്രങ്ങളും കൊള്ളചെയ്യുന്നത് നിത്യ സംഭവമായി. ഹിന്ദുക്കളുടെ പഞ്ചാബ് സമരം നടക്കുന്നതിനിടയിൽ ഗോൾഡൻ ടെമ്പിളിൽ നിന്ന് ചെറിയൊരു സംഘം ആയുധധാരികൾ മിന്നൽപോലെ വന്ന് പുറത്തെ പോലീസ്സ് പിക്കറ്റ് ആക്രമിച്ചു. ആറു പൊലീസ്സുകാരെ ക്ഷേത്രത്തിനുള്ളിലേയ്ക്ക് പിടിച്ചുകൊണ്ടുപോയി. പൊലീസ്സിന്റെ മൂന്ന് സ്റ്റെൺ ഗണ്ണും വാക്കിടാക്കിയും അവർ പിടിച്ചെടുത്തു. മുതിർന്ന പൊലീസ്സ് ഓഫീസ്സർമാർ ഭിന്ദ്രൻ വാലയുടെ അടുത്തുചെന്ന് പൊലീസ്സുകാരെ വിട്ടയയ്ക്കണമെന്നും ആയുധങ്ങൾ തിരികെ നൽകണമെന്നും അപേക്ഷിച്ചു.

ഒരു പൊലീസ്സുകാരന്റെ മൃതദേഹവും മറ്റു പൊലീസ്സുകാരെയും ഭിന്ദ്രൻ വാല കൈമാറി. സ്റ്റെൺഗണ്ണും വാക്കി ടാക്കിയും നൽകിയില്ല.

പുറത്ത് പഞ്ചാബ് പൊലീസ്സും സി.ആർ.പിയുമായി തർക്കമായി. അകത്തേക്കു പോകുന്ന എല്ലാ വാഹനങ്ങളും പരിശോധിച്ച് ആയുധങ്ങൾ കടത്തുന്നില്ലെന്ന് ഉറപ്പുവരുത്തണമെന്ന് സി.ആർ.പി.യും. അതിന്റെ ആവശ്യമില്ലെന്ന് പഞ്ചാബ് പൊലീസ്സും വാദിച്ചു. എന്നാൽ ഭീകരവാദികൾ ഒരു തടസ്സവുമില്ലാതെ ആയുധങ്ങൾ അകത്തെത്തിച്ചുകൊണ്ടിരുന്നു. ദില്ലിയിൽ ശ്രീമതി ഇന്ദിരാ ഗാന്ധിയുടെ തിങ്ക് ടാങ്ക് എന്നറിയപ്പെടുന്ന സംഘം ചിന്താക്കുഴപ്പത്തിലാണ്. ഗോൾഡൻ ടെമ്പിളിൽ പൊലീസ്സ് കടന്നാൽ പഞ്ചാബിന്റെ ഗ്രാമങ്ങളിൽ നിന്ന് ജനങ്ങൾ ഇളകി വരും. അവരെ തടയാനാവില്ല.

ഗുരുദാസ്പൂരിൽ സി.ആർ.പി. പെട്രോളിനു നേരെ ഭീകരർ ബോംബെറിഞ്ഞു. ഗോൾഡൻ ടെമ്പിളിൽ പ്രവേശിക്കാനെത്തിയ സിഖ് യുവാക്കളെ സി.ആർ.പി. ജവാന്മാർ ദേഹപരിശോധന ചെയ്തതിന്റെ പേരിൽ ഭിന്ദ്രൻവാലയുടെ ആളുകൾ വെടിവെച്ചു. ആ ഘട്ടത്തിൽ സി.ആർ.പി. ജവാൻമാർ ക്ഷേത്രത്തിനു ചുറ്റുമുള്ള കെട്ടിടങ്ങളുടെ മുകളിൽ കയറി ക്ഷേത്രം വളഞ്ഞു തെരുവിലേക്കു വെടിവെയ്ക്കുകയും ചെയ്തു. ക്ഷേത്രത്തിനു ചുറ്റും താമസിച്ചിരുന്ന ജനങ്ങൾ പേടിച്ച് ഒളിക്കാനും ഓടാനും തുടങ്ങി. സന്ത് ലോംഗോവാൾ എല്ലാ സർക്കാർ അധികാരികളേയും ഫോണിൽ വിളിച്ചു. സി.ആർ.പി. മേധാവിക്ക് ഇന്ത്യൻ പ്രസിഡന്റിന്റെ ഓഫീസ്സിൽ നിന്നും ടെലിഫോൺ വന്നു. സി.ആർ.പി. പൊലീസ്സ് പിൻവാങ്ങി. ഇന്ത്യൻ പ്രസിഡന്റ് ഭരണഘടനാനുസാരം രാജ്യത്തിന്റെ ഭരണത്തലവനാണെങ്കിലും സംസ്ഥാനങ്ങളിൽ സി.ആർ.പി.യെ അയയ്ക്കാനും പിൻവലിക്കാനുമുള്ള അധികാരമൊന്നുമില്ല. ഒരാഴ്ചയ്ക്കു ശേഷം കേന്ദ്ര സർക്കാർ ആഭ്യന്തര സെക്രട്ടറിയെ അമൃത്സറിലേയ്ക്കയച്ചു. സി.ആർ.പി.യും പഞ്ചാബു പൊലീസ്സും തമ്മിലുള്ള സ്വരച്ചേർച്ചയില്ലായ്മ പരിഹരിക്കാൻ ശ്രമിക്കുകയും ചെയ്തു. എന്നാൽ അത് ഫലിച്ചില്ല. സി.ആർ.പി. ഹിന്ദു ചായ്‌വുള്ളവരാണെന്ന് പഞ്ചാബ് പൊലിസ്സ് കരുതി. അമൃത്സറിൽ ഒരു ഹിന്ദു ക്ഷേത്രത്തിൽ ബോംബു പൊട്ടി. ഒരു സിഖ് യുവാവിനെ സംശയത്തിന്റെ പേരിൽ സി.ആർ.പി. അറസ്റ്റു ചെയ്തു. അയാളെ കൊണ്ടുപോകാൻ പഞ്ചാബ് പൊലീസ്സ് അനുവദിച്ചില്ല. പഞ്ചാബിൽ പ്രസിഡന്റു ഭരണം ഏർപ്പെടുത്തിയിരുന്നു. അത് വിജയിച്ചില്ല. ഗവർണർ പാണ്ഡേയ്ക്ക് ഇന്ത്യൻ പ്രസിഡന്റിന്റെ നിരന്തരമുള്ള ഇടപെടലിനെ നേരിടേണ്ടിവന്നതാണ് പ്രധാന കാരണം.

ഭിന്ദ്രൻ വാലാ അനുയായികളായ പൊലീസ്സ് ഓഫീസ്സർമാരെയോ സിവിൽ ഓഫീസ്സർമാരെയോ സ്ഥലം മാറ്റാൻ പോലും ഗവർണർക്ക് കഴിഞ്ഞില്ല. മാധ്യമങ്ങളും പ്രതിപക്ഷ കക്ഷികളും ദില്ലിയിൽ ആരോപിച്ചത് പഞ്ചാബിലെ അരാജകത്വത്തിനു കാരണം പ്രസിഡന്റു ഭരണത്തിന്റെ കഴിവില്ലായ്മയാണെന്നാണ്. പഞ്ചാബ് പ്രശ്നബാധിത സംസ്ഥാനമായി കേന്ദ്രസർക്കാർ പ്രഖ്യാപിച്ചു. നാഷണൽ സെക്യൂരിറ്റി ആക്ട് അമൻഡു ചെയ്ത് പൊലീസ്സിന് ആരെയും അറസ്റ്റു ചെയ്യാനും ഒരു വർഷം വരെ

കോടതിയിൽ ഹാജരാക്കാതെ തടവിൽ പാർപ്പിക്കാനുമുള്ള അധികാരം കേന്ദ്ര സർക്കാർ നേടി. ഭിന്ദ്രൻ വാലയെ ഇതൊന്നും ബാധിച്ചില്ല.

കോൺഗ്രസ്സ് പാർട്ടി അനുഭാവിയായ എച്ച്.എസ്. മാൻ ചന്ദാ എന്ന പ്രമുഖ സിഖുകാരൻ പട്ടാപ്പകൽ നടുറോഡിൽ വെച്ച് കൊല്ലപ്പെട്ടു. ദില്ലി ഗുരുദ്വാര മാനേജുമെന്റ് കമ്മറ്റി പ്രസിഡന്റായിരുന്നു മാൻചന്ദാ. അമൃത്സറിൽ അറിയപ്പെടുന്ന പ്രമുഖ നേതാവായ ഹർബൻസ് ലാൽ ഖന്ന വധിക്കപ്പെട്ടു. അയാൾ ഭാരതീയ ജനതാപ്പാർട്ടി നേതാവായിരുന്നു. അതിനടുത്ത ദിവസം ചണ്ഡീഗഡിൽ നിന്നുള്ള പാർലമെന്റ് അംഗം വി.എൻ. തിവാരി അയാളുടെ വസതയിൽ വെച്ച് കൊല്ലപ്പെട്ടു. അവധിയിൽ വന്ന ഒരു എയർഫോഴ്സ് ആഫീസ്സർ ഭിന്ദ്രൻവാലയെ അപലപിച്ചു സംസാരിച്ചതിന്റെ പേരിൽ വസതിയിൽ വെച്ച് കൊല്ലപ്പെട്ടു. അമൃത്സർ ടൗണിലൂടെ സൈക്കിൾ റിക്ഷയിൽ വരികയായിരുന്ന മുൻ ഡി.എസ് പി.യും ഭാര്യയും മകളും വെടിയേറ്റു മരിച്ചു. അയാൾ സർവ്വീസ്സിൽ ഉണ്ടായിരുന്നപ്പോൾ ഭിന്ദ്രൻവാലയുടെ ആൾക്കാരെ അറസ്റ്റു ചെയ്തിരുന്നുവത്രേ. സർക്കാരിന്റെ ഒരു നിയമവും ഇപ്പോൾ പഞ്ചാബിൽ നിലവിലില്ല. ഭിന്ദ്രൻ വാലയാണ് അധികാര കേന്ദ്രവും ഭരണാധികാരിയും. അയാളുടെ കല്പനകൾ എല്ലാവരും പാലിക്കുന്നു. കേന്ദ്ര സർക്കാരിന്റെ ബലഹീനത ഇന്ത്യയിൽ മാത്രമല്ല വിദേശങ്ങളിലും ചർച്ചാവിഷയമായിക്കഴിഞ്ഞിരുന്നു. പഞ്ചാബ് കേസരി പത്ര ഗ്രൂപ്പിന്റെ ഉടമസ്ഥൻ റൊമേഷ് ചന്ദർ ജലന്ധർ സിറ്റിയിലൂടെ കാറിൽ സഞ്ചരിക്കുമ്പോൾ വെടിയേറ്റു മരിച്ചു. അയാളുടെ പിതാവ് ലാലാ ജഗത് നാരായണും മുൻപ് ഇതുപോലെ കൊല്ലപ്പെട്ടിരുന്നു.

ദില്ലിയിലെ പല പ്രമാണികളും തങ്ങളുടെ സൗകാര്യ സംഭാഷണങ്ങളിൽ പറഞ്ഞു തുടങ്ങി. പഞ്ചാബിന് സ്വാതന്ത്ര്യം നൽകി അവരെ വിട്ടുപോകാൻ അനുവദിക്കുന്നതാണ് നല്ലത്. ഖാലിസ്ഥാൻ കിട്ടാതെ അവർ അടങ്ങുകയില്ല. അവരെത്തടയാൻ കേന്ദ്ര സർക്കാരിന് ശക്തിയുമില്ല. മാർച്ച് ഏപ്രിൽ മാസങ്ങളിൽ പഞ്ചാബിൽ നൂറോളം പ്രധാന വ്യക്തികൾ കൊല്ലപ്പെട്ടുകഴിഞ്ഞു. സർക്കാർ തലത്തിൽ നിന്നും ഒരാളെയെങ്കിലും അറസ്റ്റു ചെയ്യുകപോലും ഉണ്ടായിട്ടില്ല. മോട്ടോർ സൈക്കിളുകളിൽ മുഖം മറച്ച് ഇടിമിന്നൽ പോലെ വരികയാണ് ഭീകരവാദികൾ. എപ്പോൾ എവിടെ ആരു കൊല്ലപ്പെടും എന്ന് ഒരു നിശ്ചയവുമില്ല. കേന്ദ്ര സർക്കാരിന്റെ നിഷ്ക്രിയത്വം ചൂണ്ടിക്കാട്ടി ദില്ലിപ്പത്രങ്ങൾ നിരന്തരം എഴുതിക്കൊണ്ടിരുന്നു. കേന്ദ്ര സർക്കാരിന് തന്നെ ഒന്നും ചെയ്യാൻ കഴിയില്ലെന്ന് ഭിന്ദ്രൻ വാല ഉറച്ചു വിശ്വസിച്ചു.

സുവർണ്ണ ക്ഷേത്രവും പരിസരവും ഭിന്ദ്രൻവാലയുടെ പൂർണ നിയന്ത്രണത്തിലാണ്. ക്ഷേത്രത്തിനുള്ളിൽ പട്ടാളത്തെ അയയ്ക്കാൻ കേന്ദ്രത്തിനാവില്ലെന്ന് അയാൾക്കറിയാം. പഞ്ചാബിലെ ജനങ്ങൾ ഇളകി വരും. ഓരോ ഗ്രാമത്തിലും ഇപ്പോൾ ഭിന്ദ്രൻ വാലയുടെ ആൾക്കാരുണ്ട്. വേണ്ടി വന്നാൽ ജനങ്ങളെ ഇളക്കിവിടാൻ അവർക്ക് രഹസ്യനിർദ്ദേശവുമുണ്ട്.

അയലത്തും വിദേശത്തുമുള്ള പല രാജ്യങ്ങളും ശുഭ പ്രതീക്ഷയിലാണ്. പഞ്ചാബിൽ ഖാലിസ്ഥാൻ എന്ന പുതിയ രാജ്യം ജന്മമെടുക്കാൻ പോകുന്നു. എല്ലായിടത്തും ഖാലിസ്ഥാനുവേണ്ടി പ്രചരണവും ധനശേഖ രണവും നടക്കുന്നുണ്ട്. ഇന്ത്യയിൽ സിഖ് വിശ്വാസികളെ കേന്ദ്രത്തിലെ ഹിന്ദു സർക്കാർ പീഡിപ്പിക്കുകയാണെന്ന് എല്ലായിടത്തും പ്രചരണം നടത്തുന്നു. പഞ്ചാബിൽ സിഖ്‌വിശ്വാസികൾക്ക് ഇന്നു സമാധാനത്തോടെ ജീവിക്കാൻ കഴിയുകയില്ല. അമൃത്സറിൽ മാത്രമല്ല പഞ്ചാബിലെ എല്ലാ നഗരങ്ങളിലും അത്തരം കാര്യങ്ങളെകുറിച്ച് ലഘുലേഖകൾ വിതരണം ചെയ്തിരിക്കുന്നു. ഒറ്റ രാത്രികൊണ്ടാണ് സുവർണ്ണക്ഷേത്ര കവാടത്തിന് ഇരുവശവും മണൽചാക്കുകൾ അട്ടിയിട്ട് പ്രതിരോധ നിരകൾ ഭീകരവാ ദികൾ ഉയർത്തിയത്. അട്ടിയിട്ട മണൽചാക്കുകളുടെ പിന്നിൽ പടയാളി കൾ നിൽക്കുന്നു. അവർ കറുത്ത തുണികൊണ്ട് മുഖം മറച്ചിട്ടുണ്ട്.

ഗെയിറ്റിന്റെ ഇടതു ഭാഗത്ത് വളരെ ഉയരമുള്ള ഒരു വാട്ടർ ടാങ്ക് ഉണ്ട്. ഒരു രാവിലെ നഗരവാസികൾ കണ്ടത് വാട്ടർടാങ്കിനു മുകളിൽ ബൈ നോക്കുലറുകളിലൂടെ വീക്ഷിച്ച് യന്ത്രത്തോക്കുകൾ ചൂണ്ടി ഭീകര വാദി കൾ ഇരിക്കുന്നതാണ്. അവിടെയിരുന്നാൽ അവർക്ക് നഗരം മുഴുവൻ കാണാൻ കഴിയും. ക്ഷേത്രത്തിന്റെ പബ്ലിക് റിലേഷൻ ഓഫീസ്സ് ക്ഷേത്ര ത്തിനു പുറത്ത് ഗെയിറ്റിനടുത്താണ്. അതിന്റെ തൊട്ടടുത്ത് ഭിന്ദ്രൻ വാല യുടെ പ്രസംഗങ്ങളുടെ ടേപ്പ് വിൽക്കുന്ന കടയുണ്ട്. അവിടെ നിന്നും നിരന്തരം ഭിന്ദ്രൻ വാലയുടെ തീതുപ്പുന്ന പ്രസംഗങ്ങൾ മൈക്കിലൂടെ ഉയർന്നു കൊണ്ടിരുന്നു. കുറച്ചു പത്ര പ്രവർത്തകർ വന്ന് അകത്തേക്കു പോകാനായി പബ്ലിക് റിലേഷൻ ഓഫീസ്സിൽ പാസ്സ് ചോദിച്ചു. പബ്ലിക് റിലേഷൻ ഓഫീസ്സർ ഉൽക്കണ്ഠയോടെ പറഞ്ഞു.

– ക്യാമറകൾ അകത്തേക്കു കൊണ്ടു പോകണമെങ്കിൽ ഭിന്ദ്രൻ വാല യുടെ കാവൽ ഭടന്മാർ പരിശോധിച്ച് അനുമതിക്കുറിപ്പ് നൽകണം.

പത്രക്കാർ ചോദിച്ചു നിങ്ങൾ ക്ഷേത്രത്തിന്റെ പബ്ലിക് റിലേഷൻ ഓഫീസ്സറല്ലേ? ഭിന്ദ്രൻ ക്ഷേത്രാധികാരിയാണോ?

-അതൊന്നും എനിക്കറിഞ്ഞുകൂടാ...

ഇപ്പോൾ അകത്തേക്കു പോകണമെങ്കിൽ ഭിന്ദ്രൻ വാലയുടെ അനു മതി വേണം. പിന്നെ ഒന്നാലോചിച്ചിട്ട് അയാൾ ഭിന്ദ്രൻവാലയുടെ ഓഫീ സ്സിലേക്ക് ഫോൺ ചെയ്തു. കുറച്ചു കഴിഞ്ഞപ്പോൾ ഒരു സിഖ് യുവാവ് അകത്തുനിന്നും വന്ന് പത്രക്കാരെ കൊണ്ടുപോയി. അകത്ത് പരിക്രമ പ്പാതയിൽ എത്തിയപ്പോൾ തന്നെ പത്രക്കാർ കണ്ടു. നിരവധി സ്ഥലത്ത് മണൽചാക്കുകൾ അട്ടിയിട്ട് അതിനു പിന്നിൽ തോക്കു ചൂണ്ടി യുവാ ക്കൾ നിൽക്കുന്നു. എല്ലാവരും മുഖം മറച്ചിട്ടുണ്ട്. ചുറ്റു ടെറസ്സുകളിലും തോക്കുകൾ ചൂണ്ടി ഭീകരവാദി യുവാക്കൾ ജാഗ്രതയോടെ നിൽക്കുന്നു.

ക്ഷേത്രത്തിൽ ദർശനത്തിനെത്തുന്നവരുടെ നിരയ്ക്ക് കുറവൊന്നു മില്ല. അവരെ ഭീകരവാദി യുവാക്കൾ ദേഹ പരിശോധന നടത്തിയാണ് അകത്തേക്കു വിടുന്നത്. ക്ഷേത്രത്തിന് നാലു ചുറ്റും ഘടിപ്പിച്ചിട്ടുള്ള

മൈക്രോഫോണിലൂടെ ഗുരു കീർത്തനങ്ങൾ റിലേ ചെയ്യുന്നുണ്ട്. പത്ര പ്രവർത്തകർ സിഖുകാർ ആയിരുന്നില്ല. ചിലർ വിദേശികളുമായിരുന്നു. വലിയ കർച്ചീഫുകൊണ്ട് ഓരോരുത്തരും തല മൂടിക്കെട്ടിയിരുന്നു. സിഗ രറ്റ് പയ്ക്കറ്റുകളും പുകയില ഉൽപന്നങ്ങളും അവർ പബ്ളിക് റിലേ ഷൻ ഓഫീസ്സിൽ ഏൽപ്പിച്ചിട്ടാണ് പോയത്. അകാൽ തക്തിന്റെ വശത്തെ ഇടുങ്ങിയ സ്റ്റെയർ കെയിസിലൂടെ അവരെ സിഖ് യുവാക്കൾ ഭിന്ദ്രൻ വാലയുടെ അടുത്തേക്കു കൊണ്ടുപോയി. ഒരു പലകക്കട്ടിലിൽ വിരിച്ച മെത്തയിൽ കാലുകൾ മുന്നോട്ടുനീട്ടി ഭിന്ദ്രൻ വാല ഇരിക്കുന്നു. ഒരു സംഘം സിഖ് യുവാക്കൾ യന്ത്രത്തോക്കുകൾ തോളിൽ തൂക്കി അവിട വിടെ നിൽക്കുന്നു. ഹർമിന്ദർ സിങ് സാന്തു ദ്വിഭാഷിയായി ഭിന്ദ്രൻ വാല യുടെ അടുത്ത് ഇരിപ്പുണ്ട്. ഭിന്ദ്രൻ വാലയുടെ സെക്രട്ടറി രാജ്പാൽസിങ്ങ് എഴുത്തു പലകയിൽ കടലാസ്സുകളും കൈയിൽ പേനയുമായി സ്റ്റൂളിൽ ഇരിക്കുന്നു. പത്രക്കാരിൽ ചിലർ ബ്രിട്ടീഷ് ബ്രോഡ്കാസ്റ്റിംഗ് കമ്പനി യിൽ നിന്നുള്ള സായിപ്പന്മാരായിരുന്നു.

നീണ്ട വെള്ളത്താടിയും ഭംഗിയായി കെട്ടിയ കുങ്കുമവർണ്ണത്തലപ്പാ വുമായി ഒത്ത ഒരു മനുഷ്യൻ തലയുയർത്തി പ്രൗഢഗംഭീരനായി ഭിന്ദ്രൻ വാലയുടെ വലതുവശത്ത് ഇരിക്കുന്നുണ്ട്. പണ്ഡിത ശ്രേഷ്ഠനായ ഒരു സിഖ് പുരോഹിതൻ എന്നു തോന്നും. എന്നാൽ അയാൾ പ്രസിദ്ധനായ ഒരു മുൻസൈനിക ഓഫീസ്സറാണ്. ബംഗ്ലാദേശ് വിമോചന യുദ്ധത്തിൽ (1971) സ്വാതന്ത്ര്യസമരപ്പോരാളികളായിരുന്ന മുക്തി ബാഹിനി യുവാക്കളെ നയിച്ചിരുന്ന ഇന്ത്യൻ ആർമി ഓഫീസ്സർ ഷാഹ്ബേഗ്സിങ് ആയിരുന്നു അയാൾ. ഇന്ത്യ ഔദ്യോഗികമായി ഒരിക്കലും സമ്മതിച്ചിട്ടില്ലാത്ത ഒരു സൈനിക നടപടിയായിരുന്നു, അത്. പാകിസ്താൻ സൈന്യം ഒൻപത് മാസക്കാലം മുക്തിബാഹിനിപ്പോരാളികളുടെ ഒളി ആക്രമണങ്ങളിൽ കിഴ ക്കൻ ബംഗാളിലെ നദിതടങ്ങളിൽ നട്ടം തിരിഞ്ഞിരുന്നു.

ആ മുൻ ആർമി ആഫീസ്സർ ആണ് ഭിന്ദ്രൻ വാലയുടെ തൊട്ടടു ത്തിരിക്കുന്ന പ്രൗഢ ഗംഭീരൻ. പട്ടാളത്തിൽ ഷാഹ്ബേഗ് സിങ്ങ് യാഥാസ്ഥിതികനോ മതവാദിയോ ആയിരുന്നില്ല. യുദ്ധരംഗത്ത് താടിയും മുടിയും കളഞ്ഞ് വേഷം മാറിയ അയാൾ അന്ന് തലപ്പാവുപോലും ഉപേക്ഷിച്ചിരുന്നു. റിട്ടയർമെന്റിനു തൊട്ടു മുൻപ് അയാൾ ഡെറാഡൂണിൽ നല്ലൊരു ബംഗ്ലാവ് പണികഴിപ്പിച്ചിരുന്നു. അതിന്റെ പണശ്രോതസ്സ് അയാൾക്ക് സർക്കാരിനു നൽകാൻ കഴിഞ്ഞില്ല. പിന്നെ ഒരു പട്ടാളട്രക്ക് ബിനാമിയെക്കൊണ്ട് ലേലത്തിൽ വിളിപ്പിച്ച് നാട്ടിലേക്കു കൊണ്ടുപോയി. പട്ടാളതലത്തിൽ അന്വേഷണം നടന്നു. പെൻഷൻ ആകുന്നതിന്റെ തലേ ദിവസം സർവ്വീസിൽ നിന്നും ഡിസ്മിസ്സ് ചെയ്യപ്പെട്ടു. പെൻഷൻ പോലും കിട്ടിയില്ല. സിവിൽക്കോടതിയിൽ കേസ്സു വാദിച്ച് ആരോപണങ്ങളിൽ നിന്നും മുക്തിനേടുകയും പെൻഷൻ കിട്ടുകയും ചെയ്തു. സർക്കാർ തന്നോട് വലിയ അന്യായം ചെയ്തുവെന്നു പരിതപിച്ച് അയാൾ പ്രാർത്ഥ നയും ഭക്തിയുമായിക്കഴിയുന്നതിനിടയിലാണ് സുവർണ ക്ഷേത്രത്തിൽ

ഭജനയിരിക്കാൻ വന്നതും ഭിന്ദ്രൻ വാലയെ പരിചയപ്പെട്ടതും. അങ്ങനെ അയാൾ ഭിന്ദ്രൻ വാലയുടെ സൈനിക മേധാവിയായി. ഭീകര വാദികൾക്ക് ഏറ്റവും ആധുനികമായ യുദ്ധ പരിശീലനം അയാൾ നൽകി. ഗോൾഡൻ ടെമ്പിൾ കുറ്റമറ്റ സൈനിക പ്രതിരോധ കേന്ദ്രമാക്കിയതും ഷാഹ്ബേഗ് സിങ്ങാണ്.

അയാളുടെ പ്രവർത്തനങ്ങളിൽ ഉൽക്കണ്ഠ പ്രകടിപ്പിച്ചുകൊണ്ട് അയാളുടെ മകൻ പല കത്തുകളും അയച്ചിരുന്നു.

എല്ലാ അക്രമങ്ങളും സർക്കാർ നടത്തിയിട്ട് തന്റെ മേൽകുറ്റം ചാർത്തുകയാണെന്ന് ഭിന്ദ്രൻ വാല പ്രസ്താവനയിറക്കി. പഞ്ചാബിലെ ജനങ്ങളുടേ പ്രശ്നങ്ങൾ ഇപ്പോൾ ഭിന്ദ്രൻ വാലയാണ് കൈകാര്യം ചെയ്യുന്നത്. കുറ്റാരോപണവുമായി ആളുകൾ ഭിന്ദ്രൻ വാലയുടെ അടുത്തു വരുമ്പോൾ തന്റെ അനുയായികളോട് വേണ്ടത് ചെയ്യാൻ ഭിന്ദ്രൻ വാല കല്പിക്കുന്നു. അവർ പ്രതിയെ കൈയോടെ പിടിച്ച് തല്ലിച്ചതയ്ക്കുകയോ കുന്തം കൊണ്ടു കുത്തി കൊലപ്പെടുത്തുകയോ ചെയ്യും.

മദ്ധ്യകാല ഘട്ടത്തിലെ രാജഭരണം പോലെയാണ് പഞ്ചാബിലിപ്പോൾ കാര്യങ്ങൾ നടക്കുന്നത്. അമൃത്സർ പോലീസ്സ് ഡെപ്യൂട്ടി കമ്മീഷണർ ഗുരുദേവ് സിങ് ഭിന്ദ്രൻ വാലയുടെ അനുയായിയാണ്. സി.ആർ.പിയുടെ കർശന നടപടികൾ തടഞ്ഞിരുന്നത് അയാളായിരുന്നു. പഞ്ചാബിൽ ഒരു മെഡിക്കൽ കോളേജിൽ ഫൈനൽ ഈയർ വിദ്യാർത്ഥിയായ ഒരു സിഖ് യുവാവ് രണ്ടു തവണ പരീക്ഷയിൽ തോറ്റു. അയാളുടെ പിതാവ് ഭിന്ദ്രൻ വാലയുടെയടുത്ത് പരാതി പറഞ്ഞു. ഭിന്ദ്രൻ വാല, മെഡിക്കൽ കോളേജിലെ പ്രൊഫസ്സർമാരെ വിളിപ്പിച്ചു.

-എന്റെ അനുയായിയുടെ മകനാണ്. അടുത്ത പരീക്ഷയ്ക്ക് അയാൾ റാങ്കോടെ ജയിക്കണം.

പ്രധാനമന്ത്രിയുടെ രാഷ്ട്രീയ ഉപദേഷ്ടാക്കൾ പറഞ്ഞു.

-സുവർണ്ണ ക്ഷേത്രത്തിൽ പട്ടാളത്തെ അയയ്ക്കുന്നത് വലിയ അപകടമാണ്. പ്രധാനമന്ത്രിക്കും കുടുംബാംഗങ്ങൾക്കും ആപത്തു വരുന്ന നടപടിയാണത്. ജൂൺ രണ്ടാം തിയ്യതി (1984) പാർട്ടി ഡിസ്ട്രിക്ട് നേതാക്കളുടെ ഒരു കോൺഫറൻസിൽ ശ്രീമതി ഇന്ദിരാ ഗാന്ധി പ്രസംഗിച്ചു. മീറ്റിംഗ് രാജീവ് ഗാന്ധി വിളിച്ചു കൂട്ടിയതായിരുന്നു. പാർട്ടിയുടെ സംഘടനാ കാര്യങ്ങളുടെ ചുമതല ഇപ്പോൾ പൂർണമായും രാജീവ് ഗാന്ധിക്കാണ്. മീറ്റിംഗിന് രണ്ടു മണിക്കൂർ വൈകിയാണ് ശ്രീമതി ഗാന്ധി എത്തിയത്. പത്രക്കാരെ ഒഴിവാക്കി രഹസ്യമായി ചേരാൻ ഉദ്ദേശിച്ചുള്ള മീറ്റിംഗ് ആയിരുന്നു. മൂന്ന് പത്രവർത്തകർ പാർട്ടിനേതാക്കൾ ചമഞ്ഞ് അകത്ത് എത്തിയിരുന്നു. അവരിലൂടെയാണ് മീറ്റിംഗ് വിവരങ്ങൾ പുറത്തുവന്നത് - ശ്രീമതി ഗാന്ധി വളരെ ക്ഷീണിതയാണ്. തോളുകൾ ഇടിഞ്ഞും നടുവ് വളഞ്ഞും കാണപ്പെട്ടു.

മീറ്റിംഗിൽ എന്തോ കുഴപ്പം പത്രക്കാർ മണത്തിരുന്നു. അന്ന് രാത്രി എട്ടുമണിക്ക് സർക്കാർ ടെലിവിഷനും റേഡിയോയും ദൈനംദിന

പരിപാടികൾ നിറുത്തിയിട്ട് അനൗൺസ് ചെയ്തു. പ്രധാനമന്ത്രി എട്ട് മുപ്പതിന് ദേശത്തോട് സംസാരിക്കുന്നതാണ്. 8.30ന് അനൗൺസർ താമസത്തിന് ക്ഷമാപണം ചെയ്തു. പ്രധാനമന്ത്രി എത്താൻ കുറച്ചു വൈകും ക്ഷമിക്കുക. മുക്കാൽ മണിക്കൂർ വൈകിയാണ് ശ്രീമതി ഗാന്ധി ലൈനിലെത്തിയത്. അകാലിദൾ നേതാക്കളായ ലോംഗോവാൾ ബാദൽ, തോഹ്റ എന്നിവരെ സംബോധന ചെയ്താണ് അവർ തുടങ്ങിയത്.

-നിങ്ങൾ പഞ്ചാബിലെ രാഷ്ട്രീയ നേതാക്കളാണ്. അക്രമികളും ഭീകരവാദികളുമായവരുടെ പിന്നാലെ നിങ്ങൾ പോകരുത്. ചണ്ഡീഗഡ്, അബോഹർ, ഫസിൽകാ എന്നീ താലൂക്കുകൾ ഉൾപ്പെടുന്ന പ്രശ്നങ്ങൾക്ക് ഉടനെ ഒരു കമ്മീഷനെ നിയമിക്കാം. എന്നാൽ ഭാരതത്തിന്റെ അഖണ്ഡതയും ഏകത്വവും ഒരു കമ്മീഷനും തീരുമാനിക്കേണ്ട വിഷയമല്ല. മറ്റു പ്രശ്നങ്ങൾ നമ്മൾ കൂടിയോലോചനയിലൂടെ പരിഹരിക്കണം. ചർച്ചകൾ അടിയന്തരമായി നടത്താൻ സർക്കാർ തയ്യാറാണ്. സംശയലേശമന്യേ ഞാൻ പറയുന്നു, അക്രമത്തിനു പുറപ്പെട്ടാൽ സർക്കാർ കർശന നടപടികൾ സ്വീകരിക്കും.

ഞാൻ അഭ്യർത്ഥിക്കുന്നു-

-രക്തം ചിന്തരുത്. വെറുപ്പും വിദ്വേഷവും പരത്തരുത്. മറിച്ചായാൽ പ്രശ്ന പരിഹാരത്തിന് ഏതറ്റം വരെയും ക്ഷമിക്കുമെന്ന് പ്രതീക്ഷിക്കരുത്.

ആൾ ഇന്ത്യ റേഡിയോയിൽ അനൗൺസ്മെന്റ് വന്നു.

-പഞ്ചാബ് ഗവർണറുടെ ഉപദേഷ്ടാവായി വെസ്റ്റേൺ കമാന്റു ചീഫ് ഓഫ് സ്റ്റാഫ് ലെഫ്റ്റനന്റ് ജനറൽ റൺജീത് സിങ് ദയാലിനെ നിയമിച്ചിരിക്കുന്നു. ഇനി മുതൽ പഞ്ചാബ് പൊലീസ്സും മറ്റ് അധികാര കേന്ദ്രങ്ങളും പട്ടാളത്തിന്റെ നിയന്ത്രണത്തിലായിരിക്കും.

ആ രാത്രിയിൽ സുവർണ്ണ ക്ഷേത്ര കോംപ്ളക്സ് പട്ടാളം വളഞ്ഞു ബീഹാർ റെജിമെന്റിലെ സൈനികരാണ് വളഞ്ഞിരിക്കുന്നത്. നിലവിലുണ്ടായിരുന്ന കർഫ്യൂവിന് ഇളവു വരുത്തി. തെരുവിൽ ആളുകൾ സാധനങ്ങൾ വാങ്ങുന്ന തിരക്കിലായിരുന്നു. ഭക്ഷ്യവസ്തുക്കൾ അവർ വാങ്ങി. അതിനിടെ അവർ പരസ്പരം പറഞ്ഞു. ഭീകരവാദത്തിന് ഒടുവിൽ അറുതി വരാൻ പോകുന്നു. പട്ടാളം ക്ഷേത്രത്തിൽ പ്രവേശിക്കും. അവിടെ കൊടികുത്തി വാഴുന്നവരെ പിടിക്കും. ആർമിയുടെ കാമാന്റർ - ഇൻ ചീഫ് ഇന്ത്യൻ പ്രസിഡന്റാണ്. പ്രസിഡന്റ് ജ്ഞാനി സെയിൽ സിങ്ങിനെ പട്ടാള നടപടികൾ പ്രധാമന്ത്രി അറിയിച്ചിട്ടില്ല.

ഭിന്ദ്രൻ വാല ടെറസ്സിൽ ഭക്ഷണത്തിനുശേഷം വിശ്രമിക്കുകയായിരുന്നു. അകാൽ തക്തിൽ വാർത്താ പ്രവർത്തകർ എത്തി. പട്ടാളവെടിവെപ്പിനെക്കുറിച്ച് അവർ ഭിന്ദ്രൻ വാലയോടു ചോദിച്ചു.

പുച്ഛത്തോടെ ഭിന്ദ്രൻ വാല പറഞ്ഞു.

-സർക്കാർ സിഖുകാരുടെ വിശുദ്ധ ക്ഷേത്രം നശിപ്പിക്കുവാൻ ആഗ്രഹിക്കുന്നു. സിഖുകാർ അവരുടെ ശുത്രുക്കളാണ്. സിഖുകാരുടെ

വേഷം, ജീവിത രീതി ഒന്നും അവർക്ക് പിടിക്കുന്നില്ല. പട്ടാളം ക്ഷേത്ര ത്തിനുള്ളിൽ പ്രവേശിക്കാൻ ശ്രമിച്ചാൽ ഭിന്ദ്രൻവാലയുടെ ശക്തിയെന്താ ണെന്ന് അവർ അറിയും.

ക്ഷേത്രത്തിൽ അന്ന് വലിയ തിരക്കുള്ള ദിവസമായിരുന്നു. ഇടയ്ക്കി ടയ്ക്ക് വെടി നടക്കുമ്പോഴും തീർത്ഥാടകർ വന്ന് ക്ഷേത്രത്തിൽ പ്രവേ ശിക്കുന്നുണ്ടായിരുന്നു. ചാന്ദ്രമാസത്തിലെ അഞ്ചാമത്തെ ദിവസമാണ്. ഗുരു അർജ്ജുന്റെ രക്തസാക്ഷി ദിനവുമാണ്. അന്ന് ക്ഷേത്രത്തിന്റെ അമൃത്സരോവറിൽ കുളിച്ചാൽ ഇരട്ടി പുണ്യം കിട്ടും എന്നാണ് വിശ്വാസം. രക്തസാക്ഷി ദിനത്തുന്നാൾ ക്ഷേത്രം ആക്രമിക്കുന്നതിന്റെ വൈകാരിക സമ്മർദ്ദത്തിലായിരുന്നു ആക്രമണ സംഘത്തിലെ സിഖ് പടയാളികൾ. അന്നേ ദിവസം എല്ലാ സിഖ് പാർലമെന്റു മെമ്പർമാരെയും എം.എസൽ.എമാരെയും മറ്റ് സർക്കാർ അനുകൂലി സിഖ് നേതാക്കളേയും വധിക്കാൻ ഭിന്ദ്രൻവാല ഉത്തരവിട്ടിരിക്കുന്നതായി സർക്കാരിന് രഹസ്യ വിവരം കിട്ടിയിരുന്നു. അന്നേ ദിവസം കൂട്ടക്കൊല നടക്കുമ്പോൾ കേന്ദ്ര സർക്കാർ തളരും എന്ന് ഷാഹ്ബേഗ് സിങ്ങും കരുതി. ജൂൺ മൂന്നാം തിയ്യതി രാത്രി പട്ടാളം വെടിവെച്ചു. ഇടവിട്ടിടവിട്ട് രാത്രി മുഴുവനും വെടി തുടർന്നു. പിറ്റേന്നു രാവിലെ വെടി നിന്നു. പട്ടാള ഓഫീസ്സർമാർ അപ്പോഴും കരുതിയത് ഭയപ്പെടുത്തിയാൽ ഭിന്ദ്രൻ വാല കീഴടങ്ങുമെന്നാണ്.

പഞ്ചാബിലാകെ യുദ്ധത്തിന്റെ ഭീകരാന്തരീക്ഷം നിലവിൽ വന്നു. ശത്രു രാജ്യം പടിച്ചെടുത്തതുപോലെയാണ് പട്ടാളം ഗ്രാമപതാകളിലൂടെ റോന്തു ചുറ്റിയത്. ജൂൺ മൂന്നാം തീയതി രാത്രി പഞ്ചാബ് ഇന്ത്യയുടെ ഇതര ഭാഗങ്ങളിൽ നിന്നും പൂർണമായും വേർതിരിക്കപ്പെട്ടു. രോഗിക്ക് ഓപ്പറേഷൻ തീയ്യറ്ററിൽ അനസ്തീഷ്യ നൽകുന്നതു പോലെയായിരുന്നു അത്. കാറ്, ബസ്സ്, ട്രെയിൻ, വിമാനം എല്ലാം പഞ്ചാബിൽ മരവിപ്പിച്ചു. ടെലക്സ്, ടെലിഫോൺ സർവ്വീസുകൾ എല്ലാം വിഛേദിച്ചു. പാകിസ്താൻ അതിർത്തി പട്ടാളം സീലു ചെയ്യുകയും ചെയ്തു. ഗോൾഡൻ ടെമ്പിൾ മാത്രമല്ല പഞ്ചാബിലെ എല്ലാ ഗുരുദ്വാരകളും പട്ടാള വലയത്തിനുള്ളി ലാക്കി.

പഞ്ചാബിലാകെ ഭിന്ദ്രൻ വാലയുടെ അനുയായികൾ നടത്തിയിരുന്ന മുപ്പത്തിയേഴു ട്രെയിനിങ്ങ് ക്യാമ്പുകൾ പട്ടാളം പിടിച്ചെടുത്തു. പട്യാല ഗുരുദ്വാരയിൽ ശക്തമായ ചെറുത്തു നിൽപുണ്ടായി. നിരവധിപേരെ വധിച്ചാണ് ഗുരുദ്വാര പിടിച്ചെടുത്തത്. പട്യാല ആശുപത്രിയിൽ പോസ്റ്റു മാർട്ടത്തിന് ശവശരീരങ്ങൾ ഗുരുദ്വാരകളിൽ നിന്നും പട്ടാളം കൊണ്ടു വന്നുകൊണ്ടിരുന്നു. മുപ്പത്തിയേഴു ഗുരുദ്വാരകളിലും ഭീകരവാദികൾ വധിക്കപ്പെട്ടു. അവർ കീഴടങ്ങാതെ പൊരുതി മരിക്കുകയായിരുന്നു. എന്നാൽ പട്ടാളം പ്രതീക്ഷിച്ചത്ര ഭീകരവാദികൾ ഗുരുദ്വാരകളിൽ ഉണ്ടാ യിരുന്നില്ല. പട്ടാളം വരുന്നുവെന്നറിഞ്ഞ് ഒരു പാടുപേർ സ്ഥലം വിട്ടി രുന്നു. പഞ്ചാബിൽ എത്തിയിരുന്ന എല്ലാ മാധ്യമ പ്രവർത്തകരേയും അവരവരുടെ ഹോട്ടൽ മുറികളിൽ നിന്നും പുറത്തുപോകാൻ പട്ടാളം

അനുവദിച്ചില്ല. അവരെ എല്ലാവരേയും ഒരു ഹോട്ടലിലേക്കു മാറ്റി. മാധ്യമ പ്രവർത്തകർക്ക് പട്ടാളവും പൊലീസ്സും റേഡിയോയിലൂടെ നൽകുന്ന വാർത്തകൾ മാത്രമേ കേൾക്കാൻ കഴിഞ്ഞുള്ളു.

ജൂൺ ഏഴാം തിയതി രാവിലെ സന്ത് ഭിന്ദ്രൻ വാലയുടേയും ഷാഹ്ബേഗ് സിങിന്റേയും മൃതദേഹങ്ങൾ കയറു കൊണ്ടു ബന്ധിച്ച നിലയിൽ അകാൽ തക്തിന്റെ മുറ്റത്ത് കിടപ്പുണ്ടായിരുന്നു.

ബേസ്മെന്റിൽ നിന്ന് കെട്ടിവലിച്ചുകൊണ്ടുവന്നുവെന്നാണ് പട്ടാള ക്കാർ മൊഴി നൽകിയത്.

ഓപ്പറേഷൻ ബ്ലൂസ്റ്റാർ നടപടിയിൽ ഏറെ പ്രശ്നങ്ങളുണ്ടാക്കിയ സംഭവമാണ് ക്ഷേത്രം ലൈബ്രറി തീ പിടിച്ചു നശിച്ചത്.

ഗുരുക്കന്മാരുടെ കൈയക്ഷരത്തിൽ എഴുതിയ ഗുരുഗ്രന്ഥം സാഹിബ് വരെ കത്തി നശിച്ചിരുന്നു.

ടെററിസ്റ്റുകൾ ലൈബ്രറിക്കെട്ടിടത്തിനുള്ളിൽ നിന്നും വെടിവെച്ചു കൊണ്ടിരുന്നു. അവരെ പിടിക്കാൻ പട്ടാളവും വെടിവെച്ചു.

ഇതിനിടെ ലൈബ്രറിക്കു തീ പിടിച്ചു.

ടെററിസ്റ്റുകൾ കൊല്ലപ്പെട്ട ഉടനെ തീ കെടുത്താൻ പട്ടാളം ശ്രമിച്ചു. അഗ്നിശമനവിഭാഗം പ്രവർത്തനം തുടങ്ങുമ്പോഴേക്കും മുഴുവൻ കത്തി നശിച്ചു.

സിഖ് ആചാരപ്രകാരമാണ്- ഭിന്ദ്രൻ വാലയുടെ മൃതദേഹം ദഹിപ്പി ച്ചത്.

പട്ടാള രഹസ്യാന്വേഷണ വിഭാഗത്തിനും ശരിയായ വിവരം മുൻകൂട്ടി ശേഖരിക്കാൻ കഴിഞ്ഞില്ല. സ്വന്തം രാജ്യത്ത് സ്വന്തം ജനങ്ങളുടെ ദേവാ ലയത്തിൽ പട്ടാളത്തിന് യുദ്ധം ചെയ്യേണ്ടി വരുമെന്ന് പട്ടാള നേതൃത്വം ഒരിക്കലും കരുതിയിരുന്നില്ല. വളരെ മാസങ്ങൾകൊണ്ട് ഭിന്ദ്രൻവാല സംഭരിച്ച ആയുധശേഖരവും യുദ്ധട്രെയിനിംഗ് നേടിയ ഭീകര സംഘവും രാജ്യത്തിനകത്ത് രൂപംകൊണ്ടത് ഒരു മഹാരാജ്യത്തിന്റെ ഭരണ പരാജയം തന്നെയായിരുന്നു. പട്ടാള ഓഫീസ്സർമാർ രഹസ്യമായി അഭിപ്രായപ്പെട്ടത് ഈ ഭീകരരെപ്പോലെ മൂന്നു ഡിവിഷൻ പട്ടാളം ഉണ്ടായിരുന്നെങ്കിൽ ലോകം പിടിച്ചെടുക്കാമായിരുന്നു എന്നാണ്. ഭിന്ദ്രൻവാല പിടിച്ച പട്ടാളക്കാരോട് അതിക്രൂരമായി പെരുമാറി. പട്ടാള ക്കാരുടെ ശരീരത്തിലെ തൊലി ജീവനോടെ ഉരിഞ്ഞാണ് കൊന്നതെന്ന് പറയപ്പെടുന്നു.

തങ്ങളുടെ സഹജവാന്മാർക്കു നേരിട്ട ദുരന്തം കണ്ട പട്ടാളക്കാർ ഭീകരരോടും അതിനിഷ്ഠുരമായി പെരുമാറി.

യുദ്ധം! യുദ്ധത്തിൽ തത്ത്വദീക്ഷയില്ല. ഗോൾഡൻ ടെമ്പിൾ കോംപ്ല ക്സിൽ സമ്പൂർണ്ണ യുദ്ധമാണ് നടന്നത്. ലോകമെമ്പാടുമുള്ള സിഖ് ജന തയെ പ്രകോപിപ്പിച്ച സംഭവമായിരുന്നു ഗോൾഡൻ ടെമ്പിൾ തകർക്കൽ. ഒരു വിഭാഗം ജനതയുടെമേൽ അവരുടെ തന്നെ സർക്കാർ നടത്തിയ

നിഷ്ഠുര നടപടിയായി അവരതിനെക്കണ്ടു. റിട്ടയർ ചെയ്ത സിഖ് സീനിയർ പട്ടാള ഓഫീസ്സർമാരായ ലെഫ്നന്റ് ജനറൽ അറോറ, ലെഫ്റ്റനന്റ് ജനറൽ ഹർബക്ഷ് സിങ്ങ്, മുൻ എയർ ചീഫ് മാർഷൽ അർജ്ജുൻ സിങ് എന്നിവർക്ക് വിശ്വസിക്കാനേ കഴിഞ്ഞില്ല. ചരിത്ര കാരനും പ്രമുഖ പത്രലേഖകനുമായിരുന്ന കുശ്വന്ത്സിങ്ങ് ഗോൾഡൻ ടെമ്പിൾ തകർത്തതിൽ മനം നൊന്ത് സർക്കാർ നൽകിയിരുന്ന ബഹു മതികൾ തിരികെ നൽകി. താടിക്കാരനായ മദർ തെരേസ എന്നറിയപ്പെട്ടി രുന്ന സമൂഹ്യസേവകൻ ഭഗത് പൂരൺ സിങ്ങും സർക്കാർ നൽകിയി ട്ടുള്ള ബഹുമതികൾ തിരികെ നൽകി.

പാട്യാല മുൻമഹാരാജ അമരീന്ദർ സിങ് കോൺഗ്രസ്സ് പാർട്ടി മെമ്പറും എം.പിയുമായിരുന്നു. പാർട്ടിമെമ്പർ സ്ഥാനവും എം.പി. സ്ഥാനവും അദ്ദേഹം ഉപേക്ഷിച്ചു. കോൺഗ്രസ്സ് എം.പിയായ മിസ്സിസ്സ് അമർ ജീത് കൗർ എഴുതി.

-ഇപ്പോൾ എല്ലാവരുടേയും മുന്നിൽ മുഖം മറച്ചു നടക്കേണ്ട ഗതി കേടിലാണ് ഞാൻ. കാലിലെ മുള്ളെടുക്കാൻ കാലു തന്നെ മുറിച്ചു നീക്കി യതുപോലെയാണ് ക്ഷേത്രം തകർത്തത്.

ഇന്ത്യൻ പ്രസിഡന്റ് ജ്ഞാനിസെയിൽ സിങ് ആകെ തകർന്നു. ഇന്ത്യൻ പ്രസിഡന്റു രാജിവെച്ചാൽ പ്രധാനമന്ത്രിയും രാജിവെയ്ക്കാൻ നിർബന്ധിതയാവും. സെയിൽസിങ് ഗോൾഡൻ ടെമ്പിളിൽ പോയി എല്ലാം നേരിൽ കാണാൻ തീരുമാനിച്ച വിവരം ശ്രീമതി ഗാന്ധിയെ അറി യിച്ചു. ശ്രീമതി ഗാന്ധിക്ക് അത് സമ്മതമായിരുന്നില്ല. പരിക്രമപ്പാതയിലെ ചോരക്കറപോലും മുഴുവൻ തുടച്ചു വൃത്തിയാക്കാൻ കഴിഞ്ഞിട്ടില്ലെന്ന് ആർമി ജനറൽമാർ ശ്രീമതി ഗാന്ധിയെ അറിയിച്ചു. തകർന്നു കിടക്കുന്ന ക്ഷേത്രാവശിഷ്ടങ്ങൾക്കിടയിൽ ഇപ്പോഴും ശവശരീരങ്ങളുണ്ട്. അവയും എടുത്തു മാറ്റുന്ന ജോലി പൂർത്തിയായിട്ടില്ല. പിന്നെ മറ്റൊന്ന് പ്രസി ഡന്റിന്റെ സുരക്ഷ ഉറപ്പു വരുത്താനാവില്ല. പുറവഴികൾക്കരികിലെ ചില വീടുകളിൽ ഇപ്പോഴും ശവശരീരങ്ങളുണ്ട്. അവയും എടുത്തു മാറ്റുന്ന ജോലി പൂർത്തിയായിട്ടില്ല. അതൊന്നും പ്രസിഡന്റ് സെയിൽ സിങ് ചെവിക്കൊണ്ടില്ല. തന്നോടൊപ്പം സർക്കാർ ടെലിവിഷൻ ടീമിനേയും കൂട്ടി പ്രസിഡന്റ് പുറപ്പെട്ടു.

ജനങ്ങൾ സ്ക്രീനിൽ കണ്ടു.

നീണ്ട വെള്ളക്കോട്ട് കഴുത്തുവരെ ബട്ടണിട്ട് ഇന്ത്യൻ പ്രസിഡന്റു തന്റെ മതത്തിന്റെ ഏറ്റവും വിശുദ്ധമായ ആരാധാനാലയം കല്ലും മണ്ണു മായി ഭൂമിയിൽ തകർന്നുകിടക്കുന്നതിനിടയിലൂടെ നടക്കുകയാണ്. പ്രസി ഡന്റിനെ അനുഗമിക്കുന്ന ലെഫ്റ്റനന്റ് കേണൽ എ.കെ. ചൗധരിയുടെ കൈയിൽ എവിടെ നിന്നോ വന്ന ഒരു വെടിയേറ്റു. പ്രസിഡന്റിന് തൊട്ടു പിന്നിൽ ശ്രീമതി ഗാന്ധിയുടെ പേഴ്സണൽ അസിസ്റ്റന്റ് ആർ.കെ. ധവാനും രാജീവ് ഗാന്ധിയുടെ സഹായി അരുൺസിങ്ങും നടക്കുന്നുണ്ട്. പ്രസിഡന്റിന്റെ ഓരോ നീക്കവും അവർ ശ്രദ്ധിക്കുന്നുണ്ട്. ഓരോ വാക്കും

കാതു കൂർപ്പിച്ച് കേൾക്കുന്നുണ്ട്. ജ്ഞാനി സെയിൽ സിങ്ങിന്റെ കണ്ണുകളിൽ നിന്ന് കണ്ണുനീർ ധാരധാരയായി ഒഴുകി. കൈവശമുണ്ടായിരുന്ന ടൗവ്വലിന് തുടച്ചുനീക്കാൻ കഴിയാത്തവിധം കണ്ണുനീർ ഒഴുകിക്കൊണ്ടിരുന്നു. ഭീകരവാദികളിൽ നിന്നും പിടിച്ചെടുത്തിട്ടുള്ള ആധുനികങ്ങളായ യുദ്ധോപകരണങ്ങളുടെ വൻശേഖരം കണ്ടപ്പോൾ പ്രസിഡന്റ് തന്നോടൊപ്പമുള്ള പഞ്ചാബ് ഗവർണറോട് ചോദിച്ചു.

-നിങ്ങൾ സ്വന്തം കാതും കണ്ണും ആർക്കു പണയപ്പെടുത്തിയിരിക്കുകയായിരുന്നു?

പ്രസിഡന്റ് ദില്ലിയിൽ മടങ്ങിയെത്തി. നാഷണൽ ഫിലിം അവാർഡ് അന്ന് പ്രസിഡന്റ് നൽകുമെന്ന് പ്രഖ്യാപിച്ചിരുന്നതാണ്. ആ ചടങ്ങിന് പ്രസിഡന്റ് പോയില്ല. രാജി വെയ്ക്കാനുള്ള തന്റെ തീരുമാനം മാറ്റി. പകരം താൻ തന്നെ നേരിട്ടു തയ്യാറാക്കുന്ന ഒരു പ്രഭാഷണം ദേശീയ മാധ്യമങ്ങളിലൂടെ തൽക്ഷണം പ്രക്ഷേപണം ചെയ്യാൻ തീരുമാനിച്ചു. തന്റെ പ്രഭാഷണത്തിൽ പ്രസിഡന്റ് പ്രാധനമന്ത്രിയേയും പഞ്ചാബ് മുഖ്യമന്ത്രിയേയും കടുത്ത ഭാഷയിൽ അപലപിച്ചു. ശ്രീമതി ഗാന്ധി ആ വിമർശനത്തെ മറുപടിയില്ലാതെ അവഗണിച്ചു. സിഖ് പട്ടാളക്കാർ പല ക്യാമ്പുകളിലും ലഹള തുടങ്ങി. ഇന്ത്യൻ ജനസംഖ്യയിൽ സിഖ് ജനത രണ്ടു ശതമാനം മാത്രമേയുള്ളു. എന്നാൽ ഇന്ത്യൻ പട്ടാളത്തിൽ അവർ പത്തു ശതമാനം ഉണ്ട്. ബ്രിട്ടീഷ് കാലം മുതൽ അങ്ങനെയാണ്.

ഇന്ത്യൻ ആർമിയിൽ അവർക്കു മാത്രമാണ് മതനാമത്തിൽ ഒരു റെജിമെന്റ് ഉള്ളത്. സിഖ് റെജിമെന്റ്.സിഖ് റെജിമെൻറിലെ പട്ടാളക്കാർ മുഴുവനും സിഖ് മതക്കാരാണ്. അതും ജാട്ട് സിഖ് വിഭാഗത്തിൽ പെട്ടവരും. ജാട്ട് വിഭാഗം ഷെഡ്യൂൾഡ് കാസ്റ്റ് വിഭാഗവുമാണ്.

സിഖ് റെജിമെന്റിലെ കമാന്റർമാർ പക്ഷേ, സിഖുകാരല്ല.

സുവർണ്ണ ക്ഷേത്രത്തിൽ പട്ടാളം പ്രവേശിച്ച് രണ്ടു നാൾ കഴിഞ്ഞ് സിഖ് റെജിമെന്റിലെ ഒൻപതാം ബറ്റാലിയനിലെ 600 സിഖ് സൈനികർ കന്റോണ്മെന്റിലെ ആയുധപ്പുര കൈയേറി.

പാകിസ്താൻ അതിർത്തിയിലെ ഗംഗാ നഗർ ടൗണിലാണ് കന്റോൺമെന്റ്.

മിലിട്ടറി ട്രക്കുകളിൽ ആയുധങ്ങൾ കയറ്റി തോക്കു ചൂണ്ടി ഗംഗാ നഗർ ടൗണിലൂടെ അവർ നീങ്ങി.

ആർമി ഹെലിക്കോപ്ടറുകൾ ആകാശത്ത് വട്ടമിട്ടുകൊണ്ടിരുന്നു.

ഒരു തടസ്സവുമില്ലാതെ വാഹനവ്യൂഹം വൈകുന്നേരം 4.30 വരെ സഞ്ചരിച്ചു. 6.30 പി.എം.ന് വലിയൊരു പട്ടാള സംഘം വന്നെത്തി. കലാപയാത്രികരെ തടഞ്ഞു. സിഖ് റെജിമെന്റൽ സെന്ററിൽ നിന്നും അവർ 190 മൈൽ ദൂരെ എത്തിയിരുന്നു. ഏറ്റുമുട്ടലിൽ 35 ജവാന്മാർ കൊല്ലപ്പെട്ടു. 1461 ജവാന്മാരെ അറസ്റ്റു ചെയ്തു. അതിൽ 1050 പേർ പുതിയ റിക്രൂട്ട് ആയിരുന്നു. കോർട്ട് എൻക്വയറി കണ്ടെത്തിയത് അധികം പേരെയും

തോക്കു ചൂണ്ടി ഭീഷണിപ്പെടുത്തിയാണ് കലാപത്തിന് ചേർത്തത് എന്നാണ്. പുറത്തു നിന്നുള്ള പ്രേരണയാണ് കലാപത്തിന് കാരണമായ തെന്ന് സർക്കാർ അഭിപ്രായപ്പെട്ടെങ്കിലും വ്രണപ്പെട്ട മതവികാരമാണ് കാരണമായത്. എത്ര അകറ്റി നിറുത്തിയാലും നാട്ടിലെ കാര്യങ്ങൾ ജവാന്മാരെ സ്വാധീനിക്കുമെന്ന് സർക്കാരിന് മനസ്സിലായി. ജമ്മു റീജയ ണിൽ പഞ്ചാബിന്റെ അതിരിലുള്ള ചില ബറ്റാലിയനുകളിൽ കലാപ മുണ്ടായി.

പൂനയിലും പ്രശ്നമുണ്ടായി. എല്ലായിടത്തും കുറച്ചു ജവാന്മാർ കൊല്ലപ്പെട്ടു. സ്വാതന്ത്ര്യാനന്തര ഭാരതത്തിൽ പട്ടാള കലാപമുണ്ടാകു ന്നത് ആദ്യമായിട്ടാണ്. സിഖ് സൈനികരിൽ 3% മാത്രമാണ് കലാപ ത്തിനു പുറപ്പെട്ടത്. മുൻ ലെഫ്റ്റനന്റ് ജനറൽ എസ്.കെ. സിൻഹ ഒരു റിപ്പോർട്ട് പ്രസിദ്ധീകരിച്ചു. മിലിട്ടറി ഓഫീസ്സർമാർ ഇപ്പോഴും ബ്രിട്ടീഷ് സാമ്രാജ്യത്തിന്റെ ഓഫീസ്സർമാരുടെ തിരുശേഷിപ്പുകളായാണ് പെരുമാ റുന്നത്. ജവാന്മാർ തങ്ങളുടേയും ഭാര്യമാരുടേയും സേവകരായിരിക്ക ണമെന്ന് അവർ കരുതുന്നു. ജവാന്മാർ തങ്ങളുടെ മക്കളെപ്പോലെ യാണെന്ന് ആഫീസ്സർമാർ വിചാരിക്കണമെന്നാണ് തത്ത്വം. മക്കളുടെ ചിന്തപോലും അവർ അറിയണം. ഇന്ത്യൻ മിലിട്ടറി ഓഫീസ്സർമാർ അതിൽ പരാജയപ്പെട്ടിരിക്കുകയാണ്. കലാപം കഴിഞ്ഞ് ഒരു മാസമായ പ്പോൾ ചീഫ് ഓഫ് ദി ആർമി സ്റ്റാഫ് ജനറൽ എ. എസ്. വൈദ്യ ദേശ ത്തോടു സംസാരിച്ചു. സ്വാതന്ത്ര്യാനന്തര ഭാരതത്തിൽ ആദ്യമായി ഒരു പട്ടാളക്കലാപം ഉണ്ടായിയെന്നത് സത്യമാണ്. മതവികാരത്തിന്റെ പേരിൽ കുറച്ചുപേർ കലാപം കൂട്ടി. കാര്യങ്ങൾ മനസ്സിലാക്കി ക്ഷമയോടെ പ്രവർ ത്തിച്ചവരാണ് ഏറെ. അവരെ ആദരിക്കുന്നു എന്നാൽ കലാപം ഉണ്ടാ ക്കിയ പട്ടാളക്കാർ മിലിട്ടറി നിയമപ്രകാരമുള്ള ശിക്ഷ അനുഭവിക്കണം.

റിട്ടയേർഡ് സിഖ് ആഫീസ്സർമാർ ഇന്ത്യൻ പ്രസിഡന്റിനെക്കണ്ട് അപേക്ഷിച്ചു.

-കലാപം സൃഷ്ടിച്ചവരോട് മനുഷ്യത്വപരമായി പെരുമാറണം. അവരെ കലാപകാരികളായിക്കാണരുത്. പ്രതിഷേധിച്ചവർ എന്ന നില യിൽ കാണണം.

പ്രസിഡന്റ് അനുഭാവം പ്രകടിപ്പിക്കുകയും തനിക്ക് ചെയ്യാൻ കഴി യുന്നത് ചെയ്യാമെന്ന് വാഗ്ദാനം ചെയ്യുകയും ചെയ്തു.

ഇന്ത്യൻ പത്രങ്ങളും അതിനു ശ്രമിച്ചു. ശ്രീമതി ഇന്ദിരാഗാന്ധി ചെയ്ത പ്രസംഗത്തിൽ പട്ടാളത്തേയും പാരാമിലിട്ടറി സൈന്യത്തേയും അഭിന ന്ദിക്കുകയാണ് ചെയ്തത്. മുറിവിൽ ഉപ്പു തേയ്ക്കുന്നതുപോലെയായി ആ പ്രസംഗം. പഞ്ചാബിലെ ഹിന്ദുക്കളും സിഖുകാരും പരമ്പരയാ സൗഹാർദത്തിൽ കഴിഞ്ഞവരായിരുന്നു. ഇപ്പോൾ അവർക്കിടയിൽ ചില ശങ്കകൾ ഉണ്ടായിരിക്കുന്നു. അതിനൊരു പരിഹാരം കാണാനും സർക്കാർ തലത്തിൽ ഒരു ശ്രമവും ഉണ്ടായില്ല. സർക്കാർ നിയന്ത്രണത്തിലുള്ള

ദൂരദർശനിൽ ഗോൾഡൻ ടെമ്പിൾ ആക്ഷൻ ശരിയായ നടപടിയായിരുന്നുവെന്നു കാണിക്കുന്ന ഒരു പരിപാടി പല ദിവസങ്ങളിലും പ്രക്ഷേപണം ചെയ്തു. തകർന്നുകിടക്കുന്ന ഹരിമന്ദിറിന് മുന്നിൽ നിന്നുകൊണ്ട് മേജർ ജനറൽ ബ്രാർ സംസാരിക്കുന്ന ഒരു സീൻ അരോചകമായിരുന്നു. യുദ്ധം ജയിച്ച സൈന്യാധിപനെപ്പോലെയാണ് അയാൾ സംസാരിച്ചത്.

ക്ഷേത്രത്തിനുള്ളിൽ നിന്നും ആയുധങ്ങൾ മാത്രമല്ല മയക്കുമരുന്നും കിട്ടിയെന്ന് മറ്റൊരു മഹാൻ ഘോഷിച്ചു. മയക്കു മരുന്നു കിട്ടിയെന്ന വാദം അയാൾ തന്നെ പിന്നീട് നിഷേധിച്ചു. താനത് അമിതാവേശം കൊണ്ടു പറഞ്ഞുപോയതാണെന്ന് ക്ഷമാപണം ചെയ്തു. അതുപോലെ ക്ഷേത്രത്തിന്റെ പ്രധാന പുരോഹിതൻ മിലിട്ടറി ആക്ഷനെ ന്യായീകരിച്ച് പറയുന്ന ഒരു സീനുമുണ്ടായിരുന്നു. പുരോഹിതൻ സമ്മർദ്ദത്തിനു വഴങ്ങിപ്പറയുകയാണെന്ന് മുഖഭാവത്തിൽ നിന്നും വ്യക്തമായിരുന്നു. അങ്ങനെ ബുദ്ധിപൂർവ്വമല്ലാത്ത പല നപടികളും തുടർന്നുണ്ടായപ്പോൾ രാഷ്ട്രീയമൊന്നുമില്ലാത്ത സാധാരണ ജനങ്ങൾ പോലും സർക്കാരിന് എതിരായി. പ്രധാനമന്ത്രി ഇന്ദിരാ ഗാന്ധി ഇന്ത്യൻ ജനതയോട് ഓപ്പറേഷൻ ബ്ലൂസ്റ്റാറിനെക്കുറിച്ച് സംസാരിച്ചില്ല. പകരം വിദേശമാധ്യമങ്ങളിലൂടെ ക്ഷേത്ര നടപടികളെ അവർ ന്യായീകരിച്ചു.

ശ്രീമതി ഗാന്ധിയും രാജീവ് ഗാന്ധിയും വിദേശ രാജ്യത്തിന്റെ കറുത്ത കൈയാണ് എല്ലാ കുഴപ്പങ്ങൾക്കും പിന്നിലെന്ന് ആരോപിച്ചു. എന്നാൽ ആ രാജ്യം ഏതെന്ന് പറഞ്ഞതുമില്ല. സിഖ് ജനത വിദേശക്കൈ എന്ന വാദം അംഗീകരിച്ചില്ല. സർക്കാർ ഒരു വൈറ്റ് പേപ്പർ പുറത്തിറക്കി. അതിൽ നാല് സിഖ് ഗ്രൂപ്പുകൾ വിദേശങ്ങളിൽ നിന്ന് പ്രവർത്തിക്കുന്നുണ്ടെന്ന് സൂചിപ്പിച്ചിരിക്കുന്നു. അതിൽ പ്രധാനം നാഷണൽ കൗൺസിൽ ഓഫ് ഖാലിസ്ഥാൻ ആണ്. അതിന്റെ തലവനായ ഡോക്ടർ ജഗ്ജീത് സിങ്ങ് ചൗഹാൻ ബ്രിട്ടണിൽ ജീവിക്കുന്നു. ഇന്ത്യയിൽ ആസ്ഥാനമുള്ള ദൾഖാൽസാ ആണ് രണ്ടാമത്തേത്. സ്വതന്ത്ര സിഖ് രാഷ്ട്രമാണ് അവരുടെ ലക്ഷ്യം. ബ്രിട്ടീഷ് കൊളംബിയയിൽ കുറച്ച് സിഖ് യുവാക്കൾ ചേർന്ന് സംഘടനയുണ്ടാക്കിയിരിക്കുന്നു. അവർ സിഖ് യുവാക്കൾക്ക് മിലിട്ടറി ട്രെയിനിംഗും കൊടുക്കുന്നു. മറ്റ് ലോക രാഷ്ട്രങ്ങളിൽ കുടിയേറി സമ്പന്നരായിട്ടുള്ള ചില സിഖുകാർ സ്വതന്ത്ര സിഖ് രാഷ്ട്രം എന്ന മോഹവുമായി പ്രവർത്തിച്ചു വരുന്നു.

സിഖ് മതത്തിലെ നിരവധി ഭാഷകളിൽ പോരാളി വിഭാഗം എന്നറിയപ്പെടുന്ന ബാബാ ശാന്താസിങ്ങിന്റെ നേതൃത്വത്തിലുള്ള മുന്നൂറ് പോരാളികളെ ക്ഷേത്ര കോംപ്ലക്സിലേക്ക് കൊണ്ടുവന്നു.

ശാന്താസിങ് മുന്നൂറ് പോരാളികളുമായി പഞ്ചാബിലെ ഒരു ഗുരുദ്വാരയിൽ വസിക്കുന്ന ആളാണ്. അയാൾ ഭിന്ദ്രൻ വാലയെയെന്നല്ല ഒരു നേതാവിനേയും അംഗീകരിച്ചിരുന്നില്ല. മദ്ധ്യകാലഘട്ടത്തിലെ

സിഖ് പോരാളികളുടെ വേഷവും ആയുധങ്ങളുമാണ് അവർ ധരിച്ചിരുന്നത്.

'സത് ശ്രീ അകാൽ' എന്ന് അവർ ആയുധങ്ങളുയർത്തിപ്പിടിച്ച് അലറും അവരുടെ ഗുരുദ്വാരയിൽ മാത്രം ഭിന്ദ്രൻവാലയുടെ അനുയായികൾ ഉണ്ടായിരുന്നില്ല.

തകർന്നുകിടക്കുന്ന സുവർണക്ഷേത്രക്കോമ്പൗണ്ടിൽ സർക്കസ് കൂടാരംപോലെ ടെന്റ് കെട്ടി ബാബ ശാന്തിസിങ്ങും സംഘവും വാസം തുടങ്ങി.

അവർ അവിടെ ഉള്ളതുകൊണ്ട് പഞ്ചാബിൽനിന്നും ക്ഷേത്രാവശിഷ്ടം കാണാൻ വന്നവർ അടുത്തെങ്ങും എത്തിയില്ല.

ക്ഷേത്രാവശിഷ്ടങ്ങളെ പൊതുജന ദൃഷ്ടിയിൽനിന്നും മറച്ചുകൊണ്ട് വലിയൊരു താത്കാലിക ചുവര് ഉയർന്നു.

ക്ഷേത്രനിർമാണത്തിന് കേന്ദ്രസർക്കാരിന്റെ പബ്ലിക് വർക്ക് ഡിപ്പാർട്ടുമെന്റിനെയാണ് ഏല്പിച്ചിരിക്കുന്നത്.

എഞ്ചിനീയർക്കുമാരും തൊഴിലാളികളുമെത്തി.

ക്ഷേത്രാവശിഷ്ടങ്ങൾ അടഞ്ഞ വലിയ ട്രക്കുകളിലാക്കി പുറത്തേക്കു കൊണ്ടുപോയി. നഗരത്തിനു വെളിയിൽ വലിയ കുഴികൾ നിറഞ്ഞ പ്രദേശത്ത് നിക്ഷേപിച്ചു. അവിടെയും പൊതുജനങ്ങളെ അടുപ്പിച്ചില്ല. ശക്തമായ കാവൽ ഉണ്ടായിരുന്നു.

രാജസ്ഥാനിൽനിന്നും വിദഗ്ധ ശില്പികളെ കൊണ്ടു വന്നു. നൂറ്റാണ്ടുകളുടെ നിർമ്മാണ കൗശലം അവരുടെ വിരൽതുമ്പുകളിൽ ഉണ്ടായിരുന്നു.

സുവർണക്ഷേത്രം (ഗോൾഡൻ ടെമ്പിൾ) പഴയ പ്രൗഢിയിൽ പുനർനിർമ്മിച്ചു.

അന്നത്തെ നാലുകോടി രൂപയും പത്തുകിലോ സ്വർണ്ണവും വേണ്ടി വന്നു.

സിഖ് ഗുരുദ്വാര പ്രബന്ധക് കമ്മറ്റിക്ക് ക്ഷേത്ര ഭരണം കൈമാറി.

പട്ടാളത്തെ പൂർണമായും പിൻവലിച്ചു.

ശ്രീമതി ഇന്ദിരാഗാന്ധി റേഡിയോയിലൂടെയും ടെലിവിഷനിലൂടെയും സിഖ് ജനതയോട് സംസാരിച്ചു.

-ക്ഷേത്രഭരണം മതനേതൃത്വത്തിനു കൈമാറിയിരിക്കുന്നു, മതാധികാരം രാജ്യാധികാരത്തിനു മേലെയല്ല.

കൈമാറ്റച്ചടങ്ങിന് ഇന്ത്യൻ പ്രസിഡന്റ് സെയിൽസിങ് എത്തിയിരുന്നു.

അദ്ദേഹം വികാരഭരിതനായിസംസാരിച്ചു

-ഇവിടെ സംഭവിച്ചതിനൊക്കെ ഞാൻ മഹാ ഗുരുക്കന്മാരോട് മാപ്പ് ചോദിക്കുന്നു. എന്നോട് പൊറുക്കണമേ....

പതിമ്മൂന്ന്

കിളി തുടർന്നു

ദില്ലിയിൽ ശ്രീമതി ഇന്ദിരാഗാന്ധി ശ്രീമതി പുപുലുമായി സംസാരിക്കുകയായിരുന്നു.

തുറന്ന ജനാലയിലൂടെ പുറത്തേക്ക് നോക്കിയിട്ട് അവർ പറഞ്ഞു.

-പുപുൽ, നോക്കൂ, വൃക്ഷം ഇലകൾ കൊഴിച്ച് നിദ്ര കൊള്ളുന്നു. എല്ലാ ജീവികളേയും ചെടികളേയും വൃക്ഷങ്ങളേയും കാലത്തിനൊത്ത് മാറിയും സ്വയം മാറ്റിയും നിലനിൽക്കുന്നു.

പുപുൽ, നാളെ രാവിലെ ഞാൻ ശ്രീനഗറിലേക്ക് പോവുകയാണ്. നവംബർ മാസത്തിൽ കാശ്മീരിൽ പോകണം പുപുൽ.

ചിനാർ മരങ്ങളുടെ ചുവട്ടിൽ ഞാൻ പോയിരിക്കും. കുങ്കുമ വർണ്ണം വാരിപ്പൂശും ഇലകൾ എന്റെ തലയിലേക്ക് കൊഴിഞ്ഞുവീഴും

പുപുൽ ഞാൻ വന്നത് എന്തിനാണ് ഈ ഭൂമിയിൽ വന്നു പിറന്നത്! ഈ ജീവിതത്തിന് ഒരർത്ഥവുമില്ലെന്ന് ഇപ്പോൾ എനിക്കു തോന്നുന്നു.

എനിക്കു മതിയായി പുപുൽ.

-ഞാൻ മരിക്കുമ്പോൾ എന്റെ ചിതാഭസ്മം ഹിമാലയ പർവ്വതത്തിൽ വിതറണമെന്നാണ് ഞാൻ ആഗ്രഹിക്കുന്നത്.

-ഇന്ദൂ, മരണം അനിവാര്യമായ സത്യമാണ്. എന്നാൽ താങ്കൾ ഒരുപാടുകാലം ഇനിയും ജീവിക്കേണ്ടതാണ്.

അവരുടെ ക്യാബിനറ്റിലെ ആഭ്യന്തര മന്ത്രിയായ ശ്രീ. പി.വി. നരസിംഹ റാവു വന്നു. പുപുൽ പോകുവാനായി എണീറ്റു. പുപുൽ വാതിൽക്കലെത്തിയപ്പോൾ പിൻവിളിവന്നു, അവർ തിരിഞ്ഞു നിന്നു.

-പുപുൽ എനിക്ക് ചിനാർ മരങ്ങളുടെ നിഴലിൽ ഇരിക്കണം.

അടുത്ത ദിവസം രാവിലെ ദില്ലി എയർപോർട്ടിൽ നിന്നും ഒരു ഹെലികോപ്ടറിൽ ശ്രീമതി ഇന്ദിരാ ഗാന്ധിയും പേരക്കുട്ടികളും അവരുടെ കൂട്ടുകാരി ദേവയാനിയും ശ്രീനഗറിലെത്തി. ചഷ്മാഷാഹി ഗസ്റ്റ്ഹൗസിൽ അവർ താമസിച്ചു. ഗസ്റ്റ് ഹൗസിൽ ഇരുന്നാൽ അവർക്ക് പർവ്വത നിരകൾ കാണാം. അടുത്ത തടാകവും നെൽ വയലുകളും കാണാം. ഔദ്യോഗികമായ ഒരു പരിപാടിയും അന്ന് ഉണ്ടായിരുന്നില്ല. ഗസ്റ്റ് ഹൗസിൽ ലാവ്വുണിൽ തണുത്ത വെയിലേറ്റ് അവർ ഇരുന്നു. വൃക്ഷങ്ങളും തടാകവും അവർക്ക് ഇന്മേഷം പകർന്നു. പേരക്കുട്ടികളും ദേവയാനിയും പൊട്ടിച്ചിരിച്ചുകൊണ്ട് ഓടിക്കളിച്ചു. ശ്രീമതി ഗാന്ധി എല്ലാം മറന്ന് കുട്ടികളെ നോക്കിയിരുന്നു സന്തോഷിച്ചു.

പഴത്തോപ്പുകളുടെ ഉടമയും കാശ്മീരി ക്രാഫ്റ്റ് വർക്ക് ഷോപ്പ് നടത്തുന്നവളുമായ കുന്തി സാഗിനിക്ക് ശ്രീമതി ഇന്ദിരാ ഗാന്ധി സ്വയം

ഫോൺ ചെയ്തു. കുന്തിയുടെ ഫോൺ നമ്പർ ഗസ്റ്റ് ഹൗസിൽ നിന്നാണ് കിട്ടിയത്. കുന്തി സാഹിനി വന്ന് ശ്രീമതി ഗാന്ധിയെ കൂട്ടിക്കൊണ്ടുപോയി. പഴത്തോപ്പുകളും ഹാൻഡിക്രാഫ്റ്റ് വർക്ക് ഷോപ്പും ശ്രീമതി ഗാന്ധിക്ക് ഇഷ്ടമായി. അവർ സ്വയം മറന്ന് എല്ലാം ആസ്വദിച്ചു നടന്നപ്പോൾ ഗവർണർ ജഗ്‌മോഹൻ വന്ന് ശ്രീമതി ഗാന്ധിയോട് അപേക്ഷിച്ചു.

-അങ്ങ് ശ്രീനഗറിന്റെ പ്രധാന ഭാഗങ്ങളിലേക്ക് പോകരുത്.

അവർ കൂട്ടാക്കിയില്ല.

ഡാൾ ലേക്കിന്റെ കരയിലേക്ക് അവർ കാറിൽ ചെന്നു. ആൾക്കൂട്ടം വന്ന് അവരെപ്പൊതിഞ്ഞു. അടുത്ത ദിവസം രാവിലെ കുട്ടികളെ ഗസ്റ്റ് ഹൗസിൽ വിട്ടിട്ട് അവർ 'ശങ്കരാചാര്യ' മല മുകളിലേക്കു പോയി. മലയുടെ മുകളിലെ ക്ഷേത്രം കേരളത്തിൽ നിന്നുവന്ന ശങ്കരാചാര്യർ സ്ഥാപിച്ചതാണ്. അവിടെ നിന്നും അവർ നിഷാദ് ഗാർഡനിലുള്ള ലക്ഷ്മൺ ജ്ജു എന്ന സന്ന്യാസിയുടെ ആശ്രമത്തിലേക്കു പോയി. ലക്ഷ്മൺ ജ്ജൂ അവരെ പ്രതീക്ഷിക്കുന്നുണ്ടായിരുന്നു. തന്റെ സന്ദർശനം അവർ സന്യാസിയെ മുൻകൂട്ടി അറിയിച്ചിരുന്നു. മുൻപും അവർ അദ്ദേഹത്തെ സന്ദർശിച്ചിട്ടുണ്ട്.

ലക്ഷ്ൺ ജ്ജൂവിന്റെ ആശ്രമത്തിലേക്കുള്ള പാതയ്ക്ക് ശുപ്താ മാർഗ് എന്നാണ് പേര്. പത്താം നൂറ്റാണ്ടിൽ അഭിനവ് ഗുപ്ത എന്ന മഹാചാര്യൻ തന്റെ വിദ്യാർത്ഥികളുമൊത്ത് ഇതേ മാർഗ്ഗത്തിലൂടെ സഞ്ചരിച്ച് അദ്ദേഹത്തിന്റെ ഗുരു വസിച്ചിരുന്ന ആശ്രമത്തിൽ വന്നതിന്റെ ഓർമ്മക്കായാണ് പാതയ്ക്ക് ഗുപ്താ മാർഗ്ഗ് എന്ന പേരുണ്ടായിരിക്കുന്നത്. അന്ന് അവിടെ മഹായോഗികളും പണ്ഡിതരും സംഗീതജ്ഞരും കലാപ്രതിഭകളും സംഗമിച്ച് തന്ത്രം, യോഗം, സൗന്ദര്യശാസ്ത്രം, ആത്മസത്തയുടെ പൊരുൾ എന്നീ വിഷയങ്ങളെക്കുറിച്ച് സുദീർഘങ്ങളായ ചർച്ചകൾ നടത്തിയിരുന്നു. പ്രകൃതിസൗന്ദര്യത്തിന്റെ സത്തയും മഹാ മനീഷികളുടെ പൂർവ്വ പാരമ്പര്യവുമുള്ള ആശ്രമമാണ് ലക്ഷ്മൺ ജ്ജുവിന്റേത്. ഇപ്പോൾ അവിടെ ആശ്രമ വിശുദ്ധിയുള്ള ഒരു കുടിൽ മാത്രമാണുള്ളത്. പൗരാണികമായ ഒരു മുഖമാണ് ലക്ഷ്മൺ ജ്ജൂവിന്റേത്. എഴുപതിലേറെ പ്രായമുണ്ട്.

ഉയർന്ന നാസികയും എഴുന്നു നിൽക്കുന്ന കവിളെല്ലുകളും പ്രകാശം പരത്തുന്ന കണ്ണുകളും ദയാവായ്പിന്റെ ശബ്ദം മാത്രം പൊഴിയുന്ന വായുമുള്ള ഒരു മഹായോഗി.

ശ്രീമതി ഗാന്ധി അതിരാവിലെ ആശ്രമത്തിലെത്തി. മഹായോഗിയുടെ മുന്നിൽ നിശ്ശബ്ദം ഇരുന്നു. ഒന്നും സംസാരിക്കാതെ പരസ്പരം നോക്കി ഒരേയിരിപ്പ്.

-ഗുരോ സാധിച്ചാൽ ഞാൻ ഇനിയും അങ്ങയെ കാണാൻ വരും.

ഗുരു മറുപടി പറഞ്ഞില്ല. പതുക്കെ ചിരിച്ചു.

-ഗുരോ ഞാൻ ശാരികാക്ഷേത്രം സന്ദർശിക്കാനാഗ്രഹിക്കുന്നു.

-നന്നായി

അവിടെനിന്നും കുറച്ചകലെയാണ് ശാരികാ ക്ഷേത്രം. കാശ്മീരി ബ്രാഹ്മണരുടെ കുലദേവതയാണ് ശാരികാ മാതാവ്. അപ്പോൾ അവിടേക്ക് ഒരു മൈന പറന്നുവന്നു. ശ്രീമതി ഗാന്ധി ഗുരുവിനുവേണ്ടി കൊണ്ടുവന്നിരുന്ന പഴങ്ങളിൽ ഒരെണ്ണമെടുത്ത് പൊട്ടിച്ച് അതിനു കൊടുത്തു. പെട്ടെന്ന് അതി ശക്തിയായി മലങ്കാറ്റ് വീശി. പ്രപഞ്ച ശക്തി ആവാഹിച്ചിരിക്കുന്നതുപോലെ കാറ്റ് കുടിലിനെ പിടിച്ചുലച്ചു. കാറ്റിൽ കുടിൽ പറന്നു പോകുമെന്ന് ശ്രീമതി ഗാന്ധിക്കു തോന്നിയെങ്കിലും ഒന്നും സംഭവിച്ചില്ല. ആശ്രമക്കുടിൽ കാറ്റിനെ ചെറുക്കുന്ന ഏതോ കൗശല നിർമിതിയായി അവിടെത്തന്നെ നിന്നു. കാറ്റ് പൊടുന്നനെ നിന്നു. ശ്രീമതി ഗാന്ധി ഗുരുവിന്റെ പാദത്തിൽ തൊട്ടിട്ട് എണീറ്റു.

-അങ്ങ് ആരോഗ്യം ശ്രദ്ധിക്കണം.

-ഒക്കെ ദൈവേച്ഛപോലെ.

ഒക്ടോബർ 27-ാം തീയ്യതി ശ്രീമതി ഗാന്ധി ഹരിപർവ്വതത്തിലുള്ള സൂഫി സന്യാസി ഹസ്റത്ത് സുൽത്താമു ആരാ- സിൻ- ന്റെ ശവകുടീരം സന്ദർശിച്ചു. തിരിച്ച് പടിയിറങ്ങുമ്പോൾ കാലു തെന്നി വീണു. മുറിവൊന്നും പററിയില്ല. അവിടെനിന്നും അവർ പോയത് ശാരികാ ക്ഷേത്രത്തിലേക്കാണ്. ആകാശത്തേക്കു തലയുയർത്തി നിൽക്കുന്ന ഒരു മഹാശിലയാണ് ശാരികാ ദേവി എന്ന സങ്കല്പ ദേവത. ഭൂമി പരിണാമത്തിന്റെ ആദി രൂപാവശിഷ്ടം. നൂറ്റാണ്ടുകളായി കാശ്മീരി തീർത്ഥാടകർ അർപ്പിച്ച സിന്ദൂരമണിഞ്ഞ് കുങ്കുമ വർണ്ണമായി മാറിയ ശില. അവിടെ പുരോഹിതർ ചണ്ഡീപദം ആലപിച്ച് പ്രസാദമായി കുങ്കുമവും പർവ്വത ഫലങ്ങളും ശ്രീമതി ഗാന്ധിക്കു നൽകി. നെറ്റിയിൽ കുങ്കുമമണിഞ്ഞ് പ്രസാദഫലം ഭുജിച്ച് ശാന്തയായി മടങ്ങി. വേഗം അവർ ദില്ലിക്കു പോയി.

അടുത്ത ദിവസം ഒക്ടോബർ ഇരുപത്തിയെട്ടാം തിയ്യതി ശ്രീമതി ഇന്ദിരാഗാന്ധി ഭുവനേശ്വറിലേക്കു പോയി. ഉൾപ്രദേശത്ത് സംഘടിപ്പിച്ചിട്ടുള്ള ഒരു മീറ്റിംഗിൽ പ്രസംഗിക്കാൻ ഭൂവനേശ്വറിൽ നിന്ന് ഹെലികോപ്ടറിൽ പോയി. ഗ്രാമവാസികൾ അവരെ പൊതിഞ്ഞു. ഒക്ടോബർ 29-ാം തീയതി രാത്രി നല്ല ചൂടായിരുന്നു. ക്ഷീണം ഉണ്ടായിരുന്നെങ്കിലും ഉറങ്ങാൻ കഴിഞ്ഞില്ല. ഒക്ടോബർ മുപ്പതാം തീയതി മഹാസദസ്സാണ് അവരുടെ പ്രസംഗം കേൾക്കാനായി ഒത്തുകൂടിയത്. ആൾക്കൂട്ടം തിരമാലകൾ പോലെ പിന്നേയും വന്നുകൊണ്ടിരുന്നു. ശ്രീമതി ഗാന്ധി പ്രസംഗം തുടങ്ങിയപ്പോൾ തിരമാലകളടങ്ങി. ജനസമുദ്രം കാതു കൂർപ്പിച്ചു.

-ഞാൻ മരിക്കുമോ ജീവിക്കുമോ എന്നതൊന്നും എനിക്ക് പ്രശ്നമല്ല. ഇപ്പോൾതന്നെ ഞാൻ ദീർഘകാലം ജീവിച്ചിരിക്കുന്നു. ഈ മഹാരാജ്യത്തിന്റെ അഖണ്ഡതയും ജനങ്ങളുടെ ക്ഷേമവും മാത്രമാണ് എന്റെ ലക്ഷ്യം. ഞാൻ ഉറപ്പിച്ചു പറയുന്നു. എന്റെ ശരീരത്തിലെ ഓരോ തുള്ളിച്ചോരയും ഈ മഹാരാജ്യത്തിനുവേണ്ടി ചിന്താൻ എന്റെ അവസാന ശ്വാസം വരെയും ഞാൻ തയ്യാറാണ്. നേതാക്കൾ വരികയും

പോവുകയും ചെയ്യും. രാജ്യമാണ് പ്രധാനം.രാജ്യത്തിന്റെ അഖണ്ഡത യാണ് മുഖ്യം.

ഒക്ടോബർ 30-ാം തീയതി അവർ ഒറീസ്സയിൽ ആയിരുന്നപ്പോൾ ദില്ലിയിൽ അവരുടെ പേരക്കുട്ടികൾ സ്കൂളിലേക്കു പോയിരുന്ന കാറിന്റെ എസ്കോർട്ട് ജീപ്പിൽ പിന്നിൽ നിന്നു വന്ന ഒരു വണ്ടി ഇടിച്ചു. ശ്രീമതി ഗാന്ധി ദില്ലിക്കു മടങ്ങുമ്പോഴാണ് വിവരമറിഞ്ഞത്. അന്നു രാത്രി അവർ ദില്ലിയിൽ മടങ്ങിയെത്തി. പേരക്കുട്ടികളെ ചേർത്തുപിടിച്ച് കുറച്ചു സമയം നിന്നു. കഴിഞ്ഞ കുറച്ചു ദിവസങ്ങളായി അവരുടെ മനസ്സ് ചഞ്ചലപ്പെ ടുകയായിരുന്നു. എന്തോ ഒരാപത്ത് തന്നെയും തന്റെ കുടുംബത്തേയും ചൂഴ്ന്നു നിൽപുണ്ട്.

ഒക്ടോബർ 31-ാം തീയതി(1084) അതി രാവിലെ ശ്രീമതി ഇന്ദിരാ ഗാന്ധി തന്റെ പേഴ്സണൽ അസിസ്റ്റന്റ് ആർ.കെ. ധവാനെ വിളിച്ചു പറഞ്ഞു.

-ഇന്ന് ഒരു സർക്കാർ പരിപാടിയുമില്ല. പൂർണ്ണ വിശ്രമമാണ്. പീറ്റർ ഉസ്തിനോവുമായി ഫിക്സ് ചെയ്തിട്ടുള്ള ഇന്റർവ്യൂ മാറ്റണ്ട. ഉസ്തി നോവ് വന്നോട്ടെ.

അന്ന് നേരം പുലർന്നത് ആകാശം രക്തവർണ്ണമണിഞ്ഞാണ്.

വീടിന്റെ ഉമ്മറം പുലരിയുടെ കുങ്കുമവർണ്ണമണിഞ്ഞു. പിന്നെ ചുവ പ്പായി.

ശ്രീമതി ഇന്ദിരാ ഗാന്ധി ഉണർന്ന് പതിവ് ബാത്ത്റൂം കർമ്മങ്ങൾ നിർവ്വഹിച്ചു. പതിവ് യോഗാസനങ്ങൾ അനുഷ്ഠിച്ചു. കുളിച്ചു. കുങ്കുമ വർണമുള്ള തുസ്സാർ സിൽക്ക് സാരി ഉടുത്തു. ലഘുവായ ബ്രേക്ഫാസ്റ്റ് കഴിച്ചു. ഓഫീസ്സ് ഫയലുകൾ നോക്കി ഒരു മണിക്കൂർ ഇരുന്നു. ചില ഒപ്പുകളും ഇട്ടു. പേരക്കുട്ടി രാഹുൽ ഗാന്ധി വന്ന് പതിവുപോലെ ചില കുശലങ്ങൾ പറഞ്ഞു.

8.30ന് അവർ റെഡിയായി. ഉസ്തിനോവുമായുള്ള ഇന്റർവ്യു ഒൻപതു മണിക്കാണെന്ന് ധവാൻ പറഞ്ഞപ്പോൾ അരിശം വന്നു. എന്നാൽ അല്പ സമയത്തിനുള്ളിൽ ധവാൻ വന്ന് വീണ്ടുമറിയിച്ചു.

പ്രിൻസിപ്പൽ ഇൻഫർമേഷൻ അഡ്വൈസർ എച്ച്. വൈ. ശാരദ പ്രസാദ് ഇന്റർവ്യൂ ടീമുമായി നമ്പർ വൺ അക്ബർ റോഡ് ഓഫീസ്സിൽ കാത്തു നിൽക്കുന്നു. ശ്രീമതി ഇന്ദിരാ ഗാന്ധി ഡയനിംഗ് റൂം കടന്ന് ഇന്ത്യയുടെ പുരാതനവും നവീനവുമായ ഭൂപടങ്ങൾ തൂക്കിയിട്ടുള്ള മുറിയിലൂടെ പുറത്തേക്കിറങ്ങി. നിത്യഹരിതമായ കുറ്റിച്ചെടികൾ അതി രിടുന്ന നടപ്പാതയിലൂടെ വന്ന് ശിശിരകാലത്തെ പൂക്കൾ കൊഴിക്കുന്ന ചാമ്പമരത്തിന്റെ വശത്തുകൂടെ ഗെയിറ്റിലേക്കു നടന്നു. ഗെയിറ്റ് വസ തിയും ഓഫീസ്സായ നമ്പർ വൺ അക്ബർ റോഡും തമ്മിൽ വേർതിരി ക്കുന്നു.

ശ്രീമതി ഇന്ദിരാ ഗാന്ധി വരുമ്പോൾ അവരുടെ സെക്യൂരിറ്റി ഗാർഡ് സിഖ് മതാനുയായിയായ സബ് ഇൻസ്പെക്ടർ ബിയാന്ത് സിങ്

മുന്നോട്ടുവന്ന് ഗെയിറ്റ് തുറന്നു. കഴിഞ്ഞ ഒൻപതു വർഷമായി അയാൾ അവരുടെ കാവൽ ഭടനാണ്. ശ്രീമതി ഗാന്ധി അയാളെ നോക്കി പുഞ്ചിരിക്കുകയും കൈകൾ കൂപ്പുകയും ചെയ്തു. അയാൾ സല്യൂട്ട് ചെയ്യാനായി കൈ ഉയർത്തുന്നുവെന്നാണ് ശ്രീമതി ഇന്ദിരാഗാന്ധി കരുതിയത്. എന്നാൽ അയാൾ കൈയിലുണ്ടായിരുന്ന റിവോൾവർ ശ്രീമതി ഗാന്ധിയുടെ വയറിനു നേരെ ഉന്നംവെച്ച് മൂന്നടി മാത്രം അകലെനിന്ന് വെടിവെയ്ക്കുകയാണുണ്ടായത്. ഒരു സെക്കന്റിനുള്ളിൽ കോൺസ്റ്റബിൾ സത്വന്ത് സിങ്ങ് മറുവശത്തു നിന്നും കുതിച്ചുവന്ന് തന്റെ ഗണ്ണുകൊണ്ട് തുരുതുരാ വെടിവെച്ചു. വെടിയുണ്ടകൾ ശ്രീമതി ഗാന്ധിയുടെ ശരീരത്ത് തുളച്ചു കയറി.

കാലാതീതയായ ഭൂമിയിലേക്ക് അവർ തിരുനെറ്റി മുട്ടിച്ച് വീണു. അവരുടെ നയനങ്ങൾ തുറന്നു തന്നെയിരുന്നു.

അപ്പോൾ സമയം രാവിലെ ഒൻപത് പതിനാറ്. അവിടെ ഉണ്ടായിരുന്ന മറ്റ് സെക്യൂരിറ്റി ഗാർഡും പേഴ്സണൽ സ്റ്റാഫും ചിതറിയോടി. പ്രധാനമന്ത്രിയെ പ്രിതീക്ഷിച്ച് ഇന്റർവ്യൂവിനു കാത്തിരുന്നിരുന്ന പീറ്റർ ഉസ്തിനോവ് വെടിയൊച്ച കേട്ടില്ല. മുറ്റത്തെ മരത്തിൽ നിന്നും പക്ഷികൾ നിലവിളിച്ചുകൊണ്ട് പറന്നുപോയി. അണ്ണാറക്കണ്ണന്മാർ ഉച്ചത്തിൽ ചിലച്ചു. പ്രധാനമന്ത്രിയുടെ ഭവനത്തിൽ ആകെ ബഹളമായി. പുത്ര വധു ശ്രീമതി സോണിയാ ഗാന്ധി ഓടി വന്ന് അവരെ താങ്ങിയെടുക്കാൻ ശ്രമിക്കവേ മറ്റുള്ളവർ ഓടിവന്ന് താങ്ങിയെടുത്ത് കാറിൽ കയറ്റി ഓൾ ഇന്ത്യാ ഇൻസ്റ്റിറ്റ്യൂട്ട് ഓഫ് മെഡിക്കൽ സയൻസിലേക്ക് അതിവേഗം കൊണ്ടുപോയി.

വെടിയേറ്റ് അര മണിക്കൂറിനുള്ളിൽ ശ്രീമതി ഗാന്ധിയെ എമർജൻസി ഓപ്പറേഷൻ തിയ്യറ്ററിൽ എത്തിച്ചു.

ഉടനടി ഓപ്പറേഷനും അതോടൊപ്പം രക്തവും നൽകിക്കൊണ്ടിരുന്നു.

ഇന്ത്യൻ പ്രസിഡണ്ട് സെയിൽസിങ്ങ് അപ്പോൾ വിദേശത്തായിരുന്നു. ക്യാബിനറ്റ് മന്ത്രിമാർ സംസ്ഥാനങ്ങൾ സന്ദർശിക്കുകയായിരുന്നു. ശ്രീമതി ഗാന്ധിയുടെ മൂത്ത മകൻ രാജീവ് ഗാന്ധി വെസ്റ്റു ബംഗാളിലായിരുന്നു. വൈസ് പ്രസിഡണ്ട് ശ്രീ. ആർ. വെങ്കട്ടരാമൻ എ.ഐ.ഐ.എം. എസ്സിൽ എത്തി എല്ലാ ചുമതലയും ഏറ്റു. ഉച്ചതിരിഞ്ഞ് 2.30 വരെ ഡോക്ടർമാർ ശ്രീമതി ഗാന്ധി മരിച്ചുവെന്നു പറഞ്ഞില്ല. അപ്പോഴേക്കും രാജീവ് ഗാന്ധി ദില്ലിയിലെത്തി. പ്രസിഡന്റ് ജ്ഞാനി സെയിൽസിങ്ങ് വിദേശത്തെ എല്ലാ പരിപാടികളും റദ്ദു ചെയ്ത് ദില്ലിക്കു പുറപ്പെട്ടു. അന്നു വൈകുന്നേരം തന്നെ രാജീവ് ഗാന്ധി പ്രധാനമന്ത്രിയായി ചുമതലയേറ്റു.

6.30 പി.എം.ന് ശ്രീമതി ഗാന്ധിയുടെ ശരീരം ഓപ്പറേഷൻ തിയേറ്ററിൽ നിന്ന് പുറത്തുകൊണ്ടുവന്നു.

സോണിയാ ഗാന്ധി, നീനാസിങ്ങ്, സ്വരൂപ് നെഹ്റു, പുപുൽ ജയക്കർ എന്നിവർ ചേർന്ന് ശരീരം ശ്രീമതി ഗാന്ധിയുടെ ഇഷ്ടസാരിയായ റോസ്

സാരിയിൽ പൊതിഞ്ഞു മുഖത്ത് ഒരു പോറൽ പോലുമില്ല. കൈകാലുകളിലും വെടിയുണ്ടകൾ ഏറ്റിട്ടില്ല. തന്റെ കൈകാലുകളുടെ ഭംഗിയിൽ ശ്രീമതി ഗാന്ധി അഭിമാനിച്ചിരുന്നു. ദുർഗ്ഗാ ദേവിയുടെ ചിത്രമുള്ള ചെറിയ ലോക്കറ്റോടുകൂടിയ ലളിതമായ ഒരു സ്വർണ്ണമാല കഴുത്തിൽ ഉണ്ടായിരുന്നു.

ശ്രീമതി ഗാന്ധിയുടെ വധം നടന്ന വാർത്ത കാട്ടുതീ പോലെ രാജ്യമാകെ പടർന്നു. കാറ്റിൽ കത്തിപ്പടരുന്ന അഗ്നിപോലെ രോഷത്തിന്റെ ആഗ്നി പൊട്ടിപ്പുറപ്പെട്ടു. ദില്ലിയിലും വടക്കേയിന്ത്യൻ നഗരങ്ങളിൽ ആകെയും ചുഴലിക്കൊടുങ്കാറ്റു പോലെ അക്രമങ്ങൾ ഉണ്ടായി. സിഖ് അടയാളങ്ങളുള്ളവ രുടെയും അവരുടെ സ്ഥാപനങ്ങളുടേയും നേരെയാണ് അക്രമമുണ്ടായത്.

യമുനയുടെ തീരത്ത് ജവഹർലാൽനെഹ്റുവിന്റേയും സഞ്ജയ് ഗാന്ധിയുടേയും സംസ്കാരം നടന്ന ശാന്തിവനത്തോടു ചേർന്ന് 1984 നവംബർ മൂന്നാം തിയ്യതി ശ്രീമതി ഇന്ദിരാ ഗാന്ധിയുടെ ഭൗതിക ശരീരം ചന്ദനമുട്ടികളുടെ ജ്വാലയിൽ ചാരമായി. എരിഞ്ഞ ചന്ദന മുട്ടികളിൽ നിന്നും അസ്തമയ സൂര്യനു നേരെ ഉയർന്നു പൊങ്ങിയ അഗ്നി ജ്വാലകൾക്ക് കുങ്കുമ വർണവും സ്വർണ വർണവുമായിരുന്നു. ശ്രീമതി ഗാന്ധിയുടെ ഇഷ്ട നിറങ്ങളായിരുന്നു അവ.

ശ്രീമതി ഇന്ദിരാ നെഹ്റു ഗാന്ധിയുടെ ഭൗതിക ശരീരം ദഹിപ്പിച്ച സ്ഥലം പ്രവർത്തന ശേഷിയുടെ സ്ഥലം എന്ന് അർത്ഥമുള്ള 'ശക്തി സ്ഥൽ' എന്ന് അറിയപ്പെട്ടു.

ചിതാഭസ്മം ഹിമാലയൻ പർവ്വതനിരകളിൽ വിതറപ്പെടുകയാണുണ്ടായത്.

അങ്ങനെ അവർ അതിർത്തി കാവൽക്കാരിയുമായി.

ശക്തി സ്ഥലത്തേക്കുള്ള നടപ്പാതയുടെ ഇരുവശവും ജന്മസ്ഥലത്തു നിന്നും കൊണ്ടുവന്ന പുൽത്തകിടിയും വൃക്ഷങ്ങളുമാണ്.

ഇന്ത്യയുടെ എല്ലാ നദികളിൽ നിന്നും കൊണ്ടുവന്ന വെള്ളാരങ്കല്ലുകളും നടപ്പാതയുടെ ഇരുവശങ്ങളിലും സ്ഥാപിച്ചിട്ടുണ്ട്.

അവരുടെ ഭൗതിക ശരീരം അഗ്നിക്കിരയാക്കിയ അതേ സ്ഥാനത്ത് പതിനഞ്ചടി ഉയരത്തിൽ ഒരു സ്തൂപം ആകാശത്തേക്ക് തലയുയർത്തി നിൽക്കുന്നു.

ഉരച്ചാൽ രക്തവർണമാവുകയും ഉരുക്കിയാൽ ഉരുകാതെ അഗ്നിയായി ജ്വലിക്കുകയും ചെയ്യുന്ന സൂര്യകാന്തക്കല്ലിലാണ് സ്തൂപം നിർമ്മിച്ചിരിക്കുന്നത്.

സൂര്യകാന്തം.

കഥ പറഞ്ഞു കഴിഞ്ഞ് കിളി കണ്ണുകളടച്ച് ധ്യാനത്തിലായി.

■

www.ingramcontent.com/pod-product-compliance
Lightning Source LLC
LaVergne TN
LVHW060603051026
849519LV00002B/462